நக்சலைட் அஜிதாவின் நினைவுக்குறிப்புகள்

எதிர் வெளியீடு

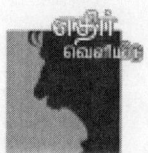

நக்சலைட் அஜிதாவின் நினைவுக்குறிப்புகள்

(ஒரு பெண்போராளியின் சுயசரிதை)

தமிழில் :
குளச்சல் மு. யூசுப்

எதிர் வெளியீடு

விலை ரூ. 550

எதிர் வெளியீடு 16

நக்சலைட் அஜிதாவின் நினைவுக்குறிப்புகள் ● மொழிபெயர்ப்பு : குளச்சல் மு.யூசுப் ● முதல் பதிப்பு : ஜூலை 2009 ● வெளியீடு : எதிர் வெளியீடு, 96, நியூ ஸ்கீம் ரோடு, பொள்ளாச்சி - 642 002 ● தொலைபேசி : (04259) 226012, 9865005084 ● மின்னஞ்சல் : ethirveliyedu @ gmail.com ● அட்டை வடிவமைப்பு : ராஜ்குமார் ஸ்தபதி ● வடிவமைப்பு : மயூரா ரத்தினசாமி

Naksalite Ajithavin Ninaivukkurippugal ● Translated by : Kulachal Mu. Yusouf ● First Edition : July 2009 ● Size : Demy 1 x 8 ● Paper : 18.6 kg Maplitho ● Pages : 432 ● Published by Ethir Veliyedu, 96, New Scheme Road, Pollachi 642 002 ● Phone : 04259 - 226012, 9865005084 ● Email : ethirveliyedu@gmail.com ● Wrapper design : Rajkumar Sthabathy ● Layout : Mayura Rathinaswamy

பதிப்புரை

அஜிதா என்ற பெயர் 1960களில் தொடங்கி இன்று வரை எப்படி ஆட்சியாளர்களால் சகித்துக் கொள்ள முடியாத சொல்லாக மாறியிருக்கிறது எனும் வரலாற்றை இந்நூல் வழி புரிந்து கொள்ளலாம்.

மக்களின் உரிமை எல்லா தளங்களிலும் நசுக்கப்படும்போதும், அவர்களின் வாழ்வாதரங்களை சூறையாடப்படும்போதும் அவர்களுக்கு ஆதரவாக சிறுவிரல் அசைப்பையுங்கூட அரசின் பார்வையில் நம்மை பயங்கரவாதியாக நிறுத்திவிடும் தன்மை உடையது என்பதை நாம் அறிந்ததுதான். தோழர் மாவோவை வழிகாட்டியாக கொண்டு நக்சல்பாரி வழியில் கேரளத்தில் ஏற்பட்ட புரட்சிகர மாற்றங்களுக்கு அடிப்படை அமைத்துக் கொடுத்ததில் அஜிதாவின் பங்கு முக்கியமானது. எனினும் கோட்பாடு ரீதியாகவும், நக்சல்பாரி தலைமையிடத்து ஏற்பட்ட முரண்பாடுகளையும் துணிந்து எதிர்ப்பு தெரிவித்து அவர்களாலேயே கைவிடப்பட்ட ஒரு போராளியாகவே அஜிதா இன்றும் வாழ்கிறார். தலச்சேரி — புல்பள்ளி போராட்டங்களில் தீவிரமாக பங்கெடுத்து அதன் காரணமாக அரசால் கைது செய்யப்பட்டு 9க்கும் அதிகமான வருடங்கள் சிறையில் வன்கொடுமைக்கு ஆளாக்கப்பட்ட அஜிதா கடைசிவரை தன் சித்தாந்த வழி கோட்பாடுகளை துறந்துவிடவில்லை. சிறையில் இருந்து விடுதலை அடையும் நேரத்திலும்கூட அவரிடம் கையெழுத்தை வாங்கிவிட முயற்சித்த அரசுக்கு தீர்மானமாகவே அவர் பதிலுரைத்தார்.

“என்னிடம் இருந்து எந்த கையெழுத்தையும் நீங்கள் வாங்கிவிடமுடியாது. அதற்குப் பதிலாக நான் சிறையிலேயே இருந்துவிடுகிறேன்.” 9 ஆண்டு கால சிறை வாழ்வில் இப்போராளியின் மனதிடத்தில் ஒரு அங்குலம்கூட அரசு பயங்கரவாதத்தால் அசைக்க முடியவில்லை என்பதையே இது உணர்த்துகிறது.

உலகெங்கிலும் நடந்த கம்யூனிச அழித்தொழிப்பில் முக்கியப்பங்கு வகித்த அமெரிக்கா, மாவோ காலம்வரை உயிர்த்துடிப்புடன் இருந்த சீனா, ஸ்டாலின் காலத்திற்குப் பின் குருசேவால் தலைகுப்புற விழுந்துவிட்ட ரஷ்யா போன்ற நாடுகளின் அரசியலில் மாற்றங்களை உன்னிப்பாகத் தெரிந்து வைத்திருந்த அஜிதா தன் போராட்டங்களுக்கான உந்து சக்தியை எப்போதும் தோழர் மாவோவிடம் இருந்தே பெற்று வந்தார். எத்தனை இன்னல்கள் சிறையில் ஏற்பட்டபோதும் அவர் தொடர்ந்து வேண்டியது படிக்க

போராட்டங்களில் ஏற்படும் தோல்விகள் இயக்கத்தில் தனிநபர் துதிபாடல் தன்மை மற்றும் அதன் தலைமையிடத்து ஏற்படும் தவறுகள் ஆகியன எவ்வாறு ஒரு இயக்கத்தை சீராழித்துவிடும் என்பதை அஜிதா தெளிவுபடுத்தியுள்ளார். ஏற்கனவே வர்க்க எதிரிகள் நம் வீழ்ச்சியை எதிர்பார்த்து காய் நகர்த்திக் கொண்டிருக்கும்போது இயக்கத்தில் ஏற்படும் இது போன்ற சிறு தவறுகள்கூட அவர்களுக்கு சாதகமாக மாறிவிடுகிறது.

இன்று நிகழும் எந்தவித குண்டு வெடிப்புக்கும், ஆள் கடத்தலுக்கும், கொள்ளைக்கும் எதிராக முதலில் குற்றம் சாட்டப்படும் பெயர் நக்சலைட்கள். இவை பெரும்பாலும் பத்திரிகைகள் செய்யும் மோசடியாகும். எவ்வித விசாரணைகளும் சாட்சிகளும் இல்லாமல் முதலில் நக்சலைட்களை குறிவைக்கிறார்கள். பயங்கரவாதிகளுக்கும், போராளிகளுக்குமான வித்தியாசத்தை நன்றாக உணர்ந்த பத்திரிகைகளே இப்படி செய்வது வெட்கத்துக்குரியது. பத்திரிகை தர்மம் என்று ஏதாவது இன்னும் மிச்சம் இருக்கிறதா?

இயக்கம் கட்டுவது என்பது சாதாரண வேலையில்லை. அதற்கான சித்தாந்த கல்வியை கடைநிலை ஊழியர்வரை எல்லோரிடமும் கொண்டு சேர்க்க வேண்டும். அப்பொழுதுதான் தலைமை செய்யும் எல்லாவித சரிகளையும், தவறுகளையும் தட்டிக் கேட்கும் உரிமை போராளிகளுக்கு ஏற்படும்.

இன்று நாடெங்கும் தடை செய்யப்பட்ட இயக்கமாக மாவோயிஸ்ட் இயக்கம் அறிவிக்கப்பட்டுள்ளது. ஒரு நண்பரிடம் பேசிக் கொண்டிருக்கும்போது அவர் சொன்னது நினைவுக்கு வருகிறது. அரசு தன் சுரண்டலுக்கு எதிராக அணி திரளும் யாரையும் தடுத்து நிறுத்துதல் என்கிற நிலையிலிருந்து அழித்தொழிப்பு என்கிற நிலைக்கு மாறியுள்ளது என அவர் சுட்டிக்காட்டியது உண்மையாகியுள்ளது.

இந்நூல் உருவாக்கத்தில் எங்களுக்கு உதவிய குளச்சல் மு. யூசுப், அட்டைப்படத்தை சிறப்பாக வடிவமைத்துக் கொடுத்த ராஜ்குமார் மற்றும் மயூரா ரத்தினசாமி, சீனி, 'ஆசை' ரஹ்மான், அசோக், லோகநாதன், கனகராஜன் ஆகியோருக்கு நன்றிகள். இந்நூலை எங்கள் பதிப்பகம் வழி வெளியிடுவதில் பெருமை அடைகிறோம்.

சா. அனுஷ்

இந்நூலின் தமிழ் மொழிபெயர்ப்பு,
ஒடுக்கப்பட்டோர் நலன்களுக்காக
இன்னுயிரீந்த தியாகிகளுக்கு...

உள்ளே... பக்கம்

	மொழிபெயர்ப்பாளர் முன்னுரை	9
1.	முதல் தடம்	17
2.	தவிர்க்க முடியாத தீர்மானம்	26
3.	பிரச்சாரப் பணி	39
4.	தோழர் டி.வி. அப்பு	50
5.	சீனா எனும் பிரச்சினை	55
6.	தலச்சேரி மற்றும் புல்பள்ளியின் பின்னணி	67
7.	முக்கியமான பிரச்சினை என்ன?	86
8.	அம்மா	94
9.	புல்பள்ளிக்கான ஏற்பாடுகள்	104
10.	நக்சல்பாரியும் அழித்தொழிப்பு எனும் மாற்றமும்	126
11.	புல்பள்ளி கலகம்	136
12.	தோழர் கிஸான்தொம்மனின் உயிர்த் தியாகம்	152
13.	திருநெல்லிக்காட்டின் தினப்பொழுதுகள்	166
14.	காவல்துறையின் பிடியில்	182
15.	காராக்கிரகமும் நீதிமன்றமும்	199
16.	தலச்சேரியில் என்ன நடந்தது?	210
17.	அரசியல் எதிர்வினைகள்	224
18.	சி.பி.ஐ(மா-லெ)யின் அரசியல் அறிக்கை	236
19.	தோழர் சாண்டி	246
20.	குற்றியாடியும் திருநெல்லியும்	257
21.	தோழர் வர்க்கீசின் கோரப் படுகொலை	274
22.	கோழிக்கோடு சிறைச்சாலையில் சில வருடங்கள்	285
23.	விசாரணையும் தீர்ப்பும்	295
24.	வங்காள தேசப்பிரச்சினை	318
25.	கண்ணூர் சிறைத்தோழியர்	328
26.	திருவனந்தபுரம் மத்திய சிறைச்சாலை	336
27.	உயர்நீதிமன்றத் தீர்ப்பு	344
28.	பெண்கள் வார்டின் சூழ்நிலை	353
29.	நெருக்கடிநிலை அறிவிப்பு	362
30.	நெருக்கடிநிலையின் வன்கொடுமைகள்	373
31.	மாவோவின் மரணமும் மார்ச் தேர்தலும்	388
32.	மனமாற்ற முயற்சிகள்	397
33.	சிறையிலிருந்து விடுதலை	405
34.	திரும்பிப்பார்க்கும்போது	415
	பிற்சேர்க்கை - 1	422
	பிற்சேர்க்கை - 2	426

8

மொழிபெயர்ப்பாளரின் முன்னுரை

பண்டைய இலக்கியச் சூழலில் புறநானூற்றுத் தமிழ்ப்பெண் என்றெல்லாம் பெருமையுடன் பேசுகிற வீரத்தாயின் மகள், மலையாள மண்ணில் இன்றும் நம்முடன் வாழ்ந்துகொண்டிருக்கிறார். அதுவும் போராளியாகவே! மந்தாகினி எனும் இந்தத் தலைமையாசிரியை, தன்னுடைய ஒரே மகளாகிய அஜிதாவையும் காதல் கணவராகிய குன்னிக்கல் நாராயணனையும் தேசத்தின் அரசியல்சட்ட நிலைபாடுகளுக்கும் மேல்வர்க்க நலன்களுக்குமெதிரான, ஒடுக்கப்பட்ட, மலையின, விவசாய, பழங்குடி மக்களின் விடுதலைக்காக, அதிகார நிறுவனங்களின் அச்சுறுத்தலையும் மீறி களம்புக அனுப்பி வைக்கிறார். உடல்ரீதியான தன்னுடைய இயலாமை, களத்தில் இறங்குவதற்குத் தடையாக இருக்கிறதே என்கிற மனவேதனையுடன்!

1968இன் பிந்தைய காலகட்டங்களில் இந்திய தேசம் முழுவதும் பத்திரிகை, வானொலிபோன்ற செய்தி ஊடகங்களில் மிகவும் பரபரப்பாகப் பேசப்பட்ட அஜிதா எனும் இந்த வீராங்கனையை நினைவிற்கொண்டு சூட்டப்பட்டவைதான், இன்று நாற்பது வயதுகளில் வாழும் அஜிதாக்களில் அதிக சதவிகிதம் பெயர்களும். புரட்சி மனோபாவம்கொண்டவர்கள், பொதுவுடைமையாளர்கள், எழுத்தாளர்கள், வழக்கறிஞர்கள் உட்பட, சமூக அக்கறைகொண்ட பல்வேறு பிரிவினர், தங்கள் பெண் குழந்தைகளுக்கு அப்போது அஜிதாவின் பெயரைச்

கூட்டினார்கள். இதில் ஆண்களை விடவும் பெண்கள்தான் அதிகமாக ஆர்வம் காட்டியிருக்கிறார்கள்.

புல்பள்ளி காவல்நிலையம் தாக்குததலுக்குள்ளான பிறகு அஜிதாவின் பெயர் கேரளக்கரையையும் தேசத்தையும் கடந்து பொதுவுடைமைப் பெருவெளியெங்கும் பரவியது. தமிழ்நாட்டில், ஐம்பதைக் கடந்தவர்களிடம் இன்று அஜிதாவைப்பற்றி சொல்ல ஆரம்பித்தால் அவர்கள் கேட்கும் முதல் கேள்வி, அவரது வயதைப்பற்றியதுதான். அவர்களது நினைவுகளின் தொலைதூரத்திலெங்கோ அஜிதாவைப் பற்றிய குறிப்புகள் அழியாமல் ஆனால், கால மயக்கத்திலாழ்ந்திருக்கின்றன என்பதைத்தான் இதிலிருந்து புரிந்துகொள்ள முடிந்தது. அஜிதா இன்றும் சமூகப்போராளியாகவும் தீவிரமாக இயங்குகிற வயதிலும்தான் வாழ்ந்துகொண்டிருக்கிறார்.

மூன்றாண்டுகளுக்கு முன் அஜிதாவின் சுயசரிதையைத் தமிழில் மொழிபெயர்ப்பது குறித்த முயற்சிகளில் ஈடுபட்டபோது ஏற்கனவே இது தமிழில் வெளிவந்துவிட்டதாக ஒரு தகவல் கிடைத்தது. நூலின் முக்கியத்துவத்தையும் கால இடைவெளியையும் கணக்கிட்டால் தகவல் உண்மையாக இருப்பதற்கான வாய்ப்புகளும் மிகுதியாகவே இருந்தன. மலையாளப் புத்தகம் ஒன்றின் வெளியீட்டு விழாவிற்காக கோழிக்கோட்டிற்குச் சென்றிருந்த நான் அஜிதாவை சந்தித்துப் பேசியபோது இதுபற்றி கேட்டேன். தமிழில் இன்னமும் வரவில்லை என்று கூறியதுடன் இதற்கான அனுமதியையும் அளித்தார்.

உலகளாவிய சிந்தனைகள் தடுமாற்றத்திற்குள்ளாகிய காலகட்டம் அது. மலைபோல் நம்பியிருந்த கோட்பாடுகள் அனைத்தும் போர்ச் சூழல்கள் மற்றும் அதன் சவலைப் பிள்ளைகளான பற்றாக்குறை, பஞ்சம் போன்றவற்றால் மறுபரிசீலனைக்குள்ளானபோது புற்றீசல்போல் புதுப்புது இயக்கங்கள், சிந்தனைகள் தோன்றியதுடன் அதில் சில, ஆன்மிக புனருத்தாரண உள்ளொளி வெளியொளிகளைச் சுற்றி வந்து அதிலேயே மடிந்துகொண்டுமிருந்தன. நாற்பதாண்டு களுக்கு முன் உலகம் முழுவதிலும் நிகழ்ந்த இந்த மிகப் பெரிய தடுமாற்றங்களின் பின்விளைவாக, நிலைபெறக்கூடாதவை பல நிலை பெற்றும், உதிரவேண்டியவைகளில் சில உதிரவும் செய்தன. அப்படியான ஒரு காலகட்டத்தில், சுரண்டலை அடிப்படையாகக் கொண்ட வல்லரசுகளின், உலகளாவிய அகண்ட கனவால் நிர்வாணமாக்கப்பட்ட சிறுமியொருத்தி கைகளை விரித்தபடியே உலகநாடுகளை நோக்கிக் கதறும் புகைப்படம் எப்படி வியட்நாம் போரின் குறியீடாக உலக மக்களால் அடையாளம் காணப்பட்டதோ அதுபோல், கேரளத்தின் ஒரு கிராமத்தில், காவல்துறையால் பிடிக்கப்பட்ட பெண் நக்சலைட் ஒருவர் ‘ஜனநாயக’ விதிகள் பேணப் படுவதற்காக மேலாடைகள் களையப்பட்டு உயரமான இடத்தில் நிறுத்தி வைக்கப்பட்டு, பெண்ணொருத்தி இந்தக் கோலத்தில்,

இத்தனை ஆண்களுடன், காட்டில் அலைந்திருக்கிறாள் என்று காட்ட முயற்சித்த புகைப்படம், இந்திய நக்சலைட் கிளர்ச்சியின் அடையாளமாக உலக அளவில் பிரசித்திபெற்றது. அந்தப் பெண் நக்சலைட்டான அஜிதா எழுதிய வாழ்க்கையனுபவங்கள்தான் இந்நூல். ஆயுள்தண்டனை விதிக்கப்பட்ட ஒரு பெண் தனது சிறையனுபவங்களைப் பகிர்ந்து கொள்ளும் நிலையிலும் இந்த மொழிபெயர்ப்பு மிகவும் முக்கியத்துவம் வாய்ந்தது.

அதிகாரத்தை நோக்கித் தங்களை வழிநடத்திச் செல்லும் குதிரையின் முன் புரட்சியெனும் கொள்ளைக் கட்டித் தொங்கவிட்டு அரசியல் நடத்திக்கொண்டிருந்தவர்கள், அதற்கானப் பாசறைகள் அமைத்து இளைஞர்களுக்கு புரட்சியைப் போதனை செய்தார்கள். அதிகாரத்திற்கு வந்ததும் புரட்சிக்கான சமூக தேவைகள் இன்னும் உருவாகவில்லையென்றும், புரட்சியை இறக்குமதி செய்ய இயலாது என்றும் ஏங்கெல்சையும் லெனினையும் மேற்கோள்காட்டி சமூகத் தேவைகள் களைகட்டக் காத்திருப்பதாகச் சொல்லி காலத்தை நகர்த்திக் கொண்டிருந்தார்கள். ஜனநாயக சுகபோகமென்பதை அவர்களால் அவ்வளவு எளிதாகக் கைவிட முடியாமல்போனது. மக்கள் ஏமாற்றப்படுகிறார்களென்பதை உணர்ந்து கொண்டதும் அந்த இளைஞர்கள் புரட்சிக்குள் நேரடியாக இறங்கினார்கள். புரட்சியின் ஆச்சாரியார்கள் ஆயுதபலத்தால் அவர்களை ஒடுக்க முன் வந்தார்கள். இந்தியப் புரட்சி இங்கேயும் தடுமாறி நின்றது. அப்போது, அனைத்தையும் துறந்து களத்திலிறங்கியவர்தான் தோழர் அஜிதா.

1967 மே மாதம் மேற்கு வங்கத்தில் நக்சல்பாரி கிராமத்தில் உருவான விவசாயிகள் எழுச்சியைத் தொடர்ந்து இந்தியாவின் பல்வேறு பகுதி விவசாயிகள் கிளர்ந்தெழுந்தனர். முற்போக்கு எண்ணம் கொண்ட இளைஞர்கள், ஒடுக்கப்பட்ட மக்கள் பிரிவினர், மாணவர்கள், கலைஞர்கள், அறிவுஜீவிகள் என பெருமளவிலான மக்கள் இதில் ஈர்க்கப்படுவதைக்கண்ட அன்றைய உள்துறை அமைச்சர், இவர்களை சம்பல் பள்ளத்தாக்கின் கொள்ளையர்களை விடவும் ஆபத்தானவர்கள் என்று வர்ணித்தார். வெகுஜன ஆதரவுகளுடன் தொடங்கிய ‘ஆபத்தானவர்’களது போராட்டம் கிட்டத்தட்ட ஐந்தே வருடங்களில் அரசாங்கத்தால் ஒடுக்கப்பட்டதில் ஆச்சரியப்படுவதற்கில்லை. அப்போதைய காலகட்டத்தின் பேரெழுச்சி நேப்பாளின் பதார்பூருக்கும் பரவியது. நேப்பாள வரலாறு, அன்று தன்னுடைய திசைவெளியை தீர்மானித்திருந்ததை அறியாத உயர்போலீஸ் அதிகாரியொருவர், நேப்பாளத்தில் மற்றொரு நக்சல்பாரி உருவாவதை நாங்கள் அனுமதிக்க முடியாதென்று கர்ஜனை செய்தார். இன்று நக்சல்பாரிகள் தங்களால் வெறுத்தொதுக்கப்பட்ட பாராளுமன்ற ஜனநாயகப் பாதையில் நின்று அங்கு ஒரு அரசையே நிறுவியிருக்கிறார்கள்.

புரட்சியின் குமுறல்கள் எங்கெல்லாம் உருவாகிறதோ அங்கெல்லாம் அதற்கான சமூகத் தேவைகளும் இருந்தே தீருமென்று

ஏங்கெல்ஸ் குறிப்பிடுவார். இந்திய மனத்தின் குமுறல்களை, பொருளாதார, அதிகார மேலாண்மையின்மீதான புரட்சியாக தொடர்ந்து முன்னெடுத்துச் செல்வதற்கு இடையூறுகளாக சாதிய அமைப்பும், கடவுட்கோட்பாடும், பன்னெடுங்காலமாக அன்னிய ஆதிக்கங்களின்கீழ் வாழ்ந்த அடிமை சுகமும், நிறுவன அநீதிகளையும் இறைக் கோட்பாட்டையும் பிரித்துணரவியலாத மக்களின் நம்பிக்கைகளும் அமைந்திருக்கின்றன. இந்திய சமூக மனப்பாங்கின் அடிப்படையில், அதிகார விரும்பிகள் எதிர்பார்க்கும் சமூக நிர்ப்பந்தத்தை அளந்து சொல்லும் கருவிகள் எதையும் ஜனநாயக மரபினுள் தேடிக்கண்டடைய இயலாது. சிற்சில இலவசங்களும் காத்திரமான சிந்தனைக்காட்படுகிற வயதில் படித்த இளைஞனுக்குத் தரும் உதவித் தொகையும்கூட மற்றொரு வகையில் சமூக நிர்ப்பந்தத்தின்மீது நீர் தெளித்து வைக்கும் ஏற்பாடுகள்தான். இம்மக்களிடமிருந்து இதுவரை மிக அபூர்வமாகவே சமூக நன்மை சார்ந்த மனக் குமுறல்கள் வெளிப்பட்டிருக்கின்றன.

அதிகாரம் கை மாற்றம் செய்யப்படுவதற்கு முன் பின் அமைந்த அரச நிறுவனங்களும் முதலாளித்துவமும், பரஸ்பர நலன் காக்கும் புரிந்துணர்வின்கீழ், இதை மிகச் சுலபமாகத் திசைமாற்றி, வீரியங்களைக் கருவறுத்து, தங்களது விருப்பங்களைத் தக்கவைக்கவோ அல்லது கைப்பற்றவோ உதவுகிற கருவியாக மாற்றிக்கொள்ள இன்றும் முடிகிறது. மாற்றுக்குரலின் கருத்தியல் உன்னதத்தை, எண்ணிக்கை சார்ந்தும் வெற்றி தோல்விகளின் அடிப்படை சார்ந்தும் தங்களது பூர்வ நம்பிக்கைகள் சார்ந்துமே மனித சமூகம் மதிப்பிடுகிறது. ஆகவே, சமூக மறுமலர்ச்சிக்கான ஒரு கிளர்ச்சியை, சில கலகக்காரர்களின் தீய எண்ணம் என்றோ அவர்களது எதிர்த் திசையில் நிற்பவர்களின் மாற்று அடையாளத்தையோ கோடிட்டுக்காட்டினால் போதுமென்கிற நிலையில் கிளர்ச்சியின்போக்கு மக்களினிடையே சென்று முட்டி நின்றுவிடுகிறது. இதன் பிந்தைய நிலவரங்களை மிக எளிதாக அரசு நிறுவனங்களால் கையாள இயலும். இந்நூலில் அரயாக்கண்டியெனும் தொழில்முறை சொற்பொழிவாளர் கைது செய்யப்படுவதுபோல். கேரளத்தைப் பொறுத்தவரையிலும் ஆலி முஸல்யார் முதல் குன்னிக்கல் நாராயணனூடாக பெருமளவு புரட்சியாளர்களும் இதைத்தான் அனுபவித்தார்கள். சில வேறுபாடுகளுடன். அன்னியர்களாலும் தொடர்ந்து அவர்களது கங்காணிகளாலும் மேலும் பக்குவப்படுத்தப்பட்ட இந்த மனப்பாங்கு, அதிகாரம் மற்றும் பொருளியல் நோக்கங்களுடன்கூடிய, மேலே இருந்துத் திணிக்கப்படும் அழுத்தங்கள், சக மனிதனின்மீதான கோபங்களாகவே இம்மக்களிடம் வெளிப்படுகின்றன. மனக் குமுறல்களின் யதார்த்தக் காரணியைப் புரிந்துகொள்ளாமலிருப்பதுவும் நிறுவனங்களின்மீதான பயமும்தான் இதன் அடிப்படைகள்.

இந்நூல், ஜனநாயக அமைப்பின்மீதான பொருளியல் சார்ந்த

காத்திரமான சில கேள்விகளை முன் வைக்கும் அதேவேளையில், இனப்படுகொலையின்மூலம் மக்களை மறைமுகமாக மிரட்டி ஆதரவைத் தக்க வைக்கும் ஃபாசிஸ சர்வாதிகாரப் போக்கையும் ஓரளவு புரிந்துகொள்ள முடிகிறது. ஆனால், இன்றையச் சூழலில், ஜனநாயக அமைப்பினுள்ளும் இது மற்றொரு வகையில் சாத்தியப்படுவதை நாம் எப்படி புரிந்துகொள்கிறோம் எனுமிடத்தில் பொருளியலையும் கடந்து ஜனநாயகத்தின்மீதான ஒரு விமர்சனமும் மாற்று வழிமுறைகளைப்பற்றிய அக்கறையும் மேலெழுகிறது.

அஜிதா பங்கு வகித்த புல்பள்ளி காவல்நிலையத்தின்மீதான தாக்குதலுக்கும் திருச்சிலேரி — திருநெல்லிக் கலகங்களுக்கும் தலைமையேற்றிருந்த தோழர் வர்க்கீசைக் கைது செய்த காவல்துறை, அவரது செயல்பாடுகள் சட்டவிரோதமானவை என்று முடிவுகட்டி, தன்னை நீதித்துறையாகப் பாவித்து, மரணதண்டனையளித்த சம்பவம் இந்நூலில் ஒரு தனி அத்தியாயமாக விவரிக்கப்பட்டிருக்கிறது. அதிலொரு இடத்தில் 'மிருக துல்யராய (துல்யர் + சமமானவர்கள்) சி.ஆர்.பி.' என்று குறிப்பிடப்பட்டிருக்கிறது. இதில், வர்க்கீசைச் சுட்டுக்கொன்ற ராமச்சந்திரன்நாயர் எனும் மனிதரும் காவலராக இருந்தார். இவர், வர்க்கீசைச் சுட்டுக் கொன்ற தனது வேதனையான அனுபவங்களை, பணியிலிருந்து ஓய்வு பெற்ற பிறகு பதிவு செய்தார். இதற்காக அவர்மீது ஒரு கொலை வழக்கும் தாக்கல் செய்யப்பட்டது. அந்தப் புத்தகத்தை (மக்கள் கண்காணிப்பகம் வெளியீடு: 2007) தமிழில் மொழிபெயர்ப்பது சம்பந்தமாக புனலூர் சென்று ராமச்சந்திரன்நாயரை சந்தித்துப் பேசிக்கொண்டிருந்தபோது சொன்னார்:

"...வர்க்கீசைக் கொன்று விடுவதாக அவர்கள் முடிவு செய்திருந்த விஷயமே எனக்குத் தெரியாது. என் கையால் ஊட்டிய ஒரு கவளம் சோறும் நான் உதட்டில் பொருத்தி இழுக்க வைத்த துண்டு பீடியும் தோழர் வர்க்கீசின் சாந்தமான அந்த முகபாவமும் பற்றிய நினைவுகள், ஒரு போலீஸ்காரன் என்ற வகையில் தொழில்முறைக் கொலையாளியாக மாறிய, பொதுவுடைமை வாதியான என்னை முப்பதாண்டுகளுக்கும் மேலாக ஒரு வனமிருகம்போல் வேட்டையாடிக்கொண்டிருந்தது. பாவக்கறை படிந்த இந்தக் கையால் கொல்லப்பட்ட வர்க்கீஸ் எனும் 'சட்டப்படி' குற்றவாளியின்மீதான அனுதாபமும் பாட்டாளி வர்க்கத்தின்மீது அவர் கொண்டிருந்த அப்பழுக்கற்ற நேசமும் ஒடுக்கப்பட்ட அந்தப் பழங்குடி மக்களிடம் மட்டுமல்ல, கேரளம் முழுவதிலுமுள்ள பெரும்பாலான மக்களிடமும் எங்களைப்போன்ற போலீஸ்காரர்களிடமும்கூட பெரும் தாக்கத்தை ஏற்படுத்தியிருந்தது. இது அரசாங்கத்திற்கும் தெரியும். மக்களால் மிகவும் நேசிக்கப்படுகிற ஒரு போராளியை அதே மக்களால் தேர்ந்தெடுக்கப்பட்ட அரசு வேட்டையாடுகிறது. இதை வருத்தத்துடன் நின்று வேடிக்கைப் பார்க்க மட்டுமே மக்களால் முடிகிறது. நமது ஜனநாயக வினோதங்களில்

இதுவும் ஒன்று...”

அதிகார நிறுவனங்களின் நிகழ்காலக் கொடுமைகளைக் கவனப்படுத்துவதிலும், அதன் வரலாற்று நினைவுகளைத் தலைமறைகளினூடே பகிர்ந்துகொள்வதிலும், திணிக்கப்பட்ட மனமுரண்களை சமூகநலன் கருதி மறந்துவிடுவதிலுமுள்ள கேரளீய மனோபாவம், இந்திய பொதுமனோபாவத்திலிருந்து மாறுபட்டது. 1973இல் பொறியியல் கல்லூரி மாணவராகிய ராஜனை காவல்துறை தனது பாதுகாப்பிலிருக்கும்போது சித்திரவதை செய்து கொன்றது. இதை அப்போது இந்திய அளவில் கவனப்படுத்தியதும், பள்ளிக்கூட மாணவர்களது புத்தகப் பையில்கூட ‘ராஜன் எவிடே?’ என்று விளம்பரம்போல் எழுதி அந்தப் பையை மாணவர்கள் சுமந்து செல்வதுமாக இதை அவர்கள் வெகுஜன இயக்கமாக மாற்றியதும் கடந்தகால வரலாறுகளாக இன்றும் பேசப்படுகிறது. கோட்பாட்டுப் பின்னணிகள் சார்ந்து முரண்பாடுகளிருந்தாலும், அதனுள் அரசியல் நோக்கங்களிருந்தாலும், பல்வேறு அணிகளின் ஆதரவும், எதிர்க்கட்சிகளின் ஆதரவும் பொதுமக்களின் ஆதரவும் இந்தப் புரட்சியாளர்களுக்கிருந்தது. ஆளும் வர்க்கம் பூரணமாக திருப்திப்படும்வரைக்கும் சித்திரவதைகளை செய்து முடித்த பிறகாவது போராளிகள், அரசியல் கைதிகளாக அங்கீகரிக்கப்பட்டதை இதன் மிகப் பெரிய உதாரணமாகக் குறிப்பிடலாம். ஒடுக்கப்பட்ட மக்களின்மீதான உள்ளார்ந்த உணர்வுகளுடன் மிகுந்தத் தியாகங்கள் புரிந்த, ஓரளவிலான இன்றைய சமூக மாற்றங்களுக்கு வித்திட்ட இந்தப் புரட்சியாளர்களை கேரள மண் இன்றும் வாழ்த்தி வழிபடுகிறது. தியாகத்திற்கு என்றுமே உரிய நினைவாஞ்சலிகள் சமர்ப்பிப்பதுவும், போற்றுவதும், நினைவுகூருவதும், சட்டத்தின்கீழ் கைதிகளாக்கப்பட்ட புரட்சியாளர்களை நாம் வரலாற்றின்மூலம் விடுதலை செய்வதாகும்.

தமிழ்ச்சூழலில், அதிகாரவர்க்கத்தின் ஆதரவுடன் உயர்சாதியினரின், நிலக்கிழார்களின், மிட்டாமிராசுகளின், ஜமீன்தார்களின், அடக்குமுறைகளுக்கெதிராக அரசியல் பின்னணியோ கோட்பாட்டு முரண்கள் சார்ந்த ஆதரவோ இல்லாமல் தன்னெழுச்சியாகவும், அணிதிரண்டும், ஆயுதம் தாங்கியும் போராடியவர்களில் ‘என்கௌண்ட’ரில் மாண்டவர்களும் தூக்குக்கயிற்றை முத்தமிட்டுத் திரும்பியவர்களும் காராக்கிரகங்களில் வதைபட்டவர்களுமென ஏராளமான சமூகப் போராளிகள் வாழ்ந்தார்கள். அவர்களில் சிலர் இன்னமும் வாழ்கிறார்கள். சிறைக்கொட்டடிகளில் வதைபடும் இந்தப் புரட்சியாளர்கள் மனிதாபிமான அடிப்படையில் விடுதலை செய்யப்பட வேண்டுமென்று உச்சநீதி மன்றம் பலமுறை உத்தரவுப் பிறப்பித்தும் அன்றைய ஆளும் வர்க்கம் கண்டுகொள்ளாதபோது, ‘அரசாங்கமே சட்டத்தை மதிக்காத நிலையில் உழைக்கும் வர்க்கத்திற்காகப் போராடுபவர்களும் ஒடுக்கப்பட்டோர் நலனுக்காகப் போராடுபவர்களுமான இவர்கள்,

சட்டத்தை மதிக்காமலிருப்பதை நாங்கள் குற்றமாகக் கருதவில்லை. எனவே, உச்சநீதிமன்றத்தின் ஆணைகள், தமிழகத்தின் சிறைச் சுவர்களைத் துளைத்துச் சென்றாவது இவர்களுக்கான நீதியை வழங்கும்' என்று சொல்லுமளவுக்கு குடும்பத்துடன் சேர்ந்து சிறைகளில் வதைபட்ட, மிகப் பெரிய புரட்சியாளர்கள் வாழ்ந்த தமிழ் மண் இது. இவர்களுக்குரிய மரியாதையை, இவர்களது வரலாற்றை, தியாகத்தை, அர்ப்பணிப்பை நாம் வரும் தலைமுறைகளுக்குப் பகிர்ந்துகொள்வதிலும் பின் தங்கி விட்டோம்.

* * * * * * *

விளிம்புநிலை மக்கள் மற்றும் சமூகப்போராளிகள்பற்றி நான் மொழிபெயர்த்த நூல்களின் வரிசையில் அஜிதாவின் இந்த வாழ்க்கை அனுபவங்களையும் தமிழுக்குக் கொண்டு வந்திருக்கிறேன். இந்த இரண்டு பிரிவினருமே தங்களது வாழ்நிலை சார்ந்தும் சமூக சிந்தனை சார்ந்தும் அதிகாரவர்க்கத்துடன் முரண்படுபவர்கள். ஆகவே, இவற்றில் அரசு மற்றும் அதிகார நிறுவனங்களின்மீதான விமர்சனங்கள் இயல்பாகவே இடம்பெறுகின்றன. சமூக ஆர்வமுள்ள ஒரு மொழிபெயர்ப்பாளன் என்பதைத் தவிர இந்த நிறுவனங்கள்மீதான எந்தத் தனிப்பட்ட விருப்பு வெறுப்புகளும் எனக்குக் கிடையாது என்பதையும் ஒரு வாக்குமூலமாகத் தெரிவித்துக்கொள்கிறேன். மனித உரிமைகள், எழுத்துரிமைகளென்பதெல்லாம் ஒருபுறமிருந்தாலும், தேர்தல்களத்தில் நிற்கும் அரசியல்வாதிகளையும், அதிகாரத்தை அமலாக்கம் செய்பவர்களது முதற்கட்டப் பணிகளையும் பிறப்பு சார்ந்த என்னுடைய அடையாளத்தையும், வாழ்நிலையையும், தனித்த செயல்பாட்டையும் நினைவில்கொண்டால் இந்த வாக்குமூலத்திற்கான தேவையை நிராகரிப்பதற்கில்லை.

எல்லா அர்த்தங்களிலும், உயிர் நீரூற்றிப் பாதுகாக்கும் தாய்த்தமிழ், என் அன்பார்ந்த கலை இலக்கிய பெருமன்றத் தோழர்கள், இந்த மொழிபெயர்ப்பு சம்பந்தமான சந்தேகங்களைத் தீர்த்துவைத்த, மக்கள் கலைஞர் நாவலாசிரியர் பொன்னீலன், சிந்தனையாளர் சி. சொக்கலிங்கம், நண்பர் மூழிக்குளம் சசிதரன், வழக்கறிஞர்கள்: டி.வி. பாலசுப்ரமணியன், செய்யதுமுகம்மது, பால்ய காலம் துவங்கி என்னுடனான நட்பைப் பேண இயல்பவனும் என்னுடைய சித்தாந்த ஆசிரியருமான கம்யூனிஸ்ட் யூசுஃப், இந்நூலை வெளியிடும் 'எதிர் வெளியீடு' அனுஷ்கான் இதற்கான அனுமதியளித்த தோழர் அஜிதா மற்றும் பெயர் குறிப்பிடப்படாத அனைத்து நண்பர்களுக்கும் குறிப்பாக, எனது எழுத்துப் பணிகளுக்குரிய இடத்தையும் உத்வேகத்தையும் அளித்துவரும் மலையாள எழுத்தாளர்களுக்கும் மனமுவந்த நன்றிகளுடன்,

01—04—2009 : குளச்சல் மு. யூசுப்

1

முதல் தடம்

"அஜிதா எழுந்து நில்லு." தலைமையாசிரியை அன்னம்மா ஜார்ஜ் உத்தரவிட்டார். நான் எழுந்து நின்றேன்.

"அஜிதாவின் வீட்டில் இன்று கஞ்சி வைக்கலையா?" தலைமையாசிரியை புருவத்தைச் சுழித்தபடி கேட்டார்.

"இல்லை டீச்சர்."

என்னுடைய இந்தப் பதிலைக் கேட்டதும் எரிகிற தீயில் எண்ணெயை ஊற்றியதுபோல் தலைமையாசிரியையின் கோபம் கொளுந்து விட்டெரிந்தது. அவர், கொந்தளிப்புடன் அங்கே கூடியிருந்த மாணவியரின் முன்னிலையில் வைத்து என்னை

நிறைய திட்டினார். கூடவே அவர்களையும் திட்டினார். கடைசியில், உங்கள் அனைவரையும் நாளை வகுப்பறைக்குள் அனுமதிக்கவேண்டுமென்றால் போராட்டத்தில் கலந்து கொண்டதற்காக உங்களது பெற்றோர்களிடமிருந்து மன்னிப்புக் கடிதம் வாங்கிக்கொண்டு வந்து என்னைப் பாருங்கள் என்று கனகம்பீரத்துடன் உத்தரவிட்ட பிறகு அவர் பாடசாலை 'நீதிமன்ற'த்திலிருந்துப் புறப்பட்டார்.

தண்டனை நடவடிக்கையைக் கேட்டதும் நீதிமன்றச் சுவருக்குள் 'பிரதி'களாக அழைக்கப்பட்ட நூறு நூற்றைம்பது மாணவிகளும் என்னைச் சுற்றி நின்று அழத் தொடங்கினார்கள். அய்யோ, எங்க அம்மாவும் அப்பாவும் அறிந்தால் எங்களைக் கொன்றுபோட்டு விடுவார்களே? அஜிதா நீ சொல்லித்தானே நாங்கள் வந்தோம்? இனி நாங்கள் என்ன செய்வோம்? என்பதுபோன்ற ஆவலாதிகளுடன் என்னை அவர்கள் சூழ்ந்துகொண்டார்கள்.

என்ன செய்வதென்று எனக்கும் தெரியவில்லைதான். எதுவாக இருந்தாலும் அமைதியாக இருப்போம்; எப்படியாவது ஒரு பரிகாரம் கண்டு பிடிக்கலாமென்று சொல்லிவிட்டு அப்போதைக்கு அந்த இடத்திலிருந்து தப்பித்துக் கொண்டேன்.

இதற்கான காரணம் என்ன தெரியுமா? 1964இன் இறுதியில் கேரளத்தில் ரேஷன் அரிசி, நபரொன்றுக்கு ஆறு அவுன்ஸ் என்பதாக அறிவிக்கப்பட்ட அரசின் முடிவுக்கெதிராக நாட்டில் பல்வேறு பிரிவினர்கள் தங்களின் எதிர்ப்பைத் தெரிவித்திருந்தார்களல்லவா? இந்த விஷயத்தில் மாணவர்களும் பின்தங்கிவிடவில்லை. கம்யூனிஸ்ட் கட்சியின் மாணவர் அமைப்பின் தலைமையில் கோழிக்கோட்டில் நடந்த எதிர்ப்புப் போராட்டத்தின்போது அச்சுதன் அரசு மகளிர் உயர்நிலைப் பள்ளி மாணவிகளும் ஆர்வத்துடன் பங்கெடுத்துக்கொண்டார்கள். அந்த ஆண்டின் மாணவியர் தலைவியாக நான் இருந்ததால், மாணவர் அமைப்பின் பொறுப்பாளர்கள் போராட்டத்தில் பங்குகொள்ளக் கேட்டு என்னைத் தொடர்பு கொண்டார்கள். அப்பாவும் அம்மாவும் ஏற்கனவே பொதுவுடைமை இயக்கத்தில் தீவிரமாகச் செயல்பட்டு வந்தவர்கள்தான். நான் படித்துக்கொண்டிருக்கும்போது கட்சியில் அவர்கள் ஆர்வத்துடன் செயல்படவில்லையென்றாலும் எப்போதுமே அவர்கள் பொதுவுடைமை இயக்கத்துடன் அனுதாபமுள்ளவர்களாகவே இருந்தார்கள். எனவே, கம்யூனிஸ்ட் கட்சி தலைமையின்கீழ் செயல்படும் மாணவர் அமைப்பு இதற்காக என்னை அணுகியதை நான் மிகவும் பெருமைக்குரிய விஷயமாக நினைத்தேன். மட்டுமல்ல, ரேஷன் அரிசியின் வினியோக அளவைக் குறைத்த விஷயத்தைப் பற்றியும் நான் ஓரளவுவரை நன்றாகப் புரிந்துகொண்டிருந்தேன். எத்தனையோ குடும்பங்கள், குறிப்பாக ஏழைக் குடும்பங்கள், ரேஷன் அரிசியை வைத்துதான் ஒரு வாரத்திற்கான உணவை சிரமப்பட்டாவது சமாளித்துக்கொண்டிருந்தன. இதுபோன்ற குடும்பங்களுக்கு, அதாவது பெரும்பாலான குடும்பங்களுக்கு அரசின்

இந்த முடிவு, பேரிடியாக விழுந்திருக்கிறது என்பதையும் நான் அறிந்திருந்தேன். மட்டுமல்ல, ரேஷன் அளவைக் குறைத்தது மூலம் அரசு, கறுப்புச் சந்தைக்காரர்களை ஊக்குவிக்கிறது என்கிற விஷயம் வெளிப்படையாகவே தெரிந்தது. ரேஷன் கடையை விடவும் கறுப்புச் சந்தையில் அரிசியின் விலை இரண்டு மடங்காக இருந்தது, இயற்கை விளைப்பொருட்களால் வளம் பெற்ற கேரளத்தில், பாட்டாளி மற்றும் ஏழை மக்களால் தவிர்க்கவே இயலாத உணவான அரிசியின் பொதுவினியோக அளவைக் குறைப்பதற்கெதிராகப் போராடும் பொறுப்பு அனைவருக்குமிருப்பதாகவும் நான் கருதினேன். மாணவர்கள் போராட்டத்தில் பங்கெடுக்கக்கூடாது என்கிற வாதத்தைப் பற்றியும் நான் சிந்தித்துப் பார்த்தேன். ஏழைக் குடும்பங்களிலிருந்து எத்தனையோ மாணவர்கள் படிக்க வருகிறார்கள். வயிறு நிறைந்தால்தானே படிக்கவும் முடியும்? பட்டினியுடன் படிக்கச் சொன்னால் எப்படிப் படிப்பார்கள்? ஆகவே, இந்த வாதமும் அர்த்தமற்றது எனும் முடிவுக்கு நான் வந்துசேர்ந்தேன்.

அன்றுவரை எந்தவிதமான போராட்டங்களிலும் பங்கு வகிக்காத ஒரு பள்ளிக்கூடம் இது. 1959இல், ஆசிரியைகளின் ஒப்புதலுடன் இங்குள்ள மாணவிகள் ஒரு போராட்டத்தில் கலந்துகொண்ட விவரமும் எனக்குத் தெரியும். எதுவாயினும் முயற்சி செய்துப் பார்த்துவிட வேண்டியதுதான். வீட்டுக்கு வந்து அப்பாவிடமும் அம்மாவிடமும் கேட்டபோது, “உனக்கு எது சரியென்றுபடுகிறதோ அப்படியே செய். போராட்டத்தில் எங்களுக்கு எதிர்ப்பெதுவுமில்லை” என்ற பதில்தான் கிடைத்தது. என்னுடைய வாதத் திறமைக்கேற்ப, போராட்டத்தில் கலந்துகொள்ளும்படி நான் மாணவிகளிடம் வேண்டிக்கொண்டேன். இப்படியாக, குறிப்பிட்ட நாள் வந்தபோது ஓரளவிலான மாணவிகள் என்னுடன் போராட்டத்தில் ஈடுபடுவதற்குத் தயாரானார்கள். போராட்டத் தினத்தன்று பக்கத்திலிருந்த அரசு பாடசாலையின் மாணவர்களும் மாணவியரும் படிப்பைப் புறக்கணித்துவிட்டு காலையிலேயே எங்கள் பள்ளிக்கூடத்துக்கு வந்து சேர்ந்தார்கள். அவர்களையும் கண்டபோது எனக்குப் பெருமளவில் தைரியம் வந்தது. நானும் சக மாணவிகளும் ஒவ்வொரு வகுப்பறையாகச் சென்று பிற மாணவிகளிடம் வகுப்பறையிலிருந்து வெளியே வரச் சொல்லிக் கேட்டுக்கொண்டோம். இப்படியாக சுமார் நூறு நூற்றைம்பதுபேர்கள் வகுப்பறைகளைப் புறக்கணித்துவிட்டுப் போராட்டத்தில் கலந்துகொள்ள முன் வந்தார்கள். கோஷம் போட்டபடியே நாங்கள் நகரத்தினூடே நடந்து மற்றொரு மகளிர் உயர்நிலைப் பள்ளிக்கூடத்தையடைந்தோம். அந்தப் பள்ளிகூடமே கோலாகலமாக மாறிவிட்டது. எப்படியோ, மணி பதினொன்றரைவரை முயற்சி செய்துப் பார்த்தும் அங்குள்ள மாணவிகள் யாருமே எங்களுடன் வருவதற்குத் தயாராக இல்லை. நீண்ட நேரமாகியும் யாரும் வராததால் நாங்கள் திரும்பக் கோஷமிட்டபடியே நகர்வலம் வந்து மாவட்ட ஆட்சியாளர் அலுவலகத்தின் முன் கூடினோம். மத்தியான நேர வெயிலில் கோஷங்களை முழக்கியபடியே நாங்கள் அரைமணி நேரம்

நின்றிருப்போம். அப்போது, மாவட்ட ஆட்சித் தலைவர், போராட்டம் நடத்துபவர்களின் பிரதிநிதிகளை அழைப்பதாகக் கேள்விப்பட்டு நாங்கள் ஐந்தாறு பேர்கள் அவரது அறைக்குள் சென்றோம். அவர் எங்களை உட்காரும்படிச் சொல்லிவிட்டு நீங்கள் எதற்காகப் போராட்டம் செய்கிறீர்கள் என்று கேட்டார். மாணவர்கள் ஏதோ பதில்களைச் சொல்லிவிட்டு ஒரு குறிப்பையும் ஆட்சித் தலைவரிடம் சமர்ப்பித்தார்கள். அங்கே இவ்வளவுதான் நடந்தது. நாங்கள் போராட்டத்தை முடித்துவிட்டு திரும்பி வந்துவிட்டோம்.

இதுசம்பந்தமாக பள்ளிக்கூடத்தில் மறுநாள் நடந்த விசாரணையைதான் நான் முதலில் விவரித்திருந்தேன். தலைமையாசிரியையின் தண்டனை நடவடிக்கை ஒரு சில மாணவிகளையாவது பெரிய அளவில் பாதித்துவிடக்கூடும் என்பது எனக்குத் தெரியும். அன்று சாயங்காலம் வீட்டுக்கு வந்ததும் அப்பாவிடமும் அம்மாவிடமும் எல்லா விஷயங்களையும் சொன்னேன். தலைமையாசிரியையைத் தாக்கீது செய்யும் விதமாக ஒரு கடிதமெழுதித் தரும்படி நான் அப்பாவிடம் கேட்டேன். ஏனென்றால், நியாயமான ஒரு விஷயத்தில் எங்களுடைய எதிர்ப்பைத் தெரிவித்த காரணத்திற்காக நாங்கள் படிப்பைப் புறக்கணித்தோம் என்கிற 'குற்ற'த்தை முன்வைத்து எங்களுடைய குணங்களை விமர்சனம் செய்வதற்குக்கூட அந்தப் பெண்மணி தயங்கவில்லை. இதில் எனக்குக் கோபமுமிருந்தது. இவரிடம் மன்னிப்புக் கேட்பதைவிடவும் இவரை சற்றுத் தைரியமாக எதிர்கொள்வதுதான் சரியென்று எனக்குப்பட்டது. இப்படியாக மறுநாள், 'நியாயமான ஒரு போராட்டத்தில் கலந்துகொண்டமைக்காக என் மகளை நீங்கள் தேவையில்லாமல் திட்டியதாக நான் அறிந்தேன். இதை மேலும் நீங்கள் தொடராமலிருப்பதுதான் உங்களுக்கு நல்லது' என்கிற பொருளில் அப்பா ஒரு கடிதமெழுதித் தந்தார். நான் மறுநாளே அதை தலைமையாசிரியையிடம் கொண்டுபோய்க் கொடுத்தேன். மன்னிப்புக் கடிதம் என்று நினைத்து அதை வாசிக்கத் துவங்கிய அவரது முகபாவம் திடீரென்று மாறியது. அப்படியே வெளுறிப்போய்விட்டார். முகத்தில் வியர்வைத் துளிர்த்தது. இடியேற்றதுபோல் சற்றுநேரம் இருந்துவிட்டு, "சரி, வகுப்பறைக்குப் போ" என்றார். பிறகு அவருக்கு எந்த மாணவியிடமும் மன்னிப்புக் கடிதம் கேட்கும் தைரியம் வரவில்லை.

வாழ்க்கையில் முதன் முதலாக நடத்திய போராட்டத்தின் முடிவு என்னுடைய அரசியல் வாழ்க்கையின் ஒரு எளிய கால் வைப்பாக அமைந்தது. போராட்டம் முடிந்த பிறகு மாணவர் அமைப்புகளின் எந்தத் தலைவராவது மாணவர்களுக்கு என்ன நேர்ந்தது என்றோ பாடசாலைப் பொறுப்பாளர்களால் அவர்கள்மீது ஏதாவது நடவடிக்கைகள் எடுக்கப்பட்டனவா என்றோ திரும்பியும்கூட பார்க்கவில்லை. இது நடந்த மூன்று வருடங்களுக்குப் பிறகுதான் நான் அரசியல் வாழ்க்கைக்குள் நுழைகிறேன். இருந்தாலும் இந்தச் சிறு போராட்டம்தான் அதற்கான தூண்டுகோலாக அமைந்தது.

எஸ்.எஸ்.எல்.சி. தேர்வு நடக்கும்போது நான் மஞ்சள் காமாலையால் பாதிக்கப்பட்டிருந்ததால் 1965 செப்டம்பரில் தேர்வெழுதினேன். ஆகவே, செப்டம்பர் முதல் ஜூன்வரையிலும் எனக்கு விடுமுறைக் காலம். பொதுவாகவே புத்தகம் வாசிப்பதில் ஆர்வமிருந்த எனக்கு கல்லூரிப் படிப்புக்கு உதவியாக இருக்கும் வகையில் அப்பா சில ஆங்கில நூல்களைத் தந்திருந்தார். இப்படியாகவே நான் சார்லி சாப்ளினின் சுயசரிதையை வாசித்தேன்.

இரண்டாவது உலகப்போரின்போது ஐரோப்பாவின் வலுமிகுந்த முதலாளித்துவ நாடுகளைக்கூட குலைநடுங்க வைத்த நாசிகளின் தலைவனாகிய ஹிட்லரைக் கேலி செய்கிற, சார்லி சாப்ளினின் 'தி கிரேட் டிக்டேட்டர்' எனும் திரைப்படத்தைப் பற்றி அம்மாவும் அப்பாவும் ஏற்கனவே எனக்குச் சொல்லியிருந்தார்கள். ஹிட்லர் அவ்வளவு பெரிய சக்தி வாய்ந்தவன் ஒன்றுமல்லவென்றும் ஃபாசிஸ்ட் எதிர்ப்பாளர்களின் சக்திக்கு முன் அவன் வெறுமொரு காகிதப்புலி மட்டும்தான் என்பதையும் தனக்கான ஹாஸ்ய மொழியினூடே சார்லி சாப்ளின், பல லட்சம் பார்வையாளர்களுக்குக்குத் தெளிவுபடுத்தியதையும், ஹிட்லரின் கோமாளித்தனங்களை கேலியாகச் சித்திரிப்பதன்மூலம் ஐரோப்பா முழுவதையும் சிரிக்க வைத்த இந்தத் திரைப்படத்தையும், அவரது மற்ற படங்களையும் பற்றி நான் ஏற்கனவே கேள்விப்பட்டிருந்தேன். அவரது ஒன்றிரண்டு பேசா திரைச்சித்திரங்களைப் பார்த்துமிருந்தேன். அவற்றின் அர்த்தங்களை என்னால் அப்போது விளங்கிக்கொள்ள முடியவில்லை. ஆனால், கம்யூனிஸ்ட் ரஷியாவுடன் அவர் அனுதாபம் கொண்டிருந்ததாலும், ஏற்கனவே குறிப்பிட்டதுபோன்ற ஃபாசிஸ எதிர்ப்பு முன்னணிக்கு ஆதரவாகவும், முதலாளித்துவ அமைப்பை தனது பயமற்ற விமர்சனத்திற்குள்ளாக்கவும் செய்த காரணத்தால் சாப்ளின், நாட்டைவிட்டுப் போய்விடவேண்டுமென்று அமெரிக்கா அரசு நிர்ப்பந்தம் செய்த விஷயத்தை அவரது வார்த்தைகளிலேயே வாசிக்க நேர்ந்தபோது என் மனதுக்குள் பொதுவுடைமை சித்தாந்தத்தின்மீதான ஆதரவு மேலும் அதிகரித்தது.

அமெரிக்கா, 1965இல் தென்வியட்னாமிற்குள் நேரடியாக தனது இராணுவத்தை இறக்கியதும் ஹிட்லரைக்கூட வெட்கப்பட வைக்கும் விதமான படுகொலைகளையும் சித்திரவதைகளையும் கட்டவிழ்த்துவிட்டதுவும் அனைவருமே அறிந்த விஷயங்கள்தான். உலகம் முழுவதிலுமுள்ள முற்போக்குச் சிந்தனையாளர்களும் அமெரிக்காவின் கண்மூடித்தனமான பொதுவுடமை எதிர்ப்பை ஏற்றுக்கொள்ளாத, நமது நாட்டின் பெரும்பான்மையினரான மக்களும் அமெரிக்காவை வெறுத்திருந்த காலம் அது. சீனாவுக்கும் சோவியத் யூனியனுக்கும் பல்வேறு காரணங்களால் அமெரிக்காவின்மீது எதிர்ப்புணர்விருந்ததல்லவா? நமது கேரளத்தைப் போன்ற ஒரு சிறு நாடான வியட்னாமின் சமாதானப்பிரியர்களாகிய மக்களுக்கு அமெரிக்கா எந்தெந்த வகைகளில் எல்லாம் துரோகமிழைத்துக்கொண்டிருக்கிறது எனும்

செய்தியை இந்நாடுகளின் வழியாகவே நாம் அறிந்துகொள்வதற்கான வாய்ப்புக் கிடைத்தது. இதுபோன்ற சில விஷயங்களை நான் ஆர்வத்துடன் கேட்டுத் தெரிந்துகொண்டிருந்தேன். இத்தகைய கொடூரமான அரசின் எதிர்ப்பை நேரிடவேண்டிய தேவை ஏற்படுகிற ஒரு நபர், ஒப்பீட்டளவில் எல்லா வகையிலும் நல்லவராகவே இருக்கமுடியும் என்று நான் நினைத்தேன்.

அந்தக் காலகட்டத்தில்தான் ஆஸ்திரேலிய பெண் எழுத்தாளரான மைரா ரோப்பரின், 'சைனா: தி சர்ப்ரைசிங் கண்ட்ரி' எனும் ஒரு புத்தகத்தை வாசித்தேன். சீனாவைப் பற்றிய பல்வேறு விதமான தவறானப் புரிதல்களையும் சந்தேகங்களையும் மனதிலிருத்திக்கொண்டும் சீனர்கள் சொல்வதையெல்லாம் நன்றாகவும் நுட்பமாகவும் ஆய்ந்து முடிவு செய்தபிறகு மட்டுமே நம்பவேண்டும் என்ற முடிவுடனும் சீனாவைச் சுற்றிப் பார்க்கப் புறப்பட்டவர் அந்தப் பெண்மணி. சீனாவிலிருந்த மாற்றங்களைக் கண்டபிறகு அந்நாட்டைப் பற்றிய எல்லா அனுமானங்களையும் திருத்தவேண்டியதாயிற்று, அவருக்கு. அந்நூலின் ஒரு அத்தியாயத்தின் பெயர்: 'தெருக்களில் பெண்களில்லை' என்பது. உலகின் இரண்டாவது பெரிய விலைமாதர்களின் பகுதி என்று பெயர் பெற்றிருந்த ஷாங்காய் நகரத்தின் விலைமாதர் இல்லங்களை பொதுவுடைமைக் கட்சி எப்படிப் பூரணமாகத் துடைத்தெறிந்தது என்பதையும், அங்கே வசித்துவந்த மக்களை மனரீதியான மாற்றங்களுக்குத் தயார்செய்து அவர்களின் வாழ்வாதாரத்திற்கான வழியையும் அமைதியான குடும்ப வாழ்க்கைக்கான சூழலையும் எப்படி ஏற்படுத்திக்கொடுத்தது என்பதையும் அந்த அத்தியாயம் விவரித்திருந்தது. இவற்றையெல்லாம் மனதினுள் பதியும்படியாகவும் அவர் சொல்லியிருந்தார்.

உண்மையிலேயே ஒரு சொர்க்கலோகத்தின் விவரணையை கேட்கும்போது ஏற்படும் உணர்வுநிலைதான் அதை வாசிக்கும்போது என்னுள் உருவானது. ஆனால் சொர்க்கலோகம் பூமியில் உருவாகிவிட முடியுமா? ஏனோ தெரியாது, அந்த அத்தியாயத்தில் விவரிக்கப்பட்டவற்றை என்னால் முழுமையாக நம்பக்கூட முடியவில்லை. 'குழந்தையாக இருக்கும்போது பெற்றோர்களுக்கும், திருமணமானபின் கணவனுக்கும், வயதானபின் ஆண்மக்களுக்கும் பெண்கள் அடிமைகளாக இருக்க வேண்டும்' என்று மனு சொல்லியிருக்கிறாரல்லவா? பெண்களை, ஆண்களின் போகப்பொருளாகவும் அடிமைகளாகவும் மட்டுமே கருதிவந்த நம்முடைய பழைய ஆச்சாரங்களின்மீது எனக்கு சிறு வயதிலேயே வெறுப்பிருந்தது. அடிமைகளாக வாழ்வதற்கு மட்டுமே விதிக்கப்பட்டவர் களல்லவா பெண்கள் என்று நான் கேலி பேசுவதுண்டு. அந்தப் புத்தகத்தில் விவரிக்கப்பட்ட ஒரு சூழ்நிலை நமது தேசத்திலுமிருந்திருந்தால் என்று நான் ஆசைப்பட்டேன். ஆனால் கூடவே அதற்கான சாத்தியப்பாடுகள் குறித்த சந்தேகமும் எழுந்தது.

உலகப் புகழ்பெற்ற 'சீன வானின் மீது சிவப்பு நட்சத்திரம்' எனும் புத்தகத்தின் ஆசிரியரான எட்கார் ஸ்னோ 1960, 61 கால

கட்டங்களில் சீனாவுக்குப் போய்வந்த பிற்பாடு எழுதிய ‘தி அதர் சைடு ஆஃப் தி ரிவர்’ எனும் புத்தகத்தையும் அப்போது நான் வாசித்தேன். இதில் துயரங்கள் நிறைந்த பழைய சீனாவையும் விடுதலைபெற்ற புதிய சீனாவையும் பல்வேறு இடங்களில் அவர் ஒப்புமைப்படுத்திப் பார்த்திருக்கிறார். இன்றைய இந்தியாவின் ஒரு சித்திரம்தான் பழைய சீனம் என்று நமக்குத் தோன்றுமிடங்கள் அவை. ஏதோ ஒரு வசீகரம் அந்தப் புத்தகத்திலிருந்தது. சீனா எனும் நமது அண்டை நாட்டில் இனம்காண முடியாத ஒரு மகத்துவமிருப்பதான எண்ணம், மனதில் மெல்ல மெல்லப்படியத் துவங்கியது. இப்படியான புதிய அறிவுகள் கிடைக்கப் பெற்றும் அதே நேரத்தில் படிப்பைத் தொடர்ந்துகொண்டுமிருக்கும்போதுதான் மற்றொரு சம்பவம் நிகழ்கிறது.

1965இல் இந்தியா — பாகிஸ்தான் யுத்தம் நடக்கும்போது இந்திய அரசாங்கம் நெருக்கடிநிலையை அறிவித்ததுடன் ஏராளமான அரசியல் எதிரிகளை முன்னெச்சரிக்கை நடவடிக்கையின்கீழ் கைது செய்து சிறையிலடைக்கவும் செய்ததல்லவா? அப்போது பெரும்பாலான எல்லா மார்க்சிஸ்ட் தலைவர்களும் சிறையிலடைக்கப்பட்டிருந்தார்கள். பொதுவுடைமை இயக்கம் இரண்டாகப் பிளவுபட்ட பிறகு, சர்வதேச அரங்கில் சீனாவுக்கும் ரஷ்யாவுக்குமிடையே தீவிரமான விவாதங்கள் நடைபெற்றுக்கொண்டிருந்த காலகட்டம் அது. ஸ்டாலினுக்குப் பிறகு ரஷ்யாவின் நிறம் மாறிவிட்டதென்பதையும் சோவியத் பொதுவுடைமை இயக்கம், உலகத் தொழிலாளர் வர்க்கத்தின் நலன்களையும் புரட்சியின் நோக்கங்களையும் கைவிட்டு விட்டதென்பதையும், மாவோ சேதுங்கின் தலைமையிலான மக்கள் சீனம்தான் இன்று சித்தாந்த உறுதியுடனிருக்கும் தேசமென்பதையும் அப்பா படிப்படியாக உணர்ந்துகொள்ளத் துவங்கினார். அரசியல் விஷயங்களில் ஆர்வம் அதிகரித்து வருவதற்கேற்ப வியாபாரத்தின்மீதான அவரது நாட்டமும் குறைந்துகொண்டே வந்தது. அப்படியாக, 1964 இறுதியில் கட்சி செயல்பாட்டிற்கு மட்டுமே இனியுள்ள காலத்தைச் செலவிட வேண்டுமென்பதாக முடிவு செய்த அப்பா, மார்க்சிஸ்ட் கட்சியில் அங்கமானதுடன் வியாபாரத்தை ஒரு மருமகனிடம் ஒப்படைத்தார்.

சர்வதேச அரங்கில் நடைபெற்றுக்கொண்டிருந்த விவாதங்கள் எதையுமே மார்க்சிஸ்ட் கட்சியின் பிராந்திய அணிகளால் அறிந்துகொள்ள முடியாமலிருந்தது. காரணம், இவையனைத்துமே ஆங்கிலத்தில் தானிருந்தன. மார்க்சிஸ்ட் கட்சி, சீனாவுக்கு ஆதரவான நிலைபாட்டை எடுத்திருப்பதாக வெளிப்படையாக முழங்கிக் கொண்டிருந்தது, தலைவர்களெல்லாம் சிறையிலடைபட்டிருப்பதால் இந்த சிறுவெளியீடுகள் எதையுமே பிரதேசமொழிகளில் மாற்றம்செய்ய இயலவில்லை என்று அப்பாவும் அவருடட்பட்ட கோழிக்கோட்டின் 27ஆம் அணியிலுள்ள தோழர்களும் நம்பியிருந்தார்கள். இந்த விவாதங்களை கம்யூனிஸ்ட்காரர் களும் பொதுமக்களும் படித்து, சரியாக அதை உள்வாங்குகிற பட்சத்தில் மட்டுமே அவர்களுக்கு சரியையும் தவறையும் பிரித்துப் பார்ப்பதற்கும்,

நிலையான ஒரு அணுகுமுறையைக் கைக் கொள்வதற்கு உதவியாகவும் இருக்கும் என்பதை அவர்கள் புரிந்துகொண்டிருந்தார்கள். அப்படியாக, அக்காலகட்டத்தில் வெளியிடப்பட்ட சி.பி.சியின் ‘பொது கோடு’, ‘ஸ்டாலினைப் பற்றிய விவாதங்கள் குறித்து’ போன்ற ஆங்கில சிற்றேடுகளை மொழிமாற்றம் செய்யவும் அவற்றை மலையாளத்தில் வெளிக்கொண்டுவரவும் 27ஆம் அணியிலுள்ள தோழர்கள் முடிவுசெய்தார்கள். இ.எம்.எஸ்சின் தலைமையிலுள்ள ஸ்டேட் கமிட்டியிடம் இதற்கான அனுமதி கேட்டபோது அவர்கள் மறுப்புத் தெரிவித்தார்கள். அணியிலிருப்பவர்கள் அறிந்திருக்க வேண்டிய அடிப்படையான பிரச்சினைகளை அவர்களாகவே மலையாளத்தில் மொழிமாற்றம் செய்ய முன் வந்தபோதும்கூட தலைமை அதற்கு முட்டுக்கட்டை போட்டது. இருந்தபோதும் அவர்கள் சோர்ந்து விடவில்லை. கோட்பாட்டிற்காக எடுக்கும் இந்த முடிவிற்காக எந்தவகையான சிக்கலையும் எதிர்கொள்வதற்குத் தயாராக இருந்த தோழர்கள், இந்த சிற்றேடுகளை ஒவ்வொன்றாக வெளியிடத் துவங்கினார்கள். இதை வினியோகிப்பதற்காக அவர்கள் மார்க்சிஸ்ட் பப்ளிகேஷன்ஸ் எனும் பெயரில் கல்லாய் ரோட்டில் ஒரு புத்தகக் கடையை ஆரம்பித்தார்கள். ஒவ்வொரு சிறுவெளியீட்டின் பிறகும் தலைமையின் பல்வேறுவிதமான தாக்குதல்களை 27ஆம் அணியிலுள்ள தோழர்கள் எதிர்கொள்ள வேண்டியதாயிற்று. ஒவ்வொரு தாக்குதலுக்குப் பிறகும் அவர்களது மனத்திடம் மேலும் அதிகரித்துக் கொண்டே இருந்தது. படிப்படியாக அவர்கள் மாவோவின் படைப்புகளை நேரடியாகவே மொழிமாற்றம் செய்து வெளியிடத் துவங்கினார்கள். இந்தச் செயல்பாடு தலைமையின் உயிர்நிலையைச் சென்றுத் தாக்கியது என்பதைத் தெளிவுபடுத்துவதற்கான ஒரு சம்பவத்தையும் விவரிக்கிறேன்:

1966 ஜூன் மாதம் நான் முதலாமாண்டு பிரீடிகிரி படிப்பதற்காகக் கல்லூரியில் சேர்ந்தேன். அப்பாவின் அரசியல் விஷயங்களில் எனக்குப் பெரிய அளவில் ஆர்வங்களெதுவும் இருக்கவில்லை. அப்பாவிடம் ஏற்பட்ட மாற்றத்தை நான் அறிந்திருந்தேன் என்றாலும் அப்படியான ஒரு வாழ்க்கையை நானும் ஏற்றுக்கொள்ள வேண்டும் என்று எனக்குத் தோன்றவில்லை. எங்கள் வீட்டிலும் குடும்பத்தாருக்கும் அப்பாவின் அரசியலோடு மிகுந்த வெறுப்பும் எதிர்மனோபாவமுமிருந்து வந்தது. ஆனால், அப்பா ஒரு நல்ல நோக்கத்துடனும் தேசத்திற்காகவும்தான் இப்படியெல்லாம் பாடுபடுகிறார் என்கிற மனோபாவம் மட்டும்தான் அப்போது எனக்கிருந்து வந்தது.

அப்படியிருக்கும்போதுதான் 1967 ஜனவரியில் மார்க்சிஸ்ட் கட்சி அறிவித்த கேரள பந்திற்காக அப்போது மிகத்தீவிரமாக

வொன்றும் செயல்படாமலிருந்த என் அப்பாவை முதல் நாளிரவு, காவல்படை வந்து முன்னெச்சரிக்கை நடவடிக்கையின்பேரில் கைது செய்துக்கொண்டுபோன நிகழ்ச்சி, யாரோ என்னை உச்சியில் ஓங்கியடித்ததுபோன்ற உணர்வை ஏற்படுத்தியது. எந்த வகையிலும் நியாயமில்லாத இந்தக் கைது நடவடிக்கை எனக்கு அரசின்மீது தீவிரமான வெறுப்பைத் தோற்றுவித்தது. இந்த அநீதியை மன்னித்துவிடவோ மறந்துவிடவோ என்னால் முடியவில்லை. அப்பா ஐந்து நாட்கள் சிறையிலிருந்தார். இதனிடையில் நான் சித்தப்பாவுடனும் மற்றத் தோழர்களுடனும் அப்பாவை சிறையில்போய் சந்தித்தேன். அரசியலைப்பற்றியும் கொடூரங்கள் நிறைந்த இந்த உலகத்தைப்பற்றியும் அறிந்திருக்காத எனக்கு எந்தத் தவறும் செய்யாத என் அப்பா இப்படிச் சிறைக் கம்பிகளுக்குள் அடைபட்டிருப்பதைக் கண்டபோது சகித்துக்கொள்ளவே முடியவில்லை. மட்டுமல்ல, இந்தக் கைது நடவடிக்கையில் எங்கள் குடும்பத்தைச் சேர்ந்த சிலர் மகிழ்ச்சியடைவதையும் நான் வருத்தத்துடன் கவனித்திருந்தேன். எல்லாமாகச் சேர்ந்து நான் மிகவும் தளர்ந்துபோயிருந்தேன். என் மனதை மிகத் தீவிரமாகப் பாதித்த சம்பவம் அது. அரசியலில் இறங்கிவிட்டால் என்ன என்று முதன்முதலாக என்னை யோசிக்கத் தூண்டியதும் அப்போதுதான். இந்த விஷயத்தை நான் அம்மாவுடன் பேசினேன். இதைப்பற்றி நாம் கலந்து பேசி ஒரு முடிவுக்கு வரலாம் என்று அம்மா சொன்னார்கள். ஆனால், நான் திரும்பத் திரும்ப இதைப் பற்றியே சிந்தித்துக் கொண்டிருந்தேன்.

ஐந்து நாட்கள் கழிந்து அப்பா ஜாமீனில் விடுதலையாகி வீட்டுக்கு வந்த பிறகுதான் என் தலையிலிருந்து ஏதோ பாரத்தை இறக்கி வைத்ததுபோன்ற ஆறுதலும் மகிழ்ச்சியும் தோன்றியது. தன்னுடன் சேர்த்து இரண்டோ மூன்றோ பேர்கள் மட்டும்தான் பந்தின் பெயரால் கைது செய்யப்பட்டார்களென்றும் அவர்களைப் பிடித்த மறுநாள் மத்தியானமே விட்டுவிட்டார்களென்றும் அப்பா சொன்னார். அப்பாவை ஜாமீனில் எடுக்க கட்சி மறுத்து விட்டதால்தான் அப்பா சிறையிலிருக்க வேண்டியதாயிற்று என்றும் நான் அறிந்தேன். இந்த நிகழ்ச்சி என் வாழ்க்கையின் ஒரு திருப்புமுனையாக அமைந்தது. இதன்பிறகுதான் அதாவது, 1967 ஜனவரி இறுதியில், அப்பாவை மார்க்சிஸ்ட் கட்சியிலிருந்து நீக்கியதுடன் அப்பா, ஒரு சி.ஐ.ஏ. ஏஜெண்ட் எனும் பிரச்சாரம் கட்சி முழுவதிலும் அகில இந்திய அளவிலும் நடக்கத் துவங்கியது. எப்படியோ அப்பா சிறையிலிருந்து வந்து விட்டார் என்கிற நிம்மதியுடன் நான் திரும்பவும் படிப்பில் கவனம் செலுத்தத் துவங்கினேன். அரசியலில் நுழைகிற விஷயத்தை நான் அப்போதைக்கு மறந்து விட்டேன்.

2

தவிர்க்க முடியாத தீர்மானம்

படிக்கிற விஷயத்தில் நான் பெரிய அளவில் மோசமானவள் ஒன்றுமில்லைதான். ஆனால், எதற்காகப் படிக்க வேண்டும் என்கிற கேள்வி மட்டும் என் மனதில் எழுந்தபடியே இருந்தது.

மருத்துவராவது மிகவும் பெருமைக்குரிய ஒரு கல்வி என்றும் சமூகத்திற்கு நன்மை செய்ய இயலுகிற ஒரு பணி யென்றும் நான் நினைத்திருந்தேன். பலவிதமான நோய்களால் துன்பப்படுபவர்களைக் குணப்படுத்துவது மூலம் நாம் அவர்களுக்கு உதவியாக வாழ முடியுமல்லவா? விஞ்ஞானமும் கணிதமும் எனக்குப் பிடித்த

மானப் பாடப்பிரிவுகளாக இருந்தன. பள்ளிக்கூடத்தில் படிக்கும்போதே ஒரு மருத்துவராக வேண்டும் என்று மனதினுள் முடிவு செய்திருந்தேன்.

ஆனால், கல்லூரியில் படிக்கும்போதுதான் இன்றைய கல்வி முறையைப் பற்றி உண்மையில் சரிவரப் புரிந்துகொள்வதற்கான வாய்ப்பு எனக்குக் கிடைத்தது. குறைந்தது ஏழோ எட்டோ வருடங்கள் படித்த பிறகுதான், ஒரு மருத்துவராக வேண்டுமென்கிற இலட்சியம் நிறைவேறும். இதுகூட ஒரு திறமையான மாணவியாக இருக்கும்பட்சத்தில் மட்டும்தான். மற்றவர்கள், பத்துப் பதினொரு வருடங்கள் கடினமாக உழைத்தால்தான் வெற்றிபெற முடியும். இப்படிப் படிக்கவேண்டுமென்றால் அந்த மாணவியின் பெற்றோர் பொருளாதார ரீதியில் வலுமிக்கவர்களாக இருக்க வேண்டும். பணமில்லாதவர்கள் உயர் கல்வியைப் பற்றி கனவு காண்பதில் எந்த அர்த்தமுமில்லை. இவ்வளவு செலவு செய்து மருத்துவம் படித்த பிறகு, செலவு செய்த பணத்தை எப்படி வட்டியுடன் மீட்டெடுப்பது என்ற சிந்தனைதான் ஒவ்வொரு மனிதனிடமுமிருக்கும். சமூகத்திற்கு உதவியாக இருப்பது என்ற நல்ல நோக்கம் அப்போது காணாமல் போய் விடும். பிறகு, சமூகம் தனக்கு எந்த வகையிலெல்லாம் உதவியாக இருக்கும் என்கிற சிந்தனைதான் மேலொங்கி நிற்கும்.

தற்போதைய கல்வி முறையென்பது மற்றொரு தலைவலி. தேர்வு எனும் முள்முனையிலிருந்து எப்படித் தப்பிப்பது எனும் ஒரேயொரு இலட்சியத்தை மட்டுமே முன் நிறுத்திய கல்வி முறை. இதுதான் ஒன்றாம் வகுப்பிலிருந்தே தொடர்ந்துகொண்டிருக்கிறது. ஆகவே, தேர்வில் வெற்றி பெறுவதற்கும் மேலாக, அறிவைத் தேடுவதற்கோ தங்களது அடிப்படைத் திறனை மேம்படுத்தியெடுப்பது போன்ற பிரச்சினைகளுக்கோ இதில் இடமே இல்லை. உயர்கல்வியை எடுத்துக்கொண்டால் வெறும் புத்தகப் பாராயணத்தின் விஷயம் மட்டும்தான். மாணவர்களை வெறும் புத்தகப் புழுக்களாக மாற்றுவதற்கு மட்டுமே இது பயன்படுகிறது. செய்முறை என்கிற ஒன்று இருந்தாலும் அதைவிடவும் பலமடங்கு முன்னிலை வகிப்பது கோட்பாடுதான். செய்முறையையும் கோட்பாட்டையும் இணைத்துப் படிக்கும் ஒரு கல்வியால்தான் முழுத் திறமையைப் பெறமுடியும் என்பதான விஞ்ஞானக் கோட்பாடுகளின் அடிப்படைத் தத்துவம் இங்கே முரண்படுகிறது. மட்டுமல்ல, இந்தக் கல்வி முறை, தொடக்க காலம் முதலே கற்பிக்கப்படுவதால் யாரும் எவ்விதமான தப்பிதத்தையும் இதில் காணவுமில்லை. பல வருடங்களைக் கல்விக்கூடங்களிலும் பல்கலைக்கழகங்களிலும் கழித்த ஒருவருக்கு நடைமுறை அறிவு எந்த அளவுக்கு இருக்கிறதென்று பார்த்தால்தான் மொத்த சமூகத்தைப் பொறுத்தவரைக்கும் இவர்கள் எவ்வளவு உபயோகமற்ற வர்க்கமாக இருக்கிறார்கள் என்பதைத் தெளிவாகத் தெரிந்துகொள்ள முடியும்.

இந்தக் கல்வி முறையை நோக்கமாகக்கொண்டு இவர்கள் எதை

அடைய விரும்புகிறார்கள்? ஒவ்வொருவரும் தங்களது சுயமுன்னேற்றத்திற்காக படிப்பது; தனக்கு அரசாங்க வேலை கிடைக்கவேண்டும்; அல்லது அதை விடவும் உயர்ந்த பதவியை அடைய வேண்டும்; தன்னுடைய சுகபோகங்களையும் சொகுசு வாழ்க்கையையும் மேம்படுத்திக்கொள்ளவேண்டும் எனும் சுயநோக்கங்களை அடைவதற்கு மட்டுமே கல்விச்சாலைகள் மாணவர்களைத் தயார்படுத்துகின்றன. பத்தெழுத்துப் படித்து விட்டவனுக்கு சிறு அளவிலான உடலுழைப்புகூட பெரிய அவமானமாகத் தோன்றுகிறது. உழைப்பின்மீதும் உழைப்பவன்மீதும் அவனுக்கு எள்ளல் மனோபாவம் உருவாகிறது. உழைப்பினால் மட்டுமே மனிதன் இன்றைய முன்னேற்றத்தை அடைந்திருக்கிறான் என்பதையும் உழைப்பின் மூலம்தான் மனிதன் வாழ்க்கைக்குத் தேவையான அனைத்தையும் உற்பத்தி செய்கிறான் என்கிற உணர்வையும் வளர்க்கும்விதமாக நமது கல்விமுறை எதையாவது சொல்லித் தருகிறதா? மட்டுமல்ல, சமூகத்தில் இன்று நிலவுகிற சுரண்டலுக்கும் அடக்குமுறைக்குமெதிராகக் குரல்கொடுக்கவோ இதுபோன்ற அக்கிரமங்களையும் கொடுமைகளையும் களையும்பொருட்டு தன்னால் இயன்றதைச் செய்வதற்கு உதவியாகவோ நமது கல்வித் திட்டத்தில் ஏதாவது சொல்லப்படுகிறதா? மாறாக, இத்தகைய எந்தக் கொடுமைகளும் தன்னைப் பாதிக்கப்போவதில்லையென்றும் அற்ப உயிரினங்களைப்போல் தன்னுடைய விஷயத்தில் மட்டுமே கவனம் செலுத்தி அதற்காக, தான் என்ன செய்யவேண்டும் என்ற சிந்தனையை மட்டுமே அவனுள் வளர்த்தெடுக்கிறது. இதன் முடிவு, வாய்ப்புக் கிடைக்கும்போது இந்த சுரண்டல் அமைப்பின் ஒரு அங்கமாக மாறி முடிந்த அளவுக்கு மற்றவர்களைச் சுரண்டவும் செய்கிறான்.

இப்படியான சிந்தனைகள் என் மனதில் வளரத் துவங்கின. இதற்கான முக்கியக் காரணம், ஓரளவுவரை நான் மாவோவின் கட்டுரைகளை வாசித்ததும் சீனாவில் நடந்துகொண்டிருந்த கலாசாரப் புரட்சியைப்பற்றிய வானொலிச் செய்திகளைக் கேட்கவும் துவங்கியதுதான். சீனாவின் கல்வித்துறையில் புரட்சிகரமான மாற்றங்கள் நிகழ்ந்துகொண்டிருந்த காலம் அது. பழைய கல்விமுறைகளைப் பற்றி மாவோ சொன்ன விஷயங்கள் என்னைப் பொறுத்தவரையிலும் கண்களைத் திறக்கச் செய்தன.

ப்ரீடிகிரி முதலாமாண்டு தேர்வு முடிந்து வீட்டிலிருக்கும்போதுதான் மாவோவின் ‘நான்கு தத்துவ சாஸ்திர படைப்புகள்’ எனும் ஒரு புத்தகத்தை நான் முதல்முதலாக வாசித்தேன். அது, அரசியலின் அடிப்படைப் பாடம்கூட தெரியாமலிருந்த எனக்குப் புரிகிற விதத்தில், மார்க்சிய உலகப் பார்வையின் அடிப்படை சித்தாந்தத்தை விவரிக்கும் எளிமையான ஒரு புத்தகமாக இருந்தது. பொய்மையின், வஞ்சனையின், சுரண்டலின், அடக்குமுறையின் இருள் நிறைந்த உலகிலிருந்து உண்மையின் வெளிச்சம் வீசுகிற ஒரு புது

உலகிற்கான பாதையைத் திறந்து விட்ட அனுபவம் அதிலிருந்து எனக்குக் கிடைத்தது. அந்த நூல் என் வாழ்க்கையை மாற்றியமைப்பதில் மிக முக்கியமான ஒரு பங்கினை வகித்தது.

அரசியலின்மீதான என் கவனம் அதிகரித்துக்கொண்டிருந்த இந்தச் சந்தர்ப்பத்தில் அப்பாவின் அரசியலுக்கெதிராக எங்கள் குடும்பத்தினுள்ளும் எதிர்ப்பலைகள் உருவாயின. மார்க்சிஸ்ட் தலைமையின் சரியான நிறத்தைத் தோலுரித்துக் காட்டுவதற்காக அப்பாவும் 27ஆம் அணியிலுள்ள தோழர்களும் செயல்பட்டுக் கொண்டிருந்தார்கள். சீனாவின் சில முக்கியமான கையேடுகளை மொழிமாற்றம் செய்து வெளியிடுவதிலும் அவற்றைக் மற்றவர்களிடம் கொண்டு சேர்ப்பதிலுமாக இந்தச் செயல்பாடு நின்று விட்டது.

அப்பா, ஒரு சி.ஐ.ஏ. உளவாளி எனும் பிரச்சாரம் தீவிரமாக நடந்துகொண்டிருந்தது. குடும்பத்திலும் சிலர், மார்க்சிஸ்ட் தலைமையின் ஊதுகுழல்களாக மாறியிருந்தார்கள். அப்பாவின்மீது பல்வேறு விதமான எதிர்நடவடிக்கைகளிருந்ததால் சில பிரச்சினைகளும் உருவாயின. அப்படியாக அதுவரையிலும் ஒளிந்திருந்த வைராக்கியங்கள் வெளிப்படையாகத் தெரியவர குடும்பத்தினுள் விரிசல் ஏற்படுவதும் தவிர்க்க முடியாமல் போனது.

இந்தப் பிளவு என்னை அதிகமாகப் பாதித்தது. என்னுடைய நலன் விரும்பிகள் என்பதாக நான் நினைத்திருந்த, என்னைப் பல்வேறு வகைகளில் திருப்திபடுத்தவும் அவற்றை நான் நம்பும்படியாகவும் செய்த சிலரது உண்மையான நிறத்தை நான் இந்தப் பிரச்சனைகளின்போதுதான் இனம்காணவும் முடிந்தது. என்மீது ஆத்மார்த்தமாக அன்பு செலுத்துபவர்களென்று நான் நம்பியிருந்தவர்கள், உண்மையில் என்னைத் தவறான வழிக்குத் திசைதிருப்பவும் அதன்மூலம் என்னைப் பெற்றோர்களிடமிருந்து பிரிக்கவும் முயற்சி செய்துகொண்டிருப்பது வெளிச்சத்திற்கு வந்தது. இதுதான் வாழ்க்கையின் யதார்த்தத்தின்மீது என் கண்களைத் திறக்கச் செய்தது.

இந்த அர்த்தமற்ற, சுயநலத்தைப் போதிக்கிற, நம்மை இழிவானக் கருத்தியல்களுக்கு அடிமைப்படுத்துகிற பழைய வாழ்க்கை முறையிலிருந்து விலகி பூரணமான ஒரு விடுதலையை அடைந்தே தீரவேண்டும் என்று எனக்குத் தோன்றியது. நாட்கள் செல்லும்தோறும் இந்தச் சிந்தனை எனக்குள் வலுவடைந்துகொண்டிருந்தது.

கல்லூரி திறந்தது. நான் இரண்டாமாண்டு படிக்கத் தொடங்கினேன். ஆனால், என்னுள் வேரூன்றியிருந்த புரட்சிகர சிந்தனை அங்கேயும் என்னை அமைதியாக இருக்க விடவில்லை. கல்லூரியில் நடந்த ஒவ்வொரு ஊழலையும் என்னால் வெளிப்படுத்த இயன்றதும் இதனால்தான்.

சிறிதளவு பணமும் செல்வாக்கும் படைத்தவர்களிடமும் இல்லாதவர்களிடமும் நடந்துகொள்கிற வேறுபாடான அணுகுமுறை, கல்விமுறை போன்றவற்றில் ஏழ்மையிலிருப்பவர்கள்மீதான கல்லூரி நிர்வாகத்தின் மனோபாவத்தைத் தெளிவுபடுத்தியது. உதாரணமாக, என்னுடன் படித்த இரண்டு மாணவிகளின் விஷயத்தையே சொல்ல முடியும். நான், கோழிக்கோடு ப்ரோவிடன்ஸ் விமன்ஸ் கல்லூரியில் படித்தேன். அது ஒரு கத்தோலிக்க கல்வி நிறுவனம். எனது வகுப்பிலுள்ள மாணவிகளில் ஒருத்தி மாவூர் குவாலியர் ரயோண்ட்ஸ் தொழிற்சாலையில் பணியாற்றும் ஒரு பெரிய அதிகாரியின் மகள். இவள், ஹாஸ்டலில் தங்கிப் படித்துக்கொண்டிருந்தாள். பெரும்பாலான நேரமும் இவள் வகுப்பறையினுள் இருக்கமாட்டாள். 'போரடிக்கிறது' என்று சொல்லிவிட்டு ஏதாவது நாவல் வாசிப்பாள். அல்லது ஹாஸ்டலுக்குப் போய்விடுவாள். வேறு ஏதாவது மாணவிகள் இப்படி நடந்துகொண்டால் கடுமையான தண்டனை கிடைக்கும். தேர்வுகளின்போது ஒரு பாடத்திலாவது இவள் இருபதுக்கு அதிகமான மதிப்பெண்களைப் பெற்றதாக எனக்கு ஞாபகமே இல்லை. இன்னொரு மாணவி, ஏழ்மையான குடும்பத்திலிருந்து வந்தவள். மிகவும் முயற்சியெடுத்து படிப்பவள். பெரும்பாலான எல்லா தேர்வுகளிலும் அவள் வெற்றி பெற்று விடுவாள். ஆனால், கல்லூரி நிர்வாகத்தின் கண்களுக்கு அவள் உறுத்தலாகத் தெரிந்தாள். இதற்கானக் காரணம் என்னவென்றால் அவள் கல்விக் கட்டணத்தில் சலுகை பெற்றுப் படித்துக்கொண்டிருப்பவள். அக்காலகட்டத்தில் ப்ரீடிகிரிக்கான முதலாண்டு தேர்வின் முடிவுகள் நிர்வாகத்தின் கையில்தான் என்பதால் யாரை வேண்டுமானாலும் தோற்கடிக்கவோ வெற்றிபெற வைக்கவோ அவர்களுக்கு அதிகாரமிருந்தது. அந்த வருடம் வெற்றி பெற்றவர்களில் குவாலியர் ரயோன்ஸ் மாணவியும் உட்படுவாள். ஆனால், ஏழையான என்னுடைய சக மாணவி தோற்றுப்போனாள். அவள் தோற்றதை விடவும் குவாலியர் அதிகாரியின் மகள் வெற்றி பெற்றதுதான் எங்களை மிகவும் அதிர்ச்சிக்குள்ளாக்கியது. பணத்தின் செல்வாக்கு மட்டும்தான் அவள் வெற்றி பெறுவதற்கானக் காரணம் என்பது எங்களுக்கு நன்றாகவே தெரியும். தோற்றவர்கள் முழுக்கட்டணமும் செலுத்தினால்தான் மீண்டும் படிக்கமுடியும் என்பதாலும், ஏழை என்பதாலும் வேண்டுமென்றே அவளைத் தோற்க வைத்ததாக நாங்கள் சந்தேகப்பட்டோம். இப்படியாக, பாகுபாட்டின் பல்வேறு வடிவங்களை எடுத்துக்காட்ட முடியும்.

மாரல் சயின்ஸ் என்றொரு பாடமிருந்தது. அதில் உண்மையைச் சொல்ல வேண்டும்; பொய் சொல்லக்கூடாது போன்ற நீதியுரைகள் தந்துகொண்டிருந்த கன்யாஸ்திரி, உபதேசியார்கள் மற்றும் வசதிபடைத்தவர்களின் வாரிசுகள், எளியோர்களின் பிள்ளைகளென்று வேறுபடுத்திப் பார்ப்பதையும், அரசியல் விஷயங்களைப் பொறுத்தவரைக்கும் வியட்னாம் மக்களுக்கெதிரான, அநீதியான ஒரு

யுத்தத்தைத் தொடுத்திருக்கும் அமெரிக்க அரசாங்கத்தைப் போற்றுகிற திரைப்படங்களை வெளியிடுவதையெல்லாம் என்னால் ஏற்றுக்கொள்ளவே முடியவில்லை. 'இந்தியர்கள் சோம்பேறிகள்.' பிரிட்டன், ஃபிரான்ஸ் போன்ற நாடுகளைத்தான் நாம் முன்மாதிரியாகக் கொள்ளவேண்டும். முதலாளித்துவ அமைப்புதான் மிகவும் நல்லது என்பதுபோன்ற கருத்துக்கள் வரும்போது என்னால் பேசாமலிருக்க முடியவில்லை. நான் வெளிப்படையாகவே இதுபோன்ற விஷயங்களின்மீதான விமர்சனங்களை முன் வைப்பேன். இப்படியான தவறான தகவல்களைக்கொண்டிருக்கும் பாடபுத்தகங்களைப் படிக்கவோ இந்தக் கருத்துக்களுடன் உடன்படவோ என்னால் இயலாதெனும் ஒரு நிலையும் வந்தது.

இப்படியாக, நான் இரண்டாமாண்டில் வெறும் பதினைந்து நாட்கள் மட்டுமே படித்தேன். பிறகு கல்லூரிக்கே போகவில்லை. நான் சரியென்று நம்பியிருக்கும் கொள்கைகளுக்காக வாழ்க்கை முழுவதும் போராடவும், என் மனதில் உண்மையின் புது வெளிச்சத்தையளித்த அந்த இலட்சியத்திற்காக என்னுடைய வாழ்நாளை அர்ப்பணிக்கவும் முடிவு செய்தேன். என்னை கட்டணச் சலுகைபோன்ற ஆசைகள் காட்டி படிக்கத் தூண்டுவதற்காக தன்னால் முடிந்தவரைக்கும் முயற்சி செய்து பார்த்தார் கல்லூரி முதல்வர். ஆனால், நான் வெறுத்தொதுங்கிய அந்த பழைய வாழ்க்கைக்குத் திரும்பிப்போக மறுத்தேன்.

படிப்பை நிறுத்துவதாக நான் மேற்கொண்ட முடிவு என் பெற்றோரை திகைப்பிலாழ்த்தியது. ஆனால், நான் இதில் மிகவும் உறுதியாக இருக்கிறேன் என்று தெரிந்தபோது அவர்கள் வற்புறுத்தவில்லை. அப்படியே அவர்கள் வற்புறுத்தினாலும்கூட நான் ஒப்புக்கொண்டிருக்க மாட்டேன்.

அன்று முதல் நான் மார்க்சிஸ்ட் பப்ளிகேஷனின் புத்தக வெளியீட்டில் என்னால் முடிந்தவரைக்கும் பங்குவகித்தேன். சாயங்கால வேளைகளில், 27ஆவது அணித்தோழர்கள் அனைவரும் ஒன்றுகூடி மலையாளத்தில் மொழிபெயர்க்கப்பட்ட மாவோவின் படைப்புகளை வாசித்து அதிலுள்ள பிரச்சினைகளைப் பற்றி காரசாரமான விவாதங்களை நடத்துவது வழக்கம். பெரும்பாலும், எங்கள் வீட்டில் வைத்துதான் இந்த வகை விவாதக் கூட்டங்களை நடக்கும். படிப்பை நிறுத்திய பின் நானும் இதில் கலந்துகொள்ளத் தொடங்கினேன். கூடவே, தினமும் பீஜிங் ரேடியோ கேட்பதையும் வழக்கமாக்கிக் கொண்டோம்.

1967ஜூன் மாதத்தில் நான் படிப்பை நிறுத்தினேன். கிட்டத்தட்ட இதே காலகட்டத்தில்தான் நக்சல்பாரி சம்பவம் நடந்தது. இந்நிகழ்வைப்பற்றி பெரிய அளவிலான எந்தச் செய்திகளும் பத்திரிகைகளில் வரவில்லை. இருந்தாலும், மேற்கு வங்கத்தின் இந்திய—

நேப்பாள எல்லைப்பகுதியிலுள்ள நக்சல்பாரி, காரிபாரி, ஃபான்சிடேவா எனும் பரந்து விரிந்த பகுதிகளில் சில புரட்சியாளர்களின் தலைமையில் ஆயுதமேந்திய விவசாயிகள், செங்கொடி நாட்டியதாகவும் அங்குள்ள மார்க்சிஸ்ட் ஐக்கிய முன்னணி அரசு, நிலம் கேட்டுப் போராடிய அந்த விவசாயிகளின்மீது துப்பாக்கிப் பிரயோகம் நடத்தியதாகவும் பெண்களையும் குழந்தைகளையும்கூட அவர்கள் விட்டு வைக்கவில்லையென்பதையும் பத்திரிகைகளின் வாயிலாக அறிந்துகொள்ள முடிந்தது. கேரளத்தைப் பொறுத்தவரை அப்போது, இ.எம்.எஸ். நம்பூதிரிபாடை முதலமைச்சராகக் கொண்ட ஐக்கிய முன்னணி அரசுதான் அதிகாரத்திலிருந்தது. பதவி நாற்காலிகளுக்காக தாங்கள் அதுவரையிலும் உயர்த்திப்பிடித்த சித்தாந்தங்களை சுயநலன் கருதி பலிகொடுக்கும் மார்க்சிஸ்ட் தலைமையின் வஞ்சக நிலைபாட்டிற்கெதிராக இயக்கத்தினுள்ளேயே அதிருப்தி முளைவிடத் தொடங்கியிருந்தது. 'தீவிரவாதி'களின் அபாயத்தைப்பற்றி மத்தியில், இந்திரா அரசும் மார்க்சிஸ்ட் தலைமையும் அப்போது கூப்பாடுபோடத் துவங்கியிருந்தது.

1967ஜுலை 5ஆம் தேதி 'இந்திய வானில் வசந்தத்தின் இடிமுழக்கம்' எனும் மக்கள் தினசரியின் மிக முக்கியமான தலைமையுரையை பீஜிங் ரேடியோ ஒலிபரப்பியது. அதன் உள்ளடக்கத்தை அப்போது முழுமையாகப் புரிந்துகொள்வதற்கு எங்களால் இயலவில்லை. இருந்தாலும், இருட்டில் தப்பித் தடுமாறிக்கொண்டிருந்த பார்வையற்றோர்களுக்கு திடீரென்று பார்வைக் கிடைத்துவிட்டதைப்போல் எங்களை அது உற்சாகமூட்டியது. நக்சல்பாரி விவசாயப் போராட்டத்தை வானளவு புகழ்ந்து, இதுதான் இந்தியாவின் பாதையென்றும் இந்தியப் பிரச்சினையின் சாராம்சமே விவசாயம் சார்ந்ததுதான் என்றும் இந்திய மக்கள்தொகையில் பெரும்பான்மையும் கிராமப்புறங்களிலிருப்பதால் விவசாயப் பிரச்சினைகளைத் தீர்ப்பதில்தான் இந்தியாவின் யதார்த்த விடுதலை அடங்கியிருக்கிறதென்றும் அதில் குறிப்பிடப்பட்டிருந்தது. உலகின் பெரும் முதலாளித்துவ நாடுகள் குறிப்பாக, அமெரிக்காவும் ரஷ்யாவும் இந்திய மக்களை, அதிலும் விவசாயப் பெருங்குடியினரை எந்த அளவுக்கு சுரண்டிக்கொண்டிருக்கிறது என்பதையும், இந்தியஅரசு, தனக்குத்தானே பெருமையுடன் சொல்லிக்கொள்கிற ஜனநாயகமென்பது, உண்மையில் சுரண்டல் தேசங்களின் விருப்பங்களுக்குத் தன்னைக் கீழ்ப்படுத்தி, அடிபணிந்து, சேவகம் புரிகிற, தன்னுடைய ஆளுகைக்குட்பட்டிருக்கும் அறுதிப் பெரும்பான்மையான மக்களை மிருகத்தனமாக ஒடுக்குமுறைக் குள்ளாக்குகிற ஒன்றுதான் என்றும் பாராளுமன்ற மக்களாட்சி, அகிம்சை போன்றவை இந்திய மக்களை வழி தவறச் செய்கிற வெறும் வாய் ஜாலவித்தைகள் மட்டும்தானென்றும் இந்த வழிமுறையை ஏற்றுக்கொள்ளுவதன் மூலம் வலதும் இடதுமான கம்யூனிஸ்ட் கட்சிகளின் தலைமை, திருத்தல்வாத

அணுகுமுறையை கைக்கொண்டிருப்பதாகவும் அது தெளிவுப்படுத்தியது.

நாங்கள் அனைவரும் உடனே ஒன்றுகூடி விவாதித்து 'நக்சல்பாரி விவசாயப் போராட்ட உதவிக் குழு' ஒன்றை உருவாக்கவேண்டுமென்றும் நக்சல்பாரி நிகழ்வைப் போற்றும் துண்டுப்பிரசுரங்களும் சுவரொட்டிகளுமெல்லாம் தயார் செய்ய வேண்டுமென்றும் முடிவு செய்தோம். இதனிடையில் மேற்கண்ட தலைமையுரையின் ஆங்கிலப் பதிப்பு கிடைத்தால் உடனே மலையாளத்தில் மொழிமாற்றம் செய்ய வேண்டுமென்றும் அச்சாக்கம் செய்ய இயலாத கட்டுரையாக இருந்தால் கையெழுத்துப் பிரதிகளெடுத்து புத்தகத் தொடர்பு மூலம் கிடைத்த அனைத்துத் தோழர்களுக்கும் அனுப்பிவைக்க வேண்டுமென்றும் தீர்மானித்தோம்.

இப்படியாக நாங்கள் துண்டுப் பிரசுரங்கள் அச்சடிக்கவும் கையால் சுவரொட்டிகள் எழுதவுமான வேலைகளில் தீவிரமாக இறங்கினோம். துண்டுப் பிரசுரங்களை பல்வேறு பொது இடங்களில் வினியோகித்தோம். தோழர்கள், சுவரொட்டிகளை இரவு நேரங்களில் நகரின் முக்கியமானப் பகுதிகளுக்குச் சென்று ஒட்டினார்கள்.

அக்காலகட்டத்தில்தான்— அதாவது, 1967 ஆகஸ்ட் என்று நினைக்கிறேன் — மார்க்சிஸ்ட் கட்சியின் பொதுச் செயலாளர் சுந்தரய்யா கோழிக்கோட்டுக்கு வருகிறார் என்ற செய்தியைப் பத்திரிகை வாயிலாக அறிந்தோம். நக்சல்பாரி விவசாயிகளின் போராட்டத்தை இரத்தத்தில் மூழ்கடித்துக் கொல்லத் தயங்காத மார்க்சிஸ்ட் தலைமையின் வஞ்சகச் செயல்பாட்டுக்கெதிரான எங்களுடைய எதிர்ப்பைத் தெரிவிப்பதற்கு இதை நல்ல ஒரு வாய்ப்பாகக் கருதி நாங்கள் திட்டமிட்டோம். கோஷங்கள் எழுதிய பேனர்களும் செங்கொடிகளும் தயார் செய்கிற பணியில் நாங்கள் மும்முரமாக ஈடுபட்டோம்.

சுந்தரய்யா வருவதற்கு முதல் நாளன்று தோழர்கள் அனைவரும் ஒன்றுகூடி இந்த ஆர்ப்பாட்டத்தில் யாரெல்லாம் கலந்துகொள்வதென்பதைப் பற்றி விவாதித்தோம். நானும் அதில் கலந்துகொள்கிறேன் என்றபோது சில தோழர்கள் எதிர்ப்புத் தெரிவித்தார்கள். பிற செயல்பாடுகளில் பங்கு வகிப்பதுபோன்றதல்ல நீ எங்களுடன் சேர்ந்து வெளிப்படையானப் போராட்டத்தில் ஈடுபடுவது என்று அவர்கள் வாதித்தார்கள். எனக்கு இந்த எதிர்ப்புப் போராட்டத்தில் கலந்துகொள்வதற்கான உரிமையிருப்பதாகவும் இத்தகைய செயல்பாட்டின் ஒரு பகுதியாகவே இன்று நான் வாழ்ந்துகொண்டிருப்பதால் வெளிப்படையான இந்தப் போராட்டம் என்னுடைய ஒரு தேவையென்பதாகவும் நான் வாதித்தேன். கடைசியில் என்னுடைய இந்த வாதத்தை தோழர்களுக்கு ஏற்றுக்கொள்ளவேண்டியதாயிற்று. பெண்கள்மீதான சமூகத்தின்

குறுகிய மனோபாவம் எங்களிடையிலும் செயல்படுகிறது என்பதைச் சுட்டிக் காட்டுவதற்காகவே நான் இதைக் குறிப்பிடுகிறேன்.

மறுநாள் காலையில் நாங்கள் இருபதுபேர்கள் கொடிகளும் பேனர்களும் ஏந்தி கோஷங்களை முழக்கியபடி நகரின் மையப்பகுதி வழியே நடந்து சுந்தரய்யா வருவதாகச் சொன்ன டவுன் ஹால் கேட்டுக்கு முன்புறம் வந்து சேர்ந்தோம். கேட்டின் இருபுறமும் நின்று நாங்கள் சத்தமாகக் கோஷங்களை முழங்கினோம். சுந்தரய்யாவுக்கு எதிர்ப்புத் தெரிவிப்பதற்காக மற்றுமொரு கூட்டமும் எங்களைப்போல் துண்டுப் பிரசுரங்களுடன் அங்கே வந்து சேர்ந்திருந்தது. சுந்தரய்யா பத்து மணிக்கெல்லாம் அங்கே வந்திருக்க வேண்டும். ஆனால், ஆர்ப்பாட்டக்காரர்கள் கூடியிருக்கும் செய்தியைக் கேள்விப்பட்டதாலுமிருக்கலாம், குறிப்பிட்ட நேரத்தில் அவர் வரவில்லை. டவுன் ஹாலில் கூடியிருந்த மார்க்சிஸ்ட் தலைவர்கள் மிகுந்த குழப்பத்திலாழ்ந்துபோய்விட்டார்கள். எங்கள்மீது தாக்குதல் தொடுத்து அப்புறப்படுத்துவதைப் பற்றியெல்லாம் அவர்கள் ஆலோசித்ததாகப் பிறகு கேள்விப்பட்டோம். இதனிடையே எங்களுடைய எதிர்ப்பு ஆர்ப்பாட்டம் நடக்கிற செய்தி, காட்டுத் தீபோல் நகர் முழுவதும் பரவி விட்டது. செய்தியைக் கேள்விப்பட்டதாலோ என்னமோ அந்த இடத்தில் ஏராளமானோர் வந்துகூடி விட்டார்கள். பக்கத்திலுள்ள காமன்வெல்த் தொழிற்சாலையில் வேலைபார்க்கும் தொழிலாளர்களில் பலர் வேலைக்குப் போகாமல் எங்களுடன் வந்து சேர்ந்துகொண்டார்கள். முற்றிலும் புதுமையான முறையில் வெறும் இருபதுபேர்களடங்கிய ஒரு குழு, மிகுந்தத் தைரியத்துடன் நக்சல்பாரிகளுக்காகக் குரல் கொடுப்பது அவர்களினிடையே ஏதோ ஒரு உத்வேகத்தைத் தூண்டியிருக்கிறது என்பதை எங்களால் புரிந்துகொள்ள முடிந்தது. மட்டுமல்ல, டவுன் ஹாலினுள் கூடியிருந்த, மூன்று மாவட்டங்களிலிருந்து வந்திருந்த மார்க்சிஸ்ட் பிரதிநிதிகளினிடையிலும் எங்களது கோஷங்களுக்கும் எதிர்ப்பு ஆர்ப்பாட்டங்களுக்கும் ஆதரவாக நிறைய பேர்களிருந்தார்கள். ஆகவே, எங்களை அடித்து ஒடுக்கிவிடும் தைரியம் அவர்களுக்கு ஏற்படவில்லை.

கொஞ்ச நேரம் கழிந்ததும் எங்களை சோதித்துப் பார்ப்பதுபோல் வானம் கறுத்துப் பெரு மழை பெய்யத் துவங்கியது. எங்களுடைய ஆவேசத்தைக் குலைத்துவிட மழையால் இயலுமா? நாங்கள் இன்னும் உரத்தக் குரலில் கோஷமிடத் துவங்கினோம். அங்கே கூடி நின்றவர்களில் சிலர் எங்களுக்குக் குடைபிடிக்கவும் முயற்சி செய்தார்கள். மணி பன்னிரெண்டான பிறகும் சுந்தரய்யா வரவில்லை. மழையும் எந்தத் தடையுமில்லாமல் பெய்துகொண்டே இருந்தது. இந்த மழையாவது எங்களை அங்கிருந்து அப்புறப்படுத்திவிடும் என்று சுந்தரய்யாவும் மற்றவர்களும் காத்திருக்கிறார்களோ என்னமோ? நாங்கள் அசைவதாகவே இல்லையென்று தெரிந்த பிறகு, 12—30

மணியளவில் சுந்தரய்யா ஒரு காரில் அங்கே வந்தார். கேட்டினருகில் வந்ததும் நாங்கள் காரைச் சுற்றி வளைத்து பேனர்களை அவரது முகத்திற்கு நேராகக் காட்டி நக்சல்பாரி போராட்டத்தை வஞ்சனை செய்ததற்கெதிராக கோஷங்களை முழக்கினோம். நாங்கள் அவரைத் தாக்கிவிடுவோம் என்ற பயத்தினாலுமிருக்கலாம், ஐந்து நிமிட நேரம்வரை காரின் கதவுகள் திறக்கப்படவே இல்லை. பிறகு சில கடா மீசைக்காரர்கள் காரின் பக்கத்தில் வந்து சுந்தரய்யா இறங்குவதற்குப் பாதுகாப்பாக சுற்றி நின்றுகொண்டார்கள். காரின் கதவு திறக்கப்பட்டது. நாங்கள் மீண்டும் உரத்தக் குரலில் கோஷமிட்டோம். வெளுறிப்போன முகத்துடன் இறங்கிய சுந்தரய்யா, மற்றொரு வாசல் வழியாக உள்ளே அழைத்துச் செல்லப்பட்டார். எங்களுடைய நோக்கம் முழுமையாக வெற்றியடைந்தது. மகிழ்ச்சியுடன் நாங்கள் கோஷமெழுப்பியபடி நகரினூடே திரும்பிச் சென்றோம். எங்களுடைய ஆர்ப்பாட்டத்தைப் பார்ப்பதற்காக வழி நெடுகிலும் மகிழ்ச்சியும் எதிர்பார்ப்பும் நிறைந்த முகத்துடன் மக்கள் ஆர்வமாக நின்றிருந்தார்கள்.

நாங்கள் புரிந்துகொண்டிருந்த புதிய கோட்பாடுகளை மக்களிடையே வெளிப்படையாகத் தெரிவித்துக்கொள்வதற்குக் கிடைத்த இந்த வாய்ப்பை அதிகபட்ச வெற்றியாகப் பயன்படுத்திய திருப்தியும் இந்தக் கருத்தியல்கள் மக்களினிடையே உருவாக்கிய உணர்வுபூர்வமான வரவேற்பையும் கண்டு ஆவேசம் நிரம்பிய மன உணர்வுகளுடன் அவரவர் வீடுகளுக்குத் திரும்பினோம். இரண்டு மணி நேரத்திற்கும் அதிகமாக பெரு மழையில் நின்று குதிர்ந்திருந்தபோதும் எங்களில் யாருக்குமே சிறு ஜலதோசம்கூட வரவில்லையென்பதை பின்பு நாங்கள் மகிழ்ச்சியுடன் நினைவுபடுத்திக்கொண்டோம்.

என்னுடைய வாழ்க்கையின் போக்கு, 1967 ஜூன் மாதத்திலிருந்து பொதுவாகவே இந்த வயதிலுள்ள பெண்களின் வாழ்க்கையைபோலிருக்கவில்லையென்பதை இதுவரை நான் எழுதியவற்றிலிருந்து யூகித்திருப்பீர்கள். இப்படியாக நிகழ்ந்த பெரும் மாறுதலை என் மொழியில் சொல்வதானால், முதலில் எனக்குள்ளும் பிறகு வெளிஉலகத்துடனான உறவிலும் நிகழ்ந்த இந்தப் புரட்சி, அவ்வளவு இலகுவானதாக இருக்கவில்லை. ஏனென்றால், சாதாரணமாக மத்தியதரக் குடும்பங்களிலுள்ள இளம்வயதுப் பெண்களிடம் உருவாகக்கூடிய மனோபாவங்களிலிருந்து எந்தவகையிலும் வித்தியாசமில்லாத தாகவே இருந்தது என்னுடைய மனோபாவமும்.

மட்டுமல்ல, கதைகள், நாவல்கள், வார, மாத சஞ்சிகைகள் போன்றவற்றை வாசிப்பதில் மிகமிக ஆர்வமுள்ளவளாகவே நானுமிருந்தேன். திரைப்பட ஆர்வமுள்ளவளாகவுமிருந்தேன். கலாச்சார

ரீதியிலான இந்தப் படைப்புகள் என்னை மிகவும் கவர்ந்துமிருந்தன.

இளம் வயதினரின் மனதில் சஞ்சல உணர்வுகளைத் தூண்டிவிட்டு தங்களுடைய வியாபார நோக்கங்களை நிறைவேற்றி வருபவர்களில் முக்கியமாகக் குறிப்பிட வேண்டியவர்கள் நமது, வார மாத சஞ்சிகை வியாபாரிகள்தான். இளைஞர்களை இவர்கள், உலக யதார்த்தங்களிலிருந்து விலக்கி, ஒருவகை கனவுலகவாதிகளாக மாற்றிவிடுகிறார்கள். இந்தக் குத்தகை முதலாளிகள் விற்பனை செய்யும் கலாச்சார உற்பத்திப்பொருட்கள், இளைஞர்களை வழி தவறச் செய்கிற சுரண்டும் வர்க்கத்தின் விருப்பங்களைத்தான் சேவித்து ஒழுகுகிறது.

இத்தகைய தாக்கங்களிலிருந்து விடுபடுவது என்பது அவ்வளவு சுலபமான விஷயங்கள்தானா? நாரணத்துப் பிராந்தனின் கதையில் சொல்லப்படுவதுபோல் பாராங்கல்லை உருட்டி மலையுச்சிக்குக் கொண்டுசெல்வதென்பது ஒருவேளை வாழ்க்கை முழுவதுமே முயற்சி செய்து பார்த்தும் இயலாமல் போய் விடக்கூடும். அதே நேரத்தில் அதை கீழே உருட்டி விடுவதென்பது மிக எளிதாக நிகழ்ந்துவிடும். இந்தக் கேடுகெட்ட சுகபோகங்களில் மட்டுமே கவனம் செலுத்தும் கால்நடைகளுக்கொப்பான வாழ்க்கை முறையிலிருந்து திடீரென்று, தன்னலமில்லாத மகத்தான ஒரு இலட்சியத்திற்கான ஆன்ம சமர்ப்பணமென்பது மிகவும் அதிகமான வேதனைகளுடன்கூடிய, கல்லும் முள்ளும் நிறைந்த, கரடுமுரடான பாதையினூடே மட்டும்தான் நிறைவேற முடியும் என்பதையும் நான் புரிந்துகொண்டேன்.

என்னுடைய வாழ்க்கையில், இந்த இடத்தில்தான் மாவோவின் படைப்புகள் முக்கிய இடம் வகிக்கிறது. சீனாவில் கலாசாரப் புரட்சி நிகழ்ந்த காலகட்டமல்லவா அது? அங்கே அப்போது மிகக் கூர்மையான கருத்தியல் போராட்டங்கள் நிகழ்ந்துகொண்டிருந்தன. தினமும் பீஜிங் ரேடியோவில் மாவோவின் பேச்சுகளைக் கேட்டுக்கொண்டிருந்தது, என் மனதிலிருந்த கோட்பாட்டு குழப்பங்களுக்கு தீர்வாக அமைந்தது. இளமைத் துடிப்புடனான புத்துலகப் பார்வை. சமூக நன்மைகளுக்காக, மானுடகுலத்தின் எழுச்சிக்காக ஒவ்வொருவருமே பாடுபடுவது; இந்த உன்னதமான நோக்கத்தை ஒவ்வொரு சீனர்களிடமும் வளர்த்தெடுப்பது;. அதன்மூலம் உலகம் முழுவதிலுமுள்ள, சுரண்டலுக்கும் ஒடுக்குதலுக்கும் ஆட்படுபவர்களின் விடுதலைக்கு தங்களால் இயன்றவரைக்கும் உதவியாக இருப்பது; இவ்வுணர்வை குறிப்பாக, இளம் தலைமுறையினருக்கு ஊட்டும் நோக்கத்துடன் மாவோ தொடர்ந்த இந்தப் போராட்டம் பழைய முடை நாற்றம் வீசும் ஆர்வங்களிலிருந்து படிப்படியாக நான் விடுதலை பெற உதவியது. உதாரணமாகச் சொல்வதானால், நான் திரைப்பட ஆர்வமுள்ளவளாக இருந்தேனல்லவா? பிறகு மெல்ல மெல்ல திரைப்படங்களையே வெறுப்பவளாக மாறினேன். நாவல்களும் கதைகளும் வாசிப்பதை

நிறுத்தினேன். இவையனைத்துமே என்னைக் கீழ்த்தரமான ஒரு வாழ்க்கை முறைக்கு மட்டுமே கொண்டு போய்ச் சேர்க்கக் கூடிய சக்தி வாய்ந்தது என்பதாக எனக்குத் தோன்றியது. 1967 ஏப்ரல், மே மாதங்களில் நான் பம்பாயிலிருந்தேன். அம்மாவின் வீடு பம்பாயில்தானிருந்தது. அங்கிருக்கும்போது நான் 'டாக்டர் ஷிவாகோ' என்றொரு ஆங்கிலத் திரைப்படம் பார்த்தேன். ரஷ்ய புரட்சியையும் மகான் லெனினையும் பொதுவுடைமைத் தத்துவத்தையும் கரிபூசிக் காட்டும் அமெரிக்க திரைப்படம் அது. மட்டுமல்ல, அதில் பல அசிங்கமான காட்சிகளும் இருந்தன. புரட்சிக்கெதிரான இத்தகைய கருத்துக்களுடன் ஒருபோதுமே உடன்படக்கூடாதென்று அன்று நான் சபதமெடுத்தேன். திரைப்படங்கள் பார்க்கவேண்டுமென்ற ஆர்வம் அன்றோடு எனக்கு இல்லாமல் போனது. மட்டுமல்ல, என்னுடைய வாழ்க்கை முறையையே நான் மாற்றியமைக்கத் தொடங்கினேன். எவ்வித ஆடம்பரங்களுக்கும் என்மீது ஆதிக்கம் செலுத்த இயலாமல் போனது. சிறுவயதில் எனக்கு ஆபரணங்கள்மீது மிகுந்த நாட்டமிருந்தது. நல்ல நல்ல பட்டுச் சேலைகள், பளபளப்பான ஆடைகள் மட்டுமல்ல, எல்லாவிதமான அலங்காரங்களையுமே நான் விரும்பினேன். ஆனால், புத்துலகப் பார்வையின் தாக்கம் என்னுள் வளர்வதற்கேற்ப இவையெல்லாம் எவ்வித அர்த்தமுமற்ற தேவைகள் என்று எனக்குள் தோன்றத் தொடங்கியது. இப்படியாக தங்களை அலங்காரம் செய்து, அழகை விளம்பரம் செய்வதன் மூலம் பெண்கள் தங்களைத் தாங்களே வியாபாரப் பொருளாக மாற்றிக்கொள்ளுகிறார்கள் என்பதையும் புரிந்துகொண்டேன். இவ்வகையான முன்மாதிரிகளை மட்டுமே வெளிப்படுத்துகிற இன்றைய சகலவிதமான கலாசிருஷ்டிகளும் பெண்களுக்கு கறிவேப்பிலையின் தகுதியைத்தான் கொடுத்துவருகின்றன. சமையலுக்குச் சுவை கூட்டுகின்ற தனது கர்மத்தை நிறைவேற்றிய பிறகு கறிவேப்பிலை எச்சில்கூடைக்கு அனுப்பப்பட்டு விடுமல்லவா? விஷயங்களை இப்படியாகப் பார்க்கத்தொடங்கியபோது எல்லா விதமான ஆடம்பரங்களையும் நான் உதறித் தள்ளினேன்.

மாவோவின், 'மக்களுக்கு சேவை புரியுங்கள்', 'நோர்மன் பைத்யூனின் நினைவுகளுக்காக', 'மலைகளை அகற்றிய முட்டாள் பெரியவர்' எனும் மூன்று கட்டுரைகளும்தான் இந்த மாற்றத்திற்கு என்னைத் தூண்டிய மூன்று வைரங்கள். முதல் கட்டுரையில் மக்களின் விருப்பங்களுக்காகவும் புரட்சியின் நோக்கங்களுக்காகவும் செயல்படுவதினிடையில் சொந்த வாழ்க்கையை இழந்துபோன ஒரு இராணுவ வீரனின் கதைச் சொல்லப்பட்டிருந்தது. இரண்டாவதில், ஒரு கனடியன் மருத்துவராகிய நோர்மன் பைத்யூன், சைனாவின் ஒரு கம்யூனிஸ்ட் முகாம் பகுதிக்குச் சென்று இரண்டு வருடங்கள் ஆற்றிய தன்னலமற்ற மருத்துவப்பணி விவரிக்கப்பட்டிருந்தது. தன்னுடைய உடல் ஆரோக்கியத்தையும்கூட கவனத்தில்கொள்ளாமல் மருத்துவ

சேவை செய்த அவர் மரணத்திற்குள்ளான கதை. மூன்றாவது, மலைகளை அகற்றிய ஒரு முட்டாள் மனிதரைப் பற்றியது. தன்னம்பிக்கையின் பலத்தால் மட்டுமே இரண்டு பெரும் மலைகளைத் தோண்டி அகற்றி விடுவதற்கு அந்த முதியவர் முயற்சி செய்கிறார். இந்தப் பணியில் நீங்கள் வெற்றி பெறப்போவதில்லை என்று வயதான ஒருவர் சொன்ன அறிவுரையையும் பொருட்படுத்தாமல் தனது பிள்ளைகளையும் இதில் சேர்த்துக்கொண்டு திட மனதுடன் பூமியைத் தோண்டிக்கொண்டே இருந்தார். அசையாத அவரது மன உறுதியைக் கண்ட கடவுள், மனமிரங்கிப்போய் இரண்டு வானவர்களை அனுப்பி மலைகளிரண்டையும் தோளிலேற்றிக்கொண்டு போய்விட்டார். இப்படியாக அந்த மனிதரைக் கடவுள் காப்பாற்றினார். இந்தப் பழங்கதையினூடே 'வெற்றிபெற வேண்டுமென்றால் இலட்சியத்தை மனதில் உறுதிப்படுத்திக்கொள்ள வேண்டும்; தியாகம் செய்வதில் பயமற்றவர்களாக இருக்க வேண்டும்; எல்லா இடுக்கண்களையும் கடந்து செல்பவர்களாக இருக்க வேண்டும்' எனும் சிந்தனைகளை மக்களின் மனதில் பதியச் செய்வதற்கு முயற்சிக்கிறார், மாவோ. இத்தகைய எளிமையான உதாரணங்களினூடே ஒரு பொதுவுடைமைவாதிக்கு இருக்க வேண்டிய மூன்று நல்ல அம்சங்களைக் குறித்து அவர் விவரிக்கிறார். மாவோவின் இதுபோன்ற செய்திகள் எனது உறுதிப்பாட்டிற்கு ஆயுதமாகப் பயன்பட்டது. என்னுள் ஆழமாகப் புதைந்து கிடந்த அருவருப்பான தாக்கங்களை மெல்ல மெல்லப் பிடுங்கியெறிவதற்கும் தீவிரமான சோதனைகள் வந்தபோதும் அவற்றையெல்லாம் கடந்து செல்வதற்கும் இந்தக் கருத்துக்கள் வழிகாட்டியாகவும் அமைந்திருந்தன.

      நான் இதை எழுதுவதற்கானக் காரணம், எனக்கென்று வேறுபட்ட திறனோ மற்றவர்களை விட அதிகமான தைரியமோ இருப்பதாக யாராவது நினைத்தால் அது தவறு என்பதைச் சுட்டிக் காட்டுவதற்காக மட்டும்தான். மாவோ சித்தாந்தங்களுடன் இணங்கிச் செல்வதற்கு இயலாமலிருந்தால் என்னிடம் இந்த மாற்றங்கள் ஏற்பட்டிருக்க வாய்ப்பில்லை. இவ்வளவு சிரமமான இந்தப் பாதையில், மனத் திடத்துடன் என்னால் முன்னகர்ந்து செல்வதற்காக ஒவ்வொரு காலடியை எடுத்து வைக்கும்போதும் எனக்கு அவரது வார்த்தைகளின் துணை தேவைப்பட்டது.

3

பிரச்சாரப் பணி

சுந்தரய்யாவுக்கெதிராக நடந்தப் போராட்டத்திற்குப் பிறகு எனக்கு வெளியே இறங்கி வேலை செய்வதற்கான தைரியம் வந்தது. தோழர்களாகிய நாங்கள் ஒவ்வொரு ஞாயிற்றுக்கிழமையும் அச்சடித்த கையேடுகளை யெல்லாம் வினியோகிப்பதற்காக நகரின் முக்கியமான இடங்களுக்குச் சென்று அங்கேயே இரண்டு மூன்று மணி நேரங்களைச் செலவிடுவோம். இதற்காக எங்களிடம் மடிக்கும் வசதியுள்ள ஒரு மேசையும், 'மாவோ சே துங் சிந்தனைகளை வாசிப்பீர்; பிரச்சாரம் செய்வீர்' என்று சிவப்பு மையால் எழுதப்பட்ட ஒரு பெரிய பேனரும், ஒரு செங்கொடியு மிருந்தன. இந்த மேசையை விரித்து

வைத்து அதன்மீது கையேடுகளை பரப்பி வைப்போம். வருகிறவர்களிடமும் போகிறவர்களிடமுமெல்லாம் இதை வாங்கி வாசிக்கவும் இதிலிருக்கும் உண்மைகளைப் புரிந்துகொள்ளவும் சொல்வோம். ஏதாவது தேர்தல் வருகிற காலகட்டமாக இருந்தால் ‘தேர்தல்கள் ஒழிக!’ என்பதுபோன்ற மிக முக்கியமான கோஷங்கள் எழுதப்பட்ட துண்டுப்பிரசுரங்களையும் கூடவே அன்றைய பிரச்சினைகளைப் பற்றிய எங்களது நிலைபாடுகளையும் விவரிக்கும்படியான பிரசுரங்களையும் வினியோகிப்போம்.

நானும் இந்த புத்தகப் பிரச்சாரத்திற்குப் போகத் தொடங்கினேன். அச்சாக்கம் செய்யப்படுபவை பெரும்பாலும் சிறு பிரசுரங்களாகவே இருக்கும். அவற்றிற்கு மிகவும் குறைவான விலையைத்தான் நிர்ணயம் செய்திருந்தோம். நாங்கள் புத்தகங்களையெல்லாம் விரித்து வைத்து அங்கே இடம்பிடித்து விட்டால் மெல்ல மெல்ல ஆட்கள் வரத்தொடங்கி விடுவார்கள். பல்வேறு பிரிவு மக்களும் அங்கே வருவார்கள். அதில் சிலர் மாவோவும் சி.பி.சியும் என்ன சொல்கிறார்கள் என்பதை அறியும் ஆவலுடன் வந்து எங்களுடன் நட்பார்ந்த முறையில் விவாதங்களில் ஈடுபடுவார்கள். புத்தகங்கள் வாங்குவார்கள். மற்ற சிலர் எங்களது கோபத்தைத் தூண்டும்படியாகவும் நடந்துகொள்வார்கள். அவர்கள் அந்த இடத்தில் ஒரு தகராறை உருவாக்குவதற்கு விரும்புகிறார்கள் என்பதை மிகத் தெளிவாகவே நாங்கள் புரிந்துகொள்வோம். எங்களுடைய முகத்தைப் பார்த்து நேரடியாகவே சிலர் ‘நீங்கள் சி.ஐ.ஏ. ஏஜென்ட்’ என்று மிகுந்த துவேசத்துடன் சொன்ன அனுபவங்களுமுண்டு. மற்ற சிலர், ‘நீங்கள் சீனாக்காரனின் உளவாளிகள்; உங்களுக்கு இந்தியாவின்மீது எந்தவிதமான பற்றும் கிடையாது. இது ஜனநாயக நாடென்பதால் மட்டுமே நீங்கள் தப்பி நிற்கிறீர்கள். சீனாவில் இதுபோன்ற செயல்பாடுகளை அனுமதிப்பார்களா?’ என்றெல்லாம் கேட்டு எங்களைத் தேசத் துரோகிகளாக்க முயற்சிப்பார்கள். இப்படியான பல்வேறு அனுபவங்கள் எங்களுக்குக் கிடைத்தன. இரண்டு மணி நேரம்வரையிலும் இதுபோன்ற ஆதரவும் எதிர்ப்புமான எதிர்வினைகளை அனுபவித்து விட்டும் திட்டமிட்டே எங்களைப் பிரச்சினைக்குள்ளாக்குவதற்கு முயற்சி செய்யும் தந்திரங்களை முறியடித்துவிட்டும் நாங்கள் புத்தகக் கடைக்கு திரும்பி வருவோம். இதனிடையில் புத்தகக் கடையின் மார்க்சிஸ்ட் பப்ளிகேஷன்ஸ் எனும் பெயரை ரெபல் பப்ளிகேஷன் என்று மாற்றியிருந்தோம். புத்தகக் கடைக்கு வந்ததும் கணக்குப் பார்ப்போம். பெரும்பாலும், அவ்வளவு நேரத்திலேயே நூறு நூற்றைம்பது கையேடுகள் விற்பனையாகி இருப்பதைப் பார்க்கும்போது எங்களது ஆர்வம் பலமடங்கு அதிகரித்து விடும். ‘சேர்மன் மாவோ சேதுங்கின் பொன்மொழிகள்’ எனும் புத்தகம்தான் அதிகமாக விற்பனையாகும். பொன்மொழிகளை நாங்கள் புத்தகமாகவும் கையேடுகளாகவும் வெளியிட் டிருந்தோம். இப்படியாக ஒவ்வொரு வாரமும் கிடக்கும் புதுப்புது அனுபவங்களின்

தூண்டுதல்களுடன் நாங்கள் அடுத்த வாரம் மற்றொரு இடத்திற்குச் செல்வோம்.

சீன தூதரகத்திற்குக் கடிதமெழுதி புதிய வெளியீடுகளையும் வரவழைத்துக் கொண்டிருந்தோம். கொஞ்ச நாட்களுக்குப் பிறகு அவர்களாகவே எங்களுக்குப் புகைப்படங்களும் அனுப்பித் தர ஆரம்பித்தார்கள். நேரடியாக அனுப்ப மாட்டார்கள். பெரும்பாலும் பாரிசிலுள்ள நியூ சைனா நியூஸ் ஏஜென்சிதான் அவற்றை அனுப்பி வைக்கும். சைன கலாசாரப் புரட்சியின் முன்னேற்றங்கள்; செஞ்சேனையின் நெடும் பயணங்கள்; மாவோவும் பிற தலைவர்களும் அவர்களை ஆர்வத்துடன் வரவேற்பது; கலாச்சாரப் புரட்சி, தொழிலாளர்களிடமும், விவசாயிகளிடமும், ஏனைய மக்களிடமும் ஏற்படுத்திய புதிய ஆவேசத்தின்காரணமாக தேசிய உற்பத்தி பன்மடங்காக உயர்ந்துகொண்டிருப்பது; அமெரிக்காவின் அக்கிரமங்களுக்கெதிராக வியட்னாமிலும் லாவோசிலும் மக்கள் நடத்துகிற ஆயுதப் போராட்டத்தின் தற்போதைய முன்னேற்றங்கள்; உலகம் முழுவதிலுமுள்ள ஒடுக்கப்படும் மக்கள், தங்களுடைய உள்நாட்டு விவகாரங்களில் அமெரிக்கா மற்றும் ரஷ்யாவின் தலையீடுகளுக்கெதிராகவும் அந்தந்த நாடுகளில் ஆதிக்க சக்திகளின் கைப்பாவைகளாகத் திகழும் ஆட்சியாளர்களுக்கெதிராகவும் நடத்துகிற பல்வேறு விதமான போராட்டங்கள் என பிரச்சினைகளின் புதுப்புது பரிமாணங்களையெல்லாம் விளக்கும் புகைப்படங்கள். இவை, குறிப்பிட்ட காலங்களில் கிடைக்கத் தொடங்கியபோது நாங்கள் ஒரு திட்டமிட்டோம். இவ்வகை புகைப்படங்களை நாம் மட்டுமே பார்ப்பதில் எந்தப் பலனுமில்லை. புத்தகக் கடைக்கு வருகிற ஆட்களும் இதைப் பார்க்கும் ஒரு வாய்ப்பை உருவாக்கிக்கொடுக்க வேண்டும் என்கிற நோக்கத்துடன் நாங்கள் புத்தகக் கடையை அழகுபடுத்தினோம். நகரில் கவனிக்கப்படுகிற ஒரு இடத்தில் அமைந்திருந்தது இந்தக் கடை. எப்போதுமே ஒரு செங்கொடி இங்கே பறந்துகொண்டிருக்கும். அந்த வழியாக நடந்து போகிறவர்கள் கடையிலிருக்கும் புகைப்படங்களையும் சித்திரங்களையும் பார்க்கும்விதமாக அந்த இடத்தையே வசீகரமாக மாற்றினோம். நாட்கள் போகப்போக கடைக்கு வருபவர்களின் எண்ணிக்கை அதிகரித்துக்கொண்டே இருந்தது.

எங்களுடைய சிறுபிரசுரங்கள் கேரளத்தில் பரவலான கவனிப்பைப் பெறத் தொடங்கின. புத்தகங்கள் கேட்டு பல்வேறு பிரிவுகள் சார்ந்த மக்களிடமிருந்தும் கடிதங்கள் வந்துகொண்டிருந்தன. இத்துடன் திருவனந்தபுரத்திலிருந்தும் பாலக்காட்டிலிருந்துமெல்லாம் எங்களுடையது போன்ற புத்தகங்கள் வெளிவரத் தொடங்கின. மார்க்சிஸ்ட் தலைமையின் புரட்டல்வாத அணுகுமுறைகளுக்கெதிராக கலகம் செய்தும் நக்சல்பாரிகளின் பாதைதான் சரியானது என்ற நம்பிக்கையுடன் மார்க்சிஸ்ட் கட்சியிலிருந்தும், அதன், இளைஞர் மற்றும் மாணவர் அமைப்புகளிலிருந்தும் வெளியேறிய தோழர்கள்தான்

இப்படியான வெளியீடுகளைத் தொடங்கியிருந்தார்கள். எங்களுடைய ஒத்துழைப்புடன்தான் இதைச் செய்துகொண்டுமிருந்தார்கள். நாங்கள் அச்சடிக்க இயலாதென்று நினைக்கும் சில கையேடுகளை கையால் எழுதி பிரதியெடுத்து வினியோகம் செய்வோம். கேரளத்தின் பல்வேறு பகுதியிலுள்ள தோழர்கள் புத்தெழுச்சியுடன் இவற்றை பல ஆயிரக்கணக்கில் கையெழுத்துப் பிரதிகளாகவும் சைக்ளோஸ்டைல் பிரதிகளாகவும் எடுத்து பிரச்சாரம் செய்துகொண்டிருந்தார்கள். ‘இந்திய வானில் வசந்தத்தின் இடி முழக்கம்’ இப்படியாக வெளிவந்த ஒரு கையெழுத்துப் பிரதிதான். பிறகு மற்றொரு பகுதியிலுள்ள தோழர்கள் இதை அச்சாக்கம் செய்து வெளியிட்டார்கள்.

‘நாங்கள்’ என்று நான் குறிப்பிடும் ஆய்வுக்குழுவின் எண்ணிக்கை படிப்படியாக அதிகரித்துக்கொண்டிருந்தது. அதே சமயம் எங்களுடைய முன்னேற்றத்தின் ஒவ்வொரு சுவடு வைப்பின்போதும் முன்வரிசையில் நின்றுகொண்டிருந்த சிலர் நிலைதடுமாறி பின்னால் வந்து கொண்டிருந்தார்கள். இந்தச் சிக்கல் ஆரம்பத்திலேயே இருந்து வந்தது. அப்பாவை மார்க்சிஸ்ட் கட்சியிலிருந்து நீக்கியபோது 27ஆவது அணியிலுள்ள அத்தனைத் தோழர்களும் கட்சி தலைமையுடன் முரண்பட்டு ராஜினாமா செய்தார்கள். அதுவரை கூடவே நின்றிருந்தவர்களில் ஒன்றிரண்டு பேர்கள் ராஜினாமா செய்த இருபத்தினான்கு மணி நேரத்திற்குள் தங்களது ராஜினாமாவை வாபஸ் பெற்றுத் திரும்பவும் அதே கட்சியில் சேர்ந்தார்கள். சி.பி.சியின் கையேடுகளை வெளியிடத் தொடங்கிய சில நாட்களில், சேர்மன் மாவோ சேதுங்கின் பொன்மொழிகளை மொழிபெயர்த்து வெளியிட இந்தத் தோழர்கள் தீர்மானித்தார்கள். அதுவரையிலும் இவர்களோடு முன் வரிசையில் நின்று போராடவும் ‘தீப்பொறி’ புரட்சி பேசிக்கொண்டுமிருந்த ஒரு ஆசிரியருக்கு அப்போது பயம் வந்து விட்டது. “இந்த வேலையைத் தொடர்ந்துகொண்டிருந்தால் நான் தெருவும் திண்ணையுமாகி விடுவேன். ஆகவே, நான் இதில் கிடையாது” என்று சொல்லி விட்டு அவர் பின்வாங்கி விட்டார். இப்படியாக, செயல்பாட்டின் ஒவ்வொரு நல்ல கட்டத்திலும் இம்மாதிரியான ஆட்களும் இருந்தே வந்தார்கள். இந்த இயல்பை அப்போது என்னால் புரிந்து கொள்வது மிகவும் சிரமமாக இருந்தது.

இப்படியான ஆட்கள் பிரிந்து விடுவது வளர்ச்சிக்கான ஒரு அடையாளம் என்பதை நாளடைவில்தான் என்னால் புரிந்துகொள்ள முடிந்தது. நாங்களும் தவறுகள் செய்வதுண்டு. தீவிரமாகச் செயல்படுபவர்கள், அனுபவமின்மையாலும் சித்தாந்தத்தில் ஆழமான ஈடுபாடின்மையாலும் மட்டுமல்ல, சமூக வாழ்க்கையிருந்து கிடைக்கிற பலவிதமான அருவருக்கத்தக்க பாதிப்பாலும், ஏன்? தன்னுடைய வர்க்க உணர்வின் அடிப்படையிலும்கூட பிழைகள் நேரலாம் என்பது இயல்பான விஷயம்தான். இப்படியான தவறுகள், கூட்டு வாழ்க்கையின் விமரிசனங்களினூடேயும் பிரச்சினைகளை முன் நிறுத்திய சித்தாந்த பயிற்சியினூடேயும் திருத்த முடிகிறவைதான்.

எங்களுடைய செயல்பாடு தீவிரமடைந்துகொண்டிருந்த காலகட்டத்தில், 1967 அக்டோபர் மாதம் மார்க்சிஸ்ட் கட்சியின் மத்திய குழு கோழிக்கோட்டில் கூடவிருப்பதாக தீர்மானம் நிறைவேற்றப்பட்ட செய்தியை பத்திரிகை வாயிலாக அறிந்தோம். மார்க்சிஸ்ட் தலைமையை வெளிச்சம் போட்டுக்காட்டவும், அதன் வஞ்சகம் நிறைந்த, நக்சல்பாரிகளின்மீதான எதிர்நிலைபாட்டைக் குறித்து எங்களது எதிர்ப்பைக் காண்பிக்கவும் இதை நல்லதொரு வாய்ப்பாகக் கருதி மகிழ்ச்சியடைந்தோம்.

எங்களுடைய குழுவின் எண்ணிக்கை அதிகரித்திருந்ததாக ஏற்கனவே குறிப்பிட்டிருந்தேன் அல்லவா? சுந்தரய்யாவிற்கெதிரான போராட்டத்தின் பிறகு தொழிற்சாலைகளில் பணியாற்றும் சில தோழர்கள் எங்களது சித்தாந்த வகுப்புகளுக்குத் தினமும் வந்துகொண்டிருந்தார்கள். புத்தகப் பிரச்சாரத்திற்குப் போகும்போதும் துண்டுப்பிரசுரங்கள் வினியோகிக்கும்போதும் சுவரொட்டிகள் ஒட்டும்போதுமெல்லாம் இவர்களும் மிகுந்த ஆர்வத்துடன் வந்து கலந்துகொண்டார்கள். மத்தியக் குழு கூடுவதான தீர்மானத்தைப் பற்றி அறிந்ததும் நாங்கள் அனைவரும் சேர்ந்து விவாதம் செய்து முழுக்க முழுக்கப் புதுமையான முறையில் எங்களுடைய எதிர்ப்பைப் பதிவு செய்வதாக முடிவு செய்தோம்.

புத்தகக் கடையில் புகைப்படங்கள் வைக்கப்பட்டிருந்ததைச் சொன்னேன் அல்லவா? நிறைய புகைப்படங்கள் வந்துகொண்டுமிருந்தன. மத்திய குழு கூடுகிற இடத்திற்கு நேர் எதிர்புறத்தில் இந்தப் புகைப்படங்களை பார்வைக்கு வைக்கவும் மத்திய குழு கூடுகிற நேரத்தில் எல்லாம் புத்தகப் பிரச்சாரம் செய்யவும் நாங்கள் முடிவு செய்திருந்தோம். சுந்தரய்யாவுக்கெதிராக நடத்தப்பட்ட போராட்டத்தின் பின் எங்களுக்கு ஒரு புதிய உற்சாகமும் தன்னம்பிக்கையும் கை வந்திருந்தது. அப்படியாக, வரவிருக்கும் வாய்ப்பிற்காக நாங்கள் உற்சாகத்துடன் செயலாற்றத் தொடங்கினோம்.

முதலில் நாங்கள், ஒவ்வொரு புகைப்படத்தையும் அழகாகக் கத்திரிக்கப்பட்ட ஒரு அட்டையில் ஒட்டி, கீழே அதைப்பற்றிய விவரக் குறிப்பையும் எழுதுகிற பணியில் ஈடுபட்டோம். கனத்த அட்டையைச் சட்டமிட்டு, அதன் நான்கு புறமும் சிவப்பு அல்லது கறுப்பு மையால் பார்டர் வரைந்து புகைப்படங்களை ஒட்டி மேலும் அழகுபடுத்தினோம். இந்தப் படங்களைக் காட்சிப்படுத்துவதற்காக வெள்ளைத் துணியில் பன்னிரெண்டடி நீளத்திலும் பத்தடி அகலத்திலும் மூன்று பானர்கள் தயார் செய்தோம். இதில் 'சீன மக்கள் புரட்சியின் 18ஆவது ஆண்டு', 'வீரம் செறிந்த வியட்னாம் மக்களின் ஆயுத போராட்டம்', 'உலகம் முழுவதிலுமுள்ள ஒடுக்கப்பட்ட மக்கள் அமெரிக்காவின் அடக்குமுறைக்கெதிராக நடத்தும் போராட்டங்கள்' என்று பெரிய எழுத்தில் தலைப்புகள் கொடுத்தோம். முதலிலிருந்த பானரில் மாவோ, ஒளி ததும்பிய, கருணை நிறைந்த முகத்துடன் அனைவருக்கும்

வாழ்த்துத் தெரிவிப்பதுபோன்ற மிகவும் அழகிய ஒரு வண்ணச் சித்திரத்தை மேல்பகுதியின் நடுவில் ஒட்டி வைத்தோம். அந்த வருடம் அக்டோபர் முதல் தேதி சீனாவில் நடந்த புரட்சி தினக் கொண்டாட்டத்தையும், சீனா, முதன்முதலாக வெடித்த ஹைட்ரஜன் குண்டு பரிசோதனை பற்றிய படத்தையும், கலாச்சாரப் புரட்சியில் பல்வேறு பிரிவுகளிலுள்ள மக்கள் ஆவேசத்துடன் பங்குவகிப்பதையும் புகைப்படங்களாக காட்சிக்கு வைத்திருந்தோம். இரண்டாவது பானரில், வியட்னாம் மக்கள் குறிப்பாக, தென்வியட்னாமில் அமெரிக்காவின் தாக்குதலுக்கெதிராக நடத்தும் ஆயுதப் போராட்டத்தில் அடைந்த புதிய வெற்றிகளை படங்களாக நிரப்பி வைத்தோம். போர் விமானங்கள் குண்டு வீசி வீழ்த்தப்படுவது; பெரிய பெரிய இராணுவ வாகனங்கள் கைக்குண்டுகள் எறிந்தும் சுட்டும் அழிக்கப்படுவது; தென்வியட்னாமின் கொரில்லா போராளிகள் நேரடியாக வந்து எதிரிகளை மிகுந்த தைரியத்துடன் நேரிடுவது போன்ற காட்சிகளும் அதில் உட்படும். மூன்றாவதில், லாவோசிலும், தாய்லாந்திலும், மலேயாவிலும், ஆப்ரிக்காவிலுள்ள மொசாம்பிக்கிலும், அங்கோலாவிலும், கினியா பிஸ்சாவிலும், மத்திய ஆசியாவின் பலஸ்தீனிலும், ஓமனிலும் நடந்துகொண்டிருந்த தீவிரமான ஆயுதப் போராட்டங்கள் பற்றிய படங்களும் சித்திரிக்கப்பட்டிருந்தன. ஜப்பானிலும் தென்கொரியாவிலும் மேற்கத்திய நாடுகளிலும் அமெரிக்காவிலும்கூட பல்வேறு பிரிவினரான மக்கள் அமெரிக்காவின் சாம்ராஜ்ய ஆதிக்க மோகங்களுக்கெதிராக மேற்கொண்டிருந்த பலவிதமான ஆர்ப்பாட்டங்களையும் போராட்டங்களையும் குறித்த படங்களும் அதிலிருந்தன. இத்துடன் புரட்சியைப் பற்றி மாவோ கூறிய புகழ்பெற்ற ஒரு பொன்மொழியையும் ஒரு பெரிய பானரில் சிவப்பு வண்ணத்தில் எழுதி வைத்திருந்தோம். புரட்சியென்பது ஒரு விருந்துபசரணையோ சித்திரத் தையல் போன்றதோ அல்லவென்றும் அது அமைதி நிரம்பியதும் மன நிறைவானதுமாக இருக்கவும் வாய்ப்பில்லையென்றும், ஒரு வர்க்கம் மற்றொரு வர்க்கத்தை பலப்பிரயோகத்தின் மூலம் ஒரு கலகத்தினூடே புரட்டிப்போடுகிற செயல்பாடாகத்தான் எப்போதுமே இருக்க முடியும் என்பதுதான் அந்தப் பொன்மொழியின் சாரம்.

மத்திய குழு கூடும் நாள் நெருங்கி வருவதற்கேற்ப எங்களுடைய உற்சாகமும் அதிகரித்துக்கொண்டே வந்தது. சுந்தரய்யாவுக்கெதிராக நாங்கள் நடத்திய ஆர்ப்பாட்டத்திலிருந்து இம்முறையும் நாங்கள் அமைதியாக இருக்கமாட்டோம் என்பது மார்க்சிஸ்ட் தலைமைக்குத் தெரியும். ஆனால், இதை நாங்கள் எந்த வடிவத்தில் செய்வோம் என்பதைக் குறித்து அவர்கள் எந்த முடிவுக்கும் வராதபடி கவனித்துக்கொண்டோம். இ.எம்.எஸ்தான் அன்று முதலமைச்சரும் காவல்துறை அமைச்சருமாக இருந்தார். எங்கள் வீட்டில் ஏதோ தீவிரமான ஒரு திட்டம் தயாராகிக்கொண்டிருக்கிறது என்பதை மட்டும் அவர் எப்படியோ மோப்பம் பிடித்திருக்க வேண்டும்.

மத்திய குழுவின் கூட்டம் நடப்பதற்கு முந்திய தினம் குற்றவியல் பிரிவின் ஆய்வாளர் ஒருவர் இருட்டிய பிறகு எங்கள் வீட்டின் முன்பு வந்து எட்டிப் பார்த்தார். இவர் ஒரு கிரைம் பிராஞ்ச் ஆளாகத்தானிருக்க வேண்டும் என்ற சந்தேகம், இவரது பதுங்கிய சில நடவடிக்கைகளிலிருந்து ஏற்கனவே எங்களுக்கு தோன்றியிருந்தது. எதுவாக இருந்தாலும் அன்று நாங்கள் அவரை வீட்டிற்குள் நுழைய அனுமதிக்கவில்லை. வெளியே போகும்படி நாங்கள் அவரிடம் சத்தமாகச் சொன்னோம். அப்படியாக அவரது இந்த முயற்சியும் பலனளிக்கவில்லை.

அன்றிரவு, நாங்கள் ஒன்றாகக் கூடி இந்த எதிர்ப்பில் யாரெல்லாம் பங்கு வகிப்பது என்கிற விஷயத்தைப் பற்றி விவாதித்தோம். சுந்தரய்யாவுக்கெதிரான ஆர்ப்பாட்டம் நடந்ததிலிருந்து மார்க்சிஸ்ட் தலைமை ஒரு முடிவுடனிருக்கிறது என்றும், அவர்களது கட்சியின் முழுப் பலத்தையும் ஒருங்கிணைக்கும் இந்தக் கூட்டத்திற்கெதிராக நாம் மேற்கொள்ளவிருக்கும் இந்த நடவடிக்கையை தங்களது அனைத்துச் சக்தியையும் பிரயோகித்து ஒடுக்கப் பார்ப்பார்கள் என்றெல்லாம் தோழர்கள் விரிவாகப் பேசினார்கள். ஆகவே, நம்முடைய பலம் முழுவதையுமே அவர்களுக்கு இரையாகக் கொடுக்க வேண்டாமென்றும் எந்தப் பிரச்சினை வந்தாலும் எதிர்கொள்வதற்கான மனத்திடமுள்ள பத்து தோழர்கள் மட்டும் இதில் இறங்கினால் போதுமென்றும் மிச்சமிருப்பவர்கள் ஆங்காங்கே சுற்றிக்கொண்டிருக்க வேண்டுமென்றும் நாங்கள் ஏகமனதான முடிவுக்கு வந்தோம். அதன்படியே பத்து தோழர்கள் இந்தத் தற்கொலைப் படையின் உறுப்பினர்களாக முன் வந்தார்கள். இதில் நானும் ஒரு அங்கம்.

மறுநாள் காலையில் மணி பத்தரையிருக்கும். பத்துபேர்களடங்கிய ஒரு குழு, நாங்கள் நம்பிக்கை வைத்திருக்கும் ஒரு உண்மைக்காக, எதையும் தாங்கிக் கொள்ளும் மன உறுதியுடன், உலக மக்கள் நடத்திக்கொண்டிருக்கிற எதிர்ப்புப் போராட்டத்தின் ஒரு பகுதியெனும் உணர்வுடன், பெருமிதத்துடன், நேர்கொண்ட பார்வையுடன் புறப்பட்டோம். முன்னால் ஒருவர் பெரிய மூங்கிலில் கட்டிய செங்கொடியை உயரமாகத் தூக்கிப் பிடித்திருந்தார். பின்னால் வந்துகொண்டிருந்தவர்களில் ஆறுபேர்கள் மூன்று புகைப்பட பானர்களை தங்களது தோளில் ஏந்திக்கொண்டிருந்தார்கள். மற்றொருவர், மாவோவின் பொன்மொழி எழுதிய பேனரைப் பிடித்திருந்தார். இன்னொருவர், மடிப்பு மேசையையும், கடைசியாக ஒருவர் புத்தகங்களையும் கையேடுகளையும் எடுத்துக்கொண்டார். நாங்கள் நகரினூடே அமைதியாக நடந்துகொண்டிருந்தோம். இந்த அசாதாரணமான காட்சியை வழியோரம் நின்றிருந்த மக்கள் ஆர்வத்துடன் பார்த்துக்கொண்டிருந்தார்கள். நாங்கள் எந்தவிதமான கோஷங்களையும் எழுப்பவில்லை. மெதுவாக நடந்து மத்திய குழு

45

கூடுகிற கட்டடத்தின் எதிர்புறம் வந்துசேர்ந்தோம். அது, கோழிக்கோடு விளையாட்டரங்கின் பின்புறமுள்ள ஒரு கட்டடம். எதிர்புறம் விசாலமான மைதானமிருந்தது. இந்த மூன்று புகைப்பட பானர்களையும் பார்வையாளர்களைக் கவரும் விதமாக அங்கே அடுக்கி வைத்தோம். பொன்மொழி எழுதிய பானரை அதன் அருகில் சாய்த்து வைத்தோம். செங்கொடி உயரத்தில் பறக்கும்விதமாக ஒருபுறம் மண்ணில் ஊன்றி நிறுத்தினோம். இவற்றின் முன்புறம் மேசையை விரித்து புத்தகங்களை அடுக்கி வைத்தோம். மார்க்சிஸ்ட் தலைவர்களுக்குப் பதற்றம் தொற்றிக்கொண்டது. வரவிருக்கும் இந்திய அளவிலான உயர்மட்டத் தலைவர்களைப் பார்க்கும் ஆவலுடன் கேரளத்தின் பல்வேறு பகுதிகளிலுள்ள மக்கள் ஏராளமானோர் திரண்டு வந்துகொண்டிருந்தார்கள். கட்டடத்தினுள்ளிருக்கும் தலைவர்களை பொதுமக்களால் பார்க்க முடியாதல்லவா? ஆகவே, அனைவருக்கும் தெரியும்படி, விரித்து வைக்கப்பட்ட எங்களுடைய படங்களைப் பார்ப்பதற்காக மக்கள் கூட்டம் கூட்டமாக வந்துகொண்டிருந்தார்கள். நிறைய பேர்கள் கையேடுகளை வாங்கினார்கள். புகைப்படங்களை பார்ப்பதிலும் அதில் எழுதியிருப்பதை வாசித்துப் புரிந்து கொள்வதிலும் மிகுந்த ஆர்வம் காட்டினார்கள். அதில் பலர் எங்களுடன் அரசியல் ரீதியிலான விவாதங்களில் ஈடுபட்டார்கள். சாயங்காலமானபோது நகரிலிருந்தும் வெளியூர்களிலிருந்தும் ஏராளமானோர் வர ஆரம்பித்தார்கள். எங்களின் இந்த புது வகையான ஆர்ப்பாட்ட முறையில் பத்திரிகையாளர்கள் சிலரும் மிகுந்த ஆர்வம் செலுத்தினார்கள். எல்லாமே மிகவும் அமைதியான முறையில்தான் நகர்ந்துகொண்டிருந்தன. இதனிடையில், இரவு நேரத்தில் மார்க்சிஸ்ட் கட்சியின் ஒன்றிரண்டு வாலன்டியர் கேப்டன்கள் தலைவர்களின் எதிர்ப்புணர்வை எங்களிடம் தெரிவித்தார்கள். அவர்கள் மிகுந்தக் குழப்பத்திலாழ்ந்திருப்பதாகவும் ‘சொர்க்கத்தில் கட்டெறும்பு’ போன்ற எங்களுடைய இந்த எதிர்ப்பை எப்படி எதிர்கொள்வது என்று அவர்களுடைய ரெட் வாலன்டியர்களும் பிராந்தியத் தலைவர்களும் விவாதித்துக்கொண்டிருப்பதாகவும் அவர்கள் தெரிவித்தார்கள். மத்தியக் குழுவின் கூட்டம் இன்னும் இரண்டு நாட்கள் நடக்கும். ஞாயிற்றுக்கிழமை ஊர்வலம் நடக்கிற நாள். அன்று எக்காரணம் கொண்டும் இவர்கள் இந்த இடத்தில் இருக்கக் கூடாது என்பதில் தலைவர்கள் பிடிவாதத்துடன் இருப்பதாகவும் அவர்கள் தெரிவித்தார்கள். நாங்கள் எந்த வடிவத்தில் எதிர்ப்பைக் காட்டுவோம் என்பது தெரியாமல்தான் முதல் நாளன்று அமைதியாக இருந்திருக்கிறார்கள். மார்க்சிஸ்ட் கட்சியின் அணிகளும் அனுதாபிகளுமடங்கிய மக்கள் கூட்டம், விஷயங்களை அறிந்துகொள்ளும் ஆர்வத்துடனும் உலகின் முற்போக்கு சக்திகளின் பல்வேறு வடிவங்களிலான போராட்டக் காட்சிகளைப் பார்க்க முடிந்த மகிழ்ச்சியுடனும் எங்களுக்கு ஊக்கமளித்தார்கள். இது எங்களை

மேலும் ஆவேசத்தையும் மிச்சமிருக்கும் இரண்டு நாட்களையும் எதிர்கொள்ளும் மனோதிடத்தையும் தூண்டியது.

மறுநாளும் நாங்கள் அதே இடத்தில் அதே நேரத்தில் வந்து சேர்ந்தோம். அன்றும் ஏராளமானோர் வந்துகொண்டே இருந்தார்கள். ஆனால், முதல் நாளில்லாத ஒரு வேறுபாட்டை அன்று சிலரிடமிருந்து நாங்கள் உணர்ந்துகொண்டோம். எங்களைக் கோபமூட்டுவதுபோல், 'நீங்கள் அமெரிக்காவின் கைக்கூலிகள்; இதுபோன்ற படங்கள் உங்களுக்கு அமெரிக்காவைத் தவிர வேறு எங்கிருந்தும் கிடைத்திருக்காது' என்றெல்லாம் ஆட்சேபனைகளைத் தொடுக்க ஆரம்பித்தார்கள். அவர்கள் சொல்வதற்கெல்லாம் தகுந்த பதில்களை நாங்களும் சொல்லிக்கொண்டுதானிருந்தோம். இருந்தாலும் சில இடங்களில் எங்களை நாங்கள் மிகவும் கட்டுப்படுத்திக்கொள்ள வேண்டியதிருந்தது. அதே நேரத்தில் அங்கே வந்துகூடிய சிலர் எங்களுக்கு ஆதரவாகப் பேசத் தொடங்கினார்கள். அன்றும் எந்தப் பிரச்சினைகளுக்கும் இடம் தராமல் நாங்கள் படங்களைப் பற்றியும் கையேடுகளைப் பற்றியுமெல்லாம் விளக்கங்கள் அளித்துக்கொண்டிருந்தோம். மார்க்சிஸ்ட் தலைமை எங்களை அடித்து ஒடுக்கி விட உறுதிபூண்டிருப்பதை அன்றைய அனுபவங்களிலிருந்து நாங்கள் புரிந்துகொண்டோம். அதற்கான ஆட்களை ஏற்பாடு செய்து அனுப்பியிருக்கிறார்கள் என்பதும் தெளிவாகத் தெரிந்தது. எதுவாயினும் வருவதை எதிர்கொள்வதாகவே நாங்களும் முடிவு கட்டினோம். நாங்களாகவே யாரிடமும் மோதுவதில்லை என்றும் முடிவு செய்திருந்தோம்.

மறுநாள், ஞாயிற்றுக்கிழமை நாங்கள் அதே இடத்திற்கு மீண்டும் வந்து சேர்ந்தோம். ஆனால், அன்று மற்ற இரண்டு நாட்களை விடவும் அதிகமான மாற்றம் தெரிந்தது. ஏதோ முன்முடிவுகளுடன் சிலர் வந்து எங்கள் ஒவ்வொருவருடனும் விவாதத்தில் ஈடுபட நிர்ப்பந்தம் செய்வதுபோல் கோபத்துடன் நடந்து கொண்டார்கள். அவர்களது ஆட்சேபனைகளின் கூர்முனை அதிகரித்திருந்தது. முதல்நாளன்று கூடி முடிவு செய்ததன்படி அவர்கள் கோபத்தைத் தூண்டும்போது அதில் சிக்கிக்கொள்ளாமலிருப்பதற்கு தோழர்கள் மிகுந்த முயற்சி செய்துகொண்டிருந்தார்கள். ஆனால், அங்கே கூடி நின்றிருந்த சில பார்வையாளர் எங்களுக்காக அடி வாங்கவும் திருப்பி அடிக்கவும் தயாராக இருந்தார்கள். மத்தியானம்வரை மிகுந்த சிரமமெடுத்தும் நாங்கள் யாருமே அவர்களது வலையில் விழமாட்டோம் என்று தெரிந்ததும் பிரச்சினை செய்ய வந்தவர்கள் திரும்பிச் சென்றார்கள். எங்களை அடித்து ஒடுக்கி விடுவதற்குத் தயாராக, சுமார் ஐம்பது ஆயுதப்படைக் காவலர்கள் ஒரு காவல் நிலையத்தில் நிறுத்தி வைக்கப்பட்டிருந்ததாகவும் ஒரு சிறு பிரச்சினை ஏற்பட்டாலும்கூட உடனே விவரத்தை அறிவித்தால் காவலர்கள் சம்பவ இடத்திற்கு வந்து அவர்களுக்குப் போதுமான அளவுக்கு

எங்களுக்கு 'சரியாக ஒரு வகுப்பெடுத்து' விட்டு கைது செய்திருப்பார்கள் என்ற செய்தியை பிறகு ஒரு மார்க்சிஸ்ட் வாலண்டியர் கேப்டன் எங்களிடம் இரகசியமாகச் சொன்னார். எங்களைச் சிக்கலுக்குள்ளாக்கும் எல்லா முயற்சிகளையும் நாங்கள் தோல்வியடையச் செய்ததும் அவர்கள் சாயங்கால ஊர்வலத்தில் கலந்துகொள்வதற்காகச் சென்று விட்டார்கள். நாங்களும் பொதுக்கூட்டம் நடக்குமிடத்தில், மானாஞ்சிறை மைதானத்தின் எதிர்புறக் கேட்டைப் பார்ப்பதுபோல், சிறையின் ஒருபுறமுள்ள நடைபாதையில், ஆட்களின் பார்வை படுகிற இடத்தில் எங்களுடைய ஆயுதங்களைப் பரப்பினோம். நாங்கள் அங்கே வந்து சேர்ந்ததுதான் தாமதம், மக்கள் எங்களை வந்து சூழ்ந்துகொண்டார்கள். புகைப்படங்களைப் பார்ப்பதற்காக மக்கள் இடைவிடாமல் வந்துகொண்டே இருந்தார்கள். ஏராளமானோர் கையேடுகளும் புத்தகங்களும் வாங்கினார்கள். ஓய்வே இல்லாமல் நாங்கள் புகைப்படங்களுக்கான விளக்கங்களையும் புத்தக விற்பனையும் நடத்திக்கொண்டிருந்தோம். ஊர்வலம் தொடங்கும் நேரமாகியது. மத்தியிலிருந்தும் மாநிலத்திலிருந்தும் வந்திருந்த குற்றவியல் பிரிவின் தனி அதிகாரிகளும் எங்களைத் தொலைவிலிருந்துக் கண்காணித்துக்கொண்டிருந்தார்கள்.

அப்படியாக, ஊர்வலமும் மத்தியக் குழுவின் பிரமாண்டமான பொதுக்கூட்டமும் நிகழ்ந்தது. முதலில் சுந்தரய்யா, இ.எம்.எஸ்., ஜோதிபாசு, ரணதிவே போன்ற பெரிய தலைவர்கள் ஒரு லாரியில் ஏறி நின்று இருபுறமும் திரும்பி மக்களுக்கு வணக்கம் தெரிவித்தபடியே வந்தார்கள். எங்களுடைய கண்காட்சி நடக்கும் இடத்திற்கு வரும்போது தலையை ஒரே பக்கமாக மட்டுமே திருப்பியபடி வணக்கம் சொன்னார்கள். எங்களைப் பார்க்கவில்லையென்று நெருப்புக்கோழிபோல் நடித்தால் நாங்கள் இல்லாமல் ஆகிவிடுவோமென்று அவர்கள் நினைத்திருக்கலாம். ஊர்வலம் மூன்று மணி நேரம் தொடர்ந்துகொண்டிருந்தது. நிறைய ரெட் வாலன்டியர்கள் அதில் கலந்துகொண்டார்கள். ஊர்வலம் முடிந்து கூட்டம் தொடங்கியதும் இந்த ரெட் வாலன்டியர்கள் எங்களுடைய கண்காட்சியைப் பார்ப்பதற்கும் புத்தகம் வாங்குவதற்கும் வந்துகொண்டிருந்தார்கள். ஐந்து ரூபாய் விலையுள்ள பொன்மொழிகள் முழுவதும் தீர்ந்து விட்டது மட்டுமல்ல, தேவைப்படுபவர்களுக்கு நாங்கள் முகவரியைக் கொடுத்து கடிதமெழுதினால் அனுப்பி வைப்பதாகச் சொன்ன அனுபவங்களும் நிறைய. கையேடுகளும் தீர்ந்துகொண்டிருந்தன. எங்களுடைய கண்காட்சியைப் பார்ப்பதற்காக மேலும் மேலும் கூட்டம் வந்தும் போய்க்கொண்டுமிருந்தது.

இதைப் பார்த்ததாலுமிருக்கலாம், கூட்டத்தினிடையே 'நம்முடைய அதிகாரபூர்வமான புத்தகக் கடையிருப்பது முன்பக்கமல்ல, அது மேடையின் பக்கமிருக்கிறது; புத்தகம் வாங்க விரும்பும் தோழர்கள்

உடனே இங்கே வரவேண்டும்' என்று ஒலிபெருக்கியில் உரக்கச் சொன்னார்கள். ஆனால், ஆட்கள் இதைக் கண்டுகொள்ளாமல் எங்களுடைய புதுமையான இந்த எதிர்ப்பை நோக்கி இரும்பைக் கவருகிற காந்தம்போல் வந்துகொண்டே இருந்தார்கள். தலைவர்கள் கடல்மடையாய் சொற்பொழிவைத் திறந்து விட்டுக்கொண்டே இருந்தார்கள். வங்காளத்திலிருந்து வந்தவர்கள் அனைவரும் நக்சல்பாரி சம்பவத்தை மிகவும் எதிர்த்துப் பேசிக்கொண்டிருந்தார்கள். இப்படியெல்லாம் நடந்துகொண்டிருந்தாலும் புரட்சியின் வீராவேசத்துடன் கட்சிக்காக உழைக்கிற அனேகமாயிரம் தோழர்களினிடையே மாவோவின், சி.பி.சியின் செய்திகளைக்கொண்டு சேர்ப்பதைத் தடுக்க இந்த உயர்மட்டத் தலைவர்களின் செல்வாக்காலும்கூட இயலாமல் போனது. கூட்டம் முடிவதற்குள் எங்களிடமிருந்த எல்லாப் புத்தகங்களும் விற்றுத் தீர்ந்தன. அன்று சுமார் முன்னூறு ரூபாய் அளவிலான புத்தகங்களும் கையேடுகளும் விற்பனையாயின, பொன்மொழிகளைத் தவிர வேறு எந்த புத்தகமுமே ஐம்பது காசுக்கு அதிகமான விலையும் கிடையாது.

எங்களது நோக்கம் முழுமையாக நிறைவேறிய மகிழ்ச்சியுடனும், அதைவிட புரட்சியின் நோக்கங்களை பொதுமக்களிடம் கொண்டுசெல்ல முடிந்ததில் அளவு கடந்த உற்சாகத்துடனும், தொடர்ந்து செயலாற்றுவதற்கான தூண்டுதல் நூறு மடங்குப் பெருகிய உணர்வுடனும் நாங்கள் திரும்பினோம். பொதுமக்களிடமிருந்து நேரடியாகவும் மறைமுகமாகவும் உதவி கிடைக்காமல் போயிருந்தால் நிச்சயமாக எங்களுக்கு தலைமை அன்று 'சரியாக ஒரு வகுப்'பெடுத்திருக்கும். என்னுடைய ஒவ்வொரு சுவடு வைப்பிலும் இந்த உதவிதான் புத்துயிர்ப்பளித்துக்கொண்டிருந்தது. எந்தத் தியாகத்தையும் ஏற்றுக்கொள்ளும் மன உறுதியை எனக்குள் வேரூன்றச் செய்துகொண்டிருந்ததும் இந்த உதவிதான்.

கூட்டம் முடிந்த கொஞ்ச நாட்களுக்குப் பிறகு மற்றொரு சுவாரசியமான செய்தியையும் நாங்கள் அறிந்துகொண்டோம். உத்தரபிரதேசத்திலிருந்து வந்திருந்த மத்தியக் குழு உறுப்பினரான தோழர் சிவகுமார் மிஸ்ராவை மார்க்சிஸ்ட் கட்சி தனது குழுவிலிருந்து வெளியேற்றியது, கோழிக்கோட்டில் நடந்த இந்த மத்திய குழு கூட்டத்தில் வைத்துதான். அவரை வெளியேற்றுவதற்கான முக்கியக் காரணம், 'சி.ஐ.ஏ. ஒற்றனாகிய குன்னிக்கல் நாராயணனுடன் தொடர்புகொண்டு யூ.பியின் மாணவர் அமைப்பில் குழப்பம் ஏற்படுத்த முயற்சி' செய்தாராம். அப்பாவை இந்தத் தோழர் பார்த்ததும் தொடர்பு கொண்டதுமெல்லாம் அவரை வெளியேற்றிய பல மாதங்களுக்குப் பிறகுதான்.

4

தோழர்
டி.வி. அப்பு

மார்க்சிஸ்ட் பப்ளிகேஷனுடையவும் ரெபல் பப்ளிகேஷனுடையவும் செயல்பாடுகளைப் பற்றி கடந்த அத்தியாயத்தில் சொல்வதற்கு நான் முயற்சித்திருந்தேன். ஆனால், இந்த இரண்டு நிறுவனங்களுடைய வரலாற்றையும் குறிப்பிடும் போது மறக்கவே முடியாத ஒரு மனித உயிரின் கதையை சொல்லாமலிருந்தால் அது, மன்னிக்க முடியாத குற்றமாகி விடும். தன்னுடைய வாழ்நாள் முழுவதும் கோட்பாட்டின்மீதான எந்தவித அசைவிற்கும் இடம் தராமல் சுய நலமில்லாத உழைப்பையும் தந்ததுடன் இயக்கத்திற்காக தன்னுடைய எளிய உயிரையும் கூட அர்ப்பணம் செய்த இந்தக் கதைக்குரியவர், தோழர் டி.வி.

அப்பு. எங்களுக்கெல்லாம் அவர் அப்பு சார். அவரது தியாகத்தைப் போற்றுவதற்கும் அவரது குடும்ப நலனுக்காக நிதி திரட்டவும் அவரைப் பற்றிய பாடல்களை இயற்றவும் பிரமாண்டமான நினைவு மண்டபம் எழுப்பி ஞாபகங்களுக்கு அஞ்சலி செலுத்தவுமெல்லாம் இப்போது யாருமில்லை. ஏனென்றால், மிகப் பெரிய தலைவர்களினிடையில் அவர், பாவம் ஒரு அற்ப உயிர். தனது புரட்சிப் பாரம்பரியத்தைப் பற்றி நாடு முழுவதும் பறை சாற்றித் திரிந்து ஓட்டுப் பொறுக்கவோ ஒரு எம்.எல்.ஏயோ, எம்.பியோ, அமைச்சரோ ஆகவெல்லாம் அவர் முயற்சி செய்யவே இல்லை. தன்னுடைய புகழை மூலதனமாகக் கொண்டு கட்சியில் ஒரு உன்னத இடத்தை அடைவதற்கும் அவர் முயற்சிக்கவில்லை. இயக்கத்தினுள் வெளியே தெரியாத அந்தப் போராளி தன்னுடைய வயது முதிர்ந்த காலத்தில் அனுபவிக்க நேர்ந்த சிறை வாழ்க்கையிலிருந்துக் கிடைத்த வியாதியான இரத்த அழுத்தம் காரணமாக இறந்துபோனார்.

1935—'39 காலகட்டங்களில் தோழர் கிருஷ்ணபிள்ளை தலைமறைவாக இருந்து கம்யூனிஸ்ட் கட்சியைக் கட்டியெழுப்பியபோது கோழிக்கோட்டில், எங்கள் அயல்வாசிகளில் முதன்முதலில் கம்யூனிஸ்ட் காரனாகக் கட்சியில் சேர்ந்தவர், தையல் தொழிலாளியான இந்தத் தோழர் டி.வி. அப்புதான். இவருடன் சேர்ந்து மற்றொருவரும் கட்சியில் சேர்ந்தார். இவர், கைக்கடிகாரம் பழுது பார்க்கிறவரான உண்ணி. எங்கள் வீட்டிலிருந்து கல்லெறிந்தால் விழுகிற தொலைவில்தான் உண்ணியின் வீடிருந்தது. சிறு வயதிலேயே வீட்டை விட்டுப்போய்விட்ட தோழர் உண்ணி, பொள்ளாச்சியிலிருக்கும்போது வாட்ச் ரிப்பேர் செய்ய கற்றுக்கொண்டார். திரும்ப ஊருக்கு வந்து வாட்ச் ரிப்பேர் செய்கிற ஒரு கம்பெனியில் சேர்ந்து வாழ்க்கையைக் கழித்துக்கொண்டிருந்தார். ஆனால், 1943இல் நாடெங்கும் காலரா வியாதி படர்ந்து ஏராளமான மக்களைக் காவு வாங்கிய கூட்டத்தில் தோழர் உண்ணியும் அவரது குடும்பமும் பரிதாபமாக இறந்துபோனது.

இயக்கத்தில் சேர்ந்த நாள் முதல் தலைமறைவாக இருந்து செயலாற்றிய தோழர் டி.வி. அப்பு, 1941இல் இரண்டாம் உலகப் போரின்போது கட்சியின் வேண்டுகோளுக்கிணங்க இராணுவத்தில் சேர்ந்தார். ஃபாசிஸத்திற்கெதிரான இந்தப் போரில் பிரிட்டனுக்கு உதவ வேண்டியதை கட்சி, தன்னுடைய கடமையாகக் கொண்டிருந்த காலம் அது. இராணுவத்தில் அவர் நான்கு வருடங்கள் சேவை புரிந்தார். பிறகு இராணுவத்திலிருந்து பிரித்து விடப்பட்டு திரும்ப ஊருக்கு வந்தவர் தனது வயிற்றுப்பிழைப்புக்காக ஒரு தையல் கடை வைத்தார். ஆனால், அதிலும் அவருக்குத் தோல்விதான் மிஞ்சியது. திருமணமாகி குழந்தைகளும் பிறந்த பிறகு அவர்களைப் பாதுகாப்பதற்கான வழிகூட அவருக்கு இல்லாமல் போனது. தன்னுடைய தீரமிக்க புரட்சியைச் சொல்லி வயிறு பிழைக்க

வேண்டுமென்ற சிறு நோக்கமும் அந்த மனிதரிடமிருக்கவில்லை. இப்படியாகக் குடும்பத்திலும் அவருக்கு நிம்மதியில்லாமல் போனது. தாங்க முடியாத பட்டினியும் கஷ்டங்களும் நிறைந்த ஒரு வாழ்க்கை வாழ்ந்துகொண்டிருந்தபோதும்கூட பொதுவுடைமை எனும் மகத்தான சித்தாந்தத்தின்மீதும் புரட்சி எனும் உயர்ந்த இலட்சியத்தின்மீதும்கொண்ட தனது நம்பிக்கையை அவர் கை விடவில்லை. வருடங்கள் பல கடந்துபோன பிறகும் அப்பு சாரின் வாழ்க்கை எந்தவித மாற்றங்களுமில்லாமல் யாருடைய உதவியுமில்லாமல்தான் நகர்ந்துகொண்டிருந்தது.

இப்படியான வாழ்க்கைச் சிக்கலில் உழன்று மூச்சுத் திணறிக் கொண்டிருக்கும் போதுதான் புத்துயிர்ப்பளிக்கும் மாவோவின், சி.பி.சியின் கொள்கைகளுக்காக தன்னுடைய வாழ்க்கையின் இறுதிக் கட்டத்திலும் அவர் போராடுவதற்கு முன் வந்தார். எங்களுடைய ஒவ்வொரு செயல்பாட்டிலும் அவர் தீவிரமான பங்கு வகித்ததுடன் மட்டுமில்லாமல் பல்வேறு சந்தர்ப்பங்களில் மார்க்சிஸ்ட் பப்ளிகேஷனிலும் ரெபல் பப்ளிகேஷனிலும் முழுப் பொறுப்பையும் ஏற்றுக்கொள்ள முன்வந்தார். செயல்பாடுகள் முன்னேறிக்கொண்டிருப்பதற்கேற்ப அவர் தீவிரமாக செயல்பட்டார். அப்படியாக 1968 நவம்பரில் நடந்த தலச்சேரி காவல் நிலைய தாக்குதலின்போது மற்ற இளைஞர்களுடன் சேர்ந்துப் போராடுவதில் எந்தவித மன சஞ்சலமுமில்லாமல் அவரும் பங்காற்றினார். இதற்காக சிறை வாசமும் அனுபவித்தார். அங்கும் அவருக்கு துளிகூட பயமிருக்கவில்லை. யாரெல்லாமோ வந்து போய்க் கொண்டிருந்தபோதும் இந்தப் பணிகளிலிருந்து விலகிவிட வேண்டுமென்று அம்மனிதருக்குத் தோன்றவில்லை. மூன்று வருடங்கள் சிறைவாசம் அனுபவித்து 1971இல் விடுதலையானார். அப்போது இரத்த அழுத்த வியாதி அவரைப் பாதித்திருந்தது. சிறையிலிருந்து வெளிவந்த ஒன்றரை வருடத்தில் மார்க்சின் இந்த உத்தம சீடர் மரணமடைந்தார். அப்படி, மனிதகுல விடுதலைக்காக உயிரிழந்த ஆயிரமாயிரம் போராளிகளின் கூட்டத்தில் இந்த எளிய மனிதனும் தனக்கான ஒரு இடத்தைப் பெற்றார்.

தான், நம்பிக்கைக்கொண்டிருந்த உன்னத இலட்சியத்திற்காக தன்னுடைய வாழ்க்கையை அர்ப்பணித்த, இந்த சேவையை நிசப்தமாகச் செய்து முடித்த மற்றுமொரு முன்மாதிரி வரலாற்று நாயகனிருந்தார். ஒரு யதார்த்த பொதுவுடைமைவாதியான அவர் வேறு யாருமல்ல, இரத்தத் துடிப்பு மிகுந்த இளம் வயதில் சொந்த வாழ்க்கையை கட்சிக்காக சமர்ப்பித்த, தனது இறுதிகாலம்வரையிலும், சிக்கல் மிகுந்த சோதனையான காலகட்டங்களிலும் நம்பிக்கையைக் கைவிடாமல் வாழ்ந்த ஒரு மனிதர். இதை எழுதிக்கொண்டிருக்கும்போது மாமனிதனாகிய அந்த வரலாற்று நாயகனின் வாழ்க்கைச் சித்திரம் என் நினைவுக்கு வருகிறது.

பொதுவுடைமை எனும் இலட்சியத்திற்காக வாழ்நாள் முழுவதுமே போராடி அகால மரணமடைந்த அந்த மனிதர் வேறு யாருமில்லை— மகான் காரல் மார்க்ஸ்தான். ஜெர்மன் படைப்பாளி ஒருவர் மார்க்சின் சுயசரிதையை மனமுருக எழுதியிருந்தார்— அவரது பெயர்: ஃப்ரான்ஸ் மெஹ்ரிங். அவர் ஒரு லாஸெல்லியனாக இருந்தார். லாஸெல்லிக்கும் மார்க்சுக்குமிடையே நடந்த விவாதங்கள் புகழ்பெற்றவை. அதற்காக, மார்க்ஸ் எனும் அந்த வரலாற்று நாயகனின் மேதமையை அங்கீகரிக்காமலிருக்க மெஹ்ரிங்கால் இயலவில்லை. அந்த வாழ்க்கையைக் குறித்து அவர் புகழ்ந்து எழுதிய புத்தகம்தான் 'காரல் மார்க்சின் வாழ்க்கையும் அவரது படைப்புகளும்'.

பல்வேறுவிதமான ஆய்வுகளையும் மார்க்ஸ் அறிவியல்பூர்வமாக மேற்கொண்டிருக்கிறார். தான் ஆய்வுசெய்த ஒவ்வொரு துறையிலும் தனக்கான முத்திரையை அவர் பதித்துமிருக்கிறார். அத்தகைய ஒரு கண்டுபிடிப்பு மட்டுமே போதும், ஒரு மனிதனின் மன அமைதிக்கும் நிம்மதியான வாழ்க்கைக்கும். ஆனால், மார்க்ஸ் அவ்வளவு எளிதில் திருப்தியடையும் ஆளில்லை.

ஐரோப்பாவிலுள்ள எல்லா நாடுகளுமே மார்க்ஸையும் குடும்பத்தையும் விரட்டியபோது அவருக்கு நிழல் தாங்கலாக இருந்தது இங்கிலாந்துதான். ஆனால், பட்டினியும் கொடூரமான நோய்களும் அந்தக் குடும்பத்தை வேட்டையாடத் தொடங்கியதும் அங்கிருக்கும்போதுதான்.பத்திரிகைகளுக்கு எழுதிக் கொடுத்தால் சரியாகப் பணம் கிடைக்காது. மார்க்ஸ் எனும் பெயரில் கட்டுரைகள் பிரசுரமானால் மட்டும் ஏதாவது கொடுப்பார்கள். அவர் எழுதிய பல்வேறு கட்டுரைகளை பத்திரிகையாசிரியர்கள் திருட்டுத்தனமாக பிரசுரம்செய்த கதைகளைக் கேட்டால் யாருமே மனம் கலங்கிவிடுவார்கள். தனது குழந்தைகள் ஒவ்வொருவராக மரணத்தின் வலைக்குள் விழுவதைக் கண்டு, தாங்க முடியாமல் கடைசியில் பிரிட்டிஷ் ரெயில்வேயில் ஒரு வேலை கேட்டு விண்ணப்பித்தார். பணி நியமன உத்தரவு கிடைத்ததும் அதை அவர் தனது மனைவியிடம் கொடுத்தார். வாங்கி வாசித்துப் பார்த்த அந்த வீரப் பெண்மணி, 'செய்துகொண்டிருக்கும் பணியைப் பூர்த்தி செய்யுங்கள்; இப்போதைக்கு இதை மறந்து விடுங்கள்' என்று அறிவுறுத்துகிறார்.

மார்க்ஸ், தனது தலைசிறந்த படைப்பான 'தாஸ் காப்பிட'லை(மூலதனம்) எழுதிக்கொண்டிருந்த காலகட்டம் அது. மனைவியின் அறிவுரையைக் கேட்டதும் மார்க்ஸ் வேலைக்குப் போகும் தனது எண்ணத்தைக் கை விட்டார். அவர் மற்றொரு பாதைக்குத் திரும்பியிருந்தால் இன்று மார்க்சியம் எனும் ஒன்று உருவாகியிருக்காது. பொதுவுடைமை முகிழ்ப்பதற்கானப் பலி பீடத்திற்கு தன்னுடைய இரண்டு பிஞ்சுக் குழந்தைகளை அர்ப்பணம் செய்த பின்பும், வாழ்க்கையின் சுகபோகங்கள் அனைத்தையும் உதறித்தள்ள எந்தத் தயக்கமுமில்லாமல் முன்வந்ததன் மூலம், அந்த மாமனிதன்

வருங்காலத் தலைமுறையை பாதுகாத்திருக்கிறார். மனதின் அடியாழத்திலிருந்து எழுகிற நன்றியுணர்வுடன் அந்தத் தியாக உருவின் கடின உழைப்பில் மனமுருகி, தலை தாழ்த்தி அவரை நினைவுகூருவதுடன், அந்தப் புனித ஆன்மாவின் வாழ்க்கைப் பாடத்தை இன்றைய புதிய தலைமுறையினர் புரிந்துகொள்ளச் செய்ய வேண்டியதை நான் கடமையாகக் கருதுகிறேன்.

ஒரு உண்மையான பொதுவுடைமைவாதியின் வாழ்க்கையில் எந்தவித சுகபோகங்களுக்கான இடத்தையும் இன்றைய சமூக அமைப்பு அனுமதிப்பதில்லை. வாழ்ந்துகொண்டிருக்கும் ஒவ்வொரு நிமிடமும் அவன் சிலுவையில் அறையப்படுகிறான். அவரது உத்தமச் சீடர்களாகத் தன்னைப் பாவிப்பவர்கள், அவர் வாழ்ந்ததும் வேதனைகள் அனுபவித்ததும் எதற்காகவோ, அந்த உன்னத இலட்சியத்தை — மனித குலத்தின் பூரண விடுதலை எனும் அந்த உயரிய நோக்கத்தை — தங்களுக்கு ஏற்றவாறு வளைத்தும் துண்டுகளாக ஒடித்தும் எறிந்துவிடுகிறார்கள். யேசு கிறிஸ்து எனும் ஒரு மாபெரும் புரட்சிக்காரர் வாழ்ந்தார். அடிமைமுறைக்கெதிராக நெஞ்சுரத்துடன் குரல் கொடுத்த அவரை எதிரிகள் உயிரோடிருக்கும்போதே சிலுவையிலறைந்தார்கள். இறந்துபோன பின் தெய்வமாகப் பாவித்தார்கள்; அமானுஷ்ய சக்திகள்கொண்ட ஒரு அவதாரப் புருஷனாக்கினார்கள். இன்று, அவரது வாழ்க்கையின் சாரப்பொருளை மறந்து அவரது பெயரால் மிருகத்தனமான அக்கிரமங்களைப் புரிந்து கொண்டிருக்கிறார்கள். மார்க்ஸ், லெனின், மாவோ சேதுங் போன்ற மாமனிதர்களின் வாழ்க்கைகளும் இதைத்தான் தெளிவுபடுத்திக் கொண்டிருக்கின்றன. இறந்துபோன பிறகு ஸ்தூபிகள் எழுப்பி அவர்களது மிச்சசொச்சங்களுக்கு மலர் அஞ்சலி சமர்ப்பிப்பது எனும் சுலபமான விஷயங்களைச் செய்துகொண்டே அந்த வாழ்க்கையின் யதார்த்த வாரிசுகளை சிறையிலடைக்கவோ துடைத்து நீக்கவோ செய் கிறார்கள்.

கம்யூனிசத்தின் பாதை இதுதான். கற்களும் முட்களும் நிறைந்த பாதையில் மட்டுமே இந்தப் பயணம் முன்னேறிச் சென்றிருக்கிறது. வரலாற்றின் முன் நகர்தலுக்கு வேறு மார்க்கங்கள் ஏதேனும் இருக்கிறதா? இல்லவே இல்லை. இப்படியான அக்னிப் பரீட்சையின் பாதைகளைத் தவிர்த்து விட்டு வரலாறு முன் நகர்ந்ததே கிடையாது. இனிமேலும் அப்படி முன்னேற இயலாது.

5

சீனா எனும் பிரச்சினை

நாட்களும் மாதங்களும் மிகவேகமாகக் கடந்து போய்க் கொண்டிருந்தன. தோழர் டி.வி. அப்பு வெளியீட்டாளராக இருந்த மார்க்சிஸ்ட் பப்ளிகேஷனும் அது தொடர்பான நக்சல்பாரி விவசாயப் போராட்ட உதவிக் குழுவின் புகழும் கேரளத்தின் எல்லைகளையும் கடந்து இந்தியாவின் பல்வேறு பகுதிகளிலும் வியாபிக்கத் தொடங்கியது. சீனாவிலிருந்து நேரடியான ஊக்குவிப்புக் கிடைத்துக் கொண்டிருந்ததுதான் இதற்கான முக்கியக் காரணம்.

நாங்கள் அச்சடித்த கையேடுகள் ஒவ்வொன்றையும் வெளியிட்டதும் பிரதிகளை டெல்லியிலுள்ள சீன தூதரகத்

திற்கு தபால் மூலம் அனுப்பி வைப்பது வழக்கம். அவை, சீனாவின் பிறமொழி வெளியீட்டகம் (எஃப்.எல்.பி.) ஆங்கிலத்தில் அச்சாக்கம் செய்த கட்டுரைகளின் மலையாள மொழிபெயர்ப்புகள் என்பதால் அவற்றை வெளியிட்ட விவரத்தை அவர்களிடம் தெரிவிக்கவேண்டிய தார்மிகக் கடமை எங்களுக்கிருந்தது. சுந்தரய்யாவையை எதிர்த்து மறியல் செய்வதற்கு சில மாதங்களுக்கு முன்பு, பீஜிங் ரேடியோ, தெற்காசியாவுக்கான ஒரு அறிவிப்பில், கோழிக்கோட்டிலுள்ள மார்க்சிஸ்ட் பப்ளிகேஷன் இதுபோன்ற வெளியீடுகளை பிரசுரிப்பதாகத் தகவல் தெரிவித்ததுடன் வெளிவந்திருந்த பன்னிரெண்டு கையேடுகளின் பெயரையும் குறிப்பிட்டுச் சொன்னது. இதையறிந்து கல்கத்தாவிலுள்ள சில மலையாளி தோழர்கள் ஆர்வத்துடன் எங்களுக்குக் கடிதம் எழுதினார்கள். சுந்தரய்யாவை எதிர்த்து மறியல் செய்த செய்தி கிடைத்ததும் கல்கத்தாவிலுள்ள நக்சல்பாரி விவசாயிகள் போராட்ட உதவிக் குழுவின் ஒரு தலைவரான தோழர் சசிதன்ராய் சௌத்ரி எங்களுக்கு நேரடியாக ஒரு கடிதம் எழுதினார். இது, அங்குள்ள தோழர்களை மிகவும் உற்சாகமடைய செய்ததென்றும் எங்களுடன் தொடர்பு வைத்துக் கொள்ளவும் கருத்துக்களைப் பகிர்ந்துகொள்வதற்கும் மிகுந்த ஆர்வத்துடனிருப்பதாகவும் அதில் தெரிவித்திருந்தார். இந்தியா முழுவதிலுமுள்ள இத்தகைய அமைப்புகளுடன் ஒரு தொடர்பை ஏற்படுத்திக்கொண்டு அவர்களுடன் இணைந்து ஒரு அகில இந்திய கோ—ஆர்டினேஷன் கமிட்டியை உருவாக்குவதற்கான யோசனையிலிருப்பதாகவும் தோழர் அதில் குறிப்பிட்டிருந்தார்.

நக்சல்பாரி சம்பவம் நடந்து பல மாதங்களான பிறகும், அதற்குத் தலைமை வகித்த தோழர் சாருமஜூம்தாரும் பிற தோழர்களும் மார்க்சிஸ்ட் கட்சித் தலைமையுடன் விவாதங்கள் நடத்திக்கொண்டிருக்கும்போதுதான் நாங்கள் சுந்தரய்யாவை எதிர்த்து ஆர்ப்பாட்டம் நடத்துகிறோம். தலைமைக்கு வெளிப்படையாக சவால் விடுவதாகவும் அதற்கெதிராக கலகம் செய்யும் மனத்திடத்துடனும் நடத்திய இந்தச் சிறு நிகழ்வு, கல்கத்தா தோழர்களிடம் உருவாக்கிய பிரதிபலிப்பு மிகப் பெரிய அளவிலிருந்தது. அவர்களது பத்திரிகையான 'தேசபூமி' இந்தச் செய்திக்கு மிகுந்த முக்கியத்துவத்துவமளித்து வெளியிட்டதிலிருந்து இதைப் புரிந்துகொள்ளவும் முடிந்தது. மார்க்சிஸ்ட் கட்சியின் மத்தியக் குழு கூட்டம் நடப்பதற்குக் கொஞ்ச நாட்களுக்கு முன்பு தோழர் சசிதன்ராய் சௌத்ரியிடமிருந்து எங்களுக்கு ஒரு கடிதம் வந்தது. கோ — ஆர்டினேஷன் கமிட்டி உருவாக்குவதற்கான அடிப்படை ஏற்பாடுகள் என்கிற நிலையில் இந்தியாவின் பல்வேறு பகுதிகளிலுமுள்ள தோழர்களுடன் தொடர்பு வைத்துக்கொள்ளவும் அவர்களை ஒன்றிணைக்கவும் தோழர் மஜூம்தாரும் மற்றொரு தோழரும் தென்னிந்தியாவிற்குப் புறப்பட்டிருப்பதாகவும், நிச்சயமாக அவர் உங்களையும் சந்திப்பார் என்றும் அந்தக் கடிதத்தில் குறிப்பிடப்பட்டிருந்தது. கல்கத்தா

தோழர்கள் அளித்த இதுபோன்ற ஊக்குவித்தல்கள் எங்களுக்கு மிகவும் தூண்டுதலாக அமைந்தது. நக்சல்பாரியின் தகவல்களுடன், அந்தப் போராட்டத்தில் நேரடியாக இல்லையென்றாலும் முக்கியமான ஒரு பங்கினை வகித்த தோழர், நக்சல்பாரியிலிருந்து எங்களை சந்திக்க வருவதும் இந்திய அளவிலான அமைப்பில் எங்களையும் இணைத்துக்கொள்ளும் விஷயம் பற்றி விவாதிப்பதிலும் காட்டிய இந்த உள்ளார்ந்த ஆர்வம் என்னை மேலும் அதிகமாக சிந்திக்கத் தூண்டியது. தோழர்களைச் சந்திக்கும் விலை மதிக்கமுடியாத அந்தத் தருணத்திற்காக நானும் உற்சாகத்துடன் எதிர்பார்த்திருந்தேன். மூன்று நான்கு நாட்களான பிறகு மீண்டும் எங்களுக்கு பெங்களூரிலிருந்து ஒரு கடிதம் வந்தது. அவர்கள் உடனே மெட்ராஸ் வழியாக கேரளத்திற்குப் புறப்படுகிறார்கள். வருகிற தேதியும் அதில் குறிப்பிடப்பட்டிருந்தது. எங்களுடைய உற்சாகம் பன்மடங்கு அதிகரித்தது. இப்படியாக நாங்கள் காத்திருக்கும்போதுதான் கோயம்புத்தூரிலிருந்து ஒரு தந்தி வருகிறது. அவர்கள் இங்கே வருவதாக இருந்தத் திட்டத்தை மாற்றியதுடன் தற்போது திரும்பச் செல்வதாகவும் அதில் குறிப்பிடப்பட்டிருந்தது. எங்கள் அனைவருக்கும் இது ஆச்சரியமாகவும் ஏமாற்றமாகவுமிருந்தது. திடீரென்று இப்படியான ஒரு முடிவை மேற்கொள்ளுவதற்கானக் காரணம் என்னவென்பதை அறியாமல் நாங்கள் மிகவும் வருந்தினோம்.

எதுவாக இருந்தாலும் எங்களுடைய செயல்பாட்டிற்கு இது ஒரு தடையாக அமைவதை நாங்கள் அனுமதிக்கவில்லை. இப்படியாகவே மத்திய குழு கூட்டத்திற்கெதிரான எங்களுடைய எதிர்ப்பை நாங்கள் ஆவேசத்துடன் நிகழ்த்தினோம். இந்தச் சம்பவம் நிகழ்ந்ததுமே 1967 நவம்பர் மாதத்தில் கூடுவதாக முடிவு செய்திருந்த கோ—ஆர்டினேஷன் கமிட்டியின் முதல் கூட்டத்தில் பங்கு வகிப்பதற்காக கேரளத்திலிருந்து அப்பாவுக்கும் தோழர் என்.சி. சேகரனுக்கும் அழைப்பு விடுக்கும் மற்றொரு கடிதம் தோழர் சசிதன்ராய் சௌத்ரியிடமிருந்து வந்தது.

கேரளத்தின் ஆரம்ப கால கம்யூனிஸ்ட்களில் முக்கியமான ஒருவரும் தோழர் கிருஷ்ணபிள்ளையுடன் தலைமறைவாக இருந்து செயல்பட்டவருமான ஒரு தோழர் என்.சி. சேகரன். கேரள பொதுவுடைமை இயக்கத்தில் இவரைப் பற்றி அறியாதவர்கள் யாருமே இருக்க முடியாது. இந்தத் தோழர், எங்களுடைய வீட்டுக்கும் அவ்வப்போது வருவார். அப்பாவுடனான பல்வேறு அரசியல் விவாதங்களிலும் ஈடுபடுவார். என்னுடைய பெரியப்பா குன்னிக்கல் மாதவன் வாழ்ந்த காலத்திலும் இவர் பொதுவுடைமை இயக்கத்தில்தான் செயல்பட்டு வந்தார். பெரியப்பா, ஒரு பேர்பெற்ற காங்கிரஸ்காரனாக வாழ்ந்தவர். அந்தக் கட்சிக்குள்ளேயே ஒரு இடதுசாரி சிந்தனையுள்ளவராகவும் இருந்தார். காங்கிரசில் சேர்ந்து செயல்பட்டதற்காக அவர் சிறை வாசம் அனுபவித்ததுமுண்டு.

இருந்தாலும், தோழர் என்.சியும் தோழர் கிருஷ்ணபிள்ளையும் எப்போது வந்தாலும், தங்குவதும் உணவருந்துவதுமெல்லாம் கோழிக்கோட்டிலுள்ள எங்கள் வீட்டில்தான். அப்படி நீண்ட காலமாக இருந்து வந்த உறவை அப்பாவும் மகிழ்ச்சியுடன் பாதுகாத்து வந்தார். தோழர் என்.சியின்மீது எனக்கு மிகுந்த மரியாதையிருந்தது. வீட்டுக்கு வந்தால் குடும்பத்தின் மூத்தக் காரணவரைப்போல் அதிகார பாவத்துடன்தான் நடந்துகொள்வார். இந்த விஷயத்தில் எனக்கு சிறு அதிருப்தியுமிருந்தது என்பதையும் சொல்லாமல் முடியாது. கண்ணூரிலுள்ள அவரது வீட்டிற்கு இரண்டு மூன்று தடவைகள் நான் அப்பாவுடன் சென்றிருக்கிறேன்.

என்.சி. வீட்டிற்கு வரும்போதெல்லாம் மார்க்சிஸ்ட் தலைமையின் திருத்தல்வாத அணுகுமுறைகளில் தனக்கு முரண்பாடுகளிருப்பதாகவும் நக்சல்பாரிகளின் விவசாயப் போராட்டம்தான் ஒரே தீர்வாக இருக்க முடியுமென்றும் சீன கம்யூனிஸ்ட் கட்சியின் கொள்கைகள்தான் சர்வதேச அளவில் சரியானதாக இருக்கும் என்ற நம்பிக்கைதான் தனக்கிருப்பதாகவுமெல்லாம் எங்களிடம் சொல்வதுண்டு. என்.சியின் இந்த நிலைபாட்டைப்பற்றி யாராவது சொல்லிக் கேள்விப்பட்டதாலுமிருக்கலாம் இந்தத் தோழருக்கும் கல்கத்தாவிலிருந்து அழைப்பு விடுக்கப்பட்டது. ஆனால், இந்த விவரத்தை அவரிடம் தெரிவித்தபோது அவர் அதில் மிகுந்த ஆர்வம் ஒன்றும் காண்பிக்கவில்லை. “என்னுடைய வாழ்க்கைப் பிரச்சினையை சீர்படுத்துகிற காரியத்தில் நானிப்போது கவனம் செலுத்துகிறேன்” என்ற பதிலைத்தான் அவர் அப்போது சொன்னார். ஆனால், இப்படி, சொந்த வாழ்க்கையை சீர்படுத்துவதில் முனைந்த தோழர் என்.சிதான் பின்பொருமுறை அப்பாவுக்கெதிராக தோழர் சசிதன்ராய் சௌத்ரிக்கு நீண்ட ஒரு கடிதமெழுதினார்.

தோழர் என்.சி. இப்படி விலகிப்போய் விட்டதால் அன்று எங்களுடன் தொடர்பு வைத்திருந்த, திருவனந்தபுரத்தை தலைமையிடமாகக் கொண்டு செயல்பட்டுக்கொண்டிருந்த ஃபிலிப் எம். பிரசாத்தை அப்பாவுடன் அழைத்துச் செல்வதாக முடிவு செய்யப்பட்டது.

அங்கிருந்துத் திரும்பி வந்த பிறகுதான் தோழர் சசிதன்ராய் சௌத்ரி, கோயம்புத்தூரிலிருந்து எங்களைப் பார்க்காமல் திரும்பிச் சென்றதன் இரகசியத்தை அறிந்துகொள்ள முடிந்தது. அவருடன் தொடர்புள்ள ஒரு கோயம்புத்தூர் தோழர், அப்பா ஒரு சி.ஐ.ஏ. ஏஜெண்ட் என்றும் அப்பாவுடன் எந்தத் தொடர்பும் வைத்துக்கொள்ள வேண்டாமென்றும் தடுத்ததால்தான் அவர் திரும்பப் போயிருக்கிறார். இப்படிச் செல்வதைப்பற்றி ராய்சௌத்ரிக்கும் கூட இருந்த தோழருக்குமிடையில் கருத்து வேறுபாடிருந்திருக்கிறது. ஆனால், தோழர்

ராய்சௌத்ரியின் முடிவுக்கு கூட வந்தவர் உடன்பட வேண்டியதாயிற்று. பிறகு கல்கத்தாவுக்குச் சென்றபோது இந்தத் முடிவுக்கெதிராக பலத்த விமரினசங்களை நேரிட வேண்டியதிருந்ததால்தான் கோ—ஆர்டினேஷன் கமிட்டியின் கூட்டத்திற்கு அழைப்பு விடுத்திருப்பதாகவும் அப்பாவுக்குத் தகவல் கிடைத்தது. இந்த விவரத்தை தோழர் சௌத்ரியிடமிருந்து அறிந்துகொள்வதற்கு அப்பா மிகுந்த சிரமப்படவேண்டியதிருந்தது. ஏனென்றால், கல்கத்தாவிலிருக்கும்போது அப்பாவை எதிர்கொள்ள இயலாமல் அவர் விலகிப்போய் விடுவதற்கு முயற்சி செய்துகொண்டே இருந்தார்.

அப்பாவும் 27ஆவது அணியிலுள்ள பிற தோழர்களும் சித்தாந்தப்பிடிக்குள் உறுதியுடன் நின்று, சீன கம்யூனிஸ்ட் கட்சியையும் மாவோவின் வழிகாட்டுதலையும் ஏற்று மார்க்சிஸ்ட் கட்சியின் உயர்மட்டத் தலைவர்களுக்கெதிராகப் போராடுவதையும் மார்க்சிஸ்ட் அணிகளுக்குள் இந்தப் போராட்டம் படிப்படியாக செல்வாக்குப் பெறுவதையும் சகித்துக்கொள்ளவோ அரசியல்ரீதியாக இதை எதிர்கொள்ளவோ முடியாத காரணத்தால் அப்பாவை மட்டும் தனியாகப் பிரித்து கட்சிக்குள்ளும் வெளியிலும் அவர்மீது அபவாதங்களைச் சொல்லி பரவச் செய்தார்கள். சி.ஐ.ஏ. ஏஜெண்ட் என்றும் கள்ளக் கடத்தல்காரன் என்றும் முத்திரைக் குத்தினார்கள். இந்தத் தலைமைக்கெதிராக கலகம் செய்து நக்சல்பாரி சம்பவத்திற்குத் தலைமையேற்றுப் போராடிய தோழர்களினிடையிலும்கூட இந்த அவதூறு பிரச்சாரம் செலுத்திய தாக்கம், எங்களை வேதனைப்படுத்தியதுடன் சிந்திக்கவும் தூண்டியது. புதுநெல் சோற்றில் கல் கடிபட்டதைபோன்ற, ஒரு தலைவரிடமிருந்து கிடைத்த இந்த அனுபவம், கொடுமைக்கார சித்தியின் மனோபாவத்தை ஒத்திருந்தது. இவரும் எங்களை தொடக்கூடாதவர்களாகவும் தீண்டத்தகாதவர்களாகவும் மாற்றி மெல்ல மெல்ல வெளியேற்றப்போகிற ஒரு அனுபவமும் இனி வருங்காலங்களில் எங்களுக்கு ஏற்படப்போகிறதென்பதை அப்போது நாங்கள் உணரவில்லை. சீன கம்யூனிஸ்ட் கட்சியுடனான எங்களது நேரடியான உறவும் சீனாவிலிருந்து கிடைத்துவந்த வெளிப்படையான உற்சாகமும் காரணமாக நாங்கள் தலைமைக்கு வாலாட்டுபவர்களாக வாழ மறுத்தோம். மாவோவின் பார்வைகளை கிரகித்துக்கொள்வதற்கேற்ப, யார் எதைச் சொன்னாலும் அதன் சரிகளையும் தவறுகளையும் சுயசிந்தனையுடன் பரிசீலனை செய்து, சரியை ஏற்றுக்கொள்ளவும் தவறை யாருடைய விருப்பத்தையும் கவனத்தில் கொள்ளாமல் தைரியமாக விமர்சிப்பதற்குமான மனதைரியம் எங்களுக்குக் கை வந்துகொண்டிருந்தது. மகத்தான கலாச்சாரப் புரட்சியின் அடிப்படைப் பாடமும் இதுதான். தலைவர்களின்மீதான பார்வையை எப்போதுமே கூர்மையுடன் வைத்திருக்க வேண்டும். அவர்கள் தவறான

வழிப்பாதையில் சஞ்சரிப்பதாகத் தெரிந்தால் அவர்களை விமரிசனம் செய்யும் சுவரெழுத்துகளை பொது இடங்களில் பதித்து அவர்களை வெளிச்சம்போட்டுக் காட்டுவதினூடாக தங்களுடைய எதிர்ப்புகளைத் தெரிவித்துக்கொள்ள வேண்டும். இதன்மூலமே, புரட்சியும் கட்சியும் ஒருபோதுமே வழி தவறிப்போகாது' என்பதை பொதுமக்களால் அறிந்துகொள்ள இயலும். இந்தப் பாடத்தை ஓரளவாவது நாங்கள் புரிந்து, இதன்படி செயல்பட்டும் வந்ததால், மார்க்சிஸ்ட் கட்சியின் உயர் பதவிகளில் ஒட்டிக்கொண்டிருந்த தலைமையின் தவறான அணுகுமுறைகளை அப்படியே ஏற்று ஒழுகி நடந்த சில தோழர்களால் எங்களை ஏற்றுக்கொள்வதற்கு இயலாமல் போனது.

தொடக்கத்திலேயே கிடைத்த இந்த அடியை அப்போது நாங்கள் பெரிதாக எடுத்துக்கொள்ளவில்லை. எங்களின் செயல்பாட்டில் இவ்வகையான தவறானப் புரிதல்கள் அகன்று விடுமென்றுதான் உண்மையில் நாங்கள் நம்பியிருந்தோம். கோ—ஆர்டினேஷன் கமிட்டிக் கூட்டத்திற்கு எங்களைப் பிரதிநிதிகளாக அழைப்பு விடுத்ததை இதற்கான முன்னுதாரணமாகக்கொண்டு இந்த அனுபவம் தந்த மன வேதனையை நாங்கள் மறந்தோம்.

முதல் கோ—ஆர்டினேஷன் கமிட்டியின் அறிவிப்பு எங்களுக்கும் கிடைத்திருந்தது. மார்க்சிஸ்ட் கட்சியின் திருத்தல்வாத அணுகுமுறை குறித்தும், ஆயுதப் புரட்சிக்கெதிரான முறைபாடுகளின்மீது கலகம் செய்யவும், நக்சல்பாரியை முன்மாதிரியாகக் கொண்டு விவசாயப் போராட்டங்களைக் கட்டியெழுப்பவும் கேட்டு கட்சியின் அணிகளுக்கு அதில் அழைப்பு விடுக்கப்பட்டிருந்தது. இந்த அழைப்பு என்னுள் மிக ஆழமான சலனத்தை ஏற்படுத்தியது. அதை அப்படியே ஏற்றுக்கொள்ளவும் அதற்காக இயன்றவரைக்கும் செயலாற்றவும் நான் மனதினுள் உறுதியெடுத்துக் கொண்டேன். முற்றிலும் புதிய மார்க்கத்தினூடே என் பயணம் அமைவதற்கான ஒரு அழைப்புதான் இதுவென்பதை நான் உணர்ந்துகொள்ளவே இல்லை. ஒரு கோட்பாட்டை நடைமுறைப்படுத்த முற்படும் போது ஏற்படுகிற சிக்கல்களெல்லாம் அப்போது எனக்குத் தெரியாது. ஆனால், மாவோவையும் அவரது சிந்தனைகளையும் பற்றி அறியும்போது, எவ்வித இடர்பாடுகள் ஏற்பட்டாலும் முன்னேறிச் செல்ல இயலுமென்ற உறுதி மட்டும் என்னுள் அதிகரித்துக்கொண்டே இருந்தது.

சீனாவிலிருந்து எங்களுக்குக் கிடைத்துவந்த ஊக்குவிப்புகளைப் பற்றி நான் ஏற்கனவே குறிப்பிட்டிருந்தேன். எங்களை சீன உளவாளிகளென்றும் தேசத் துரோகிகளென்றும் சமூக விரோதிகளென்றும் பேசித் திரிந்தவர்களுக்கு இதைவிட நல்லதொரு ஆயுதம் கிடைக்க முடியாதல்லவா? ஆனால், இப்படிப் பேசுபவர்களும் எங்களைப்போல், முன்பு ரஷ்ய உளவாளிகளென்றும் மற்றொரு சந்தர்ப்பத்தில் சீன உளவாளிகளென்றும் முத்திரைக்

குத்தப்பட்டவர்கள்தான். அவர்களிலிருந்து உருவான எங்கள்மீது அவர்களே அந்த வார்த்தையைத் திருப்பி வெட்கமில்லாமல் சொல்கிறார்கள். இவர்களைப் பார்த்து எனக்கும் ஓரிரு கேள்விகளைக் கேட்கவேண்டியதிருக்கிறது.

சீனா எனும் நம்முடைய அண்டை நாடு என்று முதல் நமக்கு எதிரியாக மாறியது? சீனாவுக்கும் இந்தியாவுக்குமிடையில் நூற்றாண்டுகளாக நட்புறவு நிலவி வந்ததையும் இந்த இரு நாடுகளுக்குமிடையே வலுவான வணிக உறவுகளிருந்து வந்ததையும் நாம் அறிவோம். சீனாவையும் இந்தியாவையும் இணைக்கும் அந்த 'சில்க்' பாதையைப்பற்றியும் நமக்குத் தெரியும். இந்தியாவிலும் நேப்பாளத்திலும் முகிழ்த்த பௌத்தத்தின் ஒளி, சீனம் முழுவதும் வியாபித்து இந்தியாவை விடவும் பல மடங்கு அதிகமாக தனது செல்வாக்கைச் செலுத்தியது. அப்போதெல்லாம் இந்தியாவுக்கும் சீனாவுக்குமிடையில் எங்காவது இராணுவ ரீதியிலான சண்டைகள் நடந்ததாக வரலாற்றில் எங்காவது குறிப்பிடப்பட்டிருக்கிறதா?

ஆனால், கடந்த இரு பத்தாண்டுகளாக ஆசியக் கண்டத்தின் இந்த இரண்டு பெரிய நாடுகளுக்குமிடையே பரஸ்பர விரோதம் முளைவிட்டிருக்கிறது. இந்த விரோதத்தை நிலை நிறுத்த வேண்டியதும் தங்களுடைய தேவைக்கு மட்டுமே ஒற்றுமையை நிலை நாற்ற வேண்டுமென்பதும் யாருடைய விருப்பங்கள்? யோசனை செய்து பாருங்கள். இது இந்தியாவிலும் சீனாவிலும் வாழுகிற மக்களின் விருப்பங்களல்ல என்பது தெள்ளத் தெளிவாகத் தெரிந்த விஷயங்கள்தானே? பிரிட்டிஷ் பேரரசு இந்தியாவின்மீதான தங்களது முழு ஆதிக்கத்தையும் ஸ்தாபித்திருந்த காலத்தில் சீனாவையும் ஆக்கிரமித்து தங்களின் ஆளுகைக்குள் கொண்டுவருவதற்கு முயற்சி செய்தது. 1840 — '42களில் நடந்த 'அபின் யுத்தம்' என்பது பிரிட்டனின் அத்துமீறலுக்கெதிராக சீனா மேற்கொண்ட நடவடிக்கை. எந்த அன்னிய சக்திக்கும் இடமளிக்காத, போராட்டக் குணம் படைத்த வீரர்களான சீன மக்களுக்கு, இந்தியாவிலிருந்து கடல் மார்க்கமாக கடத்திய அபினை மிகத் துச்சமான விலைக்கு கொடுத்து அவர்களை போதைக்கு அடிமையாக்கிய பின் நாட்டைப் பிடித்து விடலாமென்று திட்டமிட்டிருந்த பிரிட்டிஷ்காரர்களுக்கெதிராக மிகுந்த தீரத்துடன் சீன மக்கள் நடத்திய அந்த யுத்தம் வரலாற்றுப் புகழ் வாய்ந்தது. திபெத் வழியாக சீனாவுக்குள் நுழைந்துவிடுவதற்கு முயற்சி செய்த பிரிட்டனுக்குப் பாதகமாக அமைந்திருந்த, பல்வேறு சர்வதேச சூழல்களால் அப்போது இயலாமல்போனது. இப்படியாகத்தானே நமக்குள் எல்லைப் பிரச்சினை உருவானது? இந்தியாவின் பழைய எல்லைக்கோட்டிலிருந்து சிறிதளவு முன் நகர்ந்துவிடும் நோக்கத்துடன் போட்டுக்கொண்ட பிரிட்டிஷ் எல்லைக்கோடாகிய மக்மோகன் கோட்டை சீனாவிலுள்ள எந்த ஆட்சித் தலைவனுமே அங்கீகரிக்கவில்லை. இதே நிலைமைதான் லடாக்கிலுமிருந்தது. இரண்டு

நாடுகளுக்கிடையிலான எல்லைகளை நிர்ணயிக்கும்போது சம்பந்தப்பட்ட நாட்டின் ஒப்புதலைப் பெறாமல், மற்றொரு நாடு, முதலிலிருந்த கோட்டை சற்று முன்னோக்கி, மற்றவர் பூமியைக் கைவசப்படுத்துவதுபோல் ஒரு கோட்டைப் போட்டுவிட்டால் அதுவே எல்லையாகி விடுமா? எந்த விதியின்கீழ் இந்த எல்லை அங்கீகரிக்கப்பட்டிருக்கிறது என்பதை அறிந்துகொள்ள வேண்டிய தேவையிருக்கிறது. இந்தியாவில் 1947இல் தன்னாட்சி அமுலுக்கு வந்தபோது பிரிட்டனின் இந்த 'ஃபார்வேட் பாலிசி'யை இந்திய அரசாங்கம் திருத்தியமைக்கவில்லை. மாறாக, கொஞ்சம் கொஞ்சமாக மேலும் இடங்களைக் கவர்ந்துகொள்ளத் தொடங்கியது. இதன் காரணமாகத்தான் 1962இல் எல்லைப் பிரச்சினை சம்பந்தமான போர் தொடங்கியதென்பதையும், விஷமத்தனமாகவும், சீனாவுக் கெதிரானதுமான பிரச்சாரம் அப்போது நடந்ததென்பதையும் இந்தியாவில் அதிகமாக யாரும் அறியமாட்டார்கள். ஆனால், அதே சமயத்தில் இந்த போரின் ஒரு விசேஷத் தன்மையைப்பற்றியோ, ஒரு தேசத்தின் பகுதியைக் கவர்ந்துகொள்ள நினைக்கும் ஆக்கிரமிப்புப் படையின்மீது பிற நாடுகள் காட்ட இயலாத பெரிய மனதைப்பற்றியோ இன்று யாராவது ஒரு வார்த்தையாவது பேசுகிறார்களா? 'இந்திய இராணுவம் வெற்றிகரமாகப் பின்னகர்ந்து' அஸ்ஸாமையும் கடந்து வந்துவிட்ட வேளையில் ஏராளமான இந்திய இராணுவத்தினரை சீனாவின் செஞ்சேனை பிடித்துக்கொண்டது. அவர்களுடன் சேர்ந்து நிறைய ஆயுதங்களும் பிடிபட்டன. இந்திய இராணுவம் தோல்வியடைந்ததன் காரணமாக குறிப்பிட்ட நமது பெரும் நிலப்பரப்பில் எவ்விதப் பாதுகாப்புமில்லாத ஒரு நிலைமையேற்பட்டது. அப்போதுகூட சீனா எந்தத் தயக்கமுமில்லாமல் திரும்பி, மக்மோகன் எல்லையையும் கடந்து திபெத்தை நோக்கிப் புறப்பட்டது. பிடிபட்ட போர்க் கைதிகளை மட்டுமல்ல, ஆயுதங்களையும்கூட பயன்படுத்துகிற விதத்தில் அப்படியே இந்திய இராணுவத் தலைமையிடம் திரும்ப ஒப்படைத்தது. இந்தியாவின் இந்த 'இமாலயத் தோல்வி'யைப் பற்றி அன்று நம்முடைய பல இராணுவ தலைவர்களும் பேசினார்கள். இந்தியாவின்மீது அத்துமீறல் நடத்த வேண்டுமென்பதுதான் சீனாவின் விருப்பமாக இருந்தால் அதை நடைமுறைப்படுத்துவற்கு அப்போது எந்த விதமான தடையும் இருக்கவில்லை. இந்தியாவை இந்தச் சிக்கலுக்குள்ளாக்கி விட்ட அமெரிக்கா, நேரு எவ்வளவு மன்றாடிக் கேட்ட பிறகும் அன்று இந்தியாவை பாதுகாப்பதற்காக வரவே இல்லை.

அப்போது 'லண்டன் டைம்'சின் இந்திய பிரதிநிதியாக இருந்தவரும், நியூ டெல்லியில் வெளியுறவுத்துறை அமைச்சகத்திலிருந்து மிக மிக இரகசியமென்று கருதப்பட்ட குறிப்புகளை வெளியே கொண்டு வந்தவருமான மிஸ்டர் நெவில் மாக்ஸ்வெலின் 'இந்தியாவின் சீனா போர்' எனும் புத்தகம் உலகப் புகழ்பெற்றது. உண்மைகளையும் தகவல்களையும் தவிர மற்ற எதுவுமே அந்த நூலில் இடம் பெறவில்லை.

இந்த ஒரே காரணத்தினால்தான், வரலாற்று ஆவணமாக மிகவும் மதிக்கக்கப்படுகிற அந்த நூலை இன்றைய நமது ஆட்சியாளர்கள் தடைசெய்திருக்கிறார்கள்; அதற்குப் பயப்படுகிறார்கள்.

இந்தியாவின் இந்நிலைக்குக் காரணம் என்ன? உலகம் முழுவதிலுமுள்ள சூழல்களை நாம் கண்களைத் அகலத் திறந்துப் பார்க்க முயற்சி செய்தாலே போதும். இதுவரையிலும் நாம் காணாத ஒரு சித்திரத்தைத் தெளிவாகக் கண்டுணர முடியும். இரண்டாம் உலகப் போரின் பின், வெற்றியடைந்திருந்த ஃபாசிச எதிர்ப்பு முன்னணி (Allied) யின் உறுப்பு நாடுகளாக இருந்த, உலகத்தின் மிகப் பெரிய முதலாளித்துவ நாடுகளை மட்டுமல்ல, அனைத்துலக சுரண்டல் சமூகக் கட்டமைப்புகளுக்கும் மிகப் பெரிய சவாலை ஏற்படுத்துவதுபோல் மக்கள் விடுதலையின் போராட்ட வீரியம் நிறைந்த அறிவிப்புகளுடன் மிகப் பெரும் புரட்சிகள் மலர்ந்து வெற்றியடைந்தன. செங்கொடிகள் அங்கே உயரத்தில் பறக்கத் தொடங்கின. இரண்டாம் உலகப் போரில் வெற்றி பெற்றதும், தோல்வியடைந்ததுமான சாம்ராஜ்ஜிய சக்திகள் ஒன்றுபோல் தளர்ந்திருந்த காலம். இந்த இரண்டு பிரிவினருக்கும் பல்வேறு விதங்களில் ‘அபயக் கரம்’ அளித்து இலாபமடைந்த அமெரிக்கா, உலகத்தின் பெரும் முதலாளித்துவ சக்தியாகத் தன்னை உயர்த்திய காலம். சீன புரட்சியின் வெற்றியைத் தனது சகலவிதமான சக்திகளையும் உபயோகித்துத் தடுப்பதற்காகவும் சியாங் கே சேக்கை மீண்டும் அதிகாரத்தில் கொண்டு வருவதற்காகவும் எல்லாவிதமான ‘அபயக் கரங்க’ளையும் அமெரிக்கா அளித்தது. இருந்தும் சீனாவில் சிவப்பு நட்சத்திரம் உதிப்பதைத் தடுப்பதற்கு உலகத்தில் அப்போது மிகவும் இளைமையுடனிருந்த அந்த ஏகாதிபத்திய சக்தியாலும் இயலவில்லை. தைவான் தீவிற்குத் தப்பியோடிய சியாங் கே சேக்கை அதிகாரத்தில் அமர்த்துவதற்காக அன்று முதல் தொடர்ந்து அமெரிக்கா முயற்சி செய்துகொண்டே இருந்தது. 1951— ‘53களில் நடந்த கொரியன் போரில் கொரியாவுக்கும் சீனாவுக்கும் எல்லையாக இருந்த யாலி நதிவரை அமெரிக்கா இராணுவம் நுழைந்தது. வேறு வழியில்லாத சூழ்நிலையில் கொரிய அரசின் வேண்டுகோளுக்கிணங்க சீன இராணுவம் களத்திலிறங்கியது. அத்துடன் அமெரிக்கா அங்கிருந்தும் தனது பரிவாரங்களைக் கிளப்ப வேண்டியதாயிற்று. ஆனால், கொரியாவை இரண்டாகப் பிளந்து தென் கொரியாவில் தங்களது தாவளத்தை உறுதிபடுத்திக்கொண்ட பிறகு மட்டுமே அமெரிக்கா சமாதான உடன்படிக்கையில் கையொப்பமிட்டது. ஜப்பானின் பிடி முழுவதும் அப்போது அமெரிக்காவின் கையிலிருந்தது. ஸ்டாலின் தலைமையிலான சோவியத் செஞ்சேனை ஜப்பானைத் தோல்வியடையச் செய்து விடுமென்பது தெரிந்தபோது அந்த வெற்றியின் இலாபங்களை தட்டியெடுப்பதற்காக அமெரிக்கா, ஹிரோஷிமாவிலும் நாகசாகியிலும் பயங்கரமான படுகொலைகளை நிகழ்த்தியது. அந்த அணுகுண்டு வீச்சின் கோர வடிவத்தைப் பற்றி

இன்றுகூட இரத்தம் வடியும் இதயத்துடன் மட்டுமே நினைவுபடுத்த இயலுகிற ஜப்பான், பொருளாதார ரீதியாகவும் இராணுவ ரீதியாகவும் பிற எல்லா துறைகள் சார்ந்தும் அமெரிக்காவின் ஆளுகைக்குள்ளானது. சீனாவின் தென்பகுதியிலுள்ள வியட்னாமிலும் அமெரிக்கா தனது இராணுவ முகாம்களை அமைத்துக்கொள்ள எடுத்த முயற்சிகளைக் குறித்து நாம் அறிவோமல்லவா? இப்படி 'சீனாவை வளைத்துக்கொள்வது; அடி பணிய வைப்பது' என்கிற உலகளாவிய இராஜ தந்திரத்தை அமெரிக்கா சரிவர நடைமுறைப்படுத்திக் கொண்டிருந்த வேளையில்தான் நம்முடைய எல்லைப் பிரச்சினை சம்பந்தமான போர் நிகழ்கிறது. அதற்கு உதவியான ஒரு நிலைபாட்டைத்தான் குருச்சேவும் கைக் கொண்டார். பிரிட்டன் எனும் பழைய எஜமானனை உதறிய பின் அதிக வீரியம் படைத்த அமெரிக்கா எனும் புதிய எஜமானனை சேவிப்பதற்கான நமது ஆட்சியாளர்களின் திறமையே தனிதான்.

இதை வெளிப்படையாகச் சொல்பவர்களுக்கு அனுபவிக்க வேண்டியதிருப்பது என்னவாக இருக்கும் என்பதையும் நான் நன்றாகவே அறிவேன். ஆனால், சில கோழைகளைப்போல் 'அவர்கள் அவர்களுடையது என்றும் நாம் நம்முடையது என்றும் சொல்லிக் கொள்கிற எல்லைப்பகுதி' என்று சொல்லி நான் தப்பித்துக்கொள்ள விரும்பவில்லை. பூமி உருண்டையாக இருக்கிறது என்று சொன்ன அறிவியலாளனின் தலையை ஈட்டியின்மீது சொருகி வைத்த பழைய புராணிகர்களின் வாரிசுகளால் இன்று உண்மையைச் சொல்லுபவர்களுக்கு கழுமரம் மட்டும்தான் பரிசளிக்கப்படும். ஆனால், கழுவிலேற்றப்பட்டவருடன் சேர்ந்து உண்மையுமா செத்துப்போகும்? உலக வரலாறு இதை ஒருபோதுமே ஒப்புக்கொண்டதில்லை. பூமி உருண்டையானதுதான் என்பதை அனைவருமே ஏற்றுக்கொள்ளும் அதே இயல்பான மன உணர்வுடன், உண்மை, தனக்கான வேர்களை காலக்கிரமத்தில் வலுப்படுத்தவே செய்யுமென்று நான் உறுதியுடன் நம்புகிறேன்.

இந்த இடத்தில் மற்றொரு உண்மையையும் சொல்லிவிட வேண்டும். கம்யூனிஸ்ட் காரார்கள் சர்வதேசியவாதிகள்தான். ஒரு தேசத்தின் விடுதலைக்காக அந்நாட்டு மக்கள் தங்களது போராட்டங்களையே முழுமையாக நம்பியிருக்கும் அதே நேரத்தில் பிற நாட்டு மக்களின் ஆதரவும் தூண்டுதலும் கிடைக்க வேண்டுமென்றும் விரும்புவார்கள். இப்படியாக விடுதலையடைந்த ஒரு நாடு தங்களுக்குக் கிடைத்த ஆதரவுகளைப் பற்றியும் பெருமிதம் கொள்ளுவார்கள். அதை அவர்கள் உரத்தக் குரலில் சொல்லவும் செய்வார்கள். மற்றவர்கள் இதை அறிந்துகொள்ளவேண்டும் என்பதுதான் அவர்களது நோக்கமும். இது, சொந்த நாட்டின்மீதான பற்றின்மையாகி விடுமா? சொந்த நாட்டு மக்களின் மிகவும் சிக்கலான வாழ்க்கைப் பிரச்சினைகளுக்கு இன்றைய சமூக அமைப்பினுள்

பரிகாரம் கிடைக்க வாய்ப்பில்லையென்பதை அனுபவங்களினூடே புரிந்து, இதற்குப் பரிகாரம் தேடிக்கொண்ட மற்றொரு நாடு தங்களுக்கு அளிக்கும் தூண்டுதலைப் பற்றி அவர்கள் உரத்தக் குரலில் பேசுகிறார்கள். அனைவருமே இந்த உண்மையை அறிந்துகொள்ள வேண்டுமென்பதுதான் அவர்களது அபிலாசையும். இது எப்படி தேசத்தின்மீதான பற்றின்மையாகும்? மாறாக, நாட்டு மக்களின் மிகவும் மோசமான வாழ்வியல் பிரச்சினைகளுக்கு இன்றைய சமூக அமைப்பினுள் தீர்வு காண்பதற்கான வாய்ப்புகளில்லையென்பதை நிதர்சனங்களின் வாயிலாக அறிந்து, இதற்குப் பரிகாரம் தேடிக்கொண்ட ஒரு நாட்டையும் அதன் மக்களையும் முன்மாதிரியாகக் கொண்டு தங்களுடைய திறமைக்கேற்ப முடிவு காண விழைவதுதான் தேசத்துரோகமாகி விடுமா? ஏழைகளை மேலும் ஏழ்மைக்குள்ளாக்கவும் செல்வந்தனை மேலும் செல்வந்தனாக்கவும் செய்கிற இந்த பொருளாதார அணுகுமுறையால் இலாபமடைவது அன்னிய முதலாளித்துவ நாடுகளும் நம் நாட்டிலுள்ள அவர்களது தரகர்களும் மட்டும்தானே? ஏறத்தாழ, எண்பது விழுக்காடுகள்கொண்ட நமது விவசாயப் பெருங்குடியினர்களது இன்றைய நிலையென்ன? 'பசுமைப்புரட்சி'யின் பெயரால் மென்மேலும் வறுமைக்குள் உந்தப்பட்டு வாழும் அவர்கள்மீது மேலும் கடன்சுமைகளை ஏற்றி தப்பித்து விடவே முடியாதபடி கொஞ்சம் கொஞ்சமாக அவர்களை நசுக்க வைக்கும் வேலைகளையல்லவா உலக வங்கி முதல்கொண்டு பெரும் நிறுவனங்கள் செய்து வருகின்றன? பணப் பயிரை மட்டுமே நம்பி வாழும் ஒரு விவசாய அணுகுமுறையை போற்றுவதன்மூலம் நம்முடைய அத்தியாவசியத் தேவையான நெல் உற்பத்தியைக் குறைத்து, பிறகு நமது தேவைகளுக்காக மற்ற மாநிலங்களையும், அங்கிருந்து கிடைக்காவிட்டால் நான்கு மடங்கு அதிக விலைகொடுத்து அமெரிக்காவையோ மற்ற நாடுகளையோ அண்டி நிற்க வேண்டிய கதிகேட்டையல்லவா கேரளீயர்களாகிய நாமின்று அனுபவித்துக்கொண்டிருக்கிறோம்? அயல் நாட்டுச் சந்தைக்காக நாம் பணப்பயிர்களை விளைவித்து, அந்தச் சந்தையை மட்டுமே நம்பி, நம்முடைய விவசாய வளம் நிலைபெறுவதெனும் மிகவும் மோசமான ஒரு பாதுகாப்பின்மைக்குள் அல்லவா இன்று நாம் வந்து சேர்ந்திருக்கிறோம்?

வேலை வாய்ப்பின்மை, பட்டினி, பெரும் வியாதிகள் மட்டுமல்ல, பூச்சு மருந்து, இரசாயன உரம் எனும் பெயர்களில் விஷம் கலந்த உணவு வகைகளை தினமும் உண்டு வருகிற இந்தியாவின் பெரும்பாலான மக்களுடைய இவ்வகை ஆழமான வாழ்வியல் சிக்கல்களைச் சுட்டிக்காட்டி யாராவது இதுவரை விரலையாவது அசைத்திருக்கிறார்களா? கலாச்சார விஷயங்களை எடுத்துக்கொண்டால், ஹாலிவுட்டையும் ஹிப்பி கலாச்சாரத்தையும் பின்பற்றி இந்தப் பேய்க்கூத்துகளில் இளம் தலைமுறையைக் கவர்ந்து

ஒரேயடியாக அவர்களது வாழ்க்கையைத் தொலைத்துக் கட்டுவதற்கான எல்லா ஏற்பாடுகளையும் செய்து கொடுப்பவர்கள் இந்த 'சர்வ தேசியவாதிகள்'தானே? ஏதாவதொரு சாம்ராஜ்ஜிய சக்தியின் வால் பிடிக்காத ஏதாவதொரு பாராளுமன்ற ஜனநாயகக் கட்சியையாவது அடையாளம் சொல்ல முடியுமா? சொந்த நாட்டின் பொருளாதார வளத்தை விருப்பம்போல் பிழிந்தெடுத்து குடிமக்களின் வாழ்க்கையை தங்களது எஜமானர்களுக்கு பாதகாணிக்கையாக வைத்து நாட்டைக் குட்டிச் சுவராக்கிய பின்பும் எந்தவித கூச்ச நாச்சமுமில்லாமல் மிகப் பெரிய மாட மாளிகைகளில் வசிக்கிற ஒட்டுண்ணிகளுக்கு அவரவர்களுக்கான 'சர்வ தேசியங்க'ளுமிருக்கத்தானே செய்யும்?

இதில் எனக்கு நேர்ந்தப் பிழை என்ன? நம்முடைய ஒரு அண்டை நாடு என்பதால் மட்டுமல்ல, இந்த பூமிப் பரப்பையே உலுக்கிப்போட்ட ஒரு சமூகப் புரட்சியை நடத்திய நாடு என்ற வகையிலும்தான் எனக்கு சீனாவின்மீது மனதளவிலான ஒரு நெருக்கம் உருவானது. சீனாவில் ஏற்பட்ட மிகப் பெரிய மாற்றங்கள் என்னை புளகாங்கிதமடைய செய்தன. வேலையின்மைக்கும் பட்டினிக்கும் வறுமைக்குமெதிராக மட்டுமல்ல, மனிதன் மனிதனை ஏய்த்து வாழும் சமூகக் கட்டமைப்புக்கெதிராகவும் மாவோ சேதுங் எனும் மகானாகிய வரலாற்று நாயகனின் தலைமையில் போராடி, மனித ஆன்மாவையும் புரட்டிப்போடுகிற வகையில் பலன்களை நேடியெடுத்த அந்த மக்களின் வெற்றிகள் என்னுடைய கண்களைத் திறக்கச் செய்தன. எல்லாவற்றிற்கும் மேலாக, ஆட்சிக் கட்டிலில் அமர்ந்திருக்கும் உயர்குல மாந்தர்களையும் கேள்விக்குட்படுத்தும் அசாதாரணமான வீரத்தை வளர்த்தெடுக்கும் நோக்கத்துடன்கூடிய அந்த தொழிலாளர் வர்க்கத்தின் கலாச்சாரப் புரட்சி வேறு எந்த நாட்டில் நிகழ்ந்திருக்கிறது? இதல்லவா உண்மையான ஜனநாயகம்? ஆனால், தொழிலாளர்களையும், விவசாயிகளையும், பொருளாதார, சாதிய ரீதியாகவும் மற்றும் ஒடுக்கப்பட்டு துயரங்களை அனுபவிக்கிற அனைத்துப் பிரிவினரையும் விட்டில்பூச்சிகளைபோல் சுட்டொழித்தும் பட்டினி போட்டுக் கொன்றொழித்த பின்பும் எந்த கேடுபாடுமில்லாமல் தலை நிமிர்ந்து தப்பித்துக்கொள்ள முடிகிற 'ஜனநாயக'த்தையல்லவா நாம் பெற்றிருக்கிறோம்?

நான் இத்தனையும் எழுதியதற்காக காரணம், சில பழைய அவதூறுகளுக்கு பதில் சொல்வதற்காகத்தான். இனி நாம் கோ— ஆர்டினேஷன் கமிட்டியின் அறிவிப்புகளுக்குப் பின்புள்ள கதைக்குச் செல்லுவோம்.

6

தலச்சேரி மற்றும் புல்பள்ளியின் பின்னணி

நாங்கள், முதல் கோ—ஆர்டினேஷன் கமிட்டியின் அறிக்கையை அச்சாக்கம் செய்து கையேடுகளாக்கிப் பிரச்சாரம் செய்யத் துவங்கினோம். படிப்படியாக கேரளத்தின் எல்லா மாவட்டங்களிலும் எங்களது கையேட்டுப் பிரச்சாரம் வேகமாகப் பரவியது. மார்க்சிஸ்ட் அணிகளினிடையே சலனத்தை உருவாக்கிய இந்தக் கையேடுகள் கேட்டு பலர் எங்களுக்கு நேரடியாகக் கடிதம் எழுதினார்கள். மட்டுமல்ல, கண்ணூர், பாலக்காடு, திருச்சூர், எரணாகுளம், இடுக்கி, ஆலப்புழ, கோட்டயம், கொல்லம், திருவனந்தபுரம் ஆகிய இடங்களில் தனியாக புத்தகக் கடைகளும் உருவாகத் தொடங்கின. நாங்கள் அச்சாக்கம் செய்த கையேடு

களின் மறுபதிப்பையும், அச்சாக்கம் செய்ய இயலாதவையென்று நாங்கள் கருதியிருந்த முக்கியமான கட்டுரைகளின் அச்சாக்கத்தையும் அந்தத் தோழர்கள் மிகுந்த ஆர்வத்துடன் செய்து வந்தார்கள். மார்க்சிஸ்ட் கட்சியிலிருந்து வெளியேறியவர்களும் வெளியேற்றப்பட்டவர்களுமான ஏராளமான தோழர்கள் நக்சல்பாரி விவசாயப் போராட்ட உதவிக் குழுவின் அணிகளில் வந்து இணைந்துகொண்டே இருந்தார்கள். மாவோ சேதுங்கின், சி. பி. சியின் செய்திகள் அவர்களுக்கு புத்துயிர்ப்பூட்டின.

இப்படியாக, கேரளம் முழுவதிலுமுள்ள எங்களுடன் தொடர்பு வைத்திருந்த தோழர்கள் அனைவரையும் ஒன்றிணைத்து கேரள கோ—ஆர்டினேஷன் கமிட்டியை உருவாக்கச்சொல்லி கல்கத்தாவிலிருந்து வந்த பரிந்துரைப்படி நாங்கள் ஒரு முயற்சியை மேற்கொண்டோம். அதன் முதல் கட்டமாக திருவனந்தபுரத்தில் கூட்டம் நடத்தினோம். ஒருநாளிரவு முழுவதும் விவாதங்கள் நடத்திய பிறகும் ஒரு அறிக்கையைக்கூட ஒன்றிணைந்து அங்கீகரிக்க இயலாமல் அந்தக் கூட்டம் பிரிய வேண்டியதாயிற்று. பிறகு, எரணாகுளத்தில் மற்றொரு கூட்டம் நடந்தது. கேரளம் முழுவதிலுமிருந்து மார்க்சிஸ்ட் கட்சியிலிருந்து வந்தவர்களும் முரண்பட்டுப் பிரிந்தவர்களுமான நிறைய தோழர்கள் அங்கே வந்து சேர்ந்தார்கள். இதில் பல்வேறு பிரிவினர் இருந்தார்கள். மாணவர்கள், ஆசிரியர்கள், தொழிற்சங்கத் தலைவர்கள் என பல்வேறு தரப்பிலுள்ளவர்கள். அகில இந்திய கோ—ஆர்டினேஷன் கமிட்டியின் அறிக்கையை வரவேற்றும் அதன் அழைப்பிற்கிணங்கி செயலாற்றவும் கேரளத்திற்குப் பொருத்தமான ஒரு அறிக்கையை அங்கீகரிக்கவும் இவற்றின் பிரச்சாரத்திற்கென எரணாகுளத்திலிருந்து ஒரு மாத இதழைத் துவங்கவும் அதில் முடிவு செய்யப்பட்டு, பத்திரிகைக்கு 'இடதுபட்சம்' என்று பெயருமிடப்பட்டது. மட்டுமல்ல, அங்கே கூடியிருந்த ஒவ்வொரு தோழர்களும் நக்சல்பாரியை முன்மாதிரியாகக் கொண்டு போராட்டங்களைத் தொடங்குவதற்கான ஏற்பாடுகளைச் செய்வதாகவும் உறுதியெடுத்துக்கொண்டார்கள். அப்படியாக, எரணாகுளத்தில் நடந்த அந்த கோ—ஆர்டினேஷன் கமிட்டிக் கூட்டம், பெரிய அளவிலான அபஸ்வரங்கள் எதுவுமில்லாமல் பிரிந்தது.

தொடர்ந்து, கோழிக்கோட்டில் ஒரு பிராந்திய கோ—ஆர்டினேஷன் கமிட்டியை உருவாக்குவதற்கான முன்முயற்சி எனும் நிலையில் எங்களுடன் தொடர்பு வைத்திருந்த சுமார் நூறு தோழர்களுக்கு ஒரு கூட்டத்திற்காக நாங்கள் அழைப்பு விடுத்தோம். கூட்டத்தின் தலைவர் பொறுப்பையேற்க அப்போது மார்க்சிஸ்ட் கட்சியின் திருச்சூர் மாவட்ட கமிட்டியிலிருந்து வெளியேற்றப்பட்ட அம்பாடி சங்கரன்மேனோனை அழைத்தோம். அவர் ஒரு தலைவராகவே கன கம்பீரத்துடன் வந்து கூட்டத்தில் சொற்பொழிவாற்றினார். நக்சல்பாரியைப் பற்றியோ சீன கம்யூனிஸ்ட் கட்சியைப் பற்றியோ மாவோவின் செயல்பாடுகளையோ சர்வ தேசிய

அரங்கில் அவர்கள் நடத்தி வரும் சித்தாந்த அடிப்படையிலான போராட்டங்களைப் பற்றியோ அவருக்கு எதுவுமே சொல்ல வேண்டியதிருக்கவில்லை. தோழர் கிருஷ்ணபிள்ளையின் செல்வாக்கு கேரளம் முழுவதும் பரவியதில் இ.எம்.எஸ். நம்பூதிரிபாடுக்கு பொறாமை வந்துவிட்டதென்றும், தோழர் கிருஷ்ணபிள்ளை பாம்புக் கடித்து சாகவில்லையென்றும், அவரை இ.எம்.எஸ்தான் கொன்றாரென்றும் அவர் எங்களிடம் உணர்ச்சிப்பிளம்பாக உரத்தக்குரலில் விவரித்தது எனக்கு இப்போதும்கூட தெளிவாக நினைவிலிருக்கிறது. அப்படியாக ஒரு நீண்ட பிரசங்கம் செய்துவிட்டு அவர் முடித்துக்கொண்டார். மார்க்சிஸ்ட் கட்சித் தலைமையின் திருத்தல்வாத அணுகுமுறையை வெளிச்சமிட்டுக் காட்டுவதற்குப் பதிலாக ஏதாவதொரு தலைவரை தனிப்பட்ட முறையில் தரம் தாழ்த்திக் காட்டுகிற இந்த நிலைபாடு ஒரு ஏமாற்று வேலையோ என்ற சந்தேகம் அப்போது எனக்கும் மற்றத் தோழர்களுக்கும் தோன்றாமலில்லை. இந்தக் கூட்டத்தின் நோக்கம் இதுவல்ல. அகில இந்திய கோ—ஆர்டினேஷன் கமிட்டியின் அழைப்பிற்கேற்ப செயல்பாட்டில் இறங்கவிருக்கும் தோழர்களுக்கு உற்சாகத்தையளிக்கும் நோக்கத்துடன் கூட்டிய இந்தக் கூட்டம், அம்பாடியின் வாய்ஜால வித்தையின் காரணமாக நினைத்த அளவுக்குப் பலன் தரவில்லை. பிறகு நாங்கள் இப்படியான ஒரு கூட்டத்தை நடத்துவதற்கு முயற்சிக்கவுமில்லை.

இதனிடையில் கேரள கோ—ஆர்டினேஷன் கமிட்டியின் தீர்மானத்தின்கீழ் ‘இடதுபட்சம்’ அச்சாக்கம் செய்வதற்கான ஏற்பாடுகள் துவங்கப்பட்டன. இரண்டோ மூன்றோ இதழ்கள்தான் வெளிவரவும் செய்தன. இதற்குள் அகில இந்திய அளவிலான கோ—ஆர்டினேஷன் கமிட்டியின் கூட்டத்திற்கு அப்பாவுக்கும் ஃபிலிப்புக்கும் மீண்டும் அழைப்பு வந்தது.

அந்தக் கூட்டத்தில், இனி தோழர்கள் களத்திலிறங்கிச் செயல்பட வேண்டுமென்றும் சுகபோகங்கள் அனைத்தையும் துறந்து துணிச்சலுடன் கிராமப் புறங்களுக்குச் செல்லவேண்டுமென்றும் நாடு முழுவதும் புரட்சி நோக்கத்துடனான விவசாயப் போராட்டங்களை ஏற்பாடு செய்ய வேண்டுமென்றும் முடிவு செய்யப்பட்டது. அங்கே கூடியிருந்த பிரதிநிதிகளினிடையே பல்வேறு விஷயங்களிலும் கருத்து முரண்பாடுகளிருந்ததாகவும் திரும்பி வந்த தோழர்கள் சொன்னார்கள். குறிப்பாக, கேரளத்திலிருந்து சென்றிருந்த தோழர்களின் விமர்சனபூர்வமான, தவறென்று தோன்றுகிற இடத்தில் யாரென்று பார்க்காமல் கேள்வி கேட்கிற அவர்களது மனோபாவத்தை சில தலைவர்களால் ஏற்றுக் கொள்வதற்கு சிரமமாக இருந்திருக்கிறது. விவாதங்களின்போது தங்களது தவறை ஒப்புக்கொள்வதும் திருத்திக்கொள்வதாக வாக்குறுதியளிப்பதும் ஆனால் நடைமுறையில் அதே தவறையே திரும்பவும் செய்வதுமான ஒரு மன இயல்பைதான் அங்கே காண முடிந்தது. உதாரணமாக, கேரளா கோ—ஆர்டினேஷன்

கமிட்டியால் பல மாதங்களுக்கு முன்பே அங்கீகரிக்கப்பட்ட அறிக்கை, அகில இந்திய கோ—ஆர்டினேஷன் கமிட்டி பத்திரிகையான 'லிபரேஷ'னில் வெளியிடப்படவில்லை. இந்தப் பிரச்சினை கூட்டத்தில் விவாதத்திற்கு வந்தபோது இந்த நிலைபாட்டைக் குறித்தத் தெளிவான ஒரு பதிலைத் தருவதற்கு அவர்களால் இயலாமல் போனது. கடைசியில், தான், தனிப்பட்ட முறையில் இந்த அறிக்கையை முழுமையாக ஏற்றுக்கொள்வதாகவும் ஆனால், பத்திரிகையின் ஆசிரியர் குழுவிலுள்ள சில தோழர்கள் இதை ஏற்றுக்கொள்ளவில்லையென்றும் சொல்லி தோழர் சாருமஜும்தார் விலகிக் கொண்டார். அறிக்கை ஏற்றுக்கொள்ளப்பட்ட சில மாதங்களுக்குப் பிறகு பஞ்சாபிலுள்ள பாபாகுருமுக் சிங்கின் ஆங்கில மாத இதழான 'பீப்பிள்ஸ் பாத்'தில் அது முழுமையாக வெளிவந்தபோது அவசர அவசரமாக 'லிபரேஷ'னும் அந்த அறிக்கையின் சில பகுதிகளை நீக்கம் செய்துவிட்டு பிரசுரித்தது. இப்படியாக, சொல்வதற்கும் செயல்படுவதற்குமிடையே முரண்பாடுகளுடன் கூடிய அனுபவங்கள் ஆரம்பத்திலேயே ஏற்பட்டுக்கொண்டுதானிருந்தன.

எதுவாயினும் இந்த இரண்டு கோ—ஆர்டினேஷன் கமிட்டிக் கூட்டங்களின் அழைப்பிற்கிணங்கி செயல்படுவதென்றும் அதற்காக இனி முழு நேரத்தையும் செலவிடுவதென்றும் நாங்கள் அனைவரும் சேர்ந்து விவாதித்து முடிவுக்கு வந்தோம். கமிட்டிகள் கூடுவதற்கும், பொறுப்புகளில் ஒட்டிக்கொள்வதற்கும் மட்டுமே ஆர்வம் காட்டுகிறவர்களுடன் சேர்ந்தால் செயல்பாடுகளை முன்னகர்த்திக் கொண்டுசெல்ல முடியாதென்பது அப்போதே எங்களுக்கு தெரிந்துபோய் விட்டது. ஆகவே, திரும்பவும் கோ—ஆர்டினேஷன் கமிட்டியைக் கூட்டுவதற்கு முயற்சி செய்யவில்லை. கல்கத்தாவிலிருந்து வந்திருந்த தோழர்கள், கேரள கமிட்டி உறுப்பினர்கள் ஒவ்வொருவரிடமும் அகில இந்திய கமிட்டியின் முடிவுகளைத் தெரிவித்தார்கள். அந்தத் தீர்மானங்களின் அடிப்படையில் இங்குள்ள செயல்பாட்டின் வடிவத்தைக் கொஞ்சம் மாற்றவேண்டியதிருக்கிறதென்றும் கிராமப்புற விவசாயப் பெருங்குடியினரிடையே இறங்கிச் செல்வதற்குத் தயாராக இருப்பவர்கள் அதற்கு முன்வரவேண்டுமென்றும் தீவிரமாக நடந்த ஆலோசனையின் பின் முடிவு செய்யப்பட்டது. 'இடதுபட்சம்' மாத இதழின் வெளியீடு, இந்த மாற்றத்திற்கு உடன்பாடாக அமைய முடியாதென்பதால் அதையும் நிறுத்தி விட வேண்டியதாயிற்று. கேரள கோ—ஆர்டினேஷன் கமிட்டி மற்றும் 'இடதுபட்ச'த்தின் காலம் இத்துடன் முடிந்துபோனது.

தொடர்ந்து நாங்கள் முக்கியமான பல கையேடுகளை மொழிமாற்றம் செய்து வெளியிடும் பணிகளில் ஈடுபட்டு வந்தோம். புத்தகப் பிரச்சாரத்தை மேற்கொண்டிருந்த தோழர்கள், கேரளத்தின் பல்வேறு பகுதிகளிலிருந்து வந்துகொண்டிருந்தார்கள். அவர்களுடன் அரசியல் விவாதங்களில் ஈடுபட்டும் அடுத்தக் கட்டப் பணிகளுக்கான

ஏற்பாடுகளைப் பற்றி ஆலோசனை செய்தும் பல தோழர்கள் கிராமப் புறங்களுக்குள் இறங்கிச் செல்லவும் செய்தார்கள். அந்தந்த இடங்களிலுள்ள சிறு சிறு குழுவினருடன் தொடர்புகொள்வதும் கொள்கை பரப்பும் பணியை எப்படி மேலும் தொடர்வது எனும் விஷயங்களை விவாதிப்பதும் தேவைக்கேற்ப முடிவுகளை மேற்கொள்வதுமாக வேலைகள் முன்னகர்ந்துகொண்டிருந்தன. இப்படி, ஏராளமான தோழர்கள், கேரளத்தின் எல்லாப் பகுதிகளிலும், குறிப்பாக மலையோரப் பகுதிகளில் இருக்கிறார்கள் என்பதை அறிந்தபோது எனக்குள் மிகுந்த உற்சாகம் ஏற்பட்டது. மார்க்சிஸ்ட் தலைமையின் புரட்டல்வாத அணுகுமுறைக்கு சவால் விடுக்கும் நக்சல்பாரியின் பாதையில் ஒரு புதிய உற்சாகத்துடன் களப்பணியாற்றுவதற்குத் தயாராக, தொழிலாளர்களும் விவசாயிகளும் மாணவர்களும் ஆசிரியர்களுமுட்பட ஏராளமான தோழர்கள் முன்வந்திருக்கிறார்கள் என்ற செய்தி, நாங்கள் பலவீனமான ஒரு குழுவினர் என்ற தாழ்வு மனோபாவத்திலிருந்து விடுபடுவதற்கு எனக்கும் மற்ற தோழர்களுக்கும் உதவியாக இருந்தது. மக்களுடைய தன்னெழுச்சியின் துடிப்பு எல்லா பகுதிகளிலும் அலையடிக்கத் துவங்கியது. இது, சமூகத்தை அடி வேர்களிலிருந்து விழுதெடுத்துப் புரட்டிப்போடும் சக்தி படைத்த ஒரு மாபெரும் படையென்பதை உறுதிப்படுத்துவதுபோல் போராட்ட வீரியத்துடனான இந்தப் புரட்சியின் அம்சங்கள் நாடெங்குமுள்ள பெரும்பான்மையான மக்களையும் கிளர்ச்சியடைய வைத்தது. கேரளத்திலிருந்து ஏராளமான கடிதங்கள் சீன தூதரகத்திற்குப் பிரவாகித்தன. சீனாவின் இலக்கியப் படைப்புகள்போன்ற பல தகவல்களைக் கேட்டு எழுதப்பட்ட இந்தக் கடிதங்களுக்குப் பதிலாக, ஆங்கில மொழியிலான மாவோவின் தேர்ந்தெடுக்கப்பட்ட படைப்புகளையும் பொன்மொழிகளையும் பிற புத்தகங்களையும் அவர்கள் அனுப்பி வைத்தார்கள். மாவோவின் ஒளி ததும்பும் முகச்சித்திரம் பதிக்கப்பட்ட சிறு பாட்ஜுகளும் அதிலிருந்தன. அந்த பாட்ஜுகளை சட்டையில் குத்திக்கொண்டு புத்தகப் பிரச்சாரத்திற்குச் செல்லும் தோழர்களின் ஆவேசம் கண்கொள்ளாக் காட்சியாக இருந்தது.

மார்க்சிஸ்ட் கட்சி, மிகப் பெரும் செல்வாக்குடன் திகழ்ந்த ஒரு பகுதியான கண்ணூர் மாவட்டத்திலும் இந்த அசைவுகள் வெளிப்படத் துவங்கின. தலைமையின் எல்லா தடையுத்தரவுகளையும் மீறி மாவோவின் கொள்கைகளை அறிந்துகொள்வதற்காக எங்களுடைய புத்தகக் கடைக்கு ஆர்வத்துடன் கடிதம் எழுதவும் ஒளிந்தும் பதுங்கியுமெல்லாம் தோழர்கள் வரவும் தொடங்கினார்கள். தோழர்கள் ஏற்கனவே கண்ணூர் மாவட்டத்திலும் புத்தகப் பிரச்சாரம் துவங்கியிருந்த விஷயத்தை நான் சொல்லியிருந்தேன் அல்லவா? அம் மாவட்டத்தின் இளைஞர்கள் அமைப்பில்தான் முதன்முதலாக இது வெடித்துக் கிளம்பியது. ஒரு கூட்டத்தில் மார்க்சிஸ்ட் கட்சியின் தலைமைக்கெதிராக கலகக்குரலெழுப்பிய

ஏராளமான தோழர்கள் ஒன்றாகச் சேர்ந்து வெளியேறினார்கள். அன்று அந்த இளைஞர் அமைப்பிலிருந்து வெடித்துப் புறப்பட்ட தோழர்களில் ஒருவர்தான், கே. பி. நாராயணன் மாஸ்டர். அதன் பிறகுதான் அந்த மாவட்டத்திலிருந்து புத்தகங்கள் சுதந்திரமாக வெளிவரத் துவங்கின.

இந்த சந்தர்ப்பத்தில்தான் கண்ணூர் மாவட்டத்தில் பல்லாயிரக்கணக்கான குடும்பங்களை பட்டினியிலாழ்த்திய 'கணேஷ் பீடி பிரச்சினை' உருவானது. கண்ணூர் மாவட்டத்தின் மிக முக்கியத் தொழிலான பீடி வியாபாரத்தில் உருவான இந்தத் தீவிரமான குழப்பம், பல ஆயிரக்கணக்கான குடும்பங்களை நடுத்தெருவுக்குக் கொண்டு வந்தது. இந்தப் பிரச்சினையுடன் இணைந்து புரட்சிகரமான கருத்தாக்கங்களின் பிரச்சாரமும் எரிமலைபோல் வெடித்ததுக் கிளம்பியது. அதுவரையிலும் அடக்கி வைத்திருந்த புரட்சியின் கனல்கள் அணை உடைத்துப் பிரவாகித்தன. மார்க்சிஸ்ட் கட்சியிலிருந்து வெளிப்படையாகவே கலகம் செய்து விட்டு வெளியில் வந்த மிகப் பெரிய இளைஞர் பட்டாளம் அதிலிருந்தது. தோழர்கள் பல்வேறு கட்டங்களாக கூட்டம் கூட்டமாக அந்தக் கட்சியை விட்டு வெளியேறி நக்சல்பாரி பாதையை ஏற்றுக்கொண்டார்கள். ஏராளமான புத்தகங்களும் கையேடுகளும் பிரசுரமாகத் தொடங்கின. புது மழையில் காளான்கள் முளைப்பதுபோல் எல்லா இடங்களிலும் மாவோ சேதுங் சிந்தனைப் பயிற்சி வகுப்புகள் நடத்தப்பட்டன. கண்ணூர் மாவட்டம் தன்னுடைய புரட்சிப் பாரம்பரியத்தை அப்படியாக நிலை நாட்டிக் கொண்டது.

இத்துடன் எங்களுடைய செயல்பாடுகளும் மற்றொரு கட்டத்திற்கு உயர்ந்தன.

ஒருநாள், தபால்காரர் ஒரு தபால் உறையைக்கொண்டு வந்து எங்களிடம் தந்தார். அதிலிருந்த முகவரியே சற்று வினோதமாக இருந்தது. 'குன்னிக்கல் நாராயணன், டவுண் ஹால், கோழிக்கோடு.' இந்தக் கடிதம் எங்கள் கையில் கிடைத்ததுகூட தற்செயலானதுதான். அதனுள் நீளமாக கட்டுரைபோன்ற ஒரு கடிதமிருந்தது. தெற்கே வயநாடு தாலுக்காவில் புல்பள்ளி தேவசம்வகை வனபூமியில் வசித்துவரும் ஒரு ஏழை விவசாயியின் கடிதம் அது.

புல்பள்ளி தேவசம் நிர்வாகத்தின்கீழ் இருபத்தேழாயிரத்திற்கும் அதிகமான ஏக்கர் பரப்பளவிலான வனபூமியிருந்தது. கோட்டயம் மாவட்டத்தின் மீனச்சல் தாலுக்காவிலிருந்தெல்லாம் தூக்கியெறியப்பட்டவர்களும், பல்வேறு அணைக்கட்டுத் திட்டங்களுக்காகவும் ரப்பர் விவசாய விரிவாக்கப் பணிகளுக்காகவும் சொந்தமாக இருந்த சிறு விவசாய நிலங்களையும் வசிப்பிடங்களையுமெல்லாம் கையொழிய வேண்டியதிருந்த ஆயிரக்கணக்கான குடும்பங்கள் இந்தப் புல்பள்ளிக் காட்டில் வசித்து வந்தார்கள். வயநாட்டில் மிகக் குறைந்த விலைக்கு நிலம் கிடைக்குமென்றும் விவசாயம் செய்யத் தோதுவான இடத்தைக்

காட்டித் தருகிறோம் என்றுமெல்லாம் சொல்லி தரகர்கள் அவர்களை அந்த இடத்திற்கு அழைத்து வந்திருந்தார்கள். வந்து பார்க்கும்போது அந்த இடம் வெறும் காடாக மட்டுமே இருந்தது. காட்டை வெட்டித் திருத்தி விவசாயம் செய்துகொள்ளும்படியும் நிலத்தின் உரிமையை வாங்கித் தருகிறோம் என்றும் சொல்லி விவசாயிகளிடமிருந்து தரகர்கள் பணம் வாங்கியிருக்கிறார்கள். தேவசமோ காட்டிலாகாவோ அப்போதெல்லாம் இதில் தலையிடவே இல்லை. விவசாயிகள் காட்டை வெட்டித் திருத்தி விவசாய நிலமாக்கி, கிழங்கும் மரவள்ளியும் வாழையும் நெல்லும் பயிரிடத் துவங்கினார்கள். உடனே தேவசம் போர்டு தலையிடுகிறது. நிலத்திலிருந்து உடனடியாக வெளியேற வேண்டுமென்றும் இல்லையென்றால் காவல்துறையை வைத்து வெளியேற்ற வேண்டியதிருக்குமென்றும் அவர்களைப் பயமுறுத்துகிறார்கள். நடவுப் பணி முடிந்த பிறகு அவர்கள் அங்கிருந்து அவ்வளவு எளிதில் போய் விட மாட்டார்கள் என்பதைத் தெரிந்துதான் இந்தப் பயமுறுத்தல் நடக்கிறது. எவ்வளவு பணம் வேண்டுமென்றாலும் தருகிறோமென்றும் தங்களுக்கு இந்த இடத்தின் உரிமையை விட்டுத் தரவேண்டுமென்றும் விவசாயிகள் அடி தொழுது வேண்டுகோள் விடுக்கிறார்கள். யோசிக்கிறோம் என்று சொல்லிவிட்டு அப்போதைக்கு விவசாயிகளின் கையிலிருந்துக் கிடைக்கும் பணத்துடன் தேவசம் பிரதிநிதிகள் இடத்தைக் காலி செய்கிறார்கள். பிறகு, காட்டிலாகா வருகிறது, தேவசம்போர்டை விடவும் பெரிய மிரட்டலுடன். வன விருட்சங்களை அழித்து விட்டதாகச் சொல்லி நூற்றுக்கணக்கான விவசாயிகளின்மீது காட்டிலாகா வழக்குத் தொடுக்கிறது. குற்றவியல் வழக்குகள். இப்படியாக தேவசம் நிர்வாகத்திற்கும் விவசாயிகளுக்குமிடையிலான பகை வளர்ந்துகொண்டிருந்தது. நிர்வாகத்திற்கு இருப்புக்கொள்ளாமலானது. தங்களுடைய இரத்தத்தை வேர்வையாக்கி உழைத்து உருவாக்கிய பலனை இழந்துபோய் விடுவோமோ என்ற பயத்தில் விவசாயிகளும் பொறுமையை இழந்தார்கள். இரண்டு பிரிவினருமே அரசாங்கத்தை அணுகினார்கள். இதைத் தொடர்ந்து விவசாயிகளின் பிரச்சினைகளைப் பற்றிய எந்த ஒரு அக்கரையுமில்லாமல் தேவசம் நிர்வாகத்தின் கோரிக்கையின்படி அரசாங்கம், குடியேற்ற விவசாயிகளை அப்புறப்படுத்தும் நோக்கத்துடன் ஒரு எம்.எஸ்.பி முகாமை ஏற்பாடு செய்தது. அதற்கு முன் அங்கே ஒரு காவல் நிலையமுமிருந்தது. ஆனால், விவசாயிகளை எதிர்கொள்வதற்கு இந்த ஒரு காவல்நிலையம் போதாது என்ற தேவசம் நிர்வாகத்தின் வேண்டுகோளை ஏற்று மற்றொரு காவலர் முகாமும், கூடவே ஒரு வயர்லெஸ் நிலையமும் அமைக்கப்பட்டது. புல்பள்ளி தேவசம்வகையில் புராதனமான ஒரு கோயிலிருந்தது, கரிமத்திலுள்ள சீதாதேவி கோயில். அங்கேயும் பூஜாரியாக இருந்தவர் ஒரு நம்பூதிரிதான். தினமும் காலையில் ஸ்நான பரிகாரங்கள் அனைத்தையும் முடித்து விட்டு அவர் பூஜா கர்மங்களை மேற்கொள்ளுவார். பூரண தெய்வாம்சம் பொருந்திய சூழலில் வருடத்திற்கொரு தடவை பெரிய அளவிலான ஒரு திருவிழாவும்

அங்கே நடந்தேறும். அந்தக் கோயிலின் ஊட்டுப்புரையில்தான் புகழ்பெற்ற எம்.எஸ்.பி முகாம். இந்த முகாமிலிருப்பவர்களின் தார்மிக நெறிகளைப் பற்றி சொல்லாமலிருப்பதுதான் நல்லது. புட்டியும் பெண்களுமில்லாமல் அவர்களால் வாழ முடியுமா? நமது பூஜாரி நம்பூதிரியோ, இதையெல்லாம் நான் பார்க்கவோ கேட்கவோ இல்லை என்பதுபோல் நடித்து கோயிலில் மணியடித்தும் பூஜைகள் நடத்திக்கொண்டுமிருந்தார். இந்த முகாம் அமைக்கப்பட்ட பிறகு அங்கிருந்த காவல்துறை அதிகாரிகள்தான் கிராமத்தின் ஆட்சிப் பொறுப்பையேற்று நடத்திக்கொண்டிருந்தார்கள். ஏதாவதொரு வழக்கில் — அது மிக அற்பமான ஒரு வழக்காக இருந்தாலும் சரிதான் — ஒரு விவசாயி கையில் வந்து கிடைத்து விட்டால் அன்று அவருக்குக் கிடைக்கும் வரவேற்பு கற்பனை செய்துப் பார்க்க முடியாத அளவுக்கு கொடூரமாக இருக்கும். விவசாயிகள், போலீஸ்காரர்களுக்குப் பயந்து ஒவ்வொரு இரவு பகல்களையும் கழித்து வந்தார்கள். காடுகளில் வாழும் விஷ ஜந்துகளுக்கும் விலங்குகளுக்கும் அவர்கள் பயப்படுவதில்லை. அடர்ந்துக் கிடக்கும் பெரும் விருட்சங்களை வெட்டி முறித்து காட்டைத் திருத்தி விளை நிலமாக்குவதற்கு இரத்தத்தையும் வேர்வையையும் சிந்துவதெல்லாம் அவர்களுக்கு சுலபமான விஷயங்கள்தான். சொந்த மண்ணிலிருந்து விரட்டியடிக்கப்பட்டு, வாழ வகையற்று இந்தக் கொடுங்காட்டில் உயிரைத் தக்க வைத்துக்கொள்வதற்காக மட்டுமே வந்து சேர்ந்த அவர்கள், மனித மிருகங்களுக்கு மட்டும்தான் பயந்தார்கள். மண்ணைப் பொன்னாக்கும் திறன்படைத்த இந்த மண்ணின் மைந்தர்களுடைய பரிதாப நிலைமையை விவரித்துச் சொல்லும் ஒரு கடிதம் அது.

துயரம் மிகுந்த இந்த அநீதியிலிருந்து தங்களுக்கான நியாயத்தைக் கோரி அவர்கள் முறையீடு செய்யாத அரசியல் கட்சிகளே இல்லை. பல்வேறு மனுக்களை அவர்கள் அமைச்சர் பெருமான்களுக்கெல்லாம் அனுப்பிப் பார்த்து விட்டார்கள். அவர்களில் யாருமே விவசாயிகளின் பிரச்சினைக்குத் தீர்வளிக்கும் விதமான எந்த முயற்சியை மேற்கொள்வதற்கும் தயாராக இல்லை. யாருமே திரும்பிப் பார்க்கவில்லை. அப்படியிருக்கும்போதுதான், 1967 பொதுத் தேர்தல் வருகிறது. மார்க்சிஸ்ட் கட்சி குடியானவர்களது பிரச்சினையை ஏற்றெடுக்கிறது. தாங்கள் ஆட்சிக்கு வரும்போது நிச்சயமாக ஒவ்வொரு குடியேற்ற விவசாயிக்கும் அவரவர் நிலத்தின்மீதான உரிமையைக் கையளிப்பதாக வாக்குறுதியளிக்கப்பட்டது. புல்பள்ளியில் ஓட்டு வாங்கும் பிரச்சாரத்தின் மிக முக்கிய அம்சமாக இது இருந்ததால் விவசாயிகள் சங்கம் ஒன்றையும் அமைத்தார்கள். விவசாயிகளும் மிகுந்த ஆர்வத்துடன் தேர்தலில் பங்கெடுத்து மார்க்சிஸ்ட் கட்சியின் ஏழு கட்சி கூட்டணிக்கு ஆதரவாக ஓட்டுப் போட்டார்கள். தேர்தல் முடிந்து இ.எம்.எஸ். தலைமையிலான கூட்டணி ஆட்சி அதிகாரத்திற்கு வந்தது.

ஆனால், பல மாதங்களான பிறகும் புல்பள்ளியில் தேவசம் நிர்வாகமும் காட்டிலாகாவும் காவல்துறையும் சேர்ந்து வேட்டையாடி வந்த விவசாயிகளுக்கு எந்தவிதப் பரிகாரமும் கிடைக்கவில்லை. அவர்கள் மீண்டும் திருவனந்தபுரத்திற்குச் சென்று மனுக்களின் மீது மனுக்களாக சமர்ப்பித்துக்கொண்டே இருந்தார்கள். உண்ணாவிரதமும் ஆர்ப்பாட்டங்களுமெல்லாம் நடத்திப் பார்த்தார்கள். இ.எம்.எஸ். காவல்துறை அமைச்சராக இருந்தும்கூட அவர்களின் மீதான அடக்குமுறைகள் அதிகரித்துக்கொண்டுதானிருந்தன.

இதுதான் அந்தக் கடிதத்திலிருந்த நீளமான கதை. கடிதத்தின் முடிவில் அந்த விவசாயி, எங்களுக்கு ஒரு சவால் விடுத்திருந்தார். ‘நக்சல்பாரியின் ஆயுதப் போராட்டத்தைப்பற்றியும் விவசாயப் புரட்சியைப் பற்றியும் பேசிக்கொண்டிருக்கும் உங்களுக்கு இதோ ஒரு களம். உங்களுடைய புரட்சி வசனத்தை நிறுத்தி விட்டு செயலில் இறங்க உங்களால் முடியுமா? இங்கே இப்போதைய தேவை இது மட்டும்தான். உங்களை பரீட்சித்துப் பார்க்கிற ஒரு சவால் இது. சுரணையிருந்தால் இதை ஏற்றுக்கொள்வீர்கள்.’

அன்று மாலையில் தோழர்கள் அனைவரும் ஒன்றுகூடி இந்தக் கடிதத்தைப் பற்றி விவாதித்தோம். குறிப்பிட்ட பிரச்சினைக்குப் பரிகாரம் காண்பதற்கான சட்டபூர்வ வழிகள் அனைத்தும் அடைபட்டிருப்பதால் இதில் ‘நக்சல்பாரி வழிமுறை’ மட்டுமே மிச்சமிருக்கிறது. அகில இந்திய அளவிலான கோரிக்கையும் இதுதானே. இந்தப் பிரச்சினையில் தலையிடுவது என்று நாங்கள் முடிவு செய்தோம். ஆனால், கடிதம் எழுதிய நபரின் முகவரி அதில் தெளிவாக இல்லையென்பதால் சற்று தாமதிப்பதே சரியென்றும் பட்டது.

கண்ணூர் மாவட்டத்தின் இளைஞர் அமைப்பில் ஏற்பட்ட பிளவைத் தொடர்ந்து சில மாதங்களுக்குள் மார்க்சிஸ்ட் தலைமையை மிகவும் உலுக்கிப்போட்ட மற்றொரு பிளவும் ஏற்பட்டது. கட்சியின் மானந்தவாடி தொகுதிக் குழுவில் பெரும்பாலான தோழர்களும் கட்சியிலிருந்து கலகம் செய்து விட்டு வெளியே வந்து விட்டார்கள். தோழர் வர்க்கீசின் தலைமையில் அந்தத் தோழர்கள் ஒன்றிணைந்து கட்சித் தலைமையின் நயவஞ்சக நிலைபாட்டைக் கடுமையாக விமர்சித்தும், நக்சல்பாரி வழிமுறையை ஏற்கவும் தயாரானார்கள். இதற்கெல்லாம் எதிர்வினைபோல் கண்ணூர் மாவட்டக் கமிட்டியிலும் மிகப் பெரிய பிளவு ஏற்பட்டது. ரெட் வாலண்டியர் சேனையின் மாவட்ட கமாண்டர் உட்பட நான்கு மாவட்டக் குழு உறுப்பினர்கள் கட்சியின் தலைமைக்கு சவால் விடுத்து பகிரங்கமாக அறிக்கை வெளியிட்டார்கள்.

அக்காலகட்டத்தில் இந்தியா முழுவதிலுமுள்ள அனைத்து அரசியல் கட்சிகளுக்கும் ஒரு விசேஷக் குணமிருந்தது. அதாவது, ஒவ்வொரு கட்சியுமே தனக்கென ஒரு சேனையை வைத்திருந்தது. காங்கிரசுக்கு ராஷ்ட்ரீய சேவாதள், ஜனசங்கத்திற்கு ஆர்.எஸ்.எஸ்.,

மகாராஷ்டிராவில் சிவசேனா, கம்யூனிஸ்ட் கட்சிக்கு ரெட் வாலண்டியர் சேனா. ரெட் வாலண்டியர் சேனையை மற்ற கட்சிகள் 'கோபால சேனா' என்றழைப்பார்கள். மற்ற கட்சிகளுக்கெதிரான பலப்பிரயோகத்திற்கும் தங்களுடைய அரசியல் விருப்பங்களை அடைவதற்குமான புஜபலம் என்கிற நிலையில்தான் ஒவ்வொரு கட்சித் தலைமையும் இவர்களைப் பயன்படுத்திக்கொண்டிருந்தது. கோபால சேனையில் சேரும் அணிகளின் நோக்கம் நேர்மாறாக இருந்தது. முழுமையான ஒரு ஆயுதப் போராட்டத்திற்குத் தங்களைத் தயார்படுத்திக் கொள்கிற ஆர்வத்துடன்தான் அவர்கள் சேனையில் இணைந்தார்கள். அவர்களின் இந்த நம்பிக்கையை பாதுகாக்க வேண்டிய தேவையும் அப்போதைய தலைமைக்குத் தவிர்க்க முடியாததாக இருந்தது. ஆனால், மார்க்சிஸ்ட் கட்சி, தலச்சேரி—புல்பள்ளி நிகழ்வுகளுக்குப் பிறகு இந்த 'இராணுவ'ப் பணியையைக் கை கழுவிய விவரமும் அனைவருக்கும் தெரிந்த சங்கதிகள்தான்.

நக்சல்பாரியின் கொள்கைகளையும், ஆயுதப் போராட்டத்தின் வழிமுறைகளையும் ஏற்றுக்கொள்ள முன் வந்த தோழர்களில் மிகப் பெரும்பான்மையினரும் இந்த ரெட் வாலண்டியரின் உறுப்பினர்களாகவே இருந்தார்கள். குறிப்பாக, வயநாடு போன்ற மலையோரப் பகுதிகளில் இந்தக் கொள்கை காட்டுத் தீ போல் படர்ந்தது. புரட்சிவாதிகள் என்று தங்களைத் தாங்களே அறிவித்துக்கொண்டவர்கள், திரும்பவும் வெறும் வாக்குவாதங்களிலும் பிரச்சாரத்திலும் மூழ்கியிருந்தபோது இந்தப் பகுதியிலுள்ள தோழர்கள், அடங்காத ஆர்வத்துடன் கொள்கைகளை நடைமுறைப்படுத்தும் போராட்டக்களத்தில் இறங்கினார்கள்.

மானந்தவாடியில் மார்க்சிஸ்ட் மண்டலக் கமிட்டியிலிருந்து கலகம் செய்து வெளியேறிய தோழர்களும், நக்சல்பாரி முன்மாதிரியிலான விவசாயப் போராட்டங்களுக்கு ஏற்பாடு செய்ய வேண்டுமெனும் அகில இந்திய அளவிலான அழைப்பை ஏற்று கிராமப்புறங்களிலிறங்கிய இங்குள்ள தோழர்களும் ஒன்றிணைந்து செயல்படுவதென்று தீர்மானிக்கப்பட்டது. புல்பள்ளியிலிருந்து வந்த சவாலை ஏற்றுக்கொள்வதென்றும் நேரடியாக அங்கே சென்று பிரச்சினைகளைப் புரிந்துகொள்வதென்றும் முடிவு செய்து அதற்காக தோழர் வர்க்கீஸ் உட்பட மூன்று தோழர்கள் தயாரானார்கள். அப்பாவும் தோழர் தேற்றமலை கிருஷ்ணன்குட்டியும் மற்ற இருவர்.

புல்பள்ளிக்குச் சென்றதும் அவர்கள் கடிதமெழுதிய நபரைத் தொடர்புகொண்டும் மேலும் சில விவசாயிகளை ஒன்று திரட்டியும் பல கூட்டங்கள் நடத்தினார்கள். அதன் விவாதங்களிலிருந்துதான் புல்பள்ளி பிரச்சினையை மிக ஆழமாக அவர்களால் புரிந்துகொள்ள முடிந்தது. தேவசம் நிர்வாகமும் காட்டிலாகாவும் காவல்துறையும் ஒன்று சேர்ந்து, உழைத்துப் பிழைக்கும் இந்த விவசாயப் பெருங்குடியினரை எல்லாவகையிலும் ஒடுக்கிக் கொண்டிருக்கும்

கதையை அவர்கள் விவரித்தார்கள். மட்டுமல்ல, குடியேற்ற விவசாயிகள் அதிகரிக்கும்தோறும் வேறுவழியில்லாமல் காட்டில் வனவிலங்கு சரணாலயங்களினுள் நுழைந்துகொண்டிருக்கும் ஆதிவாசி குடும்பங்கள், காட்டிலாகாவின் நிரந்தரமான பயமுறுத்தலையும் அடக்குமுறையையும் ஏற்கவேண்டியதிருந்தது. இப்படியான ஒரு முரண்பாடும் அங்கே அதிகரித்துக்கொண்டிருந்தது. இதைவிடவும், எம்.எஸ்.பிகாரர்களின் தொல்லை பல மடங்கு அதிகமாக இருந்தது. எம்.எஸ்.பி. முகாமிலிருந்த அதிகாரிகள், செங்கோல் தரிக்காத இராஜாக்களாக அங்கே வாழ்ந்துகொண்டிருந்தார்கள். அங்கிருந்த ஒரு உதவி ஆய்வாளரின் தான்தோன்றித்தனத்துக்கு அளவே கிடையாதாம். இரவாகி விட்டால் தனது செங்கோலையும் கையிலேந்தி ஐயா, வழக்கமாக ஒரு ரவுண்ட்ஸ் விடுவார். ஏதாவதொரு வீட்டில் அப்போது விளக்கெரிவதைக் கண்டு விட்டால் போதும், உடனே வீட்டுக்குள் தாவி வீட்டுக்காரனின் முகத்தில் ஒன்று கொடுத்து விளக்கையணைக்கச் சொல்வார். பகல் நேரத்தில்தான் நமது கதாநாயகனின் மற்றொரு குணம் வெளிப்படும். ஏதாவதொரு விவசாயி வந்து கையில் கிடைத்து விட்டால் எந்தவிதமான மனித உணர்வுகளுமே இல்லாமல், மரத்துப்போன மனத்துடன் உதைக்கத் தொடங்கி விடுவார். எம்.எஸ்.பி. முகாமுக்கும் விவசாயிகளுக்குமிடையிலான பகை நாளுக்கு நாள் அதிகரித்துக்கொண்டே இருந்தது. காட்டிலாகா, ஐநூறுவரையிலான விவசாயிகளை பொய் வழக்குகளில் சிக்க வைத்திருந்தது. ஒரு வழக்கில் சிக்கி விட்டால் அவர்களை ஜாமீனில் எடுக்கவெல்லாம் சேர்த்து நூறு ரூபாய்க்குமதிகமாக செலவாகும். அந்தக் குடும்பத் தலைவனின் உழைப்பால் மட்டுமே வாழ்ந்துகொண்டிருக்கும் குடும்பங்களுக்கு இது மிக மோசமான ஒரு பயமுறுத்தலாக இருந்தது. போதாக்குறைக்கு இரண்டு வாரத்திற்கொரு தடவை சுல்தான்பத்தேரி நீதிமன்றத்தில் போய் ஆஜராக வேண்டும். பதினேழு மைல் தூரம் நடந்தால்தான் பத்தேரிக்கு வந்து சேர முடியும். விவசாயிகளால் தைரியமாக வெளியே இறங்கி நடக்க முடியாத நிலைமை இருந்து வந்தது. இப்படியான ஒரு கட்டத்தில்தான் தோழர்கள் இங்கே வந்துசேர்ந்திருக்கிறார்கள்.

மார்க்சிஸ்ட் விவசாயிகள் சங்கம், வெகு சாதாரணமாக இந்த விவசாயிகளை வைத்து பண வசூலையும் உண்ணாவிரதங்களையும் ஆர்ப்பாட்டங்களையும் மனுக்கள் அனுப்புவதையும் ஒரு சடங்குபோல் நடத்திக்கொண்டிருந்தது. இந்தத் தொடர் போராட்டத்தில் விவசாயிகள் வெறுத்துப் போய்விட்டார்கள். எதையாவது செய்தால் மட்டுமே பிரச்சினைக்கு விடிவேற்படும் என்ற நிலைக்கு அவர்கள் வந்து சேர்ந்திருந்தார்கள். என்ன செய்ய வேண்டுமென்பதைப் பற்றி யாருக்கும் எந்த யூகமுமில்லை. இந்தச் சந்தர்ப்பத்தில் அங்கே வந்து சேர்ந்த தோழர்களிடம் என்ன செய்யலாம் என்ற கேள்வியை அவர்கள் முன் வைத்தார்கள். தோழர்கள் தங்களது முடிவை அவர்களிடம் தைரியமாகச் சொன்னார்கள். 'சட்டபூர்வமான எல்லா வழிகளையும்

முயற்சி செய்து பார்த்தும் எந்தவிதமான பாதுகாப்புமில்லை என்பது மட்டுமல்ல, தேவசமும், காட்டிலாகாவும், காவல்துறையும் கேள்வி கேட்க முடியாத சக்திகளாக இன்றும் தங்களை முன் நிறுத்திக்கொண்டிருக்கிறது. நீங்கள் கடைசிப் புகலிடமாக நினைத்திருந்த மார்க்சிஸ்ட் கட்சி அரசாங்கமும் உங்களைக் கை விட்டு விட்டது. உங்களுக்கு எல்லா வகைகளிலும் துரோகம் செய்கிற சக்திகளுக்கு சாதகமாகவே அந்தக் கட்சியின் தலைமையும் செயல்படுகிறது. அதிகார வர்க்கத்தின் மிகவும் மோசமான தாக்குதல்களுக்கெதிராகவும், தங்களிடம் அதிகாரமிருக்கிற காரணத்தால் எந்த அநீதியையும் இழைத்து விடலாமென்ற அவர்களது அகம்பாவத்திற்கெதிராகவும் நாம் நம்மை தற்காத்துக்கொண்டால் மட்டுமே பாதுகாப்பு. உயிர்வாழ்வதற்கான ஒவ்வொரு மனிதனின் குறுக்கீடற்ற உரிமைக்கும் பங்கம் விழைவிப்பதுபோல் அல்லவா அவர்கள் நடந்துகொள்கிறார்கள்? இந்த உரிமையை நிலைநாட்டுவதென்பது நம் ஜீவமரணப் போராட்டமல்லவா? உங்களுடைய இந்தப் பிரச்சினை இன்று ஒட்டு மொத்தத் தேசத்தின் பிரச்சினை. இதற்கானப் பரிகாரத்தினூடே மட்டும்தான் இந்த நாட்டின் எல்லா அவலங்களுக்கும் முடிவு காண இயலும். தற்போதைய சட்டவிதிகளின்படி இதற்கு தீர்வு கண்டுவிட இயலுமா என்பதையும் சிந்தித்துப் பாருங்கள்.' அங்கே கூடியிருந்த விவசாயிகளினிடையே தோழர்கள் பேசியவற்றின் சாரப்பொருள் இதுதான்.

விவசாயிகள் எவ்வித தயக்கமுமில்லாமல் தோழர்களின் கருத்துக்களை ஏற்றுக்கொண்டார்கள். நூற்றாண்டுகளாக தங்களின் கை கால்களைப் பிணைத்திருந்த விலங்குகளைத் தகர்த்தெறிவதற்கு அவர்கள் தயாராக இருந்தார்கள். அவர்களது முன்னோர்களின் போராட்ட மரபு அவர்களினுள்ளும் கொதித்துக் கொண்டிருந்தது. காலங்காலமாக எல்லா விதமான அடக்குமுறைகளுக்கும் அடிபணிந்துக் கிடந்த அவர்கள், தங்களது விடுதலைக்காக இரத்தம் சிந்தவும் தயாராக இருப்பதாக தோழர்களுக்கு வாக்குறுதியளித்தார்கள்.

இதுபோன்ற தீவிரமான பிரச்சினைகளுக்குப் போதுமான அளவில் தயாரிப்புகள் தேவையென்பதால் களத்திலிறங்குவதற்கான ஒரு நீண்ட திட்டத்துடன் அவர்கள் அப்போது பிரிந்தார்கள். மிகச் சீக்கிரமாகவே, மீண்டும் சந்திப்போம் என்ற வாக்குறுதியுடன்.

இந்தச் செய்தி கோழிக்கோட்டிலிருந்த எங்களினிடையிலும் மிகுந்தச் சலனங்களை உருவாக்கின. களப்பணி மற்றொரு கட்டத்திற்கு உயருகிறது என்பதை நானும் புரிந்துகொண்டேன். அங்கிருந்து வந்த தோழர்களின் சிலிர்க்கவைக்கும் அனுபவங்கள் அனைவரையுமே உலைத்துப்போட்டன. ஒவ்வொருவரையும் பரீட்சித்துப் பார்க்கிற கட்டம் நெருங்குகிறது என்பதைப் புரிந்துகொள்ளும்தோறும் பயப்படுகிற சிலர் பின் நகரவும் ஆனால், மிகுந்த ஆர்வத்துடன் பலர்

முன் வரவும் செய்துகொண்டிருந்தார்கள். கிராமப்புறங்களுக்குச் சென்ற களப்பணியாளர்கள், தங்களுக்குக் கிடைத்த வரவேற்பைப் பற்றியும், புரட்சி இலக்கியங்கள் ஏராளமாக பிரச்சாரமடைந்து வருவதைப் பற்றியும், அங்கே உள்ள தோழர்களினிடையிலும் சமூகத்தின் எல்லா தரப்பு மக்களினிடையிலும் உருவாகியிருக்கும் புத்துயிர்ப்பைப் பற்றியுமெல்லாம் நிறைய சொன்னார்கள்.

களத்திலிறங்குவதற்கு நானும் மிகுந்த ஆர்வத்துடனிருந்தேன். புரட்சி வீரம் ததும்பும் அந்தத் தோழர்களைப் பார்க்கவும் அந்தப் பகுதியிலுள்ள மக்களைப் பார்க்கவும் அவர்களினிடையில் நான் உணர்ந்துகொண்ட உண்மைகளை எடுத்துச் சொல்லவுமான ஒரு வாய்ப்பு எப்போது கிடைக்கும் என்ற எதிர்பார்ப்புகளுடனிருந்தேன். அதற்கான சந்தர்ப்பம் வாய்க்கும்போது போகலாம் என்றும் அதுவரையிலும் பொறுமையாக இருக்கும்படியும் தோழர்கள் சொன்னார்கள். ஒரு பெண் என்பதால்தான் மற்ற தோழர்களைபோல் சுதந்திரமாக வெளியே சென்று களத்திலிறங்கி செயல்பட இயலாமலிருக்கிறது என்பதை நினைக்கும்போது எனக்குள் மிகுந்த வருத்தமும் நிராசையும் தோன்றின. தற்போதைய சமூக அமைப்பின் பெண்கள்மீதான பார்வையைக் குறித்தும் சுதந்திரமாக சமூகத்திலிறங்கி செயல்படும் பெண்கள்மீதான அபவாதங்களைப் பற்றியும் நான் தெரிந்துதான் வைத்திருந்தேன். சமூகத்தின் இந்த கேலிக்குரிய மனப்பாங்கை நான் கடுமையாக வெறுத்தேன். இதற்கெதிராக கலகம் செய்யவேண்டுமென்ற திடமான அபிப்பிராயமும் என் மனதினுள் வேரோடிக்கிடந்தது.

கண்ணூர் மாவட்டத்தின் நிலைமையைச் சொல்வதானால், அங்குள்ள தொழிலாளர்களில் பெரும்பான்மையினரும் பீடிச் சுற்றுபவர்களும் கைத்தறி நெசவாளர்களும்தான். பீடிச் சுற்றுவதன் மூலம் மட்டுமே கிடைக்கும் வருமானத்தில் தங்களது வாழ்க்கையைக் கழித்துக் கொண்டிருக்கும் பல ஆயிரக்கணக்கான குடும்பங்கள் அங்கே இருந்தன. இந்தக் குடும்பங்கள் வறுமையின் கோரப்பிடியால் பாடசாலைகளுக்கு அனுப்ப வேண்டிய தங்களது குழந்தைகளை நிராதரவான நிலையில் பீடி சுற்றுகிற கம்பெனிக்கே வேலைக்கு அனுப்பி வந்தன. சிறு வயது முதல் பீடியிலையும் புகையிலையும் கலந்த விஷக் காற்றையும் தூசியையும் சுவாசித்தபடியே இந்தக் குழந்தைகள் அருகிலுள்ள ஏதாவது பீடி கம்பனிகளில் வேலை செய்வார்கள். இதில் கிடைப்பது மிகச்சிறு வருமானமாக இருந்தாலும் அந்த அளவுக்காவது பயன்படுமல்லவா? கண்ணூருக்கு பேருந்தில் போகும்போது சாலையின் இரு புறமுமுள்ள கட்டடங்களிலும் வீடுகளிலும் தொழிலாளர்கள் வரிசையாக உட்கார்ந்து பீடிச் சுற்றுவதைப் பார்க்கலாம். ஏராளமான தொழிலாளர்கள் ஒன்றாகச் சேர்ந்து வேலை செய்கிறார்கள் என்பதைத் தவிர ஒரு கம்பனி எனும் பெயருக்கு அங்கு எந்த அர்த்தமும் கிடையாது. தொழில் விதிகள் எதையும் இந்தக் கம்பனிகள் கண்டுகொள்வதுமில்லை. மிகவும்

குறைவான கூலிதான் அவர்களுக்குக் கிடைத்து வந்தது. காலை முதல் நடுச்சாமம்வரை முதுகொடிய உட்கார்ந்து பீடி சுற்றும் தொழிலாளர்களுக்கு ஒத்தாசை செய்வதற்காகவும் பீடிச் சுற்றக் கற்றுக்கொள்வதற்காகவும் இந்தச் சிறு வயதினர் அங்கே அபயம் தேடுகிறார்கள். இப்படி, தலைமுறையாகவே இந்தத் தொழிலை நம்பி வாழ்ந்துகொண்டிருப்பதால் அவர்களுடைய உடல், முழு வளர்ச்சியை எட்டுவதற்கு முன்பே தேய ஆரம்பித்து, எலும்பும் தோலுமாக மெலிந்துபோயிருக்கும். ஒருவேளை உணவுக்குக்கூட வழியில்லாமல்போன தாய்மார்கள் அற்றுப்போன ஆசைகளுமாக இந்தக் குழந்தைகளை வேலைக்கனுப்பி வைக்கிறார்கள். இதன்மூலம் கிடைக்கும் காசிலிருந்து ஓரளவிலான ஆகாரமாவது உடலினுள் போகுமல்லவா? இந்த வகையில்தான் அவர்களால் சிந்திக்கவும் முடியும். தொழிலாளர்களில் பெரும்பாலானவர்களும் இளம் வயதிலேயே பலவிதமான நோய்களால் பீடிக்கப்பட்டு விடுகிறார்கள். அவர்களது மரணத்திற்குப் பிறகு இந்தத் தொழிலை பிள்ளைகள் ஏற்றெடுக்கிறார்கள். இவர்களுடைய கதியும் இதுதான். வீடுகளிலிருந்தபடியே, குடும்பம் முழுவதும் பீடி சுற்றும் வேலையில் ஈடுபடுவதும் இங்கே பரவலாக நடக்கும். இப்படியாக, விஷக்காற்று வீட்டினுள்ளும் நிரந்தர இடம் பிடித்துவிடுகிறது.

கைத்தறி நெசவுதான் இந்த மாவட்டத்தில் வயிறு வளர்ப்பதற்கான மற்றொரு மார்க்கம். இந்தத் தொழிலிலும் பல்லாயிரக்கணக்கான தொழிலாளர்கள் ஈடுபட்டு வந்தார்கள். பிற நாடுகளுக்கு ஏற்றுமதி செய்யும் வாய்ப்பைதான் இந்தத் தொழில் முக்கியமாக நம்பியிருந்தது. மேல்நாடுகளில் தொழிலாளர்களுக்கான கூலி, நமது நாட்டை விடவும் பல மடங்கு அதிகமாக இருந்ததால் இங்குள்ள தொழிலாளர்களின் உழைப்பை மிகக் குறைவான கூலி கொடுத்து சுரண்டுகிற நோக்கத்துடன்தான் அந்தந்த நாடுகள் இதுபோல் கைத்தறி துணிவகைகளை இறக்குமதி செய்துகொண்டிருந்தன. மில் துணி வியாபாரம் தொடர்பான போட்டிகளின் காரணமாக கைத்தறித் துணிக்கு நம்முடைய நாட்டில் தேவைகள் மிகவும் குறைவாக இருந்தன. போர்க்காலத் தேவைகளுக்காக உள்நாட்டிலிருந்து நிறைய ஆர்டர்கள் வரும்போது மட்டும் இந்த வியாபாரம் கொஞ்சம் சூடு பிடிக்கும். இருப்பினும் அது தற்காலிகமானதுதானே? ஏற்றுமதியையும் நெய்கிற நூலுக்கு மில் தொழிலையும் மட்டுமே நம்பியிருக்கவேண்டுமென்பதால் இந்தத் தொழில் ஒரு விதத்தில் காக்காய் வலிப்பு நோயாளியைப்போல் நடந்துகொண்டிருந்தது. வேலையுள்ள நாட்களில் ஓய்வொழிச்சலே இருக்காது. வேலை முடிந்து விட்டால் பிறகு வேலை எப்போது கிடைக்கும் என்பது தெரியாமல் நிச்சலனமாகி விட வேண்டியதுதான். நெய்து கொடுக்கும் துணிக்கு மிகவும் துச்சமான விலைதான் கிடைக்கவும் செய்யும். இவர்களுக்கு சாதகமான தொழில் சட்டங்கள் எதுவும் இவர்களை வந்து எட்டுவதே இல்லை. ஒப்பந்தக் கூலியென்பதால் மற்ற தொழில்கள்போன்ற அனுகூலங்கள் எதுவும்

இவர்களுக்குக் கிடைக்காது. பீடித் தொழிலாளர்களது நிலைமையிலிருந்து பெரிய அளவிலான வேறுபாடுகளெதுவும் இவர்களிடமும் கிடையாது. பட்டினியும் தீராத நோய்களும் நெசவுத் தொழிலாளர்களையும் அவர்களது குடும்பங்களையும் விட்டு விலகுவதே இல்லை. கடைசியில் வயதாவதற்கு முன்பே காச நோயாளிகளாக சாக வேண்டிய கதிகேட்டைத்தான் இவர்களும் அனுபவித்துக் கொண்டிருந்தார்கள்.

ஆனால், தங்களுடைய இந்த அவலம் நிறைந்த வாழ்க்கை முறையைக் குறித்து பீடித் தொழிலாளர்களும் நெசவாளர்களும் நன்றாகவே உணர்ந்திருந்தார்கள். மிக அதிகமான அரசியல் புரிந்துணர்வுகொண்ட தொழிலாளர் பிரிவைச் சேர்ந்தவர்கள் இவர்கள். எனவே, அரசியல் விஷயங்களை அறிந்துகொள்வதிலும் விவாதங்களில் தீவிரமாகப் பங்கு வகிப்பதிலும் இவர்கள் மிகுந்த ஆர்வமுடையவர்களாக இருந்தார்கள். தங்களுடைய இந்த அவல நிலையை மாற்றியமைக்க வேண்டுமென்பதில் மற்றவர்களைவிடவும் ஆர்வமுடையவர்கள் இவர்கள். பீடித் தொழிலாளர்களிடம் ஒரு விஷேசத் தன்மையுண்டு. இவர்கள் தினந்தோறும் பத்திரிகைகள் வாசிப்பார்கள். பத்திரிகை வாசிப்பதற்கான நேரம் எல்லோருக்கும் கிடைக்காது. இவர்கள் வேலை செய்கிற இடம் இயந்திரங்களின் சத்தம் எதுவுமின்றி மிகவும் அமைதியாக இருக்கும். ஆகவே, தங்களின் ஆட்களில் யாராவது ஒருவருக்கு ஒவ்வொரு நாளும் பத்திரிகை வாசித்துக் காட்டும் பொறுப்பைக் கொடுத்து விடுவார்கள். அவரது வேலையை மற்றவர்கள் பகிர்ந்துகொள்வார்கள். இப்படியாக பரஸ்பர ஒத்துழைப்புடனும் இணக்கமாகவுமிருந்த அவர்கள் பெரும்பாலான எல்லா அரசியல் விஷயங்களைப் பற்றியும் நல்ல புரிதலுள்ளவர்களாக இருந்தார்கள். மட்டுமல்ல, பல தலைமுறைகளாகவே புரட்சிகரமான போராட்டங்களில் ஈடுபடுவதில் எவ்வித தயக்கமும் காட்டாத போராட்ட வீரர்களாகவே இருந்தார்கள், இந்த பீடி மற்றும் நெசவுத் தொழிலாளர்கள். வடக்கு மலபாரில் இதுவரை நடந்த எந்தப் போராட்டமாக இருந்தாலும் முன்னணியில் நின்றிருந்தவர்கள் இவர்கள்தான். ஏராளமான தியாக சீலர்களை இவர்கள் இந்த மண்ணுக்குத் தந்திருக்கிறார்கள். சுதந்திரம் கிடைத்து முப்பத்தொரு வருடங்களான பின்பும் மிகவும் அடித்தட்டில் வாழுகிற, வறுமையும் தீரா வியாதிகளும் தினந்தோறும் அரித்துத் தின்றுகொண்டிருக்கிற, மிகப் பெரிய இந்த தொழிலாளர் வர்க்கத்தின் வாழ்க்கையில் எந்தவிதமான மாற்றத்தையும் கொண்டு வருவதற்கு மத்தியிலோ மாநிலத்திலோ உள்ள அரசாங்கங்களால் இயலவில்லை. மாறாக, அவர்கள் தொடர்ந்து வறுமையின், கொடூரமான பட்டினியின் ஆழ்கடலில் மீண்டும் மீண்டும் தள்ளப்படுகிறார்கள். ‘உழைக்கும் வர்க்கத்தினரிடம் இழப்பதற்கென்றிருப்பது அவர்களைப் பிணைத்து வைத்திருக்கும் விலங்குகள் மட்டும்தான்; அடைய இருப்பதோ ஒரு முழு உலகமும்’ என்ற காரல் மார்க்சின் புகழ்பெற்ற அந்த வார்த்தை

பீடி, நெசவுத் தொழிலாளர்களைப் பொறுத்தவரைக்கும் சொல்லுக்கான முழு அர்த்தத்துடன் விளங்குகிறது. இவர்களிடம் இழப்பதற்கென்றிருப்பது, வறுமையும் தீரா வியாதியும் இந்தத் தொழிலுக்கு அவர்களை அடிமைப்படுத்தி வைத்திருக்கும் பொருளாதார அம்சமும் மட்டும்தான். இந்த சமூகத்தின் கட்டமைப்பையே புரட்டிப்போடும் ஒரு புரட்சியினூடே மட்டும்தான் தங்களது வாழ்க்கையை காலங்களாக நரகத்தினுள் வைத்திருக்கும் சூழ்நிலையிலிருந்து விமோசனமடைய இயலுமெனும் உணர்வு, மற்றவர்களை விடவும் இவர்களிடம்தான் அதிகமாக மேலோங்கியிருந்தது. செங்கொடியை உயிரினும் மேலாகக் கருதுபவர்கள் இவர்கள்.

ஆனால், இவர்கள் ஆபத்பாந்தவர்களென நம்பிக்கொண்டிருந்த, செங்கொடியின் பெயரால் இவ்வளவு காலமும் அவர்களைச் சுரண்டி வாழ்ந்துகொண்டிருந்த மற்றொரு வர்க்கமுமிருந்தது — தொழிற்சங்கங்கள் மற்றும் அரசியல் கட்சிகளின் தலைவர்கள். புரட்சிக்கான அவர்களது போராட்டக் குணங்களின்மீது நீர் தெளித்து வைப்பதையும் புரட்சிகரமான வாய்ப்பேச்சுகளையும் ஜாலவித்தைகளையும் மட்டுமே இவர்கள் செய்து வந்தனர். அதிலொரு அடவுதான், நம்முடைய ‘கோபால சேனை’. புரட்சிக்காகவே நாங்களும் எத்தனித்துக்கொண்டிருக்கிறோம் என்றும் ஆனால், அதற்கான வேளை இன்னும் வரவில்லையென்றும் பேசி அணிகளைக் கருத்தியல் தடுமாற்றத்திற்குட்படுத்தி மயக்கத்திலாழ்த்துவதற்கு அவர்கள் முயற்சி செய்துகொண்டிருந்தனர். மக்களிடம் தெளிவில்லை என்கிற பழைய செல்லரித்துப்போன பல்லவி மட்டும்தான் அவர்களிடம் பாடுவதற்கிருந்தது. தங்களுடைய பதவிகளும் சுகபோக வாழ்க்கையும் ஆளும் கட்சி அல்லது எதிர்க்கட்சி எனும் நிலைகளில் இன்றிருக்கும் அதிகாரத்தின்மீதான தங்களது செல்வாக்கையும் இழந்து விடுவதற்கு ஒருபோதுமே விரும்பாத, அவற்றின்மீது நிறுவப்பட்ட விருப்பங்களை வேரூன்றச் செய்து விட்ட தலைவர்களுக்கு மக்களின் புரட்சி மனோபாவத்தை விட பயப்படுவதற்கு வேறு என்ன இருக்க முடியும்? அணிகளினிடையே புரட்சியின் கூறுகள் பரவுவதையும் புரட்சிவாதிகளுக்கு செல்வாக்கு அதிகரிப்பதையும் நடுங்குகிற இதயத்துடன் மட்டுமே அவர்களால் பார்க்கவும் இயன்றது. இதைத் தடுப்பதற்கு அவர்கள் மேற்கொள்ளாத ஈனச் செயல்கள் எதுவுமே பாக்கியில்லை. புரட்சிக் கருத்தாக்கங்களை வெளிப்படுத்தி வருபவர்கள்மீது தனிப்பட்ட வகையிலான அவதூறுகளைப் புனைவது; அவர்களுக்கெதிராக தடையுத்தரவுகளைப் பிறப்பிப்பது; கடல்மடைபோல் புரட்சி சொற்பொழிவுகளாற்றி தங்களுடைய ஆதரவாளர்களை ஏமாற்றுவது; புரட்சிவாதிகளைக் காவல்துறைக்குக் காட்டிக் கொடுப்பது; முடியுமென்றால் அவர்களை ஒழித்துக் கட்டுவது இதெல்லாம்தான் அவர்கள் தினந்தோறும் நடத்திவந்த நிகழ்வுகள். ஆனால், இவற்றை மட்டுமே நம்பி, தங்களுக்கான உண்மைகளைப்

புரிந்துகொள்வதிலிருந்து தொழிலாளர்களையும் பிற உழைக்கும் மக்களையும் தடுத்து நிறுத்துகிற முயற்சியில் அவர்களால் வெற்றி பெற இயலவில்லை.

இ.எம்.எஸ்சின் அமைச்சரவை அதிகாரத்திற்கு வந்த பிறகுதான் கணேஷ் மற்றும் பாரத் பீடி பிரச்சினை உருவாகிறது. தேர்தலில் வெற்றி பெற்றுவிட்ட உற்சாகத்தில் தொழிலாளர்களுக்கு எதையேனும் செய்ததாகக் காட்டிக்கொள்ள வேண்டுமே என்ற நோக்கத்துடன் மத்திய அரசின் குறைந்த பட்ச சம்பள விதியின்படி கேரளத்தில், பீடி மற்றும் சிகார் சட்டம் அமுலுக்குக் கொண்டு வரப்பட்டது. ஆனால், வெளுக்க நினைத்துத் தேய்க்க, அது பாண்டாக மாறியதுபோன்ற அனுபவம்தான் அரசாங்கத்திற்குக் கிடைத்தது. கர்னாடக மாநிலம், மங்கலாபுரத்திலுள்ள முதலாளிகளுக்கு உரிமையான இந்த கணேஷ், பாரத் பீடி கம்பனிகள், அமுலாக்கப்பட்ட இந்த சட்டம் தங்களுக்கு நஷ்டத்தையேற்படுத்தும் என்பதைப் புரிந்துகொண்டன. ஏனென்றால் கர்நாடகத்தில் குறைந்தபட்ச சம்பள விதி அமுலில் இல்லை. கேரளத்தில் கிடைப்பதை விடவும் மிகக் குறைவான கூலிக்கு அங்கே பீடித் தொழிலாளர்கள் கிடைப்பார்கள். கண்ணூர் மாவட்டம் முழுவதுமே கிளைகளைக்கொண்ட இந்த கம்பனிகள், எந்தவிதமான முன்னறிவிப்புகளுமின்றி ஒருநாள் காலையில் தங்களுடைய டிப்போக்கள் அனைத்தையுமே அடைத்து மூடிவிட்டு மங்கலாபுரத்திற்குக் கிளம்பி விட்டன. தொழிலாளர்களைப் பற்றியெல்லாம் அவர்களுக்கு எந்த அக்கறையுமிருக்கவில்லை. ஏனென்றால் பீடித் தொழிலாளர்களை அவர்கள் ஒப்பந்த அடிப்படையில் மட்டுமே வேலை வாங்கிக்கொண்டிருந்தார்கள். கம்பனியிலிருந்து புகையிலை வந்தால் வேலையிருக்கும். வேலை செய்தால் கூலி கிடைக்கும். இல்லையென்றால் இல்லை. புதிதாக அமுல்படுத்தப்பட்ட பீடி மற்றும் சிகார் சட்டப்படியும்கூட பீடித் தொழிலாளர்களுக்கு எந்த பாதுகாப்பும் கிடைக்கவில்லை. ஆகவேதான் இரவோடிரவாக கம்பனியை மூடவும் தங்களின் விருப்பம்போல் வேறு மாநிலத்தில்போய் கம்பனியை அமைத்துக் கொள்ளவும் அந்த முதலாளிகளால் முடிந்தது. அரசாங்கம், வெறித்த பார்வையுடன் அப்படியே நின்றுபோய் விட்டது.

மறுநாள் காலையில், சுமார் இருபதாயிரம் தொழிலாளர்கள் வேலைக்குச் சென்றபோது கம்பனிகள் மூடிக்கிடக்கின்றன. ஒரே நாளிரவில் அவர்கள் தொழிலற்றவர்களாக மாறி விட்டார்கள். கூலி கிடைத்தால்கூட அரைப்பட்டினியாக வாழ முடிகிற அவர்களது வாழ்க்கை, மிகச் சுலபமாக முழுப் பட்டினியின் ஆழ் குகைக்குள் தூக்கியெறியப்பட்டிருந்தது. அவர்கள் கொந்தளித்தார்கள். இருபதாயிரம் தொழிலாளர்களை நம்பி ஒரு லட்சத்திற்குமதிகமான மனித உயிர்கள் வாழ்ந்துகொண்டிருந்தன. எல்லா அரசியல் கட்சிகளையும், தங்களுடைய கட்சியென்று நம்பிக்கொண்டிருந்த அரசாங்கத்தையும் அவர்கள் அணுகினார்கள். வழக்கமான எல்லா கதைகளிலும்போல்

இதிலும் நிதி வசூலும், தர்ணாவும், உண்ணாநோன்பும், கண்டனக் கூட்டங்களும், சுவரொட்டி அச்சிடலுமாக அனைத்துச் சடங்குகளுமே நடந்தேறின. ஆனால், பிரச்சினையை முடித்து வைப்பதற்காக அரசாங்கம் சிறு விரலைக்கூட அசைக்கவில்லை. அவர்கள் அசைக்க நினைத்தாலும்கூட அது அசைந்திருக்காது. மத்தியச் சட்ட விதிகள் அனைத்தும் முதலாளிகளுக்கு சாதகமாகவே இருந்தன. மாவட்டத்தின் மொத்தப் பொருளாதாரமும் தகர்ந்து விழுகிற கட்டத்திற்கு வந்தது. வேலையிழந்த தொழிலாளர்கள் அவ்வப்போது பட்டினியிலிருந்து விடுபடுவதற்காக கிராமப்புறங்களில் அரைவிகிதக் கூலியில் விவசாயப் பணிகளுக்குச் செல்லத் துவங்கினார்கள். இதன் காரணமாக விவசாயக் கூலிகளுக்கு வேலை பறி போனது. நிலப்பிரபுக்களுக்கும் தனவான்களுக்கும் இதுபோன்ற ஒரு பொன்னான வாய்ப்பு கிடைக்கவா போகிறது? எனவே, ஊரில் திருட்டும் கொள்ளையும் கொலையும் அதிகரித்தன. இப்படியாக இந்தப் பிரச்சினை, அடித்தட்டிலுள்ள மக்களை மட்டுமில்லாமல் ஓரளவு வசதி படைத்தவர்களையும் பாதிக்கத் துவங்கியது. நெசவுத் தொழிலாளர்களும் வேலையில்லாமல் வறுமையின் கோரப்பிடியில் சிக்கிச் சுழன்றுகொண்டிருந்த காலம் அது. மாதங்களான பிறகும் பிரச்சினையைத் தீர்த்து வைப்பதற்கோ வேறு வழிகளில் அவர்களுக்கு உதவவோ அரசாங்கம் முன்வரவில்லை.

கோடைவெயிலின் வெம்மையில், காய்ந்து வறண்டு கிடக்கும் வனத்தில், சிறு அக்னிக் குஞ்சு தெறித்து விழுந்தால்கூட போதும். நிமிடங்களுக்குள் அது பயங்கரமான காட்டுத் தீயாகப் பற்றிப் படர்ந்தெரிந்து, சகல உயிரினங்களையும் சுட்டுச் சாம்பலாக்கி விடும். வீரியமிக்க இந்த அக்னிப் பிரவாகத்தை அணைத்துவிடுவதென்பது யாராலும் இயலாது. தொழிலில்லாமலும், பட்டினியிலும் கதிகெட்டு நிற்பவர்களது வாழ்க்கையில் புரட்சியின் ஆவேசம் புகுந்துகொண்டால் ஏற்படுகிற விளைவுகளும் இத்தகையதுதான்.

தலச்சேரியில் புத்தகப் பிரச்சாரத்தை ஏற்று நடத்திக்கொண்டிருந்த தோழர்களை இந்தப் பிரச்சினை மிக வேகமாக பாதித்தது. இது தீவிரமடைவதற்கேற்ப, மாவட்டத்தின் பல பகுதிகளில் மார்க்சிஸ்ட் கட்சியின் அமைப்புகளிலிருந்து கலகம் செய்துவிட்டு தோழர்கள் வெளியில் வந்தார்கள். புரட்சிகர படைப்புகளின் பிரச்சாரம் காட்டுத் தீபோல் பரவத் தொடங்கின. நக்சல்பாரி இயக்கத்துடன் தொடர்பு வைத்திருந்த அங்குள்ள தோழர்களும் இந்தப் பிரச்சினை சம்பந்தமாக நிறைய துண்டுப் பிரசுரங்களை வெளியிட்டார்கள். ஆனால், நாட்கள் செல்லும்தோறும் பிரச்சினையின் தீவிரம் அதிகரித்துக்கொண்டேதானிருந்தது. படைப்புகளுக்கும் துண்டுப்பிரசுரங்களுக்கும் இங்கே எந்தவிதமான அர்த்தமும் இல்லாமல் போனது. பிரச்சினையைத் தீர்ப்பதற்கான நடைமுறை செயல்பாடு மட்டுமே தற்போதைய தேவை. என்ன செய்வதென்று தெரியாமல் தோழர்கள் திகைப்பிலாழ்ந்தார்கள்.

அப்படியான ஒரு சந்தர்ப்பத்தில்தான் புல்பள்ளி தகவல்களுடன் சில தோழர்கள் வயநாட்டிலிருந்து வந்து சேருகிறார்கள். இங்குள்ள பிரச்சினைகள் சம்பந்தமாக வெளியாகிய தகவல்களைக் கண்டதும் புல்பள்ளி பிரச்சினையுடன் இதையும் இணைத்துக் கொள்வதைப் பற்றிய ஒரு அபிப்பிராயம் அவர்களிடம் மேலெழுந்தது. பீடித் தொழிலாளிகளின் பிரச்சினையைப் பற்றி மேலும் ஆழமாகப் புரிந்துகொள்ளவும், அதைப் பற்றி தீவிரமாக விவாதிக்கவுமான நோக்கத்துடன் மாவட்டத்தின் பல்வேறு பகுதிகளுக்கும் நேரில் சென்று வேலையிழந்த தொழிலாளர்களை சந்தித்து அவர்கள் பேசினார்கள். புல்பள்ளியைப் பற்றிய பொதுவான ஒரு சித்திரத்தையும் அங்கே ஆரம்பித்து வைத்திருக்கும் செயல்பாடுகளையும் பற்றிய ஒரு பார்வையையும் தோழர்கள் அவர்களிடம் முன்வைத்தார்கள். கொஞ்ச காலமாகவே புரட்சி இலக்கியங்கள் அங்கே பரவலாக பிரச்சாரத்திலிருந்ததால் புதிய கோட்பாடுகளைப் பற்றியும் அவர்கள் ஓரளவுக்குத் தெரிந்துதான் வைத்திருந்தார்கள். எல்லாம் ஒன்றாகச் சேர்ந்தபோது புல்பள்ளியின் அதாவது, விவசாயிகளின் பிரச்சினையுடன் ஒன்றிணைத்தால் மட்டுமே தங்களுடைய பிரச்சினைக்கு நிரந்தரமான ஒரு முடிவு காண இயலுமென்பதை அவர்கள் மிக சுலபமாகவே உணர்ந்துகொண்டுவிட்டார்கள். தங்களது பிரச்சினையை விவசாயிகளின் பிரச்சினையுடன் இணைத்துப் பார்க்க தயாராக இருப்பதாக அவர்கள் அறிவித்தார்கள். தர்ணா போராட்டமும் உண்ணாநோன்பும் துண்டுப் பிரசுரமுமெல்லாம் தங்களுடைய வாழ்க்கைக்கு எந்த வகையிலும் உதவியாக இருக்க முடியாதென்பதையும் அவர்கள் அனுபவங்களிலிருந்து உணர்ந்திருந்தார்கள். கலகம் செய்த பிறகு தங்கள்மீது காவல்துறை எடுக்கவிருக்கும் நடவடிக்கைகளைப் பற்றி நன்றாக அறிந்திருந்ததால் தயக்கத்துடன் நின்றிருந்த அவர்களுக்கு வயநாட்டிலொரு அபயகேந்திரம் இருக்கிறது என்ற செய்தி புத்துயிர்ப்பையளித்தது. கலகம் செய்து விட்டு வயநாட்டுக்குப் போய் விட வேண்டும். பிறகு, அங்குள்ள விவசாயிகளும் விவசாயத் தொழிலாளர்களும் ஆதிவாசிகளுமெல்லாம் ஒன்று சேர்ந்து வீரம் மிகுந்த ஒரு போராட்டத்தில் தீவிரமாக ஈடுபடுவது எனும் முடிவை இந்த பீடித் தொழிலாளர்கள் முழு மனத்துடனும் ஆவேசத்துடனும் ஏற்றுக்கொண்டார்கள்.

இதோடு புல்பள்ளியிலும் வயநாட்டிலும் களப்பணியின் வேகம் அதிகரித்தது. இந்த இரண்டு கண்ணிகளையும் ஒன்றாக இணைக்கும் செயலை நாங்கள் தொடங்கினோம். மாவோவும் சைன புரட்சியும், நம்முடைய பழைய காலத்தின் முழு வரலாறும் சுட்டிக் காட்டுகிற இந்த மகத்தான பாதையில் முன் செல்வதற்காக எங்களால் இயன்ற முயற்சியை நாங்களும் ஆரம்பித்தோம் — தங்களைச் சுற்றியிருக்கும் பெரியவர்கள் நீண்டு நிமிர்ந்து நடந்து செல்வதைப் பார்த்து தத்தித் தத்தியாவது அவர்களைப் போலவே நடக்க முயற்சி செய்கிற குழந்தைகள்போல்.

அஜிதா

7

முக்கியமான
பிரச்சினை
என்ன?

புல்பள்ளி மற்றும் தலச்சேரி பிரச்சினைகள் எழுப்பிய கேள்விகள் என்ன? இதற்கான பதில்கள் என்ன? சுதந்திரத்திற்கு முன்னும் பின்னும் அனைத்துப் பிரிவு உழைக்கும் மக்களையும் அலட்டிக் கொண்டிருந்த அடிப்படைப் பிரச்சினைகளும் இவைதானே?

விவசாயிகள், தொழிலாளர்கள் மற்றும் உழைக்கும் வர்க்க அறிவுஜீவி களுக்கான பிரச்சினைகளுக்குத் தனித்தனியாக தீர்வுகாண இயலாது. ஏனென்றால் அவை பரஸ்பரம் ஒன்றோடொன்று பின்னிக் கிடந்தன. இந்த இடத்தில் விவசாய பிரச்சினையில் மட்டும் முக்கியமான ஒரு வேறுபாடிருந்தது.

அரசாங்கம், தலச்சேரி — புல்பள்ளி நிகழ்வின் பிறகு புல்பள்ளி குடியேற்ற விவசாயிகளுக்கு அவரவர் கைகளிலிருந்த நிலத்திற்கு பட்டா போட்டுக் கொடுத்தது. கண்ணூர் மாவட்டத்தில் வேலை பறிக்கப்பட்ட பீடித் தொழிலாளர்களுக்காக தினேஷ் என்ற பெயரில் ஒரு பீடி கம்பெனியை ஆரம்பித்து வேலை கொடுத்தது. இதுகூட மற்றொரு வகையான தீர்வாகவே இருந்தது.

ஆனால், இதனால் மட்டுமே விவசாயிகளின், தொழிலாளர்களின் பிரச்சினைகளுக்கு சரியான விடிவு காலம் பிறந்துவிடுமா? புல்பள்ளியில் நிலப் பட்டா கொடுத்த கையோடு அரசு நல்ல உறுதியான பாராங்கற்களை வைத்து ஒரு காவல் நிலையத்தையும் கட்டியது. சம்பவத்திற்குமுன் பதினேழு மைல் தூரம் கால்நடையாக நடந்துதான் சுல்தான்பத்தேரிக்கு போய்ச் சேர முடியும். இன்று, புல்பள்ளியில் நிறைய பேருந்துகள் வருகிற அளவுக்கு தரமான சாலை வசதிகள் செய்யப்பட்டிருக்கின்றன. விவசாயிகளின் பிரச்சினைகளுக்கு தற்காலிகமான ஒரு தீர்வை ஏற்படுத்தியதுடன் இன்னொரு புல்பள்ளி மீண்டும் அங்கே உருவாகி விடாதபடியான தயாரிப்புகள் எல்லாவகைகளிலும் கனஜோராக நடந்துகொண்டிருந்தன. இதுகூட ஒருவகையான தீர்வும் அதற்கான பதிலும்தான்.

ஒரு புல்பள்ளியின், ஒரு பீடி கம்பெனியின் பிரச்சினைகள் இப்படியாக தீர்க்கப்பட்டுவிட்டதுடன் அனைத்துமே சரியாகி விட்டது என்று நினைத்தால் அது தவறாகி விடும். பல நூற்றாண்டுகளாக வெளிநாட்டு சக்திகள் நமது பொருளாதாரத்தை இறுகப்பிடித்திருக்கும் பிடி இன்றுவரை சிறிதளவுகூட தளர்வடையவில்லை. நம்முடைய பொருளாதாரம், 1947 ஆகஸ்ட் 15ஆம் தேதிக்குப் பிறகு, கொஞ்ச காலம் காமன்வெல்த்தின்கீழிருந்தது. இன்று, உலக வங்கி, இ.இ.சி, (ஐரோப்பியன் எகனாமிக் கமிஷன்) கோமகோன் (சோவியத் யூனியனின் தலைமையிலான கிழக்கு ஐரோப்பிய நாடுகளின் பொருளாதார அமைப்பு) போன்ற அமைப்புகளின்கீழிருக்கிறது. முன்பு பிரிட்டன் என்றால் இன்று அமெரிக்காவும் ரஷியாவும் ஜப்பானும் ஜெர்மனியும். வானம் உவந்தளிக்கும் மழை நீரையும் உலக வங்கியின் அதன் காப்பாளர்களின் உதவியையும் நம்பி தேசத்தை நகர்த்திக்கொண்டிருக்கும் நமது விவசாயத்தைப் பாதித்திருக்கும் புரையோடிய இரணத்திற்கு மாற்று மருந்து என்ன? புண்ணை ஆற்றுப்படுத்துவதற்கு தடவப்படும் பசுமைப் புரட்சி போன்ற களிம்புகள் அதன் உள்காயத்தை அதிகப்படுத்தவே செய்கின்றன. கழுத்துவரை வெளிநாட்டு கடனில் மூழ்கி நிற்கும் நமது தேசம் இன்றும் வல்லரசுகளின் விளையாட்டுக் கூடமாகத்தானிருக்கிறது. இந்தியாவின் பெரும்பான்மையினமான உழைக்கும் வர்க்கத்தின் ஒவ்வொரு வேர்வைத் துளிகளையும் இரத்தத் துளிகளையும் சுரண்டியெடுத்த பின்பும் திருப்தியடையாமல் மீண்டும் மீண்டும் உதவியைத் திணித்து நம்மை மீள முடியாமல் செய்யும் இந்த

முதலாளித்துவ சக்திகள் ஒருபோதுமே நம்முடைய நண்பர்களாக இருக்க முடியாது.

விவசாயிகள், தொழிலாளர்கள், அறிவுஜீவிகள் போன்றோரின் வாழ்க்கைப் பிரச்சனைகளுக்குத் தீர்வு காண்பதற்குப் பதிலாக மேலுமதிகமான சிக்கல்களுக்குள் அவர்களை ஆழ்த்தும் இன்றைய சமூகக் கட்டமைப்புகளுக்கெதிராக பலம் பிரயோகித்து எழுப்புகிற சவால் இன்று கொடிய பாவமாகக் கருதப்படுகிறது. ஆரிய கலாச்சாரத்தை அகிம்சையின், சமாதானத்தின் கலாச்சாரம் என்று சொல்கிறார்கள். தன்னுயிரைப் பாதுகாப்பதற்காகவும் அதற்காக பாடுபடுவதும் 'பாவகாரிய'ங்கள்தானாம்.

பாரதத்தின் வரலாற்றை நானும் ஓரளவுக்கு படித்திருக்கிறேன். ஆனால், இதுவரையிலான எல்லா வரலாற்றாசிரியர்களும் பார்க்க மறுத்த ஒன்றை நான் இதில் பார்க்கிறேன். வெளிநாட்டு சக்திகளுக்கும் அவர்களைத் துதிபாடி வயிறு பிழைத்துக்கொண்டிருந்த குறுநில மன்னர்களுக்குமெதிராக அசாதாரண வீரத்துடன் போராடி மறைந்த எண்ணற்ற விவசாய பெருங்குடியினரின் தீரமிக்க வரலாறு. இதற்காக நான் பெருமிதமடைகிறேன். நமது முன்னோர்கள் கோழைகளில்லை. அமைதியாக வாழ்ந்துகொண்டிருந்த எங்கள்மீது அக்கிரமங்களை ஏவவும் தாக்குதல்களைத் தொடுக்கவும் செய்த எதிரிகள், தங்களை விடவும் பல மடங்கு பலம் வாய்ந்தவர்களென்பதைத் தெளிவாகப் புரிந்திருந்தும்கூட பலப்பிரயோகத்தால் மட்டுமே எதிர்கொள்ள முடிவுசெய்த அந்த மனித ஆன்மாக்கள், நாமெல்லாம் தலை நிமிர்ந்து வாழ்வதற்காக தங்களது வாழ்க்கையை பொருட்டாக நினைக்காமல் எதிரியின் குண்டுகளின் முன் நெஞ்சை நிமிர்த்தியபடி நின்றிருந்த நமது முன்னோர்களின் வரலாறும் அதிலிருக்கிறது.

அடிமைத்தனத்திற்கும் ஆதிக்க மனோபாவத்திற்கும் பணிந்துபோகும் செயலுக்கு மற்றொரு பெயருமுண்டு — அதுதான் அகிம்சை. ஏகாதிபத்திய சக்திகளின் விருப்பங்களைத் தொடர்ந்துப் பேண உதவுகிற ஒரு ஏமாற்றுத்தனமான சித்தாந்தம் அது.

1857இல் நம்முடைய தேசத்தில் பிரிட்டிஷ் ஆட்சியைப் பிடித்துலுக்கிய மிகப் பெரிய சுதந்திரப் போராட்டம் ஒன்று நடந்தது. நாடெங்குமுள்ள விவசாயிகளும் காக்கியுடுப்பில் வாழ வேண்டியதிருந்த அவர்களது வாரிசுகளான சிப்பாயிகளும் ஒன்றிணைந்து மூச்சடைக்க வைக்கும் பிரிட்டனின் அடக்குமுறைகளுக்கெதிராக கிளர்ந்தெழுந்தபோது இழந்துபோன கிரீடங்களைத் திரும்பவும் அடைந்துவிடலாமென்ற ஆசையுடன் சில மன்னர்களுக்கும் அன்னியர்களுடன் சேர்ந்துகொண்டார்கள். பிரிட்டிஷ் இராணுவம் இந்தியாவில் தொடர்ந்து தாக்குபிடிக்க இயலாத ஒரு நிலை அப்போதிருந்தது. டெல்லியிலிருந்துகூட பிரிட்டிஷ் இராணுவம் பின்வாங்கியிருந்தது. இந்தப் போரில் ஈடுபட்ட

லட்சக்கணக்கான வீரர்களுக்கும் ஒரேயொரு இலட்சியமே இருந்தது — பிரிட்டிஷ்காரர்களை இந்தியாவிலிருந்து விரட்டியடிக்க வேண்டும். ஆனால், வீரம் செறிந்த இந்தப் போராட்டத்தை சில உள்ளூர் மன்னர்களின் துணையோடு பிரிட்டிஷ் அரசாங்கம், இந்து—முஸ்லிம் பிரச்சினையாக திசை திருப்பி விட்டது. இப்படியான, தலைமையின் கேவலமான அணுகுமுறையின் காரணமாக போரை வழி நடத்திய நமது முன்னோர்கள் இரத்த வெள்ளத்தில் மூழ்கடித்துக் கொல்லப்பட்டார்கள். சுதந்திர சிந்தனையின் அடித்தளத்தில் உறுதிபடுத்தப்பட்ட சமூக ஒற்றுமையை, சமஸ்தான மன்னர்களின் மத வெறியையும், பரஸ்பர குரோதத்தையும் சாதகமாகப் பயன்படுத்தி பிரிட்டிஷ் அரசாங்கம் குலைத்துப்போட்டது. அப்படியாக, அந்தப் போர் தோல்வியில் சென்று முடிந்தது.

இந்த சுதந்திரப் போரின் மற்றொரு வடிவமாக, 1921இல் மலபார் விவசாயப் போராட்டம் அமைந்தது. பழைய நிலப்பிரபுத்துவ மரபை நடைமுறைப் படுத்திக்கொண்டிருந்த, ஏரநாட்டின் இந்து குறுநில மன்னர்களுக்கும், அவர்களைப் பாதுகாப்பது எனும் பெயரில் முஸ்லிம் பள்ளிவாசல்களில்கூட மிக மோசமான தாக்குதல்களைத் தொடர்ந்த பிரிட்டனின் காவல்துறை மற்றும் இராணுவத்திற்கெதிராக நம்மையெல்லாம் காலங்கள்தோறும் பெருமைப்பட வைக்கிற வீரத்துடன் போராடிய மாப்பிளா விவசாயிகள் என்றென்றும் பாடிப் புகழப்பட வேண்டியவர்கள். அக்காலகட்டத்தில் அவர்கள் கொரில்லா தாக்குதல்கூட நடத்தியிருக்கிறார்கள். பூக்கோட்டூர் எனுமிடத்தில் பதுங்கியிருந்து தாக்குதல் நடத்திய தங்களுக்கெதிராக களமிறங்கிய மிகப்பெரிய பிரிட்டிஷ் இராணுவ வியூகத்தை சுற்றிலுமுள்ள மலைச்சரிவுகளிலும் வயல்களிலுமெல்லாம் ஒழிந்திருந்து தாக்கியதுடன் பிரிட்டிஷ்காரர்களையும்கூட அதிசயிக்கச் செய்யும் வீரத்துடன், பறந்து விழுகிற வெடிகுண்டுகளையும் எதிர்கொண்டு அவர்கள் எதிர்த்துப் போராடினார்கள். அன்று அந்தப் போரில் தியாகம் செய்தவர்களில் ஒரு முஸ்லிம் பெண்மணியுமிருந்தார். ஆனால், கேரளத்தின் சுயமரியாதையைக் காப்பாற்றிய அந்தக் கலகத்தை இன்று 'மாப்பிளா ரகளை' என்ற பெயரில் கொச்சைப்படுத்துகிற வேலையை மாதவன்நாயரைப்போன்ற 'சுதந்திரப் போராளிகள்' செய்கிறார்கள். அதை இந்துக்களுக்கெதிராக முஸ்லிம்கள் நடத்திய ஒரு போராட்டமாக சித்தரித்த வெள்ளைக்காரன் செய்த அதே விஷம நிலைபாட்டுடன்தான் இன்று இவர்களும் இருக்கிறார்கள். அது ஒரு சுதந்திரப் போராட்டமே கிடையாதென்று இவர்கள் அகம்பாவத்துடன் இன்றும் சொல்லிக்கொள்கிறார்கள். இப்படி, முழுக்கவும் மதவெறி சார்ந்த ஒரு கோட்பாட்டின் மூலம் நமது நாட்டின் முஸ்லிம் தொழிலாளர்களையும் விவசாயிகளையும் மற்றும் உழைக்கும் வர்க்கத்தினரையும் எப்போதுமே அவர்களது இந்து சகோதர சமூகங்களிடமிருந்து விலக்கி நிறுத்தும் மோசமான முயற்சி

நடந்துகொண்டிருக்கிறது.

மலபார் விவசாயப் போராட்டம் என்றால் என்ன? ஏரநாட்டின் ஜமீன்தார்களும் குறுநில மன்னர்களும் சாதி இந்துக்களாகவும், நிலம்பூர் கோவிலகத்திலும் மஞ்சேரி கோவிலகத்திலும் உடலுழைப்பு செய்த விவசாயக் குடியானவர்களில் பெரும்பான்மையும் முஸ்லிம்களாகவும் இருந்தார்கள். கூடவே, சாதி இந்துக்களால் 'இந்துக்கள்' என்று வேண்டாவெறுப்புடன் அழைக்கப்பட்டவர்களும் சமூகத்தின் அடித்தட்டில் கிடப்பவர்களுமான சிறுமக்களும் புலையர்களும் மற்றும் நசுக்கப்பட்ட பிரிவினருமான பெரும்பாலானவர்களும் அங்கே அடிமைத் தொழில் செய்து வாழ்ந்துகொண்டிருந்தார்கள். இப்படியாக மதரீதியாகவும் சாதியரீதியாகவும் வேறுபடுத்தப்பட்ட ஏரநாட்டு சமூகத்தை ஆளுகிற குறுநில மன்னர்களும் நிலச்சுவான்களும் எப்போதுமே பிரிட்டிஷ் ஆதிக்கத்திற்கு அடி பணிந்து தங்களது இடங்களைத் தக்க வைத்துக்கொள்ளும் கூட்டத்தினராகவே இருந்தார்கள். ஆதிக்கத்திற்கெதிராக குரலெழுப்புவது என்கிற பிரச்சினையே அவர்களுக்கில்லை. பிரிட்டிஷ் அரசாங்கமும் அவர்களை மிகத் திறமையாக திருப்திப்படுத்தி வைத்திருந்தது. ஜமீன் சம்பிரதாய சுரண்டலுக்கு ஒரு சிறு அங்குலம்கூட கேடு வருவதை பிரிட்டிஷ் ஆட்சியின் நிர்வாகம் விரும்பவில்லை. அங்கிருந்த மாப்பிளா விவசாயிகளோ பிரிட்டனின் ஆதிக்கத்திற்கெதிராக தலைமுறைகளாகப் போராடி வருகிற வீரர்கள். அன்னிய ஆதிக்கத்திற்கு அடி பணிவதென்பது அவர்களைப் பொறுத்தவரைக்கும் இயலாமலிருந்தது.

இப்படியாக, அங்கே முதல் உலகப் போரைத் தொடர்ந்து காங்கிரஸ் மற்றும் கிலாபத் இயக்கங்கள் மிக வேகமாகப் பரவின. பிரிட்டனுக்கெதிரான ஒத்துழையாமை இயக்கத்தையும் பிற அகிம்சா முறையிலான எதிர்ப்புகளையும் நடத்தி வந்த இந்த இயக்கங்களின் தலைமைக்கு ஒரு விஷயத்தில் நிர்ப்பந்தமிருந்தது — அதாவது, பிரிட்டனுக்கெதிரான எல்லாப் போராட்டங்களுமே சாத்மிகமான முறையிலேயே நடக்க வேண்டும். இதிலிருந்து சற்று விலகிப்போய் விட்டால்கூட இந்த இயக்கங்கள் போராட்டத்தைக் கை விட்டு விட்டு வன்முறையை எதிர்க்கும். பிரிட்டன் இந்தியாவுக்கு வந்து நூற்றாண்டுகளாக தங்களது ஆதிக்கத்தை நிறுவியதொன்றும் அமைதியான வழிமுறையில் அல்ல. நம்முடைய ஒவ்வொரு அங்குல நிலத்தையும் அவர்கள் இராணுவ பலத்தை மட்டுமே பயன்படுத்தி அபகரித்தார்கள். சதியும் வஞ்சனையும் வேலைசெய்யாத இடங்களில் அவர்கள் துப்பாக்கிச் சனியன்களை வைத்து நம்முடைய முன்னோர்களை அடிபணியச் செய்தார்கள். தங்களுடைய அதி நவீன ஆயுதங்களாலும் வஞ்சகத்தாலும்தான் பிரிட்டன் இந்தியாவின் ஆட்சியதிகாரத்தைக் கைப்பற்றியது. இதற்காக பிரிட்டன் நடத்திய கொலைகளுக்கும் கொள்ளைகளுக்கும் அளவே இல்லாமலிருந்தது.

மலபார் கலகத்தின்போது நடந்த 'வேகன் டிராஜடி' போன்ற கோரக் கொன்றொழிப்பு வேலைகளை நாம் எப்படி மன்னித்துவிட இயலும்? நம்முடைய சகோதரர்கள் அற்ப உயிரினங்களைப்போல் சுட்டுத் தள்ளப்படுவதையும், மனித நெறிகளையெல்லாம் புறக்கணித்து வீடுகள் ஆக்கிரமிக்கப்படுவதையும், நம்முடைய நாட்டின் இயற்கை வளங்கள் அனைத்துமே பிரிட்டனின் நலனுக்காக சுரண்டப்படுவதையும் பார்த்த பிறகும் மக்கள் கையைக் கட்டிக்கொண்டு நிற்கவேண்டுமா? இதற்குப் பதிலடியாகத் திருப்பிக் கொடுப்பதென்பது ஒருபோதுமே தவறாக இருக்க முடியாது.

இயற்கையின் இரம்மியம் மிகுந்த வயநாட்டிற்கென மற்றொரு வரலாறும் உண்டு. அங்குள்ள ஆதிவாசிகளான குரிச்சியர்கள் மற்றும் பணியர்களின் உதவியோடு பிரிட்டிஷ் இராணுவத்தை பல தடவை தோல்வியடையச் செய்த மற்றொரு கொரில்லா யுத்தத்தின் வரலாறும் நமக்கு இருக்கிறது. தங்களுடைய பலத்திற்கு முதுகெலும்பாக இருந்த குரிச்சியர் படையின் உதவியுடனும் தனது நாட்டு மக்களின் முழு ஒத்துழைப்புடனும் மட்டும்தான் பழச்சி ராஜாவால் பிரிட்டனுக்கு கொஞ்ச காலமாவது தண்ணீர்காட்ட முடிந்தது. அந்த குரிச்சியர் படையின் வாரிசுகள் வயநாட்டில் இன்றுமிருக்கிறார்கள். அம்பையும் வில்லையும் நாட்டுத் துப்பாக்கியையும் மிக அபூர்வமான பொக்கிஷம்போல் ஆராதனை செய்யும் அவர்கள் இன்று அங்கே மனிதர்களாகக்கூட மதிக்கப்படுவதில்லை. வயநாட்டில் அன்று அவர்கள் நடத்திய கொரில்லாத் தாக்குதலை வர்ணிக்கும்போது பழச்சிராஜாவைப் பற்றி மட்டுமே பெரிதாகக் குறிப்பிட்டுவிட்டு அதே சமயம் இந்த குரிச்சியர்படையின் வீரதீர சாகசங்களையும் கொரில்லா தாக்குதலின்போது அவர்கள் காட்டிய அசாதாரணமான வீரத்தைப் பற்றியும் பெயரளவில் மட்டுமே குறிப்பிடும் வரலாற்று நூல்கள்தான் நம்மிடையே இருக்கின்றன. வரலாற்றியலாளர்களுக்கு, வெகுஜனங்களோ அநீதிக்கும் அக்கிரமத்திற்கு மெதிராக வீறுகொண்டெழும் ஒடுக்கப்பட்டோரோ, சரித்திர நாயகர்களல்ல. தங்களுடைய ஆட்சியதி காரத்தையும் நிலப்புரபுத்துவத்தையும் தக்க வைத்துக்கொள்வதற்காக போரிடும் மன்னர்கள் மட்டுமே சரித்திர நாயகர்கள். வரலாற்றுருவாக்கம் நிகழ்வது, மன்னர்களுக்காகவும் சில தலைவர்களுக்காகவும் மட்டும்தானே? மக்கள் இவர்களது வெறும் கைப்பாவைகள். ஆனால் காலங்களாக நடந்தேறும் மிருகத்தனமான ஆட்சி நிர்வாகத்திற்கெதிராக இந்த வெகுஜனங்கள் கிளர்ந்தெழுந்தால் வெறிபிடித்த நாய்களைப்போல் அவர்களைக் கொன்றொழிப்பதற்கு மட்டும் இவர்கள் அலறிப்புடைத்துக்கொண்டு வருகிறார்கள். உழைப்பவனுக்கு, சுரண்டப்படுவதற்கும் அடக்கி வைக்கப்படுவதற்கும் மட்டுமே உரிமையிருக்கிறது. அதற்கெதிராக சிறு எதிர்ப்பைக் காட்டினால்கூட இந்த அகிம்சா மூர்த்திகள் தங்களுடைய நிறத்தைக் காட்டி விடுகிறார்கள்.

ஆனால், வரலாறென்பது இவர்களுடைய விருப்பம்போல் ஒருபோதுமே இருந்ததில்லை.நமது சமூகம், இருப்பவனும் இல்லாதவனும் ஒடுக்குபவனும் ஒடுக்கப்படுபவனுமென பிளவுபட்ட நாள் முதல் ஒடுக்கப்படுவோரின் எதிர்வினைகளும் நிகழ்ந்துகொண்டே இருக்கின்றன. 1857இல் நடந்த சுதந்திர போராட்டமும் 1921இல் நடந்த மலபார் விவசாயப் போராட்டமும் 1946இல் நடந்த கப்பற்படைப் போராட்டமும் தெலுங்கானா மற்றும் புன்னப்புர வயலார் போராட்டங்களும் இதுபோன்ற மற்ற வரலாற்று நிகழ்வுகளும் இந்த உண்மையைத்தான் உரத்துச் சொல்கின்றன.

தங்கள்மீதான தாக்குதல்களுக்கெதிராக எதிர்வினை புரிவதெனும் மனோபாவம் மனிதனுடைய பிறவிக் குணம். அநீதியை நிகழ்த்துபவர்கள், ஆட்சியதிகாரத்திலிருப்பவர்களும் அதன் ஏவலாட்களும் என்றாலும்கூட அதை ஏற்க முடியாமல் தலை நிமிர்ந்து நிற்கவே அவர்கள் முயற்சி செய்வார்கள். 1917இல், ரஷ்யாவில் ஜார் மன்னருக்கு நிகழ்ந்ததும் 1949இல், சீனாவில் சியாங் கே சேக்கிற்கு நிகழ்ந்ததும் இன்று உலகம் முழுவதிலும் நிகழ்வதும் இதுதானே? தென்னாப்பிரிக்காவில், பலஸ்தீனில், இரானில் மட்டுமல்ல, அடக்குமுறை எங்கெல்லாம் நிகழுகிறதோ அங்கெல்லாம் எதிர்வினைகளுமிருக்கும். அடக்குமுறையை ஏவுபவர்கள்தான் இதை ஆயுதமேந்தி எதிர்கொள்வதுடன் உரத்தக் குரலில் ஆட்சேபமும் தெரிவிப்பார்கள். வன்முறையென்று ஆட்சேபனை தெரிவிப்பவர்கள் ஒருபோதுமே அகிம்சை முறையைக் கடைப்பிடிக்க மாட்டார்கள். வன்முறையின் பெயரைச் சொல்லி நம்மை அடக்கியாளாத ஆட்சியாளர்களே இல்லை. தொழிலாளர்களின், விவசாயிகளின், மாணவர்களின், ஆசிரியர்களின், பிற மக்கள் பிரிவினர்கள் நியாயமான கோரிக்கைகளை முன்வைத்து அமைதியான முறையில் எதிர்ப்புகளைத் தெரிவித்தாலும் அதனை சீறிப்பாய்கிற தோட்டாக்களால் எதிர்கொள்ளாத ஆட்சியாளரைத் தேடிப் பார்த்தாலும்கூட காண இயலாது. சுதந்திரம் கிடைத்த இந்த நாற்பத்தாறு வருடங்களில் காவல்துறையின் துப்பாக்கிக்கு இரையானவர்களின் எண்ணிக்கைக் கணக்கிலடங்காது. ஏழை விவசாயிகளும் விவசாயத் தொழிலாளர்களான அரிஜனங்களுக்கெதிரான நிலவுடைமை யாளர்களின் அடக்குமுறைகள் தடையேதுமில்லாமல் இன்னும் தொடர்ந்து கொண்டிருக்கிற சம்பவங்களை நாம் தினம் தினம் பத்திரிகைகளில் படித்துக்கொண்டுதானிருக்கிறோம். செய்தியில் வராத என்னென்ன அடக்குமுறைகள் இன்னும் நடந்துகொண்டிருக்கின்றன.

ஒரு விஷயம் மட்டும் தெளிவாகத் தெரிகிறது. எளியவனுக்கெதிராக அதிகாரமிருப்பவன் உபயோகிக்கும் அக்கிரமத்தையே ஆட்சியாளர்களும் அவர்களது சிங்கிடி பாடுபவர்களும் அகிம்சை, அமைதியென்றெல்லாம் சொல்கிறார்கள். இதற்கெதிராக நாம் கிளர்ந்தெழுந்தால் அது ஹிம்சையாகவும்

வன்முறையாகவும் தெரிகிறது. அன்னிய சக்திகளும் அவர்களது அடியாட்களும் தேசத்தின் இந்த மிகச்சிறு கூட்டத்தின் விருப்பங்களுக்காக பெரும்பான்மையான நமது உழைக்கும் தொழிலாளர்களையும் விவசாயிகளையும் பிற மக்கள் பிரிவினரையும் இவர்கள் விலைக்கு விற்பது மட்டுமல்ல, இந்த வியாபாரம் தடையில்லாமல் நடைபெறுவதற்குத் தேவையான பலப்பிரயோகங்களையும் அவர்கள் வெளிப்படையாகவே மேற்கொள்ளுகின்றனர். இதன் பெயர்தான், தேசபக்தி. அதாவது, அகிம்சை, அமைதி.

நமது முன்னோர்கள் கடைபிடித்த அதே வழியையே பின்பற்ற தீர்மானித்தன, புல்பள்ளியும் தலச்சேரியும் — அவர்களின் முன் வேறு எந்தவகையான மார்க்கமும் இல்லை.

இதையெல்லாம் சொல்வதால் உடனே நான் வன்முறைக்கு ஆதரவாக அடையாளம் காணப்படுவதற்கான வாய்ப்புமிருக்கிறது. ஆனால், உண்மை இதற்கு நேர் எதிரிடையானது. பலப்பிரயோகத்தையும் அக்கிரமத்தையும் நான் உண்மையாகவே வெறுக்கிறேன். அமைதியான வாழ்க்கையை மேற்கொள்ளுவதில் மிகவும் அதிகமாகவே அக்கரை கொண்டவள் நான். ஆனால், நம்மைச் சுற்றியிருக்கிற உலகமும் என்னுடைய வாழ்க்கையனுபவங்களும் எனக்கு ஒரு பாடத்தைக் கற்பித்துத் தந்தன. அக்கிரமமென்பது இந்த சமூக அமைப்பின் ஒரு பகுதியாக இருக்கிறது. நாம் என்னதான் விலகியோட முயற்சி செய்தாலும் அது தன் நிலையிலிருந்து மாறாது. இதிலிருந்து விலகிவிடுவதென்பது ஒருபோதும் யாராலும் சாத்தியப்படாது. வாழ்க்கையின் எல்லா துறைகளிலும் ஏதாவதொரு வடிவத்தில் இது நம்மை வேட்டையாடியே தீரும். விலக எத்தனிக்கும்தோறும் அது மிகப் பெரிய சக்தியாக வளருகிறது. இதிலிருந்துத் தப்பிப்பதற்கான ஒரேயொரு மார்க்கம், அதே நாணயத்தை உபயோகித்து நாமும் அப்படியே எதிர்கொள்வது என்பதை புரிந்துகொண்ட பிறகு நான் ஒரு முடிவுக்கு வந்தேன். இன்றைய கொடூரமான சமூகக் கட்டமைப்பின் ஒரு பகுதியாக என்னால் வாழ முடியாது. இதை எதிர்கொள்கிற வாழ்க்கைமுறை, நானொரு பெண்ணாக இருப்பதால் மிகுந்த இடர்பாடுகள் கொண்டதாகவே அமையும். எது நடந்தாலும் சரிதான். அடக்குமுறைக்கும் சுரண்டலுக்கும் அருகாமையில் நின்று அவற்றுடன் நட்புறவைப் பேணி வாழ்வது சாத்தியமில்லையென்று நான் உறுதியான முடிவுக்கு வந்தேன். இப்போதிருக்கும் இந்த சமூக அமைப்பினுள் எல்லா அடக்குமுறைகளுக்கும் இணக்கமாக வாழ என்னால் இயலாது. இதற்கெதிராக கலகம் செய்து தலை நிமிர்ந்து நிற்பதாகவே நான் மனதினுள் உறுதி செய்து கொண்டேன்.

8

அம்மா

இத்தனை அத்தியாயங்கள் கடந்துபோன பிறகும் அம்மாவைப் பற்றி நான் எதுவுமே சொல்லவில்லை யென்று தோன்றக்கூடும். தலச்சேரி — புல்பள்ளி சம்பவம் நடப்பதற்கு சற்று முந்திய காலகட்டத்தில்தான் மந்தாகினி நாராயணன் எனும் என்னுடைய 'மா' கோழிக்கோடு, குஜராத்தி வித்யாலயத்தின் தலைமையாசிரியை பொறுப்பை ராஜினாமா செய்தார். இப்படியாக எங்களுக்கிருந்த ஒரே ஜீவனோபாய மார்க்கமும் இல்லாமல் போனது. ராஜினாமா செய்வதற்கானக் காரணத்தைச் சொல்வதானால் சிறிது பழங்கதையும் பேசவேண்டிய

திருக்கிறது.

எனது அம்மா ஒரு குஜராத்திப்பெண். அம்மாவின் பெற்றோர் குஜராத்தின் பாவ் நகரைச் சேர்ந்தவர்கள். தாத்தா, பம்பாயில் வேலை பார்த்து வந்ததால் குடும்பத்துடன் அங்கேயே தங்கியிருந்தார்கள். குஜராத்தி பிராமணர்களென்பதால் எல்லா ஆச்சார அனுஷ்டானங்களையும் அணுவளவுகூட முறை தவறாமல் கடைபிடித்து வந்த குடும்பம். அம்மாவும் மூத்த இரண்டு சகோதரர்களுமாக மொத்தம் மூன்று பிள்ளைகள்.

அம்மா படித்து வந்த காலம், இரண்டாவது உலகப்போர் மற்றும் குறிப்பிட்ட காலகட்டத்தில் சோவியத் யூனியனை ஆக்கிரமித்தபோது உருவான ஃபாசிஸ்ட் விரோத ஐக்கிய முன்னணியெல்லாம் உருவான கட்டம். அப்போது பம்பாயில் கம்யூனிஸ்ட் கட்சி மிகவும் வலுவான ஒரு இயக்கமாக இருந்தது. ஸ்டாலினின் தலைமையில், சோவியத் யூனியனில் சோஷியலிசம் கட்டியெழுப்பப்படும் காட்சி, உலகத்தின் எல்லா நாடுகளிலுமுள்ள கம்யூனிஸ்ட்காரர்களையும்போல் இந்தியாவிலுள்ள கம்யூனிஸ்ட்காரர்களையும் உத்வேகமும் மகிழ்ச்சியுமடைய செய்த காலகட்டம். மாணவர்களிடமும் அது மிகுந்த செல்வாக்கைச் செலுத்தியிருந்தது. மாணவர் அமைப்பின் செயல்பாடுகளில் தனது தோழிகளுடன் எனது அம்மாவும் மிகுந்த ஆர்வத்துடன் பங்கு வகித்தார். கட்சியின் 'மக்கள் போர்' எனும் மாத இதழை பொது இடங்களில் வைத்து உற்சாகத்துடன் விற்பனை செய்யும்போது பலதடவை காங்கிரஸ் குண்டர்கள் வந்து தங்களை அடித்து விரட்ட முயன்ற கதைகளையெல்லாம் அம்மா மிகுந்த சுவாரசியத்துடன் சொல்வார்.

என்னுடைய அப்பாவும் அப்போது பம்பாயில்தானிருந்தார். பல்வேறு துணிமில்களில் வேலை பார்த்துக்கொண்டிருந்த அப்பா, பம்பாயிலும் கம்யூனிஸ்ட் தொண்டராகவே இருந்தார். கோழிக்கோட்டிலிருக்கும்போதே அப்பா கம்யூனிஸ்ட் கோட்பாடுகளுடன் நெருக்கமாக இருந்தவர்.

படிப்பு முடிந்ததும் அம்மாவுக்கு வேலை கிடைத்தது. பம்பாய் தலைமைச் செயலகத்தில் உயரதிகாரியாக வேலை பார்த்து வந்த அம்மாவின் அப்பா, ஒரு தீ விபத்தில் மரணமடைந்தார். ஓய்வு பெறுவதற்கு முன் தாத்தா இறந்துபோனதால் அவர் வேலை பார்த்த அதே பிரிவிலேயே அம்மாவுக்கும் ஒரு சிறு வேலை கிடைத்தது. வேலையிலிருக்கும்போதே அம்மா, 'சோவியத் நட்புறவுக் கழகம்' எனும் அமைப்பில் உறுப்பினராகி தீவிரமாக இயங்கி வந்தார். அந்த அமைப்பில் வெளிப்படையாக செயல்படுவதில் அம்மாவுக்கு எந்தவிதப் பிரச்சினையுமிருக்கவில்லை. அது 1948—'49 காலகட்டம். அப்போது இந்திய அரசாங்கம் சோவியத் யூனியனுடன் நட்புகொள்ளத்

தொடங்கியிருந்தது. இருந்தாலும், 1948இல் நடந்த ரெயில்வே வேலை நிறுத்தத்திற்குப் பிறகு இந்தியாவில் கம்யூனிஸ்ட்காரர்களை வேட்டையாட ஆரம்பித்திருந்தார்கள். விஜயலெட்சுமி பண்டிட்தான் மேற்படி நட்புறவுக் கழகத்தின் தலைவராகவுமிருந்தார். எல்லா வகையிலுமே சட்டத்திற்குட்பட்ட ஒரு அமைப்புதான் அது. ஆனாலும், அம்மா வேலை பார்த்து வந்த இலாகாவின் அன்றைய அமைச்சராக இருந்த மொரார்ஜிதேசாய் அம்மாவின் சோவியத் நட்புறவுக் கழகச் செயல்பாட்டை நிறுத்திக்கொள்ள வேண்டுமென்றும் அல்லது வேலையிலிருந்து பிரித்து விடப்படுவீர்களென்றும் தாக்கீது செய்தார். விஜயலெட்சுமி பண்டிட் தலைவராக இருக்கும் ஒரு அமைப்பில் உறுப்பினராக இருக்கவும்கூட தனக்கு உரிமையில்லையென்றால் வேலையிலிருந்து பிரித்து விடப்படுவதுதான் சரியென்று அம்மா பதில் சொல்லிவிட்டார். சில நாட்களுக்குள் பிரித்தும் விடப்பட்டார்.

அம்மாவின் குடும்ப வாழ்க்கையிலும் கம்யூனிஸ்ட் கருத்தியல்களின் தாக்கம் வெகுவான மாற்றங்களை வருத்தியிருந்தன. பொதுவான ஒரு ஆச்சாரமிக்க பிராமண குடும்பத்திலுள்ள பெண்கள் கடைப்பிடித்தொழுகும் ஆச்சாரங்களையோ விதிகளையோ அம்மா முழுமையாக புறக்கணித்திருந்தார். கடவுள் என்கிற ஒரு பிரச்சினையே அம்மாவிடமிருக்கவில்லை. ஆபரணங்களின்மீதான ஆர்வத்தை அம்மா சிறு வயதிலேயே கை விட்டிருந்தார். பூணூல்போடுகிற வழக்கத்தை என்னுடைய மாமாமார்களும் ஏற்கனவே கை விட்டவர்கள்தான். இப்படியாக அடிப்படை நம்பிக்கைகளில் மூழ்கியிருந்த ஒரு உயர்ஜாதி குடும்பத்தில் அதற்கெதிராகக் கலகம் செய்து சுதந்திரப் போராட்டத்திலும் கம்யூனிஸ்ட் இயக்கத்திலும் ஈடுபட்டு ஆர்வத்துடன் செயல்பட்ட அம்மா, பழைமையான எல்லா ஆச்சாரங்களையும் எந்தவிதத் தயக்கமுமில்லாமல் விட்டொழித்தவர். கட்சிக்காக செயல்படுவதில் வேலை பறிபோவதையும்கூட அம்மா துச்சமாகவே எடுத்துக்கொண்டார். அந்தக் காலகட்டத்தில்தான் அப்பாவுக்கும் அம்மாவுக்கும் திருமணம் நடக்கிறது. கொட்டும் குரவையு மெதுவுமில்லாமல் கட்சியின் ஆசீர்வாதத்துடன் மட்டுமே நடந்த ஒரு திருமணம் அது. ஆச்சாரமான நம்பிக்கைகளுடன் வாழ்பவர்களென்பதால் அம்மாவின் உறவினர்களுக்கு இதில் எதிர்ப்பிருந்தது. ஆனால், பாட்டியும் மாமாமார்களும் பேசாமலிருந்து கொண்டார்கள். யாருடைய அபிப்பிராயத்தையும் அம்மா கண்டுகொள்வதாகவுமில்லை. கடைசியில் குடும்பத்தார்கள் அம்மாவின் விருப்பத்திற்கிணங்கி அதிகமாக எதிர்க்கவெல்லாம் செய்யவில்லை.

1948இல் ரணதிவேவின் பிரசித்திபெற்ற 'கல்கத்தா தீஸி'சைத் தொடர்ந்து கட்சியில் தீவிரமான கருத்தியல் தடுமாற்றங்கள் உருவானதுடன் இயக்கம் சில காலம் உருக்குலைந்து விடவும் செய்தது. 1946இல் கப்பல்படைக் கலகமும், அதைத் தொடர்ந்து தெலுங்கானா விவசாயிகளின் ஆயுதப் போராட்டமும், கட்சித் தலைமையின் வஞ்சக நிலைபாட்டிற்கெதிராக கட்சிக்குள் மிகுந்த அதிருப்தியும்

நிலவிக்கொண்டிருந்த சூழ்நிலை அது. கல்கத்தா தீஸிசுடன் இந்த அதிருப்திகளும் சேர்ந்து தடுமாற்றங்கள் தீவிரமடைந்திருந்தன. கட்சிக்குள் பல்வேறு அணிகளினிடையே இதற்கெதிராகக் குரலெழுந்தது. காலனிய அரைக் காலனிய நாடுகளைப் பொறுத்தவரை, லெனின், ஸ்டாலின், மாவோ போன்ற மாபெரும் கம்யூனிஸ்ட் தலைமைகளின் சிந்தனைகளுக்கு முரணாக இந்த கல்கத்தா தீஸிஸ் அமைந்திருந்தது. இவர்கள் சொல்வதுபோல் இங்கு புரட்சிக்கான கூறுகளில்லையென்றும் சுதந்திரம் கிடைத்ததுடன் மேற்கத்திய நாடுகளின் முதலாளி வர்க்கத்தைப்போன்ற ஒரு முதலாளித்துவ அமைப்பு இந்தியாவில் அதிகாரத்திற்கு வந்திருக்கிறதென்றும் இங்கே, மக்கள் ஜனநாயக புரட்சியின் கூறுகளும் சோஷியலிஸ்ட் புரட்சியின் கூறுகளும் இணைந்திருக்கிறதென்றுமெல்லாம் ரணதிவே வாதித்தார். குறிப்பாக, மாவோவை ஆட்சேபித்துப் பேசுவதற்குக் கிடைத்த எல்லா வாய்ப்புகளையுமே ரணதிவே பயன்படுத்தியிருந்தார். இந்த தீஸிசுக்கெதிராக குரலெழுப்பிய அணிகளில் ஒருவராக இருந்தார் அப்பா. இதன் காரணமாக அப்பா கட்சியிலிருந்து வெளியேற்றப்பட்டார். சுதந்திரம் கிடைத்த பிறகு குறிப்பாக, கல்கத்தா தீஸிசைத் தொடர்ந்து மிக மோசமாக தோல்வியடைந்த ரெயில்வே வேலை நிறுத்தத்திற்குப் பிறகு இந்தியாவில் கம்யூனிஸ்டுகளை வேட்டையாடுகிற காலமாக இருந்ததால் அப்பா தலைமறைவாக வாழ்ந்தார். கட்சியிலிருந்து வெளியேற்றப்பட்டதால் அப்பாவுக்கு கட்சியின் நிழல்தாங்கல்கூட இல்லாமல் போனது. அம்மா கட்சி உறுப்பினராக இருந்ததால் அப்பாவுடனான திருமண உறவைப் பேணுவதில்கூட கட்சியின் நிர்ப்பந்தமிருந்தது. ஆனால், கட்சிக்குள் பரவலாக உருவாகியிருந்த எதிர்ப்பின் காரணமாக, தலைமைக்கு கல்கத்தா தீஸிசை வாபஸ் பெற வேண்டியதாயிற்று. ஆறு மாதங்களுக்குப் பிறகு அப்பா மீண்டும் கட்சியில் இணைத்துக்கொள்ளப்பட்டார்.

திருமணமாகி ஒரு வருடத்திற்குப் பிறகு நான் பிறந்தேன். இதனிடையில் கோழிக்கோட்டில் பெரியப்பா இறந்து போய்விட்டார் என்கிற தகவல் வந்தது. அப்பா கோழிக்கோட்டுக்குப் புறப்பட்டார். அங்கே வீட்டு நிலைமைகள் மிகவும் மோசமாக இருப்பது அப்பாவுக்குத் தெரிய வந்தது. பெரியம்மாவும் குழந்தைகளும் மிகுந்த சிரமத்துடனிருந்தார்கள். அப்பா திரும்பவும் பம்பாய்க்கு வந்து விட்டாலும் அதிக நாட்களொன்றும் தங்கவில்லை. குடும்பப் பொறுப்பை ஏற்றுக்கொள்ளவும் அத்துடன் கட்சிப் பணியை கோழிக்கோட்டுக்கு மாற்றிக்கொள்ளவும் அப்பா முடிவு செய்ததன்படி கட்சியின் அனுமதியுடன் அம்மாவும் நானும் அப்பாவுடன் கோழிக்கோட்டிற்கே வந்தோம். கட்சி, பம்பாயில் தாறுமாறாகப் போய் விட்டது. பம்பாயிலிருக்கும்போது ஏற்பாடு செய்திருந்ததன்படி கோழிக்கோட்டிற்கு வந்ததும் அம்மா குஜராத்தி வித்யாலயத்தில்

ஆசிரியையாகப் பணியில் சேர்ந்தார்.

கோழிக்கோட்டில் வியாபாரத்திற்காக வந்து தங்கியவர்கள்தான் இங்குள்ள குஜராத்தி சமூகம். அவர்களது குழந்தைகளின் கல்விக்காக அவர்களது தனிப்பட்ட நிர்வாகத்தின்கீழ் இந்த குஜராத்தி பாடசாலையைத் தொடங்கியிருந்தார்கள். இதில் குஜராத்தியும் இந்தியும் ஆங்கிலமும் கற்பித்தார்கள். முதலில் இது உயர்நிலை பள்ளியாகவே இருந்து, படிப்படியாக மேனிலைப் பள்ளியாக உயர்ந்தது. அம்மா இங்கே பதினெட்டு ஆண்டுகள்வரை தன்னுடைய பணியைத் தொடர்ந்து மேற்கொண்டு வந்தார். முதலில் சாதாரண ஒரு ஆசிரியையாகவும் பிறகு பத்தாண்டுகளுக்குமதிகமாக தலைமையாசிரியையாகவும் பணியாற்றினார். பள்ளிக்கூடத்தின் தரத்தை உயர்த்த வேண்டியதிருந்தபோது பி.எஸ்சும் படித்தால்தான் தலைமையாசிரியையாகத் தொடரமுடியும். அம்மா அப்போது பி.ஏ. டிகிரி மட்டுமே படித்திருந்தார். மீண்டும் பம்பாய்க்குப்போய் ஒரு வருடம் பி.எஸ். படித்து பாஸானார். அன்று எனக்கு பன்னிரெண்டோ பதிமூன்றோ வயதிருக்கும். திரும்பி வந்து அம்மா தலைமையாசிரியை ஆனார்.

1950இல் கோழிக்கோட்டுக்கு வந்த அப்பாவும் அம்மாவும் இங்கும் கட்சி உறுப்பினர்களாகவே இருந்தார்கள். கட்சிக்காக அவர்கள் பல்வேறு பொதுப்பணிகளில் ஈடுபட்டும் வந்தார்கள். பள்ளிக்கூடத்திலிருந்து வேலை முடிந்து வந்த பிறகு ஓய்வு நேரங்கள் முழுவதையும் அம்மா கட்சிப் பணிகளுக்காகவே செலவு செய்தார். இத்துடன் பல்வேறு சமூக நலச் செயல்களையும் அம்மாவும் அப்பாவும் மேற்கொண்டு நடத்தினார்கள். அதிலொன்றுதான் குன்னிக்கல் மாதவன் நினைவு வாசிப்புச் சாலை. எங்களுடைய வீட்டினருகில்தான் இந்த வாசிப்புச் சாலையும் இருந்தது. அக்கம்பக்கங்களிலுள்ள சில இளைஞர்களை ஒருங்கிணைத்து இந்த வாசிப்புச் சாலை பணிகளைச் செய்தார்கள். சிறுவயது முதலே அம்மா சுதந்திரமான சிந்தனையில் வளர்ந்து வந்ததால் ஒருபோதுமே வீட்டினுள் மட்டும் ஒதுங்கி வாழ்ந்து விட விரும்பியதில்லை. சிறுவயதில், உலகம் முழுவதிலுமிருந்த கொந்தளிப்பு நிறைந்த சூழ்நிலையும் இந்தியாவில் குறிப்பாக, புரட்சிகர செல்வாக்கின் காரணமாகவும் அம்மாவுக்கு சமூகத்தின் பழைமையான சிந்தனைகளுக்கெதிராக கலகம் செய்கிற மனோபாவமிருந்து வந்தது. தன்னம்பிக்கையுடன் ஆண்களுடன் சேர்ந்து போராட்டங்களில் ஈடுபடுவதற்குத் தயங்காத பெண்ணாகவே வாழ்ந்தார். ஆண்களுடன் பேசுவதிலும் சமமாகப் பழகுவதிலும் எந்த விதமான தயக்கமும் அம்மாவுக்கு இருந்ததில்லை.

இப்படியாக, அம்மாவும் அப்பாவும் செயல்பட்டுக் கொண்டிருக்கும்போதுதான் 1956இல் சர்வ தேசிய அளவில் இயக்கத்தினுள் குழப்பம் உருவாகிறது. ஸ்டாலினுக்கெதிராக குருச்சேவ்

மேற்கொண்ட வெளிப்படையான விமர்சனம், உலகம் முழுவதிலுமுள்ள கம்யூனிஸ்ட்காரர்களை திடுக்கிட வைத்தது. தங்களுடைய கருத்தியல் தலைநகரென்றும் வழிகாட்டியென்றும் முழுமையாக நம்பியிருந்த சோவியத் யூனியனிலிருந்து வரும் ஒவ்வொரு அசைவையும் மிகுந்த ஆர்வத்துடன் வரவேற்ற கம்யூனிஸ்ட் அகிலம், திகைப்படைந்து போய் நின்றது. தோழர் ஸ்டாலினின் தலைமையில் கட்டியெழுப்பப்பட்ட கம்யூனிஸ்ட் பேரியக்கத்தில் ஆர்வத்துடன் ஈடுபட்டு, சுயவாழ்க்கையைப் பலிகொடுப்பதற்கும் எந்தவித தயக்கமுமில்லாமல் முன் வந்த கம்யூனிஸ்ட்காரர்களுக்கு சோவியத் தலைமையின் இந்தக் கருத்தியல் முரண்பாட்டை ஏற்றுக்கொள்வதில் மிகுந்த சிரமமிருந்தது. இரண்டாவது உலகப்போரின்போது, ஃபாசிஸ்ட் விரோத முன்னணியின் காலகட்டத்தில் நடந்த சோவியத் மக்களின் வீரமிக்க ஃபாசிஸ்ட் எதிர்ப்புப் போரை வெற்றியுடன் வழி நடத்திய தோழர் ஸ்டாலின், அன்றைய கம்யூனிஸ்ட்காரர்களின் குறிப்பாக, ஆசியா, ஆப்ரிக்கா, லத்தீன் அமெரிக்கா போன்ற ஒடுக்கப்பட்ட நாடுகளின், கம்யூனிஸ்ட்காரர்களின் உயிர்நாடியாக இருந்தார். அந்த கம்யூனிஸ்ட் பேரியக்கம் தற்போது நிலைகுலைந்திருக்கிறது. சீனா மற்றும் அல்பேனியாவின் நிலைபாடுகளைப் பற்றி வெளியே யாருக்கும் தெரியாமலிருந்தது. கம்யூனிஸ்ட் அணிகள் அனாதைகள்போலாயின.

தோழர் ஸ்டாலினின் பரிபாலனையில் வளர்ந்து வந்த கோடானு கோடி கம்யூனிஸ்ட்காரர்களில் இருவர்தான் அப்பாவும் அம்மாவும். தங்களுடைய அனைத்துமாக இருந்த தோழர் ஸ்டாலினை குருச்சேவ் இப்படி ஆட்சேபித்ததை அவர்களால் தாங்கிக்கொள்ளவே முடியவில்லை. இந்தியாவிலுள்ள கட்சியின் தலைமையும் இந்தப் பிரச்சனையில் ஒரு எதிர்நிலைபாட்டையே கடைப்பிடித்தது. இதில் அவர்களுக்கு மிகுந்த எதிர்ப்பிருந்தது. தோழர் ஸ்டாலினை உயர்த்திப்பிடிக்க வேண்டிய அதே நேரத்தில் குருச்சேவுக்கு ஆதரவாக இருக்கும் தலைமையின் போக்கையும் புரிந்துகொண்டபோது அவர்களது மனங்கள் மிகவும் வேதனைக்குள்ளாயின. அரசியல்ரீதியாக தங்களது அடிப்படையே தகர்ந்ததுபோல் அவர்களுக்குத் தோன்றியது. ஸ்டாலினை ஆட்சேபிக்கும் குருச்சேவின் அணுகுமுறையுடனோ இந்திய கம்யூனிஸ்ட் கட்சியின் கோழைத்தனமான நிலைபாட்டுடனோ உடன்படுவதற்கு அவர்கள் தயாராக இல்லை. அவர்களும் அவர்கள் உட்பட்ட யூனியனின் அத்தனைத் தோழர்களும் கட்சி செயல்பாட்டிலிருந்து விலகிவிடுவதாக முடிவு செய்தார்கள். கட்சியிலிருந்து ராஜினாமா செய்தார்கள். வருடங்களாக கட்சிக்காகவே அனைத்தையும் அர்ப்பணித்து கட்சிவேறு வாழ்க்கைவேறு என்று தங்களைப் பிரித்துப் பார்க்க இயலாதபடி பிணைத்துக்கொண்டு வாழ்ந்த அப்பாவும் அம்மாவும் பிறகு போய் விழுந்தது ஆழமான ஒரு சேற்றுக்குள். குறிப்பாக அப்பா. அதுவரையிலும் அப்பாவுக்கும் அம்மாவுக்குமிடையிலிருந்து வந்த உறவிலும் விரிசலேற்பட்டது. அரசியல்

செயல்பாட்டிலிருந்து விலகிய அப்பாவின் குணம் திடீரென்று மாறி விட்டது. பல மோசமான பழக்க வழக்கங்களில்போய் சிக்கிக்கொள்ள ஆரம்பித்தார். வாழ்க்கையில் அரசியலுக்குப் பதிலாக பணத்தின் ஆதிக்கம் அதிகரித்தபோது ஆன்மாவையும் இழக்க வேண்டியதாயிற்று.

நானும் படிப்படியாக பெற்றோர்களிடமிருந்து அகலத் துவங்கினேன். நான் அவர்களை பார்க்கிற நேரமும் மிகவும் குறைவாகவே இருந்தது. தலைமையாசிரியராக இருந்ததால் அம்மாவால் சாயங்காலத்திற்குப் பிறகுதான் வீட்டுக்கு வந்துசேர முடியும். அப்பா, இரவில் நீண்ட நேரத்திற்குப் பிறகுதான் வீட்டுக்கு வருவார். நான் பள்ளிக்கூடத்திலும், வீட்டில் பெரியம்மாவுடனும் பிள்ளைகளுடனும் நேரத்தைப் போக்கிக்கொண்டிருந்தேன். இந்த சந்தர்ப்பத்தில்தான் என்னைத் தவறான முறையில் வழி நடத்தி, பெற்றோர்களிடமிருந்துப் பிரித்து விடுவதற்கான முயற்சிகளில் குடும்பத்தில் சிலர் ஈடுபட்டார்கள். வளர்ந்து வருகிற அந்த வயதில் என்னை வந்தடைந்த தாக்கம் பெரும்பாலும் மற்ற குடும்ப உறுப்பினர்களிடமிருந்துதான் என்பதால் படிப்படியாக நான் தாய் தந்தையர்களிடமிருந்து விலகத் தொடங்கியதில் ஆச்சரியம் எதுவுமில்லை. அம்மாவின் சுதந்திரமான பணியும் யாரையும் தேவைக்கதிகமாக பொருட்படுத்தாத வாழ்க்கை முறையும் குடும்பத்திலுள்ள சிலருக்கு மிகவும் வெறுப்பை உருவாக்கியிருந்தது. இந்த வெறுப்பை என்னுடைய மனதினுள்ளும் உருவாக்கி விடுவதற்கு அவர்கள் முயற்சி செய்து பார்த்தார்கள்.

ஆனால், சேற்றுக்குள் விழுந்து சீரழிகிற காலகட்டத்திலும்கூட அப்பா கம்யூனிசத்தின்மீதான நம்பிக்கையை பூரணமாக இழந்து விடவில்லை. பணமிருக்கும்போது முக்கியமான தலைவர்களெல்லாம் வந்து அப்பாவிடம் கட்சிக்காக நன்கொடைகள் கேட்பதுண்டு. ஆனால், விழுந்து கிடக்கும் சகதிக்குள்ளிருந்து அப்பாவை மீட்டெடுக்க அவர்கள் முன்வரவில்லை என்பது மட்டுமல்லாமல் அவர்களே அந்த சகதிக்குள்தான் கிடந்து நீந்திக்கொண்டிருந்தார்கள். இப்படியாக வருடங்கள் நகர்ந்துகொண்டிருக்கவே, 1963இல், சோவியத் கம்யூனிஸ்ட் கட்சித் தலைமையின் வஞ்சக நிலைபாட்டிற்கெதிராக சைன கம்யூனிஸ்ட் கட்சி வெளிப்படையான விவாதத்தைத் துவங்கியது. ஸ்டாலினைப் பொறுத்தவரை குருச்சேவ் முன் வைத்த கருத்தை சீன கம்யூனிஸ்ட் கட்சி தைரியமாக விமர்சித்தது. மாவோ சேதுங்கும் அவரது தலைமையிலான கம்யூனிஸ்ட் கட்சியும் சோவியத் தலைமைக்கெதிராக நடத்திய சித்தாந்த அடிப்படையிலான போராட்டத்தின் தகவல்கள் பீஜிங் ரேடியோ மூலம் ஒலிபரப்பத் தொடங்கியபோது அப்பாவின் மனதினுள் மிகப்பெரிய மாற்றங்கள் உருவாயின. சீன கம்யூனிஸ்ட் கட்சியின் வெளிப்படையான அறிக்கைகள் அப்பாவையும் அம்மாவையும் முழுவதுமாக

மாற்றியமைக்கும் வல்லமைகொண்ட மந்திர சக்தியுள்ள ஆயுதமாக இருந்தது. அப்பா, படிப்படியாக தற்போதுள்ள நட்பு வளையங்களிலிருந்து விலகத் துவங்கினார். மீண்டும் கட்சி செயல்பாடுகளில் கவனம் செலுத்தினார். 1964 இறுதியில் சீன கம்யூனிஸ்ட் கட்சியின் நிலைபாட்டுடன் நெருக்கமிருப்பதான ஒரு கருத்தை உருவாக்கியிருந்த மார்க்சிஸ்ட் கட்சியில் அப்பா உறுப்பினராகச் சேர்ந்தார். இதற்குப் பிறகு நடந்த சம்பவங்களைதான் நான் ஏற்கனவே விவரித்திருந்தேன்.

கட்சி செயல்பாட்டிலிருந்து விலகியிருந்த காலம் முழுவதும் அம்மா நேரிட வேண்டியதிருந்த மனரீதியிலான சோதனைகள் மிகவும் கசப்பு நிறைந்த அனுபவங்களாகவே இருந்தன. அப்பாவோ சேற்றுக்குள் புதைந்து கிடந்தார். நான் படிப்படியாக அகன்றுகொண்டிருந்தேன். இந்த வேதனை நிறைந்த காலகட்டங்களிலும்கூட அம்மா பதற்றமெதுவுமில்லாமல் நின்றிருந்தார். பள்ளிக்கூடத்தில் குழந்தைகளுடனான வாழ்க்கை அம்மாவுக்கு மிகப் பெரிய ஆறுதலாக இருந்தது. அம்மாவின் இந்த சிக்கலான நிலைமையில் குடும்பத்திலும் அதிகமாக யாரும் ஆறுதலாக இல்லை. அம்மா பொறுமையிழந்த நிலையில் பல தடவை பம்பாய்க்குப்போய் விட முடிவு செய்தாலும் மீண்டும் எங்களுடனேயே இருந்தார். பிறகு, அப்பா மெல்ல மெல்ல அரசியலில் ஈடுபட்டதுடன் பழைய சேற்றுக்குள்ளிருந்து விடுபட்டதும் அம்மாவுக்கு மிகுந்த ஆறுதலாக அமைந்தது. அப்பாவின் செயல்பாடுகளுக்கு அம்மா முழு அளவில் பின்துணையாக இருந்தார். 1967ஜனவரியில் அப்பா கைது செய்யப்பட்ட சம்பவம் என்னுடைய வாழ்க்கையில் மறக்க முடியாத ஒரு திருப்பமாக அமைந்தது. நான் படிப்படியாக அரசியலுக்குள் நகர்ந்தேன். இது அம்மாவுக்கு ஆறுதலையும் மகிழ்ச்சியையும் அளித்தது. சமூகத்தின் இந்த முடை நாற்றம் வீசும் சூழலிலிருந்து நான் மெல்ல விடுபடுகிறேன் என்பது அம்மாவுக்குப் புரிந்தது. நான் படிப்பை நிறுத்தியபோது இந்த அளவுக்கு கடுமையான ஒரு முடிவெடுக்க வேண்டுமா என்கிற விஷயத்தில் அம்மாவுக்குத் தயக்கமிருந்தது. இருந்தாலும் என்னுடைய உறுதியான முடிவைப் புரிந்துகொண்டதால் அம்மா என்னைத் தடுக்க முயற்சிக்கவில்லை.

இந்த சந்தர்ப்பத்தில் எல்லா குடும்ப உறவுகளுமே துண்டிக்கப் பட்டிருந்ததால் எங்கள் மூன்றுபேருடைய வாழ்க்கைக்கும் அம்மாவின் சம்பளப் பணம் மட்டுமே உதவியாக இருந்தது. இந்தப் பணமும் நின்றுபோய் விட்டால் நாங்கள் பட்டினியிலாகி விடுவோம் என்பதை அரசியல் எதிரிகளும் குடும்ப உறுப்பினர்களும் நன்றாகவே புரிந்துகொண்டிருந்தார்கள். அன்று இ.எம்.எஸ்சின் தலைமையிலுள்ள ஏழு கட்சி கூட்டணி அமைச்சரவை அதிகாரத்திலிருந்தது. இந்த இரண்டு பிரிவினருமே அப்போது முதல் அம்மாவின் வேலையை இல்லாமலாக்கும் பணியைத் துவங்கியிருந்தார்கள்.

குஜராத்தி பள்ளிக்கூடத்தில் அம்மாவின் பணிகளைப் பற்றி குஜராத் சமூகத்தினிடையில் அன்றும் இன்றும் மிகவும் நல்ல அபிப்பிராயமே இருக்கிறது. எல்லா குஜராத்தி வீட்டிலும் அம்மாவுக்கு அந்தக் குடும்ப நண்பர்களிடமிருந்து மரியாதையான வரவேற்புதான் கிடைத்து வந்தது. அம்மாவின் கற்பித்தலைப் பற்றியோ குணத்தைப் பற்றியோ இதுவரையிலும் அவர்களில் யாருக்குமே சிறு கருத்துவேறுபாடுகூட கிடையாதென்பதை உறுதியாகச் சொல்ல முடியும்.

ஆனால் 1967—'68ஆம் வருடங்களில் எங்கிருந்தென்றே தெரியாமல் அம்மாவுக்கெதிராக குஜராத்தி பள்ளியின் நிர்வாகத்திற்கும் அரசுக்கும் ஆளுநருக்கும்கூட மொட்டைக் கடிதங்கள் வரத் தொடங்கின. அம்மாவை மிகவும் தரம் தாழ்த்தி அதில் எழுதியிருப்பார்கள். அம்மா கற்பிக்கும் முறை மிகவும் மோசமாக இருப்பதாகவும் தார்மிகரீதியாக அம்மா மோசமான ஒரு பெண்மணியென்றுமெல்லாம் எழுதிய மொட்டைக் கடிதங்கள் வரத்தொடங்கின. இவற்றின் ஒவ்வொரு பிரதியை வீட்டுக்கும் அனுப்பிக்கொண்டிருந்தார்கள். 'மாணவர்களின் பாதுகாவலர்கள்' என்று அதில் முகவரி குறிப்பிடப்பட்டிருக்கும். இருந்தாலும் குஜராத்தி பள்ளியின் நிர்வாகக் கமிட்டியிலுள்ள ஒவ்வொரு உறுப்பினருக்குமே இதில் ஏதோ ஒரு சூது இருக்கிறது என்பது நன்றாகவே தெரிந்திருந்தது. அரசாங்கத்திற்குச் சென்ற கடிதங்களைப் பற்றி விசாரிப்பதற்காகச் சென்ற காவல்துறை அதிகாரிகளிடமும் நிர்வாகம், தலைமையாசிரியரைப் பற்றி நல்ல அபிப்பிராயங்களே தங்களுக்கிருப்பதாக உறுதியுடன் தெரிவித்தது.

நக்சல்பாரியின் ஆவேசம் பூண்டிருந்த எங்களது செயல்பாடுகள், நாளுக்குநாள் சூடுபிடித்துக்கொண்டே இருந்தன. வீட்டில் வைத்து நடக்கிற கூட்டங்களிலும் விவாதங்களிலும் அம்மாவும் பங்கெடுப்பதுண்டு. புல்பள்ளி பிரச்சினையும் கண்ணூரின் பீடித் தொழிலாளர்களின் பிரச்சினையும் உருவான பிறகு எப்போது வேண்டுமென்றாலும் நாங்களும் களத்திலிறங்க வேண்டுமென்பது நன்றாகத் தெரிந்திருந்தது. இந்த மொட்டைக் கடிதங்களின் காரணமாக பள்ளி நிர்வாகம் பயந்துபோயிருப்பதையும் அரசாங்கத்தின் நிர்ப்பந்தத்திற்குட்படுவதையெல்லாம் கண்டு அம்மா மனம் புகைந்தார். வீட்டிலும் அப்பா இல்லாத நேரங்களில் பல்வேறு தொந்தரவுகளையும் மிரட்டல்களையும் எங்களுக்கு நேரிட வேண்டியதிருந்தது. 1968 ஜூன் மாதம் பள்ளிக்கூடம் திறந்தபோது நிர்வாகம், சம்பள விகிதத்தில் முதலில் ஒப்புக்கொண்டதிலிருந்து திடீரென்று விலகியது. அம்மா இதை ஏற்றுக்கொள்ளவில்லை. நிர்வாகம், தங்களது நிலைபாட்டில் உறுதியுடன் நின்றிருந்தது. அம்மாவுக்கு அப்போதுதான் விஷயம் தெளிவுபட்டது.

அரசாங்கத்தின் நிர்ப்பந்தத்திற்கிணங்கி தன்னை வேலையிலிருந்து பிரித்து விடுவதற்கான ஒரு முயற்சி இது. ஜுலை மாதத்தில் அம்மா ராஜினாமா கடிதம் கொடுத்தார். ஒரு மாதம் கழிந்த பிறகு சர்வீசிலிருந்து விலகவும் செய்தார். அம்மாவுக்கு வேலையிலிருந்து பிரியும்போது கிடைத்தப் பணத்தை வைத்து பிறகுள்ள இரண்டு மாதங்கள் நாங்கள் வாழ்ந்தோம். ஆனால், வேலை பறி போனதில் அம்மாவுக்கோ எங்களுக்கோ துளிகூட வருத்தமிருக்க வில்லை. எங்களைப் பிணைத்துப்போட்டிருந்த ஒரு சங்கிலி உடைந்துத் தெறித்ததுபோல்தானிருந்தது. இத்துடன் அம்மாவும் அனைத்தையும் துறந்து துணிச்சலுடன் இந்த இயக்கத்தினுள் இறங்குவதாகத் தீர்மானித்தார்.

இப்படியாக கட்சிக்குள்ளும் சர்வதேச அரங்கிலும் இரண்டு சிக்கலான காலகட்டங்களின்போது ஏற்பட்ட பிரச்சனைகளிலிருந்தும் சொந்த வாழ்க்கையனுபவங்களினூடே தேடிக்கொண்ட மோசமான பாடமும் அம்மாவுக்கும் அப்பாவுக்கும் இன்று உதவியாக இருக்கின்றன. 1948இல் 'கல்கத்தா தீஸி'சைத் தொடர்ந்து இந்திய கம்யூனிஸ்ட் கட்சியிலும், இதே வருடத்தில் ஐரோப்பாவில் உருவான டிட்டோயிஸம் சர்வதேசிய அரங்கில் ஏற்படுத்திய குழப்பமும் இந்தக் காலகட்டத்தில் நிகழ்ந்தவைதான். பிறகு, 1956இல் குருச்சேவின் புரட்டலும் இந்திய கம்யூனிஸ்ட் கட்சி ஓட்டு வங்கியெனும் தீராவியாதியில் முழுமையாக சிக்கிக்கொண்டதும் பிறிதொரு காலகட்டத்தில் நிகழ்ந்தவை. இந்த இரண்டு பிரச்சினைகளின் பாதிப்பை ஏற்க வேண்டியதிருந்ததன் காரணமாகவே கம்யூனிசத்தின் இறுதி வெற்றியின் நம்பிக்கை பல மடங்கு அதிகரித்தது. மேலும், மாவோவின் மரணத்திற்குப் பிறகு 1976 முதல் சீனாவிலும், சர்வதேசிய அரங்கிலும், இந்தியாவிற்குள்ளும் நிலவி வரும் குழப்பங்களை முடிந்தவரை எதிர்கொள்வதற்கான திறன் கைவரப் பெற்றதும் இதனால்தான் என்று அவர்கள் கருதுகிறார்கள். எதுவாக இருந்தாலும் 1956ஐ தொடர்ந்த வருடங்கள் மீண்டும் நடைபெறுவதை அவர்கள் விரும்பவில்லை. அப்படியாக அவர்களுடைய பாடமும் எனக்கு இன்றைய சிக்கலை எதிர்கொள்வதற்கான ஒரு வழிகாட்டியாக மாறியது.

9

புல்பள்ளிக்கான ஏற்பாடுகள்

1968 செப்டம்பர், அக்டோபர் மாதங்கள் எங்களைப் பொறுத்தவரைக்கும் தவிர்க்கவே இயலாத மாதங்கள். புல்பள்ளியின் களப்பணிகள் விரிவடைந்துகொண்டிருந்தன. முதலில் சென்றபோது இருந்ததை விடவும் பலமடங்கு விவசாயிகள் எங்களுடைய இரகசிய கூட்டங்களுக்கு வரத் தொடங்கினார்கள். தங்களை எல்லாத் திசைகளிலிருந்தும் மூச்சடைக்க வைக்கும் சக்தி களிடமிருந்து குதறிப் பார்த்து விடுவதாகவே அந்த விவசாயி கள் முடிவு செய்திருந் தார்கள். நிறைய ஆதிவாசிகளும் இத்தகைய கூட்டங்களில் பங்கு வகித்தார் கள். மார்க்சிஸ்ட் விவசாய சங்கத்தின் முக்கிய தலைவராக

இருந்த தோழர் கிஸான்தொம்மன் எல்லோரையும் விட ஆவேசத்துடன் போராட்டக் களத்திலிறங்கினார். அந்தப் பகுதிகளில் விவசாய செயல்பாடுகளில் தொடக்கம் முதலே தீவிரமாக பங்கெடுக்கவும் தலைமையேற்கவும் செய்திருந்ததால் அந்தத் தோழர் 'கிஸான்' தொம்மன் என்ற பெயரிலேயே பொதுவாக அறியப்பட்டார். அங்கு புரட்சி நோக்கங்களுடன் வந்து சேர்ந்த தோழர்களுடன் தன்னுடைய வயதைக்கூட பொருட்படுத்தாமல் மகிழ்ச்சியுடன் அந்தத் தோழர் கலந்துகொண்டார். கண்ணூரில் பீடித் தொழிலாளர் பிரச்சினையின் நிலை, புல்பள்ளியிலும் வயநாட்டிலும் தங்களுக்கு முழுமையான ஒரு அபய கேந்திரம் கிடைக்குமென்று உறுதியாகத் தெரிந்தபோது தீவிர மாற்றமடைந்த விஷயங்களையெல்லாம் புல்பள்ளியிலும் மானந்தவாடியிலுமுள்ள விவசாய தோழர்களிடம் அவர்கள் தெரிவித்திருந்தார்கள். தாங்கள் கலகம் செய்தால்கூட தனிமைப்பட்டு விட மாட்டோம் என்பதுவும் கண்ணூர் மாவட்டத்தின் பீடித் தொழிலாளர்களும் நெசவுத் தொழிலாளர்களுமெல்லாம் தங்களுடன் சேர்ந்து போராடுவதற்கு வயநாட்டுக்கு வந்து சேருவார்களென்றும் அறிந்தபோது புல்பள்ளி விவசாயிகள் மிகுந்த ஆவேசமடைந்திருந்தார்கள். புரட்சியின் கருத்தியல் பிரச்சாரம் மிகச் சரியாகவே நடந்துகொண்டிருந்தது. என்னென்ன வேலைகளை எப்படி நிறைவேற்றவேண்டுமென்ற திட்டங்கள், தொடர்ந்து ஆலோசனை செய்து முடிவு செய்யப்பட்டிருந்தன.

நீண்டகால, ஒழுங்கு முறைகளுடன்கூடிய கட்சி செயல்பாட்டின் பலனாகக் கிடைத்த அமைப்பு சார்ந்த உதவியுடன் போராட்டங்களைக் கட்டவிழ்த்து விட வேண்டுமென்ற முடிவுடன் தோழர்கள், புல்பள்ளி போராட்டக் களத்தினுள் இறங்கினார்கள்.

இந்த இரண்டு இடங்களிலுமிருந்தும் தகவல்கள், கோழிக்கோட்டிலிருந்த எங்களுக்குச் சரியாகக் கிடைத்துக் கொண்டிருந்தன. கேரளம் முழுவதும், தொடர்பிலிருக்கும் தோழர்களை இதில் பங்கு சேர்க்கவும், அப்படியாக இதற்கு மாநிலம் தழுவிய ஆதரவை உருவாக்கியெடுக்கவும் நாங்கள் முயற்சி செய்தோம். எங்களிடையிலும் ஒரு புத்துணர்வும் ஆவேசமும் வளர்ந்து கொண்டிருந்தன. நாங்கள் எந்த உன்னத இலட்சியத்திற்காக பாடுபட்டோமோ, எந்த வழிமுறையின்மீது முழு நம்பிக்கை வைத்திருந்தோமோ அதற்காக எங்களால் முடிந்த அனைத்தையும் செய்வதற்கான வாய்ப்பு நெருங்கிக் கொண்டிப்பதைப் புரிந்துகொண்டோம். ஒவ்வொருவருடைய உள்ளார்ந்த உணர்வுகளையும் மன உறுதியையும் சோதனை செய்து பார்ப்பதற்கான கட்டம் வருகிறது என்பது தெளிவாகத் தெரிந்தது. அப்போதுதான் மாவோவின் 'மக்கள்போர் குறித்த பொன்மொழிகள்' எனும் நூலை மொழிமாற்றம் செய்து நாங்கள் வெளியிட்டோம். சைன புரட்சியின் அனுபவங்களிலிருந்தும் மார்க்சிஸ்ட் — லெனினிஸ்ட் பார்வை சார்ந்தும் மாவோ தொகுத்த

இராணுவப் படைப்புகளின் சில முக்கியமான பகுதிகளை உள்ளடக்கிய அந்தப் புத்தகம் எங்களுக்கு முன்பு எப்போதுமே இல்லாத ஒரு உத்வேகத்தையளித்தது. ஆயுதப் போராட்டத்தைப் பற்றிய அடிப்படை அறிவுகூட இல்லாமலிருந்த எங்களுக்கு இந்த முதல் தொகுப்பு புரட்சியின்மீது வேரூன்றிய நம்பிக்கையையும் தொழிலாளர் — விவசாய மக்கள் பிரிவினர் இந்த கோட்பாட்டை தங்களுடைய வாழ்வியல் பிரச்சினையாக மாற்றிய அனுபவங்களும் எங்களுக்கு முன் நகர்தலுக்கான உற்சாகத்தையளித்தது. வெறும் கருத்தியல் பிரச்சாரத்துடன் மட்டுமே ஒதுங்கி விட்டிருப்போம் என்றால் படிப்படியாக நாங்கள் ஆர்வமிழந்து மரத்துப்போயிருப்போம். புரட்சியின் முன் அனுபவங்களில்லாததால், நமக்கு சரியென்று தோன்றுகிற வழியாகவே இருந்தாலும் அதில் நுழைந்துவிடக் கூடாதென்றெல்லாம் நாங்கள் தயங்கவே இல்லை.

இந்தக் கொந்தளிப்பு மிகுந்த காலகட்டத்தில்தான் அம்மா வேலையை இராஜினாமா செய்தார். இப்படியாக நாங்கள் மிகவும் இக்கட்டான ஒரு சூழலுக்குள் தூக்கி வீசப்படுகிறோம். அப்பா, தலச்சேரியிலும் வயநாட்டிலுமாக களப்பணியிலிருந்தார். அவ்வப்போது கோழிக்கோட்டிற்கு வந்துவிட்டு இங்கிருந்து கேரளத்தின் எல்லாப் பகுதிகளுக்கும் போவார். தோழர்களுக்கு பணியின் விரிவுபடுத்தல்களைப் பற்றிய விவரங்களைச் சொல்லவும் வரவிருக்கும் புரட்சியில் பங்கு வகிக்கத் தயாராக இருக்கும் தோழர்களை அதற்குத் தயார்படுத்துவதுமான வேலைகளைச் செய்துகொண்டிருந்தார். அம்மாவையும் என்னையும் வயநாட்டிற்கு அனுப்பும் ஏற்பாடுகளின் படி நாங்களும் தயாரானோம். வீட்டிலிருந்த நிறைய தட்டுமுட்டுச் சாமான்களையெல்லாம் இதற்குள் விற்றுத் தீர்த்திருந்தோம். கடைசியாகக் கையிலிருந்த ஒரேயொரு வானொலிப் பெட்டியையும் விற்று விட்டு வீட்டு வாழ்க்கையை இத்துடன் முடித்துக் கொள்வதாகவும், வயநாட்டில் உருவாக இருக்கும் ஆயுதப் போராட்டத்தின் ஒரு பகுதியாக, எங்களால் இயன்ற வகையில் இந்த மகத்தான பணியை வெற்றி பெறச் செய்வதாகவும் நாங்கள் முழு உறுதி செய்து கொண்டோம்.

அப்போதெல்லாம் புல்பள்ளிக்கு நேரடிப் பேருந்து வசதிகள் கிடையாது. மட்டுமல்ல, மானந்தவாடி பகுதி தோழர்களுக்கு, பரந்த அளவிலான அந்த நிலப்பகுதியில் நீண்ட காலம் செய்த பணிகளின் காரணமாக மிகுந்த செல்வாக்கிருந்தது. எனவே முதலில் மானந்தவாடிக்கே செல்வதென்பதும் பிறகு, இங்கிருந்து புல்பள்ளி கலகத்தில் பங்கெடுக்கச்செல்லும் தோழர்களுடன் இணைவதென்பதும் எங்களுடைய திட்டம்.

ஒன்றரை வருடங்களாக நான் மேற்கொண்டிருந்த கொந்தளிப்பான என்னுடைய வாழ்க்கைச் சூழல், மற்றொரு தளத்திற்கு உயர்ந்துகொண்டிருந்தது. இயல்பாகவே, பெண்களால் எளிதில்

106

புரிந்துகொள்ள முடியாத இந்த வாழ்க்கைமுறை, எனக்குள் ஏற்படுத்திய மாற்றத்தின் தீவிரத்தை வார்த்தைகளால் விவரிக்க இயலாது. தலைவர் மாவோவும் சீன கம்யூனிஸ்ட் கட்சியும் சுட்டிக் காட்டிய இந்தப் பாதையில் நின்று, சமூகத்தின் செல்லரித்துப்போன பழைய வாழ்க்கை முறைக்கெதிராக தலையுயர்த்தி நின்று போராடுவதென்பது என்னைப்போன்ற மத்திய தரக் குடும்பத்தில் பிறந்து வளர்ந்த ஒரு பெண்ணுக்கு அவ்வளவு சுலபமான காரியமில்லை. தீவிரமான மன அழுத்தங்களும் கசப்பு நிறைந்த வேதனைகளும் இந்த நேரத்தில் தவிர்க்க முடியாததாக இருந்தன. நான் இதுவரையிலும் வாழ்ந்துகொண்டிருந்த இருண்ட உலகத்திலிருந்து முழுக்க புதுமையும் ஒளி மிகுந்ததுமான மற்றொரு உலகத்திற்குச் செல்கிற இந்த பயணம், ஒவ்வொரு சுவடு வைப்பிலும் கல்லும் முள்ளும் நிறைந்ததாக இருந்தது. மனதினுள்ளிருக்கும் முடை நாற்றம் வீசுகிற சிந்தனைகளின் ஆதிக்கத்தைப் பிடுங்கியெறிந்தால் மட்டுமே இந்தப் புது உலகுடன் பொருந்திப்போக முடியும். பிடிங்கியெறிதலென்பது படிப்படியாகவே நிகழவும் முடியும். இப்படியான முன் நகருதலுக்கு உதவியாக இருந்த புரட்சிகர கருத்தாக்கங்களோடு எனக்கிருக்கும் ஆழமான பற்றை நிரூபிக்கிற காலமும் நெருங்கிக்கொண்டிருப்பதை நான் புரிந்துகொண்டேன். அம்மாவுடன், எதையும் தாங்கிக்கொள்கிற மன உறுதியுடன் மானந்த வாடிக்குச் சென்றேன். தெரிந்தவர்களிடமெல்லாம் நாங்கள் பம்பாய்க்குப் போவதாகச் சொல்லியிருந்தோம். அவர்கள் இதை நம்பவும் செய்தார்கள்.

1968 நவம்பர் மாதத் தொடக்கத்தில் நாங்கள் மானந்தவாடிக்குப் புறப்பட்டோம். அம்மாவின் ஆரோக்கியம் அவ்வளவு சரியில்லாமலிருந்தது. வயநாட்டிற்கு வந்து சேர்ந்தபோது அங்கிருந்த பயங்கரமான குளிரை என்னால்கூட தாங்கிக்கொள்ள முடியாதுபோலிருந்தது. ஒரு இடத்திலிருந்து மற்றொரு இடத்திற்கு நடந்துதான் போக முடியும். மெயின்ரோட்டில் மட்டும் எப்போதாவது ஒரு பேருந்தைப் பார்க்கலாம். பெருநகரத்தில் வாழ்ந்த எங்களுக்கு இதெல்லாம் மிகவும் சிரமான காரியங்களாக இருந்தபோதும் மனதினுள்ளிருந்த, பொங்கிப் பிரவாகித்துக்கொண்டிருந்த ஆர்வம், இதையெல்லாம் ஒவ்வொன்றாகக் கடந்து செல்கிற வலுவைத் தந்துகொண்டிருந்தது. மானந்தவாடியிலும் அக்கம்பக்கத்திலுள்ள பகுதிகளிலுமாக பல வீடுகளில் நாங்கள் தங்கி, ஏராளமான விவசாயத் தோழர்களை ஒருங்கிணைத்துக் கூட்டம் போட்டும் தனிப்பட்ட வகையிலும் அவர்களது வாழ்க்கைப் பிரச்சினைகளைப் பற்றி தெளிவாகக் கேட்டுத் தெரிந்துகொண்டோம். வரவிருக்கும் ஆயுதப் போராட்டத்தைப் பற்றி விரிவாகப் பேசியும் மாவோவின் புத்தகங்களை வாசித்துக்காட்டியுமெல்லாம் தோழர்களுடைய மனோபலத்தை அதிகரிக்க எங்களால் முடிந்தவரையிலான முயற்சிகளை மேற்கொண்டோம்.

ஓரிரு தேயிலைத் தோட்டங்களுக்குப்போய் பாடிகளையும் பார்த்தோம். பாடிகள் எனும் பெயரில் அறியப்படுவது, தோட்டத் தொழிலாளர்களுக்கு கம்பனிகள் கொடுத்திருந்த தங்குமிடங்கள்தான்.

இந்த பாடிகளின் நிலைமை மிகவும் பரிதாபமாக இருந்தது. ஷெட்டுபோல் நீளமாக இருக்கும் ஒரு கட்டடத்தினுள் குகைகளைப்போன்ற சிறு சிறு அடுக்குகள். அதனுள், தங்க முடிகிற நபர்களை விடவும் மூன்று நான்கு மடங்கு அதிகமான குடும்பங்களைத் திணித்துப்போட்டிருக்கும் காட்சியையும் அங்கே பார்த்தோம். எந்த வகையிலுமே சுத்தம் பேண இயலாத ஒரு சூழ்நிலைதான் அங்கே நிலவியது. இந்த பாடிகளில் வாழ்ந்து வரும் உயிர்கள், மனிதர்களின் வெறும் வடிவங்களாக மட்டுமே இருந்தன. குழந்தைகள், சொறியும் சிரங்கும் பிடித்து, மூக்குச்சளி வடித்துக்கொண்டு அந்தக் கடுங்குளிரில் நிர்வாணமாகத் திரிந்தன. அவர்களைச் 'சுற்றி ஈக்கள் மொய்த்துக் கொண்டிருந்தன. நூற்றாண்டுகளாக, இந்தத் தொழிலாளர்கள் இரத்தத்தை வேர்வையாக்கி இரவு பகலாக எஸ்டேட்டுகளில் உழைத்து உருவாக்கிய தேயிலையை, உலகச் சந்தையில் பன்மடங்கு லாபத்திற்கு விற்றுக்கொண்டிருந்தவர்கள் அன்னிய தேசத்தின் தோட்ட முதலாளிகள்தான். மூன்றில் இரண்டு பங்குத் தோட்டங்களுக்கும் உரிமையாளர்கள் இவர்கள்தான். மிக மிகக் குறைவான கூலியையே இவர்கள் தொழிலாளர்களுக்குக் கொடுத்து வந்தார்கள். வேலையில் ஏற்படும் மிகச் சிறிய தவறைக்கூட இவர்கள் கூலி கொடுக்காமல் ஏய்ப்பதற்கான வாய்ப்பாகவே பயன்படுத்தி வந்தார்கள். இரவு பகலென்றில்லாமல் உழைக்கும் இவர்களுக்கு நோய்கள் வந்தாலோ ஆரோக்கியம் குன்றினாலோ திரும்பிப் பார்க்கிற ஏற்பாடே கிடையாது. இவர்களுடைய குழந்தைகளுக்குக் கல்வி கற்பதற்கான எந்த விதமான வசதியும் அந்த மலையோரக் கிராமங்களில் செய்யப்படவில்லை. இலவசக் கல்வி என்றெல்லாம் பேசப்பட்டு வந்தாலும் குழந்தைகளை பள்ளிக்கு அனுப்பிப் படிக்க வைப்பதற்கான எந்தச் சூழ்நிலையும் அவர்களுக்குக் கிடையாது. கிடைக்கிற கூலியில் உயிர் பிழைத்துக் கிடப்பதுகூட மிகப் பெரிய போராட்டம்தான்.

எல்லா அரசியல் கட்சிகளும் அவர்களுக்கிடையில் செயல்பட்டு வந்தாலும் மார்க்சிஸ்ட் கட்சிக்குதான் செல்வாக்கு அதிகமாக இருந்தது. 'புரட்சி'யை காட்சிக்கு வைத்திருக்கும் ஒரு கட்சியாக இருப்பதால் தங்களுடைய வாழ்க்கைப் பிரச்சினைகளுக்கு இவர்கள் பரிகாரத்தை ஏற்படுத்தித் தருவார்கள் என்கிற நம்பிக்கையும் இந்தத் தொழிலாளர்களிடமிருந்தது. ஆனால், கட்சியின் தலைமையும் தொழிற்சங்கத் தலைவர்களும் அனல் பறக்கும் சொற்பொழிவுகளாற்றி தொழிலாளர்களை மிரட்டி வைத்து ஒட்டுண்ணிகள்போல் அவர்களை உறிந்துகொண்டிருக்கும் வேலையை மட்டுமே செய்து கொண்டிருந் தார்கள். இந்த உண்மையைப் புரிந்துகொள்ளும்தோறும் அவர்கள் தலைமையின்மீது வைத்திருந்த நம்பிக்கையை இழந்து கொண்டிருந்தார்கள். மானந்தவாடி தொகுதி, கட்சிக் குழுவிலிருந்த பெரும்பான்மையான தோழர்களும் தோழர் வர்க்கீசின் தலைமையில் கலகம் செய்து விட்டு வெளியில் வந்தபோது இந்தத் தொழிலாளர் களினிடையில் செயல்பட்டு வந்த வேறு சில தோழர்களும்

அவர்களுடன் சேர்ந்து வெளியில் வந்தார்கள். தோழர் தேற்றமலை கிருஷ்ணன்குட்டி, கே.சி. அயமுட்டி, பி.எஸ். கோவிந்தன் போன்றவர்கள். தொழிலாளர்களினிடையே புரட்சியின் நோக்கங்களைப் பிரச்சாரம் செய்யும் பணிகளில் இந்தத் தோழர்களும் பரவலாக ஈடுபட்டு வந்தார்கள். நவம்பரில் மானந்தவாடிக்கு வந்து சேர்ந்த எங்களுக்கும் போராட்ட வீரியம் நிறைந்த இந்தத் தொழிலாளர் தோழர்களை சந்திக்க முடிந்தது. போராட்டம், வயநாட்டிற்கும் வியாபிக்குமென்றால் அதை வெற்றியடைய செய்ய எங்களால் முடிந்த அனைத்தையும் செய்வதற்குத் தயாராக இருப்பதாகவும் சுய வாழ்க்கை யனுபவங்களிலிருந்து உருவெடுத்த ஒரு புரட்சியால் மட்டுமே நரகத்திற்கொப்பான இந்த வாழ்க்கை முறையை மாற்றியமைக்க முடியுமென்பதில் எங்களுக்கு முழு நம்பிக்கையிருப்பதாகவும் இந்தத் தொழிலாளர் தோழர்கள் ஆவேசத்துடன் அறிவித்துக்கொண்டார்கள். அவர்களைச் சுரண்டியும் அடக்குமுறைக்குட்படுத்தியும் நிலைபெறும் இந்த சமூக அமைப்பைத் தகர்த்தெறிந்து விடுவதில் தாங்கள் திடமான நம்பிக்கையுடனிருக்கிறோம் என்று எங்களுக்கு உறுதியளித்தார்கள். இந்த அனுபவம் எங்களைப் புல்லரிக்க வைத்தது. ஆண்கள் மட்டுமல்ல, பெண்களும்கூட போராட்டக் களத்திலிறங்க தயாராக இருப்பதாகவும் இந்தக் கூட்டங்களின்போது எங்களிடம் தெரிவித்தார்கள்.

நாங்கள் மானந்தவாடியில் நடத்திய பல கூட்டங்களில் பெண்களும் மிகுந்த ஆர்வத்துடன் வந்து கலந்துகொண்டார்கள். ஆண்களைப்போலவே பெண்களும் போராட்டத்தில் கலந்து கொள்ளவும் அதற்கான உதவிகளைச் செய்யவும் தயாராக இருப்பதாக எங்களிடம் சொன்னார்கள். நாடு முழுவதுமே அலையடித்துக் கொண்டிருந்த ஆவேசம் அவர்களிடமும் தனது தாக்கத்தைச் செலுத்தியிருப்பதை நன்றாகவே புரிந்துகொள்ள முடிந்தது.

நாங்கள் ஒவ்வொரு இடங்களிலுமுள்ள ஆதிவாசிக் குடும்பங்களுக்குச் செல்வதையும் அவர்களது வாழ்க்கைமுறையைப் பற்றி நேரடியாகப் புரிந்துகொள்வதிலும் மிகுந்த கவனம் செலுத்தி வந்தோம். வயநாட்டிலுள்ள மற்ற எல்லாப் பிரிவினரையும் விட மிகவும் மோசமாக, மற்றொரு வகையில் சொல்வதானால், விலங்கினங்களுக் கொப்பான வாழ்க்கையையே வாழ்ந்துகொண்டிருந்தார்கள். அவர்களுடைய தங்குமிடங்களையும் அவற்றில் அரை நிர்வாண மாகவும் முழு நிர்வாணமாகவும் வாழும் அந்த மனிதர்களையும் பார்க்கும் சிறிதளவிலாவது மன சாட்சியுள்ள எந்த ஒரு மனிதனுக்குமே இதயம் கடினமான வேதனைக்குள்ளாகமலிருக்க முடியாது.

வயநாடன் மண்ணின் யதார்த்த உரிமையாளர்களாகிய இந்த ஆதிவாசிகள் சமூகம், ஏகாதிபத்திய சக்திகளும், அதன் பாதசேவகர்களான ஜமீன்களும், பெரும் விவசாயிகளும், வியாபாரி களும் நூற்றாண்டுகளாகத் தொடர்ந்து நடத்தி வந்த மனிதத்

தன்மையற்ற சுரண்டலின், அடக்குமுறையின் காரணமாக படிப்படியாக காடுகளுக்குள் தள்ளப்பட்டவர்கள். வயநாட்டின் பாரம்பரிய மக்கள் பிரிவினராக இருந்த இவர்களது சமூகத்தினுள் புராதன கம்யூனிசம் முதல் அடிமைச் சம்பிரதாயமும் நிலப் பிரபுத்துவமுமெல்லாம் நடைமுறையிலிருந்து வந்தன. இப்படியான ஒரு காலகட்டத்தில்தான் பிரிட்டன், வயநாட்டிற்குள் நுழைகிறது. பொன் விளையும் பூமியாகிய வயநாடன் மண்ணால் பிரிட்டன் கவரப்பட்டதில் ஆச்சரியப்படுவதற்கெதுவுமில்லை. பிரிட்டனின் இந்த அத்துமீறலை அவர்கள் பல வருடங்களாக வீரத்துடன் நின்று கடைசிவரைக்கும் எதிர்த்துப் போராடினார்கள். ஆனால், போராட்டத்தைத் தலைமையேற்று நடத்திச் செல்வதற்கான சரியான ஒரு வழிகாட்டி அவர்களிடமில்லையென்பதால் பிரிட்டனின் ஆயுதப் பலத்தின்முன் அவர்கள் கீழ்ப்படிய வேண்டியதாயிற்று. பிரிட்டன், மலையடிவாரப் பகுதிகளிலிருந்து ஆட்களைக் கொண்டு வந்து காட்டையும் மேட்டையும் வெட்டித் திருத்தி தேயிலைத் தோட்டங்களையும் காப்பித் தோட்டங்களையுமெல்லாம் உருவாக்கினார்கள். ஒடுக்கப்பட்ட இந்த ஆதிவாசிகளின் பூமியை குடியேற்ற விவசாயிகளில், சதியையும் வஞ்சனையையும் தொழிலாகக் கொண்டவர்கள் படிப்படியாகக் கைப்பற்றத் தொடங்கினார்கள். இவர்களுக்கு பிரிட்டனின் பரிபூரண ஆதரவுமிருந்தது. இப்படியாக பிரிட்டனின் தேயிலைத் தோட்டங்களும் சில குடியேற்ற விவசாயிகளின் நில அபகரித்தல்களும் காரணமாக ஆதிவாசிகளில் பெரும்பான்மையினரும் ஒரு துண்டுநிலம் கூட இல்லாதவர்களாக மாறினார்கள். செல்வந்தர்களுக்கும் ஜமீன்தார்களுக்கும் அடிமை வேலை செய்து நித்திய பட்டினியாக மட்டுமே வாழவேண்டியதிருந்த இவர்களது நிலை, நாளுக்கு நாள் மோசமாகப் போய்க்கொண்டிருந்தது. ‘சுதந்திரம்’ கிடைத்து விட்டதாக ஆகாயம் முட்டுமளவுக்கு முரசு கொட்டி முழக்கிக் கொண்டிருந்தாலும் இந்தத் தேயிலைத் தோட்டங்கள் இன்றும் நேரடியாகவோ மறைமுகமாகவோ பிரிட்டன்போன்ற ஏகாதிபத்திய சக்திகளின் முழுக் கட்டுப் பாட்டுக்குள்தானிருக்கின்றன. பிரிட்டனால் ஊட்டி வளர்க்கப்பட்ட ஜமீன் மரபு, எத்தனையோ நிலச்சீர் திருத்தச் சட்டங்கள் ஏற்படுத்தப்பட்டதன் பிறகு இன்றும் சில வடிவ மாற்றங்களுடன் ஆனால், முன்பை விடவும் உறுதியாகவே நடைமுறையிலிருந்து வருகிறது. ஆட்சியதிகாரமும் எப்போதும் ஆதிவாசிகளுக்கெதிராக மட்டுமே சேவை புரிந்து வருகிறது. பட்டா கொடுப்பதாகவும் அனுபவ உரிமையை விட்டுக் கொடுப்பதாகவுமெல்லாம் உலகமே அதிரும்படியாக பெரும்பறைத் தட்டியறிவித்து வந்தாலும் இது இந்த ஆதிவாசிகளின் வாழ்க்கையை சிறு அளவிலாவது மேம்படுத்திக் கொள்வதற்குப்பயன்படவில்லை யென்பதுதான் உண்மை. தினந்தோறும் காட்டுக்குள்ளும் வன மிருகங்களினிடையிலும் தள்ளப்படுகிற இவர்களைப் பற்றியோ இவர்களது யதார்த்தப்

பிரச்சினைகளைப் பற்றியும் சிந்திக்கவோ இவர்கள்மீதான மரபார்ந்த சுரண்டலையும் அடக்குமுறையையும் இல்லாமல் செய்வதற்கோ இன்று பாராளுமன்ற அரசியலெனும் தீராவியாதியில் சிக்கிக்கொண்ட எந்த அரசியல் கட்சியாலும் இயலவில்லை. இயலவும் செய்யாது. ஏனென்றால், நடைமுறை யிலிருக்கும் இந்த செல்லரித்த சமூகக் கட்டமைப்பைப் புரட்டிப் போட்டால் மட்டுமே பிற ஒடுக்கப்பட்ட பிரிவினருடன் இந்த ஆதிவாசிகள் சமூகமும் நிமிர்ந்து நிற்கவும் ஒரு புதுவாழ்க்கையை கட்டி யமைக்கவும் இயலும். இதற்கு, இந்த அமைப்பின் நிறுவப்பட்ட விருப்பங்களுடன்கூடிய எந்தவொரு அரசியல் கட்சியுமே தயாராக இல்லையென்பதுதான் உண்மை.

இப்படியாக முற்றிலுமே மறக்கடிக்கப்பட்ட நம்முடைய கிராமப்புறங்களிலுள்ள பல்வேறு மக்கள் பிரிவினருடன் கலந்து பழகுவதும் அவர்களிடமிருந்து கற்றுக்கொள்வதும் அவர்களினிடையில் புதிய கருத்தாக்கங்களை விதைப்பதுமாக சில நாட்கள் கழிந்தன. புல்பள்ளியிலும் தலச்சேரியிலும் ஏராளமான களப்பணியாளர்கள் இப்போது கலகம் செய்வதற்கான இறுதிக்கட்ட வேலைகளில் ஈடுபட்டுக்கொண்டிருக்கிறார்கள் என்பதாக எங்களுக்குத் தகவல் கிடைத்தது. ஆவேசமும் எதிர்பார்ப்புமாக, வாழ்க்கையில் முதன் முதலாக பங்கு வகிக்கவிருக்கும் இந்த மகத்தான நிகழ்வின் இறுதி முடிவைப் பற்றிய சிறிதொரு அங்கலாய்ப்புடன் நாங்கள் காத்துக் கொண்டிருந்தோம். பெண்கள் எனும் நிலையில் அம்மாவும் நானும் என்னென்ன வகையில் இதில் பங்கு வகிக்க இயலுமென்ற விஷயத்தை பற்றியும் நாங்கள் மீண்டுமொரு தடவை ஆலோசனை செய்தோம்.

அப்போதுதான் கல்கத்தாவிலிருந்து தலச்சேரி—புல்பள்ளிக்கொரு நன்கொடை வருகிறது. தோழர் சாருமஜூம்தாரின் தலைமையில் செயல்படும் அகில இந்திய கோ—ஆர்டினேஷன் கமிட்டியிலிருந்து அப்பாவை வெளியேற்றியிருப்பதான ஒரு செய்தி கொச்சியிலிருந்து வெளியாகும் மாத்ருபூமியில் வந்தது. புல்பள்ளி காட்டினுள் முதலிலும் இரண்டாவதுமாக நடந்த கோ—ஆர்டினேஷன் கமிட்டியின் தீர்மானங்களின்படி நக்சல்பாரிகளை நாடு முழுவதும் உருவாக்குவதான அழைப்பை மனமுவந்து ஏற்றுக்கொண்டு நகரங்களிலிருந்து வந்து இரவுபகலாக பணியாற்றிக்கொண்டிருந்த வேளையில்தான் இந்தச் செய்தியும் வருகிறது. தொடக்கம் முதலே கோ—ஆர்டினேஷன் கமிட்டிக்குள் தலைகாட்டிக்கொண்டிருந்த ஒரு கருத்தியலின் தொடர்ச்சிதான் இந்த நீக்கமும்.

ஆனால், இந்தச் செய்திக்கு செயலில் மூழ்கியிருந்த யாருடைய ஆவேசத்தையும் சிறிதளவு கூட கெடுக்க இயலவில்லை. நாங்கள் எந்தப் பதற்றமுமே இல்லாமல் முன் நகர்ந்தோம்...

கலகம் நடப்பதற்கு காலதாமதமாகும்தோறும் அப்பா தலச்சேரியில் நடந்த பணிகளை மையமாகக் கொண்டிருந்தார். அங்கே

முன்னணியிலிருந்த சில தலைவர்களுக்கு லேசாகப் பதற்றம் தொற்றிக்கொண்டிருந்தது. பல்வேறு பணிகளுக்குப் பொறுப்பேற்றிருந்த சிலருக்கு நாட்கள் நெருங்க நெருங்க தற்சமயம் எப்படியாவது விலகி நின்று விட வேண்டுமென்ற எண்ணம் தலை தூக்கியது. ஆகவேதான் தலச்சேரியில் அப்பா தங்கியிருக்க வேண்டியதாயிற்று. புல்பள்ளியின் வெற்றி, தலச்சேரி வெற்றியுடன் பிரிக்க முடியாதபடி பின்னிப் பிணைந்து கிடந்தது. தலச்சேரியிலிருந்து கலகம் செய்துவிட்டு வருகிற அந்தப் பெரும் கூட்டத்தை நம்பியே அதன் பிறகுள்ள போராட்டத்தை எப்படி தொடர்ந்து கொண்டுபோக வேண்டுமென்ற திட்டம் தீட்டப்பட்டிருந்தது. முக்கியமான கவனம் செலுத்தப்பட்டிருந்தது தலச்சேரியில்தான். ஆகவேதான் தலச்சேரி வெற்றியை உறுதி செய்து கொள்ளவும், அங்கே கலகம் செய்த பிரிவினரை வயநாட்டிற்குத் திருப்பி விடுவதற்கான ஏற்பாடுகளை தோழர் கே.பி. நாராயணனிடமும் மற்ற சில தோழர்களுடன் அப்பாவும் முன்நின்று செய்துகொண்டிருந்தார்கள்.

புல்பள்ளி செயல்பாட்டின் பொறுப்பில் முக்கியமாக தோழர் வர்க்கீஸ் இருந்தார். தோழர் தேற்றமலை கிருஷ்ணன்குட்டியும் ஃபிலிப் எம். பிரசாத்தும் தோழர் வர்க்கீசுக்கு உதவியாக அங்கேயே பணியாற்றிக்கொண்டிருந்தார்கள். சுமார் நானூறு ஆதிவாசிகளுட்பட்ட விவசாய வாலண்டியர்கள் புல்பள்ளியில் மட்டுமே நியமிக்கப்பட்டிருந்தார்கள். காவல்துறையின், தேவசம் போர்டின், காட்டிலாகாவின் கொடுங்கோலாட்சிகளை முடிவுக்குக் கொண்டு வருவதற்கான இந்த ஏற்பாடுகளை காவல்துறை, லேசாக மோப்பம் பிடித்திருந்ததால் நாள் நெருங்கும்தோறும் பல தோழர்கள் காட்டினுள்ளோ காட்டினுள்ளிருக்கும் வீடுகளிலோதான் அபயம் தேட வேண்டியதிருந்தது. தலச்சேரி, கலகம் ஏதாவது காரணத்தால் தள்ளிப்போடப்படவோ தடைபடவோ செய்தால் நிச்சயமாக புல்பள்ளியில் முதலில் நடப்பது காவல்துறையின் நரவேட்டையாகவே இருக்கும். அந்த அளவுக்கு அங்கே கொந்தளிப்பு நிலவியது.

தோழர் வர்க்கீசின் தலைமையிலான களப்பணியில் எந்தவொரு தளர்வுக்குமே இடமில்லாமலிருந்தது. சமூகத்தின் அடித்தட்டில் வாழும் மக்களுடன் குறிப்பாக, ஆதிவாசி சமூகங்களுடன் ஒன்றாகக் கலந்து விடுகிற அந்தத் தோழருடைய திறமை அபாரமானது. எந்த ஆதிவாசிக் குடிலுக்குள்ளும் சென்று அந்த வீட்டின் ஒரு அங்கம்போல் அவர்களது சோகங்களிலும் சுகங்களிலும் பங்கு சேரவும் அவர்களிலொருவராக வாழவும் தோழர் வர்க்கீசால் இயன்றது. அவர்கள்மீது செலுத்தப்படும் இந்த மிருகத்தனமான சுரண்டல் அமைப்பு, அனுதினமும் செய்து கொண்டிருக்கும் அக்கிரமங்களின் தீவிரத்தைப் பற்றியும் இன்றைய நிலைமையில் அவர்கள் விடுதலையடைய வேண்டியது எந்த அளவுக்கு நாடு முழுவதற்கும் தேவையானது என்ற விஷயத்தைப் பற்றியுமெல்லாம் தோழர் முழுமையாகப் புரிந்துகொண்டிருந்தார். அவர்களுடைய

வேதனைகளை தன்னுடைய வேதனையாகவும் அவர்களுடைய எதிரிகளை தன்னுடைய எதிரியாகவும் நினைத்து வெறுக்கவும் அவர்களுடைய விருப்பங்களை தன்னுடைய விருப்பமாகக் கொள்ளவும் இயன்ற தோழர் வர்க்கீஸ், புரட்சிக்காரர் என்ற சொல்லுக்கான முழு அர்த்தத்துடன் வாழ்ந்தவர். ஆச்சாரமான ஒரு மத்தியதர கிறிஸ்தவ குடும்பத்தில் பிறந்து வளர்ந்த ஒருவர், காட்டில் வனமிருகங்களைப்போல் புராதனமான வாழ்க்கை வாழ்வதற்கு நிர்ப்பந்திக்கப்பட்ட, நம்முடைய ஆதிவாசி சமூகத்துடன் கலந்து சேருகிற இந்த அசாதாரணமான குணவியல்பு, புரட்சியில் அகமகிழ்வு காண்கிற, அர்ப்பண மனோபாவமுள்ள ஒரு நபரால் மட்டுமே சாத்தியமாகும். சுய விருப்பமென்பது தொட்டும் தீண்டியிருக்காத அந்தத் தோழர், நக்சல்பாரியின் வழிமுறைக்கு தன்னை அர்ப்பணித்ததன் காரணமாக புல்பள்ளி செயல்பாடு பன்மடங்கு தீவிரமடைந்தது. தோழர் வர்க்கீசுக்கு உதவியாக அங்கே தோழர் அல்லுங்கல் ஸ்ரீதரனையும் தோழர் கிஸான்தொம்மனையும் போன்ற வீரம் செறிந்த நிறைய விவசாய தோழர்களுமிருந்தார்கள். இப்படி, புரட்சிக்காரர்களும் உழைக்கும் மக்களும் அங்கே ஒன்றிணைந்ததால் நிகழ வேண்டியவை நிகழ்ந்தன. அதைப் பிறகு சொல்கிறேன்.

மானந்தவாடியில் அம்மாவுடையவும் என்னுடையவும் செயல்பாடுகள் சொல்லிக்கொள்ளும்படியாக எதுவுமில்லை. இதுபோன்ற பணிகளில் எந்தவித அனுபவமுமில்லாத எனக்கு ஏற்பட்ட சில தவறுகளைச் சுட்டிக் காட்டித்தர வேண்டுமென்கிற நட்பார்ந்த மனோபாவத்திற்குப் பதிலாக, எங்களது செயல்பாடுகளுக்கு உதவும் பொறுப்பையேற்றிருந்த ஒரு தோழர் என்னைப் பற்றிய சில பொய்க்கதைகளைச் சொல்லி உருவாக்கிய அனுபவமும் இதனிடையே நிகழ்ந்தது. ஏதாவது தவறான அனுமானங்களை வைத்து உருவானதாக இருக்கலாமென்றுதான் நாங்கள் அப்போது கருதினோம். ஆனால், புல்பள்ளி கலகம் நெருங்கியபோதுதான் அந்தத் தோழருக்கு எங்களிடம் ஏற்பட்ட வெறுப்பு வெளியே தெரிந்தது.

எங்களுடைய விஷயங்களை முடிவு செய்வதற்காக அப்பா தலச்சேரியிருந்து வருவாரென்றும் ஆகவே நாங்களுட்பட்ட சில தோழர்கள் அப்பாவை எதிர்பார்த்து ஒரு இடத்தில் கூடுவதென்றும் முடிவு செய்திருந்ததன்படி அன்று காலையிலேயே அந்த இடத்தில் கூடினோம். அப்பாவும் தோழர் பி.எஸ். கோவிந்தனும் தலச்சேரியிலிருந்து வருவார்கள் என்று சொல்லப்பட்டிருந்தாலும் வந்தவர், தோழர் பி.எஸ். மட்டும்தான். அப்பா ஏன் வரவில்லையென்று கேட்டபோது அப்பாவால் வர இயலாது என்றவர் பதில் சொன்னார். நானும் அம்மாவும் என்ன செய்ய வேண்டுமென்று அப்பா சொன்னார் என்று கேட்டோம். அம்மாவின் ஆரோக்கியம் சரியில்லையென்பதால் இந்த சிரமான வழியின் அவஸ்தைகளை தாங்கிக்கொள்ள முடியாமலாகி விடும் என்றும் ஆகவே அம்மா பம்பாய்க்கே போய்

விடுவதுதான் நல்லதென்றும் நான் மானந்தவாடியிலேயே இருந்தால் போதுமென்றும் அப்பா சொன்னதாக தோழர் அறிவித்தார்.

தலையில் அடி விழுந்ததைப்போல் நான் ஸ்தம்பித்து நின்று விட்டேன். மாதங்களாகவே புல்பள்ளிக்குப் போக வேண்டுமென்ற ஒரேயொரு இலட்சியத்துடன் ஒவ்வொரு அடியாக முன் வைத்து, அங்கே போய் போராட்டத்தில் பங்கு வகிக்க வேண்டுமென்ற அடங்காத ஆர்வத்துடன் புல்பள்ளிக்குப் போய்ச் சேருவதற்கான படிக்கல்லாக நினைத்து தற்போது மானந்தவாடியில் தங்குவது என்கிற திட்டத்துடன் இவ்வளவு தூரம் வந்த பிறகு நான் புல்பள்ளிக்குப் போக வேண்டாமா? இதற்காகவா நகர வாழ்க்கையையும் மற்ற அனைத்தையும் உதறியெறிந்து விட்டு நான் மானந்தவாடிக்கு வந்தேன்? நானொரு பெண் என்பதால்தானே இப்படி ஒரு மகத்தான பணியில் பங்கெடுப்பதிலிருந்து என்னை விலக்கி நிறுத்த முயற்சி செய்கிறார்கள்? என்னால் தாங்கிக்கொள்ளவே முடியவில்லை. ஒரு குழந்தையைப்போல் நான் வாய் விட்டு அழத் துவங்கினேன். தோழர்கள் அனைவரும் செய்வதறியாமல் திகைத்துப்போய் நின்றிருந்தார்கள். அப்போதுதான் 'இப்படியான முதலைக் கண்ணீரெல்லாம் நாங்கள் எவ்வளவோ பார்த்திருக்கிறோம்' எனும் குத்தலான சொற்களால் தோழர் பி.எஸ். என்னை திரும்பவும் வேதனைப்படுத்தினார். இதையும் கேட்டபோது என்னைக் கட்டுப்படுத்திக்கொள்ள முடியாமல்போனது. என்னுடைய மனத்திலிருந்த உணர்வுகள் அனைத்தையுமே நான் தோழர்களிடம் கொட்டித் தீர்த்தேன். இனி என்ன நடந்தாலும் சரி, மானந்தவாடியில் இருக்கப்போவதில்லையென்றும் புல்பள்ளிக்கு வந்துதான் தீருவேன் என்றும் தெளிவாகவே சொல்லி விட்டேன். என்னுடைய மனத்தை மாற்ற முடியாதென்பதைப் புரிந்துகொண்ட மற்ற தோழர்கள் என்னையும் புல்பள்ளிக்கு அவர்களுடன் அழைத்துச் செல்வதாக வாக்குறுதியளித்தார்கள். அப்படியாக நானும் புல்பள்ளிக்குச் செல்பவர்களின் பட்டியலில் சேர்க்கப்பட்டேன். அம்மா, இனி என்ன நடந்தாலும் சரி, நான் பம்பாய்க்குப் போகமாட்டேன் என்றும் மானந்தவாடியிலேயே இருப்பதாகவும் உறுதிபடச் சொல்லி விட்டார். அம்மா, புல்பள்ளி கலகத்தில் பங்கு வகிப்பதற்கான ஆரோக்கியத்துடனில்லை. ஆனால், சம்பவம் நடந்து எத்தனையோ நாட்களுக்குப் பிறகுதான் அப்பா சொன்ன உண்மையான தகவலைப் பற்றி நாங்கள் அறிகிறோம். நாங்கள் என்ன செய்ய வேண்டுமென்ற விஷயத்தை அங்குள்ள மற்ற தோழர்களுடன் கலந்தாலோசித்து நாங்களே ஒரு முடிவுக்கு வந்தால் போதுமென்றுதான் அப்பா தோழர் பி.எஸ்சிடம் சொல்லியனுப்பியிருக்கிறார்.

இந்தக் கூட்டம் நடந்த மறுநாள் நானும் அம்மாவும் பிரிந்தோம். நான் புல்பள்ளிக்குப் போகும் ஏற்பாடுகளுக்காக மற்றொரு இடத்திற்கு மாறினேன். அன்றிரவு பத்து மணிக்கு நானும் மற்ற ஒன்றிரண்டு தோழர்களுமாக போய்ச் சேர வேண்டிய இடத்தை

அடைந்ததும் அங்கே நிறைய தோழர்கள் கூட்டம் கூடி புல்பள்ளிக்குப் போகத் தயாராகிக் கொண்டிருந்தார்கள். அன்று அங்கே கூடிய தோழர்களில் முப்பதுக்குமதிகமானவர்கள், கூட்டம் முடிந்ததுமே புல்பள்ளிக்குக் கால்நடையாகப் புறப்பட்டார்கள். இதுபோன்ற மற்றொரு பெருங்கூட்டம் ஏற்கனவே தலச்சேரிக்குப் போயிருந்தது. இரண்டு இடங்களிலிருந்தும் கலகம் செய்துவிட்டு வருகிற தோழர்களை ஒன்றிணைப்பதற்காக திருநெல்லி பகுதியில் நிறைய தோழர்கள் நிற்பதாகவும் ஏற்பாடு செய்யப்பட்டிருந்தது. நாங்கள் போய்ச் சேரும்போது கூட்டம் முடிந்து போயிருந்தது. இருந்தாலும் எங்களைக் கண்டதும் தோழர்கள் அனைவரும் ஆவேச மிகுதியுடன் எங்களுக்கு வாழ்த்துக் கூறினார்கள். தோழர்கள், தேற்றமலை கிருஷ்ணன்குட்டி, சங்கரன் மாஸ்டர், குஞ்ஞிராமன் மாஸ்டர், காட்டிக்குளம் ராமன்குட்டியேட்டன், குரிச்சிய தோழரான குஞ்ஞாமன் போன்று மானந்தவாடியில் வைத்து அறிமுகமாகியிருந்த ஏராளமான விவசாய — விவசாயத் தொழிலாளர் தோழர்களை நான் அங்கே பார்த்தேன். இந்தக் கூட்டத்தில் மற்ற சில ஆதிவாசி தோழர்களுமிருந்தார்கள். அவர்கள் எங்களை எதிர்பார்த்து நிற்கிறார்கள் என்பதை நாங்கள் அப்போதுதான் புரிந்துகொண்டோம். நாங்களும் உடனேயே புறப்பட்டு விட்டோம்.

இந்த அசாதாரணமான ஊர்வலம் இரவின் கூரிருளில் முன்னால் நகர்ந்துகொண்டிருந்தது. தோழர்கள் அனைவரும் ஆவேசம் நிறைந்து ததும்பும் மனநிலையுடன் நடந்துகொண்டிருந்தார்கள். வயல்களும், குன்றுகளும், அருவிகளும், பாலங்களும், தார்ச்சாலைகளும் கடந்து ஊரே உறங்குகிற இந்த வேளையில் பின்னால் திரும்பிப் பார்க்காமல் நடந்துகொண்டிருந்தோம். தோழர்கள், இரண்டு மூன்று நாட்டுத் துப்பாக்கிகளையும் எங்கிருந்தோ கை வசப்படுத்தியிருந்தார்கள். நாங்கள் காரணமாகவிருக்கும் இந்த தீரமிக்க கலகத்தின் சிந்தனைகள் எங்களைக் கீழடக்கியிருந்தது. எந்தவித வழித் தடங்கல்களுக்குமே எங்களை இனி பின்னடைய வைத்து விட முடியாது. நாங்கள் பல்வேறு வகையிலான பாதைகளைக் கடந்து பல மைல் தூரம் சென்றோம். சில இடங்களில் ஓய்வெடுப்பதற்காக சிறிது நேரம் உட்கார்ந்து விட்டுத் திரும்பவும் எழுந்து வேகமாக நடந்தோம். அன்று அதிகாலையில் புல்பள்ளியில் போய்ச் சேர்ந்துவிட வேண்டுமென்பதுதான் திட்டம். தோழர்கள் ஆர்வத்துடன் பேசிக்கொண்டும் பரஸ்பரம் உற்சாகமளித்தும் ஏதோ ஒரு புனித கர்மத்தை நிறைவேற்றச் செல்பவர்களைப்போல் ஒரே நோக்கத்துடனிருந்தார்கள். ஊரையும் வீட்டையும் துறந்து, மனைவியையும் குழந்தைகளையும் பற்றிய நினைப்புகளை விலக்கி, ஆயுதப் போராட்டத்தின் சிரமம் மிகுந்த பாதையில் தங்களைத் தூக்கி வீசிய, போராட்ட வீரியம் நிறைந்த தோழர்களின் இந்த ஆவேசம் எனக்கு இனம் புரியாத சக்தியையளித்தது. எது நடந்தாலும் சரி, இந்தத் தோழர்களுடன்

இணைந்து நின்று போராடுகிற எனது மன உறுதி மேலும் கூர்மையடைந்தது. அதிகமாக நடந்தெல்லாம் பழக்கமில்லாத என் கால்களில் வீக்கம்போட ஆரம்பித்திருந்தது. என்றாலும் நான் பொருட்படுத்தவில்லை. இந்தத் தோழர்களுடன் சேர்ந்துகொள்வதற்கான ஒரு வாய்ப்புக் கிடைத்ததில் எனக்குப் பெருமிதமும் மகிழ்ச்சியும் தோன்றின. உடல் சிரமங்களைக் கண்டு கொள்ளாமல் நானும் முடிந்தவரைக்கும் வேகமாக நடந்தேன். விடியும் வேளையில் நாங்கள் ஒரு காட்டின் நடுப்பகுதிக்கு வந்திருந்தோம். ஜீப் போவதற்கான வழித் தடம் இருந்ததைத் தவிர மனித நடமாட்டம் எதுவுமே அங்கில்லை. நேரம் விடிந்த பிறகு ஒன்றாகச் சேர்ந்து போக முடியாதல்லவா? எனவே, நாங்கள் சிறு சிறுக் குழுக்களாகப் பிரிந்தோம். தோழர்கள் இதனிடையில் என்னுடைய சிரமங்களைப் புரிந்துகொண்டார்கள். இரண்டு கால்களிலுமே வீக்கம்போட்டிருந்தது. மட்டுமல்ல, இரவில் தூங்காமல் இருபது மைல் தூரம்வரை நடந்ததால் நான் உடல்ரீதியாகவும் பாதிக்கப்பட்டிருந்தேன். பக்கத்திலுள்ள ஒரு வீட்டிற்கு தோழர்கள் என்னைக் கூட்டிச் சென்றார்கள். வீட்டுக்காரர்களிடம் என்னைப் பற்றி எதையோ ஒரு கதையையும் சொல்லி வைத்தார்கள். குடும்பத் தலைவர் இந்தத் தோழர்களுக்கு ஏற்கனவே அறிமுகமானவராக இருந்ததால் விஷயத்தைக் கிரகித்துக்கொண்டார். மிகுந்த பரிவுடன் அந்த வீட்டிலுள்ளவர்கள் எங்களைக் கவனித்தார்கள். கால்களில் ஏதோ ஒரு தைலத்தைப் புரட்டி வீக்கத்தைக் குறைப்பதற்கு முயற்சி செய்தார்கள். சிறிது நேரம் ஓய்வெடுத்த பிறகு மத்தியான சாப்பாடும் தந்து அவர்கள் எங்களை வழியனுப்பி வைத்தார்கள். நாங்கள் யாரென்று தெரிந்த பிறகும் அந்த மனிதர் எங்களிடம் காட்டிய நல்ல மனது என்னை பல தடவை யோசிக்க வைத்ததுண்டு. தலைமறைவாக வாழ்ந்துகொண்டிருந்த தோழர்களுக்கு இப்படிப் பல்வேறு அனுபவங்கள் ஏற்பட்டதை நான் பலமுறை கேள்விப்பட்டிருக்கிறேன். எனக்கு இதுதான் முதல் அனுபவமாக இருந்தது. மிகுந்த நன்றியுணர்வுடன் நான் அந்த வீட்டிலிருந்து இறங்கினேன். மீண்டும் நாங்கள் கொஞ்ச தூரம் நடந்தோம். இடையே சிறிது நேரம் வழி தவறி அலைந்தோம். யாரிடமெல்லாமோ பாதையை விசாரித்து நாங்கள் புல்பள்ளியில் தேவர்கத்தா என்கிற இடத்தை நோக்கி நடந்தோம்.

    சாயங்காலத்திற்குப் பிறகு தேவர்கத்தாவுக்கு வந்து சேர்ந்து, அங்குள்ள ஒரு தோழரை சந்தித்தோம். அவரது உதவியால் எங்களுக்கு ஆளில்லாத ஒரு வீட்டில் கொஞ்ச நேரம் ஓய்வெடுக்க முடிந்தது. காலையில் மருந்து போட்டிருந்தாலும் திரும்பவும் நடந்ததால் கால்களில் வீக்கம் அதிகரித்துக்கொண்டே வந்தது. கூட இருந்த தோழர்களும் ஏதேதோ மருந்துகளைப் புரட்டினார்கள். வீக்கம் குறையவில்லை. அதற்காக நான் சோர்ந்து விடவுமில்லை. வேறு ஏதாவது விஷயங்களில் ஈடுபட்டிருக்கும் போதாக இருந்தால் நான் இதற்கு அடிமைப்பட்டிருப்பேன். ஆனால், இன்று நான் முன்னேறிச்

செல்வதைத் தடுப்பதற்கு இதை அனுமதிக்கக்கூடாதென்று மனதுக்குள் உறுதி செய்துகொண்டேன். வீக்கம் ஓரளவு பரவாயில்லை; நாம் மற்ற தோழர்களிருக்கும் இடத்திற்குப் புறப்படுவோம் என்றேன். நாங்கள் அங்கிருந்து கிளம்பி, திரும்பவும் காட்டுக்குள் நடந்தோம். தோழர் வர்க்கீசும் மற்ற சில தோழர்களும் ஏதோ ஆற்றின் பக்கத்திலுள்ள வனப்பகுதியில் தாவளமிட்டிருப்பதாகவும் மானந்தவாடியிலிருந்து வந்த குழு, காலையில் தேவர்கத்தாவில் வந்து சேர்ந்து அவர்களும் ஆற்றங்கரைக்கு வந்து விட்டதாகவும் எங்களுக்கு வழி காட்டிய தோழர் தெரிவித்தார். புல்பள்ளியிலிருந்து மற்றும் நிறைய பேர் மறுநாள் அதிகாலையில் காட்டிலுள்ள அந்தத் தாவளத்திற்கு வந்து சேருவார்களென்றும் தோழர்கள் ஒன்றுகூடுகிற அந்த இடத்திற்குதான் நாங்களும் போய்ச் சேர வேண்டுமென்றும் அந்தத் தோழர் சொன்னார்.

நாங்கள் ஒரு ஓலைக்குடிசையில் போய்ச் சேர்ந்தோம். தடுப்புச் சுவரோ, மற்ற எதுவுமோ இல்லாத, நான்கு மூங்கில் கம்புகளின் உறுதியில் நிற்கும், கூரையில் மட்டும் புல்வேய்ந்த அந்த வீட்டில் ஒரு இளம் விவசாயியும் மனைவியும் அவர்களது ஒரு கைக் குழந்தையும் தங்கியிருந்தார்கள். நவம்பர் மாதத்தின் கடுங்குளிரில் காட்டினுள் வசிக்கும் இவர்களது வாழ்க்கை முறை எப்படியிருக்கும் என்று நான் நினைத்துப் பார்த்தேன். காட்டு யானைகளும் கரடிகளும் மற்ற வன மிருகங்களும் சில நேரங்களில் இந்த இடத்திற்கு இறங்கி வருமாம். ஒவ்வொரு நிமிடமும் காட்டு விலங்குகளின் தாக்குதல்களையும் கூடவே, காவல் துறையின் மிரட்டல்களையும் தாங்கிக்கொண்டு எத்தனையெத்தனை குடும்பங்கள் இந்த மலையோரப் பகுதிகளில் வாழ்ந்துகொண்டிருக்கின்றன. இந்த விவசாயியும் எங்களுடன் போராட்டத்தில் கலந்துகொள்ளவிருக்கும் ஒரு தோழர்தான். அன்றிரவு அங்கே கூடியிருந்தவர்களுக்கெல்லாம் அவரது மனைவி சோறு பரிமாறினார். சாப்பிட்டு விட்டு எல்லோரும் படுத்துத் தூங்கினோம். நானும் ஒரு மூலையில் போய்ப் படுத்துக்கொண்டேன். ஆனால், இந்தக் கடுங்குளிரில் எனக்கு தூக்கம் வருமா? மிகவும் தளர்ந்து போயிருந்ததால் எப்படியோ தூங்கி விட்டேன். மறுநாள் பொழுது விடியும்போது அனைவரும் புறப்படுவதற்காக எழுந்தோம். இரவில் அங்கே தங்கியிருந்தவர்கள் யாரும் தங்களுக்குள் எதுவுமே பேசிக்கொள்ளக் கூடாது என்று அறிவுறுத்தப்பட்டிருந்தார்கள். ஆகவே, யாரையும் அறிமுகம் செய்து கொள்ள என்னால் இயலவில்லை.

எங்களை அந்தக் கொடுங்காட்டில் வழி நடத்திச் சென்றவர், கிஸான்தொம்மனின் நெருங்கிய நண்பராகிய ஜோசஃப் அண்ணன். கிஸான்தொம்மனைப்போலவே இவரும் வயதான ஒரு விவசாயத் தோழர்தான். கொடிவேர்களும் காட்டுச் செடிகளும் பிணைந்து கிடக்கும் அந்த வனாந்திரத்தினூடே ஒரு வழிப்பாதையைக் கண்டு பிடிப்பதென்பதே சாகசம் மிகுந்த ஒரு பணிதான். ஆனால், இந்த இடங்களைப் பற்றி நன்கறிந்த இவர்களுக்கு அது பெரிய

பிரச்சினையாக இல்லை. நானும் அவர்களுடன் நடந்துகொண்டிருந்தேன். நான் உடுத்தியிருந்த சேலை அங்குமிங்கும் சிக்கிக் கிழிந்துகொண்டிருந்தது. வீக்கம் போட்டிருந்த கால்களில் முட்கள் தைத்தன. உடம்பு முழுவதுமே இப்படி காயங்கள் பட்டுக்கொண்டிருந்தாலும் தோழர்களுடன் சேர்ந்து நானும் நடந்துகொண்டுதானிருந்தேன். தலை முடியையும்கூட சில புதர்ச் செடிகளில் சிக்கிக்கொண்டதால் அறுத்தெடுக்க வேண்டியதாயிற்று.

நேரம் விடிந்தாலும் காட்டிற்குள் வெளிச்சம் வரத் தாமதமாகுமல்லவா? மேலும் ஒரு ஐந்தாறு மைல் தூரம் அப்படியே மங்கிய வெளிச்சத்தில் நடந்திருப்போம். அப்போது ஒரு சிறு ஆறு தெரிந்தது. ஆற்றின் மறு கரையில் ஆட்கள் எதையோ சமைத்துக் கொண்டிருந்தார்கள். எங்களைக் கண்டதும் மகிழ்ச்சியுடன் வாழ்த்துத் தெரிவித்தார்கள். எங்கள் தோழர்கள்தான். தோழர்கள் வர்க்கீசும் தேற்றமலை கிருஷ்ணன்குட்டியும் மற்றும் நிறைய தோழர்களுமிருந்த அந்த இடத்திற்கு எங்களை அழைத்துச் சென்றார்கள்.

ஐம்பதுக்குமதிகமான தோழர்கள் கூடியிருந்த இடத்தில் நாங்கள் போய்ச் சேர்ந்தபோது நீண்ட நாட்களாக சந்திக்காமலிருந்த நண்பர்களை மீண்டும் சந்தித்ததுபோல் ஒவ்வொரு தோழர்களும் தனித்தனியாக எங்களை வாழ்த்தி வரவேற்றார்கள். அந்தக் கூட்டத்திலிருந்த பலரும் இதுவரை பரஸ்பர அறிமுகம்கூட இல்லாதவர்களாக இருந்தாலும் ஒரேயொரு உன்னத இலட்சியத்திற்கான நோக்கம் அனைவரையுமே நொடியிடையில் ஒன்று சேர்த்திருந்தது.

சிறிது நேர நல விசாரணைகளுக்குப் பிறகு நாங்கள் பரஸ்பரம் அறிமுகம் செய்துகொள்ளத் துவங்கினோம்.

அன்று புல்பள்ளிக்காட்டில் கூடியிருந்த தோழர்களில் பெருமளவிலானவர்கள் இளைஞர்கள். குறிப்பாக அதில், ஏழை விவசாய — விவசாயத் தொழிலாளர் பிரிவுகளைச் சேர்ந்தவர்கள் அதிகமும். அறிவிஜீவிகள் மிகக் குறைவாகவே இருந்தார்கள். தோழர்கள் அல்லுங்கல் ஸ்ரீதரன், சி.எஸ். செல்லப்பன், கோபாலன், சசிமலை ராமன்நாயர், கிஸான்தொம்மன், சுகுமாரன், ஜோசஃப் அண்ணன், சி.என். நீலகண்டன்நாயர் போன்றவர்கள். மாரன், காளி போன்ற சில ஆதிவாசிகள் இப்படியாக நிறைய தோழர்கள் மானந்தவாடியிலிருந்து வந்த தோழர்களும் அவரவர் பெயர்களைச் சொல்லி அறிமுகப்படுத்திக் கொண்டார்கள். சங்கரன் மாஸ்டர், குஞ்ஞிராமன் மாஸ்டர், டெய்லர் முகம்மது, ராமன்குட்டியேட்டன், குரிச்சியன் குஞ்ஞாமன், எனக்குப் பெயர் மறந்துபோன மூன்றோ நான்கோ ஆதிவாசி தோழர்கள். நானும் அறிமுகம் செய்துகொண்டேன். இந்த சம்பவத்தைதான் புல்பள்ளி வழக்கின் அரசுத் தரப்பு சாட்சியான தேற்றமலை கோபி, நீதிமன்றத்தில்

காவல்துறை வாக்குமூலத்தில் என்னை இழிவுபடுத்துவதற்காகப் பயன்படுத்தினார் எனும் உண்மை எனக்கு இப்போதும்கூட தெளிவாக நினைவிருக்கிறது. நான் என் பெயரைச் சொல்லும்போது 'திருமணமாகவில்லை' என்றும் சொன்னேனாம். இப்படியான ஒரு வார்த்தையை யாருமே கேட்கவோ, சொல்லவேண்டிய அவசியமோ ஏற்படவே இல்லை. அப்போதைய சூழ்நிலையும் அதுவல்ல.

தலச்சேரி காவல் நிலையத்தின்மீது தாக்குதல் நடக்கும் என்று நினைத்திருந்த அன்றுதான் நாங்கள் காட்டில் இந்தத் தாவளத்திற்கு வந்து சேர்ந்தோம். தாக்குதல், நடந்து முடிந்திருக்கும் என்றுதான் நினைத்திருந்தோம். தலச்சேரி தாக்குதல் முடிந்த நாற்பத்தெட்டு மணி நேரத்திற்குள் புல்பள்ளியைத் தாக்க வேண்டுமென்று திட்டமிட்டிருந்ததால் தோழர்கள் அனைவரும் ஆவேசத்துடனும் எதிர்பார்ப்புடனும் காத்துக்கொண்டிருந்தார்கள். தலச்சேரி தாக்குதலைப் பற்றி அறிந்துகொள்ள வானொலிச் செய்தியை மட்டுமே நம்பியிருந்தோம். இரண்டு மூன்று டிரான்சிஸ்டர்களும் கை வசமிருந்தன. செய்தியைக் கேட்ட பிறகுதான் மற்றவற்றை தீர்மானிக்க வேண்டும். இதனிடையில் நாங்கள் சாப்பாட்டையும் ஓய்வையுமெல்லாம் முடித்து விட்டு ஒன்றாக அமர்ந்து 'இந்திய வானில் வசந்தத்தின் இடி முழக்கம்', 'இந்திய மக்கள் தெலுங்கானா போராட்டத்திலிருந்து பாடம் கற்கிறார்கள்' போன்ற கோட்பாட்டுப் பார்வையிலான கட்டுரைகளையும் 'மாவோ சேதுங்கின் பொன்மொழிக'ளும் 'மக்களுக்கு சேவை புரியுங்கள்', 'நார்மன் பைத்யூனின் நினைவுக்காக', 'மலைகளை நீக்கம் செய்த முட்டாள் பெரியவர்' போன்ற கம்யூனிஸ்ட் அகிலப் பார்வைகளடங்கிய மூன்று கட்டுரைகளையும் வாசித்து விவாதம் செய்தோம். அப்படியாக, நாளிதுவரையிலும் நமது நாட்டில் நிலவி வரும் சுரண்டல்—அடக்குமுறை ஆட்சிகளுக்கெதிராக எங்களுக்குத் தெரிந்தமுறையில் கலகம் செய்வதன் மூலம் சமூகத்தின் அடித்தட்டில் கிடக்கும் பெரும்பான்மை விவசாயப் பிரிவினரைத் தட்டியெழுப்பவும் அவர்களை உணர்த்தவும் அவர்களோடு இணைந்து நின்று மகத்தான ஒரு விவசாயப் புரட்சியை மலரச் செய்யவுமான கடமையை ஒவ்வொரு தோழர்களுமே சுயம் ஏற்றெடுக்க வேண்டுமென்று மீண்டும் உறுதியெடுத்துக்கொண்டோம். ஒவ்வொரு நிமிடமும், நடக்கப்போகிற கலகத்தைப் பற்றிய சிந்தனைகளிலும் பேச்சுகளிலுமே நாங்கள் மூழ்கி யிருந்தோம். அதன் எதிர்விளைவுகளைப் பற்றி நினைப்பதற்கே யாருக்கும் நேரமில்லாமலிருந்தது. எதுவேண்டுமானாலும் நடக்கட்டும். இனி எதுவாயினும் பின் மாறுவதாக இல்லையென்ற திடமான உறுதி, பெரும்பாலான தோழர்களுடைய முகங்களிலும் பிரதிபலித்தது. சில அபஸ்வரங்களும் அந்தக் கூட்டத்தில் இல்லாமல் இல்லை. ஆனால், ஆவேசம் நிரம்பி வழியும் இந்தச் சூழ்நிலையில் அபஸ்வரங்கள் தலை தூக்கவில்லை. குறிப்பாக, புல்பள்ளியிலிருந்து வந்திருந்த தோழர்களின்

ஆவேசமும் மனவுறுதியும் வர்ணிக்க இயலாதவை. எந்த சஞ்சல மனதுகளையும் திட உறுதிபடுத்துமளவிலான ஆவேசத்தை அவர்கள் பகிர்ந்துகொண்டார்கள். அவர்களில் கிஸான்தொம்மன், சுகுமாரன் போன்ற தோழர்களின் முகங்கள் நினைவில் தெளிந்துவரும்போது இன்றுகூட நான் சிலிர்த்து விடுகிறேன்.

எங்களது கூட்டத்திலிருந்த மிக வயதான தோழர் கிஸான் தொம்மன் தான். அந்தத் தோழரின் முகத்தில் எப்போதுமே ஒரு அமைதி படர்ந்திருக்கும். வயதிற்கேற்ப மனப் பக்குவமடைந்திருந்த தோழர், கொந்தளிக்கும் கடல்போலில்லாமல் வெளியே அமைதியும் உள்ளே எரிமலையுமாக இருந்தார். அவருடைய அனுபவங்களின் காத்திரமும் மனவுறுதியும் ஆழமான அர்த்தத் தளங்களுடனிருந்தன. வெறும் ஆவேசத்தை மட்டுமே மனதில் கொண்டிருக்கிற, எந்தவிதத் தீவிர வாழ்க்கையனுபவங்களுமில்லாத சில அறிவுஜீவிகளின் கூடுபோன்ற மனமல்ல தோழருடைய மனம். லேசாகக் காற்று வீசினாலும் மண் இளகி விழுந்து விடுகிற பலவீனமான வேர்களுடன்கூடிய மரமுமல்ல தோழர் கிஸான்தொம்மன். அவரது உறுதியைக் குலைப்பதற்கு கொடுங்காற்றால்கூட இயலாது. மாவோவின் கதையில் வரும் மலைகளை நீக்கம் செய்த முட்டாள் பெரியவரைப் போன்றவர் அவர். ‘எனக்கு வயதாகி விட்டது; இனி என்னால் எதுவுமே செய்ய முடியாது’ என்று சொல்லும் பலரை நான் பார்த்திருக்கிறேன். தன்னை, பொறுப்பிலிருந்து விலக்கிக் கொள்ளவும் சுயவிருப்பங்களைப் பேணவும் இவர்கள் சொல்கிற ஒரு தந்திரம் மட்டும்தானிது என்பதை தோழர் கிஸான்தொம்மன் தனது வாழ்க்கையின் மூலமே நிரூபணம் செய்தார். எவ்வளவு வயது முதிர்ச்சியடைந்தாலும் சரண்டல்—அடக்குமுறைகளுக்கெதிரான கலகத்தில் அவரால் இயன்ற அளவில் பங்கு வகிக்கவும் அந்த இலட்சியத்தை நோக்கிய பயணத்தில் எந்தவிதமான சஞ்சலத்திற்கும் இடமளிக்காமல் துணிந்திறங்குகிற இளைய தோழர்களுக்கு தேவைப்படும் உதவிகளைச் செய்வதற்கும் அந்தத் தோழர் தயாராக இருந்தார். இந்தப் பாதையில் துணிச்சலுடன் முன்னேறுவதிலிருந்து அவரைத் தடுப்பதற்கு வயதோ, ஆரோக்கியமோ, வீடோ, குடும்பமோ எதுவுமே தடையாக இருந்ததில்லை. பிரகாசம் ததும்பும் அந்த முகம், எங்களைப் போன்ற இளம் வயதினருக்கு மிகவும் ஆவேசத்தையும் தன்னம்பிக்கையையும் பகிர்ந்தளித்தது.

எங்களது கூட்டத்தில் வயதில் மிகவும் இளையவரான ஒரு தோழர் சுகுமாரன். அன்று அவருக்கு பதினெட்டோ பத்தொன்பதோ வயதுதானிருக்கும். புல்பள்ளி விவசாயிகளின் போராட்ட வீரியம் நிறைந்த வீர மகன் என்று தோழர் சுகுமாரனைக் குறிப்பிடுவதில் எந்த மிகைப்படுத்தலுமிருக்க முடியாது. புல்பள்ளி நிகழ்வில் அதிகமாக பேசப்படாதவர் இந்தத் தோழர். இவரது ஆவேசம் மற்ற தோழர்களிடம் ஒரு மின்சக்தியைப்போல் பரவியது. பயம் என்கிற உணர்வு இந்தத்

தோழரைப் பொறுத்தவரை அவர் அறியாத ஒன்றாகவே இருந்தது. ஆயுதப் புரட்சியால் மட்டுமே புல்பள்ளிக்கும் விவசாயிகளுக்கும் இந்த நாடு முழுமைக்கும் முழு விடுதலை கிடைக்குமென்று மாவோ சுட்டிக்காட்டிய பாதைதான் மிகச் சரியானதென்று மனத்தின் அடியாழத்தில் நம்பவும் இந்த நம்பிக்கைக்காக உயிரையும்கூட அர்ப்பணம் செய்வதை துச்சமாகக் கருதிய ஒரு மாவீரன் தோழர் சுகுமாரன். இந்த விவசாயத் தோழர், சம்பவம் நடந்த பிறகு வடமலபாரில் எங்கோ போய் தலைமறைவாக வாழ்ந்தார். காவல் துறையில் இவர் பிடிபடவே இல்லை. அங்கே ஒரு விவசாய தொழிலாளராக உழைத்து வாழ்ந்துகொண்டிருந்தபோது மீண்டும் அரசியலில் நுழைந்து சில அரசியல் எதிரிகளின் சதிக்குள் அகப்பட்டு கொலை செய்யப்பட்டார். அப்படியாக புல்பள்ளி மாவீரர்களில் மற்றுமொருவர் உயிர்த் தியாகம் செய்தார். அந்தத் தோழருடைய ஆவேசத்தைப் பற்றி நினைவுகூரும்போதும், அவரது முகம் நினைவுக்கு வரும்போதும் வருத்தத்துடனும் மரியாதையுடன் நான் தலை தாழ்த்துவேன்.

காட்டில் நாங்கள் தங்கியிருந்த இடத்தை மூன்று நான்கு தடவை மாற்றினோம். கூடவே சில ஆதிவாசி தோழர்களுமிருந்தது, காட்டுக்குள் பாதையைக் கண்டு பிடிப்பதற்கு உதவியாக இருந்தது. காட்டிலுள்ள வழிகளை அவர்கள் உள்ளங்கையின் ரேகைகளைப்போல் தெளிவாகவே தெரிந்து வைத்திருந்தார்கள். இரவும்பகலும் ஒன்றுபோல் குளிர்ந்து மரக்க வைக்கும் அந்தப் பெரு விருட்சங்களினிடையில் நாங்கள் கவனத்துடன், மானசீகமாக தயாரெடுத்துக்கொண்டிருந்தோம். இரண்டு மூன்று துப்பாக்கிகளுமிருந்ததால் சிறிது பயிற்சியுமெடுத்தோம். கலகம்செய்வதற்குச் செல்லும் ஒவ்வொருவரிடமும் ஆயுதங்களிருக்க வேண்டுமல்லவா? காட்டிலிருந்து மரக்கிளைகளை ஒடித்து அதில் சற்று உறுதியாக இருந்த நீண்டத் தடிகளைச் செதுக்கி சரிப்படுத்தி, முனையை கூர்மைப்படுத்தி ஈட்டிபோலாக்கியெடுத்தோம். நிறைய கம்புகளையும் செதுக்கியெடுத்து கையில் வைத்துக்கொண்டோம். தேவைப்படுகிற கொடுவாள், கத்தி போன்ற பயங்கரமான ஆயுதங்களும் தோழர்களிடமிருந்தன. சில தோழர்கள் வெடிகுண்டுகளும் டைனமேட்டுகளும் தயாரித்தார்கள். எழுதத் தெரிந்தவர்களில் சிலர் சுவரொட்டிகள் எழுதும் பணியில் ஈடுபட்டிருந்தார்கள். 'ஆயுதம் தாங்கிய விவசாயப் புரட்சி வெல்க!' 'நக்சல்பாரி லால் சலாம்!' 'சேர்மன் மாவோ வாழ்க!' என்பதுபோன்ற கோஷங்கள் அதில் எழுதப்பட்டிருந்தன. காட்டுக்குள்ளிருந்து சிலரை கிராமத்திற்கு அனுப்பி விவரங்கள் சேகரிக்கவும் தேவையான உணவுப் பொருட்களை வாங்கவும் செய்தோம். நாங்கள் காட்டிற்குள் ஒளிந்திருக்கும் செய்தி பெரிதாக புகையவெல்லாம் செய்யவில்லை என்பதாகவே இருந்தது எங்களுக்குக் கிடைத்தத் தகவல்.

தலச்சேரி காவல் நிலைய தாக்குதல் தொடர்பான

செய்திக்காகக் காத்திருந்த நேரத்தில் நாங்கள் என்ன செய்ய வேண்டும் என்பதைப் பற்றிய பல திட்டங்களையும் விவாதித்துக் கொண்டிருந்தோம். அங்கே கூடியிருந்த தோழர்களினிடையிலிருந்து, முக்கியமான முடிவுகளை எடுப்பதற்காக, பொறுப்பு மிகுந்த பதினேழு உறுப்பினர்களடங்கிய ஒரு கவுன்சிலை உருவாக்கினோம். கவுன்சிலிலிருந்து ஒரு தலைமைக் குழுவும் உருவானது. அதில், தோழர்கள் வர்க்கீஸ், தேற்றமலை கிருஷ்ணன்குட்டி, குரிச்சியன் குஞ்ஞாமன், கிஸான்தொம்மன், ஃபிலிப், நான் ஆகியோர் அங்கத்தினர்கள்.

புல்பள்ளி எம்.எஸ்.பி. முகாமைத் தாக்கவேண்டுமென்று நாங்கள் ஏற்கனவே முடிவு செய்திருந்தோம். இதற்கான முதல் காரணம், அந்த முகாம், ஊரிலுள்ள அனைத்துப் பிரிவினருமுட்பட மக்களினிடையில் ஏற்படுத்திய வெறுப்புதான். தேவசம் போர்டையும் சில இரத்தவெறி பிடித்த பணக்கார விவசாயிகளையும் தவிர மற்ற அனைவருமே இந்த எம்.எஸ்.பி. முகாமின் துரோக நடவடிக்கைகளை நிரந்தரமாக அனுபவித்து வருபவர்கள்தான். காவல்துறைக்கும் மக்களுக்குமிடையிலான விரோதம் நாட்கள் செல்லும்தோறும் அதிகரித்துக்கொண்டே வந்தது. இதற்கான ஒரு ஆதாரம்தான் புல்பள்ளி கரிமம் சந்திப்பில் எங்களுடைய தாக்குதல் நடப்பதற்கு முன்தினம் நடந்த பொதுக்கூட்டம். எல்லா தரப்பினரிடையிலுமிருந்த, காவல் நிலையத்தின்மீதான வெறுப்பின் காரணமாக பொதுமக்கள் இந்தத் தாக்குதலில் எங்களுக்கு ஆதரவாக இருப்பார்களென்றும் அவர்களுடைய அகமன விருப்பம், காவலர் முகாமைத் தகர்ப்பதுதான் என்பதையும் நாங்கள் தெரிந்துதான் வைத்திருந்தோம். மற்றொரு காரணம், முகாமிலிருந்த வயர்லெஸ் இயந்திரமும் ஆயுதங்களின் எண்ணிக்கையும்தான். சம்பவம் நடந்ததும் அதிகபட்ச வேகத்தில் வெளிஉலகத்திற்கு தகவலைக் கொண்டுபோய்ச்சேர்க்கும் இந்தக் கருவியைத் தகர்க்காமல் விட்டால், எங்களின் பின்னாலேயே காவல் துறையும் வந்து விட முடியுமல்லவா? நாங்கள் திருநெல்லிக் காட்டுக்கு வந்து சேருவதுவரை அவர்கள் எங்களைக் கண்டுபிடித்து விடக்கூடாது. காவல் நிலையத்தில் துப்பாக்கிகளெதுவும் வைக்கப்படுவதில்லை. எம்.எஸ்.பி. முகாமில் பத்தோ பன்னிரெண்டோ துப்பாக்கிகளும் போதுமான அளவில் காவலர்களுமிருந்தார்கள். முகாமைத் தகர்க்காமல் காவல் நிலையத்தை மட்டும் தகர்த்து எந்தப் பயனுமில்லை. துப்பாக்கிகளைக் கை வசப்படுத்திக்கொண்டால் பிறகு திருநெல்லி காட்டில் தலச்சேரி தோழர்களுடன் சேர்ந்து கட்டவிழ்த்து விடுவதற்குத் திட்டமிட்டிருக்கும் ஆயுதப்போராட்டத்திற்கு மிகுந்த உபயோகமாகவுமிருக்கும். இப்படியெல்லாம் யோசித்துதான் புல்பள்ளி எம்.எஸ்.பி. முகாமை முதலில் தாக்குவதென்றும் தொடர்ந்து காவல் நிலையத்தைத் தாக்குவதென்றும் கூடவே, விவசாயிகளின் நில உரிமைகளைப் பற்றிய பொய்யான ஆவணங்களைப் பாதுகாத்து வைத்திருக்கும் பதிவாளர் அலுவலகத்தைக் கைப்பற்றி ஆவணங்களை

தீ வைத்துக் கொளுத்தி விடுவதாகவும் நாங்கள் திட்டமிட்டிருந்தோம்.

பிறகு, திருநெல்லிக் காட்டுக்குப் போகும் வழியிலுள்ள பிரபலமான அந்த இரண்டு ஜமீன்தார்களைத் தாக்கவும் நாங்கள் யோசித்திருந்தோம். சேகாடி கிராமத்தின் மிகக் கொடியவர்களும் ஆதிவாசிகளை அடிமைகளைப்போல் வேலை வாங்கிப் பத்தாயங்களை நிரப்பியும், அதே நேரம், உழைப்பவர்கள் தங்களது உயிரைத் தக்க வைக்கவும்கூட அனுமதிக்காதவர்களுமான அந்த இரண்டு ஜமீன்களையும் இதற்காகத் தேர்வு செய்தோம். இவர்கள் ஒவ்வொருவரும் சொந்தமாக இரண்டு மூன்று நாட்டுத் துப்பாக்கிகளையும் வைத்திருந்தார்கள். ஏதாவதொரு ஆதிவாசியின்மீது இவர்களுக்கு சிறு அதிருப்தி தோன்றினால் போதும். பல்வேறு முறைகளில் அவர்களை மிருகத்தனமாகத் தாக்கவும், கொலை செய்யவும்கூட தயங்க மாட்டார்கள். எத்தனையோ கொலை பாதகச் செயல்களையும் இவர்கள் செய்திருக்கிறார்கள். இதையெல்லாம் வெளியில் சொல்வதற்கோ காவல் நிலையத்திற்குப் போய் புகார் கொடுப்பதற்கோ ஆதிவாசிகள் தயாராக இல்லை. ஏனென்றால், வழக்கை விசாரணை செய்ய வரும் காவலர்கள் முதலில் செல்வதே கொலையைச் செய்த இந்த ஜமீன்தார்களின் வீடுகளுக்குத்தான். அங்கிருந்து கனஜோரான உபசரிப்பும் விருந்தோம்பலும் முடிந்து, படியும் வாங்கி விட்டு வெளியே வந்து புகார் கொடுத்த ஆதிவாசியைப் பிடித்துக்கொண்டுபோய் சித்திரவதை செய்வதற்கு மட்டுமே இந்தக் காவலர்களால் இயலும். புகார் கொடுத்தவனின் கதையைப் பிறகு ஜமீனே முடிவு செய்து கொள்ளலாம். எதிர்ப்புத் தெரிவிக்கும் ஆதிவாசிகளின்மீது பொய்ப்புகார்கள் கொடுத்து காவல்துறையை வைத்து சித்திரவதை செய்வதுவும் இவர்களது வழக்கம். இப்படி, கிராதக ஆட்சி நடத்திக்கொண்டிருந்த இந்த ஜமீன்தார்களுக்கு பாடம் கற்பிப்பது; பயத்தை ஏற்படுத்துவது; அவர்களுடைய வீடுகளைத் தாக்கி, துப்பாக்கிகளைக் கை வசப்படுத்துவது; ஏழைகளிடமிருந்து அடவு என்கிற பெயரில் கொடூரமான வட்டி விதித்து, அபகரித்து வைத்திருக்கும் தங்க ஆபரணங்களையும் பணத்தையும் கொள்ளை யடிப்பது; ஆதிவாசிகள் இரத்தத்தை வேர்வையாக்கி உழைத்த பொருட்களை பதுக்கி வைத்திருக்கும் பத்தாயங்களை உடைத்து தானியங்களை முடிந்தவரையிலும் அவர்களுக்கே வினியோகிப்பது; இதன் மூலம், அதிகாரப் பீடத்தின் சித்திரவதைக் கருவியான காவல்துறைக்கும், அதன் சமூகக்காரணியான நிலப்பிரபுத்துவத்திற்கும் அடங்காமல் சவால் விடுக்கும், கேரள ஆயுதப் போராட்டத்தின் அந்தத் தீப்பந்தத்தைக் கொளுத்தியே தீர வேண்டுமென்று நாங்கள் முடிவு செய்தோம்.

இந்தச் செயல்முறைத் திட்டங்களைக் கவுன்சில் தோழர்களிடம் தெரிவித்த போது அவர்கள் ஒருமித்தக் குரலில் ஆவேசத்துடன் வரவேற்றார்கள். இவற்றை நடைமுறைப்படுத்துவதற்கு தங்களால்

அழிதா

இயன்றவரையிலும் ஒத்துழைப்போம் என்று உறுதியெடுத்துக் கொண்டார்கள். பிறகு மற்ற தோழர்களிடமும் இதை அறிவித்தோம். இந்த முடிவின்படியான தயாரெடுப்புகள் நடைபெறத் துவங்கின.

நவம்பர் 22ஆம் தேதி மதிய நேர மாநிலச் செய்தியில் தலச்சேரி காவல் நிலையம் தாக்கப்பட்ட செய்தி ஒலிபரப்பானது. அன்றிரவில்தான் அந்த சுவாரசியமான பொதுக்கூட்டமும் நடந்திருக் கிறது. கரிமம் சந்திப்பில் நடந்த அந்தப் பொதுக்கூட்டத்தைப் பற்றி நான் ஏற்கனவே குறிப்பிட்டிருந்தேன். விவசாயிகளுக்கெதிரான காவல்துறையின் அடக்குமுறைக்கு எதிர்ப்பு தெரிவித்து நடந்த ஒரு கூட்டம் அது. பல நாட்களுக்கு முன்பாகவே இது தொடர்பாக வெளிவந்த துண்டுப் பிரசுரத்தில் எஸ்.எஸ்.பியும் மார்க்சிஸ்ட் கட்சியும் இணைந்து நடத்தும் ஒரு பொதுக்கூட்டமென்பதாக குறிப்பிடப் பட்டிருந்தது. நில உரிமை கேட்டு நியாயமான முறையில் போராட்டம் நடத்துகிற புல்பள்ளி விவசாயிகளின்மீது எம்.எஸ்.பி. முகாமிலிருப் பவர்களும் மற்றும் காவல் நிலைய உதவி ஆய்வாளர்களும் காவலர் களும் மேற்கொண்டு வரும் அடக்குமுறைகளை உடனே நிறுத்திக்கொள்ள வேண்டுமென்றும் தவறுகிற பட்சத்தில் நாங்கள் வேறு மார்க்கங்களைப் பற்றி யோசிக்க வேண்டியதாகி விடுமென்றும் அந்தத் துண்டுப் பிரசுரத்தில் குறிப்பிடப்பட்டிருந்தது. தலைவர்கள் ஒரு வழியாக பொதுக்கூட்டத்தை கச்சிதமாக நடத்தி முடித்து விட்டார்கள். ஏராளமான விவசாயிகளும் அந்தக் கூட்டத்தில் கலந்துகொண்டார்கள். இரவில், பெட்ரோமாக்ஸ் விளக்குகளும் ஒலிபெருக்கியுமெல்லாம் ஏற்பாடு செய்து அந்தப் பொதுக்கூட்டத்தை நடத்தியிருக்கிறார்கள். எம்.எஸ்.பி. முகாமும் காவல் நிலையமும் இந்த கரிமம் சந்திப்பில்தானிருந்தன. காவல்துறையினரும் மிகக் கவனமாகவே சொற்பொழிவுக்கு செவிமடுத்துக்கொண்டிருந்தார்கள். மேடையிலேறிய எஸ்.எஸ்.பி. தலைவர் தாமஸ் மாஸ்டரும் மார்க்சிஸ்ட் தலைவருமெல்லாம் பேருரையாற்றத் தொடங்கினார்கள். காவல்துறையின் அக்கிரமங்களையும் அராஜகங்களையும் அவர்கள் ஒவ்வொன்றாகப் பட்டியலிட்டுப் பேசினார்கள். இது மட்டுமா? எம்.எஸ்.பி. முகாமையும் காவல் நிலையத்தையும் பார்த்து விரல் தூண்டி, 'காவல்துறை தனது அநீதியான இந்த அடக்குமுறைப் போக்கை இந்நிமிடமே நிறுத்திக்கொள்ளவில்லையெனில்... நாங்கள் இதைத் தகர்த்தெறிந்து விடவும் தயங்கமாட்டோம்' என்று பேச்சாளர்கள் ஒவ்வொருவருமே உச்சத்தில் குரலெழுப்பி சவால் விடுத்தார்கள். மக்களின் மன உணர்வுகளை மோப்பம் பிடித்து அதற்கேற்ப உணர்ச்சிப் பிரகடனங்கள் செய்வதிலும், பிறகு சவுகரியமாக இதை மறந்துவிட்டு பொது மக்களின் உணர்வுகளை சுயலாபமாக மாற்றிக்கொள்வதிலும் இந்தத் தலைவர்களுக்கிருக்கும் திறமை எல்லோரும் அறிந்த விஷயங்கள்தானே? விவசாயிகளை ஏமாற்றுகிற விஷயத்தில் இந்தக் கண்டனக் கூட்டத்தில் பிரசங்கம் செய்த தலைவர்களும் இளைத்தவர்களொன்றுமில்லை. ஆனால்,

சுரணையுள்ள பல இளைஞர்கள், இந்தத் தலைவர்கள் பேசிய காரியத்தை வார்த்தைப் பிசகாமல் நிறைவேற்றுவதற்காக காட்டுக்குள் ஒளிந்திருக்கிறார்களென்பதை அவர்கள் கனவிலும்கூட கருதியிருக்க மாட்டார்கள். பிரமாதமாகச் சொற்பொழிவாற்றி விட்டோமே என்கிற மனத் திருப்தியுடன் தலைவர்கள், வீடுகளில்போய் சுகமாகப் படுத்துத் தூங்கினார்கள். அவர்கள் பேசிய ஒவ்வொரு வார்த்தையையும் காவல்துறை குறிப்பெடுத்து வைத்துக்கொண்டது. இந்தப் பொதுக்கூட்டம் நடந்த மறுநாளிரவு விடிவதற்குள் அந்த எம்.எஸ்.பி. முகாம் தாக்கப்பட்டபோது இயல்பாகவே காவல்துறை, பொதுக்கூட்டத்தில் சொற்பொழிவாற்றிய தாமஸ் மாஸ்டரையும் அதன் முக்கிய அமைப்பாளரான கேசவனையும் குஞ்ஞிப்பணிக்கரையும் தேடிப்போனது. கேசவனும் குஞ்ஞிப்பணிக்கரும் பிடிபட்டார்கள். அசம்பாவிதத்தை எப்படியோ மோப்பம் பிடித்து விட்ட மாஸ்டர் இடம் பெயர்ந்து விட்டார். எங்களைப் பற்றிய விவரம் பிறகுதான் காவல்துறைக்கு கிடைத்தது. எங்கள்மீதான விசாரணயின்போது காவல்துறைக்கேற்பட்ட மிகப்பெரிய குழப்படி இது.

22ஆம் தேதியன்றைய மாநிலச் செய்தியை நாங்களும் கேட்டோம். 'தோழர்கள் அடித்து விட்டார்கள்; இனி நாம் மார்ச்சு செய்யலாம்' இதுதான் எங்களுடைய எதிர்வினையாக இருந்தது. ஆனால், தலச்சேரியில் நிகழ்ந்த பரிதாபகரமான தோல்வியைப் பற்றி எங்களுக்கு எதுவுமே தெரியாது. தெரிந்திருந்தால் புல்பள்ளி நிகழ்ந்திருக்குமா? சந்தேகம்தான். தெரியாமலிருந்ததே நல்லதாகப் போய் விட்டது. வயநாடன் விவசாயிகளின் பாரம்பரிய மிக்க புரட்சி வீரியத்துடன் நாங்கள் யோசித்து முடிவு செய்திருந்த பணிகளை செய்து முடிப்பதற்காகப் புறப்பட்டோம்.

இதனிடையில் நான் வேஷம் மாறியிருந்தேன். சேலையுடுத்தியிருந்தபோது காட்டுச் செடிகளிலும் முட்களிலும் சிக்கிக் கிழிந்தது மட்டுமல்ல, வேகமாக நடப்பதற்கும் அது தடையாகவே இருந்தது. தாக்குதல் நடத்தப் போகும்போது இது போன்ற தடைகள் எதுவுமே கூடாதல்லவா? எனவே, தோழர்களில் யாரிடமோ இருந்து ஒரு கால்சட்டையை வாங்கி அணிந்துகொண்டேன். கனத்தத் துணியினான இரண்டு ஜாக்கெட்டுகளும் ஸ்வெட்டரும் அணிந்தும்கூட வயநாட்டின் கடுங்குளிரிலிருந்து தப்பி விட முடியவில்லை. தோழர்களில் யாரோ ஒரு சட்டையும் தந்தார். அதையும் அணிந்துகொண்டேன். இருந்தும், குளிர் எலும்புக்குள் ஊடுருவிக்கொண்டுதானிருந்தது. குளிரைப் பற்றி அதிகமாக யோசித்துக்கொண்டிருக்க நேரமுமில்லை. ஜீவமரணப் போராட்டத்திற்குத் தயாராக இருக்கிற அந்த நேரத்தில் குளிரும் சரி, காலில் அதிகமாகிக் கொண்டிருக்கும் வீக்கமும் சரி, பொருட்படுத்தத் தேவையில்லாத பிரச்சனையாகவே தெரிந்தது.

10

நக்சல்பாரியும் அழித்தொழிப்பு எனும் மாற்றமும்

காவல் நிலையத்தைத் தாக்கவும் ஜமீன்களின் உடைமைகளைக் கொள்ளையடிக்கவும் அவர்களுடைய பத்தாயங்களில் நிறைத்து வைத்திருக்கும் தானியங்களையெல்லாம் அள்ளி ஆதிவாசிகளுக்கு வினியோகிக்கவும் நாங்களெடுத்த முடிவு புல்பள்ளியின் அன்றைய நிலைமைகளை மட்டுமே கணக்கிலெடுத்து தீர்மானிக்கப்பட்ட விஷயங்கள் தானா? அப்படியென்றால் நாங்கள் ஏன் தலச்சேரி காவல் நிலையத்தையும் தாக்குவதாக முடிவெடுக்க வேண்டும்? திருநெல்லி சம்பவத்திற்குப் பிறகு கேரளத்தில் ஆங்காங்கே நடந்த சில நடவடிக்கைகள், வர்க்க எதிரிகளை அழித்தொழித்தல் என்கிற வழிமுறையின் செயல்பாட்டு வடிவங்

கள்தான். தலச்சேரி—புல்பள்ளி யும் மேலே குறிப்பிட்ட பிற நடவடிக்கைகளுக்குமிடையிலான வேறுபாடுகள், வெறும் காய் நகர்த்தல்கள் மட்டும்தானா? அல்லது கோட்பாட்டு முரண் களுடன்கூடிய இரண்டு வழிமுறைகள் சார்ந்தும் இரண்டு பார்வைகள் சார்ந்துமாக இருந்தாலும், அடிப்படை நோக்கத்தில் ஒரே சிந்தனையில் வெளிப்பாடா?

இந்தக் கேள்விகள் புரட்சி இயக்கங்களைப் பொறுத்தவரைக்கும் மிகவும் முக்கியத்துவம் வாய்ந்தவை. இதன் சரியையும் தவறையும் வேறுபடுத்திப் பார்த்தால் மட்டுமே அது ஒரு அடியாவது மேலும் முன்னகர முடியும். ஆகவே, இந்த இடத்தில் நான் அதை சிறிது விவரிக்கலாமென்று எண்ணுகிறேன்.

கேரளத்தின் நடவடிக்கைகள் அல்லது நிகழ்வுகளின் வரலாறுகளைப் பற்றி குறிப்பிடும்போது சிலரிடம் தலச்சேரியும் புல்பள்ளியும் குற்றியாடியும் நிகழவே இல்லையென்பது போன்ற மனோபாவமிருக்கிறது. அவர்களது வரலாறு, திருநெல்லியிலிருந்து துவங்குகிறதாகவும் இருக்கலாம். ஒருவேளை இதுகூட இல்லாமலு மிருக்கலாம். ஆனால், அவ்வளவு சுலபமாக, எதுவுமில்லாமல் மாய்த்துவிட முடிகிற நிகழ்வுகளா புல்பள்ளியும் தலச்சேரியும்? வரலாற்றை எத்தனை காலம்தான் வளைத்தொடித்து வைத்திருந் தாலும் சம்பவங்கள் அவர்கள் வைத்த இடத்தில் அப்படியே இருந்து விடப் போவதில்லையென்பதை வரலாறு உணர்த்தி விட்டது. வெற்றி கரமான சீன புரட்சியின் அனுபவப் பாடங்களிலிருந்து கிடைத்ததும் மார்க்சியமெனும் அறிவியலின் வெளிச்சத்திலிருந்து மாவோ தொகுத்துத் தந்ததுமான சில பொதுப்படையான அம்சங்களை மற்றொரு நாட்டில் நடைமுறைக்குக் கொண்டு வரும்போது இயல்பாகவே ஏற்படுகிற வேறுபாடுகள் மட்டும்தானா இந்த நடவடிக்கைகளுக்கும் மற்றும் புல்பள்ளி—தலச்சேரிகளுக்கு மிடையிலானது என்பதைதான் நாம் அறிந்துகொள்ள வேண்டிய திருக்கிறது. அதன் ஒரு தொடக்கப்புள்ளியாக நாம், நக்சல்பாரி யென்றால் என்னவென்று பார்ப்போம்.

சோவியத் கம்யூனிஸ்ட் இயக்கத் தலைமையின் திருத்தல்வாத, வஞ்சக நிலைபாட்டிற்கெதிராக சர்வதேச கம்யூனிஸ்ட் இயக்கத்தினுள், சீன கம்யூனிஸ்ட் இயக்கமும் மாவோவும் உறுதியுடன் நின்று போராடினார்கள். மார்க்சிய—லெனினிய கொள்கைகளின் அடிப்படைத் தத்துவங்களை முழுமையாகத் திருத்துகிற தைரியமுள்ள உக்கிரப் பிரதாபியான குருச்சேவுக்கு சவால் விடுத்து, அந்த சித்தாந்தங்களைப் பாதுகாக்கும் பணியையே மாவோ செய்தார். உலகம் முழுவதிலுமுள்ள கம்யூனிஸ்ட் காரர்களுக்கிடையில் இந்த அதிதீவிரமான போராட்டம் பல்வேறு பிரதிபலிப்புகளை உருவாக்கின. பொதுவுடைமைப் பேரியக்கம் எல்லா இடங்களிலும் இரண்டாகப் பிளவுபட்டது. சீன கம்யூனிஸ்ட் கட்சியின் இந்த சித்தாந்தப்

பார்வையை அடிப்படையாகக் கொண்ட போராட்டம், இந்திய கம்யூனிஸ்ட் இயக்கத்தினுள்ளும் ஆழமான சலனங்களை ஏற்படுத்தியது. அணிகள் குழப்பத்திலாழ்ந்தன. 1946 — 51இல் தெலுங்கானா விவசாயப் போராட்டம் முதல் இந்தியா முழுவதுமே நிகழ்ந்த ஏராளமான தீரமிக்க விவசாயப் போராட்டங்களை வஞ்சகமான முறையில் எதிர்கொண்ட, சாம்ராஜ்ஜிய சக்திகளின் பாதசேவகரான நேருவின் அரசாங்கத்திற்குக் கீழ்ப்படிந்து, அந்தப் போராட்டங்களை இரத்தத்தில் மூழ்கடித்துக் கொன்ற கட்சியின் தலைமைக்கெதிராக, காலம் முழுவதுமே மனதில் கொண்டிருந்த அதிருப்தியை அணிகள் அப்போது வெளிப்படுத்தத் தொடங்கின. 1962இல் இந்தியா—சீனா எல்லைப் பிரச்சினையில் கட்சித் தலைமையெடுத்த 'தேசப்பற்று' ததும்பிய அணுகுமுறையும் இதனுடன் சேர்ந்தபோது அணிகளுக்கு தலைமையின்மீதான அதிருப்தி, கலகக் குரலாக மாற்றம் பெறத் தொடங்கியது. அப்போதுதான் சோவியத்திற்கும் இந்திய அரசின் சீன எதிர்ப்பு அணுகுமுறைக்கும் அனுகூலமான டாங்கேவின் அணியைத் தனிமைப்படுத்திக்கொண்டு கட்சித் தலைமை, வெளிப்படையாகப் பிளவுபட்டது. தாங்கள் சீன கம்யூனிஸ்ட் கட்சியின் நிலைபாட்டை ஏற்றுகொள்வதாகவும் சீனாவை ஆதரிப்பதாகவுமான ஒரு எண்ணத்தைக் கொஞ்ச காலத்திற்கேனும் இந்தத் தலைவர்களால் உருவாக்கியெடுக்க முடிந்தது. அதே சமயத்தில், ஆசிய மற்றும் ஆப்ரிக்க நாடுகளின் புரட்சி குறித்து சீன கம்யூனிஸ்ட் கட்சி பொதுவாக முன்வைத்த அறிக்கையை கொள்கையளவில் ஏற்றுக் கொள்வதாகவும் ஆனால், பாராளுமன்ற அரசியலென்பது தீராவியாதியென்று தெரிந்தும் அதிலிருந்து விடுபடுவதற்குப் பதிலாக அதையே தொடர்ந்துகொண்டுமிருந்த தலைமைக்கு ஒரேயொரு நோக்கம்தானிருந்தது: அணிகளை சீனாவின் பாதையிலிருந்தும் மாவோ சேதுங்கின் வழிகாட்டுதலிலிருந்தும் பின்வாங்கச் செய்வது; இப்படி, இந்தியப் புரட்சிக்கு குழி பறிப்பது. அமெரிக்கா, பிரிட்டன்போன்று உலகம் முழுவதிலுமுள்ள ஏகாதிபத்திய சக்திகளின், சோவியத் யூனியனின், சந்தர்ப்பவாத கொள்கை மற்றும் திருத்தல்வாத அணுகுமுறைகளின் தேவைகளும் இதுவாகவே இருந்தன. ஏனென்றால், ஐம்பத்தைந்து கோடி மக்கள் தொகைக் கொண்ட இந்திய தேசம், உலகிலுள்ள எல்லா முடை நாற்றம் வீசும் ஆதிக்க சக்திகளுக்கும் கடைசி நோக்கமாக இருந்தது. 1949இல் நடந்த புரட்சிக்குப் பிறகு சீனாவைச் சுரண்டுவது சாத்தியமில்லையென்பதை அறிந்த இந்தியாவிலும் அதுபோன்ற ஒரு புரட்சியேற்பட்டது. தங்களுடைய பிடியிலிருந்து விடுபடுகிற நிலைமையேற்படுவதென்பது அவர்களைப் பொறுத்தவரைக்கும் ஜீவமரணப்போராட்டத்திற்கு நிகரானது. இந்தியாவின்மீதான பிடியை விட்டால் தங்களது பொருளாதாரமே தகர்ந்து விடுமென்பது அவர்களுக்குத் தெரியும். ஆகவே இந்தியாவில் புரட்சியேற்படுவதைத் தடுப்பதற்காக அவர்கள் எந்த அளவுக்கு வேண்டுமானாலும் கீழிறங்கி வருவார்கள் என்பது நிச்சயம்.

உண்மையில் இந்தப் பழம்பெருச்சாளிகளின் விருப்பத்திற்குத்தான் மேலே குறிப்பிட்ட இங்குள்ள 'சீன அனுகூல' தலைமையும் சேவகம் புரிந்து நின்றது. ஆனால், அணிகள் அவர்கள் நிறுத்திய இடத்தில் நின்று விடவில்லை. அவர்கள் சீனாவின் வழிமுறைகளைப் பற்றியெல்லாம் ஆழமாகப் படித்து தங்களுக்குத் தெரிந்த வகையில் அதை நடமுறைப்படுத்திப் பார்க்கவும் செய்தனர். அப்போதுதான் சீனாவில் மற்றொரு புரட்சி வெடிக்கிறது. மகத்தான தொழிலாளர் வர்க்கப் புரட்சி.

சந்தர்ப்பவாதத்திற்கும் திருத்தல்வாதத்திற்குமெதிரான போராட்டம் கட்சிக்குள் மட்டுமே நின்றுவிட்டால் போதாது. அது மக்களினிடையிலும் செல்ல வேண்டுமென்று மாவோ உணர்ந்துகொண்டார். ஏனெனில், *1949* புரட்சிக்குப் பிந்திய பதினேழு வருடங்களில் சீனாவின் கல்வி—பண்பாட்டுத் துறைகளில் அதாவது, மக்களைப் பாதிக்கிற எல்லா துறைகளிலும் படிப்படியாக வர்க்க எதிரிகளைக் குறித்த சிந்தனை, மேல் வர்க்கத்திலும் படர்ந்துகொண்டிருந்தது. அதிகாரப் பொறுப்பிலிருந்த பல உயர்மட்டத் தலைவர்கள், சுகபோக வாழ்க்கைக்காக அதிகாரத்தைப் பயன்படுத்துகிற சூழலுக்கு அடிமைப்பட்டு, தேசத்தின் உள்ளேயும் வெளியேயுமுள்ள எதிரிகளின், சீன புரட்சியைத் தகர்ப்பதற்கான இரகசிய ஆலோசனையின் ஒரு அங்கமாக மாறினார்கள். இப்படியாக ரஷ்யாவைப்போலவே சீனாவிலும் கம்யூனிஸ்ட் விரோத மனோபாவம், கட்சிக்குள்ளும் மேல் மட்டத்திலும் உருவாகி வரும் உண்மையை மாவோ தனது சுய அனுபவங்களிலிருந்து புரிந்துகொண்டார். தவறான தலைமைக்கெதிராக தைரியத்துடன் தலை நிமிர்ந்து நிற்கவும், அந்தத் தலைமையைத் தூக்கியெறியவும் சீன தேசத்தின் கோடானுகோடி மக்களாலும் கட்சி அணிகளாலும் முடியுமென்றால் மட்டுமே இவ்விபத்தை சரியாக எதிர்கொள்ள இயலுமென்பதையும் புரிந்து கொண்ட மாவோ, 'தலைமைப்பீடத்திற்கெதிராக குண்டுமழை பொழியுங்கள்' எனும் கோஷத்துடன் கலாச்சாரப் புரட்சியைக் கட்டவிழ்த்துவிட்டார். சீன மக்களிடம் புரட்சிக்கான உணர்வையூற்றும் நோக்கத்துடன் நிகழ்ந்த இந்தக் கலாச்சாரப் புரட்சி, வரலாற்றில் முதன்முதலாக தனது வீரியமிக்க சூரியக்கிரணங்களை உலகத்தின் மூலை முடுக்குகளிலெல்லாம் பரவச் செய்தது. உலகம், இந்த சூரியக்கதிர்களின் தாக்கத்தால் ஆங்காங்கே கொதித்துக் கொண்டிருந்தது. பல்வேறு நாடுகளிலும் புரட்சியின் தாக்கம் அதுவரையில்லாத அளவில் வளர்ந்துகொண்டிருந்தது.

மிக அண்மையிலிருக்கும் நாடாகிய இந்தியாவிலும் அந்த ஒளிக் கிரணங்கள் ஆன்மாவையும் புரட்டிப் போடுகிற அளவிலான அசைவுகளை ஏற்படுத்தின. இந்திய கம்யூனிஸ்ட் அணிகளின் பாதையும் படிப்படியாகத் தெளிவடைந்துகொண்டிருந்தது. இருபத்திரெண்டு வருட காலம் தொடர்ச்சியான சிரமங்களையும்

கொடுமைகளையும் ஏற்று வளர்ந்து, ஆயுதப் போராட்டத்தினூடே அதிகாரத்திற்குவந்து மிகக் கொடுமையான, மிருகத்தனமான சுரண்டல் — அடக்குமுறை சக்திகளை வேரோடு பிடுங்கியெறிந்த, உழைப்பவர்களுக்கான ஒரு புதிய உலகைக் கட்டியெழுப்பிக் கொண்டிருந்த சீனாதான் இந்தியாவின் முன்மாதிரி. புரட்சிக்கு முன்பிருந்த சீனாவையும் இன்றைய இந்தியாவையும் சூழ்நிலைகளை முன்னிறுத்தி ஒப்பிட்டுப் பார்த்தால் ஒன்றைத் தெளிவாகப் புரிந்துகொள்ள முடியும். ஆதிக்க சக்திகளின் சுரண்டல் விஷயத்திலும் சரி, அபிவிருத்தியடையாத பொருளாதார அம்சங்களிலும் சரி, இந்தியாவும் அன்றைய சீனாவும் அடிப்படையில் ஒன்றுபோலவே இருந்தன. சீனாவை விடவும் இந்தியாவினுள் ஏகாதிபத்திய அம்சம் வேரோடிக் கிடந்தது. இன்று 'சுதந்திரம்' எனும் முகமூடியணிந் திருந்தாலும் வல்லரசுகளின் பொருளாதாரக் கட்டுக்குள் பூரணமாகவே அடிமைப்பட்டுக் கிடக்கும் ஒரு தேசமென்பதால் அன்றைய சீனாவை விடவும் இன்றைய இந்தியாவில் வர்க்க முரண்பாடுகள் அதிகமான அழுத்தத்துடன் இருக்கின்றன. உலகம் முழுவதிலுமுள்ள முன்னேற்றமடையாத பிற நாடுகளைப்போலவே இந்தியாவும் சீனாவின் பாதையையே பின் தொடர வேண்டிய தேவையிருக்கிறது. இந்த உண்மையை உணர்ந்துகொண்ட இந்தியப் புரட்சியாளர்கள், தெலுங்கானாவிற்குப் பிறகு ஏற்றி வைத்த ஆயுதப் போராட்டத்தின் முதல் ஜோதிதான் நக்சல்பாரி.

சீனாவுடன் மட்டுமே தன்னுடைய நோக்கங்கள் குறுகி நின்று விடாமல் உலகப் புரட்சியின் தேவைகளை முன்னணியில் நின்று உயர்த்திப் பிடித்த மாவோவும் சீன கம்யூனிஸ்ட் கட்சியும் நக்சல்பாரியை வானளாவப் புகழ்ந்தார்கள். 'இந்திய வானில் வசந்தத்தின் இடி முழக்கம்' எனும் மத்தியக் கமிட்டியின் முக்கியமான குறிப்பில் தங்களுடைய நிலைபாட்டினை அவர்கள் விளக்கமாகக் குறிப்பிட்டிருந்தார்கள். நக்சல்பாரியின் பாதைதான் இந்தியப் புரட்சியின் பாதை. ஆனால், நக்சல்பாரியில் நடந்ததென்ன?

நூற்றாண்டுகளாக நடைமுறையிலிருந்து வரும் ஏகாதிபத்திய பிடிக்குள் நெரிந்துகொண்டிருக்கும் விவசாயம் சார்ந்த இந்தியப் பொருளாதாரத்திற்கும், நிலவுடைமை மரபுக்குமெதிராக, சட்டபூர்வமான பல்வேறு போராட்டங்களை நடத்தியவர்கள்தான் வங்காளத்திலுள்ள ஏழைகளும் சோகத்திற்குரியவர்களுமான இந்த விவசாயிகள். குறிப்பாக, டார்ஜிலிங் மாவட்டத்திலுள்ள நக்சல்பாரி, காரீபாரி, ஃபான்சிடேவா எனும் கிராமங்களிலுள்ள விவசாயிகள். மட்டுமல்ல, நூற்றாண்டுகளுக்கு முன் உருவாக்கப்பட்ட, பிரிட்டனின் தேயிலைத் தோட்டங்களில் பல்வேறு சுரண்டல்களை அனுபவித்துக் கொண்டிருக்கும் தோட்டத் தொழிலாளர்களும் அங்கே வாழ்ந்தார்கள். டார்ஜிலிங் தேயிலை உலகப் பிரசித்திப்பெற்றதல்லவா? அம்மாவட்டத்தில் கிஸான் சங்கத்தின் தலைமைப் பொறுப்பிலிருந்

தவர்கள், சாருமஜூம்தார், கனுசன்யான், ஜம்கல் சந்தால் போன்ற தோழர்கள்தான். 1964 முதல் சீனாவின் வழிமுறையைத்தான் இந்தியாவும் பின்பற்ற வேண்டும் எனும் நோக்கத்துடன் கட்சிக்குள்ளிருந்து தீரத்துடன் போராடிய தோழர்கள் இவர்கள். 1967இல் வங்காளத்தில் ஜோதிபாசு துணை முதல்வராக இருந்த அமைச்சரவை பதவிக்கு வந்தபோது இனி, 'உழைப்பவனுக்கே நிலம் சொந்தம்' எனும் கோஷத்தை நடைமுறைப்படுத்த நாம் துணிந்து இறங்கலாம்; காவல்துறை அமைச்சராகவுமிருக்கும் ஜோதிபாசு நமக்கு துணை நிற்பார் என்கிற எண்ணத்துடன் விவசாயிகள் கிளர்ந்தெழுந்து நக்சல்பாரி, காரீபாரி, ஃபான்சிடேவா ஆகிய கிராமங்களில் செங்கொடி நாட்டி கம்யூனிஸ்ட் ஆட்சி நிறுவப்பட்டுவிட்ட செய்தியினை உலகத்தார் கேட்கும்படியாக அறிவித்தார்கள். இந்த புரட்சி சிந்தனையுள்ள தோழர்களின் தலைமையில் விவசாயப் பொதுமக்கள், நிலப்பிரபுக்களிடமிருந்தும் தோட்ட உடைமையாளர்களிடமிருந்தும் தானியங்களையும் நிலத்தையும் ஆயுதங்களையும் பறித்துக் கொண்டார்கள். அந்தந்தப் பகுதிகளில் வாழ்கிற, மக்களை ஒடுக்குபவர்களையும் கொடியவர்களான ஊர்ப்பிரமுகர்களையும் அவர்கள் தண்டித்ததுமுண்டு. தங்களை ஒழித்து விடுவதற்காக வந்து சேர்ந்த பிற்போக்கு சக்தியின் படைப்பிரிவுகளையும் காவல் துறையினரையும் அவர்கள் ஒளிந்திருந்துத் தாக்கினார்கள். இப்படியாக ஆயுதப் புரட்சியின் வீரம் செறிந்த படைபலத்தை விவசாயிகள் வெளிப்படுத்தினார்கள். ஏகாதிபத்திய அடி தாங்கிகளும், திருத்தல்வாதிகளும், அதிகார துஷ்பிரயோகிகளும், மக்கள் விரோதிகளும், கொடுமைக்காரர்களான உள்ளூர்ப் பிரமுகர்களும், பிற்போக்குப் படைகளும், காவல்துறையுமெல்லாம் விவசாயப் புரட்சியாளர்களின் பார்வையில் பொருட்படுத்தப்பட வேண்டிய சக்திகளே இல்லை. இவர்கள் அனைவரையும் மண்ணுக்குள் வைத்து மூடி விடுவதாகவே முடிவு செய்தார்கள். இந்திய கம்யூனிஸ்ட் கட்சியின் புரட்சியாளர்கள் கூட்டம், முழுக்க சரியான காரியத்தையே செய்தார்கள். அதையும் மிகவும் சரியாகச் செய்தார்கள்.

இதுதான் நக்சல்பாரி. 1946—51இல் நிகழ்ந்த தெலுங்கானாவும் புன்னப்புர — வயலாரும், கரிவெள்ளூரும், கய்யூரும், வங்காளத்தின் தெபாகா கலகமுமெல்லாமே இதுதான். விவசாயப் பெருங்குடியினர், கம்யூனிஸ்டுகளின் தலைமையில் ஆயுதம் தாங்கி, சமூகக் கட்டமைப்பு களுக்கெதிராகக் கிளர்ந்தெழுந்த நிகழ்வு. சீன கம்யூனிஸ்ட் கட்சி, இந்த நக்சல்பாரியை முன்னிறுத்தி, தெளிவுபடுத்திய இந்தியப் புரட்சி குறித்த சிந்தனையின் வெளிப்பாடாகவே தலச்சேரியும் புல்பள்ளியும் நிகழ்ந்தது.

பிரிட்டிஷ் ஏகாதிபத்திய காலனிய ஆட்சிமுறை நூற்றாண்டு களாகவே ஊட்டி வளர்த்த ஒரு நிர்வாக இயந்திரம் இந்தியாவிலிருக் கிறது. 1947 ஆகஸ்டு 15ஆம் தேதிக்குப் பின்புகூட அது எந்த வித

மாற்றங்களுக்கும் உட்படவில்லையென்பது மட்டுமல்ல, சுதந்திரம் என்கிற வெள்ளை பூசப்பட்டு மேலும் அதிகமாக வலுப்படுத்தப்பட்ட ஒரு ஒடுக்குமுறைக் கருவியாகவும் மாறியிருக்கிறது. ஆட்சி இயந்திரம், இராணுவம், காவல்துறை, நீதித்துறை, சிறைக்கூடம் இவையனைத்தும் நாட்டிலிருக்கும் வர்க்க முரண்பாடுகளை மேலும் கூர்மைப்படுத்திக் கொண்டே இருப்பதால் பிரிட்டனின் கீழிருந்ததை விடவும் அதிகமாக மக்கள் விரோத அம்சங்களுடன்கூடிய நெடும் தூண்களாகவே இவை நிலைபெற்றிருக்கின்றன. பிரிட்டனின் சுரண்டலுக்கு ஒரு முடிவு காண்பதற்குப் பதிலாக, அமெரிக்கா, ரஷ்யா போன்ற வல்லரசு கைகளில் சிக்கி இந்தியப் பொருளாதாரம் இன்று கண் பிதுங்கிக்கொண்டிருக்கிறது. மாபெரும் சக்திகளின் சுரண்டலுக்கேற்ப சுதந்திரமும் வளைந்துகொடுக்க வேண்டுமென்றால் இந்த நெடும் தூண்களைப் பேணுவதுடன் இன்னும் வலுப்படுத்தியே ஆக வேண்டும். இந்தியாவில் இன்றும் நடைமுறையிலிருந்து வரும் ஜமீன் மரபு, போர்க்களத்தில் தோல்வியடைந்து, ஏகாதிபத்திய சக்திகளின் விருப்பங்களை சேவித்து, ஆயுதங்களுடன் முழுவதுமாக அதற்குக் கீழ்ப்படிந்துவிட்ட ஒரு ஜமீன் மரபுதான். பற்களையும் நகங்களையும் இழந்துபோன ஜமீன் மரபு. ஏகாதிபத்தியத்தின் பின் துணையில்லாமல் ஒரு நிமிட நேரம்கூட நிலை பெற இயலாத ஜமீன்முறையை ஒழிப்பதா, அல்லது ஏகாதிபத்தியம் நம் நாட்டில் உருவாக்கி வைத்திருக்கும் குத்தகை முதலாளிகளை, அதன் பாதசேவகர்களாகிய பெரும் ஜமீன்தார்களை, ஆயுத பலத்தை மட்டுமே பாதுகாப்பாகக் கொண்டிருக்கும் ஆட்சி இயந்திரத்தையெல்லாம் கணக்கில்கொண்டு செயல்பாடுகளை முன்னெடுத்துச் செல்வதா? இந்தப் பிரச்சினையில் தான் இன்று முழுப் பிடிவாதத்துடன் வாக்குவாதங்களும் அதே நேரம் தெரிந்தே வழி தவறச் செய்யும் முயற்சிகளும் நடந்து கொண்டிருக்கின்றன.

இந்த இடத்தில் மற்றொரு கேள்வியும் எழுகிறது. சில ஜமீன்தார்களின் தலையைக் கொய்து சூலத்தில் சொருகி வைத்தால் பிரச்சினைகளுக்குப் பரிகாரம் கிடைத்து விடுமா? நக்சல்பாரியில் நிகழ்ந்ததென்ன?

ஆயுதம் தாங்கிய மக்கள் எழுச்சியெனும் மகத்துவம் மிக்க அந்தப் புரட்சியை, ஒரு இரகசிய அமைப்பு செய்யும் அழித்தொழித்தல் வேலையாக வெறுமனே அபவாதம் பேசித் திரிந்தவர்கள், எந்த ஒரு மகத்தான இலட்சியத்திற்காகப் புறப்பட்டார்களோ அதன்மீது களங்கத்தை அள்ளிப் பூசுகிற பணியை மட்டுமே செய்து கொண்டிருந்தார்கள். அழித்தொழித்தலை பலத்த விமர்சனங்களுக் குள்ளாக்கும்போதெல்லாம் அவர்கள் மங்குர்ஜானையும் மேற்கோளாக எடுத்துப் பேசினார்கள். முகமூடி அணிந்த ஐந்தோ ஆறோ பேர்கள் போலீஸ்காரர்களிடமிருந்து துப்பாக்கிகளைப் பறித்தெடுத்த ஒரு நிகழ்வுதான் மங்குர்ஜான். புரட்சியின் செயல்பாட்டைப் பற்றி

முழுக்கத் தவறான ஒரு கருத்தை உருவாக்கவும் ஒரு கைப் பிடிக்குள் ஒதுங்குகிற சில 'புரட்சிக்காரர்'களின் தீவிரவாதமாக இதை மாற்றுவதில் ஆர்வம் காட்டுகிறவர்கள், உண்மையில் புரட்சி அணிகளுக்குள் நுழைந்து அதனை வழி தவறச் செய்வதன் மூலம் வர்க்க எதிரிகளுக்குத்தான் உதவி செய்தார்கள். புல்பள்ளியையும் தலச்சேரியையும் இவர்கள் வெறுப்பதற்கானக் காரணமும் இதுதான். தலச்சேரி—புல்பள்ளி நிகழ்வுகளுக்கு அதற்கேயான பிழைகளும் போதாமைகளுமுண்டு. அவை கவனத்துடன் கணக்கிலெடுத்து திருத்தப்பட வேண்டியவையும்தான். ஆனால், அதன் மகத்துவம் எத்தகையது? சீன கம்யூனிஸ்ட் கட்சியின் வழிகாட்டுதலின்கீழ், நக்சல்பாரியிலிருந்து பாடம் கற்ற, இந்த முதல் ஆயுதப்போராட்டத்தைப் பற்றிய சரியான தகவல், மின்னல் பாய்ச்சல்போல் கேரளம் முழுவதுமே வியாபித்தது. இந்த உண்மையை யாராலும் மறைத்து விட இயலாது. மேலே குறிப்பிடப்பட்ட பிரிவினர், தலச்சேரி—புல்பள்ளியை ஒன்றுமில்லாமல் செய்ய முயற்சிக்கும் அவர்களது தலைகீழ் செயல்பாட்டிற்கு மாவோவின் பெயரையும் சீன கம்யூனிஸ்ட் கட்சியின் பெயரையும்கூட மிகத் திறமையாகப் பயன்படுத்தி வருகிறார்கள். மாவோ, சீன புரட்சியின் அனுபவங்களிலிருந்து கிடைத்தப் பாடங் களைக் குறுக்கியெடுத்து, உலகத்திலுள்ள புரட்சிவாத மக்களின் முன் காட்சிப்படுத்தினார். முழு சித்தாந்தத் தொகுப்பையும் கிரகித்துக் கொள்வதற்கு மக்கள் எப்போதுமே தயாராக இருப்பதில்லை. மாறாக, ஒவ்வொன்றையுமே தங்களுடைய கோணத்திலும் அனுபவம் சார்ந்தும் எடுத்துச் சொல்வதில்தான் அவர்கள் ஆர்வமுடையவர் களாக இருப்பார்கள். உலக வரலாற்றையே திசை மாற்றி, முற்றிலும் புதிய பார்வையில் விரிவுபடுத்தியெடுத்த சீன புரட்சியின், அதைத் தொடர்ந்து சீனாவின் நிறத்தை சிவப்பாக ஸ்திரப்படுத்தி மலரச் செய்த கலாச்சாரப் புரட்சியின் மாபெரும் தலைவராகிய மாவோ, இவர்களுக்கு வார்த்தை ஜாலம் காட்டுவதற்கான ஒரு பெயராக மட்டுமே பயன்பட்டு வந்தார். ஒருசமயத்தில், மாவோ சேதுங், மார்க்சியத்தை விரிவுபடுத்தியிருக்கிறாரென்று இவர்களில் ஒரு சாரார் கொட்டி முழக்கிக்கொண்டார்கள். மற்றொரு சந்தர்ப்பத்தில் மார்க்சியம் விரிவுபடுத்தப்படவில்லையென்று அறிவித்துக்கொண்ட அல்பேனியாவை வெளிப்படையாகவே ஆதரித்தார்கள். ஆனால், மாவோ சேதுங்கையும் அவரது சிந்தனைகளையும் எதிர்க்கும் நிலைபாடு கேரளத்தின் புரட்சி இயக்கத்தினுள் விலைபோகா தென்பதைப் புரிந்துகொண்டதும் தங்களது அல்பேனிய இணக்கத்தை திடீரென்று விலக்கிக் கொண்டார்கள். ஆனால், ஓணானைப்போல் நிறம் மாற்றுகிற தங்களது நிலைபாட்டைப்பற்றி அவர்கள் எந்த விதமான விளக்கத்தையும் ஒருபோதும் தந்ததுமில்லை. சீன புரட்சியின் பாடங்களை வெளிப்படுத்துவதிலும் அவர்கள் மார்க்சிஸ்ட் கட்சியின் மற்றொரு வடிவமாகவே செயல்பட்டார்கள். தோழர் சாருமஜூம்தார், இவர்களுக்கு விமர்சனத்திற்கப்பாற்பட்ட, தவறுகள் நேராத ஒரு தலைவராக இருந்தார். மாவோவை விடவும் மஜூம்தார் மாபெரும்

தலைவர்.

நக்சல்பாரி போராட்டத்திற்குத் தலைமை தாங்கிய தோழர் சாருமஜூம்தாருக்கு ஒரு விசேஷ குணமிருந்தது. ஆயுதப் போராட்டமெனும் கருத்தியலை அவர் எந்தவித மாறுபட்ட அபிப்பிராயமோ தடுமாற்றமோ இல்லாமல் நம்பவும் அதற்காக அனைத்தையும் துறந்து செயல்பட்டுக்கொண்டுமிருந்தவர்தான். ஆனால், மார்க்சிஸ்ட் கட்சியின் பல்வேறு இடை நிலைத் தலைமைப் பொறுப்புகளில் நீண்ட காலமாக இருந்து வந்ததால் அந்தக் கட்சியின் செயல் வடிவம் கிட்டத்தட்ட அவரையும் பாதித்திருந்தது. அதனால் ஏற்பட்ட முக்கியத் தவறுகளை சர்வ தேசிய அரங்கில் நேரிட வேண்டியதிருந்த விமர்சனங்களின் காரணமாக திருத்திக்கொள்வதற்கு தன்னுடைய கடைசிக் காலத்தில் முயற்சி செய்தாலும் அது நிறைவேறுவதற்குள் அந்தத் தோழர் பரிதாபமாகக் கொலை செய்யப்பட்டார். ஆனால், நம்முடைய 'புரட்சியாளர்'களுக்கு சுயமாகவாவது தவறுகளைத் திருத்திக்கொள்ள முன் வந்த சாருமஜூம்தார் தேவையில்லை. தவறுகளாகவே செய்து கொண்டிருக்கும் தோழர்தான் வேண்டும். அவரது தவறுகளை மட்டும் முன்நிறுத்தியே அவர்களது அணுகுமுறையும் முன் வைக்கப்படுகிறது. மாவோவுக்கு நிகராக தோழர் சாருமஜூம்தாரை பிரதிஷ்டை செய்வதும் தாங்களும் சாருமஜூம்தாருடன் சேர்ந்து பிரதிஷ்டையாவதும்தான் இவர்களுடைய பேரவா. 'வழக்கை விவாதிக்கப்போவதில்லை' என்று முடிவு செய்த தலச்சேரி—புல்பள்ளி வழக்கின் பிரதிகளுக்கு இன்று அவர்களை விடவும் தீவிரமான சீடகோடி களிருக்கிறார்கள். இன்று இவர்களும் தவிர்க்கவியலாத சுயத்தேவைகளுக்காக தங்களுடைய வழக்குகளை வாதிப்பதுண்டு. இருந்தாலும் இவர்களது பிரதானமான கோஷம், 'பூர்ஷுவா நீதிமன்றங்களைப் புறக்கணிப்போம்' என்பதுதான். சூழ்நிலை எவ்விதமாக இருந்தாலும் சரி, தலைவர் சொல்வதை கிளிப்பிள்ளையைப்போல் ஏற்றுச் சொல்லும் குணம் இரண்டு பிரிவினருக்குமே உண்டு. தோழர் சாரு மஜூம்தாரின் பேரில் பிரசுரமான 'இந்தியப் புரட்சியைக் குறித்த மார்க்சிய—லெனினிய பார்வை' எனும் புத்தகத்தில் இரண்டு மூன்று இடங்களில் குன்னிக்கல் நாராயணன் தனது வழக்கை நீதிமன்றத்தில் தானே நடத்துகிறார் என்று மிகுந்த எள்ளலுட ன் குறிப்பிடப்பட்டிருக்கிறது. குன்னிக்கல் நாராயணன் தனது வழக்கை நடத்தினால் அது சித்தாந்தங்களைக் குழி தோண்டிப் புதைக்கும் வேலை; வர்க்க எதிரிகளுக்குக் கீழ்ப்படிவது. அதே சமயம் மற்றவர்கள் உச்ச நீதிமன்றம்வரை சென்று தங்களுக்கு ஜாமீன் பெறுவதும் வழக்கை சொந்தமாக நடத்துவதுமெல்லாம் காய் நகர்த்தல்களின் பிரச்சினை. அப்படியென்றால் வழக்கைத் தொடர்ந்து நடத்துவதாக முடிவு செய்யப்பட்ட சூழலோ, அந்த முடிவின் சரியும் தவறுகளுமோ எதுவுமே அவர்களுக்குப் பிரச்சினை இல்லை. இந்தத் தீர்மானத்திற்கு வருவது யார் என்பதை அடிப்படையாகக்

கொண்டுதான் தாக்குதல் தொடுக்கப்படும் என்பதுதானே இதிலிருந்து தெரிய வருகிறது.? தோழர் சாருமஜூம்தாரின் மேற்படி புத்தகத்தை மறுபிரசுரம் செய்து வெளியிடும்போது தங்களுடைய சில திருத்தங்களையும் அதில் சேர்த்திருந்தார்கள். 1972இல் காவல்துறையால் கைது செய்யப்பட்டு கொலைக்குள்ளான சாருமஜூம்தார் அறிவாரா தன்னுடைய பெயரில் நடக்கும் இந்த இந்தக் கபட நாடகங்களை? இறந்துபோன ஒரு மனிதரின் பெயரால் யாரும் எதையும் சொல்லலாம் என்ற நிலைமைதான் உலகம் முழுவதுமே காணப்படுகிற போக்கு. மாவோவுக்கும் கூட இன்று இதுதான் நிகழ்ந்துகொண்டிருக்கிறது.

1976 செப்டம்பர் 9ஆம் தேதி புரட்சிவாதிகளான உலக மக்களுக்கும் கம்யூனிஸ்ட் உலகத்திற்கும் மிகவும் போற்றுதலுக்குரிய ஆச்சாரியன், மாவோ சேதுங் மரணமடைந்தார். சீனா மற்றும் சர்வ தேச கம்யூனிஸ்ட் இயக்கங்களினுள்ளும் வெளியிலுமிருந்த பழைமைவாத சக்திகள் ஆவலுடன் எதிர்பார்த்திருந்த ஒரு சந்தர்ப்பம் இது. கலாச்சாரப் புரட்சியின் வானளாவ உயர்ந்த பேரலைகளால் வசீகரிப்பட்டு, சமூகத்தின் புறவெளிகளுக்குள் பிதுக்கியெறியப்பட்ட, கட்சியின் உயர்மட்டத்திலுள்ள மேல் வர்க்கப் பிற்போக்குவாதிகள் பிறகு தாமதிக்கவே இல்லை. கலாச்சாரப் புரட்சியின் தீர்க்கமான அனுபவப் பாடங்களைத் தேவையான அளவில் கிரகித்தும் அவற்றை நடைமுறையில் அமுல்படுத்தவும் செய்துகொண்டிருந்த, கட்சிக்குள்ளிருந்த புரட்சியாளர்கள், திடீரென்று கைவசப்படுத்திய அதிகாரத்தின்பேரால் கைது செய்து சிறைக்கொட்டடிகளில் தள்ளப்பட்டார்கள். சமூகத்தின் அடித்தட்டிலுள்ள அவர்களது ஆதரவாளர்கள் கொன்றொழிக்கப்பட்டார்கள். இப்படி, குறிப்பிட்ட கால அளவிலாவது சீன ஆட்சியாளர்களின் நிறம் மாறியது. உலகப் புரட்சியின் நோக்கங்களுக்கு முன்னுரிமை தருவதும், ஒரு பொதுவுடைமையாளனை வார்த்தெடுப்பதற்கான கருத்தியல் தளப்போராட்டத்திற்கு முக்கியத்துவமளிப்பதுமான மாவோவின் பாதை கை விடப்பட்டு வரும் ஒரு காட்சியையே நாம் பார்த்து வருகிறோம். மாறாக, இன்று சீனாவில் முழுவீச்சுடன் நவீன மயமாக்கலின் நெடுவழி பயணம் ஒன்று துவங்கி வைக்கப்பட்டிருக்கிறது. அமெரிக்காவுடனும் உலகத்தின் பல்வேறு ராணுவ வல்லரசுகளுடனும் ஏன், டிட்டோயிஸத்துடனும்கூட இணக்கமாகச் செல்கிற ஒரு திட்டத்தை இவர்கள் இன்று வேகமாக அமுலாக்கம் செய்து கொண்டிருக்கிறார்கள். அவர்களுக்கு இன்று சோஷியலிசத்தின் முன்மாதிரி, யூகோஸ்லாவியா. மாவோ சேதுங்கின் சிந்தனைகளுடன் வாய் வார்த்தைகளால் ஆதரவு காட்ட வேண்டிய நிர்ப்பந்தமிருந்தாலும் அவர்கள் டிட்டோயிஸத்தின் சுயமிழந்த ஆதரவாளர்கள்தான். உலக கம்யூனிஸ்ட் இயக்கத்திலிருந்து பல பத்தாண்டுகளாக வெளியே தள்ளப்பட்டதும் கம்யூனிஸ்ட் அகிலம் முழுவதுமே ஒரு விஷச்செடிபோல் வெறுப்பதுமான டிட்டோயிஸத்திற்கு துதிபாடுகிற வேலைதான் இன்று அவர்களுக்கு.

அழிதா

11

புல்பள்ளி கலகம்

வானொலியில் தலச்சேரி காவல்நிலையம் தாக்கப்பட்ட செய்தியைக் கேட்டதுமே சிதலயம் காட்டில் கூடி நின்றிருந்த சுமார் அறுபது தோழர்கள் கடைசி ஒத்திகை எனும் நிலையில் மனத்திடத்தை அதிகரிக்கச் செய்கிற நடவடிக்கைகளில் ஈடுபட்டோம். மாவோ சேதுங்கின் புத்தகங்களையும் சி.பி.சியின் கையேடுகளையும் மீண்டுமொரு முறை படித்தோம். சிறு அளவிலான ஆயுதப் பயிற்சிகளையும் மேற் கொண்டோம். வானொலிச் செய்தியைக் கேட்ட அன்று முழுவதும் நாங்கள் ஆவேச மிகுதியால் குதித்துக் கொண்டிருந்தோம். "தோழர்கள்

இப்போது வய நாட்டுக்குப் புறப்பட்டிருப்பார்கள். நாம் இன்னும் தாமதித்து விடக்கூடாது" என்று பரஸ்பரம் சொல்லிக்கொண்டோம்.

தாக்குதல் தொடுக்கும் திட்டத்தை மறுநாள் நள்ளிரவில் நிறைவேற்றுவதாக சுப்ரீம் கௌன்சில் கூடி முடிவு செய்த பிறகு, கௌன்சில் உறுப்பினர்களுக்கும் மற்றத் தோழர்களுக்கும் தெரிவிக்கப்பட்டது. அனைவருக்கும் இதில் உடன்பாடுதான். எம்.எஸ்.பி. முகாமிலுள்ள நிலவரத்தைப் பற்றி இறுதியாக ஒரு சோதனை நடத்தி விடுவதற்காக இரண்டு தோழர்களை மறுநாள் காலையில் புல்பள்ளிக்கு அனுப்பி வைத்தோம். இதனிடையில் சோறு சமைத்தும் முகாம்களை மாற்றியும் தாக்குதல் நடத்த வேண்டிய இடத்தை நெருங்கிக் கொண்டிருந்தோம். சோற்றுக்குத் தொட்டுக்கொள்வதற்கு காட்டில் பெரிய நெல்லிக்காய்கள் மட்டும்தானிருந்தன. நெல்லிக்காயை சோற்று நீரிலிட்டு வேகவைத்து உப்பும் தேங்காயெண்ணெயும் சேர்த்துத் தயாரித்த குழம்பு அந்த நேரத்தில் மிகவும் சுவையாக இருப்பதுபோல் எங்களுக்குத் தோன்றியது. எவ்வளவு தூரம் நடந்து சோர்ந்து போயிருந்தாலும் சரி, ஒரு நெல்லிக்காய் கிடைத்தால் போதும். சோர்வெல்லாம் எங்கோ போய் விடும். இப்படியான என்னென்ன வரப்பிரசாதங்களெல்லாம் இந்தக் காட்டிலிருக்கின்றன தெரியுமா?

இப்படி, சுமார் அறுபது தோழர்களினிடையில் இருக்கும்போது, எந்த இலட்சியத்தில் நம்பிக்கை வைத்து வாழ்க்கையை அர்ப்பணிப்பதாக நான் முடிவு செய்தேனோ அதை நிரூபிப்பதற்கான வேளை நெருங்கிக்கொண்டிருக்கிறது என்பதை ஒவ்வொரு நிமிடமும் உணர்ந்துகொண்டிருந்தேன். பல்வேறு தரப்பிலான தோழர்கள் அங்கே இருந்தார்கள். இளைஞர்கள், சிறுவயதினர், நடுத்தர வயதினர், வயதானவர்கள், அனைவருடனும் சேர்ந்திருந்தாலும் தனித்த அடையாளத்துடன் தோற்றமளிக்கும் ஆதிவாசி தோழர்கள்... பலதரப்பட்ட வயதுகளும் பல்வேறு குணாதிசயங்களும்கொண்ட ஏழை விவசாயிகளும் விவசாயத் தொழிலாளர்களும் அறிவுஜீவிகளுமடங்கிய அந்தத் தோழர்களினிடையே செலவழித்த அந்நாட்களில், எவ்விதமான களங்கம் நிறைந்த சிந்தனைகளுக்கோ இத்தனை ஆண் தோழர்களினிடையில் நானொரு பெண் என்று நினைக்கவோ நேரமில்லை. நடக்க விருக்கும் அந்தக் கலகம் பற்றிய ஒரே நோக்கம் மட்டும்தான் மனதிலிருந்தது. மிகவும் உன்னதமான ஒரு செயல்பாட்டை முன்னெடுத்துச் செல்கிற எங்களிடம் பரிசுத்தமான சிந்தனைகளுக்கு மட்டுமே அப்போது இடமிருந்தது. அரசியல் எதிரிகள், பிறகு என்மீதும் மற்ற தோழர்களின்மீதும் கரி பூசிக்காட்டுவதற்காகவும் இதன்மூலம் தலச்சேரி — புல்பள்ளி மகத்துவத்தின்மீது களங்கம் கற்பிப்பதற்காகவும் இந்த உண்மையை தேவையான அளவுக்கு தவறான நோக்கத்துடன் பயன்படுத்த முயற்சி செய்தார்கள். என்றாலும் அவதூறுகள் அனைத்தும் கடைசியில் வெறும் புகையாகவே மாறின. புல்பள்ளியின் மகத்துவம் எல்லா

அபவாதங்களுக்கும் சவால் விடுப்பதுபோல் பிரகாசித்தது.

மகான் மாவோவின் புரட்சியின் ஆவேசம் நிறைந்த தரிசனங்களை உள்வாங்கிக் கொண்ட மாபெரும் நக்சல்பாரிகளெனும் உணர்வுடன் போராட்டக்களத்தினுள் ஆழ்ந்திறங்கிய அந்த தன்னார்வத் தொண்டர்கள் பயமென்பதையே அறியாதவர்களாக இருந்தார்கள். எந்தத் தடையையும் பொருட் படுத்தாமல் முன்னேறிச் சென்று தங்களின் திட்டத்தை நிறைவேற்றுகிற அசாதாரணமான தன்னம்பிக்கை அவர்களிடமிருந்தது.

இப்படியாக சொர்க்கத்திற்கே அறைகூவல் விடுக்கும்படியான புரட்சி மனோ பாவத்துடன், நாங்கள் 23ஆம் தேதி இரவு கரிமத்தை நோக்கிப் புறப்பட்டோம். ஒவ்வொருவருடைய கையிலும் ஏதாவதொரு ஆயுதமிருந்தது. எனக்குக் கிடைத்தது ஒரு மர ஈட்டி. நாங்கள் முகாம் இருக்கும் இடத்தில் போய் விசாரிப்பதற்காக அனுப்பி வைத்த தோழர்கள், இரவு 12—30 மணிக்கு எங்களுடைய கடைசி முகாமுக்கு வந்து சேர்ந்தார்கள். அப்போதுதான் வயர்லெஸ் நிலையத்தில் எம்.எஸ்.பி. காரர்கள் யாருமே இல்லையென்பதையும் ஒரு உதவி ஆய்வாளரும் ஏறத்தாழ பத்து காவலர்களும் அங்கிருந்த அத்தனைத் துப்பாக்கிகளையும் ஆயுதங்களையும் எடுத்துக்கொண்டு பத்தேரிக்குப் போயிருப்பதாகவும் எங்களுக்கு தகவல் கிடைத்தது. கூடவே போயிருக்கும் உதவி ஆய்வாளார் அல்லப்பன், அந்தப் பகுதியிலுள்ள விவசாயிகளினிடையில் புகழ்பெற்ற, செங்கோல் தரிக்காத ஒரு அரசன். கடைசித் திட்டத்தையும் தீர்மானித்து முடித்தபிறகல்லவா இந்தத் தகவல் கிடைக்கிறது? எதுவாயினும் நாங்கள் திட்டத்தை மாற்றிக்கொள்ளவில்லை. எதுவுமில்லையென்றால் அந்த வயர்லெஸ் கருவியையாவது உடைக்கவேண்டும். இதன்மூலம் காவல்துறை அராஜகத்தின்மீதான எங்களுடைய எதிர்ப்பைத் தெரிவிக்க வேண்டும். இனி எதுவாயினும் திட்டத்தை ஒத்தி வைக்க முடியாது. தோழர்கள் அனைவரும் இதற்கு சம்மதித்தார்கள்.

காவல்நிலைய சூழ்நிலையை சோதனை செய்து விட்டு வந்திருந்த தோழர்களுடன் மற்றொரு இளைஞனும் வந்தான். பத்தேரியைச் சேர்ந்த ரவீந்திரன். பதினெட்டோ பத்தொன்பதோ வயதான இந்த இளைஞன் நிகழ்ச்சியில் தானும் பங்கு வகிப்பதற்காக இப்படிக் கடைசி நிமிடத்தில் வந்து சேர்ந்திருக்கிறான். அங்கே கூடியிருந்த தோழர்களின் ஆவேசம் இன்னும் அதிகமானது.

அந்தக் காட்டிலிருந்து, இரவின் காரிருள் மறைவினூடே எங்கள் கூட்டம் வரிசை வரிசையாக எந்தவித சத்தமோ ஆர்ப்பாட்டமோ இல்லாமல் முன்நகர்ந்துகொண்டிருந்தது. இப்படி இரண்டு மூன்று மைல்கள் நடந்து, புல்பள்ளி சீதாதேவி கோயில் பகுதியிலுள்ள ஒரு இடத்திற்கு வந்து சேர்ந்தோம். கோயிலையடைய இன்னும் ஒன்றிரண்டு ஃபர்லாங் தூரம்தானிருந்தது. இந்த இடத்திற்கு வந்து சேர்ந்ததும்

நாங்கள் சற்று நின்றோம். சீதாதேவிகோயிலின் ஒருபுறமிருக்கும் படியின் வழியே இறங்கிச் சென்றால் கோயிலின் ஊட்டுப்புரையை வந்தடையலாம். அதாவது, எம்.எஸ்.பி. முகாமில். அங்கிருக்கும் நிலைமை என்னவென்று தெரிந்தல்லவா முன்னேற வேண்டும். தோழர்கள் வர்க்கீசும், கிருஷ்ணன்குட்டியும், சுகுமாரனும், கிஸான்தொம்மனும் முகாமின் பக்கத்திலுள்ள புதர்க்காட்டில்போயிருந்து முகாமைக் கவனித்துக்கொண்டிருந்தார்கள். நாங்கள் கோயிலுக்குச் செல்கிற பாதையின் பக்கத்திலிருந்த ரோட்டில் வரிசையாக நின்றிருந்தோம்.

திடீரென்று ஒரு லாரி வருகிற சத்தம் கேட்டது. இரவின் நிசப்தத்தில் எவ்வளவு தூரத்திலிருந்து வரும் வாகனமாக இருந்தாலும் பக்கத்தில் வருவதுபோலவே தோன்றும். ஆனால், எங்களினிடையே சில கோழைகள் ஒளிந்து கிடப்பதைக் காட்டித் தருவதுபோல், இந்தச் சத்தத்தைக் கேட்டதுமே வரிசையாக நின்றிருந்த தோழர்களில் சிலர் சாலையின் இருபுறமுமிருந்த புதர்க்காட்டினுள்போய் ஒளிந்துகொண்டார்கள். 'போலீஸ் வருகிறது' என்று பயம் நிறைந்த குரலில் சொல்லிக்கொண்டே ஓடியொளிந்துகொண்டார்கள். மிச்சமிருந்தவர்கள் என்ன செய்வதென்று தெரியாமல் ஸ்தம்பித்து நின்றுவிட்டு கிடைத்த இடங்களில் ஒளிந்துகொண்டார்கள். நானும் ஏதோ ஒரு இடத்தில் ஒளிந்துகொண்டேன். என்னைச் சுற்றிலும் யாரையுமே பார்க்க முடியவில்லை. நாங்கள் ஓடியொளியும் இந்தச் சத்தமே போதும், போலீஸ்காரர்கள் எச்சரிக்கையடைய. முகாமைப் பார்வையிடச் சென்ற தோழர்களையும் காணவில்லை. ஒன்றிரண்டு நிமிடம் அமர்ந்திருந்துவிட்டு நான் எழுந்து பார்த்தபோது அங்குமிங்குமாக சிலபேர்கள் நின்றிருந்தார்கள். பக்கத்தில் சென்றபோதுதான் தோழர்கள் என்று தெரிந்தது. வேறு ஏதோ பாதையில் போகும் அந்த லாரியின் சத்தம் சற்று நேரத்தில் இல்லாமலானது. என்ன நடந்தது என்று கேள்விக்கு யாராலும் சரியான பதிலைத் தர இயலவில்லை. இக்கட்டான நிலையிலேற்படும் இதுபோன்ற எதிர்வினைகள், மனவுறுதிக்கான தயாரிப்புகளுடனும் போராட்டக் களத்திலிறங்கும் எல்லா தோழர்களிடமும் ஏற்படுகிற பொதுவான விஷயங்கள்தானா? புல்பள்ளிக் களத்துக்கென சுமார் நானூறு போராளிகள் நியமிக்கப்பட்டிருந்தார்கள். கடைசியில் வந்து சேர்ந்தவர்கள் வெறும் அறுபது பேர்கள் மட்டும்தான். வாய் வீச்சுகள், யதார்த்த நடவடிக்கையை எட்டியபோதான இந்த செயல்பாடு இயல்பாகவே நிகழுகிற ஒன்றுதானா? இந்தக் கேள்விகளுக்கான பதிலைத் தேடுவதற்கான கால அவகாசம் அப்போது எங்களிடமில்லை.

தோழர்கள் வர்க்கீசும் கிருஷ்ணன்குட்டியுமிருக்கிற இடத்திற்குப் போவதாக முடிவு செய்து எங்களில் பலர் நடக்கத் துவங்கி, சீதாதேவி கோயிலுக்குச் செல்லும் பாதையிலிறங்கினோம். ஒரு ஐந்தாறு எட்டுகள்தான் வைத்திருப்போம், அப்போது எங்களின்

எதிரில் ஒருவர் நடந்து வருகிறார். பக்கத்தில் வந்த பிறகுதான் அது தோழர் சுகுமாரன் என்பது தெரிந்தது. அவர், அங்கே இருந்த தோழர்களிடம் கோபத்துடன் சத்தமாகச் சொன்னார்: "நீங்கள் என்ன செய்துகொண்டிருந்தீர்கள்? தோழர்கள் வர்க்கீசும் கிருஷ்ணன்குட்டியுமெல்லாம் உங்களை எதிர்பார்த்து முகாமின் பின்புறம் ஒளிந்துகொண்டிருக்கிறார்கள். சீக்கிரமாக வாருங்கள் தோழர்களே, முன்னேறிக்கொண்டே இருப்போம்."

தோழர் சுகுமாரனின் வார்த்தைகளுடன் சேர்ந்து திடீரென்று ஒரு வெடிச் சத்தமும் கேட்டது. இழந்துபோயிருந்த எங்களுடைய தைரியத்தை நாங்கள் மீண்டெடுத்தோம். நம்முடைய தோழர்களில் யார்மீதோ குண்டு பாய்ந்து விட்டது என்ற சிந்தனை ஒரு மின்னல்கீற்றுபோல் அனைவரது மனதிலும் பாய்ந்ததுமே புல்பள்ளி கிராமத்தையே நடுங்கச் செய்கிற பயங்கரமான சத்தத்துடன் அனைவரும் சீதாதேவிகோயிலின் முற்றத்தினூடே முகாமுக்குள் பாய்ந்தோம். இந்தச் சத்தத்தைக் கேட்டதும் ஒளிந்திருந்த சில தோழர்களும் எங்களுடன் இணைந்துகொண்டார்கள். அங்கிருந்த பூஜாரி பயந்து நடுங்கியபடியே யாரது என்றார். 'மூச்சு வெளியே வரக்கூடாது; வந்தால் தலை இருக்காது' என்று சத்தமாக சொல்லி விட்டு நாங்கள் படியிறங்கினோம். முகாமினுள்ளிருந்த காவலர்களும் உதவி ஆய்வாளரும் விஷயத்தைப் புரிந்திருக்க வேண்டும். பயந்து எங்கோ போய் ஒளிந்துகொண்டார்கள். முகாமின் வராந்தாவில் ஏறிச் சென்ற சிலர் அங்கிருந்த வயர்லெஸ் கருவியை உடைத்தார்கள். வயர்லெஸ் ஆபரேட்டரின் அறை மூடிக் கிடந்ததால் வெடுகுண் டெறிந்து கதவை உடைத்தார்கள். வாசலைத் தள்ளித் திறந்து உள்ளே நுழைந்தபோது ஆபரேட்டர் கட்டிலின்கீழ் ஒளிந்திருப்பது தெரிந்தது. காலங்காலமாக மனதிற்குள் பூட்டி வைத்திருந்த புல்பள்ளி விவசாயிகளின் எதிர்வினையின் அக்னி கிளர்ந்தெழுவதற்குப் பிறகு அதிக நேரமொன்றும் தேவைப்படவில்லை. 'அய்யோ என்னைக் கொல்லாதீர்கள்' என்று உயிர்ப்பயத்துடன் கதறிய அந்த மனிதன் துண்டாடப்பட்டான். "உங்களுக்கெல்லாம் இதுதான் பதில்; அதிகாரம் கையிலிருப்பதால் எதை வேண்டுமானாலும் செய்து விடலாமென்ற உங்களுடைய அகங்காரத்திற்கு இதுதான் தண்டனை." கூட்டத்தில் யாரோ சத்தமாகச் சொன்னார்கள். மற்றொரு கூட்டம், உதவி ஆய்வாளர் சங்குண்ணிமேனோனின் அறைக்குச் சென்றது. அங்கே அவர் இருந்ததற்கான அடையாளமே இல்லை. எங்கே போயிருப்பார் என்று தேடிப்பார்த்தும் பலனெதுவுமில்லை. ஒரு பெரிய கட்டிலின்கீழ் அவர் சம்பாதித்து வைத்திருந்த சந்தன மரத் தடிகளிருந்தன. அதனுள்தான் அந்த உதவி ஆய்வாளரும் ஒளிந்திருந்தார். இல்லையென்று வெளியே வந்ததும், நாங்கள் போய்விட்டோம் என்று நினைத்து அவர் மெல்லக் கதவைத் திறந்து வெளியே ஓடிவிட முயற்சி செய்தார். இது எங்களின் கூட்டத்திலிருந்த யாருடைய கண்களிலோ பட்டு விட்டது. திரும்பவும் அறைக்குள் நுழைந்து அவரைத்

தாக்கினார்கள். சற்று நேரத்திற்குப் பிறகு அவரது ஈனஸ்வரமும் அடங்கியது. நாங்கள் அங்கிருந்துக் கிளம்பினோம். என்னென்னவோ பதிவுப்புத்தகங்கள் இருந்தன. எல்லாவற்றையும் அள்ளி, முற்றத்திலிட்டு தீ வைத்துக் கொளுத்தினோம்.

ஸ்டேஷனின் முற்றத்தில் கூடிய நாங்கள், 'நக்சல்பாரி லால் சலாம்!', 'விவசாய ஆயுதப்புரட்சி சிந்தாபாத்', 'சேர்மன் மாவோ வாழ்க', என்பதுபோன்ற கோஷங்களை முழங்கினோம். எங்களுடைய கையிலிருந்த சுவரொட்டிகளையும் சில புத்தகங்களையும் ஆங்காங்கே சிதறினோம். பிறகு அப்படியே காவல்நிலையத்தை நோக்கி மார்ச்சு செய்தோம். காவல்நிலையத்திற்குத் திரும்புகிற இடத்தில் வந்ததும் திடீரென்று பயங்கரமான ஒரு வெடிச் சத்தம் கேட்டது. நாங்கள் அப்படியே ஸ்தம்பித்து நின்றோம். என்ன சத்தமென்று யாருக்குமே விளங்கவில்லை. போலீஸ்காரர்கள்தான் துப்பாக்கியால் சுட்டுவிட்டார்களா, அல்லது வேறு ஏதாவது சத்தமா? யாருக்கும் எந்த பிடியும் கிடைக்காமல் திகைத்துப்போய் நின்றிருந்தோம். இப்படி, யோசனையுடன் நின்றிருக்கும்போது இரத்தத்தில் குளித்து, மணிக்கட்டின்கீழ் சிதைந்துபோன கையில் ஒரு விரல் துண்டு மட்டும் தொங்க தோழர் கோபாலன் எங்கள் அருகில் வந்து சேர்ந்தார். அப்போதுதான் எங்களுக்கு விஷயம் பிடி கிடைத்தது. தோழரின் கையில் உரசினால் வெடிக்கும் ஒரு வெடிகுண்டைக் கொடுத்திருந் தோம். புல்பள்ளியின் ஒரு குடியேற்ற விவசாயியான தோழர் கோபாலன், விளைபொருட்களை அழிக்கும் பன்றிகளையும் பிற வனமிருகங்களையும் விரட்டுவதற்கு சாதாரணமாக இதுபோன்ற குண்டுகளைப் பயன்படுத்தும் வழக்கமிருந்ததால்தான் அதை தோழரின் கையில் கொடுத்து வைத்திருந்தோம். எங்களுடன் சேர்வதற்கு வேகமாக நடந்து வந்துகொண்டிருக்கும்போது சிறு பள்ளத்தில் காலிடறிவிட அவர் கை கீழே படும்படியாக விழுந்துவிட்டார். அந்தக் கையில்தான் வெடிகுண்டு மிருந்தது. அப்போது அது வெடித்த சத்தத்தைதான் நாங்கள் கேட்டிருக்கிறோம். தோழர் கோபாலனின் வலது கை நான்கு புறமும் சின்னாப் பின்னமாகச் சிதறிப்போயிருந்தது. காவலர் முகாமின்மீது வெற்றிகரமாகத் தாக்குதலைத் தொடுத்த மகிழ்ச்சியுடன், தொடர்ந்து தாக்குதலை மேற்கொள்வதற்காக புறப்பட்ட எங்களுக்கு எதிர்பாராமல் ஏற்பட்ட ஒரு அடியாக இருந்தது இது. உழைத்து மட்டுமே வாழ்க்கையை நகர்த்த வேண்டியதிருந்த ஏழை விவசாயியான தோழருக்கு எதிர்பாராமல் நேர்ந்த இந்த விபத்து எங்களையெல்லாம் மிகவும் தளர வைத்தது. இந்த நிலைமையில் தோழரை எங்களுடன் அழைத்துக்கொண்டுபோகவும் இயலாது. கையிலிருந்த கொஞ்சம் பணத்தை மற்றொரு தோழரிடம் கொடுத்து தோழர் கோபாலனை மறுநாள் காலையில் பத்தேரி ஆஸ்பத்திரிக்கு அழைத்துக்கொண்டு போய் சிகிச்சையளிக்க ஏற்பாடு செய்தோம். இரண்டு தோழர்களையும் அங்கேயே நிறுத்திவிட்டுப் போவதாக நாங்கள் முடிவு செய்தோம்.

இந்தச் சம்பவத்திற்குப் பிறகு காவல்நிலையத்திற்கோ பதிவாளர் அலுவலகத்திற்கோ போகும் மனநிலையில் நாங்களில்லை. முடிந்தவரை இங்கிருந்து சீக்கிரமாகப் போய் விடுவதுதான் நல்லது என்பதுதான் அனைவரது அபிப்பிராயமாகவும் இருந்தது. நாங்கள் மெல்ல சேகாடிக்குப் புறப்பட்டோம். போகும்போதுதான் எங்களுடைய எண்ணிக்கையில் குறைவிருக்கிறது என்பது தெரிய வந்தது. எம்.எஸ்.பி. முகாமுக்குப்போகும் வழியில் புதர்க்காட்டில் ஒழிந்திருந்த தோழர்களில் பலர் எங்களுடன் வந்து சேரவே இல்லை. இருந்தாலும் தலச்சேரியிலிருந்து மிகப் பெரிய கூட்டம் வருமல்லவா? பயப்படு வதற்கு என்ன இருக்கிறது? இந்தப் பிரச்சனைகளையெல்லாம் நாங்கள் பெரிய அளவில் பொருட்படுத்தவுமில்லை.

சேகாடி கிராமத்தை நோக்கி நடக்கும்போது பொழுது விடிந்துகொண்டிருந்தது. புல்பள்ளியிலிருந்து வரும்போது தோழர் கோபாலன் விபத்துக்குள்ளான சம்பவம் ஏற்படுத்திய, எங்களுடைய மனதிலிருந்த வேதனை மெல்ல மறைந்துகொண்டிருந்தது. இனி, சேகாடியின் புகழ்பெற்ற ஜமீன்தார்களின் வீடுகளைத் தாக்கவேண்டும். இந்த ஜமீன்கள் ஆதிவாசிகள்மீது இழைத்துவரும் கொடூரங்களைப் பற்றி தோழர்கள் குறிப்பாக, ஆதிவாசி தோழர்கள் சொல்லத் தொடங்கினார்கள். நாம் செய்யவிருக்கும் பணி எந்த அளவுக்கு அவசியமானது என்பதைத் திரும்பவும் நினைவுபடுத்தி அதன்மூலம் அனைவரது மன உறுதியையும் மேலும் வலுப்படுத்த தோழர்கள் முயற்சி செய்தார்கள். இதனிடையில் எம்.எஸ்.பி. முகாமைத் தாக்குவதில் ஒவ்வொரு தோழர்களும் வகித்த பங்குகளைப் பற்றியும் பரஸ்பரம் பேசிக்கொண்டுமிருந்தோம். அசாதாரணமான பங்கினையாற்றிய தோழர்களைப் புகழ்ந்தும் கோழைத்தனமாக நடந்துகொண்ட சிலரைப் பற்றி விமர்சனம் செய்தவாறும் நடந்துகொண்டிருந்தோம். இடையிடையே வயல்களில் கட்டப்பட்டிருந்த சில காவல் மாடங்களில் இரண்டு மூன்று தோழர்கள்போய் துப்பாக்கியிருக்கிறதா என்று தேடினார்கள். இரவு நேரங்களில் விளைப் பொருட்களை சேதப்படுத்த வரும் வனமிருகங்களை விரட்டுவதற்காக வயல்களில் ஆங்காங்கே இதுபோன்ற காவல் மாடங்களைப் பார்க்கலாம். இந்த இடங்களில் அடிமைகளான ஆதிவாசிகள் காவலுக்கு இருப்பார்கள். இவர்களது கைகளில் ஜமீன்தார்கள் துப்பாக்கியைக் கொடுப்பதில்லையென்பதால் எங்களுக்கு எதுவும் கிடைக்கவில்லை.

கிட்டத்தட்ட ஐந்தாறு மைல் தூரத்திற்குமதிகமாக குன்றுகளும், மலைகளும், வயல்களும், காடுகளும், கடந்து நாங்கள் சேகாடி கிராமத்திற்கு வந்து சேர்ந்தோம். அப்போது மணி ஏழு ஏழரையிருக்கலாம். வருகிற வழியில் சில ஆதிவாசிகளையும் நாங்கள் சந்தித்தோம். நாங்கள் புல்பள்ளி எம்.எஸ்.பி. முகாமைத் தாக்கிவிட்டு வருகிறோம் என்றும் இனி, திம்மப்பச்செட்டியின், தாசப்பச்செட்டியின்

வீடுகளை ஆக்கிரமித்து பத்தாயங்களிலும் அறைகளிலும் நிறைத்து வைத்திருக்கும் தானியங்களை அள்ளியெடுத்து அங்கேயே வினியோகிக்கப்போவதாகவும் அந்த கொடியவர்களாகிய ஜமீன்களுக்கு நாங்கள் ஒரு பாடம் கற்பிக்கப்போவதாகவும் எனவே நீங்களும் எங்களுடன் வரவேண்டுமென்றும் நாங்கள் விவரமாகவும் ஆவேசத்துடன் சொன்னோம். அவர்களது முகங்கள் பிரகாசமடைந்தன. காவலர்களுக்கு மட்டும்தானே அவர்கள் பயப்படவேண்டியதிருந்தது. காவலர் முகாமையே தகர்த்துவிட்டோம் என்ற செய்தி, களையற்றிருந்த அவர்களது முகங்களை விடுதலையின் மகிழ்ச்சி நிரம்பிய முகங்களாக மாற்றியது. இப்படியாக வழியில் சந்தித்த ஆதிவாசிகளிடம் பேசியும் அவர்களைக் கூட்டத்தில் சேர்த்தும் நாங்கள் இலக்கை நோக்கி நகர்ந்துகொண்டிருந்தோம். தங்களுடைய வாடிகளுக்கு வந்தால் இன்னும் நிறைய பேர்கள் கூடவே வருவார்களென்றும் அவர்கள் சொன்னார்கள். நேரமில்லையென்பதால் நாங்கள் போகவில்லை.

திம்மப்பச்செட்டியின் வீட்டிற்குள் நாங்கள் கோஷங்களை முழக்கியபடியே பாய்ந்தேறினோம். சில தோழர்கள் வீட்டின் மாடியிலிருந்தோ என்னமோ செட்டியைப் பிடித்துக்கொண்டு வந்து கீழே வராந்தாவில் உட்காரவைத்தார்கள். "இருக்கிற துப்பாக்கிகளையெல்லாம் மரியாதையாகத் தந்துவிடு. நாங்களாகவே தேடியெடுத்தால் நிச்சயமாகத் தண்டனை உண்டு. எங்கள் கையிலிருக்கிற துப்பாக்கிகளையெல்லாம் பார்த்தாயல்லவா? இதை உன்மீது பிரயோகிக்க வேண்டாமென்றால் மரியாதையாக துப்பாக்கிகளைத் தந்து விடு" என்றெல்லாம் மிரட்டினோம். சில தோழர்கள் மேலே போய் கஜானாப்பெட்டியை உடைத்துத் திறந்து அதிலிருந்த ஆயிரக்கணக்கான ரூபாய் நோட்டுக் கட்டுகளையும் ஏழைகளிடமிருந்து அடகுப் பிடித்து சொந்தமாக்கிக்கொண்ட நிறைய ஆபரணங்களையும் எடுத்தார்கள். இதுபோலவே அடகுப் பிடித்து சொந்தமாக்கிக்கொண்ட ஏராளமான நில ஆதாரங்களுமிருந்தன. எல்லாவற்றையும் அள்ளிப் போட்டு எரித்தார்கள். தானியங்கள் நிறைத்து வைத்திருந்த அறையையும் பத்தாயங்களையும் திறந்து எங்களுடன் வந்திருந்த ஆதிவாசிகளுக்கும் அந்த வீட்டில் வேலை செய்யும் ஆதிவாசிகளுக்குமெல்லாம் கொடுத்தோம். கொஞ்சம் தானியங்களை நாங்களும் எடுத்துக்கொண்டோம். சில தோழர்கள் மூட்டைகளைத் தோளில் சுமந்துகொண்டு ஆதிவாசிகளின் வாடிகளுக்குச் சென்று வினியோகித்தார்கள். வீட்டிலிருந்த பெண்களெல்லாம் பயந்து நடுங்கிக் கொண்டிருந்தார்கள். ஆனால், எங்களில் யாருமே அவர்களை இலேசாகப் பயமுறுத்தவும்கூட செய்யவில்லை. திம்மப்பச்செட்டி, துப்பாக்கியை எங்கோ பாதுகாப்பாக வைத்திருந்தார். தேடிப்பார்த்தும் கிடைக்கவில்லை. அவர் சொல்லவுமில்லை. எதுவாயினும் சரி, உன்னிடம் வேலை பார்க்கும் அடிமைகளை இனிமேல் தொந்தரவு செய்தாக நாங்கள் அறிந்தால்

சரியாகத் தண்டனை தருவோமென்றும் தற்போது இங்கிருந்து போகிறோம், சீக்கிரமாகவே திரும்பி வருவோமென்றும் அவருக்குக் கடைசி எச்சரிக்கையும் விடுத்து விட்டு அந்த வீட்டின்மீதான தாக்குதலை வெற்றிகரமாக முடித்து விட்ட மகிழ்ச்சியுடனும் ஆவேசத்துடனும் அங்கிருந்துக் கிளம்பினோம். அவருடைய ஒரு மகனும் அங்கிருந்தான். அவனையும் அழைத்துக்கொண்டு நாங்கள் தாசப்பச்செட்டியின் வீட்டிற்குப் புறப்பட்டோம். எங்களுடன் பேசியவாறே அந்தப் பகுதியிலுள்ள நிறைய ஆதிவாசிகளும் ஆவேசத்துடன் நடந்துகொண்டிருந்தார்கள். இன்னும் கொஞ்ச தூரத்தில் மற்றொரு ஜமீன்தார் இருப்பதாகவும் அவருடைய தொந்தரவால் வாழவே முடியவில்லையென்றும் அந்த வீட்டையும் ஆக்கிரமிக்க வேண்டுமென்றெல்லாம் கோபத்துடன் பேசிக்கொண்டே நடந்துகொண்டிருந்தார்கள். அடுத்ததாக தாசப்பச்செட்டியின் வீட்டிற்குத்தான் போகிறோம் என்று சொன்னபோது அவர்களுக்கு மிகுந்த மகிழ்ச்சி.

நாங்கள் வெறுமனே பேசுபவர்கள் மட்டுமல்ல, செயலிலும் காட்டுபவர்களென்பது தெரிந்ததும் நூற்றாண்டுகளாக அடிமை வாழ்வில் சிக்கிக் கிடந்த இந்த வர்க்க சகோதரர்கள் எங்களிடம் காட்டிய அபரிமிதமான அன்பையும் மன இணக்கத்தையும் மறந்து விட முடியாது. எங்களுக்காக எதை வேண்டுமானாலும் செய்வதற்கு அவர்கள் தயாராக இருந்தார்கள். எங்களுடைய சுமைகளைத் தூக்கவும் வழி காண்பித்துத் தரவும் மட்டுமல்ல, அவர்களால் இயன்ற அத்தனை உதவியையும் செய்து தருவதில் அவர்கள் தங்களுக்குள் போட்டி போட்டார்கள். மற்றும் நிறைய ஆதிவாசிகள் நாலா பாகங்களிலிருந்தும் அங்கே வந்து கூடினார்கள்.

தாசப்பச்செட்டியின் வீட்டிற்குப்போகும் வழியில், வயலருகிலிருந்த ஒரு சிறு பெட்டிக்கடைக்கு சில தோழர்கள் பீடியோ எதுவோ வாங்குவதற்காக சென்றார்கள். அப்போது எங்களுடனிருந்த ஆதிவாசிகளில் ஒருவர், கொஞ்ச தூரத்தில் திம்மப்பச்செட்டியின் மூத்த மகனுடைய ஒரு பெரிய கடை இருப்பதாகவும் அங்கே பீடியும் சிகரெட்டுமெல்லாம் நிறையவே கிடைக்குமென்றும் அவர்களிடம் சொன்னார். கூடவே, அங்கே அவனுடைய சாயாக்கடையும் இருப்பதாகச் சொன்னார். நாங்கள் பிடித்துக்கொண்டு வந்திருப்பது திம்மப்பச்செட்டியின் மூத்த மகனைதான். உண்மைதானா என்று கேட்டபோது அவன் ஒப்புக்கொண்டான். நாங்கள் உடனே அவனது கடைக்கு நடந்தோம். அந்தக் கிராமப் புறத்தைப் பொறுத்தவரையிலும் அது ஓரளவிலான பெரிய கடைதான். பக்கத்திலிருந்த அவனது சாயாக் கடையில் சூடு புட்டுபோன்ற உணவுகள் விற்பனையாகிக் கொண்டிருந்தன. நாங்கள் அந்தக் கடையிலிருந்த சாதனங்களை முடிந்தவரையிலும் அள்ளி பக்கத்தில் நின்றிருந்த ஆதிவாசிகளுக் கெல்லாம் கொடுத்தோம். எங்களுடைய தேவைக்கும் எடுத்துக்

கொண்டோம். சாயாக்கடையிலிருந்த புட்டையும் மற்ற உணவுகளையும் எங்களுடன் வந்த ஆதிவாசிகளும் நாங்களும் தின்றுத் தீர்த்தோம். நள்ளிரவு முதல் ஓய்வே இல்லாமல் பல்வேறு பணிகளில் ஈடுபட்டுக்கொண்டிருந்ததால் அனைவருக்குமே நல்ல பசி. சாயாக்கடையில் அப்போது சாயா குடிக்க வந்தவர்களுக்கெல்லாம் நாங்கள் இலவச பதார்த்தங்களை வினியோகித்தோம். எல்லாவற்றையுமே பார்த்தபடி, எதுவுமே செய்ய இயலாத அந்தச் சின்ன ஜமீன், பயந்து நடுங்கிக்கொண்டிருந்தான். எல்லாவற்றையும் முடித்துவிட்டு நாங்கள் தாசப்பச்செட்டியின் வீட்டிற்குப் புறப்பட்டோம். எங்களுடன் ஆர்வத்துடன் வந்து சேர்ந்த ஆதிவாசிகளுக்குக் கையிலிருந்தத் தானியங்களை நாங்கள் வினியோகித்துக் கொண்டிருந்தோம். நாங்கள் இப்படியெல்லாம் செய்வதற்கான நோக்கம் என்னென்பதை அவர்கள் புரிந்து கொள்கிறவகையில், எங்களுடனிருந்த ஆதிவாசி தோழர்களும் அவர்களது மொழியில் பரிச்சயமுள்ள மற்ற தோழர்களும் விளக்கமாக எடுத்துச் சொன்னார்கள்.

இந்த அசாதாரணமான ஊர்வலம், பகல் வெளிச்சத்தின் பிரகாசமான சூழலில் எந்தவித முகமூடிகளுமின்றி உள்ளூரின் பல ஆதிவாசிகளுடன் நகர்ந்துகொண்டிருக்கும் காட்சி அந்தக் கிராமத்தில் ஆச்சரியமான ஒன்றாகவே இருந்திருக்க வேண்டும். இந்த ஊர்வலத்திற்கு மற்றுமொரு விசேஷமுமிருந்தது. சகலவிதமான ஆயுதங்களையுமேந்தியே அது நகர்ந்துகொண்டிருந்தது. தாசப்பச்செட்டிக்கு விஷயமெதுவும் தெரியாது. அவருடைய வீட்டுத் திண்ணையில் நாங்கள் கோஷங்களை முழக்கியபடியே ஏறினோம். வராந்தாவில், காதில் கடுக்கனிட்ட ஒரு வயதான மனிதரும் இரண்டு இளைஞர்களும் அமர்ந்திருந்தார்கள். வயதான அந்த மனிதர்தான் தாசப்பச்செட்டியென்பதை நாங்கள் புரிந்துகொண்டோம். அந்த இரண்டு இளைஞர்களும் வீட்டிலுள்ள குழந்தைகளுக்குப் பாடமெடுக்க வந்திருக்கும் ஆசிரியர்கள். முதலில், நாங்கள் தாசப்பச்செட்டியைப் பிடித்துப் பயமுறுத்தினோம். புல்பள்ளி எம்.எஸ்.பி. முகாமைத் தகர்த்தையும் திம்மப்பச்செட்டியின் வீட்டை ஆக்கிரமித்ததையும் அவரிடம் உரத்தக் குரலில் சொன்னோம். “நீ உன்னிடம் வேலைப் பார்க்கும் அடிமைகளுக்குச் செய்கிற கொடூரங்களெல்லாம் எங்களுக்கு நன்றாகவே தெரியும். இனிமேல் நீ அப்படி செய்வாயா?” என்று பயமுறுத்துகிற குரலில் கேட்டதும், “மாட்டேன், இனி அப்படி எதுவுமே செய்யமாட்டேன்” என்று பயந்த குரலில் நடு நடுங்க பதில் சொன்னார். நாங்கள் சொன்ன விஷயங்கள் அவரை நன்றாகவே பயமுறுத்தியிருப்பது தெரிந்தது. திரும்பவும் அவரைப் பலவந்தமாகப் பிடித்து வீட்டின் மாடிக்குக்கொண்டு போனோம். இதனிடையில் எங்களுடனிருந்த திம்மப்பச்செட்டியின் மகன் அவரிடம் என்னமோ சொல்லியிருக்கிறான். கொள்ளைக்காரர்கள் என்று சொல்லியிருப்பான் போல் தெரிந்தது.

தாசப்பச்செட்டியிடம் கஜானாவின் சாவியைக் கேட்டதும் அவர் பயந்து நடுங்கியபடியே கஜானாவைத் திறந்து அதிலிருந்த நிறைய நோட்டுக்கட்டுகளை எடுத்துத் தந்து விட்டார். பத்தாயம் போன்றிருந்த ஒரு பெரிய பெட்டிக்குள் வைத்திருந்த நிறைய ஆபரணங்களையும் எடுத்துத் தந்தார். இந்த ஆபரணங்களும் பணமுமெல்லாம் ஏழைகளைப் பிழிந்தும் அடகு பிடித்தும் வட்டி வாங்கியும் சம்பாதித்தவை. அவர் பயந்துபோய் இதையெல்லாம் எடுத்துத் தந்தாலும் துப்பாக்கி எங்கே என்ற கேள்விக்கு சரியாகப் பதில் சொல்லவே இல்லை. துப்பாக்கி இல்லை என்றே பிடிவாதமாகச் சொல்லிக்கொண்டிருந்தார். கூட்டத்திலிருந்த ஒரு தோழர் அப்போது தன்னுடைய கையிலிருந்த துப்பாக்கியைக் குறி பார்த்தபடி அவரைப் பயமுறுத்தினார். “சாக வேண்டாம் என்று விரும்பினால் மரியாதையாகத் துப்பாக்கியை எடுத்துத் தந்து விடு. உன்னிடம் துப்பாக்கி இருக்கிற விஷயம் எங்களுக்குத் தெரியும். அந்தத் துப்பாக்கியால் நீ எத்தனை ஆதிவாசிகளைக் கொன்றிருக்கிறாய் என்பதுவும் தெரியும். சீக்கிரமாக எடுத்துத் தந்துவிடு” என்று பயமுறுத்தியதும் “குருவாயூரப்பா காப்பாற்று, என்னைக் கொன்று விடாதீர்கள்” என்றெல்லாம் சத்தமாகக் கூப்பாடுபோடத் தொடங்கினார். இதனிடையில் தோழர்களில் யாரோ அவருடைய மகனைப் பிடித்துக்கொண்டு போய் மாடியிலிருந்த துப்பாக்கியை எடுத்தார். இதைக் கண்ட பிறகும்கூட அவர் கூப்பாடு போடுவதை நிறுத்தியபாடில்லை. அவரது மனநிலை முற்றிலுமாகப் பிறழ்ந்து விட்டது. நாங்கள் அவரைக் கொன்று விடுவோமென்றே நம்பி விட்டார். அந்த அறைக்குள்ளேயே அவரை வைத்துக் கதவைப் பூட்டி விட்டு கீழே வந்தோம். பிறகு, வீட்டின் ஒரு அறைக்குள் வராந்தாவிலிருந்த பெரிய பத்தாயத்தைத் திறந்து அதிலிருந்த நெல்லை அள்ளி வீட்டில் வேலை செய்துகொண்டிருந்தவர்களுக்கும் அக்கம்பக்கத்திலிருந்த ஆதிவாசிகளுக்கும் கொடுத்தோம். அங்கே பெண்களுமிருந்தார்கள். நிறைய சில்வர் பாத்திரங்களையும் எடுத்து அவர்களுக்குக் கொடுத்தோம். எல்லாம் முடிந்தபோது மணி ஒன்பதாகி விட்டது.

அந்த வீட்டில் பாடம் சொல்லிக்கொடுப்பதற்காக வந்திருந்த ஆசிரியர்களிடம் நாங்கள் எல்லாவற்றையும் விவரித்துச் சொன்னோம். எம்.எஸ்.பி. முகாமைத் தகர்த்ததையும் திம்மப்பச்செட்டியின் வீட்டை ஆக்கிரமித்ததையும் அவர்களிடம் சொன்னோம். எங்களுடைய நோக்கத்தையும் தெளிவுபடுத்தினோம்: “நக்சல்பாரி முன்மாதிரியிலான ஒரு ஆயுதப் போராட்டம் இந்தியாவில் நடைபெற வேண்டும். தேர்தல்களெல்லாம் வெறும் ஏமாற்று வேலைகள் மட்டும்தான். நமது நாட்டிலுள்ள எந்தப் பிரச்சினைகளுக்கும் தேர்தல்கள்மூலம் தீர்வு காண முடியாது. நாங்கள் ஆயுதப் போராட்டத்தில் நம்பிக்கைக் கொண்டவர்கள். அதன்படி போராடவும் துணிந்து இறங்கி விட்டோம். இனி வயநாடு முழுவதும் நாங்கள் ஆயுதப்போராட்டத்தைத்

தொடர்ந்து முன்னெடுத்துச் செல்வோம். தலச்சேரி காவல்நிலையத்தின்மீதான தாக்குதலும் நடந்து முடிந்து விட்டது. அந்தத் தோழர்கள் திருநெல்லிக் காட்டுக்கு வந்து சேருவார்கள். நாங்களும் திருநெல்லிக் காட்டுக்குத்தான் செல்கிறோம். நாங்கள் அங்கே ஒன்று சேர்ந்து அடுத்தத் திட்டத்தை மேற்கொள்ளுவோம்."

ஆசிரியர்களுக்கு நாங்கள் சொன்னதைக் கேட்டதும் அளவு கடந்த ஆவேசம் மேலிட்டது. ஏனென்றால், புல்பள்ளி எம்.எஸ்.பி. முகாமிலுள்ள காவலர்களும் உதவி ஆய்வாளர்களும் செய்து கொண்டிருக்கும் அராஜகத்தையெல்லாம் அவர்களும் நன்றாகவே தெரிந்து வைத்திருந்தார்கள். அந்த முகாமைத் தகர்த்தது மிகவும் நல்ல காரியம் என்று அவர்கள் பாராட்டினார்கள். எஸ்.ஐ. அல்லப்பன் கிடைத்தாரா என்றும் குறிப்பாக விசாரித்தார்கள். இல்லை, இந்த முறை கையில் கிடைக்கவில்லை. அடுத்த முறை நிச்சயமாக அவனைச் சரிப்படுத்தியெடுப்போம் என்று உறுதியளித்தோம். அந்தக் காவலர்களும் உதவி ஆய்வாளர்களும் குறிப்பாக, அந்த அல்லப்பன் எஸ்.ஐ., அங்குள்ள விவசாயிகளின்மீது தினம்தோறும் நடத்தி வருகிற அக்கிரமங்கள் பொறுத்துக்கொள்ளவே முடியாதது என்றும் நீங்கள் செய்ததுபோல்தான் இவர்களைச் செய்ய வேண்டுமென்றும் அவர்கள் சொன்னார்கள். கோஷங்கள் எழுப்பியபடியே தாசப்பச்செட்டியின் வீட்டிலிருந்து நாங்கள் இறங்கும்போது அந்த ஆசிரியர்களும் எங்களுடன் வந்தார்கள். கபனீ நதிக்கரையில் வந்து சேரும்வரை அவர்களும் எங்களுடன் உற்சாகத்துடன் பேசியபடியே வந்தார்கள். நாங்கள் கையிலிருந்த சில புத்தகங்களை அவர்களுக்குக் கொடுத்தோம்.

இனி, திருநெல்லிக் காட்டுக்குச் செல்கிற பயணம். சேகாடிக் கிராமத்தின் ஒரு புறம், அகன்று விரிந்து ஓடிக்கொண்டிருக்கும் கபனீ நதியைக் கடந்துதான் மறுகரையை அடையவேண்டும். ஆசிரியர்களிடமும் எங்களுடன் வந்த ஆதிவாசிகளிடமும் பேசிக்கொண்டே நாங்கள் நதிக்கரைக்கு வந்து சேர்ந்தோம்.

இவ்வளவு சம்பவங்களுக்கிடையே என்னுடைய நிலைமை, ஒவ்வொரு நிமிடமும் மோசமாகிக்கொண்டிருந்தது. இரண்டு கால்களிலும் நீர்க்கோர்த்து வீங்கியிருந்ததல்லவா? இப்போது கால்களிலும் கைகளிலுமெல்லாம் அட்டைகள் கடித்தக் காயங்களுமிருந்தன. அது, கடிக்கும்போது வலியே தெரியாது. இரத்தத்தைக் குடித்து வீங்கிய பிறகு கடிவாயிலிருந்து இரத்தம் வடிய ஆரம்பிக்கும். அப்போதுதான் விஷயமே நமக்குத் தெரிய வரும். அட்டையைப் பிடுங்கியெறிந்தாலும் காயம் அவ்வளவு எளிதில் குணமாகி விடாது. எல்லாத் தோழர்களுக்குமே அட்டைக் கடித்தக் காயங்களிருந்தன. எம்.எஸ்.பி. முகாமின்மீதான தாக்குதல் முடிந்து முற்றத்தில் நிற்கும்போது காலில் ஒரு முள் தைத்தது. அப்போது முதல் நான் நொண்டியபடியேதான் இவ்வளவு தூரம் நடந்ததும்

இந்த இந்தத் தாக்குதல்களில் பங்கெடுத்ததுமெல்லாம். கால்களிருந்த நிலைமையை நான் கொஞ்சமும் பொருட்படுத்தவில்லை. பொருட் படுத்தினாலும் எதுவும் ஆகப்போவதில்லை. யாருடைய கையிலும் எந்தவிதமான மருந்தும் கிடையாது. தாக்குதல்களெல்லாம் முடிந்த பிறகு என்னுடைய ஆயுதமான மர ஈட்டிதான் எனக்கு ஊன்றுகோலாகப் பயன்பட்டது. இதையும் ஊன்றியபடியே நான் மற்ற தோழர்களுடன் நடந்துகொண்டிருந்தேன். மிகச் சிரமமான இடங்கள் வரும்போது வயது முதிர்ந்த தோழர்கள் யாராவது கை கொடுத்து உதவுவார்கள். இப்படியெல்லாம் இழுத்திழுத்து நடந்தபோதும் எனக்குள் எந்தவித சுய பச்சாதாபமும் உருவாகவில்லை. நாங்கள் அனைவரும் நம்பிக்கை வைத்திருக்கும் ஒரு உன்னத இலட்சியத்திற்கான ஜீவமரணப் போராட்டத்தில் இந்த தோழர்களுடன் இணைய முடிந்ததை என்னுடய அதிர்ஷ்டமாகவே நான் நினைத்தேன். ஆனால், தோழர்களுக்கு நானொரு பாரமாகிக்கொண்டிருக்கிறேனே என்று தோன்றும்போது என்னுடைய உடல்நிலையைப் பற்றிய சிறு வருத்தம் என்னுள் உருவாகும். எனக்கு உதவி செய்வதை தோழர்கள் தொந்தரவாக நினைக்கவில்லை. நான் அவர்களுக்கு ஒரு சுமையாக இருக்கிறேன் என்பதை நான் உணராதபடியே அனைவரும் நடந்துகொண்டார்கள். மட்டுமல்ல, ஒன்றிரண்டு முறை நான் இதை நினைத்து அழுதபோது தோழர்கள் எனக்கு ஆறுதல் கூறியதுடன் முன்னோக்கிச் செல்வதற்கான தூண்டுதலாகவும் இருந்தார்கள். "தோழர் அஜி இப்படி அழுவது சரியில்லை, நீங்கள் எங்களுக்குப் பாரமாக இருப்பதாக நினைக்கிறீர்கள். ஆனால், உண்மையில் நீங்கள் எங்களுக்குத் தூண்டுகோலாகவே இருக்கிறீர்கள். எங்களுடைய வீட்டிலும் நிறைய பெண்களிருக்கிறார்கள். கேரளம் முழுவதும் இப்படி எவ்வளவோ பெண்களிருக்கிறார்கள். அவர்களில் யாராவது இலட்சியத்திற்காக இப்படி அனைத்தையும் துறந்து எங்களுடன் வந்திருக்கிறார்களா? உங்களுடைய தைரியம் எங்களுக்கு ஆவேசத்தையும் தூண்டுதலையும் தருகிறது. நீங்கள் அழக்கூடாது; எங்களுக்கு மேலும் உற்சாகத்தையும் ஆவேசத்தையும் தர வேண்டும்." அந்தத் தோழர்கள் என்னிடம் இதைத்தான் சொன்னார்கள். அன்பு நிறைந்த இந்த ஆறுதல் வார்த்தைகளைக் கேட்டதும் கண்ணீரைத் துடைத்து விட்டு மீண்டும் உற்சாகமடைந்தேன்.

என்னுடைய இயலாமையைக் குறித்து நான் மிக அதிகமாக வேதனையுடன் நினைத்துப் பார்த்த சம்பவம், கபனீ நதியைக் கடக்கும்போது நிகழ்ந்தது. வாழ்க்கையில் ஒருபோதுமே மறக்க முடியாத இந்த அனுபவம் எனக்கு வாய்த்தது அப்போதுதான்.

எட்டுக் கிளைகளாகப் பிரியும் கபனீ நதி, மனங்கவரும் ஒரு இயற்கைக் காட்சி. அதன் அடிப்பகுதியில் வெறும் பாறைக்கற்கள் தானிருக்கும். பளிங்குபோல் தெளிந்து, பளபளக்கும் வெளிர் நீல தண்ணீரின்கீழ் பெரிய பெரிய பாறைகள். இந்தப் பாறைக் கற்களை

மிதித்துதான் அக்கரைக்குப் போக வேண்டும். சாதாரணமான ஆற்றின் விசாலத்துடனிருக்கும் ஒரு கிளையைக் கடந்து ஐந்தாறு எட்டுகள் வைத்தால் அடுத்தக் கிளை நதி. குளிர்காலமாக இருந்ததாலோ என்னமோ நீர் வரத்துக் குறைந்து அந்தப் பெரிய நதி எட்டுக் கிளைகளாக பிரிந்தோடிக்கொண்டிருந்தது. மழைக் காலங்களில் இது ஒரே நதியாக பெருக்கெடுத்தோடும். அப்போது பாறையின்மீது நடந்தெல்லாம் அக்கரைக்குப் போய் விட முடியாது. ஆனால், நீர் வரத்துக் குறைவாக இருந்தபோதும்கூட கிளை நதிகளில் நல்ல நீரோட்டமிருந்தது. நல்ல உடல்வலுவுள்ள ஒரு ஆள், கால்களை உறுதியாகப் பதித்து உடலின் பலம் முழுவதையும் பயன்படுத்தினால்தான் நீரோட்டத்தை எதிர்த்து அக்கரையை அடைய முடியும். கால்களில் வீக்கம்போட்டு, ஒரு காலில் முள் தைத்து, நொண்டி நடக்கும் நான் எப்படி அக்கரையை அடைவது?

தோழர் கிருஷ்ணன்குட்டி எப்படியாவது கரை சேர்ந்து விடலாமென்று எனக்கு ஆறுதல் சொல்லிவிட்டு எனது ஒரு கையைப்பிடித்து மெதுவாக ஆற்றைக் கடத்தி விடுவதற்கு முயற்சி செய்துகொண்டிருந்தார். இதனிடையில் ஆதிவாசிகள் மிகுந்த ஆர்வத்துடன் எங்களுடைய சுமைகளையெல்லாம் அக்கரைக்குக் கடத்திக் கொண்டிருந்தார்கள். தோழர்களிடமிருந்து வலுக்கட்டாயமாக வாங்கியே அவர்கள் அரிசியையும் பாத்திரத்தையுமெல்லாம் அக்கரைக்கு சுமந்துகொண்டிருந்தார்கள். இந்த ஆற்றினூடே சுமைகளையும்கொண்டு கடந்து செல்வதென்பது தோழர்களுக்கு சிரமமாக இருக்குமென்று அவர்களுக்குத் தெரியும். தோழர்கள் ஒவ்வொருவரும் மிகுந்த அவஸ்தையுடன் அக்கரைக்குப் போவதை நானும் பார்த்துக்கொண்டுதானிருந்தேன். தோழர் கிருஷ்ணன்குட்டி முதலில் ஒரு காலைத் தூக்கி பாறையின்மீது வைத்து உறுதிப்படுத்திய பிறகு அடுத்த காலையும் எடுத்து வைத்து விட்டு மெல்ல என்னைப் பிடித்துத் தூக்கிவிடுவார். அதுவரையிலும் எனது ஒரு கையைத் தோழர் பிடித்திருப்பார். மற்றொரு கையால் நான் மர ஈட்டியை ஊன்றிப் பிடித்து நிற்க முயற்சி செய்வேன். இரண்டு கிளைகளையும் கடந்து மூன்றாவது கிளையின் நடுவில் வந்தபோது தோழரே விழுந்து விடுவார்போலாகி விட்டது. என்னுடைய பாரம் முழுவதையுமே தோழர் தாங்க வேண்டிய நிலைமை. பலத்த நீரோட்டத்தில் சிக்கிக் கொண்ட நாங்கள் ஆற்றில் விழுந்து விடுவோம்போலிருந்தது. எனக்குத் தாங்கமுடியாத வருத்தம் மேலிட்டது. என்னால்தானே இந்தத் தோழரும் ஆபத்தில் வந்து மாட்டிக்கொண்டார் என்று நினைத்து நான் வாய் விட்டு அழுது விட்டேன். நான் அழுவதைக் கண்ட ஒரு ஆதிவாசித் தோழர் பாய்ந்து வந்து என்னுடைய மற்றொரு தோளைத் தாங்கிக் கொண்டார். நாங்கள் நிலை தடுமாறுவதை அவர் கவனித்திருக்க வேண்டும். "எதற்காக அழ வேண்டும்? பயப்படாதீர்கள். நானே உங்களை அக்கரைக்குக் கொண்டுபோய் சேர்த்து விடுகிறேன்"

என்று அந்தத் தோழர் சர்வ சாதாரணமாகச் சொல்லி என்னை ஆறுதல்படுத்தினார். இந்த அன்பும் இந்தப் பரிவுமெல்லாம் நாங்கள் கொஞ்சமுமே எதிர்பார்த்திராதவை. நான் பான்டும் சட்டையும் அணிந்திருந்தாலும் முடியை அவிழ்த்துப் போட்டபடிதான் நடந்துகொண்டிருந்தேன் என்பதால் நானொரு பெண் என்பதைத் தெரிந்து கொள்வதில் யாருக்கும் எந்த சிரமுமிருக்காது. இருந்தாலும், மிகுந்த அன்பும் மரியாதையும் நிறைந்த இந்த ஆறுதல் வார்த்தைகள் எனக்கு ஒருபோதுமே மறக்க முடியாத ஒரு பாடமாக இருந்தது.

அந்த ஆதிவாசித் தோழரும் நானும் எந்த அறிமுகமுமில்லாதவர்கள். இந்த இடத்தைத் தவிர அதற்கு முன்போ பின்போ நான் அவரை கண்டதுமில்லை. இந்த அளவுக்கு எங்களுக்கு உதவியாக இருக்கவும் ஆறுதல் சொல்லவும் அவரைத் தூண்டியது எது? எங்களுடைய அத்தனை சுமைகளையும் அக்கரைக்குக் கொண்டுபோய் சேர்த்து விடுவதில் அவர்கள் காட்டிய ஆர்வம் எத்தகையது? எங்கள்மீது அவர்களுக்குத் தோன்றிய பரிவையும் அன்பையும் மரியாதையையும் எந்தெந்த வகைகளிலெல்லாம் காண்பிப்பது என்ற விஷயத்தில் பரஸ்பரம் அவர்களினிடையே உருவான போட்டி, வர்க்கப் பிணைப்பின் ஆரம்பப் பாடங்களை எங்களுக்குப் போதிப்பதாக இருந்தது. என்னைப்போன்ற அறிவிஜீவிகளுக்கு முற்றிலும் பரிச்சயமில்லாதது, இந்த வர்க்கப் பிணைப்பு. இக்கட்டான நிலைகளில் தன்னுயிரைப் பாதுகாத்துக் கொள்வதில் திறமை படைத்தவர்கள்தான் இந்த அறிவுஜீவிகளில் பெரும் பான்மையினரும். இந்தத் தப்பித்தல் மனோபாவத்திலிருந்தும் சந்தர்ப்பவாதத்திலிருந்தும் முழுமையாக வேறுபட்ட இந்த ஆதிவாசி தோழர்கள், அன்று எங்கள்மீது காட்டியது, உணர்வுபூர்வமான அன்பு.

பொதுவாகவே, அடிமைத்தனத்தின் நுகத்தடியை ஏந்தும் இந்த ஒடுக்கப்பட்டோர், மற்றவர்களிடமிருந்து விலகி வாழ்பவர்கள். ஒவ்வொரு காலகட்டங்களிலும் வயநாட்டின் குடியேறிகளில் குறிப்பிட்ட சத விகிதத்தினர், அந்த மண்ணின் யதார்த்த உரிமையாளர்களை சதியும் வஞ்சனையும் செய்தும் அவர்களது இரத்தத்தைப் பிழிந்தெடுத்தும் தங்களை வளர்க்கும் வேலையில்தான் ஈடுபட்டு வருகிறார்கள். குடியேற்றக்காரர்களில் திறமையானவர்கள் பெரிய ஜமீன்களாக மாறுகிறார்கள். பெரிய அளவில் திறமையில்லாதவர்கள், இடைநிலை விவசாயிகளாகவும், வியாபாரிகளாகவும், ஏழை விவசாயிகளாகவும், விவசாயக் கூலிகளாகவும் மாறுவார்கள். எதுவாயினும் ஆதிவாசிகளை ஏமாற்றுகிற விஷயத்தில் எல்லாருக்குமே ஒரு வகையில் இல்லையென்றால் மற்றொரு வகையில் பங்கிருக்கும். இந்தக் காரணங்களால் 'வெள்ளைச் சட்டைக்காரர்களை' அதாவது குடியேற்றக்காரர்களை ஆதிவாசிகள் நம்புவதில்லை. குடியேற்றக்காரர்கள் எதைச் சொன்னாலும் அவர்கள் வெறுமனே கேட்டுக்கொண்டு நிற்பார்கள், அவ்வளவுதான். எவ்வளவு

நல்ல விஷயங்களை அவர்கள் சொல்வதாக இருந்தாலும் கடைசியில் தங்களை ஏமாற்றி விடுவார்கள் என்பதை பல்லாண்டு கால அனுபவங்கள் அவர்களுக்குக் கற்றுக் கொடுத்திருந்தது.

ஆனால், புல்பள்ளி காவல்நிலையத்தின்மீதான தாக்குதலைப் பற்றி சொல்லிக் கேட்டும், சேகாடி ஜமீன் வீடுகளில் நடத்திய தாக்குதல்களை நேரடியாகக் கண்டும் நாங்கள் நம்பத் தகுந்தவர்கள்தான் என்பதை அவர்கள் உணர்ந்துகொண்டார்கள். காலங்காலமாக தாங்கள் மனதுகளில் போட்டுப் பூட்டி வைத்திருந்த வர்க்க முரண்களை வெளிக்காட்டவும், தங்களது விடுதலைக்காகப் போராடவும் வந்தவர்கள்தான் நாங்கள் என்பதை அவர்கள் புரிந்துகொண்டார்கள். எனவேதான் அவர்கள் எங்களை முழுமையாக நம்பி அன்பு காட்டினார்கள். இதை எப்படி வெளிப்படுத்துவது என்ற ஆர்வத்தில்தான் அவர்கள் பரஸ்பரம் போட்டியிட்டதும் அகமகிழ்ந்து உதவி செய்ய முன் வந்ததுமெல்லாம்.

அந்த ஆதிவாசித் தோழரும் தோழர் கிருஷ்ணன்குட்டியும் சேர்ந்து எனது இரண்டு தோள்களையும் தாங்கி மிகுந்த சிரமத்துடன் அக்கரைக்குக் கொண்டுவந்து சேர்த்தார்கள். மற்ற தோழர்கள் எங்களை எதிர்பார்த்து அக்கரையில் நின்றிருந்தார்கள். எல்லாரையும் விட பின்னால் வந்து சேர்ந்தவர்கள் நாங்கள்தான். கடைசியில் அந்த ஆதிவாசி தோழர்களிடம் விடைபெறுவதற்கான நேரம் வந்தது. என்னை அக்கரைக்குக் கொண்டு வந்து சேர்த்த ஆதிவாசித் தோழருக்கு நான் நன்றி தெரிவித்தேன். ஆனால், அவர், “நன்றியெதுவும் தேவையில்லை; நீங்களெல்லாம் இன்னும் இங்கே வரவேண்டும். நீங்கள்தான் எங்களுக்குப் பாதுகாப்பு” என்று சொன்னார். நாங்கள் பிரியும் நேரத்தில், இன்னும் இதுபோன்ற கொடுமைக்கார ஜமீன்கள் இருப்பதாகவும் அவர்களுக்கும் பாடம் கற்பிப்பதற்காக நீங்கள் சீக்கிரமாகவே திரும்பி வரவேண்டுமென்று எங்களிடம் திரும்பத் திரும்ப வேண்டுகோள் முன்வைத்தார்கள். நாங்கள் அதிகத் தாமதமில்லாமல் திரும்பவும் வந்து தேவையான நடவடிக்கைகளை மேற்கொள்ளுவோமென்று வாக்குக் கொடுத்து விட்டு இப்போது நாங்கள் போயே தீரவேண்டும் என்று விடை பெற்றபோது எங்களை விட்டுப் பிரிவதில் அவர்களுக்கு வருத்தமிருப்பது தெரிந்தது. நாங்கள் காட்டிற்குள் நடந்து மறைவதுவரையிலும் அவர்கள் பார்த்துக்கொண்டே நின்றிருந்தார்கள். நாங்கள் திரும்பவும் வருவோம் என்ற நம்பிக்கையுடன் அந்தக் காட்டின் மக்கள் நதிக்கரையிலேயே நின்றிருந்தார்கள்.

12

தோழர் கிஸான்தொம்மனின் உயிர்த்தியாகம்

திட்டமிட்டிருந்த நிகழ்ச்சிகள் அனைத்தையுமே வெற்றிகரமாக நிறைவேற்றிய மகிழ்ச்சியுடனும் இனி முடிந்த வரையிலும் வேகமாக திருநெல்லியை அடைந்துவிட வேண்டுமென்ற நோக்கத்துடனும் நாங்கள் காட்டுக்குள் நுழைந்தோம். சேகாடி ஆதிவாசித் தோழர்களின் அன்பின் வெளிப்பாடுகளும், அவர்கள் தொடர்ந்து கேட்டுக்கொண்டதும், நாங்கள் வெற்றிகரமாக மேற்கொண்ட செயல்பாடுகளை விடவும் எங்களுடைய மனதுகளைத் தீவிரமாகப் பாதித்திருந்தது. இதை ஒவ்வொரு தோழர்களின் முகங்களிலும் தெளிவாகக் காண முடிந்தது. கூடவே இருந்த ஆதிவாசித் தோழர்கள் வழிகாட்டிகளாக

எங்களை நடத்திக்கொண்டிருந்தார்கள். இப்படி, காடுகளும் மலைகளும் கடந்து ஒரு சிற்றருவியின் அருகில் வந்து சேர்ந்தோம். பாறைக்கூட்டங்கள் நிறைந்திருந்த அந்த இடத்தில் ஓய்வெடுப்பதற்காக அமர்ந்தோம். கட்டி வைத்திருந்த அரிசியை எடுத்து சில தோழர்கள் கஞ்சி வைக்கும் பணியில் ஈடுபட்டார்கள். சுப்ரீம் கௌன்சில் தோழர்கள் கூடி ஆலோசனை செய்து செட்டிகளின் வீடுகளிலிருந்து கிடைத்த பணத்தையும் ஆபரணங்களையும் தோழர்கள் ஒவ்வொருவரும் கொண்டு வந்து வரிசையாக வைப்பதென்று முடிவு செய்யப்பட்டது. ஒரு பெரிய வேட்டியை மணலில் விரித்து எல்லா தோழர்களையும் அழைத்தோம். தோழர்கள் அனைவரும் தங்களிடமிருந்த பொருட்களை அதில் வைத்தார்கள். எந்த மனத்தாங்கலுமில்லாமலும் உண்மையுடனும் அனைவருமே இதைச் செய்தார்கள். பல ஆயிரம் ரூபாய்க்கான நோட்டுக் கட்டுகளையும் ஏராளமன சவரன்கள் வருமளவிலான ஆபரணங்களையும் நாங்கள் கைப்பற்றியிருக்கிறோம் என்பது கணக்குப்போட்டுப் பார்த்தபோதுதான் தெரிய வந்தது. இந்தச் செட்டிகளின் கையில் இவ்வளவு பணமிருக்கிறதா என்று நாங்கள் ஆச்சரியப்பட்டோம். ஏழைகளைப் பிழிந்து சம்பாதித்த இந்தப் பணத்தை அவர்கள் பூஜை மட்டும்தான் செய்துகொண்டிருந்தார்கள். சொந்தத் தேவைகளுக்கும்கூட அதைப் பயன்படுத்தாமல். நாங்கள் ஆக்கிரமித்த இந்தச் செட்டிகள், வடிகட்டிய கருமிகள். நாம் செய்த வேலைகளை எக்காரணம்கொண்டும் குறை சொல்ல முடியாதென்று யாரோ ஒரு தோழர் சொன்னார். பணத்தையும் ஆபரணங்களையுமெல்லாம் சுப்ரீம் கௌன்சிலிலுள்ள வயது முதிர்ந்த தோழரிடம் அப்போதே ஒப்படைக்கப்பட்டது. பணத்தை நமது கூட்டு நோக்கங்களுக்காகப் பயன்படுத்த வேண்டுமென்றும் ஆபரணங்களை என்ன செய்வதென்று பிறகு கூடி முடிவெடுப்பதாகவும் தீர்மானிக்கப்பட்டதில் அனைவருக்கும் உடன்பாடிருந்தது. நம்முடைய அடுத்தப் பயணம் திருநெல்லிக் காட்டுக்குப்போய் தலச்சேரி தோழர்களுடன் ஒன்றிணைவது; இப்போதைய முதல் கட்டத் தேவை இதுதான் என்று சுப்ரீம் கௌன்சில் தோழர்கள் சொன்னார்கள். இதிலும் மற்ற தோழர்கள் யாருக்கும் அபிப்பிராய பேதமிருக்கவில்லை. கஞ்சி தயாரானதும் எல்லோரும் இலைகளால் செய்யப்பட்ட குடுவைகளில் வாங்கி முடிந்தவரையிலும் குடித்துவிட்டு, சிறிது நேரம் ஓய்வெடுத்தபின் திரும்பவும் நடக்கத் தொடங்கினோம்.

ஏதேதோ குன்றுகளும், மலைகளும், கோரவனங்களும் தாண்டி நடந்துகொண்டிருந்தோம். இதனிடையில் ஒரு தார்ச் சாலையையும் கடந்தோம். நடந்து நடந்து தளரும்போது எங்காவது ஒரு இடத்தில் அமர்ந்துகொள்வோம். பத்துப் பதினைந்து நிமிடம் ஓய்வெடுத்துவிட்டு திரும்பவும் நடப்போம். நடக்கும்போது அதிகமாகப் பேசிக்கொள்ள வேண்டாமென்று மூத்த தோழர்கள் அறிவுறுத்தியிருந்தார்கள். நடையும் சற்று வேகமாகவே இருந்தது. சாயங்காலம் கழிந்தபோது ஒரு புதர்க் காட்டுப் பகுதிக்கு வந்து சேர்ந்தோம். காட்டிலிருந்து

கொஞ்சம் இறங்கி ஊருக்குள் வந்ததுபோலிருந்தது. ஒரு பெரிய மரத்தின் மறைவில் எல்லோரையும் சற்று நேரம் ஓய்வெடுக்கச் சொல்லி விட்டு தோழர்கள் குஞ்ஞாமனும் வர்க்கீசும் எங்கோ போனார்கள். நாங்கள் ரேடியோவை மெல்ல ஆன் செய்தோம். மாநிலச் செய்தியின் பிற்பகல் ஒலிபரப்பில் புல்பள்ளி வயர்லெஸ் நிலையம் தாக்குதலுக்குள்ளான செய்தி வெளியானது. சுமார் இரு நூறுவரையிலான நபர்கள் அதிலிருந்ததாகத் தகவல் கிடைத்திருப்பதாகவும் அது தெரிவித்தது. அரசாங்கத்தின் ஆயுத பலத்திற்கெதிராக நாங்கள் நடத்திய இந்த தீரமிகு கிளர்ச்சி, மத்திய மாநில அரசுகளைப் பதற்றமடையச் செய்திருப்பதாகவும் நாடு முழுவதுமே எதிர்பார்ப்புடன்கூடிய ஒரு சூழலை இந்தத் தாக்குதல் உருவாக்கியிருப்பதாகவும் வானொலிச் செய்தியிலிருந்து அறிந்துகொள்ள முடிந்தது. இ.எம்.எஸ். முதலமைச்சராக இருக்கும் ஏழு கட்சிகளின் கூட்டணி மந்திரிசபை அதன் புரட்சிகரமான வெற்றுக் கோஷங்களையும் கை விட வேண்டிய சோதனை மிகுந்த நிர்பந்தத்திற்குள்ளாகி இருப்பதாக நாங்கள் பரஸ்பரம் பேசிக்கொண்டோம். “இந்த மார்க்சிஸ்ட் தலைவர்களுக்கு எப்போதாவது மார்க்சியத்துடன் தொடர்பிருந்திருக்கிறதா? இவர்களிடம் புரட்சி எப்படி செயல்படுகிறது என்பதையும்தான் நாம் பார்த்துவிடலாமே.” கோபம் கொப்பளிக்கும் குரலில் யாரோ சொன்னார்கள். வானொலிச் செய்தி எங்களை ஆவேசம்கொள்ள வைத்தது. தலச்சேரி தோழர்களும் இந்தச் செய்தியைக் கேட்டிருப்பார்களல்லவா? அவர்களும் ஆவேசம் மேலிட துள்ளிக் குதித்திருப்பார்களென்று நாங்கள் நினைத்துக்கொண்டோம். இப்படியே இருட்டில் வட்டமாகக் கூடியமர்ந்து சத்தம் வெளியே கேட்காமல் நாங்கள் பேசிக்கொண்டிருந்தோம். யாரும் பீடிகூட இழுக்கக்கூடாது என்று தோழர் கிஸான்தொம்மன் சொல்லியிருந்தார். அதன் சிறு வெளிச்சம் யாருடைய கண்களிலாவது பட்டுவிடலாம். ஒன்றிரண்டு மணி நேரம் கழிந்த பிறகு தோழர்கள் வர்க்கீசும் குஞ்ஞாமனும் திரும்பி வந்தார்கள். ஏதோ ஒரு குரிச்சியக் குடிலில் எங்களுக்கு உணவு தயாரித்திருப்பதாகச் சொன்னார்கள். அனைவரும் எழுந்து குடிலை நோக்கி நடந்தோம். நான்கு மூலைகளிலும் மூங்கில் கம்பையூன்றியமைத்திருந்த ஆதிவாசிக் குடிலில் நாங்கள் வரிசையாக உட்கார்ந்து சாப்பிட்டோம். தோழர்களே பரஸ்பரம் பரிமாறிக்கொண்டார்கள். இது, இந்தக் குடிலின் உரிமையாளரான ஆதிவாசியிடம் சம்பவத்திற்கு முன்பே ஏற்பாடு செய்யப்பட்டிருந்த சாப்பாடு என்பதாக தோழர்கள் சொன்னார்கள்.

அங்கிருந்து திரும்பவும் நாங்கள் மலையேறினோம். கூரிருளாக இருந்ததால் டார்ச் லைட்டின் வெளிச்சத்தில் மட்டுமே நடப்பதற்கான வழியைக் கண்டுபிடிக்க முடியும். எக்காரணத்தை முன்னிட்டும் டார்ச் வெளிச்சம் மேலே போய்விடக்கூடாது என்று அறிவுறுத்தப்பட்டிருந்தது. ஒரு செங்குத்தான மலையில் ஏறியபோது நாங்கள் போய்ச் சேர்ந்தது ஒரு புல் மேட்டில். நவம்பர் மாதக் குளிர் காற்று பலமாக வீசிக்கொண்டிருந்தது. அந்தப் புல்மேட்டில் இன்னும்

ஒரு நிமிடம் நின்றிருந்தால் அப்படியே மரத்துப்போய் விடுவோமோ என்கிற அளவுக்குக் குளிரடித்தது. சிரமங்களைக் கணக்கிலெடுக்காமல் நாங்கள் நடந்துகொண்டே இருந்தோம். எல்லாத் தோழர்களும் கம்பளியிலான உடுப்புகளும் மஃப்ளருமெல்லாம் அணிந்திருந்தாலும் குளிரில் நடுங்கிக்கொண்டுதானிருந்தார்கள். இந்தக் குளிருடன் போட்டிப் போடுவதைப்போல் நாங்களும் வேக வேகமாக நடந்துகொண்டே இருந்தோம். மலையின் முகட்டிலிருந்துப் பார்க்கும்போது சுற்றிலும் ஆகாயத்தை முட்டிக்கொண்டு நிற்பதுபோன்ற மிக உயரமான மலைகளை மட்டும்தான் காண முடிந்தது. தோழர்கள், ஒவ்வொரு மலைகளுடைய விசேஷத் தன்மைகளையும் பற்றி தங்களுக்குத் தெரிந்த விஷயங்களையெல்லாம் பிரமிப்பு கலந்த மொழியில் சொல்லியபடியே நடந்துகொண்டிருந்தார்கள். பாணாசுரன் கோட்டையெனும் பெயர் கொண்ட ஒரு மலையின் நிழல் வடிவத்தை யாரோ எனக்குக் காட்டித் தந்தார்கள். "அந்த மலைதான் இங்குள்ள மலைகளிலெல்லாம் மிக உயரமானது. அதிலுள்ள காடுகள் மிகவும் பயங்கரமானவை. அதன் பின்னால் தெரியும் மலையடுக்குகள் முழுவதும் குடகு வனங்கள். இந்தக் காட்சியையெல்லாம் பகல் நேரத்தில் பார்க்க வேண்டும். இங்குள்ள இயற்கை அழகைப் பார்த்துப் பிரமிக்காதவர்களே இருக்க முடியாது. இப்போது இரவென்பதால் வெறும் நிழல் மட்டுதான் தெரிகிறது." தோழரே தொடர்ந்து சொன்னார்: அந்தக் காடுகளில் நரி, புலி, கரடி, யானை, காட்டெருமை, மான், முயல்போன்ற எல்லா விலங்குகளுமுண்டு. சிங்கமிருப்பதாகவும் சொல்கிறார்கள். ஆனால், இந்த வனவிலங்குகளுக்கு ஒரு குணமிருக்கிறது. தீயைப் பார்க்கவோ காட்டில் எங்காவது மனித வாடையடிக்கவோ செய்தால் அவை திரும்பிப் போய்விடும். தீயோ மனித வாடையோ இருந்தால் அவை பக்கத்தில் நெருங்காது. ஆனால், ஒற்றை யானை மட்டும் தனியாக வரும்போது கவனமாக இருக்க வேண்டும். அது கூட்டம் கூட்டமாகத் திரியும் யானைகளிலிருந்து பிரிந்து வருவதாக இருக்கலாம். மதம் பிடித்த யானைதான் இப்படி வரும். அது தொந்தரவு செய்வதற்கான வாய்ப்புகளும் அதிகம்.

மலையில் நீண்ட தூரம் நடந்த பிறகும் காடு வரவில்லை. கடைசியில் சிறிது ஓய்வெடுக்கலாம் என்று முடிவு செய்து அந்தப் புல் மேட்டிலேயே உட்கார்ந்தோம். அப்போது நள்ளிரவு மணி இரண்டரை கழிந்திருந்தது. அனைவரும் அந்த பாறைக் கூட்டங்களினிடையிலிருந்த சாய்வானப் பகுதியில் கையிலிருந்த வேட்டியையெல்லாம் விரித்தும் சிலர் எதுவும் விரிக்காமலும் படுத்தார்கள். நடப்பதை நிறுத்தியதுமே குளிரின் தாக்கம் அதிகமாகத் தெரிய ஆரம்பித்தது. நான் ஒரு பாறையின் இடுக்கில் சுருண்டுமடங்கி அப்படியே உட்கார்ந்திருந்தாலும் உச்சிமுதல் உள்ளங்கால்கள்வரை நடுங்கிக்கொண்டுதானிருந்தன. இவ்வளவு குளிரில் தூக்கமா வரும்? இப்படியே உறைந்துபோய் விடுவோமோ என்றுகூட எனக்குப் பயம் வந்து விட்டது. அப்போது தோழரில் யாரோ வந்து சுப்ரீம் கௌன்சில்

கூடுகிற இடத்திற்கு என்னை அழைத்துக்கொண்டு போனார்.

"நாமிப்போது திருநெல்லிக் காட்டை நெருங்கிக்கொண்டிருக்கிறோம்." திருநெல்லியை அடுத்திருக்கும் திரிச்சிலேரிப் பகுதிக்கு வந்து சேர்ந்திருப்பதாகத் தோழர்கள் சொன்னார்கள். தலச்சேரி தோழர்களின் எந்த அடையாளங்களுமே இதுவரை தென்படவில்லை. மறுநாள், நாங்கள் திருநெல்லியை அடைந்து விடுவோம். காட்டில் வெளிச்சமுமில்லை. முன்னூறுக்குமதிகமான தோழர்கள், வயநாட்டிற்குப் புறப்படுவோம் உறுதியாகச் சொல்லியிருந்தார்களே? இதனிடையில் யாரையெல்லாமோ கைது செய்து கொண்டிருப்பதாகவும் வானொலிச் செய்தியிலிருந்து அறிய முடிந்தது. நாளை திருநெல்லியை அடைந்தால்தான் முழுச் செய்திகளையும் நம்மால் தெரிந்துகொள்ள முடியுமென்று தோன்றியது. எங்களை வேட்டையாடிப் பிடிப்பதற்கான எல்லா ஏற்பாடுகளும் நடந்து வருவதாகவும் தகவல் கிடைத்திருந்தது. ஆனால், இந்தக் காடுகளில் நாங்கள் இருக்கும்வரையிலும் எந்த போலீசாலும் எங்களைப் பிடித்து விட முடியாது. ஆகவே, இதை தற்போது கணக்கிலெடுத்துக்கொள்ளத் தேவையில்லை. திருநெல்லிக் காட்டுக்கு வந்து சேர்ந்த பிறகுதான் அடுத்தக் கட்ட நடவடிக்கைகளைப் பற்றி யோசிக்க வேண்டும் என்று முடிவு செய்து விட்டு சுப்ரீம் கௌன்சில் தோழர்கள் ஒவ்வொருவராக போய்ப் படுத்தோம்.

எலும்பினூடே துளைத்தேறுகிற குளிரின் தாக்கத்தால் எனக்குத் தூக்கமே வரவில்லை. கொஞ்ச நேரம் உட்கார்ந்து பார்த்தேன்; படுத்துப் பார்த்தேன். எதைச் செய்தும் குளிரிலிருந்து விடுபட முடியாமல் நடுங்கிக்கொண்டுதானிருந்தேன். இலேசான சூடு காய்ந்தாலோ என்று ஆசைப்பட்டேன். தீ மூட்டுவதற்கான மரங்களெதுவுமில்லாத வெறும் புற்களும் பாறைக்கூட்டங்களுமாக இருந்த அந்த மலைச்சரிவில் எப்படியோ காலை ஐந்து மணிவரை சமாளித்தோம். மணி ஐந்தரையானதும் தோழர்கள் அனைவரும் எழுந்து நின்ற நிலையிலேயே உறைய வைத்து விடுவதுபோல் வீசிய குளிர் காற்றினூடே திரும்பவும் நடக்கத் துவங்கினோம்.

கொஞ்ச தூரம் நடந்ததும் ஒரு அடர்ந்த வனப் பகுதிக்குள் வந்து சேர்ந்தோம். வானத்தைத் தொட்டு விடுவதுபோல் ஏராளமான மரங்கள் உயர்ந்து வளர்ந்திருக்கும் அந்த வனத்தில் ஒரு சிற்றருவியின் கரையில் நாங்கள் ஓய்வெடுக்கவும் உணவு சமைக்கவும் அமர்ந்தோம். பளிங்குபோல் பளபளக்கும் தூய்மையான நீரினடியிலிருந்த சுண்ணாம்புக் கற்களைப் பார்த்தபடியே அமர்ந்திருப்பது மகிழ்ச்சியாக இருந்தது. கஞ்சி வைத்துக் குடித்து விட்டுத் திரும்பவும் நடக்கத் தொடங்கினோம். இப்படி அடர்ந்து வளர்ந்த மரங்களினூடே ஆதிவாசித் தோழர்கள் வெட்டித் திருத்திய வழியை அடையாளமாகக் கொண்டு அன்று இரவில் நாங்கள் திருநெல்லி காட்டையடைந்தோம். திருநெல்லி கோயிலின் பின்பக்கமுள்ள ஒரு இடத்தில் நான்கு உயரமான மலைகளின் நடுவே நாங்கள் முகாமிட்டோம். இரவு இனி வேறெங்கும்

போக வேண்டாமென்றும் முடிவு செய்தோம். அதுவரை நடந்ததால் ஏற்பட்ட உடல் சோர்வைப் போக்கிக்கொள்வதற்காக. இங்கேயே ஆய்வும், விமர்சனமும் மேற்கொள்ளலாமென்ற அபிப்பிராயம் அனைவராலும் ஏற்றுக்கொள்ளப்பட்டது. இந்த முகாமும் ஒரு சிற்றருவியின் அருகில்தானிருந்தது. சில தோழர்கள் சோறு சமைத்துக்கொண்டிருந்தனர். மற்றவர்கள் சுற்றியமர்ந்திருந்து விவாதங்களைத் தொடங்கினார்கள். இந்த விவாதத்தின்போதுதான் சில தோழர்கள் மனரீதியாக பதற்றப்படத் துவங்கியிருப்பது தெரிய வந்தது. “நாம் செய்தது எதுவுமே சரியில்லை; இந்த அளவுக்குப் போயிருக்க வேண்டாம்” என்றெல்லாம்கூட அவர்கள் சொல்ல ஆரம்பித்தார்கள். இது மிகவும் ஆபத்தான சிந்தனையென்பதைப் புரிந்துகொண்ட பெரும்பான்மையான தோழர்களும் இதற்கு மறுப்புத் தெரிவித்தார்கள். “இது பயத்திலிருந்து உருவான கருத்து. நாம் செய்த காரியங்கள் சேகாடி ஆதிவாசிகளிடம் ஏற்படுத்திய பிரதிபலிப்பைப் பார்த்தீர்களல்லவா? நாம் செய்ததெல்லாம் மிகவும் சரியான விஷயங்கள்தான் என்பதற்கு இதை விடவும் பெரிய சாட்சியங்கள் தேவையில்லை. நக்சல்பாரியின் பாதை இதுதான்...” இதுபோன்ற பதில்களைக் கேட்டு, நம்முடைய கோழைத்தனம் செல்லுபடியாகாது என்பதைப் புரிந்துகொண்டு அவர்கள் பேசாமலிருந்து விட்டார்கள். மீண்டும் தோழர்களின் மனத்திடத்தை வலுப்படுத்துவதற்கான முயற்சிகளில் தோழர்கள் கிஸான்தொம்மனும், வர்க்கீசும், சுகுமாரனும், கிருஷ்ணன்குட்டியும், சங்கரன்மாஸ்டரும் ஈடுபட்டார்கள்.

அன்றிரவு சுப்ரீம் கௌன்சில் மீண்டும் கூடியது. தோழர்களினிடையே உருவான பயத்தைப் பற்றி நாங்கள் தீவிரமான விவாதத்தில் ஈடுபட்டோம். தலச்சேரி தோழர்களைப் பற்றிய எந்தத் தகவலுமில்லை: “அவர்களுக்கு என்ன நடந்தது? கொஞ்சம்பேர்களாவது வராமலிருக்க மாட்டார்கள். இது நிச்சயமாகத் தெரிந்த விஷயம். ஆதிவாசிகளினிடையே களப்பணியாற்றுவதற்காகவும், போராட்டத்தைத் தொடர்ந்து முன்னெடுத்துச் செல்வதற்காகவும், நாம் வருகிற செய்தியைச் சொல்லி அவர்களை மனரீதியாகத் தயார்படுத்தவும் திருநெல்லியில் சில தோழர்கள் ஏற்பாடு செய்து நிறுத்தப்பட்டிக்கிறார்கள். தலச்சேரி தோழர்கள் இவர்களுடனாவது தொடர்புகொண்டிருக்க வேண்டும். நாளைக் காலையில் இந்த இடத்தின் பாதைகள் நன்றாகத் தெரிந்த இரண்டு தோழர்களை அங்கே அனுப்பி வைக்க வேண்டும். அத்துடன், தலச்சேரி தோழர்கள் எங்காவது தென்படுகிறார்களா என்று பார்க்கவும், போலீஸ் படைகள் ஏதாவது இங்கே வந்திருக்கிறதா என்று பார்க்கவும், சுற்றிலுமுள்ள நான்கு மலை முகடுகளிலும் இரண்டிரண்டு தோழர்கள் வீதம் காவலுக்கு நிறுத்தப்பட வேண்டும். நாளை பகல் வேளையிலும் இங்கேயே தங்கி விடலாம். திருநெல்லிக்கு அனுப்பப்பட்ட தோழர்கள் திரும்பி வருவது வரையிலும் இங்கேயே இருக்க வேண்டும். தற்போதைக்குத் தேவையான உணவுப் பொருட்கள் கைவசமிருக்கின்றன. இரண்டு மூன்று நாட்களில் இது தீரும். கையில்

பணமிருப்பதால் எப்படியாவது ஊருக்குள் சென்று வாங்கி வந்து விடலாம் என்றே வைத்துக்கொள்வோம். ஆனால், தலச்சேரி தோழர்களை எப்படி சந்திப்பது என்ற பிரச்சினைதான் மிகவும் முக்கியமானது. இப்படியே எத்தனை நாட்கள்தான் காட்டிலிருக்க முடியும்? அவர்களில் யாருமே வராமலிருந்தாலும் தைரியமாக திருநெல்விக் கிராமத்திலிறங்கி ஆதிவாசிகளுடன் சேர்ந்து காவல்துறையையும் ஜமீன்களையும் எதிர்கொள்ளத் தயாராகி விட வேண்டியதுதான். திருநெல்லியிலிருந்துத் தகவல் வந்த பிறகுதான் மற்ற விஷயங்களை முடிவு செய்ய இயலும். நாளைக் காலையில், வாசிக்கத் தெரிந்த தோழர்கள் மற்றவர்களுக்கு புத்தகங்களை வாசித்துக் காட்டவும் தோழர்களுடைய மனத்திடத்தை மேலும் வலுப்படுத்தவுமான பணிகளில் ஈடுபட வேண்டும். மாவோவின் புத்தகங்களை ஆழமாகப் படிக்க வேண்டிய தருணம் இதுதான்.'' இப்படியான ஆலோசனைகளில் சுப்ரீம் கௌன்சில் ஈடுபட்டுக்கொண்டிருந்தது. ஏற்கனவே பேசப்பட்ட விஷயங்களை மறுநாள் அமுல்படுத்த வேண்டுமென்று முடிவு செய்துவிட்டு சுப்ரீம் கௌன்சில் பிரிந்தது. இரவுச் சாப்பாடு முடிந்ததும் அனைவரும் படுப்பதற்கான இடத்தைத் தேடினோம். மூன்று நான்கு பக்கங்களிலும் பெரிய மரக்கிளைகளை வெட்டிப்போட்டு தீ வைத்து அதைச் சுற்றி அனைவரும் அவரவர்களுக்கான இடத்தில் படுக்கையை உறுதி செய்தோம். குளிரிருந்தாலும் தீயின் வெப்பத்திலும் சமதளமான தரையென்பதாலும் அனைவரும் சீக்கிரமாகவே தூங்கிவிட்டோம்.

மறுநாள் காலையில் எழுந்ததும் உடனே கஞ்சி வைத்து குடித்தோம். பிறகு, முதல் நாளைய சுப்ரீம் கௌன்சிலின் முடிவின்படி திருநெல்லிக்கு அனுப்ப வேண்டிய தோழர்களிடம் கொஞ்சம் பணமும் கொடுத்து விஷயங்களையெல்லாம் விவரமாகச் சொல்லி அனுப்பினோம். நான்கு மலை முகடுகளிலும் காவல் நிற்க வேண்டிய தோழர்களையும் தேர்வு செய்து ஒவ்வொரு ஜோடிக்கும் ஒவ்வொரு துப்பாக்கியையும் கொடுத்து அவர்களையும் அனுப்பினோம். இதெல்லாம் முடிந்த பிறகு மிச்சமிருந்தத் தோழர்கள் அனைவரும் ஒன்றாகக்கூடி பாடத்தைத் துவங்கினோம். முதலில் 'எப்போதும் படிக்க வேண்டிய மூன்று கட்டுரைக'ளை வாசித்து விவாதம் செய்தோம். ஒரு பொதுவுடைமையாளனுக்கு இருக்க வேண்டிய மிகவும் அடிப்படையான மூன்று குணங்களை விவரிக்கும் இந்தக் கட்டுரைகள் விவாதத்தைத் தொடங்கி வைத்தது. பிறகு, 'பொன்மொழிக'ளும் 'இடி முழக்க'மும்மெல்லாம் வாசித்தபோது விடாப்பிடியான விவாதங்கள் ஆரம்பித்தன. முதல் நாளன்று தென்பட்ட பேடித்தனமான எண்ணங்கள் எங்குமே தொலைந்து போய் விடவில்லை என்பதும் தெரிய வந்தது. வாய்ப்புக் கிடைத்தால் அது மீண்டும் படமெடுக்கும் என்பதைத் தெரிந்து கொள்வதில் சிரமமெதுவுமிருக்கவில்லை. சில தோழர்கள் குறிப்பாக, சுப்ரீம் கௌன்சில் தோழர்கள் மாவோவின் சித்தாந்தப் பார்வைகளால் அவற்றை நேரிடுவதற்குத் தொடர்ந்து முயற்சியை மேற்கொண்டு பார்த்தார்கள். காவல்துறையையும் மற்ற

எதிரிகளையும் ஒவ்வொரு நிமிடமும் எதிர்கொண்டு அவர்களது பிடிக்குள் எக்காரணத்தை முன்னிட்டும் சிக்காமலிருப்பதற்கு முயற்சித்துக் கொண்டிருக்கும் நம்மிடையில் இப்படியான கோழைத்தனம் உருவெடுத்தால் இனிமேல் வரவிருப்பவற்றை எதிர்கொள்வதற்கான மனத்திடம் இல்லாமலாகி விடக்கூடுமென்று தோழர்களை உணர வைப்பதற்காக நாங்கள் மிகத் தீவிரமான முயற்சிகளை மேற்கொண்டோம். ஏன் தலச்சேரி தோழர்களைக் காணவில்லையென்ற கேள்வியும் அங்கே எழுந்தது. அதைப் பற்றி விசாரிப்பதற்காக ஆட்கள் போயிருக்கிறார்கள். தலச்சேரியிலிருந்து சில தோழர்களாவது வராமலிருக்க மாட்டார்கள். ஒருவேளை அவர்கள் வராமலிருந்தால்கூட போராட்டத்தை நாம் முன்னெடுத்துச் செல்ல வேண்டும். இதற்காக வயநாட்டில் எஞ்சியிருக்கும் தோழர்களையும் அழைத்துக்கொண்டு நாம் திருநெல்லியில் இறங்க வேண்டுமென்றும் திருநெல்லியிலுள்ள ஆதிவாசித் தோழர்கள் நம்முடனிருப்பார்களென்பதுவும்தான் இதுவரையில் வந்திருக்கும் தகவல்களென்றுமெல்லாம் சுப்ரீம் கௌன்சில் மற்றத் தோழர்களிடம் தெரிவித்தது. மாமலைகளை நீக்கம் செய்த முட்டாள் பெரியவரைப்போல் நாமுமிருக்க வேண்டும். நமது நோக்கங்களை ஒருபோதுமே நாம் கை விட்டு விடக்கூடாது என்று தோழர்கள் அறிவுறுத்தப்பட்டார்கள். இதையெல்லாம் சொன்னாலும் தோழர்களின் முகங்களில் ஒரு புகைமூட்டம் படர்ந்திருப்பதை நான் உணர்ந்தேன். மட்டுமல்ல, மூன்று நான்கு நாட்களாக நடக்கும் நீண்ட பயணத்தில் தோழர்கள் அனைவரும் உடல்ரீதியாக மிகவும் களைத்திருந்தார்கள். வெறும் சோறும் கஞ்சித் தண்ணீரும்தான் எங்களுடைய ஆகாரமாக இருந்தது. காட்டில் வேறு ஏதாவது கிடைக்குமா என்று தேடுவதற்கும்கூட எங்களுக்கு நேரமில்லை. ஏதாவதொரு அருவிக்கரையில் முகாமிட்டு உடனடியாக சோறோ கஞ்சியோ வைத்துச் சாப்பிட்டு விட்டு மீண்டும் நடக்க வேண்டும். இதுதான் பகல் நேர வேலையாக இருந்தது. ஓரிரு இரவுகளிலும்கூட ஓய்வில்லாமல் எங்களுக்கு நடக்க வேண்டியதிருந்தது. எல்லாவற்றிற்கும் மேலாக அட்டைகளின் தொந்தரவாலும் மிகவும் பாதிக்கப்பட்டிருந்தோம். உடலிலிருந்து இரத்தத்தை உறிஞ்சுக் குடித்து பலூன்போல் ஊதியிருக்கும் இந்த அட்டைகளை எவ்வளவுதான் பிடுங்கியெறிந்தாலும் மீண்டும் ஏற்கனவே கடித்த இடத்திலேயே கடித்துத் தொங்கி நமக்குத் தெரியாமலேயே இரத்தத்தைக் குடிக்கும். எந்தவித ஊட்டச் சத்துமில்லாத உணவும், பகல் நேர நடையும், எல்லாவற்றிற்கும் மேலாக அட்டைகளின் தொந்தரவும் சேர்ந்து தோழர்களை சோர்வடைய செய்திருந்தது. தலச்சேரி தோழர்களை சந்தித்தால் பிறகு இதெல்லாம் பிரச்சினையாகத் தெரியவும் செய்யாது. தோழர்களை ஏன் காணோம்? எங்கள் ஒவ்வொருவருடைய மனதிலும் இந்தக் கேள்வி மீண்டும் மீண்டும் எழுந்துகொண்டே இருந்தது.

அனைவரும் இப்படி விடாப்பிடியான விவாதங்களில் மூழ்கியும், சூழ்நிலை உணர்வின்றி ஆய்விலும் ஈடுபட்டிருக்கும்போது

திடீரென்று பயங்கரமான ஓசையுடன் எதுவோ வெடித்தச் சத்தம் கேட்டுத் திடுக்கிட்டோம். நாங்கள் அமர்ந்திருக்கும் இடத்தின் அருகிலிருந்துதான் இந்தச் சத்தம் வந்தது. சுற்றிலும் காடாக இருந்ததால் எதுவுமே தெரியவில்லை. அது என்ன சத்தம்? எல்லோரையுமே பதற்றம் தொற்றிக்கொண்டது. வெடிச் சத்தம் வந்த பகுதியிலிருந்து சில பீங்கான் சில்லுகள் பறந்து வந்து அந்தத் திசையில் உட்கார்ந்திருந்த தோழர்களின்மீது விழுந்தது. போலீஸ் துப்பாக்கிச் சூடா? நாங்கள் பரஸ்பரம் கேட்டுக்கொண்டோம். இந்தக் கேள்வியெழுந்ததும் தோழர்கள் அனைவரும் நாலாபக்கங்களிலும் ஓடி ஒளிந்துகொண்டார்கள். காவல்துறை நமது முகாமைக் கண்டு பிடித்துவிட்டதா? இது நம்மைப் பிடிக்க வருகிற சத்தமா? ஒரு பத்து நிமிட நேரம், எதுவுமே புரியாமல் கடந்துபோனது. அனைவரும் சத்தம் வெளியே கேட்காமல் மூச்சையடக்கியபடியே நின்றிருந்தோம். நாமிருக்குமிடத்திற்கு போலீஸ் வரப்போகிறது என்கிற எண்ணத்துடன். ஆனால், எதுவும் நிகழவில்லை. போலீசோ வேறு ஆட்களோ யாருமே வரவில்லை. வெடிச் சத்தம் கேட்ட பிறகு வேறு சத்தமெதுவும் கேட்கவுமில்லை.

அப்போதுதான் யாரோ ஒரு தோழர் சொன்னார்: தோழர் கிஸான்தொம்மன் டைனமிட்டுகளும் வெடிகுண்டுகளும் வைத்திருந்த பையை எடுத்துக்கொண்டு போயிருக்கிறார் என்று. அப்படியென்றால் தோழர் கிஸான்தொம்மனுக்கு ஏதாவதாகி விட்டதா? இதைக் கேட்டதும் தோழர்கள் வர்க்கீசும் கிருஷ்ணன்குட்டியும் ஒளிந்திருந்த இடத்திலிருந்து எழுந்தார்கள். “அங்கே என்ன நடந்தது என்று பார்த்துவிட்டு வருகிறோம்; நீங்கள் முகாமிலேயே இருங்கள்” என்று சொல்லி விட்டு வெடிச் சத்தம் வந்த இடத்தை நோக்கிச் சென்றார்கள்.

தோழர் கிஸான்தொம்மன் எப்படியிருக்கிறாரோ என்ற பதற்றத்துடன் நாங்கள் முகாமில் அமர்ந்திருந்தோம். அதுவரை வாய் மூடாமல் பேசிக்கொண்டிருந்த எங்களால் பிறகு நாவசைக்கவும் இயலாமலிருந்தது. தோழர்கள் வர்க்கீசும் கிருஷ்ணன்குட்டியும் சென்ற திசையை நோக்கிக் காத்திருந்தோம்.

போனவர்கள் சிறிது நேரத்திற்குப் பிறகு இருளடர்ந்த முகத்துடன் திரும்பி வந்தார்கள். “தோழர்களே, தோழர் கிஸான்தொம்மன் உடல் முழுவதும் பீங்கான் சில்லுகள் துளைத்து இரத்தத்தில் மூழ்கிக் கிடக்கிறார். அவரது மார்பு முழுவதும் சில்லுத் துண்டுகள் துளைத்திருக்கின்றன. மூட்டெலும்பு உடைந்து ஒரு கால் தொங்கிக் கிடக்கிறது. எங்களைக் கண்டதும் தோழர் என்ன சொன்னார் தெரியுமா? “தோழர்களே, நான் இனி பிழைக்க மாட்டேன்; போராட்டத்தை நீங்கள் தொடர்ந்து நடத்துங்கள். எதை முன்னிட்டும் நீங்கள் பின் வாங்கி விடக்கூடாது. என்னை ஆஸ்பத்திரிக்குக் கொண்டுபோகவெல்லாம் வேண்டாம். எனக்கு இப்போது நீங்கள் ஒரு உதவி செய்ய வேண்டும். என்னால் இந்த வேதனையைத் தாங்கவே முடியவில்லை. என்னைச் சுட்டுக் கொன்று விடுங்கள்.” வலியால்

துடித்தபடியே தோழர் இதைச் சொன்னார். மின்சாரத் தாக்குதலுக்குள்ளானவர்கள்போல் அதிர்ச்சியுடன் இதை நாங்கள் கேட்டுக்கொண்டிருக்கும்போது தோழர் வர்க்கீஸ் இன்னொன்றும் சொன்னார்: "தோழர்களே, கொஞ்சம் தைரியத்தை மீட்டெடுங்கள். தோழரை நாம் உடனடியாக ஆஸ்பத்திரிக்குக் கொண்டு போனாலும் வழியிலேயே இறந்துபோகும் நிலைமையில்தானிருக்கிறார். அதை விடவும் நமது தோழரை அதிக நேரம் வேதனையில் துடிக்க விடாமல் அவர் சீக்கிரமாக இறந்துபோக உதவுவதுதான் நல்லதென்று நினைக்கிறேன். ஆனால், யார் இதற்கு முன் வருகிறீர்கள்?"

நம் தோழரை நாமே சுடுவதா? எங்களால் இதை நினைத்துக்கூட பார்க்க முடியவில்லை. தோழர் வர்க்கீசின் கருத்தை முதலில் யாருமே ஏற்றுக்கொள்ளவில்லை. வெடிச்சத்தம் கேட்டதும் மலை முகடுகளில் துப்பாக்கிகளுடன் காவலிருந்த தோழர்கள், என்ன விஷயம் என்பதை அறிந்துகொள்ளும் நோக்கத்துடன் முகாமுக்குத் திரும்பி வந்தார்கள். ஆனால், வயர்லெஸ் நிலையத்தின்மீதான தாக்குதலின்போதும் ஜமீன்தார்களை ஆக்கிரமிக்கும்போதும் முன் நின்றிருந்த தோழர்களும்கூட எங்களால் இதற்கு இயலாது என்று சொல்லி விலகிக்கொண்டார்கள். தோழர் வர்க்கீஸ், சற்று கோபத்துடன் சொன்னார். "வேதனையில் கிடந்து தோழர் துடிக்கட்டும் என்றா நீங்கள் சொல்கிறீர்கள்? தோழர் வேதனையிலிருந்து விடுபட முடிந்தவற்றை செய்ய வேண்டிய பொறுப்புள்ளவர்கள் நாமல்லவா? ஆஸ்பத்திரியில் சேர்த்தால் தோழர் பிழைத்துக்கொள்வாரென்றால் போலீஸ்காரர்களையோ அவர்கள் கைது செய்வதையோ பொருட்படுத்தாமல் நம்மால் அதைச் செய்ய முடியும். தோழரைப் பிழைக்க வைப்பதென்பது இனி சாத்தியமே இல்லை. வேறு வழியே இல்லாத இந்நிலையில் முடிந்தவரை அவரை மரண வேதனையிருந்து விடுபடச் செய்யவும் தோழரின் இறுதி ஆசையை நிறைவேற்றவும் நாம் கடமைப் பட்டவர்களல்லவா?"

நாங்கள் யதார்த்தத்தை மெல்ல உணர்ந்துகொள்ளத் துவங்கினோம். துணிச்சல் மிகுந்த வீரனாகிய சசிமலை ராமன்நாயர் விதும்புகிற மனதுடன் இறுதியில் இதற்கு சம்மதம் தெரிவித்தார். இந்தத் தோழரும் தோழர் வர்க்கீசுமாக தோழர் கிஸான்தொம்மன் மரணத் துடிப்புடன் கிடக்கும் இடத்திற்குப் போனார்கள். நாங்கள் அனைவரும் செவிகூர்ந்து நின்றிருந்தோம். சிறிது நேரத்திற்குப் பிறகு ஒரு வெடிச் சத்தம் கேட்டது. "எல்லாம் முடிந்தது." தோழர்களில் யாரோ மிகுந்த மன வருத்தத்துடன் சொன்னார். தோழர் கிஸான்தொம்மனைப் பார்க்க இப்போது யாருமே அந்த இடத்திற்குப்போக வேண்டாமென்றும் தோழர் வர்க்கீஸ் சொல்லியிருந்தார்.

சிறிது நேரம் கழிந்ததும் இரண்டு தோழர்களும் திரும்பி வந்தார்கள். இவ்வளவு நேரமும் இத்தனைப் பெரிய ஒரு விபத்திற்கு சாட்சியம் வகிக்க வேண்டியதிருந்த நாங்கள் ஒருவருக்கொருவர் பேசிக்கொள்ள இயலாமலும் எதிர்பாராமல் நேர்ந்த தாக்குதலின்

பிடியிலிருந்து விடுபட முடியாமலும் உடல் பலமிழந்தவர்கள்போலானோம். என்ன நடந்தது? அந்தக் குண்டுகள் எப்படி வெடித்தன? தோழர் ஏன் பையுடன் அங்கே போனார்? எங்களில் சிலருக்கும் பீங்கான் சில்லுகள் பாய்ந்து காயம் ஏற்பட்டிருந்தது. தோழர் நீலகண்டன்நாயரின் முதுகில் நிறைய சில்லுகள் பறந்து வந்து துளைத்திருந்தன. இந்த வலிகளெதுவும் அப்போது எங்களைப் பாதித்ததாகவே தெரியவில்லை. வெடி விபத்தில் சிக்கி, துடித்து இறந்துபோன எங்களது பிரியத்திற்குரிய தோழர் கிஸான்தொம்மன் அனுபவித்த வேதனைகளை நினைத்துப் பார்க்கும்போது எங்களது வேதனைகளைப் பற்றி பேசுவதே வெட்கத்துக்குரிய விஷயம்.

தோழர் வர்க்கீஸ் திரும்பி வந்ததும் அங்கே கூடியிருந்த தோழர்கள் அவரைச் சுற்றிக் கூடினோம். “தோழர்களே, இப்படியாக, தோழர் கிஸான்தொம்மனை நாம் இழந்து விட்டோம். ஆயுதப்போராட்டம் எனும் கருத்தியலை ஏற்றுக்கொண்ட நாள் முதல், தன்னுடைய வயதையோ உடல் ஆரோக்கியத்தையோ பொருட்படுத்தாமலும் இரவு பகல் பாராமலும் சோர்வில்லாமல் இலட்சியத்தை நோக்கிச் செயல்பட்டுக்கொண்டிருந்த தோழர், நமக்கெல்லாம் ஒரு ஊன்றுகோலாக இருந்தார். தோழர், இன்று அந்தப் பையையும் எடுத்துக்கொண்டு அங்கே போவதற்கானக் காரணம், குண்டுகள் குளிர்ந்துச் செயலிழந்து விடக்கூடாதே என்று கவனிப்பதற்காகத்தான். வெடிகுண்டுகளும் டைனமிட்டுகளும் தயாரிப்பதில் தோழர் மிகவும் திறமையானவர். இந்தக் குண்டுகளும் அவர் தயாரித்தவைதான். அவற்றை இலேசாக சூடுபடுத்துவதற்காகக் கொண்டுபோனவர், ஒரு சிறு மரத்தின் கிளையில் பையைத் தொங்கப்போட்டு விட்டு உட்கார முயற்சி செய்திருக்கிறார். குண்டுகளை நமது முகாமின் எதிர்ப்புறமாகத் திருப்பி வைத்திருந்ததால் அது வெடித்தபோது சில்லுகளில் அதிகமும் வேறு பக்கமாகப் பாய்ந்திருக்கிறது. அந்த அளவுக்குக் கவனமாகவே தோழர் கிஸான்தொம்மன் தனது பணியைச் செய்ய ஆரம்பித்திருக்கிறார். தோழர் உட்கார வேண்டிய இடத்தை சரிப்படுத்திக் கொண்டிருக்கும்போது பாரம் தாங்காமல் மரத்தின் கிளை ஒடிந்துபோய் விட்டது. பையும் கீழே விழுந்து விட்டது. அது வெடித்த சத்தம்தான் நமக்குக் கேட்டது.” தோழர் வர்க்கீஸ் சோகம் மேலிட சொல்வதை நிறுத்தினார். ஆனால், நாங்கள் அனைவரும் தோழர் கிஸான்தொம்மனின் பரிதாபமான மரணத்தில் சோகத்தையோ வேதனையையோ வெளிப்படுத்த இயலாதவர்கள்போல் தோழர் வர்க்கீஸ் சொல்கிற வார்த்தைகளை உணர்வற்றவர்கள்போல் கேட்டுக்கொண்டு நின்றிருந்தோம். சிறிது நேர மௌனத்திற்குப் பிறகு தோழர் வர்க்கீஸ் தொடர்ந்தார். “தோழர் கிஸான்தொம்மனின் இறுதி வார்த்தைகளை நீங்கள் அறிந்தீர்கள். ‘தோழர்களே, போராட்டத்தைத் தொடர்ந்து நடத்துங்கள்; எதை முன்னிட்டும் நீங்கள் பின்வாங்கி விடக் கூடாது.’ நாம் ஒவ்வொருவரும் இந்த வார்த்தைகளை நம்முடைய

வாழ்க்கை முழுவதும் மறக்காமலிருக்கக் கடமைப்பட்டவர்கள். அவர் எந்த இலட்சியத்திற்காக யாதொரு சஞ்சலமுமில்லாது தன்னுடைய வாழ்க்கையை அர்ப்பணித்தாரோ அந்த இலட்சியத்திற்காக உயிருள்ளவரைக்கும் போராட அவரது போராட்டத் தோழர்களாகிய நாமெல்லாம் தயாராக இருக்கவேண்டும். பின் வாங்குவதென்பது இந்த வீரத் தியாகியின் களத்தோழர்களாகிய நமக்கெல்லாம் ஏற்புடையதல்ல. வாழ்க்கையில் இந்தச் சம்பவத்தை ஒருபோதும் நாம் மறந்து விடக்கூடாது தோழர்களே, ஒருபோதும்!

தோழர் கிஸான்தொம்மனின் இறப்பையெண்ணி உறைந்துபோயிருந்த எங்களுக்கு தோழர் வர்க்கீசின் இந்த வார்த்தைகள் மீண்டும் உறுதியையளித்தது. 'மக்களுக்கு சேவை புரியுங்கள்' எனும் மாவோவின் விலைமதிக்க முடியாத கட்டுரை அப்போது ஒரு தோழரின் நினைவுக்கு வந்தது. அவர் அதையெடுத்து சத்தமாக வாசிக்கத் தொடங்கினார். நாங்கள் திட மனத்துடன் அதைக் கேட்டுக்கொண்டு நின்றிருந்தோம். 'மனிதர்கள் அனைவருமே இறந்து போவார்கள். ஆனால், இறப்பென்பது அதன் பிரதானத்தன்மையில் மாறுபாடுகள் கொண்டதாக இருக்கலாம். பழைய சைன எழுத்தாளர் ஷுமா சியென் சொல்வார்: 'எல்லா மனிதர்களுக்குமே இறப்பு ஒரே விதமாக நிகழ்வதாக இருந்தாலும் அது டாய் மலையைவிட பேரடையாளமாகவோ ஒரு பறவையின் தூவலைவிட துச்சமானதாகவோ அமையக்கூடும்.' மக்களுக்காக மரணத்தைத் தழுவுவது என்பது டாய் மலையைவிடவும் பேரடையாளம். ஆனால், ஃபாசிஸ்ட்களுக்காக செயல்படுவதும், சுரண்டுகிற, ஒடுக்குகிறவர்களுக்காக இறப்பதுமென்பது ஒரு பறவையின் தூவலைவிடவும் துச்சமானது.' மாவோவின் இந்த சொற்களை வாசித்து விட்டு தோழர் நிறுத்தினார். "தோழர்களே, தோழர் கிஸான்தொம்மனின் மரணம் டாய் மலையைவிடவும் பேரடையாளம். ஏனென்றால் அவர் மக்களுக்காகவே மரணத்தைத் தழுவினார்." அவர் சத்தமாகச் சொன்னார். நாங்கள் அனைவரும் அவரது வார்த்தையை சத்தமாக ஏற்றுச் சொன்னோம். அந்தத் தோழர் திரும்பவும் வாசிக்கத் தொடங்கினார். வாசித்து முடிந்ததும் தோழர் கிஸான்தொம்மனின் இறுதி விருப்பத்தை நிறைவேற்றும் பொருட்டு நாங்கள் செயல்படுவதாகவும் அவரது வாழ்க்கையை நாங்கள் ஒவ்வொருவரும் முன்மாதிரியாக ஏற்று வாழ்நாள் முழுவதும் பின்பற்றுவதாகவும் முஷ்டி உயர்த்தி உறுதிமொழியெடுத்தோம். தோழர்களெல்லாம் திடீரென்று ஏற்பட்ட அந்த பாதிப்பிலிருந்து சற்று விடுபட்டதுபோல் தோன்றியது. ஒவ்வொருவருடைய முகத்திலும் திடமான உறுதியையும் காண முடிந்தது.

எல்லாம் முடிந்த பிறகு தோழர் கிஸான்தொம்மனின் சடலத்தை அடக்கம் செய்கிற பிரச்சினை வந்தது. அதற்காக ஒரு பெரிய குழி தோண்டும் திறனுள்ள தோழர்கள் முன்வர வேண்டுமென்று தோழர் வர்க்கீஸ் கேட்டுக்கொண்டார். பலர் இதற்கு முன் வந்தார்கள். அவர்களுடன்

தோழர் வர்க்கீஸ் தகுந்த ஒரு இடத்தைத் தேர்வு செய்து குழி தோண்டுவதற்காகச் சென்றார். எஞ்சியிருந்த தோழர்கள், காயமேற்பட்ட மூன்று நான்கு தோழர்களின் உடலிலிருந்து முதலில் சில்லுத் துண்டுகளை அப்புறப்படுத்தவும் பிறகு மருந்து வைக்கவும் ஆரம்பித்தார்கள். என்னுடைய உடலிலும் இரண்டு மூன்றிடங்களில் சில்லுத் துண்டுகள் துளைத்திருந்தன. மருந்து என்று எங்களிடம் எதுவுமே இல்லை. தேங்காய் எண்ணெயை நன்றாகச் சூடாக்கி எலுமிச்சம்பழத்தை இரண்டாக வெட்டி சூடான எண்ணெயில் அமிழ்த்தியெடுத்துக் காயத்தின்மீது அழுத்திப்பிடிப்பது காயம் புண்ணாகி விடாமலிருக்க நல்ல மருந்தாகும் என்று யாரோ ஒரு தோழர் சொன்னார். அதன்படியே குப்பியிலிருந்த தேங்காய் எண்ணெயை ஒரு அலுமினியத் தட்டிலூற்றி சூடுபடுத்தினோம். காட்டிலிருந்து பறித்த எலுமிச்சம்பழத்தை ஒரு தோழர் தந்தார். அப்படியாக மருந்து தயாராகி விட்டது. சில்லுத் துண்டுகளை உருவியெடுக்கத் துவங்கும்போதுதான் தோழர் நீலகண்டன்நாயரின் முதுகில் அவை துளைத்தேறிய காயங்கள் தெரிய வந்தன. முதுகு பூராவும் சில்லுத் துண்டுகளாகவே இருந்தன. இதையெல்லாம் நாமே எடுப்பது சரியில்லையென்று அங்கிருந்த எல்லாத் தோழர்களும் சேர்ந்து ஒரே முடிவுக்கு வந்தனர். தோழரை உடனே ஆஸ்பத்திரிக்கு அழைத்துச் செல்ல வேண்டுமென்ற அபிப்பிராயத்தில் அனைவரும் உடன்பட்டார்கள். ஒரு தோழர் உடனே போய் குழி தோண்டுகிற இடத்திலிருந்து தோழர் வர்க்கீசை அழைத்து வந்தார். காயங்களைப் பார்த்து விட்டு அவரும் மற்ற தோழர்கள் சொன்னதுதான் சரியென்று ஒப்புக்கொண்டார். தோழர், பக்கத்திலிருக்கும் ஏதாவது ஆஸ்பத்திரிக்குப்போகவும் சிகிச்சைக்குமென கொஞ்சம் பணமும் கொடுத்து அனுப்பி வைக்கப்பட்டார். இப்படி, தோழர் நீலகண்டன்நாயர் எங்களின் கூட்டத்திலிருந்து பிரிந்தார். மற்றவர்களுடைய காயங்கள் அவ்வளவாக பொருட்படுத்தப்படுகிற அளவில் இல்லை.

எங்களுக்கு தோழர் கிஸான்தொம்மனின் உடலைப் பார்க்க வேண்டுமென்ற எண்ணம் மிகுதியாக இருந்தது. தோழரை அடக்கம் செய்வதற்கான குழி தயாரானதும் எங்களையெல்லாம் அவர் இறந்து கிடக்கும் இடத்திற்கு ஒரு தோழர் வந்து அழைத்துக்கொண்டுபோனார். பரிதாபமான அந்தக் காட்சியைக் கண்டதும் நான் நிலைகுலைந்துபோனேன். இரத்தத்தில் மூழ்கிக் கிடக்கும் தோழரின் நெஞ்சு முழுவதும் சில்லுத் துண்டுகள் துளைத்தேறிய காயங்களிருந்தன. உடலை சில தோழர்கள் மெல்லத் தூக்கியெடுத்தார்கள். மூட்டெலும்பு உடைந்து தொங்கிக் கிடந்த காலை அப்போதுதான் சரியாகப் பார்க்க முடிந்தது. எவ்வளவு வேதனையை அனுபவித்திருப்பார். அந்தக் காட்சியைக் கண்டு சகித்துக்கொள்ள முடியாத நாங்கள் எதுவும் பேசாமல் தலை தாழ்த்தி தோழரை அடக்கம் செய்யுமிடத்திற்கு நடந்தோம். நாங்கள் முகாமிட்டிருந்த அருவியின் மறுகரையில் முகாமிலிருந்து சிறிது தொலைவில் சற்று உயரமான ஒரு இடத்தில் குழி தோண்டப்பட்டிருந்தது. சடலத்தை மெல்ல குழிக்குள் இறக்கினார்கள், தோழர்கள். "தோழர்களே, இந்த இடத்தில் நாம் மீண்டுமொரு தடவை 'மக்களுக்கு சேவை புரியுங்கள்' என்ற கட்டுரையை

வாசிப்போம். தோழர் கிஸான்தொம்மனின் சொற்களை ஒருபோதுமே மறக்கமாட்டோமென்ற உறுதிமொழியையும் இந்தக் கடைசி நிமிடத்தில் மீண்டுமொரு தடவை மேற்கொள்ளுவோம்." தோழர் வர்கீஸ் குழியின் ஒரு புறம் உயர்ந்த பகுதியிலேறி நின்று சொன்னார். தோழர் ஒருவர் அந்தக் கட்டுரையை எடுத்து உணர்ச்சிமேலிட்ட உரத்தக் குரலில் வாசிக்கத் துவங்கினார். அதன் ஒவ்வொரு வார்த்தையுமே எனக்கு மிகுந்தப் பரிச்சமுள்ளவைதான். எத்தனையோ முறைகள் வாசித்தும் படித்தும் மனப்பாடமானவைதான். ஆனால், இந்தச் சூழ்நிலையில் ஆயுதப் புரட்சியெனும் இலட்சியத்தின் பலிபீடத்தின்முன் சுயநல சிந்தனைகளெதுவுமே இல்லாமல் தன்னையே அர்ப்பணம் செய்த இந்த தீரமிகு விவசாயத் தோழரின் அந்திம நிமிடங்களில் அதை வாசிக்கக் கேட்டபோது நான் அதுவரையிலும் உணராமலிருந்த ஆழ்ந்த ஒரு அர்த்தச் செறிவு அதிலிருப்பதைப் புரிந்துகொண்டேன். புரட்சியைக் குறித்துப் பேசுவதும் வாய்மூடாமல் வசன மழை பொழிவதும் மேடைகள்தோறும் சொற்பெருக்காற்றுவதும் சுலபமான வேலைகள்தான். ஆனால், இரத்தத்தையும், நீரையும், கொழுப்பையும், தசையையும் கொடையாகத் தந்து அந்த இலட்சியத்தைப் போற்றுவது; அதற்காக சுய வாழ்க்கையை அர்ப்பணம் செய்வதெல்லாம் துயரம் மிகுந்த ஒரு தியாகமென்பதை சில நாட்களில் கிடைத்த எங்களது அனுபவம், குறிப்பாக, தோழர் கிஸான்தொம்மனின் ஆத்மார்ப்பணம் எங்களுக்குக் கற்றுத் தந்தது.

தோழர் கிஸான்தொம்மனுக்கு மனைவி இருக்கிறார். ஒரு பெரிய குடும்பமிருக்கிறது. சாதாரண விவசாயிக்கு இருக்கிற எல்லா பொறுப்புகளும் அவருக்குமிருக்கின்றன. ஆனால், எதிர்பாராமல் நிகழ்ந்த வெடி விபத்தில் சிக்கி, சாகும் தருவாயிலும்கூட அந்தத் தோழரின் மனதில் ஆயுதப் போராட்டத்தினூடேயான நம்முடைய நாட்டின் விடுதலை எனும் ஒரேயொரு இலட்சியம் மட்டுமே இருந்தது. தன்னுடைய குடும்பத்தைப் பற்றியோ பிற பொறுப்புகளைப் பற்றியோ அவருக்கு எதுவுமே சொல்லவேண்டியதிருக்கவில்லை. "தோழர்களே, போராட்டத்தை நீங்கள் தொடர்ந்து நடத்துங்கள். எதை முன்னிட்டும் பின் வாங்கிவிடக் கூடாது." மரண அவஸ்தையில் உயிர் துடிக்கும் அந்நேரத்திலும்கூட புரட்சியைக் குறித்த சிந்தனைகளில் மூழ்கியிருந்த அந்தத் தோழர், என்றுமே புரட்சியாளர்களின் ஒரு முன்மாதிரி. ஆயுதப் போராட்டமெனும் கருதுகோளை உட்கொண்ட பிறகு அதற்காக எந்தத் தியாகத்தையும் துச்சமெனக் கருதுகிற நமது விவசாயப் பெருங்குடியினரின் பாரம்பரியமான புரட்சியின் தீரத்தை தோழர் கிஸான்தொம்மன் வெளிப்படுத்தியிருக்கிறார். சந்தர்ப்பவாதிகள், தோழரின் உன்னதமான முன்மாதிரியை எண்ணி வெட்கித் தலை குனியட்டும். வரும் தலைமுறைகளுக்கு எக்காலத்திலும் பெருமையுடன் மட்டுமே நினைத்துப் பார்க்க வேண்டிய வழிகாட்டி மனிதனாக தோழர் கிஸான்தொம்மன் இன்னுயிரை பலியர்ப்பணம் செய்த அன்று முதல் உயர்ந்து நிற்கிறார்.

13

திருநெல்லிக்காட்டின் தினப்பொழுதுகள்

'மக்களுக்கு சேவை புரியுங்கள்' எனும் கட்டுரையை வாசித்து முடித்தபின் எங்களிடமிருந்து இறுதியாக விடைபெறவிருக்கும் தோழர் கிஸான்தொம்மனின் நிச்சலமான உடல் முன் நின்று நாங்கள் முஷ்டியுயர்த்தி உறுதிமொழியெடுத்தோம்: "தோழர் கிஸான்தொம்மனின் கடைசிச் சொற்களை நாம் ஒவ்வொருவரும் மனதில் வைத்து, அதன் தூதுவர்களாக மக்களினிடையே சென்று பணியாற்றுவோம்; மாவோ கோடிட்டுக் காட்டிய வழிமுறையைப் பின் பற்றி வாழ்வதற்கு உயிரிருக்கும்வரை முயற்சி செய்வோம்." தோழரின் அமைதியும் கம்பீரமும் நிறைந்த

முகத்தை முஷ்டியுயர்த்தியவாறே பார்த்தபடி ஐந்து நிமிடம் அமைதியாக நின்றிருந்தோம்.

பிறகு அந்தக் குழி, மண்ணால் மூடி நிரப்பப்பட்டது. நாங்கள் அனைவரும் முகாமுக்குத் திரும்பினோம். அன்றைய தினம் ஏற்பட்ட மிக மோசமான இந்தச் சோதனையில் நாங்கள் மனமுடைந்து போயிருந்தோம். அனைவருமே நடந்த சம்பவத்தைப் பற்றியும் தோழர் கிஸான்தொம்மனைப் பற்றியும் தங்களுக்குத் தெரிந்த விஷயங்களை அசைபோட்டும் பரஸ்பரம் பகிர்ந்துகொண்டும் முகாமில் அமர்ந்திருந்தோம். தோழர் கிஸான்தொம்மனுக்கு ஏற்பட்ட விபத்து, தோழர்களில் யாரையாவது தளரச் செய்திருக்கிறதா? யாருக்குமே பசியோ தாகமோ ஏற்படவில்லை. கஞ்சி வைக்கும் பிரச்சினையைப் பற்றியும் யாரும் பேசவில்லை.

சிறிது நேர ஓய்வுக்குப் பிறகு, சுப்ரீம் கௌன்சில் மீண்டும் கூடியது. தோழர் கிஸான்தொம்மனைத் தவிர்த்த சுப்ரீம் கௌன்சில். முதல் நாளும் அன்று காலையிலும் சில தோழர்களிடம் தென்பட்ட கோழைமையின் எண்ணங்கள், தோழர் கிஸான்தொம்மனுக்கு ஏற்பட்ட விபத்தின் சோகமும் சேர்ந்தபோது மேலும் வலுப்பட்டிருக்கிறதோ என்ற சந்தேகம் எங்களுக்கு உருவானது. நாங்கள் எதிர்கொண்டு வரும் ஜீவ மரணப் போராட்டத்தின் இயல்பும் அதன் தீவிரத் தன்மையும் நிமிடங்கள் செல்லும்தோறும் எங்களை அதிகமாக நினைவுபடுத்திக்கொண்டிருந்தன. மக்களுடனும் வெளி உலகத்துடனும் எவ்விதத் தொடர்புமில்லாமல், காவல்துறையால் வேட்டையாடப்படும் நிலையில் ஒரு முகாமிலிருந்து மற்றொரு முகாமுக்கு மாறி இந்தக் கொடுங்காட்டில் நாட்களை நகர்த்திக்கொண்டிருந்த நாங்கள், ஒரேயொரு எதிர்பார்ப்பும் அடைக்கலமுமாக தலச்சேரி தோழர்களை சந்திப்பதை மட்டுமே நம்பியிருந்தோம். அந்தத் தோழர்கள் எங்கே? காவல்துறையின் வியூகம் ஒவ்வொரு நிமிடமும் சுருங்கி, எங்களை நெருங்கிக்கொண்டிருக்கிறது என்பதையும் நாங்கள் அறிவோம். விவரங்களைச் சேகரிப்பதற்காக திருநெல்லிக்கு அனுப்பப்பட்ட தோழர்கள் இன்னும் திரும்பி வரவில்லை. தோழர் கிஸான்தொம்மனின் மரணத்திற்குக் காரணமான அந்த வெடிச்சத்தம், எதிரிகளை முகாமை நோக்கித் திருப்பியிருக்கிறதா என்பதுவும் தெரியவில்லை. பத்துப் பன்னிரெண்டு வெடிகுண்டுகளும் டைனமிட்டுகளும் சேர்ந்து வெடித்திருக்கின்றன. இந்த முகாமிலேயே இன்னும் அதிக நேரமிருப்பது பல்வேறு காரணங்களினாலும் சரியில்லையென்று எங்களுக்குத் தெரிந்தது. குறிப்பாக, தோழர் கிஸான்தொம்மனின் இறப்பைப் பற்றிய நினைவுகள் எங்களது மனச் சுமையை அதிகரித்துக்கொண்டே இருந்தன. திருநெல்லிக்குப் போயிருக்கும் தோழர்கள் திரும்பி வருவதுவரையிலும் காத்திருக்க வேண்டாமென்ற முடிவுக்கு சுப்ரீம் கௌன்சில் வந்து சேர்ந்தது. முகாமை மாற்றுவதற்குத் தயாராக வேண்டுமென்றும் மற்ற

விஷயங்களைப் பற்றிய விவாதங்களை அடுத்த முகாமில் தொடரலாமென்றும் முடிவு செய்துவிட்டுக் கூட்டம் பிரிந்தது. தோழர்களை அழைத்து முகாமை மாற்றுவதான சுப்ரீம் கௌன்சிலின் முடிவு தெரிவிக்கப்பட்டது. தோழர் கிஸான்தொம்மனின் மரணம் நிகழ்ந்த பிறகு அந்த முகாமிலிருப்பதில் யாருக்குமே விருப்பமுமில்லை. இப்படியாக அங்கிருந்துப் புறப்பட்டோம். இப்போது நாங்கள் ஏறிக்கொண்டிருந்த வனப்பகுதி இன்னும் அடர்த்தியாக இருந்தது. மலைச்சரிவுகளினூடேயும் மலைமுகடுகளினூடேயும் நடந்து பெரிய பெரிய விருட்சங்கள் அடர்ந்துயர்ந்து நிற்கும் ஒரு மலைச்சரிவுக்கு வந்து சேர்ந்தோம். ஏதோ ஒரு காட்டருவியின் பேரிரைச்சல் கீழேயிருந்து கேட்டுக்கொண்டிருந்தது. மத்தியான நேரமாகியிருந்தபோதும்கூட வெயில் மிக அபூர்வமாகவே காட்டினுள் தலை காட்டிக்கொண்டிருந்தது. அந்த இடம் முகாமிடுவதற்கேற்றதாகத் தெரிந்ததும் அனைவரும் அங்கேயே நின்றுவிட்டோம். ஒன்றிரண்டு தோழர்கள் கஞ்சி வைக்கத் தொடங்கினார்கள். திருநெல்லியிலிருந்து திரும்பி வரும் தோழர்கள் பழைய முகாமிற்கல்லவா வந்து சேருவார்கள்? எனவே, அவர்களை இங்கே அழைத்து வருவதற்காக இரண்டு தோழர்களை பழைய முகாமிற்கு அனுப்ப தோழர் வர்க்கீஸ் முடிவு செய்தார். இருட்டுகிற நேரம்வரை காத்திருக்கலாமென்றும் அவர்கள் வந்து சேரவில்லையென்றால் தோழர்கள் இங்கே திரும்பி வந்து விட வேண்டுமென்றும் கஞ்சி வைத்துக் குடித்த பிறகு தோழர்கள் போகலாமென்றும் முடிவு செய்யப்பட்டது. பாக்கியுள்ள தோழர்கள் கஞ்சி குடித்து விட்டு ஓய்வெடுத்தார்கள். சிலர் கூடியமர்ந்து பேசிக்கொண்டிருந்தார்கள். சிலர் ரேடியோவை ஆன் செய்தார்கள். பீஜிங் ரேடியோ கேட்டு பல நாட்களாகிறது என்று தோன்றியதால் ஸ்டேஷன் கிடைக்குமா என்று முயற்சி செய்துப் பார்த்தார்கள். பலனில்லை. மாநிலச் செய்தி ஒலிபரப்புகிற நேரம் வந்தபோது அனைவரும் பேச்சை நிறுத்திவிட்டு செய்தியைக் கவனித்தார்கள். புல்பள்ளி காவல்நிலையத் தாக்குதலில் ஈடுபட்டவர்களைப் பிடிப்பதற்கான காவல்துறையின் வியூகங்கள் அதிகரித்து வருவதாகவும் எங்களிடமிருந்து பிரிந்துபோன சிலர் கைது செய்யப்பட்டிருப்பதாகவும் அதில் தெரிவிக்கப்பட்டது. தலச்சேரி சம்பவத்தில் பங்கேற்றதாக சந்தேகிக்கப்படும் பலர் கைது செய்யப்பட்டிருப்பதாகவும் அறிந்தோம். இருந்தாலும் முக்கியமான தோழர்களின் பெயர்கள் எதுவும் அதில் குறிப்பிடப்படவில்லையென்பதால் சற்று ஆறுதலாகவுமிருந்தது. எங்களுடைய தற்போதைய சிக்கலான நிலைமை, மேலும் மோசமாகிக்கொண்டிருப்பதையும் உணர்ந்தோம். இரவில் நாங்கள் மூன்று நான்கு இடங்களில் தீ மூட்டி அதைச் சுற்றியமர்ந்திருந்தோம். திருநெல்லிக்குச் சென்ற தோழர்களை எதிர்பார்த்து பழைய முகாமிற்குக்குச் சென்ற தோழர்கள் வருகிற நேரம். சிறிது நேரத்திற்குப் பிறகு தொலைவில் டார்ச் வெளிச்சம் தெரிந்தது. நம்முடைய தோழர்களாகவே இருக்குமென்று சொன்னார்கள். தீ மூட்டிய

வெளிச்சத்தை இலக்காக வைத்து அவர்கள் முகாமை நோக்கி வந்துகொண்டிருந்தார்கள். நாங்கள் எதிர்பார்ப்புடன் காத்திருந்தோம். திருநெல்லியிலிருந்து கிடைக்கும் செய்தி முக்கியத்துவம் வாய்ந்ததாக இருக்குமென்ற எதிர்பார்ப்பு எங்களைப் பொறுமையிழக்கச் செய்தது. அவர்களை வரவேற்பதற்காக இரண்டு மூன்று தோழர்கள் முன்னால் சென்றார்கள். அவர்களது வருகையும் எங்களுக்குப் பெருத்த ஏமாற்றமாகவே இருந்தது. திருநெல்லிக்குத் தகவல் சேகரிக்கப்போன தோழர்கள் திரும்பி வரவில்லை. அடுத்து என்ன செய்வது? தலச்சேரி தோழர்களில் யாரும் காட்டிற்குள் வந்ததற்கான எந்த அறிகுறிகளுமில்லை. அப்படி வந்திருந்தால் இதற்குள் எப்போதே சந்தித்திருப்போம். நாங்கள் வருவதற்கும் இரண்டு நாட்களுக்கு முன்பே இந்தக் காட்டிற்குப் புறப்பட்டவர்கள் அவர்கள். போராட்டத்தைத் தொடர்ந்து முன்னெடுத்துச் செல்லும் பெரும் ஆவேசத்துடனும், எதையும் எதிர்கொள்ளும் துணிச்சலுடனும், அதற்கான முன்கருதல்களுடனும், எதிரிகளைக் குலை நடுங்கச் செய்யும் வகையில் ஏற்றுக்கொண்ட கடமைகளை வெற்றிகரமாக நடத்திக் காட்டிய அந்தப் போராட்ட வீரர்களுடன் ஒன்றிணைவதற்காக இந்தக் காட்டிற்குள் வந்து சேர்ந்த நாங்கள் ஏமாற்றப்பட்டுவிட்டோமா? இருக்காது. எங்களால் இதை ஏற்க முடியவில்லை. தலச்சேரி தோழர்களிடம் நாங்கள் கொண்டிருந்த நம்பிக்கையை ஆபத்தின் நடுக்கடலில் சிக்குண்டுத் தவிக்கும் இந்த சந்தர்ப்பத்திலும்கூட கை விட நாங்கள் தயாராக இல்லை.

தீவிரமான இந்தச் சிக்கலைப் பற்றி விவாதிப்பதற்காக அன்றிரவு சுப்ரீம் கௌன்சில் மீண்டும் கூடியது. ‘தலச்சேரி தோழர்கள் என்ன ஆனார்கள் என்பதையறிந்துகொள்ள என்ன வழி? இன்று திருநெல்லிக்குப் போனவர்கள் ஏன் திரும்பி வரவில்லை? அவர்கள் போலீசின் பிடிக்குள் சிக்கிக்கொண்டார்களா? ஆதிவாசிகளுடன் திருநெல்லியில் நாம் நிறுத்திவைத்திருந்த தோழர்களையாவது தொடர்புகொள்ள முடிந்திருந்தால் நாம் தப்பித்துக்கொள்ளலாம். அதற்கு என்ன வழி? சிலரைக் கைது செய்திருப்பதாகவும் செய்தியிலிருந்தது. கைதானவர்கள் யாரெல்லாம் என்பதை எப்படி அறிந்துகொள்வது? தலச்சேரி சம்பவத்தில் பங்கெடுத்த முக்கியமான தோழர்கள் யாருமே கைது செய்யப்படவில்லையென்றுதான் வானொலிச் செய்திகளிலிருந்து தெரிய வருகிறது. ஒன்றுமில்லையென்றாலும், தேற்றமலைக்குப்போய் விசாரிக்க முடிந்தால்கூட சில தோழர்களையாவது ஏற்பாடு செய்ய முடியும். தேற்றமலை, தேயிலைத் தோட்டத் தொழிலாளர்களினிடையே நமக்கு நல்ல ஆதரவிருக்கிறது. எதுவாயினும் ஊருக்குள் போய் விவரங்களை அறிந்துகொண்டு வருவது முக்கியமான தேவை. இதையெல்லாம்விட தலையாயப் பிரச்சனை, அரிசி வாங்க வேண்டும். கையிருப்பிலுள்ள அரிசி தீரப்போகிறது. அதிகம்போனால் நாளைக்கு மட்டுமே

போதுமானதாக இருக்கும். அரிசியும் மற்ற முக்கியமான சாதனங்களும் வாங்க இரண்டு தோழர்களை நாளைக்கு அனுப்பியே தீர வேண்டும். வேறு இரண்டு தோழர்கள் ஊருக்குள் இறங்கி நிலவரங்களை அறிந்து வர வேண்டும். அரிசி வாங்க திருநெல்லிக்கு அனுப்பி வைத்தால் போதும். அங்கே போய் நம்மிடம் தொடர்புள்ள ஒருவரிடம் சொல்லி வாங்குவதுதான் நல்லது. ஊருக்குள் போகும் தோழர்கள் ஒரேநாளில் திரும்பி வந்துவிட வேண்டும். அதாவது, நாளை காலையில் புறப்பட்டால் சாயங்காலம் அல்லது மறுநாள் சாயங்காலம் திரும்பி வந்துவிட வேண்டும். இதனிடையில் நாம் முகாமையும் மாற்ற வேண்டும். ஒரே முகாமில் நிரந்தரமாக இருப்பது இப்போதைய நிலைமையில் ஆபத்தானது. இந்த முகாமிலிருந்து அடுத்த முகாமிற்கான பாதையை அறிந்துகொள்வதற்கு அடையாளப் பலகைபோல் ஒன்று வைக்கப்படும். அதைக் கவனித்து தோழர்கள் வந்து விடவேண்டும். மிச்சமிருப்பவர்கள் தலச்சேரி தோழர்கள் வருகிற வழியிலேயே உட்பக்கமாக நகர்ந்துகொண்டிருக்கலாம். வழியில் எங்காவது அவர்களை சந்திக்கிற வாய்ப்பும் இருக்கிறதல்லவா? யாரையாவது சிலரை சந்தித்தாலும்கூட போதும். நம்முடைய தோழர்கள் உடல்ரீதியாக மிகவும் களைத்துப்போயிருக்கிறார்கள். தோழர் கிஸான்தொம்மனின் மரணத்தைத் தொடர்ந்து சிலர் மனரீதியாகவும் தளர்ந்துபோயிருக்கிறார்கள். அவர்களது பேச்சிலிருந்தே இது வெளிப்படுகிறது. அதிக நாட்கள் நம்மால் இப்படி காட்டிலேயே தங்கிவிட முடியாது. உடனடியாக ஏதாவதொரு மாற்று வழியைக் கண்டுபிடிக்க வேண்டும்.' எல்லாவற்றையுமே யோசித்தோம். மறுநாள் காலையில் மானந்தவாடி பகுதிக்குப்போய் தகவல்களையெல்லாம் திரட்டிக்கொண்டு, முடிந்தவரைக்கும் தோழர்களை அங்கிருந்து அழைத்துக்கொண்டு வருவதற்காக, தான் போகத் தயாராக இருப்பதாக தோழர் தேற்றமலை கிருஷ்ணன்குட்டி சொன்னார். இதைக் கேட்டதும் எங்களுக்கு ஆறுதலாக இருந்தது. சுப்ரீம் கௌன்சில் உறுப்பினரும் வயது முதிர்ந்த தோழர்களில் ஒருவருமல்லவா தோழர் கிருஷ்ணன்குட்டி. அணி தோழர்களில் சிலருடைய மனங்கள் ஆட்டம் கண்டிருந்தாலும் ஆயுதப்போராட்ட வழிமுறையின்மீதான திடசிந்தனையில் சுப்ரீம் கௌன்சில் உறுப்பினர்களது மனதில் அசைவெதுவுமில்லை. ஆகவே, தோழர் கிருஷ்ணன்குட்டி போனால் நிச்சயமாகத் திரும்பி வருவார் என்பதில் எங்களுக்கு நம்பிக்கையிருந்தது. சுப்ரீம் கௌன்சிலின் மற்ற உறுப்பினர்கள் அனைவரும் மன உறுதியை அதிகரிக்கச் செய்யும் ஆய்வுகளிலும் விவாதங்களிலும் ஈடுபடவேண்டுமென்றும் இந்த முக்கியமான பணியை எந்த சந்தர்ப்பத்திலும் ஊசலாட விட்டு விடக் கூடாதென்றும் கூட்டத்தின்போது உறுதி செய்துகொண்டோம். ஆனால், தோழர் குஞ்ஞாமன், ஊருக்குப் போய்விட்டு வருவதாகச் சொன்னார். விருப்பமில்லாத மனத்துடன் நாங்கள் அதற்கு ஒப்புக்கொண்டோம். இதைத் தவிர வேறு வழியும் இருக்கவில்லை. குஞ்ஞாமன் ஒரு

ஆதிவாசித் தோழரும்கூட. ஆதிவாசிப் பிரிவுகளிலுள்ள தோழர்களின் பிரச்சினைகளை மற்ற தோழர்களதுபோல் கண்டிப்புடன் கையாள்வது, அதுவும் குறிப்பாக, இந்தச் சந்தர்ப்பத்தில் சரியாக இருக்காதென்பதைப் புரிந்துகொண்டிருந்தோம். மட்டுமல்ல, முகாமில் மற்ற தோழர்களுடனிருக்க விருப்பமில்லாதவர்களை அனுப்பி வைத்து விடுவதுதான் நல்லதென்றும் நினைத்தோம். அவர்கள் போய்விட்டால் மிச்சமிருப்பவர்களாவது உறுதியுடனிருப்பார்களல்லவா? தலச்சேரி தோழர்களை சந்திக்க முடியாமலும், வரவிருப்பதைப் பற்றி நிச்சயமின்மையுடன் மட்டுமே சிந்திக்கவும் இயலுகிற இந்த இக்கட்டான சூழ்நிலையில் பிரச்சினைகள் நிறைந்த இந்தப் பாதையினூடே முன்னேறிச் செல்வதற்கு விருப்பமில்லாதவர்களை கூடவே வைத்திருப்பது சரியில்லை. இப்போதுகூட எதற்கும் தயாராகவும் எதையும் எதிர்கொள்ளும் மனத்திடத்துடனுமிருக்கும் மற்ற தோழர்களையும் இவர்களது மனச்சோர்வு மெல்ல மெல்ல பாதித்துவிடக்கூடுமென்று நாங்கள் பயந்தோம். ஆகவே, யாராவது ஊருக்குப் போகவேண்டுமென்று விரும்பினால் அவர்களுக்குப் பணமும் கொடுத்து அனுப்பி வைத்து விட வேண்டுமென்ற முடிவையும் இறுதியில் மேற்கொண்டு விட்டு அன்றைய கூட்டம் கலைந்தது.

மதிய நேரத்திலும்கூட கடுங்குளிரில் மூழ்கிக்கிடக்கும் அந்தக் காட்டில் அன்றிரவு மூட்டிய தீயைச் சுற்றி அனைவரும் படுத்துக்கொண்டோம். ஆனால், சிறிது நேரத்தில் யாருடையவோ சன்னமான அழுகைக் குரல் கேட்டது. சில தோழர்கள் என்னவென்று அறிந்துகொள்வதற்காகப் படுத்திருந்த இடத்திலிருந்து எழுந்து அழுகைக் குரல் வந்த இடத்திற்குப்போய்ப் பார்த்தார்கள். அவர்கள் திரும்பி வருவது வரையிலும் நானும் எழுந்து உட்கார்ந்திருந்தேன். அவர்கள் வந்த பிறகுதான் விஷயம் புரிந்தது. தோழர் ஜோஸஃப் அண்ணனின் அழுகைக் குரல்தான் அது. ஜோஸஃப் அண்ணனின் நெருங்கிய நண்பராக இருந்தவர் தோழர் கிஸான்தொம்மன். இருவருமே கிட்டத்தட்ட சம வயதினர்தான். எந்த இடத்திலுமே இவர்கள் இருவரையும் ஒன்றாகத்தான் பார்க்க முடியும். இவர்களினிடையிலான நட்பு, புல்பள்ளித் தோழர்கள் அனைவருக்குமே நன்றாகத் தெரியும். தோழர் கிஸான்தொம்மனுடன் ஆயுதப்புரட்சிக்கான நிகழ்வில் பங்கு வகிப்பதற்காக வந்த தோழர் ஜோஸஃப் அண்ணன், எங்களுக்கெல்லாம் மிகப் பெரிய துணையாக நின்றவர். ஆதிவாசிகளைப்போலவே காட்டு வழிகள் அனைத்தும் பரிச்சயமுள்ள தோழர் ஜோஸஃப் அண்ணன், எந்தச் சந்தர்ப்பத்திலும் சோர்வடைந்ததாகக் காட்டிக்கொண்டதே இல்லை. தோழர் கிஸான்தொம்மனைப்போல் வெடிகுண்டு தயாரிப்பதிலும் நிபுணனாக இருந்தார். தோழர் கிஸான்தொம்மனின் வேதனையுடனான பரிதாப மரணம் தோழரை மிகவும் பாதித்து விட்டது. தோழர் கிஸான்தொம்மனில்லாமல் எங்களுடனிருப்பது

அவரை வேதனைப்படுத்துகிறது என்பதை நாங்கள் உணர்ந்துகொண்டோம். மறுநாள் ஜோஸஃப் அண்ணனை ஊருக்கு அனுப்ப வேண்டியதிருக்கும் என்று புரிந்து அவருக்கு ஆறுதல் சொல்லிவிட்டு எல்லோரும் படுத்துக்கொண்டோம். அன்று நடந்த சம்பவத்தை நினைத்துக்கொண்டே படுத்தவர்களில் தூங்கியவர்கள் மிகச் சிலராகவே இருக்க முடியும். தோழர் கிஸான்தொம்மன் இரத்தத்தில் மூழ்கிக் கிடந்த அந்தக் காட்சி, துயரத்தாலும் இனம்புரியாத வேதனையாலும் மனதைப் பிசைந்துகொண்டிருந்தது. தோழர், முகாமின் மறுபுறத்தை நோக்கிக் குண்டுகளை வைத்திருந்ததால் எங்களில் யாருக்குமே உயிரிழப்பு ஏற்படவில்லை. இதைக் கவனத்தில் கொள்ளாமல் நாங்களிருந்த திசையைப் பார்த்து வெடிகுண்டுகளை வைத்திருந்தால் எங்களில் இரண்டு மூன்றுபேர்களாவது செத்து மடிந்திருப்போம். தோழர் கிஸான்தொம்மன், மற்ற தோழர்களிடம் காட்டிய அளவு கடந்தப் பரிவை அவரது இந்தச் செயல்பாட்டிலிருந்தும் தெளிவாகத் தெரிந்துகொள்ள முடிந்தது. தோழரின் உயிரைக் காப்பாற்ற எங்களால் எதுவுமே செய்ய முடியவில்லையே என்று நினைத்தபோது தாங்க முடியாத வேதனை தோன்றியது. தோழர் ராமன்நாயரின் தைரியத்தைப் பற்றியும் நான் நினைத்துப் பார்த்தேன். அவர், தோழர் கிஸான்தொம்மனைச் சுட்டுக்கொல்ல முன்வரவில்லையென்றால் அவர் எவ்வளவு நேரம் இந்த வேதனையில் கிடந்து உழலவேண்டியதாகி இருக்கும். கொஞ்சம் கொஞ்சமாக துடித்துச் சாவதிலிருந்து அவரைப் பாதுகாக்க வேறு என்ன மார்க்கமிருந்தது?

தலச்சேரி தோழர்களைச் சந்திக்க இயலாததைப் பற்றிய சிந்தனைகளும் என்னை அலட்டிக்கொண்டிருந்தன. தலச்சேரி காவல் நிலையத்தின்மீது தாக்குதல் நடந்திருக்கிறதென்பது தெரிந்த விஷயம். இந்தத் தகவல் கிடைத்த பிறகுதானே நாங்கள் புல்பள்ளி தாக்குதலுக்குப் புறப்பட்டோம். பிறகேன் அந்தத் தோழர்களைக் காணவில்லை? அப்பா தலச்சேரி தோழர்களுடன் இந்தக் காட்டிற்கு வந்து சேருவார் என்றுதான் நாங்கள் அனைவருமே எதிர்பார்த்திருந்தோம். அப்பா எப்படியாவது எநத வழியிலாவது இங்கே வந்து எங்களுடன் இணைந்துகொள்வாரென்ற நம்பிக்கை எனக்கிருந்தது. என்ன நடந்தாலும் சரி, இங்கே வந்து சேர்வதற்கு அப்பா முயற்சி செய்யாமலிருக்கமாட்டார். ஒவ்வொன்றாக யோசித்தபடியே படுத்திருந்த எனக்கு தூக்கம் வரவில்லை. இன்னொரு புறம், அணிந்திருந்த கம்பளியுடுப்புகளை கணக்கிலேயே எடுத்துக்கொள்ளாமல் மரத்துப்போகச் செய்வதுபோல் குளிர் உடலைத் தாக்கியது. எல்லாவற்றிற்கும் மேலாகத் தலையைத் தாழ்ந்த இடத்திலும் கால்களை உயர்ந்த இடத்திலும் வைத்துக்கொண்டு படுத்திருந்தேன். எல்லாமாகச் சேர்ந்து அன்றிரவில் தூக்கம் என்னைத் தொட்டுக்கூடப் பார்க்கவில்லை. எரிகிற தீக்கனல்களையும், வானத்தைத் தொடவிருக்கும் பெரும் விருட்சங்களையும், தீயைச்

சுற்றிலும் தளர்ந்துபோய் படுத்திருக்கும் தோழர்களையும் பார்த்தபடியும் வெறுமனே படுத்து அந்த இரவைப் போக்கினேன். உடலில் ஊர்ந்தேறிய அட்டைகளை அவ்வப்போது பிடுங்கியெடுத்து தீயில் எறிந்துகொண்டிருந்தேன். இரத்தம் குடித்து வீங்கிய அட்டைகளைத் தீயில் போடுவதால் என்ன பலனிருக்கிறது? உடலிலிருந்து வெளியேறிய இரத்தம் வெளியேறியதுதானே? நான் நினைத்துப் பார்த்தேன். எனது கால்களிலிருந்த வீக்கம் மேலும் அதிகமாகியிருந்தது. வீக்கம்போட்டிருந்த மேல்பகுதியில் முட்கள் கிழித்தக் காயங்களிருந்தன. புண்ணாகிக்கொண்டிருப்பதுபோலவும் தெரிந்தது. இந்தக் கால்களுடன் நீண்ட நாட்கள் இந்த சாகச வாழ்க்கையை தொடர்ந்துகொண்டிருக்க இயலாதென்பதை நான் நன்றாகவே புரிந்துகொண்டிருந்தேன். இப்படியே தொடர்ந்தால் நான் இந்தக் காட்டிலேயே விழுந்துச் செத்துப் போவேன் என்றும் தெரிந்தது. ஏனென்றால் நாங்கள் கடந்து வந்த பாதை அவ்வளவு மோசமானது. இதுவரை கடந்து வந்ததையும் விட இனிமேல் நாங்கள் ஏறப்போவது இருளடர்ந்தக் காட்டிற்கு என்று தோழர்கள் சொன்னார்கள். எத்தனையோ தலைகீழ் பாறைகளும் செங்குத்தான மலைகளும் அந்தப் பாதையில் இருக்கின்றனவாம். ஊன்றுகோலையும் பிடித்து நொண்டி நொண்டி நடக்கும் நான் அந்த பாதைகளை எப்படி கடப்பேன்? தலச்சேரி தோழர்கள் திருநெல்லிக்கு வந்துசேருவதற்கான ஒரு பாதையை சம்பவத்திற்கு முன்பே உருவாக்கி வைத்திருந்தோம். அந்த வழியாகவே போக வேண்டுமென்றும் முதலில் நாங்கள் முடிவு செய்திருந்தோம். சரி, இனி நடப்பதுபோல் நடக்கட்டும். பயப்படுவதுதால் எதுவும் ஆகிவிடப்போவதில்லையென்று முடிவு செய்தேன். எதையும் தாங்கிக்கொள்கிற மன உறுதியுடன்தானே தோழர்களுடன் புறப்பட்டேன். எந்தச் சோர்வையும் வெளியே காட்டிக்கொள்ளக்கூடாது. வருவதையெல்லாம் தைரியமாக எதிர்கொள்ள வேண்டும்.

இப்படியெல்லாம் யோசித்தபடியே நான் படுத்துக்கிடந்து பொழுதை விடிய வைத்தேன். காலையிலெழுந்து இருப்பிருந்த மிச்ச அரிசியைப்போட்டு கஞ்சி வைத்துக் குடித்தோம். பிறகு அரிசி வாங்கப்போகும் தோழர்களையும் ஊருக்குள்போய் விவரங்கள் சேகரிக்கப்போகும் தோழர்களையும் அனுப்பிவைப்பதற்கான ஏற்பாடுகளை தோழர்கள் வர்க்கீசும் கிருஷ்ணன்குட்டியும் செய்துகொண்டிருந்தார்கள்.அப்போது, புல்பள்ளி வழக்கின் மன்னிப்பு சாட்சியாக பிறகு தீவிரமாக காவல்துறை தரப்பில் சாட்சி சொன்ன தேற்றமலை கோபி, தோழர் கிருஷ்ணன்குட்டியிடம் “எனக்கு உடனே ஊருக்குப்போக வேண்டும்; கொச்சேட்டன் (சின்னண்ணன்) கூப்பிட்டுதான் நான் வந்தேன்; இப்படியெல்லாம் ஆகுமென்று தெரிந்திருந்தால் நான் வந்திருக்கவே மாட்டேன்...” என்றெல்லாம் குற்றப்படுத்துகிற தோரணையில் பேசிக்கொண்டிருந்தார். தோழர் கிருஷ்ணன்குட்டியை அனைவரும் கொச்சேட்டன் என்றுதான்

அழைப்போம். முகாமிலிருக்க விருப்பமில்லாதவர்களை அனுப்பிவிடலாமென்று நேற்று முடிவு செய்யப்பட்டதல்லவா? இதற்கெதிராக நாங்கள் யாரும் எதுவும் பேசவில்லை. தோழர் ஜோஸஃப் அண்ணனும் முகாமிலிருந்துப் பிரியவேண்டுமென்ற விருப்பத்தை முன்தினமே வெளிப்படுத்தியிருந்தார். ஏற்கனவே, தோழர் குஞ்ஞாமனும் இந்த எண்ணத்தை சுப்ரீம் கௌன்சிலில் சொல்லியிருந்தாரல்லவா? இவர்கள் மூவரையும் முகாமிலிருந்து அனுப்பி விடுவதாக நாங்கள் முடிவு செய்து, மூன்று பேருக்கும் தேவையான பணம் கொடுத்து அனுப்பி வைத்தோம். அரிசி வாங்கப்போகும் தோழரிடமும் அதற்கான பணத்தைக் கொடுத்தனுப்பினோம்.

தோழர் கிருஷ்ணன்குட்டிக்குப் புறப்பட நேரமானது. வழிகாட்டியாக மற்றொரு தோழரையும் தன்னுடன் அழைத்துப்போவதற்காக அவர் தேர்வு செய்தார். எவ்வளவு சிரமங்கள் ஏற்பட்டாலும் சரி, திரும்பி வந்து விடுவேனென்றும் முடிந்தவரையிலான தோழர்களையும் கூடவே அழைத்துக்கொண்டு வருவேனென்றும் தோழர்கள் தைரியமாக இருக்கவேண்டுமென்றும் உறுதியாகத் தெரிவித்துவிட்டு தோழர் எங்களிடம் விடைகேட்டார்.

தலச்சேரி தோழர்களுக்கு என்னவாயிற்று என்பதை தோழர் கிருஷ்ணன்குட்டி சரியாக விசாரித்து அறிந்துகொண்டும் முடிந்தவரையிலும் தோழர்களுடனும் திரும்பி வருவாரென்பதில் எங்களுக்கு நம்பிக்கையிருந்தது. ஒருவேளை மற்ற தோழர்களைச் சந்திக்கவோ அழைத்துக்கொண்டு வரவோ இயலாமலிருந்தாலும் தோழராவது திரும்பி வந்துவிடுவாரென்றும் அதன் பிறகு மற்ற தோழர்கள் தைரியமாக திருநெல்லியிலிறங்கி ஆதிவாசிகளுடன் இணைந்து மேலும் ஆக்கிரமிப்பிற்கான ஏற்பாடுகளைச் செய்யலாமென்ற எண்ணத்துடனும் நாங்கள் தோழருக்கு விடைகொடுத்தோம்...

போகவேண்டியவர்கள் அனைவரும் போன பிறகு பாக்கியிருந்த தோழர்களெல்லாம் வட்டம் கூடியமர்ந்து முதல் நாளைய சம்பவங்களைப் பற்றியும் இனி நடக்கவிருப்பதைப் பற்றியும் விவாதிப்பதாக முடிவு செய்தோம். முதலில் சில தோழர்கள் புத்தகங்கள் வாசிக்கவும் அதன் மூலம் மற்ற தோழர்களின் மனோபலத்தைத் தூண்டுவதற்கான முயற்சிகளிலும் ஈடுபட்டார்கள். சில நாட்களாகத் தொடரும் விரும்பத் தகாத நிகழ்வுகளால் மனரீதியாகத் தகர்ந்துவிட்டவர்களும் அதேநேரம் இந்த அளவில் தீவிரமான சோதனைகள் நேரிட்ட பிறகும் சஞ்சலப்படாத மனதுடன் புரட்சியின் பாதையில் வலுவாக நின்றிருக்கும் தோழர்களும் அங்கிருந்தார்கள். குறிப்பாக, புல்பள்ளி விவசாயத் தோழர்கள். அவர்களிலொருவரான தோழர் சுகுமாரன், எவ்வளவுதான் சோதனைகள் ஏற்பட்டாலும் சரி, ஆயுதப்போராட்டத்தின் பாதையில்

முன் வைத்த காலை நான் பின் வைக்கப் போவதாக இல்லை என்று அங்கே கூடியிருந்த எல்லாத் தோழர்களிடமும் உரத்தக் குரலில் முஷ்டி உயர்த்தியபடி உறுதியுடன் அறிவித்தார். தோழர்களில் பலர் அவரது அறிவிப்பை ஆவேசத்துடன் ஏற்று இந்த முடிவைத் தாங்களும் பின்பற்றுவதாக உறுதியெடுத்துக்கொண்டார்கள். தோழர் கிஸான்தொம்மனின் உயிர்த் தியாகம் இந்தத் தோழர்களின் மனத் திடத்தை அதிகப்படுத்தியிருப்பதாகவே எனக்குத் தோன்றியது. இவ்வளவுப் பிரச்சினைகள் ஏற்பட்ட பின்பும் இந்தத் தோழர்களின் மன உறுதி எந்தவித சஞ்சலத்திற்குள்ளாகவில்லையென்பது தெரிந்தபோது எனக்கு மகிழ்ச்சியும் அவர்களின்மீது இனம்புரியாத மதிப்பும் உருவானது. தோழர் கிஸான்தொம்மனுடன் இந்தப் போராட்டத்திற்கான தயாரிப்புகளில் முதலிலிருந்தே ஆவேசத்துடன் பங்கு வகித்த புல்பள்ளி குடியேற்ற விவசாயிகளான இந்தத் தோழர்கள், தாங்கள் உயிர்த் தியாகம் செய்தவரின் போராட்டத் தோழர்களென்பதை பெருமையாகக் கருதினார்கள். தோழரின் மிகப் பரிதாபகரமான மரணமும் ஆனால், மிகவும் உன்னதமான ஒரு இலட்சியத்திற்காக உயிரைத் தியாகம் செய்ய வேண்டியதான அந்தச் சந்தர்ப்பத்திலும்கூட சுயநலமெதுவுமின்றி அவர் கண்களை மூடிக்கொண்டதும் மற்ற அனைவரையும்விட இந்தத் தோழர்களை மிக அதிகமாக உணர்ச்சிவசப்பட வைத்ததுபோல் தோன்றியது. அல்லுங்கல் ஸ்ரீதரன், ராமன்நாயர், செல்லப்பன், சுகுமாரன் போன்ற தோழர்களின் அடங்காத ஆவேசமும் திடமனதும் எல்லாத் தோழர்களையுமே உணர்ச்சி வசப்படச் செய்தது. இந்தப் பாதிப்பின் பிரதிபலிப்பாக கோழைத்தனத்தைக் காட்டிக்கொண்டவர்களும்கூட தங்களது மனதில் உதித்த சந்தர்ப்பவாத சிந்தனையை வெளிச்சத்தில் கொண்டு வருவதற்கு வெட்கப்படுவதாக அவர்களது முக பாவம் காட்டியது. அவர்கள் உயிரற்றவர்கள்போலிருந்தார்கள். மனரீதியாக அவர்கள் தளர்ந்திருப்பது தெளிவாகவே தெரிந்தது. ஆனால், இந்தப் புல்பள்ளி தோழர்கள் அவர்களை ஏளனமாகப் பார்ப்பது அவர்களிடம் குற்ற உணர்வை உருவாக்குகிறதோ என்ற சந்தேகமும் எனக்குள் உருவானது. புல்பள்ளி தோழர்களின் இந்த உணர்வு எங்களில் சிலருக்காவது தைரியமூட்ட உதவியாக இருந்தது. பேடித்தனத்திற்குக் கீழ்ப்படிந்துவிடவில்லையென்றாலும் ஆரம்பத்திலிருந்த ஆவேசம் குறைந்துகொண்டிருந்த இந்த இக்கட்டான சூழலில் வருவதையெல்லாம் தலை நிமிர்ந்து நின்று எதிர்கொள்வதாகச் சூளுரைத்த தோழர்களின் புரட்சி மனோபாவம் நிரம்பிய பேச்சுகளும் செயல்பாடுகளும் மற்றவர்களையும் முன் செல்லத் தூண்டிக்கொண்டிருந்தன. தலச்சேரி தோழர்களைச் சந்தித்தாலும் இல்லையென்றாலும் திருநெல்லியிலிறங்கி நடத்துவதாகத் திட்டமிட்டிருந்தப் பணிகளை எது வந்தாலும் சரி, நாம் செய்தே ஆக வேண்டுமென்றும் இந்தத் தோழர்கள் சுப்ரீம் கௌன்சில் தோழர்களிடம் தனியாகச் சொல்லியிருந்தார்கள்.

நான்கைந்து மணி நேரம் இப்படியான சர்ச்சைகளில் ஈடுபட்டவாறே தீயைச் சுற்றியமர்ந்திருந்த எங்களிடம் சாப்பிட எதுவுமே இல்லை. திருநெல்லிக்குச் சென்றிருந்தத் தோழர்கள் மத்தியானம் அரிசியுடன் திரும்பி வந்தார்கள். உடனேயே சிலர் சமையல் செய்வதற்கான ஏற்பாடுகளில் ஈடுபட்டார்கள்.

திருநெல்லியில் தொடர்புகொண்ட நபர் மிகவும் பயந்துபோயிருப்பதாகவும் இருந்தாலும் எப்படியோ அரிசி வாங்கித் தந்தாரென்றும் காவல்துறையினர் வயநாடு முழுவதும் நிறைந்திருப்பதாகவும் அரிசி வாங்கப்போயிருந்தத் தோழர்கள் சொன்னார்கள். அந்தப் பகுதிகள் முழுவதுமே ஆட்கள் கூட்டம் கூட்டமாக நின்று இந்தச் சம்பவத்தைப் பற்றி மிகுந்த ஆர்வத்துடன் பேசிக்கொள்வதாகவும் மக்கள் அனைவரும் கொந்தளித்துப் போயிருப்பதாகத் தெரிகிறது என்றும் ஒரு பெரிய காவல் படை வயநாடு மலைகளைச் சுற்றி வளைத்திருப்பதாக அவர்கள் தங்களுக்குள் பேசிக்கொள்வதாகவும் அந்தத் தோழர்கள் சொன்னார்கள்.

தோழர்கள் குறிப்பிட்ட உறுதிப்படுத்தப்படாத தகவல்களைப் பற்றி அனைவரும் விவாதித்தோம். காவல்துறையின் வியூகம் சுருங்கிக்கொண்டே வருவதைப் புரிந்துகொள்ள முடிகிறது. இன்று காலையில் முகாமிலிருந்து சிலர் போயிருக்கிறார்களல்லவா? அவர்களில் யாரையாவது காவல்துறை ஒருவேளை கைது செய்திருந்தால் அப்புறம் நம்முடைய முகாமைக் கண்டு பிடிப்பதில் அவர்களுக்குப் பெரிய சிரமமிருக்காது. ஆகவே, இப்போது மிகவும் இக்கட்டான சூழ்நிலையிலிருக்கிறோம். கஞ்சி குடித்ததும் நாம் உடனடியாக முகாமை மாற்றி விட வேண்டும். மானந்தவாடி பகுதிகளுக்குத் தகவல் சேகரிப்பதற்காகப் போயிருக்கும் தோழர்கள் இந்த முகாமிற்குத்தான் வருவார்கள். அடுத்த முகாமிற்கான ஒரு அடையாளம் வைப்பதாக நாம் சொல்லியனுப்பியிருக்கிறோம். அடையாளத்தை வைத்து விட்டு நாம் இன்னும் உட்பக்கமாக நகர்ந்து விடலாம். இப்படியாக முடிவு செய்துவிட்டு தோழர்கள் அனைவரும் முகாமை மாற்றிவிடத் தயாரானோம். கஞ்சி குடித்துவிட்டு தோழர் வர்க்கீஸ் அடுத்த முகாமிற்கான அடையாளத்தை ஏற்கனவே திட்டமிட்டிருந்த இடத்தில் வைத்தார். பிறகு அனைவரும் அடுத்தப் பயணத்தைத் துவங்கினோம்.

நாங்கள் நடந்துகொண்டிருந்த வழிப்பாதை முன்பைவிடவும் மோசமானதாக இருந்தது. நடப்பதற்கான பாதையை வெட்டித் திருத்தி உருவாக்குவது மிகவும் சிரமாக இருந்தது. ஆதிவாசித் தோழர்களும் கூடவே இருந்ததால் மரக்கிளைகளும் முட்புதர்களும் பிணைந்துக்கிடந்த பாதையை வெட்டித் திருத்தி அவர்கள் வழியேற்படுத்தித் தந்தார்கள். இப்படியெல்லாம் மிகுந்த அவஸ்தையுடன் நாங்கள் நகர்ந்துகொண்டிருந்தது, மனிதர்கள் நுழைய இயலாத, வனப்பகுதியிலிருந்த அடுத்த முகாமை நோக்கி. அதிகமாக

யாரும் எதுவும் பேசிக்கொள்ளவில்லை. ஐந்தெட்டு மைல்கள் தூரம் நடந்திருப்போம். நேரம் இருட்டத் தொடங்கியது. அன்றும் ஒரு மலைச்சரிவில் பெரிய மரங்களின்கீழ் முகாமிட்டோம். அந்த மலை சற்று அதிகமான சரிவுப் பகுதிபோலிருந்தது. எதுவாக இருந்தாலும் இங்கே தங்கி விட வேண்டியதுதான். திருநெல்லியின் வடகிழக்குப் பகுதிக்கு அப்போது வந்து சேர்ந்திருந்தோம். ரேடியோவை ஆன் செய்து பார்த்தோம். முதல் நாள் சொன்ன செய்திகளிலிருந்து பெரிய வித்தியாசமெதுவுமில்லை. முகாமிட்டதும் கஞ்சி வைத்துக் குடித்தோம். நடந்த சோர்விருந்ததால் சீக்கிரமாகவே படுத்து விட்டோம். அன்றிரவு விவாதங்களுக்கெதற்கும் யாரும் தயாராக இல்லை. இரண்டு மூன்றிடங்களில் தீ மூட்டி சுற்றிலும் படுத்துக்கொண்டோம்.

தலச்சேரி தோழர்களில் யாருமே இந்தக் காட்டுக்குள் வரவில்லையென்பது தெளிவாகத் தெரிந்து விட்டது. புல்பள்ளி கலகத்தை தலச்சேரி கலகத்துடன் தொடர்புபடுத்தியல்லவா முதலில் திட்டமிடப்பட்டிருந்தது? தலச்சேரியிலிருந்து கலகம் செய்வதற்காக அவர்கள் புறப்படுவார்கள் என்று நம்பியும், குறிப்பாக நூற்றுக்கணக்கான அல்லது ஆயிரக்கணக்கான மக்கள் சக்தியின் ஆதரவைக் குறிக்கோளாகக்கொண்டும் புல்பள்ளி கலகம் திட்டமிடப்பட்டிருந்தது. தலச்சேரிக்கு ஊக்கமளிக்கும் ஒரு தூண்டுதல் சக்தியாகவே புல்பள்ளியிருந்தது. தலச்சேரியில் தாக்குதல் நடத்திய பிறகு எதிர்கொள்ளவேண்டியதிருக்கும் காவல்துறையின் நடவடிக்கைகளைத் தோல்வியடையச் செய்யவேண்டும். எங்களுக்கு வயநாடன் மலைப் பிரதேசங்களில் செல்வாக்கிருப்பதால் அங்கு மட்டுமே தங்கியிருக்கவும் முடியும். மாவோ சுட்டிக்காட்டிய மார்க்கமும் இதுதானே? விவசாயிகளைத் தட்டியெழுப்பி அணி வகுக்கச்செய்ய வேண்டும். அதற்காகக் கிராமங்களில் தங்கியிருக்க வேண்டும். நகரங்களை கை வசப்படுத்துவதற்குக் கிராமங்களைப் பயன்படுத்துங்கள். இறுதியில் நகரங்களை வளைத்துப் பிடியுங்கள். ஏற்கனவே, சீனாவிலும் வியட்னாமிலும் கம்போடியாவிலுமெல்லாம் வெற்றிகரமாக நடைமுறைப்படுத்தப்பட்ட இந்தக் கொரில்லாப் போராட்ட உத்திகளின் வழிகாட்டுதல்களிருந்ததால் வயநாட்டிற்குள் அபயம் தேடும் பிரச்சினையைப் பற்றி எந்த விதமான சந்தேகங்களுக்கும் இடமிருக்கவில்லை. விஷயங்கள் இப்படியெல்லாமிருந்தாலும் தலச்சேரி காவல்நிலையத்தின்மீதான தாக்குதல் நடந்து ஏழெட்டு நாட்களான பிறகும் ஏற்கனவே முடிவு செய்திருந்தபடி யாருமே திருநெல்லிக்காட்டிற்கு வந்துசேரவில்லை. காட்டில் எந்தப் பக்கமாகப் போகவேண்டும்; என்ன செய்யவேண்டும் என்று தெரியாமல் தப்பித் தடுமாறிக்கொண்டிருந்த எங்களை இது மேலும் தளர்வடையச் செய்தது. ஆயுதப் புரட்சியெனும் கோட்பாட்டை நடைமுறைப்படுத்தும்போது உருவாகக்கூடிய சிக்கல்களின்மீதான நடைமுறைத் தீர்வுகளைப்பற்றி எந்த

முன்அனுபவங்களுமில்லாத எங்களுக்கு தலச்சேரி தோழர்களைச் சந்திக்க முடியாததால் ஏற்பட்ட மனரீதியிலான சோதனைகளும் போராட்டங்களும் மேலும் வேதனை தருவதாக அமைந்தன. ஏற்றுக்கொண்ட கடமைகளை நாங்கள் எந்த அளவுக்கு ஆத்மார்த்தமாக நடைமுறைப்படுத்தினோமோ அதுபோலவே அவர்களும் செய்வார்களென்று முழுமையாக நம்பியிருந்தோம். ஆனால், ஆயுதப்புரட்சிக்குச் செல்வதென்பதை ஏதோ ஊர்வலத்தில் கலந்துகொள்வதுபோலவோ, ஆட்சியர் அலுவலகத்தின் படிக்கட்டில் உண்ணாவிரதமும், தர்ணாவும் நடத்துவதுபோலவோ, அல்லது போக்குவரத்துக் கழகங்களின் ஒரு சில பேருந்துகள்மீது கல்லெறிவதுபோலவோ நாங்கள் நினைத்து விட்டோம் என்று தோன்றுகிறது. நேரடியாக முயற்சியிலிறங்கியபோதுதான் உண்மையில் இது ஒரு ஜீவமரணப் போராட்டமென்பதைப் புரிந்துகொள்ள முடிந்தது. இருந்தாலும் புல்பள்ளி கலகத்தில் கலந்துகொண்ட எங்களில் குறிப்பிட்ட எண்ணிக்கையிலானவர்களுக்கேனும் எதை முன்னிட்டும் பின் வாங்கிவிட வேண்டுமென்ற எண்ணமே உருவாகவில்லை.

வீட்டையும் குடும்பத்தையும் எல்லாவிதமான சமூகத் தொடர்புகளையும் அறுத்தெறிந்து, உயிர்த் தியாகத்திற்கஞ்சாத இந்த உன்னத மனோபாவத்தை சுய விருப்பத்துடன் ஏற்றுதான் இந்த எளிய முயற்சியை நாங்கள் மேற்கொண்டோம். இந்த நம்பிக்கையில் எங்களைக் காலூன்றி நிற்கத் தூண்டுவது, வெற்றி பெறுவதை மட்டுமே நோக்கமாகக்கொண்டதல்ல. அனைத்திற்கும் மேலாக, சமூகத்தில் மிகவும் அடித்தட்டில் வாழும் விவசாயத் தொழிலாளர்களிடமும் ஆதிவாசி சமூகத்தினரிடமும் கலகம் உருவாக்கிய ஆவேசம் நிரம்பிய பிரதிபலிப்புகள்தான் இந்த மார்க்கம் சரியானது என்ற எங்களது எண்ணத்தை மேலும் உறுதிப்படுத்தியது. இந்தக் கலகம், சேகாடி ஆதிவாசிகளிடம் தூண்டிவிட்ட வர்க்க உணர்வுகளைக் குறித்தும் திருநெல்லிக்கு அரிசி வாங்கச் சென்றிருந்த தோழர்களுக்கு சிறு அளவிலாக இருந்தாலும் ஏற்பட்ட அனுபவங்களையும் ஏற்கனவே குறிப்பிட்டேன். இனி பின் வாங்குவதா? சாத்தியமே இல்லை. இந்த யோசனையிலிருந்துதான் திருநெல்லி கிராமத்திலிறங்குவதாகவும் அங்குள்ள ஆதிவாசிகளுடன் இணைந்து அடுத்த கட்டப் போராட்டத்தைத் திட்டமிடுவதாகவும் நாங்கள் முடிவு செய்தோம். மானந்தவாடியில் விசாரிப்பதற்காகச் சென்றிருந்த தோழர்கள் திரும்பி வந்த பிறகுதான் அதை எப்போது மேற்கொள்ளுவது என்று முடிவு செய்ய வேண்டும். அவர்கள் அன்று இரவுக்குள் அதிகப் பட்சமாக மறுநாள் பொழுதடைவதற்குள் பழைய முகாமிற்கு வந்து சேருவதாகச் சொல்லியிருந்தார்கள். இந்தத் தோழர்களின் வருகையை அறிந்த பிறகுதான் இனி அடுத்த முகாமிற்கு மாற இயலும்.

மறுநாள் பொழுது விடிந்ததும் நாங்கள் கஞ்சி வைத்துக் குடித்துவிட்டு அந்த முகாமிலேயே அங்குமிங்குமாக, குழுவாகப்போய்

உட்கார்ந்துகொண்டோம். எங்களுடன் இரண்டு மூன்று ஆதிவாசித் தோழர்களுமிருப்பதாகச் சொன்னேன் அல்லவா? அவர்கள் சோர்ந்துபோயிருப்பதுபோல் தோன்றியது. ஊருக்குப் போகவேண்டுமென்று சொல்லவும் துவங்கினார்கள். காட்டின் ஊடுவழிகளையெல்லாம் வாசம் பிடித்து எந்தக் கொடுங்காட்டினுள்ளும் செல்வதற்கான வழிகளைக் கண்டுபிடிப்பதிலும் ஓய்வெடுப்பதற்கான இடத்தை ஏற்படுத்தித் தருவதிலும் மிகத் திறமையானவர்கள் இந்த ஆதிவாசித் தோழர்கள். இவர்கள் எங்களை விட்டுப்பிரிவது, இருளடைந்த கொடுங்காட்டிலகப்பட்ட பார்வை தெரியாதவர்களைப்போலாக்கி விடுமென்பதை நாங்கள் புரிந்துகொண்டோம். ஆனால், போவதாகச் சொல்லும் தோழர்களை அனுப்பாமலிருக்கவும் முடியாது. இவர்களுக்கு புதிய உற்சாகத்தையும் அகத்தூண்டுதலையும் அளிப்பது இப்போதைய நிலைமையில் சாத்தியமுமில்லை. ஏமாற்றியோ ஏதாவது பொய் சொல்லியோ போகாமல் செய்ய முடியும். ஆனால், மக்களுடனான தொடர்பில் இதையெல்லாம் அணுவளவுகூட அனுமதிக்க முடியாது. அப்படிச் செய்வது, உன்னதமான எங்களது கோட்பாடுகளுடன் நாங்களே முரண்படுவதாகி விடும். இப்படியான ஒரு சிந்தனை எங்களில் யாருக்குமே கிடையாது. அவர்கள் போய்தான் தீர வேண்டுமென்று சொன்னால் விட்டு விடுவதாகவே நாங்கள் முடிவு செய்தோம். இருந்தாலும், மானந்தவாடிக்குப் போயிருக்கும் தோழர்கள் வந்த பிறகு போகலாமே என்ற வர்க்கீசின் வேண்டுகோளை அவர்கள் நிராகரிக்கவுமில்லை. அன்று மத்தியானம்வரையிலும் மானந்தவாடிக்குச் சென்ற தோழர்கள் வருவதற்கான எந்த அறிகுறிகளுமில்லை. இந்த முகாமிற்கு வருகிற வழியை அவர்களால் கண்டுபிடிக்க முடியவில்லையோ? தோழர் வர்க்கீஸ், பழைய முகாமிற்குப் போய்ப் பார்த்து விட்டு வருகிற பொறுப்பை இரண்டு பேரிடம் ஒப்படைத்தார். அவர்களும் உடனே பழைய முகாமிற்குப் புறப்பட்டார்கள். எதிர்பார்ப்புடன்கூடிய நான்கைந்து மணி நேரம், ஒவ்வொரு நிமிடமாக ஊர்ந்துகொண்டிருந்தது. நடுக்கடலில் சுழலில் சிக்கித் தவிக்கும் ஒருவன், மிதந்து கிடக்கும் ஒரு வைக்கோல் துரும்பைப் பற்றிப் பிடித்தாவது உயிரைப் பாதுகாத்துக்கொள்வதற்கு முயற்சி செய்வதுபோல், இந்தக் கடைசி எதிர்பார்ப்பாவது வெற்றிபெற்றுவிடாதா என்று ஏங்கினோம்.

ஆனால், மானந்தவாடிக்குச் சென்ற தோழர்களைப் பார்ப்பதற்காக பழைய முகாமிற்குச் சென்றிருந்தத் தோழர்கள் திரும்பிவரும்போது தனியாகவே வந்தார்கள். அந்த முகாமில் யாருமே இல்லையென்றும் கொஞ்ச நேரம் காத்திருந்து பார்த்தும் யாரும் வரவில்லையென்று தோழர்கள் சொன்னபோதுதான் கடைசிப் பிடிமானத்தையும் நாங்கள் இழந்துபோய்விட்டோம் என்பது தெரிய வந்தது. எல்லா வாசல்களும் அடைபட்டுவிட்டன.

அழிதா

சிதைந்துகொண்டிருக்கும் எங்களது எண்ணிக்கையை அதிகரிப்பது மட்டுமல்ல, ஒரு குழுவாக இனிமேல் சேர்ந்திருப்பதுகூட சாத்தியமில்லை. எல்லாத் திட்டங்களுமே தகர்ந்து தரைமட்டமாகப்போய் விட்டன.

கடைசியாக மிச்சமிருந்த நாங்கள் முப்பத்தைந்துபேர்கள் ஒன்று கூடினோம். சுப்ரீம் கௌன்சில் என்கிற ஒன்றே இல்லாமலாகிவிட்டது. சோர்ந்திருந்த எல்லாத் தோழர்களையும் பார்த்து தோழர் வர்க்கீஸ், மிகுந்த மனவருத்தத்துடனும் ஆனால், உறுதியாகவும் சொன்னார்: "தோழர்களே, நமக்கான எல்லா வழிகளும் மூடப்பட்டுவிட்டன என்பதை நீங்கள் அனைவருமே உணர்ந்திருக்கிறீர்கள். இந்த நிமிடமும்கூட வயநாடன் மலைகளை காவல்துறை வளைத்துக்கொண்டு நிற்கிறது. நம்முடைய கையில் இரண்டு மூன்று துப்பாக்கிகளைத்தவிர குறிப்பிடும்படியான எந்த ஆயுதங்களுமில்லை. நம்மிடமிருந்த வெடிகுண்டுகளெல்லாவற்றையும் தோழர் கிஸான்தொம்மனின் மரணத்தின்போது இழந்துபோய் விட்டோம். அதைவிட முக்கியமான விஷயம், ஆயுதப்போராட்டமெனும் கோட்பாட்டில் உறுதியுடன் நின்று போராட்டத்தை முன்னெடுத்துச்செல்ல நாம் எத்தனை பேரிருக்கிறோம்? இனியுள்ள பாதைகள் மேலும் சிரமமானதாகவே இருக்கும். எதையும் தாங்கும் உறுதியுடன், உயிரை இழக்கவும் தயாராக இருந்தால் மட்டுமே நம்மால் இனி பயணத்தைத் தொடர முடியும். இதற்கு நம்மில் எத்தனைபேர் தயாராக இருக்கிறோம்? இதுதான் இப்போதைய பிரச்சினை. ஆதிவாசித் தோழர்கள் ஊருக்குப் போக வேண்டுமென்று ஏற்கனவே சொல்லியிருந்தார்கள். இன்னும் யார் யாரெல்லாம் போக விரும்புகிறீர்களென்பதை வெளிப்படையாகவே சொல்லிவிடுங்கள். போக விரும்புகிறவர்களுக்கு பயணச் செலவுக்கும் மற்றச் செலவுகளுக்கும் தேவையானப் பணம் தந்து அனுப்பி வைக்கிறோம். யாராக இருந்தாலும் சரி, சொல்வதில் தயக்கம்வேண்டாம். இதை முடிவு செய்துவிட்ட பிறகுதான் போராட்டத்தைத் தொடர்ந்து நடத்த தோழர்களால் திட்டமிட இயலும். ஆகவே, ஒவ்வொரு தோழர்களும் மனத்திலிருப்பதை வெளிப்படையாகவே பேசி விடுங்கள்." பதினைந்திற்குமதிகமான தோழர்கள் திரும்பிப் போகவேண்டுமென்ற விருப்பத்தை குற்றவுணர்வுகளிருந்தாலும் தெரிவித்து விட்டார்கள். மற்ற பதினைந்து தோழர்கள் எது வந்தாலும் சரி, ஆயுதப்போராட்டத்தின்மீதான தங்களது நம்பிக்கையை இறுதிவரைக் கைவிடப்போவதில்லையென்றும் போராட்டத்தை இயன்றவரைக்கும் முன்னெடுத்துச் செல்லும் உறுதியுடனிருப்பதாகவும் சொன்னார்கள். போகவேண்டுமென்று விருப்பம் தெரிவித்தவர்களை மறுநாள் காலையில் பணம் கொடுத்து அனுப்பி வைப்பதாகவும் அவர்கள் போனபிறகு மிச்சமிருக்கும் பதினைந்து பேர்கள்கூடி ஆலோசனை செய்து அடுத்தத் திட்டங்களைத்

தீட்டுவதாகவும் முடிவு செய்து விட்டுக் கூட்டம் பிரிந்தது. இரவில் கஞ்சி வைத்துக் குடித்து விட்டு எல்லோரும் தளர்ந்துபோய்ப் படுத்துக்கொண்டோம். பிரிந்துபோக வேண்டுமென்று சொன்னவர்கள், மற்ற தோழர்களின் முகத்தை ஏறெடுத்துப் பார்க்கவும் தைரியமில்லாமல் உயிரற்றவர்களைப்போலிருந்தார்கள். அவர்களை ஏன் குற்றம் சொல்லவேண்டும்? நாம் யோசித்து முடிவு செய்து வைத்திருந்தவற்றில் எதுவுமே நடக்கவில்லை. மிகுந்த ஆவேசத்துடன் போராட்டத்தில் கலந்துகொண்டு, அதன் மிகத் தீவிரமான அனுபவங்களை நேரடியாக அனுபவிக்க நேர்ந்தபோது ஆயுதப்போராட்டத்தின்மீதான நம்பிக்கையையே இந்தத் தோழர்கள் தற்போது இழந்துவிட்டார்கள்போலிருந்தது.

புரட்சியென்பது ஒரேவழியில் பயணிக்க முடியாதென்றும் அது, இடையூறுகளும் திருப்பங்களும் பிரிவுகளும் நிறைந்ததென்பதையும் நான் தினமும் வாசிக்கிறேன். ஆனால், அதில் இந்த அளவில் சோதனைகள் நிறைந்திருக்குமென்பதைப் பற்றி நான் ஓரளவாவது உணர்ந்திருந்தேனா? அதுவரையிலும் நடைமுறை சார்ந்த எந்த அனுபவங்களுமில்லாத எங்களுக்கு இக்கட்டான இந்த நிலைமையில் சிறிதளவு அவநம்பிக்கைத் தோன்றுவதில் என்ன ஆச்சரியமிருக்க முடியும்? அதிலும் குட்டி பூர்ஷுவா அறிவிஜீவிகளிகலொருத்தியான என்னைப்போன்றவர்கள், ஒன்றில், பூரண வெற்றி அல்லது படுதோல்வியென்று கடிகார பெண்டுலம்போல் ஆடிக்கொண்டேதான் உலகத்தைப் பார்க்கிறோம். எந்த வெற்றியும் ஒருபோதும் முழுமையானதல்ல அதுபோல் தோல்வியும் ஒருபோதும் படுதோல்வியாக இருக்க முடியாது. வெற்றிக்குள் தோல்வியின் கூறுகளும், தோல்விக்குள் வெற்றியின் கூறுகளும் உள்ளடங்கியிருக்கும் எனும் தொழிலாளி வர்க்க உலகப்பார்வையை குட்டி பூர்ஷுவாக்களால் அவ்வளவு எளிதில் விளங்கிக்கொள்ள இயலாது. மார்க்சியத்தின் அடிப்படைத் தத்துவங்களை பொதுமக்களிடம் நடைமுறைப்படுத்தும்போது கிடைக்கும் வெற்றி தோல்விகளின் பாடங்களை அதன் அடிப்படையில் மதிப்பீடு செய்தால் மட்டுமே இந்தச் சஞ்சலத்திற்குள்ளான வர்க்க இயல்பிலிருந்து விடுபட முடியுமென்று மாவோ திரும்பத் திரும்ப சொல்வார். ஆனால், நாங்களெல்லாம் அதை அப்போது சரியாகக் கவனத்தில்கொள்ளவில்லை. புரட்சிப் பாதையில் உறுதியுடன் நின்றிருப்போமென்று சபதம்பூண்டிருந்த நாங்கள் பதினைந்துபேர்கள் இதையும் கைவிட்டு விட்டு பிரிந்துவிடுவதாக முடிவெடுப்பதற்கும் அதிக நாட்களொன்றும் தேவைப்படவில்லை.

14

காவல்துறையின் பிடியில்

மறுநாள் காலையில் எல்லாத் தோழர்களுக்கும் பணமும் கொடுத்து அனுப்பிவைத்த பிறகு நாங்கள் பதினைந்துபேர்கள் மட்டும் பாக்கியிருந்தோம். ஒவ்வொரு பிரச்சினையையும் மிகத் தீவிரமாக அணுகுவதுடன் ஆயுதப்போராட்டத்தின் பாதையில் ஆழமான நம்பிக்கையும்கொண்டிருந்த, குறைவாகப் பேசுகிற தோழர் அல்லுங்கல் ஸ்ரீதரன், எப்போதுமே சுறுசுறுப்புடனும் ஏற்றுக்கொண்ட காரியங்களை மிகச் சிறப்பாகவும் இக்கட்டான பிரச்சினைகளையும் மலர்ந்த முகத்துடன் எதிர்கொள்கிற தோழர் செல்லப்பன், எங்களுடனிருந்தவர்களில் வயது குறைந்தவராக இருந்தாலும்

பக்குவம் நிரம்பியவராகவும் எல்லா இடர்பாடுகளையும் எந்தவித சஞ்சலமுமில்லாமல் எதிர்கொள்பவரும் எங்களுக்கெல்லாம் தூண்டுதலாக இருந்தவருமான தோழர் சுகுமாரன், பெரிய புரட்சிகர உணர்வுகளைதையும் வெளிப்படுத்தாதவராக இருந்தாலும் பக்குவப்பட்ட ஒருவரான தோழர் ராமன்நாயர், புல்பள்ளி கலகத்தைத் துவக்கம் முதல் இறுதிவரைக்கும் வீரத்துடன் வழி நடத்தியவரும் ஒவ்வொரு இக்கட்டான சூழலிலும் மற்றவர்களுக்கு தைரியத்தையும் தன்னம்பிக்கையையும் வளர்த்தெடுத்தவருமான தோழர் வர்க்கீஸ், பள்ளிக்கூட ஆசிரியரும், காவல்துறையின் பயங்கரமான தாக்குதலையும்கூட குட்டி பூர்ஷுவாவின் மனச் சஞ்சல மெதுவுமில்லாமல் எதிர்கொண்டவரும், நடுத்தர வயதினருமான தோழர் சங்கரன் மாஸ்டர், வயதான காலத்தில் வீட்டில் சுருண்டு கிடக்க நினைக்காமல் இளைஞர்கள்போல் புரட்சி ஆவேசத்துடன் எங்களுடன் சேர்ந்து அயர்வில்லாமல் போராடிய தோழர் ராமன்குட்டி அண்ணன், எங்களுடன் சேர்ந்து மிகுந்த ஆவேசத்துடன் எல்லாச் செயல்பாடுகளிலும் பங்கு வகித்த இளைஞரான தலப்புழை தோழர் டெய்லர் முகம்மது, இந்த வீரத் தோழர்களினிடையே ஒரு அபஸ்வரம்போல் சஞ்சலம்கொண்ட மனதாக இருந்தாலும் பெரிய வீரனைப்போல் நடிப்பவரும் தீவிரமாக சொற்பொழிவாற்றுவதில் ஆர்வமுடையவருமான ஃபிலிப் எம். பிரசாத். — இப்படியான பதினைந்து பேர்கள், போராட்டத்தைத் தொடர்ந்து முன்னெடுத்துச் செல்வதான முடிவுடன் அன்று கூடினோம். அடுத்த ஏற்பாடுகளைப் பற்றி முடிவு செய்வதற்கான விவாதங்களை ஆரம்பித்தோம். மன உறுதியை இழந்துவிட்ட அந்தத் தோழர்கள், நாங்கள் இப்போதிருக்கும் இந்த முகாமிலிருந்துதான் புறப்பட்டார்கள். எனவே, முகாமை மாற்றவேண்டுமென்பது முக்கியமானப் பிரச்சினையாகவும் இருந்தது. ஆனால், மற்றொரு பிரச்சினையும் எங்களை மிரட்டியது. கையிருப்பு அரிசி, கிட்டத்தட்ட தீர்ந்துபோயிருந்தது. இனி, மூன்று நான்கு நாட்களுக்கான அரிசியை ஏற்பாடு செய்யவில்லையென்றால் ஆகாரமில்லாமல் இருக்க வேண்டியதாகிவிடும். தலச்சேரி தோழர்கள் வருவதாகச் சொன்ன வழியினூடே அல்லவா இனி நாங்கள் போகவேண்டும்? அந்த வழிப்பாதையின் அக்கம்பக்கங்களில் கிராமங்கள் அதிகமாகக் கிடையாது. திருநெல்லியிலிருந்துதான் அரிசி வாங்கி வைத்துக்கொள்ளவேண்டும். இரண்டு தோழர்கள் அரிசி வாங்க உடனடியாகப் போகவேண்டும். முடிந்தவரைக்கும் சீக்கிரமாகத் திரும்பிவிடவும் வேண்டும். அவர்கள் திரும்பி வந்து கஞ்சி வைத்துக் குடித்தபிறகு, இங்கிருந்து மேலும் உட்பக்கமாக நடக்கவேண்டும். இனி பகல் முழுவதும் நடந்துகொண்டே இருக்க வேண்டியதுதான். இரவு நேரங்களில் மட்டுமே ஓய்வெடுக்க வேண்டும். பகல் நேரத்தில் கஞ்சி குடிப்பதற்காக மட்டும் எங்காவது தங்கலாம். முடிந்தவரைக்கும் சீக்கிரமாக காட்டிலிருந்து வெளியேறி விடுவதற்கான வழியை யோசிக்க வேண்டும். மற்ற விஷயங்களைப் பிறகு விவாதிப்பதுதான் நல்லது.

இந்த முகாமிலிருக்குவரை நமக்கு ஆபத்துதான்.

அரிசி வாங்குவதற்காகக் கிளம்பிப்போன இரண்டு தோழர்கள், ஒன்றிரண்டு மணி நேரத்திற்குள் அரிசியுடன் திரும்பி வந்தார்கள். கொஞ்சம் அரிசியைப்போட்டு அவசர அவசரமாகக் கஞ்சி வைத்துக் குடித்துவிட்டு எங்களது அந்த நீண்டப் கடைசிப் பயணத்தைத் துவங்கினோம்.

அன்று பகல் முழுவதும் நாங்கள் காட்டின் உட்புறமாகவே நகர்ந்துகொண்டிருந்தோம். தலச்சேரி தோழர்கள் போட்டிருந்த பாதை மட்டுமே உதவியாக இருந்தது. ஆதிவாசித் தோழர்கள் எங்களை விட்டுப் பிரிந்து விட்டதால் திசையை ஓரளவில் குறிப்பாக வைத்து மட்டுமே நகரவேண்டியதிருந்தது. தலச்சேரி தோழர்கள் போட்டு வைத்திருந்த வழிப்பாதை, சரியாக எங்கே கொண்டுபோய் சேர்க்கும் என்றும் தெரியவில்லை. இரவானதும் நாங்கள் அருவிக்கரையில் விசாலமான ஒரு இடத்தில் முகாமிட்டு உணவு தயாரித்துச் சாப்பிட்ட பிறகு சிறிது ஓய்வெடுத்தோம்.

பிறகு அந்தக் கடைசி கூட்டம் கூடியது. எங்களுடைய அப்போதைய மனோபாவத்தைத் தெளிவாக்கிய ஒரு கூட்டமாகவும் இது அமைந்தது. விவசாயப் பெருங்குடியினரின் மறுமலர்ச்சிக்கான எங்களுடைய கனவுகள் அனைத்துமே தற்போது தகர்ந்துபோய் விட்டதல்லவா? கடைசியில், தலச்சேரி தோழர்கள் புல்பள்ளியை வஞ்சித்துவிட்டார்கள் என்ற முடிவுக்கு நாங்கள் மிகுந்த மனவருத்தத்துடன் வந்து சேர்ந்தோம். தலச்சேரி கலகத்தை முன்னிறுத்தி, புல்பள்ளி கலகத்தைத் திட்டமிட்டதுதான் இறுதியில் எங்களை வனமிருகம்போல் வேட்டையாடப்படும் சூழலுக்குள் கொண்டுபோய் தள்ளிவிட்டது. ஒரு முகாமிலிருந்து மற்றொரு முகாமிற்கும் திரும்பவும் அங்கிருந்து மற்றொன்றுக்குமாக இப்படி எங்கே போகிறோமென்று தெரியாமலேயே ஓடிக்கொண்டிருக்கும் எங்களால் போராட்டத்தைத் தொடர்ந்து முன்னெடுத்துச் செல்வது சாத்தியமில்லையென்றாகி விட்டது. காவல்துறை வயநாட்டில் முன்னேறிக்கொண்டிருக்கிறது. இந்தச் சிறு கூட்டம் வயநாட்டில் ஏதாவது கிராமத்திலிறங்கினால் நிச்சயமாக அவர்களது பிடிக்குள் அகப்பட்டுக்கொள்ளும். பிறகு போராட்டத்தை எப்படித் தொடர முடியும்? மட்டுமல்ல, மனரீதியாகவும் உடல்ரீதியாகவும் நாங்கள் மிகவும் தளர்ந்துபோயிருக்கிறோம். தலச்சேரி தோழர்கள் ஏமாற்றிவிட்டார்கள் எனும் முடிவுக்கு வந்ததுமே எங்களது மனோபாவம், எந்தவித நடவடிக்கைக்குமே தயாராக இல்லையென்பதுபோன்ற நிலைமைக்கு வந்துவிட்டது. தலச்சேரியில் என்ன நடந்தது என்று எங்களுக்கு எதுவுமே தெரியாது. தலச்சேரியில் ஏதாவது பிரச்சினையேற்பட்டதாக எங்களுக்கு எந்தத் தகவலும் கிடைக்கவுமில்லை. தோழர்களில் சிலராவது ஏற்கனவே திட்டமிட்டபடி காட்டுக்குள் வருவார்களென்று நாங்கள்

இறுதிவரையிலும் எதிர்பார்த்திருந்தோம். இது நடக்கவில்லையென்றான பிறகுதான் நாங்கள் தோல்வியின் கசப்பை சரியாக உணர்ந்துகொண்டோம். எதுவாயினும் மீண்டும் உறுதியைத் திரட்டியெடுத்து திருநெல்லி கிராமத்திலிறங்கி தாக்குதலுக்கான திட்டங்களைத் தீட்டலாமென்று முடிவு செய்து நாங்கள் மேற்கொண்ட கடைசி முயற்சியும் தோல்வியடைந்தது.

எல்லாவற்றை விடவும் தோழர்களுடைய ஆரோக்கியம் நலிவடைந்துகொண்டிருந்தது. இனி, மற்றொரு திட்டத்திற்கான ஏற்பாடுகளைச் செய்யவோ அதை நடைமுறைப்படுத்தவோ தேவையான ஆரோக்கியத்துடன் தோழர்களில் யாருமே இல்லை. எல்லாரையும் விட மிக மோசமான நிலையில் நானிருந்தேன். அனைவருக்குமே கொஞ்ச நாளைய ஓய்வு தேவையென்று நாங்கள் முடிவு செய்தோம். அதன்பிறகுதான் போராட்டத்தை எப்படி தொடருவதென்பதை மீண்டும் யோசித்து முடிவு செய்யவேண்டும். ஆகவே, அடுத்தத் திட்டம் ஊருக்குள் நுழைவதுதான். அனைவரும் கூட்டமாகப் போகாமல் பல பிரிவுகளாகப் பிரிந்து சென்று தங்களுக்கான மறைவிடங்களைக் கண்டுபிடிக்கவேண்டும். அங்கே தங்கியிருந்து ஒரு மாதம் ஓய்வெடுத்த பின், குறிப்பிட்ட ஒரு இடத்தில், கேரளத்திற்கு வெளியே உள்ள ஒரு பகுதியில் ஒன்றுசேர வேண்டும். இதனிடையில் ஒவ்வொருவரும் உழைத்து வாழவே முயற்சி செய்ய வேண்டும். எது நடந்தாலும் சரி, ஆயுதப்போராட்டத்தைத் தொடர்ந்து நடத்த நாம் அனைவரும் கடமைப்பட்டவர்கள் என்பதை மறந்துவிடக்கூடாது. சேகாடி ஆதிவாசிகளுக்குக் கொடுத்த வாக்கையும் நாம் மறந்து விடக்கூடாது. தோழர் கிஸான்தொம்மனின் கடைசி ஆசையை நிறைவேற்றும் விதமான வாழ்க்கையை மேற்கொள்வதில் நாம் அனைவரும் எப்போதும் கவனம் செலுத்தவேண்டும். மாவோவின், சி.பி.சியின் செய்திகளை மேலும் ஆழமாக ஊன்றிப் படிக்க வேண்டும். நம்முடைய திட்டமிடலில் எந்த இடத்தில் தவறு நிகழ்ந்ததென்பதை இந்தச் செய்தியின் அடிப்படையிலான நமது திறமையை வைத்துக் கண்டுபிடிக்க முயற்சி செய்ய வேண்டும்.

இப்படியாக இரண்டு மூன்று மணி நேரம், கருத்துக்களைப் பகிர்ந்துவிட்டு நாங்கள் படுத்துக்கொண்டோம். மறுநாள் காலையில் கஞ்சி குடித்துவிட்டு மீண்டும் பயணத்தைத் தொடர்ந்தோம். தலச்சேரிக்காரர்கள் போட்டிருந்த வழியினூடேதான் நடந்தோம். பெரிய பெரிய மரங்களில் அடையாளங்களைக் கொத்தி வைத்திருந்ததால் பாதையைக் கண்டுபிடிப்பதில் அதிகமான சிரமமெங்களெதுவும் ஏற்படவில்லை. பகல் முழுவதும் நடந்தோம். இரவானதும் ஒரு அருவியின் கரையில் தங்கி சாப்பிட்டு விட்டு ஓய்வெடுத்தோம்.

எங்களிடம் இரண்டு மூன்று துப்பாக்கிகளும் பிற ஆயுதங்களும் கஞ்சி வைப்பதற்கான மூன்று நான்கு பித்தளைப்

பாத்திரங்களுமிருந்தன. அவற்றைக் காட்டில் எங்காவது புதைத்து வைக்க வேண்டுமென்றும் திரும்ப வரும்போது எடுப்பதற்கு உதவியாக அடையாளம் வைத்து விட்டுப்போகவேண்டுமென்றும் நாங்கள் பிரிவதாக முடிவு செய்தபோது பேசியிருந்தோம். மறுநாள் எழுந்து நடக்கத் துவங்கினோம். கொஞ்ச தூரம் நடந்தபோது பக்கத்திலிருந்த மரங்களில் அடையாளம் வைக்கப்பட்டிருப்பது தெரிந்தது. அந்த மரங்கள், ஒரு அருவிக் கரையில் சென்றடைந்தன. அதன் மறுகரையிலிருந்து அடையாளம் வைக்கப்படவில்லை. அப்படியாக, தலச்சேரி தோழர்களின் வருகைக்காக வைக்கப்பட்டிருந்த அடையாளமும் எங்களது வழித் துணைக்கு இல்லாமல்போனது.

இப்படியே போய்க்கொண்டிருந்த மூன்றாவது நாள், துப்பாக்கிகளையும் பிற சாமான்களையும் பத்திரமாக மறைத்து வைப்பதற்குத் தோதுவான ஒரு இடத்தை நாங்கள் கண்டுபிடித்தோம். எல்லாவற்றையும் அந்த இடத்தில் புதைத்துவைத்து விட்டு மீண்டும் நடந்தோம். நாங்கள் போகும் திசை கொட்டியூரைச் சென்றடையும்போல் தோன்றியது. கொட்டியூருக்குப்போவதுதான் சரியென்று தோழர் வர்க்கீஸ் சொன்னார். ஏதேதோ மலைகளையும் குன்றுகளையும் நாங்கள் கடந்துகொண்டிருந்தோம். இடையிடையே புல்மேடுகளுமிருந்தன. புல் மேடுகளில் நின்றால் சுற்றிலும் உயர்ந்து நிற்கும் மலைகளும் கீழே காடுகளும் தெரியும். வயநாட்டிலிருந்து எவ்வளவோ உயரத்திற்கு நாங்கள் வந்து சேர்ந்திருக்கிறோம். இனி, கீழே இறங்கவேண்டுமென்றால் இவ்வளவு உயரத்தையும் கடக்க வேண்டும். மூன்றாவது நாள் வந்து சேர்ந்த முகாமிலிருந்து இனி கீழே இறங்குவதற்கான பயணத்தைத் தொடங்க வேண்டுமென்று நாங்கள் முடிவு செய்தோம். ஏனென்றால் ஒரு நேரக் கஞ்சி வைப்பதற்கான அரிசி மட்டுமே கைவசமிருந்தது.

மறுநாள் காலையில், இருந்த கொஞ்சம் தேயிலைத்தூளை நீரிலிட்டுக் கொதிக்க வைத்துக் குடித்தோம். அடிவாரத்தையடைந்த பிறகுதான் கஞ்சி வைக்க வேண்டுமென்று முடிவு செய்யப்பட்டது. காலையில் ஏழு மணிக்கு மிகப் பயங்கரமான ஒரு மலையிலிருந்து நாங்கள் இறங்க ஆரம்பித்தோம். உண்மையிலேயே அது ஒரு மிகப் பயங்கரமான செங்குத்தான மலை. அந்த மலையிறங்குபவர்கள் கீழே வந்த பிறகுதான் நிற்கவே முடியும். முட்களெல்லாம் நிறைந்து கிடக்கும் அந்தத் தலைகீழ் சரிவில் இறங்கும்போது மன தைரியத்தை ஒரு நிமிடம் இழந்து விட்டோம் என்றால் நேராகப்போய் படுபயங்கரமான பாதாளத்தில் விழுந்து விடுவோம். அதில் விழுந்தவர்களைக் காப்பாற்றவே முடியாதென்பதை நாங்கள் நன்றாகவே புரிந்துகொண்டிருந்தோம். தளர்ந்துபோனால் ஒரு வாய் தண்ணீர் குடிக்கவும்கூட முடியாது. அந்த மலையில் தாகத்திற்குத் தண்ணீர் தர அருவியும் இல்லை. கால்கள் ஓய்ந்தால் உட்கார்ந்திருக்க பாறைகளுமில்லை. அதாவது, வானம் முட்ட நிற்கும் படு பயங்கரமான

அந்த மலையிலிருந்து இறங்கி எது வேண்டுமானாலும் நடக்கலாம் என்ற நிலைமையில் ஊருக்குள் நுழையப்போகும் எங்களது நிலைமையை நினைத்துப் பார்க்கவே முடியவில்லை. வீக்கம்போட்ட பெரிய கால்களுடன் நொண்டி நொண்டி நடக்கும் எனக்கு, மற்றத் தோழர்களின் சலிக்காத உதவியால்தான் இந்த மலைச்சரிவின் சோதனையிலிருந்தும் வெற்றி பெற முடிந்தது. இந்தத் தோழர்கள் தங்களின் உயிரையும்கூட பொருட்படுத்தாமல் கால்களை ஒவ்வொரு அடியாக எடுத்து முன் வைப்பதற்கு உதவினார்கள். அடி பிசகினால் நானும் உதவி செய்கிற தோழரும் சேர்ந்து அதல பாதாளத்தில்போய் விழுவோம் என்பது நிச்சயம். இருந்தாலும் தோழர்கள், ஒருவர் மாற்றி ஒருவராக எனது கையைப் பிடித்து இறங்கச் செய்துகொண்டிருந்தார்கள். காலையில் எட்டு மணிக்குத் துவங்கிய மலையிறக்கம், பிற்பகல் சுமார் நான்கு மணிக்கு, மலையடிவாரத்தின் விசாலமான ஒரு சரிவில் பெரிய மரங்களினிடையே வந்து முடிந்தது. முன்னால் சென்ற தோழர்கள் பக்கத்திலிருந்த ஒரு சிற்றருவியின் கரையில்போய் கஞ்சி வைக்கத் துவங்கினார்கள். நான் மிகவும் துவண்டுபோயிருந்தேன். இறங்கிய இடத்திலிருந்த பாறைக்கூட்டங்களின் கூர் முனைகள் கால்களில் பட்டு அதுவும் சேர்ந்து வலிக்கத் தொடங்கியது. எல்லாமாகச் சேர்ந்து நான் அப்படியே விழுந்துவிட்டேன். இங்கிருந்து இனி ஒரு அடி எடுத்து முன்னால் வைக்க வேண்டுமென்றால் தண்ணீர் குடித்தால்தான் முடியுமென்று தோழர்களிடம் கேட்டேன். ஒரு தோழர், எனக்குப் பாதுகாப்புக்காக நின்றிருக்க மற்றொரு தோழர் கஞ்சி வைக்குமிடத்திற்குப்போய் கொஞ்சம் தெளிநீர் கொண்டு வந்து தந்தார். இதைக் குடித்த பிறகுதான் எனக்குத் திரும்பவும் நடப்பதற்கான உயிர் கிடைத்தது.

நான் திரும்பவும் எழுந்து தோழர்கள் முகாமிட்டிருந்த பகுதிக்குச் சென்றேன். இந்த இடத்திலிருந்துதான் காட்டைவிட்டு நாங்கள் ஊருக்குள் இறங்கத் துவங்கினோம். இந்த இடம் எதுவென்றுகூட எங்களுக்குத் தெரியாது. கடைசியில், தோழர் வர்க்கீஸ் கையில் வைத்திருந்த பணம் முழுவதையும் ஐந்து தோழர்களுக்குமாகப் பங்கு வைத்துக் கொடுத்தார். இந்த ஐந்து தோழர்களுடன் சேர்ந்து மற்ற தோழர்களும் மும்மூன்று பேர்களாகப் பிரிந்து எப்படியாவது போய்விடச் சொன்னார். செட்டிகளின் வீடுகளிலிருந்து எடுத்த கொஞ்சம் ஆபரணங்களிருந்தது அல்லவா? அதை, தோழர் வர்க்கீசும் சங்கரன் மாஸ்டரும் பாதுகாப்பாக வைத்துக்கொள்வதாகவும் அடுத்த கட்டப் போராட்டத்திற்கான பணம் தேவைப்படும்போது இந்த ஆபரணங்களைப் பயன்படுத்துவதாகவும் எங்களுக்கு வாக்குறுதியளித்தார்கள். எங்களுக்கும் இதில் மனப்பூர்வமான சம்மதம்தான். இந்த இரண்டு தோழர்களும் தங்கள் சொந்தத் தேவைகளுக்கு நிச்சயமாக இந்த ஆபரணங்களைப் பயன்படுத்தமாட்டார்களென்பதில் எங்களுக்கு முழு நம்பிக்கையிருந்தது. இத்தனை நாட்களாக ஒன்றாக இருந்த நாங்கள்,

தோழர் வர்க்கீசின் சுயநலம் சிறிதுகூட இல்லாத குணத்தைப் பற்றி நன்றாகவே அறிந்திருந்தோம். ஆனால், எங்களைக் கைது செய்து விட்டதாக அறிந்தபோது இந்த ஆபரணங்களை போலீசாருக்கு ஆதாரமாகப் பயன்பட்டு விடக்கூடாதே என்று கருதி அடைக்காத்தோட்டத்தின் ஏதோ புதர்க்காட்டிற்குள் எறிந்து விட்டார்கள். பிறகு போலீசார் இதைக் கண்டுபிடிக்கவும் செய்தார்கள்.

அந்த முகாமிலிருந்து நாங்கள் நடக்கத் துவங்கினோம்., கொஞ்ச தூரம் நடந்து அடிவாரத்திலுள்ள ஒரு காட்டருவியின் கரைக்கு வந்து சேர்ந்தோம். பக்கத்தில் எங்கோ மரம் வெட்டுகிற சத்தம் கேட்டது. ஆள் நடமாட்டமுள்ள பகுதிக்கு வந்து சேர்ந்திருக்கிறோம் என்று புரிந்தது. அந்த அருவிக்கரையில் சிறிது நேரம் உட்கார்ந்து விட்டு எங்களுடைய வேஷத்தில் சில மாற்றங்களைச் செய்தோம். நான், பான்டைக் கழற்றிவிட்டு பொதிந்து வைத்திருந்த சேலையை எடுத்து உடுத்திக்கொண்டேன். இதனிடையில், இரண்டு தோழர்கள் மரம் வெட்டும் சத்தம் கேட்ட பகுதிக்கு விவரங்களை அறிந்துகொள்வதற்காகச் சென்றார்கள். அவர்கள் திரும்பி வந்து சொன்னார்கள்: “இங்கே பக்கத்திலுள்ள ஒரு இடத்தின் பெயர் அடைக்காத்தோட்டம் என்றும் நாங்கள் வந்து சேர்ந்திருக்கும் இடம் கோழிக்கோட்டிலுள்ள ஒரு முதலாளியின் மரம் வெட்டுகிற கூப்பு என்றும் அங்கே மரம் வெட்டிக்கொண்டிருந்தவர் சொன்னார்.” குடியேற்ற விவசாயிகளான கிறிஸ்தவர்கள் தங்கியிருக்கும் காலனிபோன்ற ஒரு இடம்தான் அடைக்காத்தோட்டமெனும் இந்தக் கிராமம் என்று தோழர்கள் சொன்னார்கள். அடுத்ததாக, ஐந்தாறு மைல் தொலைவிலிக்கும் நகரம் பேராவூர் மட்டும்தான். கொட்டியூரை இலக்காக வைத்து நடந்த நாங்கள் அதன் மிகத் தொலைவிலுள்ள அடைக்காத்தோட்டத்திற்கு வந்து சேர்ந்திருக்கிறோம். பரவாயில்லை. இனி, எதுவாயினும் இங்கிருந்துக் கிளம்பி விடவேண்டியதுதான். நாங்கள் வழியைத் தேடிப்பிடித்து ஒரு உள்ளூர்ப் பாதைக்கு வந்து சேர்ந்தோம். லாரிகள் போகுமளவிலான அகலம் குறைந்த ஒரு ரோடு அது. நாங்கள், மூன்றுபேர்கள்கொண்ட தனித்தனிக் குழுவாகப் பிரிந்து நடந்துகொண்டிருந்தோம். பகல் நேரம் முடிந்து இருட்டத் துவங்கியிருந்தது. என்னுடன் தோழர்கள் ராமன்நாயரும் செல்லப்பனும் ஃபிலிப்புமிருந்தார்கள். எனக்கு நடப்பதற்குச் சிரமமாக இருந்ததால் நாங்களிருந்த குழு மிகவும் பின்தங்கியிருந்தது. அடைக்காத்தோட்டத்தில்போய் அடுத்த பேருந்து எத்தனை மணிக்கு என்று விசாரிக்க வேண்டும். கிடைக்கிற பேருந்திலேறி போய் விடவேண்டும் என்றெல்லாம் எங்களுக்குள் பேசிக்கொண்டே மெதுவாக கூப்பு ரோட்டினூடே நடந்தோம். கூப்புத் தொழிலாளர்கள், வேலை முடிந்து ஆங்காங்கே உட்கார்ந்து ஓய்வெடுப்பதைப் பார்க்க முடிந்தது. அந்த வழியாகக் கொஞ்ச தூரம் நடந்ததும் நாங்கள் அடைக்காத்தோட்டத்தின் பக்கத்தில் வந்து சேர்ந்தோம். நாங்கள் இங்கே வந்து சேருவதற்குச் சற்று முன்பே வந்திருந்த குழுவிலுள்ள ஒரு

தோழர் திரும்பி வந்து, ஆட்கள் எப்படியோ நம்மை மோப்பம் பிடித்துவிட்டார்கள்போல் தெரிகிறது என்று சொன்னார். முதலில் சென்றிருந்த தோழர்கள் ஏதோ ஒரு சாயாக்கடையில் போய் சாயாக் குடித்துக்கொண்டிருக்கும்போது எத்தனை மணிக்கு பஸ் வருமென்று கேட்டிருக்கிறார்கள். அந்தக் குக்கிராமத்தில் இதுவரை பஸ் வசதியே கிடையாதாம். தோழர்களின் இந்தக் கேள்வி ஆட்களுக்கு சந்தேகத்தை உருவாக்கி விட்டதாகவும் சொன்னார். எதுவுமாகட்டுமென்று நாங்கள் தைரியமாக நடந்து நகரையடைந்தோம். அங்கிருந்த ஒரு சிறு கடையில்போய் தோழர் ஒருவர் பீடி கேட்டார். அந்தக் கடையின்முன் நின்றிருந்தபோது சிவப்புத் தலைப்பாகையணிந்திருந்த ஒருவன், அன்றைய மலையாள மனோரமா தினப்பத்திரிகையை எடுத்துக்கொண்டு வந்து அதில் வெளியாகியிருந்த என்னுடைய ஒரு பழைய புகைப்படத்தை வெளிச்சத்தில் வைத்துப் பார்த்துவிட்டு அங்கிருந்த ஆட்களிடம் "இவள்தான் அஜிதா, ஃபோட்டாவைப் பாருங்கள்" என்று உரத்தக் குரலில் கூவினான். பிடிபட்டு விட்டோமென்பதை நாங்கள் உணர்ந்துகொண்டோம். இதைக் கேட்டதும் ஆட்கள் ஆச்சரியத்துடன் எங்களைச் சுற்றிக் கூடத் துவங்கினார்கள். சிவப்புத் தலைப்பாகைக் கட்டிய அந்த மார்க்சிஸ்ட்காரன் (இந்த ஆள் ஒரு மார்க்சிஸ்ட்காரன் என்பதை அங்கே கூடியவர்கள் சொல்லியே நாங்கள் அறிந்துகொண்டோம்.) உடனே போய் ஒரு துப்பாக்கியுடன் வந்து என்னைக் குறி பார்த்தபடியே, "உன்னை இப்போது சுட்டுக் கொல்லுவேண்டீ" என்று அலறினான். "சுட்டுக் கொல்றதுன்னா கொல்லு" என்றபடி நான் அந்த இடத்திலேயே அசையாமல் நின்றிருந்தேன். அந்த ஆள் குடித்து சுய நினைவை இழந்தவன்போல் நின்று துள்ளிக்கொண்டிருந்தான். ஆனால், துப்பாக்கியால் என்னைச் சுடுவதற்கு கூடி நின்றிருந்த ஆட்கள் அவனை விடவில்லை. அவன் மனநிலை தவறியவன்போல் திரும்பவும் ஓடினான். பக்கத்தில் எங்கோ ஒளிந்திருந்த தோழர் செல்லப்பனின் தலையில் ஒரு கொடுவாளால் வெட்டினான். பிறகு அவனும் அவனது சில அடியாட்களுமாகச் சேர்ந்து தோழரை எங்களின் அருகில் பிடித்துக்கொண்டு வந்தார்கள்.

இந்தப் பிரச்சினைகளெல்லாம் நடந்துகொண்டிருக்கும்போது என் பின்னால் நின்றிருந்த ஒருவர் 'டப்' எனும் சத்தத்துடன் மயக்கம்போட்டு கீழே விழுந்து விட்டார். அவர் ஃபிலிப் எம். பிரசாத்துதான். சிறிது நேரத்திற்குப் பிறகு "இனி போலீஸ் நம்மை மிச்சம் வைக்காதே" என்றபடி அவராகவே எழுந்து உட்கார்ந்தும் விட்டார்.

ஆட்கள் எங்கிருந்தெல்லாமோ வந்து கூடினார்கள். நாங்கள் பிடிபட்டதும் கோயிலில் கூட்டமணியடிக்க ஆரம்பித்தது. மக்களையெல்லாம் வீடுகளிலிருந்து பொது இடத்திற்கு வரவழைக்கவும் அப்படியே எங்கள் அனைவரையும் பிடிக்கவுமான ஒரு தந்திரம்தான்

இந்தக் கூட்டமணி. பலர் எங்கள் பக்கத்தில் வந்து இப்படிப் பிடிபட்டதில் தங்களது வருத்தத்தையும் துயரத்தையும் இரகசியமாகப் பகிர்ந்துகொண்டார்கள். பிறகு அங்குள்ள ஊர்ப்பிரமுகரான பாதிரியாரும் சிவப்புத் தலைப்பாகைக்காரனுமெல்லாம் சேர்ந்து எங்களை ஒரு லாட்ஜின் மேல்தளத்தில் கொண்டு வந்து உட்கார வைத்தார்கள். ஆட்கள் திரண்டு வந்து அங்கேயும் கூடிவிட்டார்கள். அவர்களிடம் நாங்கள் புல்பள்ளி கலகத்திற்கான எங்களுடைய நோக்கத்தையும் அதற்கானக் காரணங்களையும் விளக்கினோம். இதைக் கேட்டு சிலர் கூச்சலிட்டார்கள். மற்ற சிலர் அவர்களைக் கண்டித்தார்கள். ஆனால், நாங்கள் பேச்சை நிறுத்தவே இல்லை. கூச்சல் படிப்படியாக இல்லாமல்போனது. தோழர் செல்லப்பனின் காயத்தில் மருந்து வைப்பதற்காக ஒரு கம்பவுண்டரை அழைத்துக்கொண்டு வந்தார்கள். நாங்கள், யாருக்கும் தெரியாமல் அவரிடம் 'சேர்மன் மாவோவின் பொன்மொழிகள்' நூலின் ஒரு ஆங்கிலப் பிரதியைக் கொடுத்தோம். அவரும் அதை மகிழ்ச்சியுடன் பெற்றுக்கொண்டார். எங்களிடமிருந்த கையேடுகளையெல்லாம் காவல்துறையினர் வருவதற்குள் விநியோகித்துத் தீர்த்தோம். நடுத்தர வயதிலான ஒரு விவசாயி மெல்ல என் பக்கத்தில் வந்தமர்ந்தார். நாங்கள் சொல்வதையெல்லாம் மிகக் கவனமாகக் கேட்டுக்கொண்டிருந்த அவர், கொஞ்ச நேரத்திற்குப் பிறகு மன நிறைவுடன், "உங்களைக் கொள்ளைக்காரர்களென்று இங்குள்ள பத்திரிகைகளும் ஊர்க்காரர்களுமெல்லாம் பிரச்சாரம் செய்தார்கள். உங்களைக் கண்டால் உடனே பிடித்து ஒப்படைக்கவேண்டுமென்று கோயில் நிர்வாகம் விவசாயிகளுக்கு உத்தரவிட்டிருந்தது. எங்களுடைய விவசாயத்தையெல்லாம் நீங்கள் அழித்து விடுவீர்களென்றெல்லாம் எங்களை நம்ப வைத்திருந்தார்கள். ஆனால், இப்போதுதான் எனக்கு உங்களுடைய சரியான நோக்கத்தைப் புரிந்துகொள்ள முடிகிறது. எங்களுக்காகவே நீங்கள் இப்படியெல்லாம் செய்திருக்கிறீர்கள். இந்த இடத்திலிருந்து நீங்கள் இப்படிப் பிடிபட்டதற்காக எங்களை மன்னித்துக்கொள்ளுங்கள். உங்களுடைய நினைவுக்காக ஏதாவது தருவீர்களா" என்றும் கேட்டார். கையேடு ஒன்றை அவருக்குக் கொடுத்தோம். இப்படியே நான்கைந்து மணி நேரம் கடந்திருக்கும். அப்போது, பேராவூரிலிருந்து எஸ்.ஐயும் போலீஸ்காரர்களும் வந்து சேருகிற நேரமாகி விட்டதாக யாரோ சொன்னார்கள். இதனிடையே யாரெல்லாமோ எங்களுக்கு சாயாவும் நிறைய பழங்களும் கொண்டு வந்து தந்தார்கள். இரவு பன்னிரெண்டு மணிக்கு எஸ்.ஐயும் போலீஸ்காரர்களும் வந்து சேர்ந்தார்கள். வந்ததுமே எஸ்.ஐ. எங்கள் அனைவரையும் கீழிருந்து மேலாக பரிசோதனை செய்துவிட்டு நடக்கச் சொன்னார். வழி நெடுகவும் எங்கள் ஒவ்வொருவரையும் எஸ்.ஐயும் மற்ற போலீஸ்காரர்களும் பல்வேறு விதமாகத் தாக்கினார்கள். எங்களை அங்கிருந்தே அடித்து ஜீப்பிலேற்றி பேராவூர் காவல் நிலையத்திற்குக் கொண்டு போனார்கள். வழியில் ஆங்காங்கே இருந்த புறக்காவல்

நிலையங்களில் ஜீப்பை நிறுத்தி, காவலர்களை அழைத்து எங்களைக் காட்டிக்கொடுத்தார்கள். தொடர்ந்து இடைவிடாமல் அடியும் உதையும் குத்தும் நடந்துகொண்டேதானிருந்தன. இதெல்லாம் போதாதென்று மிக மோசமானக் கெட்ட வார்த்தைகளால் திட்டியபடியே எங்களை பேராவூருக்குக் கொண்டுபோய் சேர்த்தார்கள்.

காவல்துறையின் சித்திரவதையை நேரடியாகப் பார்க்கவும் அனுபவிக்கவும் நேர்ந்தது இந்தக் கைது நடவடிக்கையின்போதுதான். வயர்லெஸ் நிலையத்தைத் தகர்த்த, வயர்லெஸ் இயக்குபவரைக் கொன்ற, எஸ்.ஐயை பயங்கரமாகத் தாக்கிய நாங்கள் பிடிகிடைத்துவிட்டால் அவர்களது மகிழ்ச்சி கரைபுரண்டு விடாதா என்ன? அவர்களது சித்திரவதையின் முறைகளைப் பற்றியும் சொல்லி விடுகிறேன்.

பேராவூர் காவல்நிலையத்திற்கு வந்து சேர்ந்த உடனேயே எங்களை விசாரணை செய்ய ஆரம்பித்தார்கள். ஒவ்வொரு தோழரையும் நான்கைந்து காவலர்கள் சேர்ந்து நெஞ்சிலும் முதுகிலும் வயிற்றிலும் வர்மத்திலும் உள்ளுறுப்புகள் பழுதடையுமென்று நிச்சயமாகத் தெரிந்த இடங்களைக் குறிப்பாகப் பார்த்தும் உதைக்கத் தொடங்கினார்கள். ஒருவன் கையை முஷ்டியைச் சுருட்டி குத்தினால் மற்றொருவன் முழங்கையை மடித்து மூட்டால் இடிப்பான். அடுத்தவன், ஷூ அணிந்த கால்களால் ஓங்கி மிதிப்பான். ஒருவன், நெஞ்சில் குத்தி பின்னால் தள்ளினால் மற்றவன், முதுகில் குத்தி முன்னால் தள்ளுவான். இப்படியாக மிகவும் கிராதகமான சித்திரவதைகள் ஒரு பத்துப் பதினைந்து நிமிடங்கள் நடந்ததும் அந்தத் தோழரின் உடலும் மனதும் ஒருசேரத் தளர்ந்துபோய் விடும். காவலர்களின் இந்த பைசாசிக வினோதத்தைக் கண்டு நான் அரண்டுபோய்விட்டேன். காவல்நிலையத்தில் தினமும் அரங்கேறும் சித்திரவதைகளைப் பற்றி நான் நிறைய கேள்விப்பட்டதுண்டு. ஆனால், அன்று பேராவூர் காவல் நிலையத்தில் என்னுடைய அன்பான தோழர்கள் ஒவ்வொருவரையும் கால் பந்து விளையாடுவதுபோலவும் வெறிநாய்களை அடித்துக் கொல்லுவதுபோலவும் சிதைத்துக்கொண்டிருந்த காட்சி எனது சர்வ நாடிகளையும் அப்படியே ஒடுக்கிப்போட்டுவிட்டது. இடையிடையே என்னையும் அவர்கள் வயிற்றைக் குறி வைத்து குத்துவதும் ஷூ அணிந்த கால்களால் ஓங்கி மிதிப்பதுமாக இருந்தாலும் என்னால் இந்த வலிகளை உணரவே முடியவில்லை. அதில் சிலர் என்னை அவமானப்படுத்தவும் தயங்கவில்லை. விசாரணையின்போது ஒரு போலீஸ்காரன், எஸ்.ஐயின் உத்தரவின்படி எனது கால் பெருவிரலில் லத்தியின் கூர்முனையால் குத்திப் பிடித்து இரண்டு கைகளாலும் அழுத்திக்கொண்டிருந்தான். வலி தலைக்கேறிக்கொண்டிருந்தது. ஆனாலும் நான் அழவில்லை. என்னுடைய தோழர்கள் அனுபவிக்கிற சித்திரவதையைப் பார்க்கும்போது இது ஒரு பொருட்டாகவும் எனக்குத் தோன்றவில்லை.

191

ஒவ்வொரு தோழர்களையும் போலீஸ்காரர்கள் சித்திரவதை செய்து வாக்குமூலம் வாங்கிக்கொண்டிருந்தார்கள். இதனிடையில் சங்கரன் மாஸ்டரையும் குஞ்ஞிராமன் மாஸ்டரையும் வேறும் இரண்டு மூன்று தோழர்களையும் பிடித்துக்கொண்டு வந்தார்கள். இவர்களையும் அடித்து உதைத்தார்கள். முதலில் பிடித்த எங்கள்மீது உடல்ரீதியான விசாரணைகளை மேற்கொண்டவாறு அப்படியே லாக்கப்பினுள் தள்ளினார்கள். சித்திரவதைக்குள்ளாகி தளர்ந்துபோன தோழர்கள் செய்வதறியாது ஸ்தம்பித்திருந்தார்கள். லாக்கப் அறையிலும் அவர்களை இருக்க விடவில்லை. எழுந்து நின்று கைகளை உயர்த்திப்பிடித்தபடியே துள்ளச் சொல்லி உத்தரவிட்டார்கள் இந்த *ஆராச்சார்கள். யாருக்காவது துள்ள இயலாமலிருந்தால் லாக்கப் அறையைத் திறந்துகொண்டு வந்து மீண்டும் உதைத்தார்கள். இதனிடையில் இரண்டாவதாகப் பிடித்துக்கொண்டு வந்திருந்த தோழர்களை எஸ்.ஐயின் அறைக்குள் போட்டு விசாரிப்பது எங்கள் காதுகளில் விழுந்தது.

கொஞ்சநேரம் கழிந்ததும் டிஒய்.எஸ்.பி. மொய்தீன்குஞ்ஞு வந்தார். அவர் வந்த பிறகும் அடிக்கும் உதைக்கும் எந்த குறைவுமிருக்கவில்லை. கொஞ்ச நேரமாகவே இப்படித் துள்ளிக்கொண்டிருந்த தோழர்களிடம் உட்காரச் சொல்லிவிட்டு எல்லாருக்கும் தேனீர் வாங்கிக் கொடுக்கச் சொன்னார். அவரது உத்தரவின்படி தேனீர் வந்தது. சுவரில் சாய்ந்தமர்ந்து சாயா குடித்துக்கொண்டிருந்த தோழர்கள் ஒவ்வொருவருடைய நெஞ்சையும் குறி வைத்து ஷூ அணிந்த கால்களால் ஓங்கி உதைத்தார்கள். இடையில் என்னுடைய வயிற்றில் மிதிக்கவும் அவர்கள் மறந்து விடவில்லை.

தோழர் வர்க்கீஸ் பிடிபடவில்லை. வர்க்கீஸ் எங்கே என்று கேட்டு மிரட்டியபடியே உதைப்பது அவர்களுக்கு ஒரு வேடிக்கைபோல் மாறியிருந்தது. தோழர் வர்க்கீஸ் பிடிபட்டால் அவரை உயிரோடு விழுங்குமளவிலான அவர்களது கோபம் எங்களுக்கு நன்றாகவே புரிந்தது. ஆகவே, யாரும் அவர்களுக்கு சரியான பதிலைச் சொல்லவில்லை.

அடுத்ததாக, லத்திப் பிரயோகம் ஆரம்பமானது. ஒவ்வொரு தோழர்களிடமும் கால்களை நீட்டி வைக்கச் சொல்லி மூட்டுகளின்மீது ஒரு தடியன், ஷூ அணிந்த கால்களால் அமுக்கிப் பிடித்துக்கொள்ளும்போது மற்றொருவன், உள்ளங்கால்களில் லத்தியால் அடிப்பான். இப்படி ஒவ்வொருவருக்கும் ஐம்பது அடிகள்வீதம் கிடைத்தன. ஒவ்வொரு அடி விழும்போதும் தோழர்கள் புழுவாகத் துடித்தார்கள். எல்லாரையும் அடித்து முடித்த பிறகு என் பக்கத்தில் வந்தான். என்னுடைய கால்களைப் பார்த்ததுமே அவனுக்கு பயம் வந்து விட்டது. வீங்கிப்போய், முட்கள் கிழித்த காயங்களுடன், புண்ணாகியிருந்த கால்களில் லத்தி பட்டு இரத்தம் வரவோ வேறு

ஏதாவதோ ஆகி விட்டால் என்னால் நடக்க முடியாமல் போய் விடும். நீதிமன்றத்தில் ஆஜர்படுத்தும்போது போலீஸ் தாக்கியதற்குத் தடயமாகி விடும். ஆகவே அவர்கள் ஒரு மாற்று வழியைக் கண்டு பிடித்தார்கள். என்னை எழுந்து நிற்கும்படி சொல்லி ஒவ்வொரு தோழர்களிடமும் என் இடுப்புக்குக்கீழே ஐந்து அடிகள்வீதம் தரச் சொன்னார்கள். அடி மெதுவாக விழுந்தால் திரும்பவும் அடிக்கச் சொல்வார்கள். மெதுவாக அடித்த தோழரின் முதுகில் குத்து விழும்.

பேராவூரில் இப்படி மிருகத்தனமான வரவேற்பு கிடைத்ததென்றால் மறுநாள் மானந்தவாடிக்குச் செல்லும்போது கிடைத்த அனுபவம், இதை விடவும் பல மடங்கு மோசமானதாக இருந்தது. பேராவூரிலிருந்து காவல்துறை வாகனத்தில் எங்களை ஏற்றினார்கள். போகும் வழியில் வைத்தே துப்பாக்கிக் குழலால் அடிக்கவும் மிதிக்கவும் செய்ததுடன் தோழர் ராமன்நாயரின் பெரிய தாடியிலிருந்து ஒவ்வொரு முடியாகப் பிடுங்கியெடுக்கும்படி மற்ற தோழர்களுக்கு உத்தரவிட்டார்கள். யாராவது மனம்நொந்துபோய் பிடுங்குவதை நிறுத்தினால் முதுகில் குத்து விழும். அந்த வாகனத்தில் வைத்துதான் தோழர் ராமன்நாயர் காவலர்களுடன் சிறு வாக்குவாதத்தில் இறங்கினார். இதை அவர்கள் மனதில் வைத்திருந்தார்கள். மானந்தவாடிக்குப் போய்ச் சேருவதற்குள் அவர்கள் தோழரை சரிவரத் 'தடவி'க்கொடுத்தார்கள்.

எங்களைக் கொண்டுபோகும் வாகனத்தின் பின்னால், ஒரு ஜீப்பில் கண்ணூர் டி.எஸ்.பியும் வந்துகொண்டிருந்தார். பிறகு நடந்த சித்திரவதைகளைக் கண்காணித்தவர் அமெரிக்கன் ஸ்டைலில் பேசுகிற இந்த அதிகாரிதான். மானந்தவாடிக்கு வந்து சேர்ந்தபோது மிகப் பெரிய மக்கள் கூட்டமொன்று காவல்நிலையத்தின் அருகில் வந்து கூடியிருந்தது. முதல்நாள் காலையில் என்னுடைய அம்மாவையும் மானந்தவாடி பகுதியில் வைத்து கைது செய்திருந்தார்கள். அப்போது முதல் அந்த இடத்தில் ஏராளமான மக்கள் வந்து கூடத் துவங்கியிருந்தார்கள். எங்களை வாகனத்திலிருந்து இறக்கி காவல்நிலையத்தினுள் கொண்டுபோகும்போதுதான் லாக்கப் அறைக்குள்ளிருந்த அம்மாவை நான் பார்த்தேன். அம்மாவின் முகத்தில் ஐந்து விரல்கள் பதிந்த அடையாளம் தெரிந்தது. என்னுடன் வந்திருந்த தோழர்களை அப்போது அவர்கள் சித்திரவதை செய்த முறை, பேராவூரில் நடந்ததைவிடவும் பயங்கரமாக இருந்தது. அந்தக் காவல்நிலையத்திலிருந்த ஏராளமான காவலர்களில் ஒருவர்கூட பாக்கியில்லாமல் தோழர்களை அடித்து உதைப்பதை எதுவும் செய்ய இயலாமல் பார்த்துக்கொண்டு நிற்பதைத் தவிர வேறு வழியெதுவுமில்லையே? அன்றைய தினம், ஆயுதப்படை காவலர்களும் எம்.எஸ்.பியும் காவல் நிலையத்தில் நிரம்பி வழிந்தார்கள்.

நான் அப்போது சேலைதான் உடுத்திருந்தேன். என்னிடம் அதை அவிழ்க்கும்படி ஒரு அதிகாரி உத்தரவிட்டார். அடியில்

உடுத்தியிருந்த பாண்ட் மட்டுமே போதுமென்ற இந்த உத்தரவைக் கேட்டதும் எனக்கு எதற்காகச் சொல்கிறாரென்றே புரியவில்லை. ஜாக்கெட்டின்மீது அணிந்திருந்த கம்பளியாடையையும் கழற்றச் சொன்னார். மிகவும் பரிகாசத்திற்குள்ளாக்குகிற இந்த வேஷத்துடன் என்னைக் காவல்நிலையத்திற்கு வெளியே வரும்படி சொன்னார். அப்படி வருகிறபோதும் என் முதுகிலும் வயிற்றிலும் குத்தினார்கள். மானந்தவாடி காவல்நிலையத்தின் முன்புள்ள கொடிமரத்தின் உயரமான மேடையில் என்னை நிறுத்தி, பல்லாயிரக்கணக்கான மக்களின் முன் என்னைக் காட்சிப்படுத்தினார்கள். நான் இயலாமையாலும் வெட்கத்தாலும் உள்ளுக்குள் கூனிக் குறுகிக்கொண்டிருந்தேன். இந்த வேஷத்துடன்தான் நான் காட்டுக்குள் மற்ற தோழர்களுடன் திரிந்துகொண்டிருந்ததாக அங்கே கூடி நின்றிருந்த மக்களிடம் அவர்கள் சத்தமாகச் சொன்னார்கள். இப்படி என்னை ஒரு வேசிப்பெண்ணாகச் சித்திரிப்பதில் அவர்களுக்குத் தாங்க முடியாத மகிழ்ச்சியும் உற்சாகமுமிருந்தது. கிடைத்த இந்த நல்ல சந்தர்ப்பத்தைப் பாழாக்க விரும்பாத பத்திரிகைக்காரர்கள் புகைப்படங்கள் எடுக்கத் துவங்கினார்கள். அந்த இடத்தில்தான் மீண்டும் நான் திம்மப்பச்செட்டியைப் பார்த்தேன். "இவள்தானே உன் வீட்டுக்கு வந்தவள்" என்று போலீஸ்காரர்கள் கேட்டதும் அவர், "ஆமாம்... ஆமாம்" என்று சொல்லிக் குதித்துக்கொண்டிருந்தார். நான் வெறுப்புடன் முகத்தைத் திருப்பிக்கொண்டேன்.

அங்கிருந்து என்னைப் பக்கத்திலிருந்த டி.பிக்குக் கொண்டுசென்றனர். மக்கள் கூட்டமும் பின்னால் தொடர்ந்து வந்துகொண்டிருந்தாலோ என்னமோ அப்போது உதைக்கவில்லை. டி.பியில் ஏற்கனவே குறிப்பிட்ட டி.எஸ்.பியும் மத்திய அரசுப் பொறுப்பிலுள்ள குற்றவியல் உயரதிகாரி ஒருவரும் சேர்ந்து என்னிடம் விசாரணை செய்தார்கள். இவர், தன்னுடைய கையில் கிடைக்கும் கைதிகளை இல்லாமலாக்கி விடுவதில் கை தேர்ந்த ஒரு நபரென்பது பார்க்கும்போதே தெரிந்தது. அவர் கேட்ட கேள்விகளுக்கு நான் என்னென்னமோ பதில்களைச் சொன்னேன். அருவருப்பான சில கேள்விகளைக் கேட்பதிலும்கூட இந்த அதிகாரிக்குத் தயக்கமெதுவுமில்லை. இங்கும் பத்திரிகைக்காரர்கள் வரவழைக்கப்பட்டு புகைப்படங்கள் எடுக்கப்பட்டன.

சாயங்காலத்திற்குப் பிறகு என்னை மீண்டும் லாக்கப் அறைக்குள் அடைத்தார்கள். இப்படி விளம்பரப்பொருளாக என்னைக் காட்சிப்படுத்திய அதே நேரத்தில் தங்களது திறமைகளை முழுவதுமாகப் பயன்படுத்தி, தங்களுக்குள் போட்டியிட்டபடியே, முடிந்தவரைக்கும் தோழர்களை சித்திரவதை செய்து கொண்டிருந்தார்கள். லாக்கப் அறைக்குள் அடைத்துப்போட்ட தோழர்களை கம்பியின் அருகில் வரச்சொல்லி வாய்ப்பாகக் கிடைக்கும் இடங்களிலெல்லாம் குத்தினார்கள். சங்கரன் மாஸ்டரை அதிகமாகக்

குறி வைத்துத் தாக்கினார்கள். இப்படியான சித்திரவதைகளால் அன்றிரவு, சங்கரன் மாஸ்டரின் மூன்று விலா எலும்புகள் உடைந்துபோயின. தோழரின் சில பற்களையும் அவர்கள் உடைத்தார்கள். மானந்தவாடியிலிருந்தும் அக்கம்பக்கங்களிலிருந்தும் பிடிக்கப்பட்ட சில ஆதிவாசி தோழர்களும் அவர்களுடன் லாக்கப்பில் கிடந்தார்கள். அன்றிரவுதான் தோழர் ராமன்குட்டிஅண்ணனைப் பிடித்துக்கொண்டு வந்தார்கள். புல்பள்ளி எஸ்.ஐ. என்ற பெயரையும் சூட்டி அந்த வயதான மனிதரைப்படுத்திய கொடுமை இருக்கிறதே? எந்தக் கல்மனதுமே கரைந்துபோகுமளவிலான சித்திரவதை அது. இந்த போலீஸ்காரர்கள் மனிதர்களே இல்லையோ என்றுகூட அப்போது எனக்குத் தோன்றியது. அவர்களில் ஒருவரைக் கொன்றதும் ஒரு உதவி ஆய்வாளரை மிக மோசமாகத் தாக்கியதும் நாங்கள்தான். அதற்காக? அவர்கள் பழி தீர்த்தது எத்தனைபேர்களது வாழ்க்கையை? வாழ்நாள் முழுவதையுமல்லவா பாழடித்து விட்டார்கள்? நாங்கள் புல்பள்ளி காவல்நிலையத்தைத் தாக்குவதற்கானக் காரணமும் விவசாயிகளின்மீதான அவர்களது கருணையே இல்லாத ஒடுக்கு முறையைத் தாங்கிக்கொள்ள முடியாத கட்டம் வந்தபோதல்லவா? ‘வன்முறைதான் வன்முறையின் உற்பத்திக்கூடம்’ என்று சொல்வோமல்லவா? ஆட்சிப் பீடங்கள் நூற்றாண்டு காலமாகக் கடைபிடித்த ஒடுக்குமுறைக்கெதிராக புல்பள்ளியின் வீரமிகு விவசாயிகளும் ஆயுதப்போராட்டமெனும் கோட்பாட்டை ஏற்றுக்கொண்ட சில புரட்சியாளர்களும் மனஉறுதியுடன் எழுந்து நிற்கத் தயாரானது, ஆட்சிபீடங்களுக்கு மிகப்பெரிய பாதகச் செயலாகத் தெரிந்திருக்கிறது. முதலமைச்சரும் காவல்துறை அமைச்சரும் மார்க்சிஸ்ட் ஆச்சாரியாருமான இ.எம்.எஸ்., பதவியிலிருக்கும்போதுகூட காவல்துறையின் குணத்தில் சிறிதளவிலும் மாற்றம் ஏற்பட்டிருக்கவில்லை.

மானந்தவாடி பகுதியில், ஒரு ஏழை விவசாயியின் வீட்டினருகில் வைத்துதான் என்னுடைய அம்மா கைது செய்யப்பட்டிருக்கிறார். பிடித்த இடத்தில் வைத்தே அம்மாவின் முகத்தில் ஒரு போலீஸ்காரன், கையால் ஐந்தாறு முறை ஓங்கியோங்கி அறைந்திருக்கிறான். அந்த அடையாளம்தான் அம்மாவின் முகத்தில் நான் பார்த்தது. அம்மாவுடனிருந்த மானந்தவாடியிலுள்ள கோபாலன் வைத்தியரின் மகள் ஜெகதாவை அவர்கள் அஜிதாவென்று நினைத்து மிக மோசமாகத் தாக்கியதுடன் அவளை மானபங்கப்படுத்தவும் முயற்சித்திருக்கிறார்கள். அம்மாவுடன் நின்றிருந்ததைத் தவிர ஜெகதா எந்தக் குற்றமும் செய்யவில்லை. அஜிதாவல்ல என்று தெரிந்த பிறகும்கூட அவர்கள் அந்தப் பெண்ணைப் பல்வேறு விதமானக் கொடுமைகளுக்குட்படுத்தி யிருக்கிறார்கள். அம்மாவுக்குத் தங்க இடம் கொடுத்திருந்த வீட்டுக்காரர்களான வயதான குடும்பத் தலைவனை, அந்த வீட்டம்மாவை, குழந்தைகளையென்று ஒருவரைக்கூட மிச்சம்

வைக்காமல் காவல்நிலையத்திற்குக் கூட்டிவந்து அடித்து உதைத்திருக்கிறார்கள்.

அன்றிரவு, மானந்தவாடியின் லாக்கப் அறைக்குள் எல்லாவற்றையும் நினைத்துப் பார்த்தபடியே கிடந்தேன். தலை உணர்விழந்ததுபோலிருந்தது. தோழர்களை லாக்கப்பின் கம்பிக்கருகில் கூப்பிட்டு உதைப்பதை நான் பார்க்கவில்லையென்றாலும் அந்தச் சத்தம் என் காதுகளில் விழுந்துகொண்டுதானிருந்தது. இடையிடையே வந்து என்னையும் தொந்தரவு செய்தார்கள். என்னை மானபங்கப்படுத்தவும் முயற்சித்தார்கள். ஆனால், நான் லாக்கப்பினுள்ளிருந்ததால் திறந்து உள்ளே வரும் தைரியம் அவர்களிடமில்லை. எனவே, அவர்கள் கூப்பிடும்போதெல்லாம் கம்பியின் பக்கத்தில் வரும் நான் அவ்வளவாக நெருங்கி நிற்பதில்லை. பேராவூரில் வைத்து என்னைத் தொந்தரவு செய்தது முதல் அவர்கள்மீது எனக்கு மிகவும் அருவருப்பான வெறுப்பு தோன்றியிருந்தது. காவல்துறையென்பது பண்பாடு சார்ந்தும் மிக மோசமான ஒரு கூட்டம் என்பதை மானந்தவாடியில் வைத்தே நான் சரியாகப் புரிந்துகொண்டிருந்தேன். அவர்கள் என்னிடமும் மற்றத் தோழர்களிடமும் பயன்படுத்தும் அருவருப்பான சொற்களுக்கு ஒரு அளவே இல்லாமலிருந்தது. அதில் பெருமளவும் என்னால் புரிந்துகொள்ள முடியாத கெட்ட வார்த்தைகளாகவே இருந்தன. இவர்கள் எந்த அளவுக்கு மிக மோசமான பார்வையை பெண்கள்மீது வைத்திருக்கிறார்களென்பதை இந்த அனுபவம் எனக்கு சொல்லித் தந்தது.

இந்தச் சம்பவங்களெல்லாம் நடப்பதற்குமுன் அதாவது, புல்பள்ளி காவல்நிலையத்தின்மீதான தாக்குதல் நடந்த நவம்பர் 24ஆம் தேதியன்று தோழர் கோபாலன் பிடிபட்டிருந்தார். புல்பள்ளி கரிமம் சந்திப்பில் 22ஆம் தேதி நடந்த பொதுக்கூட்டத்தை ஏற்பாடு செய்த, மார்க்சிஸ்ட் அனுதாபியான, நடுத்தர வயதிலான குஞ்ஞுப்பணிக்கரையும் சோஷியலிஸ்டான கேசவனையும் அன்று கைது செய்தார்கள். தோழர் கோபாலனிடம் காவல்துறை காட்டிய அக்கிரமம் அளவு கடந்தது. அந்தத் தோழரின் ஒடிந்து இரத்தம் வடிந்துகொண்டிருந்த கையை அவர்கள் ஷூ அணிந்த கால்களால் மிதித்துத் தேய்த்தார்கள். காயத்தினூடே வடிந்துத் தேங்கிய இரத்தத்தில் அடுத்தக் கையை அமிழ்த்தி புல்பள்ளி வயர்லெஸ் நிலையச் சுவரில் பதித்தார்கள். அந்த இரத்தத்தில் பதிந்த அடையாளத்தைதான் பிறகு அவர்கள் ‘அஜிதாவின் கையடையாளம்’ என்று நாடு முழுவதும் பிரச்சாரம் செய்தார்கள். இவ்வளவுக்கு இரத்தவெறி பிடித்த ஒரு பிசாசு என்று என்னைச் சித்திரிப்பதற்காகவே இதைச் செய்தார்கள். தோழர் கோபாலனின் அந்தச் சிதைந்துபோன கையின் ஒரு பகுதியைப் பிறகு வெட்டி நீக்கவேண்டியதாயிற்று. அவர்களுக்குத் திருப்தி கிடைக்கும் அளவுக்கு சித்திரவதை செய்தபிறகுதான் இதையும்

செய்திருக்கிறார்களென்றால் அந்தத் தோழர் அனுபவித்த வேதனையை நம்மால் யூகித்து விடவும் இயலாது. எங்களுடன் எந்த விதமானத் தொடர்புமில்லாத குஞ்ஞிப்பணிக்கரையும் கேசவனையும், காவல்துறைக்கெதிராக பொதுக்கூட்டம் போட்டார்களெனும் ஒரே காரணத்திற்காகவே இப்படி அங்குலம் அங்குலமாக சித்திரவதை செய்திருக்கிறார்கள். குஞ்ஞிப்பணிக்கரின் நுனிவிரல்களின் கணுவைப் பின்பக்கமாக ஒடித்தும் அவர்கள் தங்களது கிராதக வினோதங்களுக்கு சுவை சேர்த்திருக்கிறார்கள்.

வயநாடு முழுவதும் அன்று ஒரு நெருக்கடி நிலைமையின் சூழல்தான் நிலவியது. தங்களுக்கு விரோதம் தோன்றியிருந்தவர்களையெல்லாம் சரிப்படுத்தியெடுப்பதற்கான இந்த அரிய வாய்ப்பை காவல்துறை நன்றாகவே பயன்படுத்தியது. இந்தச் சம்பவத்தைப் பற்றி கேள்விப்பட்டுமிருக்காத பாமர மக்களை குறிப்பாக, ஏழை விவசாயத் தொழிலாளர்களையும் ஆதிவாசிகளையும் காவல்நிலையங்களுக்குக் கொண்டுபோய் சித்திரவதை செய்த அனுபவங்களையெல்லாம் பிறகுதான் நாங்கள் கேள்விப்படுகிறோம். மட்டுமல்ல, கதியற்றவர்களாகிய இந்த பாவப்பட்ட மக்களின் குடிசைகளுக்குள் நுழைந்து பெண்களை மானபங்கப்படுத்தவும், ஆண்களை மிருகத்தனமாகத் தாக்கவும் செய்த கதைகள், அதிகமாக வெளியே யாருக்கும் தெரியாது. காவல்துறையின் ஆட்சி, சம்காரத் தாண்டவமாடிய இந்த வெளிப்படையான, அரச பயங்கரவாதம் நிகழ்ந்த காலகட்டம், 1975இன் நெருக்கடி நிலைக்கும்கூட சவால் விடுவதுபோலிருந்தது. இதில் அக மகிழ்ந்தவர்கள் கொள்ளையடிக்கப்பட்ட அந்த நீச ஜமீன்தார்களும் ஆட்சிக் கட்டில்களை அலங்கரித்திருந்தவர்களின் அடியாட்களும் மட்டும்தான்.

இந்தக் கதைகள் எதுவுமே அன்றைய மாண்புமிகு முதல்வருக்குத் தெரியாதாமா? காவல்துறை சித்திரவதையின் அரசுதரப்பு சாட்சிகளாகிய இவர்கள் இன்றும் சொல்கிறார்கள், தலச்சேரி —புல்பள்ளி வழக்கின் எதிரிகளை தங்களது காவல்துறை தாக்கியதே கிடையாது என்று. தங்களுடைய நாற்காலிகளைப் பாதுகாப்பதற்காக, எந்தப் பொய்யைச் சொல்லவும் எந்த முகமூடியை அணிந்துகொள்ளவும் இவர்கள் தயங்க மாட்டார்களென்பதை இதன்மூலமும் நிரூபித்திருக்கிறார்கள். 1975இல், நெருக்கடி நிலையின்போது ரீஜனல் பொறியியல் கல்லூரியின் மாணவராகிய ராஜனை போலீஸ்காரர்கள் கருணையே இல்லாமல் கொலை செய்ததைச் சொல்லி எவ்வளவு பேர்கள் முதலைக் கண்ணீர் வடித்திருப்பார்கள்? ஒரு கூட்டத்தினர், ஷா கமிஷன் எனும் புகையை மூட்டி அதில் ஒளிந்துகொண்டபோது மற்றொரு கூட்டத்தினர், ‘கக்கயம் கதை சொல்கிறது’ எனும் பெயரில் தொடர் கட்டுரை தீட்டி வேதனை நிரம்பிய அந்தக் கதையை விற்று முதலாக்கினர். எதை வேண்டுமானாலும் மிகத் தந்திரமாக, ஓட்டுகளாக மாற்றியெடுக்கும்

இந்தக் கூட்டத்தினரின் திறமை அபாரமானதுதான். நக்சல்பாரிகளை ஒருபோதும் பலப்பிரயோகத்தால் எதிர்கொள்ளக்கூடாது என்றும் அரசியல்ரீதியாக அவர்களிடம் மோதி தோல்வியடையச் செய்யவேண்டும் என்றும் இவர்கள் வெளிப்படையாகப் பேசுவார்கள். ஆனால், உள்ளுக்குள் அவர்களைக் காட்டிக்கொடுக்கும் வேலையைத்தான் எப்போதுமே செய்துகொண்டிருப்பார்கள்.

டிசம்பர் 3ஆம் தேதி இரவை மானந்தவாடியில் கழித்துவிட்டு மறுநாள் காலையில் எங்களை கல்பற்றாவுக்குக் கொண்டுபோனார்கள். தோழர் ராமன்நாயரின் தாடி மயிரில் பகுதியளவு பிடுங்கப்பட்டிருந்தது. எங்களுடைய இரத்தத்தை இவ்வளவு குடித்தும் திருப்தி வராதவர்கள்போல் மீண்டும் மீண்டும், சந்தர்ப்பம் வாய்க்கும் போதெல்லாம் உதைத்துக்கொண்டிருந்தார்கள். எங்களைக் காண்பதற்காக கல்பற்றா நீதிமன்றத்தைச் சுற்றிலும் ஒரு ஜன சமுத்திரமே எதிர்பார்ப்புடன் நின்றிருந்தது. நீதிபதி, வீட்டிலிருந்ததால் எங்களை அங்கே கொண்டுபோனார்கள். அவர், எங்களை வைத்திரி சப் ஜெயிலில் ரிமாண்டில் வைக்கச் சொல்லி உத்தரவுப் பிறப்பித்தார். வைத்திரி சப் ஜெயிலுக்குச் சென்றதும் ஜெயில் கண்காணிப்பாளரும் தளர்ந்துபோயிருந்த தோழர்கள் ஒவ்வொருவரின்மீதும் தனக்குத் தெரிந்த அப்பியாசங்களையெல்லாம் பிரயோகித்து விட்டு லாக்கப்பினுள் தள்ளினார்.

இந்தச் சம்பவங்களுக்கெல்லாம் பெரும்பாலும் வாயே திறக்காமல் சாட்சியம் வகிக்கவேண்டியதிருந்த நானும் நடைப் பிணமாகவே இருந்தேன். யோசிப்பதற்கான திறனையும் இழந்ததுபோயிருந்தேன். எனக்கும் போதுமான அளவுக்குக் கிடைத்திருந்தது என்றாலும் தோழர்கள் அனுபவித்த வேதனையில் பத்திலொரு பாகம்கூட இருக்காது. இதைத்தான் என்னால் தாங்கிக்கொள்ள முடியவில்லை. என்னுடைய தோழர்களை எனது முன்னால் போட்டு அங்குலம் அங்குலமாகக் கொடுமை செய்வதையும் தோழர்களின் உடலில் அவர்களது கிராதகம், வேடிக்கைக் காட்டுவதையும் என்னால் சகித்துக்கொள்ளவே முடியவில்லை.

மறுநாள் காலையில் எங்களை கோழிக்கோடு ஸ்பெஷல் சப் ஜெயிலுக்குக் கொண்டுபோனார்கள். வைத்திரி சப் ஜெயிலிலிருந்தால் ஒருவேளை மக்கள் எங்களை விடுவித்து விடுவார்களோ என்று பயந்துதான் கோழிக்கோட்டுக்குக் கொண்டுபோனார்கள். இப்படியாக காவல்துறை சித்திரவதையின் முதல் அத்தியாயம் அப்போதைக்கு நிறைவு பெற்றது. இதனிடையில் தலச்சேரியில் நடந்துகொண்டிருந்த சித்திரவதைகளின் கதையை நான் பிறகுதான் கேள்விப்பட்டேன்.

15

காராக்கிரகமும் நீதிமன்றமும்

டிசம்பர் ஐந்தாம் தேதி நாங்கள் கோழிக்கோடு சிறைக்குக் கொண்டுவரப்பட்டோம். இங்கிருந்துதான் நான் தோழர்களைவிட்டுப் பிரிந்தேன். என்னை, பெண்களுக்கான வார்டில் ஒரு பெண் வார்டனின் பாதுகாப்புடன் கொண்டு வந்து சேர்த்தார்கள்.

புல்பள்ளி தாக்குதலும் அதைத் தொடர்ந்து ஏற்பட்ட சம்பவங்களின் மிக மோசமான பாதிப்புகளும் எல்லாவற்றிற்கும் மேலாக காவல்துறை அடக்குமுறையின் மிகக் கொடூரமான யதார்த்தங்களை நேரில் அனுபவித்தறிய வேண்டியதான சூழலும் என்னை உடல்ரீதியாகவும் அதைவிட

மனரீதியாகவும் மிகவும் தளரச்செய்திருந்தது. சிறையில் கிடந்த முதல் இரண்டு மூன்று நாட்கள், பெரும்பாலும் நான் மயக்க நிலையிலேயே இருந்தேன். கால்களிலிருந்த வீக்கத்தைக் குறைக்க தினமும் பென்சிலின் இஞ்செக்ஷன் போடப்பட்டது. ஒரே வாரத்தில் என் கால்கள் பழையதுபோலாகிவிட்டன. சிறை வாழ்க்கையைப்பற்றி எந்தவித புரிதல்களுமில்லாதிருந்த நான், ஆகாயத்தில் பறந்து திரிந்த கிளியைக் கூண்டிலடைத்தைதுபோல் வெறித்துப்போயிருந்தேன்.

நான் தனியாகவே லாக்கப்பில் அடைக்கப்பட்டிருந்தேன். லாக்கப்பை முதலில் சில நாட்கள் இரவு பகலென்றில்லாமல் அடைத்து வைத்திருந்தார்கள். பிறகு, பகல் நேரங்களில் திறந்து விடத்துவங்கினார்கள். நானிருந்த அறையின் பக்கத்து அறைகளில் வேறு பல பெண்களுமிருந்தார்கள். அவர்களையெல்லாம் துணி மூட்டைகள்போல் திணித்து வைத்து அடைத்திருந்தார்கள். சிரமப்பட்டால் படுக்க இடம் கிடைக்கும் அவ்வளவுதான். முதலிலெல்லாம் இந்தப் பெண்கள் யாரென்று எனக்குத் தெரியாது. சில நாட்களிலேயே இவர்கள் யாரென்பதை அவர்களது பேச்சுக்களிலிருந்தே அறிந்துகொள்ள முடிந்தது.

சமூகத்தின் பார்வையில் மிக மோசமாகக் கருதப்படும் பாலியல் தொழிலை மேற்கொண்டிருக்கும் பெண்கள்தான் இவர்களில் அதிகம்பேர்களும். தெருவோரத் திண்ணைகள்தான் இவர்களது வசிப்பிடங்கள். ஆட்சிப் பீடத்தில் அமர்ந்திருப்பவர்கள் யாராக இருந்தாலும் சரி, அவர்களுடைய காவல்துறையும் நீதித்துறையும் சிறைச்சாலையும் எவ்விதப் பாதுகாப்புமில்லாத இவர்களை வெறும் சமூகக் கழிவுகளாகவே பாவித்தன. பாலியல் தொழிலைத் துடைத்தெறியப்போவதாகப் பறைசாற்றி, அவ்வப்போது இவர்களையெல்லாம் பிடித்துக்கொண்டு வந்து கொட்டடிகளை நிரப்புவார்கள். இரண்டு மூன்று மாதங்கள் சிறையிலிருந்து விட்டு வெளியே வருகிறவர்களுக்கு பிறகு பழைய தொழிலைத் தொடர்வதைத் தவிர வேறு மார்க்கமெதுவுமில்லை. பிடித்துக்கொண்டு வரும் காவலர்களும் இவர்களை எந்தவிதமான பண்பாடுகளுமில்லாமல்தான் நடத்துகிறார்கள். இவர்களை உபயோகப்படுத்துவதும் அடித்து உதைப்பதுவும் போலீசாரின் தினசரி வினோதங்கள். சிறைச்சாலைகளில் அடைக்கப்படும் இவர்களுக்குக் கொஞ்ச நாட்கள் ஓய்வு கிடைக்கும் என்பதைத் தவிர இதில் வேறு எந்தப் பயனுமில்லை. சிறைச்சாலையென்பது இவர்களைப் பொறுத்தவரைக்கும் ஓய்வுக்கான ஒரு இடம் மட்டும்தான்.

சமூகத்தின் கடைநிலையில் கிடந்து, தரையில் மிதிபடும் இந்த உயிர்களின் கதைகள் மிகவும் பரிதாபத்திற்குரியவையாக இருந்தன. பல்வேறு சூழ்நிலைகளால் தெருவுக்குத் தள்ளப்பட்டு, நகர்ப்புறங்களுக்கு வந்து சேரும் இந்தப் பெண்களை படுகுழிக்குள் சிக்க வைப்பதற்கென்றே ஒரு கூட்டமிருக்கிறது. விலைமாதுவாக

மாறவேண்டுமென்ற எந்த நோக்கத்துடனுமல்ல, அவர்கள் இங்கே வந்து சேருவது. காதலனால் வஞ்சிக்கப்பட்டோ, கர்ப்பமானதாலோ வீட்டை விட்டு வந்திருக்கலாம். அல்லது, வீட்டார்களேகூட விரட்டியடித்திருக்கலாம். எப்படியோ, நகர்ப்புறங்களில் வந்து, என்ன செய்வதென்று தெரியாமல் அலைந்துத் திரியும் அவர்கள் தங்களையறியாமலேயே விபச்சாரத்தில் தள்ளப்படுகிறார்கள். இந்த சதிவலைக்குள் ஒருமுறை சிக்கியபின், வாழ்க்கை முழுவதும் முயற்சி செய்தாலும்கூட இதிலிருந்து அவர்களால் மீள முடியாது. சமூகம் ஒருபோதுமே அதை ஏற்றுக்கொள்ளாது. அவர்கள் என்னதான் நேரான வாழ்க்கையை வாழ்ந்தாலும் சரி, இந்தப் பெயர் அவர்களைவிட்டு விலகாது. 'குளித்துவிட்டால் குளிர் விட்டுப்போகும்' என்பதான நிலைமையில்தான் அவர்களிருக்கிறார்கள். தங்கள்மீதான சமூக மதிப்பீட்டை உணர்ந்திருக்கும் அவர்கள் மீண்டும் சமூகத்தினிடையே செல்லவும் விரும்புவதில்லை.

இந்தப் பிரச்சினையில் ஆண்களுக்கும் பெண்களுக்குமிடையே வெளிப்படையானதும் சமூக மனோபாவம் சார்ந்ததுமான ஒரு முரண்பாடிருக்கிறது. பல பெண்களுடன் தொடர்பு வைத்திருக்கும் ஆண் ஒருவனால் சமூகத்தினிடையே தலை நிமிர்ந்து நடமாட முடிகிறது. மற்றவர்கள் அவனைக் கேவலமானவனாகக் கருதுவதில்லை. மட்டுமல்ல, இதையொரு இயல்பான விஷயமாகவே கருதவும் செய்கிறார்கள். பெண்களாக இருக்கும்பட்சத்தில் இதற்காக அவர்கள் சித்திரவதை செய்யப்படுவதையும்கூட நியாயப்படுத்துகிற ஒரு மனோபாவம் சமூகத்தில் வேரோடிக்கிடக்கிறது. எதுவுமறியாத வயதில் பெண்கள் இப்படியான சதிவலைக்குள் அகப்பட்டு வீழ்ந்து விடும்போது அவர்களது வாழ்க்கையே அவலத்திற்குள்ளாகி விடுகிறது. பெற்றோர்களும் சுற்றமும் அவர்களைப் புறக்கணித்து விடுகிறது. ஏமாற்றியவனும் உதவிக்கு வராத சம்பவங்கள் எத்தனையோ நிகழ்கின்றன. கடைசியில் அவர்களுக்கு தற்கொலையோ பெருவழியோதான் மிச்சம். தெரிந்தோ தெரியாமலோ செய்த ஒரு தவறிலிருந்து அவர்களைப் பாதுகாக்கவும் அவர்களுக்கு நேர்வழி காட்டவும் இந்தச் சமூகம் தயாராக இல்லை. அறியாமல் செய்த ஒரு தவறுக்காக வாழ்க்கை முழுவதுமே அவர்களைத் தண்டிக்கிறது நம்முடைய சமூக அமைப்பு. பெண்களின்மீதான ஒடுக்குமுறையின் மிகவும் வெளிப்படையான, எந்தவித முகமூடியுமற்ற ஒரு வடிவம்தான் விபச்சாரம் என்கிற பாடத்தையும் சிறைவாழ்க்கைதான் எனக்குக் கற்றுத்தந்தது.

உடல்ரீதியான பல்வேறு அடக்குமுறைகளை அனுபவிக்க வேண்டியதிருப்பதால் இவர்கள் சீக்கிரமாகவே நோயாளிகளாகி விடுகிறார்கள். பிறகு, பாலியல் வியாதிகளிலிருந்தும் தொழுநோய், காசநோய் போன்ற தொத்துவியாதிகளிலிருந்தும் இவர்களால் விடுபட முடிவதில்லை. வாழ்க்கை முடிவடையும்போது இவர்கள்

எச்சில்கூடைக்குள் தூக்கியெறியப்படும் இலைகளைப்போலாகி விடுகிறார்கள். திரும்பிப் பார்க்கவும் நாதியில்லாமல் செத்து மடிகிறார்கள். பண்பாடுகள் சார்ந்து தடம் புரண்டுபோன வாழ்க்கையை மேற்கொண்டிருக்கும் கதியிழந்துவிட்ட இந்தப் பெண்கள் தங்களது வாழ்க்கை முறை சார்ந்தே பரஸ்பரம் கருத்துக்களைப் பகிர்ந்துகொள்கிறார்களோ என்னமோ, இவர்களினிடையே அடிக்கடி நடக்கும் சச்சரவுகளின்போதும் இவர்கள் நல்ல வார்த்தையாக எதையுமே பேசுவதில்லை. போலீஸ்காரர்களின் *தெறிப்பாட்டைக் கேட்டு அதிர்ச்சியடைந்துபோயிருந்த எனக்கு இவ்வகையான பேச்சும் சச்சரவுகளும் சிறிதும் சகித்துக்கொள்ள முடியாமலிருந்தது. இரவுபகலாக இந்தச் சூழலில் வாழவேண்டியதான நிலைமைதான் சிறைவாழ்க்கையின் துயரத்தை எனக்கு அதிகமாக உணர்த்தியது. காவல்துறையின் பிடியில் அகப்படுவதுவரையிலான என்னுடைய வாழ்க்கைச் சூழலில் இதுபோன்ற எதுவுமே பரிச்சயமில்லையென்பதால் இந்த வாழ்க்கைமுறை என்னை மூச்சுத் திணற வைத்தது. இதிலிருந்து விடுபடுவதற்கான எந்த வழியுமில்லை. பதினான்காவது நாளன்று விசாரணைக்காக அழைத்துச் செல்லப்படும்போது தோழர்களைப் பார்க்கவும் பேசவும் வாய்ப்புக் கிடைக்கும். அன்று மட்டும்தான் கொஞ்சம் சுதந்திரக் காற்றையும் சுவாசிக்க முடிந்தது.

சிறைக்குள்ளடைபட்ட பத்து நாட்களில் ஒருநாள் காலையில், சிறை அலுவலகத்திற்கு அழைக்கப்பட்டேன். உள்ளே போகும்போது அலுவலகத்தின் வெளிப்புற வராந்தாவில் புல்பள்ளி வழக்கில் பிடிபட்ட தோழர்கள் அனைவரும் வரிசையாக நின்றிருப்பதைப் பார்த்தேன். என்னைக் கண்காணிப்பாளரின் அறைக்குள் கூட்டிச்சென்றார்கள். பல முக்கியஸ்தர்களும் அங்கிருந்தார்கள். சிறைத்துறையின் மாண்புமிகு அமைச்சர் இம்பிச்சிபாபா எங்களுடைய புகார்களைக் கேட்பதற்காக வந்திருந்தார். கூடவே 'பிளிட்ஸ்' வாரப் பத்திரிகையின் கட்டுரையாளர் ஒருவருமிருந்தாரென்பதை நான் பிறகுதான் அறிந்தேன். என்னைக் கண்டதுமே அமைச்சர், "போலீஸ் உங்களை மிகவும் துன்புறுத்தியதாகக் கேள்விப்பட்டேன், அது உண்மைதானா?'' என்று கேட்டார்: "உண்மைதான்" என்று சொன்னதுமே, "நீங்கள் இதை நீதிமன்றத்தில் தெரிவித்தீர்களா?" என்று கேட்டார். "இல்லை, நீதிமன்றத்தில் சொல்லவில்லை; சொல்லி என்ன ஆகப்போகிறது?" என்று நான் திருப்பிக் கேட்டதும் "நீதிமன்றத்தில், நீதிபதி ஏதாவது சொல்ல விரும்புகிறீர்களா என்று கேட்டாரல்லவா? நீங்கள் அப்போது என்ன பதில் சொன்னீர்கள்?'' என்ற அடுத்தக் கேள்வியைக் கேட்டார். "நாங்கள் அதற்கு எந்தப் பதிலும் சொல்லவில்லை" என்று நான் சொன்னேன். "போலீஸ் துன்புறுத்திய விஷயத்தை நீங்கள் சொல்லியிருந்தீர்களென்றால் ஏதாவதொரு பாதுகாப்பு கிடைத்திருக்குமே என்று ஒரு புத்திமதியும் சொல்லி விட்டு

அமைச்சர் பேச்சை முடித்துக்கொண்டார்.

முதல்முறையாக விசாரணைக்கு அழைத்துச் சென்றபோதுதான் இருபத்தைந்து பேர்களுக்குமதிகமான தோழர்களை காவல்துறை பிடித்திருப்பதாக அறிந்தேன். கோழிக்கோட்டிலிருந்து நாங்கள் ஏறத்தாழ இருபதுபேரிருந்தோம். ஐந்தெட்டு பேர்களை வைத்திரி சப் ஜெயிலிலிருந்துக் கொண்டு வந்து நீதிமன்றத்தில் ஆஜர்படுத்தினார்கள். அதில், தோழர் அல்லுங்கல் ஸ்ரீதரனுமிருந்தார். இரிட்டியின் அருகே வைத்து அவரைக் கைது செய்திருந்தார்கள். கோழிக்கோட்டிலிருந்து வந்திருந்த தோழர்களில் தேற்றமலை கிருஷ்ணன்குட்டியுமிருந்தார். நாங்கள் அனைவரும் காவல்துறையின் பிடியில் அகப்பட்டதை அறிந்து எங்களைச் சிறையில் வந்து பார்ப்பதற்காக தோழர் கிருஷ்ணன்குட்டி கோழிக்கோட்டிற்கு வந்து ஒரு விடுதியில் தங்கியிருந்தார். அவர் வெளியே வந்ததும் மானந்தவாடியிலுள்ள தெரிந்தவர் யாரோ தோழரைப் பார்த்ததுமே போலீசாரிடம் காட்டிக்கொடுத்து விட்டாராம். குரிச்சிய தோழர் குஞ்ஞாமனும் பிடிபட்டிருந்தார். தோழர் கோபாலனையும் காவல்துறை வாகனத்தில் வைத்துப் பார்க்க நேர்ந்தது. எல்லா தோழர்களுமே உடல்ரீதியாக மிகவும் தளர்ந்துபோயிருந்தார்கள். தோழர் கோபாலனின் பழுத்துப் புண்ணாகிய கையின் ஒரு பகுதியை மருத்துவர்கள் துண்டித்திருந்தார்கள் அல்லவா? அதில் மேலும் ஒரு சிறு பகுதியைத் துண்டித்தால்தான் புண் ஆறுமென்பதாகவும், போலீஸ்காரர்கள் சிதைத்ததால் எலும்புகள் உடைந்துபோயிருப்பதாகவும் மருத்துவர்கள் சொன்னதாகவும் தோழர் கோபாலன் தெரிவித்தார். உடைந்துபோன விலா எலும்புகளைச் சரிப்படுத்துவதற்காக சங்கரன்மாஸ்டருக்கு பிளாஸ்டர் போடப்பட்டிருப்பதாகவும் தோழர்கள் சொன்னார்கள். அந்தத் தோழரின் சில பற்களையும் உடைத்தெடுத்திருந்தார்கள். தோழர் செல்லப்பனுக்கு சயரோகம் வந்து அரசு மருத்துவமனையில் சிகிச்சைக்காகச் சேர்க்கப்பட்டிருந்தார்.

அன்று விசாரணைக்குப் போனபோதுதான் நான் அந்த ‘இரத்தம் புரண்ட கை அடையாளம்’ பற்றிய இரகசியத்தைத் தெரிந்துகொண்டேன். இதைப் பற்றி பலர் என்னிடம் கேட்டதுண்டு. இப்படியான ஒரு கொடூரத்தை நான் செய்யவே இல்லையென்பது எனக்கு உறுதியாகவே தெரியும். பிறகு எப்படி இப்படியான ஒரு கை அடையாளம் அங்கே வந்தது என்பதைப் பற்றிய ஒரு கேள்வியும் என் மனதிற்குள் இருந்து வந்தது. தோழர் கோபாலன் இதைச் சொன்ன பிறகுதான் எங்களுடைய நோக்கத்தை அசிங்கப்படுத்துவதற்கும் என்னை வெறி பிடித்தவளாகச் சித்தரிப்பதற்கும் இது, காவல்துறையால் திட்டமிட்டே உருவாக்கப்பட்ட ஒரு கட்டுக்கதையென்பது புரிந்தது. புல்பள்ளி பகுதியிலும் மானந்தவாடியிலும் பிற பகுதிகளிலும் நடந்துகொண்டிருந்த போலீஸ் சித்திரவதையின்

கொடூரங்களையெல்லாம் பற்றிய ஓரளவிலான தகவல்களை தோழர்கள் என்னிடம் சொன்னார்கள். குறிப்பாக, சேகாடி ஆதிவாசிகள்மீது அவர்கள் காட்டிய கொடூரம் மிகவும் வேதனை நிறைந்ததாக இருந்தது.

நாங்கள் கல்பற்றா நீதிமன்றத்திற்கு வந்து சேர்ந்தபோது மிகப்பெரும் மக்கள் கூட்டமொன்று எங்களைப் பார்ப்பதற்காக ஆவலுடன் நின்றிருப்பதைப் பார்த்தோம். நீதிமன்ற வளாகத்தையும் தாண்டி கூட்டம் சாலையிலும் நிரம்பி வழிந்துகொண்டிருந்தது. இதில் ஏராளமான பெண்களுமிருந்தார்கள். எனக்குத் தெரிந்த பல முகங்களையும் நான் அதில் பார்த்தேன். பரிவு நிரம்பிய பல முகங்கள் தங்களது நடவடிக்கைகளின் வழியாக எங்கள்மீதான அன்பைப் பிரகடனம் செய்தன. நாங்கள் மேற்கொண்ட பணி, வயநாடு முழுவதிலுமுள்ள மக்களை மிக அதிகமாக நெகிழ்ச்சியடைய வைத்ததுடன் அவர்களிடம் மிக அதிகமான பாதிப்பைச் செலுத்தியிருந்ததுத் தெளிவாகவே தெரிந்தது. நாங்கள் கொள்ளையர்களோ கொலைகாரர்களோ இல்லையென்றும் தெளிவான ஒரு அரசியல் நோக்கத்துடன்தான் நாங்கள் இந்த அக்கிரமங்களில் ஈடுபட்டோம் என்பதையும் மக்கள் புரிந்துகொண்டதால்தான் அவர்களது அகமகிழ்ந்த ஆதரவை எங்களுக்கு பல்வேறு வகைகளில் தெரிவித்துக்கொண்டிருந்தார்கள். கல்பற்றா நீதிமன்றத்தில் கூடியிருந்த கூட்டமும் இதற்கான ஒரு சாட்சியமாகவே இருந்தது. சுமார் நான்கு மாத காலம்வரை நாங்கள் கல்பற்றா நீதிமன்றத்தில் ஆஜர் செய்யப்பட்டோம். ஒவ்வொரு தடவையுமே இந்தக் கூட்டமும் எங்களைப் பார்ப்பதற்காக நீதிமன்றத்திற்கு வந்துகொண்டிருந்தது. மக்களின் இந்த ஆதரவு, எனக்கு நாட்டின் நாலாபாகங்களிலிருந்தும் வந்துகொண்டிருந்த கடிதங்களிலும் பிரதிபலித்தன. வயது வித்தியாசமே இல்லாமல் பெண்களிடமிருந்தும் இயக்க அரசியல் சார்ந்து அனுதாபிகளான இளைஞர்களிடமிருந்தும் எனக்கு ஏராளமான கடிதங்கள் வந்துகொண்டிருந்தன. ஒரு சிறுமி ஒரு ரூபாய் மணியார்டர் அனுப்பி வைத்திருந்தாள். பஞ்சாபைச் சேர்ந்த, கதர் கட்சியின் ஸ்தாபகரும் சுதந்திரப் போராட்டக் காலகட்டத்தின்போது சுமார் ஐம்பதுவருடகாலமாக இந்தியாவின் பல்வேறு சிறைகளில் தண்டனையனுபவித்தவருமான பாபா குருமுக் சிங் எனது பெயரில் ஐம்பது ரூபாய் அனுப்பி வைத்தார். எங்களுடைய பொதுவான தேவைகளுக்குப் பயன்படுத்துவதற்காக. என்னை சிறையில் வந்துப் பார்ப்பதற்கு நிறைய பேர்கள் விருப்பம் தெரிவித்திருந்தார்கள். ஆனால், சிறையதிகாரிகள் அனுமதியளிக்க மறுத்துவிட்டார்கள். நாங்கள் அடைந்த தற்போதைய தோல்வி எங்களிடம் உருவாக்கிய வெறுமையைக் கடப்பதற்கு இப்படியான நட்புணர்வுகள் எங்களுக்கு மிகவும் உதவியாக இருந்தன.

நாங்கள் சிறையிலடைபட்ட பதினான்கு நாட்களுக்குள் மற்றொரு சம்பவமும் நடந்தது. நாங்கள் பிடிபட்ட இரண்டு மூன்று

நாட்களில் காட்டில் மறைத்து வைத்திருந்த துப்பாக்கிகளை எடுப்பதற்காகவென்று ஃபிலிப்பையும் சங்கரன் மாஸ்டரையும் செல்லப்பனையும் நீதிமன்ற அனுமதியுடன் காவல்துறையும் குற்றவியல்பிரிவும் தங்களது கஸ்டடியிலெடுத்தது. இங்கிருந்து நேராக மானந்தவாடிக்குக் கொண்டுபோன இவர்களில் தோழர்கள் சங்கரன் மாஸ்டரையும் செல்லப்பனையும் இடுப்பில் சங்கிலியால் பிணைக்கப்பட்ட கை விலங்குடன் ஒரு கூட்டம் காவலர்கள் அடைக்காத்தோட்டம் வழியாக காட்டுக்கு அழைத்துச் சென்றார்கள். இப்படியான வாய்ப்பையும்கூட போலீஸ்காரர்கள் பாழாக்கிவிடவில்லை. போகும்போதும் வரும்போதும் அவர்களை வழி நெடுகிலும் அடித்தும் உதைத்தும் தங்களது கொடூரமான வினோத வேலையைத் தொடர்ந்துகொண்டிருந்தார்கள். இப்படியாக அவர்கள் சங்கரன் மாஸ்டரின் நான்காவது விலா எலும்பையும் உடைத்தார்கள். அதே நேரம் மானந்தவாடி சப் ஜெயிலில் அப்போது அடைக்கப்பட்டிருந்த ஃபிலிப் எம். பிரசாத்தை போலீஸ்காரர்கள் மிகுந்த மரியாதையுடன் நடத்தியிருக்கிறார்கள். ஃப்லிப்பை அவர்கள் தொடவுமில்லையென்பது மட்டுமல்ல, அவருடைய சாப்பாட்டு விஷயத்திலும்கூட தனிக்கவனம் செலுத்தியிருக்கிறார்கள். அங்கிருந்துத் திரும்பி கோழிக்கோடு சிறைக்கு வந்ததும் தன்னை திருவனந்தபுரம் மத்திய சிறைக்கு இடமாற்றக்கோரி விண்ணப்பித்திருக்கிறார். அங்கே ஏதோ ஒரு வழக்கு இருப்பதாகச் சொல்லி கொஞ்ச நாட்கள் அவரை திருவனந்தபுரத்திற்குக் கொண்டுபோனார்கள். அங்கிருந்துத் திரும்பி வந்த ஃபிலிப்பிற்கு போலீஸ்காரர்களைப் பற்றி நல்ல ஒரு மதிப்பீடு இருந்தது. 'பாவப்பட்ட' போலீஸ்காரர்களின் இந்த 'நட்புணர்வு' கிடைப்பதற்கான வாய்ப்பு எங்களுக்கு இல்லையென்பதால் அவருடன் உடன்பட எங்களால் இயலாமல்போனது.

தலச்சேரி தோழர்களின் நிலைமையும் எங்களிலிருந்து அதிகமொன்றும் வித்தியாசமில்லை. தலச்சேரி நிகழ்வுக்குப்பிறகு அங்கே அரங்கேறிய கொடூரங்கள் மிகப் பயங்கரமாக இருந்ததாக சிறையில் என்னைப் பார்க்க வரும் நண்பர்களிடமிருந்தும் வழக்கறிஞர்களிடமிருந்தும் தெரிந்துகொண்டேன். பிடி கிடைத்தவர்களையெல்லாம் சரிவரக் கவனித்திருக்கிறார்கள். அனைவரையும் வாழ்நாள் முழுவதுமே நோயாளிகளாக்குவதற்கு தங்களால் இயன்ற அனைத்துத் திறமைகளையும் பயன்படுத்தினார்களாம். கண்ணூர் மாவட்டத்திலும் வயநாட்டிலும் காவல்துறையின் பார்வையில் சந்தேகத்திற்குரியவர்களாகத் தென்படும் அனைவரையும் கசாப்பு செய்வதற்குக் கிடைத்த இந்த பொன்னான வாய்ப்பை அவர்கள் சரிவர உபயோகித்தார்கள். மார்க்சிஸ்ட் கட்சியின் முன்னாள் உறுப்பினர்களையும் அனுதாபிகளையும்கூட அவர்கள் விட்டுவைக்கவில்லை. இப்போது இந்திரா காங்கிரசின் பிரசங்க வித்தகராக விளங்கும் அரயாக்கண்டி அச்சுதன், ஒரு வாரம் ஜெயிலில்

கிடந்ததும் பிறகு ஜாமீனில் வெளிவந்ததும் சுவாரஸ்யமான ஒரு செய்தியாக இருந்தது. மார்க்சிஸ்ட் கட்சியிலிருந்து முரண்பட்டுப் பிரிந்த கே.பி.ஆர். கோபாலனின் தலைமையில் உருவான புரட்சிவாத கம்யூனிஸ்ட் கட்சியின் கூட்டத்திற்காக தொடுபுழாவிற்குச் செல்ல பஸ்சில் ஏறப்போனவரை தலச்சேரி காவல்நிலையத்தின் அருகிலுள்ள பேருந்து நிலையத்தில் வைத்து கைது செய்தார்கள். தலச்சேரி—புல்பள்ளி நிகழ்வுகளை அந்தக் கட்சியின் தலைவர்கள் வெளிப்படையாகவே விமர்சித்து வரும் நிலையில், அதன் தீப்பொறி சொற்பொழிவுத் தொழில் செய்துகொண்டிருந்த அரயாக்கண்டியைக்கூட கொஞ்சம் பிடித்து உள்ளே தள்ளுவதற்கு காவல்துறை தயங்கவில்லை. ஏராளமான, பீடி மற்றும் நெசவுத் தொழிலாளர்களையும் இந்தச் சந்தர்ப்பம் பார்த்து காவல்துறை அடக்குமுறைகளுக்குள்ளாக்கினார்கள். அரசின் சர்வ வல்லமை படைத்த அதிகாரத்தை கேள்விக்குட்படுத்த நினைத்த மக்கள் அனைவருக்கும் தண்டனை கிடைத்தது. இவ்வளவு மோசமான ஒரு சூழல் உருவான பிறகும்கூட தோழர் வர்க்கீசுக்குத் தாங்கள் அளித்த பாதுகாப்பையும், தொடர்ந்து அவர் செயல்படுவதற்கான எல்லாவித வசதிகளையும் செய்து கொடுத்தவர்கள், கண்ணூர் மாவட்டத்தின் நல்ல மனதுடைய தொழிலாளர் மற்றும் விவசாயப் பெருங்குடியினர்தான். இதை நினைத்துப் பார்க்கும்போது புரட்சியின் சிந்தனைகள் எத்தனை மகத்தான தாக்கங்களை மக்களிடம் ஏற்படுத்தியிருக்கின்ற என்பதை நம்மால் புரிந்துகொள்ள இயலும். தோழர் சுகுமாரனுக்கு அபயமளித்ததும் இதே கண்ணூர் மாவட்டம்தான்.

நாங்கள் கைது செய்யப்பட்ட சில நாட்களுக்குள் அப்பா, திருச்சூர் காவல்நிலையத்தில் ஆஜரானதாக செய்தி வந்தது. தலச்சேரியிலும் வயநாட்டிலும் நடந்துகொண்டிருந்த காவல்துறையின் அட்டூழியங்களை அறிந்த மக்கள் கொந்தளிப்பு அதிகமானதாலும் இருக்கலாம் அப்பாவை அவர்கள் எதுவுமே செய்யவில்லை. அப்பாவைத் தேடும் பணியில் இந்தியா முழுவதிலுமுள்ள காவல்துறையும் எச்சரிக்கைப் படுத்தப்பட்டிருந்தது. பம்பாயில் பாட்டியையும் மாமாமார்களையும் காவல்துறையின் உயரதிகாரி ஒருவர் விசாரணை செய்து விட்டு எக்காரணம்கொண்டும் எங்களுக்கு எந்தவகையான உதவியும் செய்துவிடக் கூடாதென்றும் தாக்கீது செய்திருக்கிறார். கைது செய்யப்படுவீர்கள் என்றுகூட பாட்டியை மிரட்டியிருக்கிறார். என்ன நடந்தாலும் சரி, என்னுடைய மகளுக்கு நான் உதவி செய்வதை யாருமே தடுக்க முடியாது எனும் பாட்டியின் சூடான பதிலைக் கேட்டதும் அவர் பல்லிளித்தபடியே திரும்பிப் போய் விட்டார். இவர்கள் இவ்வளவு தூரம் தேடிக்கொண்டிருந்த மனிதர், அவராகவே காவல்நிலையத்தில் வந்து ஆஜரானது

அவர்களைத் திகைக்க வைத்துவிட்டது. சில நாட்களுக்குள் கே.பி. நாராயணன் மாஸ்டரும் போலீசில் அகப்பட்டார். இப்படியாக, தலச்சேரி வழக்கின் முக்கியமான எல்லா எதிரிகளும் காவல்துறையின் பிடிக்குள் அகப்பட்டுக்கொண்டார்கள். எங்களை கல்பற்றா நீதிமன்றத்தில் ஆஜர்படுத்தும்போது அவர்களை தலச்சேரி நீதிமன்றத்தில் ஆஜர் படுத்திக் கொண்டிருந்தார்கள்.

புல்பள்ளி வழக்கு மிகவும் சுவாரசியமாக இருந்தது. காவல்துறையின் எஃப்.ஐ.ஆரில் எங்கள் யாருடைய பெயருமே இல்லையென்பது மட்டுமல்ல, அந்த சம்பவத்துடன் எந்த விதமான தொடர்புமில்லாத சோஷியலிஸ்ட்காரராகிய தாமஸ் மாஸ்டர், கேசவன், மார்க்சிஸ்ட் அனுதாபியான குஞ்ஞிப்பணிக்கர் மற்றும் தோழர் கோபாலனின் பெயர்களெல்லாம் இடம் பெற்றிருந்தன. என்னுடைய பெயரை அவர்கள் குறிப்பிடுவதை விடுவோம். சம்வத்தின்போது ஒரு இள வயதுப் பெண்ணுமிருந்தார் என்று அதில் குறிப்பிடுவதற்குக்கூட அவர்களுக்குத் தைரியமில்லை. எங்களைப் பற்றி இதற்கு முன்பு எந்தவித தகவல்களுமே இவர்களிடம் இல்லையென்பதுதான் இதற்குக் காரணம். ஜமீன்களின் வீடுகளை ஆக்கிரமித்த பிறகு ஜமீன்தார்களும் அவரது வீட்டிலுள்ளவர்களும் கொடுத்த புகார் வாக்குமூலத்திலும் ஒரு பெண்ணும் உடனிருந்ததாக சொல்லப்படவில்லை. நாங்கள் பிடிபட்டதும் அவர்கள் மிகுந்தக் குழப்பத்திலாழ்ந்துபோனார்கள். எஃப்.ஐ.ஆர். அறிக்கையின்படி எனக்குத் தண்டனை வாங்கித் தருவதற்கு இயலாது என்பதைப் புரிந்துகொண்டதும் அதிகாரிகள் பதற்றம் அதிகரித்து. கடைசியில், கல்பற்றா நீதிமன்றத்தின் தலைமை குமாஸ்தாவுடன் ஏற்படுத்திய ஒரு உடன்படிக்கையின் அடிப்படையில் எஃப்.ஐ.ஆரை மாற்றி, பதிவு செய்தார்கள். அந்த பெஞ்ச் கிளார்க் சொல்லும் நபர்களை விட்டுவிடுவதென்றால் இதில் தில்லுமுல்லு செய்ய அனுமதிப்பதான வாக்குறுதியின்படி புல்பள்ளியிலிருந்து பிடித்து வைத்திரி சப் ஜெயிலில் அடைத்திருக்கும் எட்டுபேரை நீதிமன்ற அனுமதியுடன் காவல்துறை விடுதலை செய்தது. இப்படியாகவே அவர்கள், தாக்குதல் நடத்தியவர்களில் ஒரு இள வயதுப்பெண்ணுமிருந்தாள் என்று எஃப்.ஐ.ஆரில் சேர்த்துக் கொண்டார்கள்.

ஜெயிலில் கிடந்த எங்களுக்கு வெளியிலிருந்து வருகிற நண்பர்கள் வாசிப்பதற்கான நிறைய புத்தகங்களைக் கொண்டுவந்து தருவார்கள். ஆனால், மாவோ சேதுங்கின் புத்தகங்களைச் சிறைக்குள் அனுமதிக்கக்கூடாது என்பதில் மார்க்சிஸ்ட் தலைமையிலான அரசாங்கம் பிடிவாதமாக இருந்தது. மற்ற எதற்கும் எந்தவிதத் தடையுமிருக்கவில்லை. சிறைக்கொட்டடியின் சீரழிந்தப் பாதிப்பை எதிர்கொண்டு வெற்றி பெறவும், கடந்த கால நிகழ்வுகளைக் கௌரவமாகக் கணக்கிலெடுத்து மதிப்பீடு செய்யவும் எங்களுக்கு இந்த நூல்கள் மிகவும் தேவையாக இருந்தன. எவ்வளவுதான் கோரிக்கைகள்

விடுத்த பின்பும் அரசு கனிவு காட்ட மறுத்தது. கடைசியில், எங்களுக்கு உண்ணாவிரதம் இருக்கவேண்டியதாயிற்று. ஜனவரி 26ஆம் தேதி கண்ணூர் ஜெயிலில் அப்பாவும் அம்மாவும் கே.பியும் மற்ற தோழர்களும் மாவோ சேதுங்கின் புத்தகங்களை வாசிப்பதற்கு அனுமதிக்க வேண்டுமென்ற கோரிக்கையை முன்வைத்து உண்ணாவிரதப் போராட்டத்தைத் தொடங்கினார்கள். மறுநாளிலிருந்து கோழிக்கோடு சிறைச்சாலையிலும் போராட்டம் தொடங்கியது. மூன்று நாட்கள் கழிந்ததும் கண்ணூர் சிறையிலிருந்த தோழர்களை அங்குள்ள வார்டன்களும் கண்காணிப்பாளரும் அமைச்சரின் நேரடி உத்தரவின்கீழ் உடல்ரீதியாகத் துன்புறுத்தி உண்ணாவிரதத்தை முடித்து வைப்பதற்கு முயற்சி செய்தார்கள். இருந்தபோதும் சில தோழர்கள் அசையவே இல்லை. கடைசியில், அரசுக்கு கோரிக்கையை அனுமதிக்க வேண்டியதாயிற்று. 'மாவோ சேதுங், மாமனிதர்கள் மார்க்ஸ்—லெனின்' என்றெல்லாம் போற்றித் துதிக்கிற தலைவர்களுக்கு அவரது படைப்புகள்மீதான வெறுப்பு வெளிப்படையாகத் தெரிய வந்த, கசப்பான அனுபவங்களில் இதுவும் ஒன்று. இந்த உண்ணாவிரதத்துடன் அம்மாவின் உடல்நிலை சாவின் விளிம்புவரைக்கும் சென்று விட்டது. சிறைத்துறை அதிகாரிகளும் அரசாங்கமும் பயந்துபோய் விட்டன. அம்மா, உடனடியாக கோழிக்கோடு மருத்துவக் கல்லூரியில் சேர்க்கப்பட்டார். தங்களுடைய கஸ்டடியில் வைத்து இறந்துபோனால் என்ன செய்வது என்று பயத்தில் உடனடியாக அம்மாவுக்கு ஜாமீன் அனுமதித்துவிட்டார்கள்.

பிறகு, அப்பாவின் விஷயத்தில் அரசாங்கம் மிக முக்கியமான ஒரு முயற்சியெடுத்தது. தங்களுடைய இந்த இரண்டு வழக்குகளையும் வேறுபடுத்திக் கையாள வேண்டுமென்று ஏற்கனவே எடுக்கப்பட்ட முன்முடிவு அவர்களை மிகவும் குழப்பத்திலாழ்த்தியிருந்தது. அப்பாவை தலச்சேரி வழக்கில் சேர்த்தால் தண்டனையெதுவும் கிடைக்காதென்பதை அவர்கள் நன்றாகவே புரிந்துகொண்டிருந்தார்கள். தலச்சேரியில்தான் விசேஷமாக எதுவுமே நடக்கவில்லையே? புல்பள்ளியுடன் தொடர்புபடுத்தினால் மட்டுமே அப்பாவுக்குத் தண்டனை வாங்கித்தர முடியும். பல மாதங்களாக கூடி யோசனை செய்து கடைசியில், ஜோடனை செய்த ஒரு சதியாலோசனை வழக்கை கோழிக்கோடு மாவட்ட நீதிமன்றத்தில் தாக்கல் செய்து தலச்சேரியையும் புல்பள்ளியையும் ஒன்றாக்கினார்கள். எங்களுடைய வீட்டிலும் தலச்சேரி கேப்பீஸ் தனிப்பயிற்சிக் கல்லூரியிலும் வைத்து நடத்திய சதியாலோசனையின்படி இந்தச் சம்பவங்களெல்லாம் நடந்ததாக அவர்கள் வழக்கை ஜோடனை செய்திருந்தார்கள். இந்த சதியாலோசனையில் அப்பா, முதல் எதிரி; கே.பி., இரண்டாம் எதிரி; அம்மா, மூன்றாம் எதிரி.

இதனிடையில் பிரபலமான பல்வேறு வழக்கறிஞர்கள் எங்களுக்கு உதவுவதாக வாக்குறுதியளித்திருந்தார்கள். தலச்சேரி—

புல்பள்ளி சம்பவங்கள், கேரளத்தின் மிகப் பெரும்பான்மையினராகிய சாதாரண மக்களினிடையே உருவாக்கிய எதிர்பார்த்திராத தாக்கத்தையும், காவல்துறையின் அடக்குமுறைக்கெதிராக மிகத் தீவிரமாக எழுந்துகொண்டிருந்த பொதுமக்களின் கோபத்தையும் தங்களுக்கு சாதகமாகப் பயன்படுத்தும் நோக்கத்துடன் வலது கம்யூனிஸ்ட் கட்சி வழக்கறிஞர்கள், இந்த வழக்கில் எங்களுக்கு உதவுவதற்காக, டிஃபன்ஸ் கமிட்டியொன்றை ஏற்படுத்தினார்கள். வலதும் சேர்ந்துதானே மார்க்சிஸ்ட் தலைமையிலான ஏழு கட்சிக் கூட்டணியை அமைத்திருந்தது? இருந்தாலும் மார்க்சிஸ்ட்களின் மீதான அவர்களது தனிப்பட்ட மனஸ்தாபத்தைக் காட்டவும் அந்தக் கட்சிக்கெதிராக எங்களை ஈட்டிமுனையாகப் பயன்படுத்தவும் எங்களுக்காக கொஞ்சம் முதலைக்கண்ணீரை வடித்துவிடுவதென்று அவர்கள் முடிவு செய்தார்கள். அவர்களது டிஃபன்ஸ் கமிட்டியை நாங்கள் வெளிப்படையாக நிராகரித்ததும் உடனே அது காணாமல்போய் விட்டது. சில மாதங்களுக்குப் பின், இந்த சதியாலோசனை வழக்கு விசாரணைக்கு எடுத்துக்கொள்ளப்பட்டபோது, சாட்சாத் அந்த டாங்கே தோழர்கூட இந்த நடவடிக்கையை வெளிப்படையாக எதிர்த்தார். இரட்டைத் தாழ்ப்பாளுக்கும் ஒரு அளவுகோல் கிடையாதா? கோழிக்கோட்டிலுள்ள, பிரபல வழக்கறிஞர் குஞ்ஞிராமமேனோனும் வழக்கறிஞர் பாஸ்கரன்நாயரும் யாருடைய சிபாரிசுமில்லாமலேயே எங்களுக்கு உதவி செய்வதாக வாக்குறுதியளித்தார்கள். தலச்சேரியில் பல வழக்கறிஞர்களும் திருச்சூரில் வழக்கறிஞர் அய்யப்பனும் எரணாகுளத்தில் வழக்கறிஞர் மாயின்குட்டியும் உச்சநீதி மன்றத்தில் பிரபல வழக்கறிஞராக இருந்த ஏ.எஸ்.ஆர். சாரியும் எங்களுக்கு உதவி செய்வதாக வாக்குறுதி தந்தவர்களில் முக்கியமானவர்கள். எந்த ஒரு அரசியல் கட்சியுடைய நிழல்தாங்கலும் இல்லாமலேயே வழக்கை நடத்துவதற்கான எல்லா நகர்வுகளும் எங்களுக்கு பொதுமக்களின் மிகுந்த ஆதரவினால் தாராளமாகக் கிடைத்தன.

16

தலச்சேரியில் என்ன நடந்தது?

அம்மா ஜாமீனில் வெளிவருவதற்கானக் காரணத்தைப் பற்றி கடந்த அத்தியாயத்தில் குறிப்பிட்டிருந்தேன். மரணத்தின் அருகாமையில் வந்துவிட்ட அம்மாவை அரசாங்கமும் கைவிட்ட இந்த நிலையில், கோழிக்கோடு மருத்துவக்கல்லூரி மருத்துவமனையில் சேர்க்கப்பட்டிருந்த அம்மாவைக் கவனிப்பதற்கு ஆளில்லை. நானும் அப்பாவும் சிறையிலிருக்கிறோம். நண்பர்கள், காவல் துறையின் மிரட்டலுக்குப் பயந்து அதிகமாக நெருங்காமலிருந்த காலம் அது. மருத்துவக் கல்லூரியின் மருத்துவர்களும் செவிலியர்களும்தான் அம்மாவுக்குத்

துணையாக இருந்தார்கள். ஜாமீனில் வெளிவந்த பிறகும் இரண்டுமாத காலம் ஆஸ்பத்திரியில் இருக்கவேண்டியதிருந்த அம்மாவை பரிவுடன் கவனித்து உயிரைக் காப்பாற்றியது அங்குள்ள டாக்டர்களும் நர்ஸ்களும்தான். அவர்கள், அம்மாவுக்கு எல்லாவிதமான வசதிகளையும் செய்து கொடுத்திருந்தார்கள். நோய் ஓரளவுக்குச் சரியான பிறகுதான் அம்மாவை டிஸ்சார்ஜ் செய்தார்கள். ஆனால், அம்மா நிரந்தர நோயாளியாகவே மாறியிருந்தார். நோயினால் இப்போதும் சிரமப்பட்டுகொண்டேதானிருக்கிறார். நான் தொடர்ந்து கேட்டுக்கொண்டே இருந்ததால் ஒரு நாள், மருத்துவக் கல்லூரிக்குப்போய் அம்மாவைப் பார்ப்பதற்கு ஐ.ஜி. அனுமதியளித்தார். சிறையதிகாரிகளின் பாதுகாப்புடன் அங்கே சென்றேன். மானந்தவாடி காவல்நிலையத்தில் வைத்துப் பார்த்த அம்மாவைத் திரும்ப இப்போதுதான் பார்க்கிறேன். மிகவும் தளர்ந்துபோயிருந்த அம்மாவைக் கட்டிப்பிடித்துக்கொண்டேன். சிறிது நேர நல விசாரணைகளுக்குப் பிறகு மீண்டும் பிரிந்தோம். மருத்துவமனையிலிருந்து வந்த பிறகு அம்மா தினமும் நகர காவல்நிலையத்திற்கு வந்து கையெழுத்துப்போட வேண்டுமென்றும் கோழிக்கோட்டை விட்டு எங்குமே செல்லக்கூடாது என்றும் உத்தரவிடப்பட்டிருந்தது.

1969 ஏப்ரல் இரண்டாம் தேதி நடந்த, தலச்சேரி காவல்நிலையத்தின்மீதான தாக்குதலையும் புல்பள்ளி தாக்குதலையும் ஒன்றாகச் சேர்த்த ஒரு சதியாலோசனை வழக்கு கோழிக்கோடு மாவட்ட நீதிமன்றத்தில் தாக்கல் செய்யப்பட்டது. இத்துடன் கோழிக்கோடு சிறையிலிருக்கும் எங்களை கல்பற்றா நீதிமன்றத்திற்கும், கண்ணூர் சிறையிலிருக்கும் தோழர்களை தலச்சேரி நீதிமன்றத்திற்கும் கொண்டு போவதை நிறுத்தினார்கள். அன்று நாங்கள் அனைவருமே ஒன்றாக கோழிக்கோடு நீதிமன்றத்தில் ஆஜர்படுத்தப்பட்டோம்.

மாதங்களாகவும் வருடங்களாகவும் பிரிந்திருந்த நெருக்கமான நண்பர்கள் முதன்முதலாகச் சந்திக்கும்போது உருவாகும் உணர்ச்சிப் பரவசத்துடன் தோழர்கள் அனைவரும் பரஸ்பரம் வணக்கங்களைப் பகிர்ந்துகொண்டோம். புல்பள்ளித் தோழர்களை அப்பாவும் கே.பியும் ஆலிங்கனம்செய்து மகிழ்ச்சியைப் பகிர்ந்துகொண்டார்கள். இந்தக் காட்சியைக் கண்டதும் எனது கண்கள் கலங்கின. திருநெல்லிக் காட்டில் ஒன்றிணைந்து, வயநாட்டில் ஆயுதப்போராட்டத்தைத் தொடர்ந்து முன்னெடுத்துச் செல்வதாக வாக்குறுதித் தந்துவிட்டுப் பிரிந்த தோழர்களை மறுமுறை சந்திப்பது, எதிரிகளின் பிடியிலகப்பட்ட குற்றவாளிகளாக! எவ்வளவு விபரீதமான முரண்நிலை?

நீதிமன்றம் அன்று கலையும்போது எங்கள் அனைவரையும் கண்ணூர் மத்தியச் சிறையில் காவலில் வைக்கும்படி மாவட்ட நீதிபதி உத்தரவுப் பிறப்பித்தார். மறுநாள், புல்பள்ளி எதிரிகளாகிய எங்கள் அனைவரையும் கண்ணூருக்குக் கொண்டுபோனார்கள். மாவோ சேதுங்கின் புத்தகங்களை வாசிப்பதற்கு அனுமதித்த பிறகு

எங்களுக்கெல்லாம் புதிய ஒரு தன்னம்பிக்கை கை கூடியிருந்தது. என்னை, கண்ணூரில் பெண்களுக்கான வார்டில் சேர்த்தார்கள். ஆண்தோழர்கள் அனைவருக்கும் ஒன்றாக சேர்ந்திருப்பதற்கும் ஆய்வு செய்வதற்குமெல்லாம் பெரிய தடைகளெதுவுமிருக்கவில்லை. என்னால் அதில் இணைந்துகொள்ள இயலாமல்போனது. இது, எனக்கும் மற்ற தோழர்களுக்கும் மிகப் பெரிய வருத்தமாக இருந்தது. எல்லா தோழர்களுடனும் சேர்ந்தமர்ந்து மாவோ சேதுங்கின் சிந்தனைகளைப் பகிர்ந்துகொள்வதற்காக பகல் நேரத்தில் என்னை, தோழர்களிருக்கும் வார்டுக்குச் செல்ல அனுமதிக்கவேண்டுமென்று அரசிடம் நாங்கள் கோரிக்கை விடுத்தோம். இந்தக் கோரிக்கை நிராகரிக்கப்படுமென்றால் பதினான்கு நாட்களுக்குப் பிறகு நாங்கள் அனைவரும் சேர்ந்து உண்ணாவிரதப் போராட்டத்தைத் துவங்குவோம் என்றும் அதில் குறிப்பிடப்பட்டிருந்தது. ஆனால், இந்த மனுவை அனுப்பிய மூன்றாவது நாள், அதிகாலை ஐந்து மணிக்கு தோழர்களிருந்த லாக்கப்பைத் திறந்து எண்பதுவரையிலான வார்டன்களும் கண்காணிப்பாளரும் பிற அதிகாரிகளும் சேர்ந்து புகார் மனுவில் கையெழுத்திட்ட பதினான்கு தோழர்களின்மீதும் கொடூரமாகத் தாக்குதல் நடத்தினார்கள். இந்தத் தாக்குதலின்போது அவர்கள் அப்பாவையும் கே.பியையும் தனியாகக் குறி வைத்துத் தாக்கினார்கள். ஒரு வார்டனின் பூட்ஸ் கால் அப்பாவின் நெஞ்சைக் குறி வைத்துத் தாக்கியது. அப்பா மயக்கம்போட்டு விழுந்தார். மறுநாள் நினைவு திரும்பும்போது சிறைச்சாலையின் வெளியே, பயன்படாதென்று நீண்ட காலமாக ஒதுக்கி வைக்கப்பட்டிருந்த மிகப் பெரிய குவாரன்டைன் பிளாக்கில் ஒரு கொட்டடியில் அடைக்கப்பட்டிருப்பதைப் புரிந்துகொண்டார். கே.பியை தூக்குத்தண்டனை அறைக்குள் அடைத்தார்கள். மற்ற தோழர்களைத் தாங்கள் திருப்தியடையும்வரை அடித்து உதைத்தார்கள். உண்ணாவிரதமிருக்க நினைத்த எங்களது மனோபலத்தை இல்லாமல் செய்வதற்கு, அரசாங்கத்தின் மேல்மட்டத்திலிருந்து கிடைத்த உத்தரவின்படி சித்திரவதை செய்தே காய்த்துப்போன அதிகாரிகள் இந்த வெறிகொண்ட தாக்குதலை நடத்தி முடித்தார்கள். அன்று கிடைத்த உதையில் இருதயத்தின் தசைப் பிடிப்புகளில் ஏற்பட்ட சிதைவின் காரணமாக அப்பா இருதய நோயாளியாகி விட்டார். வருடக் கணக்காக வீட்டிலிருந்து வெளியே இறங்கவும் இயலாமல் நிரந்தர நோயாளியாக மாறினார்.

எங்களுடைய புகார் மனுவின்மீது எந்த அதிகாரபூர்வமான பதிலுமே கிடைப்பதற்குள் அதாவது, ஏப்ரல் பதினாறாம் தேதி, உயர்நீதிமன்றத்தின் உத்தரவின்கீழ் என்னை ஜாமீனில் வெளியே விட்டார்கள். பத்தாயிரம் ரூபாய்க்கான இரண்டு தனிநபர் ஜாமீனிலும் இன்னொரு பத்தாயிரத்திற்கான சொந்த ஜாமீனிலும் விடுதலை செய்வதாக நீதிமன்றம் கருணை காட்டியது. ஆனால், தினமும் கோழிக்கோடு கஸ்பா காவல்நிலையத்தில்போய் கையெழுத்திட வேண்டுமென்றும் எல்லையைத் தாண்டிப்போவதாக இருந்தால்

டி.எஸ்.பியின் அனுமதியைப் பெற்றிருக்கவேண்டுமென்ற கண்டிப்புடன் கூடிய நிபந்தனைகளும் விதிக்கப்பட்டிருந்தன. அம்மா கையெழுத்திட வேண்டிய இடம், நகரக் காவல்நிலையம்.

அப்படியாக, அம்மாவுடன் நான் வீட்டில் தங்கியிருந்தேன். சில நாட்களுக்குள் அப்பாவும் கே.பியும் மற்றும் பன்னிரெண்டு தோழர்களும் நீதிமன்ற உத்தரவின்கீழ் கோழிக்கோடு ஜெயிலுக்கு மாற்றப்பட்டார்கள். ஜாமீனில் வெளிவந்த பிறகு சிறைக்குள்ளும் வெளியிலுமுள்ள தோழர்களைச் சந்திக்கவும் பேசவும் கிடைத்த வாய்ப்புக்களிலிருந்துதான் உண்மையில், தலச்சேரி காவல்நிலையத்தின்மீதான தாக்குதலின்போது நடந்தச் சம்பவங்களை நான் அறிந்தேன்.

உண்மையில் தலச்சேரியில் என்ன நடந்தது? தலச்சேரி கலகத்திற்கு முன்னிலை வகித்தத் தோழர்களிடமிருந்தும், அதில் பங்கெடுத்தும் ஆனால், போலீசின் வலையில் அகப்படாமலும் ஒளிந்து வாழும் ஏராளமான தோழர்களிடமிருந்தும் நான் கேட்டறிந்த வரையில் இந்த விஷயத்தைப்பற்றி என்னால் விளங்கிக்கொள்ள முடிந்த சில முக்கியமான தகவல்கள் இவைதான்:

கண்ணூர் மாவட்டத்தில் பீடி மற்றும் நெசவுத் தொழில்களில் ஏற்பட்ட மிகப் பெரிய சிக்கல்களைப் பற்றி ஏற்கனவே ஒரு அத்தியாயத்தில் விவரித்திருந்தேன். மார்க்சிஸ்ட் தலைமையிலான கேரள அரசின் முழுமையான கையாலாகாத்தனமும், காங்கிரஸ் ஆட்சியின் பிற்போக்கான கொள்கைகளை அப்படியே நடைமுறைப்படுத்துவதில் அவர்கள் காட்டிய ஆர்வமும்தான் இவ்வளவு குழப்பங்களுக்கும் காரணமாக அமைந்தன. கடலோரப் பகுதிகளில் வாழுகிற ஏறத்தாழ ஒரு லட்சம் ஏழைக் குடும்பங்கள், பீடித் தொழிலில் ஏற்பட்ட இந்தக் குழப்பத்தின் காரணமாக கொடும் பட்டினியிலாழ்ந்தன. பல்லாயிரக்கணக்கான நெசவுத் தொழிலாளர்களும் இந்த அவலத்தைதான் மாதக்கணக்கில் அனுபவித்துக் கொண்டிருந்தார்கள். பிற பகுதிகளிலுள்ள விவசாய—தொழிலாளர்களினிடையிலும் இந்தப் பிரச்சனைகளின் பாதிப்பு தீவிரமாகச் செயல்பட்டது. இதன் காரணமாக தலச்சேரி, கண்ணூர் போன்ற சிறுநகரங்களைச் சுற்றிலுமுள்ள கிராமப்புறங்களில் மிகமோசமான ஒரு சூழ்நிலை உருவானது. இந்தப் பகுதிகளுக்கு மிகப் புரட்சிகரமான ஒரு பாரம்பரியமிருந்தது. வலதும் இடதுமான பொதுவுடைமைக் கட்சிகள், இந்தப் பிரச்சினையை ஒப்பந்தங்களை உருவாக்கிச் சரிக்கட்டி விடலாமென்று தீவிரமான முயற்சிகளில் ஈடுபட்டிருந்தன. இந்தச் சந்தர்ப்பத்தில்தான் எண்ணிக்கையில் மிகக் குறைவான பலமுள்ள எங்கள் தோழர்களுக்கு இந்தப் பிரச்சினையை எதிர்கொள்ள வேண்டியதாயிற்று. இதற்கான இரண்டே வழிகள்தான் எங்களுக் கிருந்தன. ஒன்று, இயலாமையை ஒப்புக்கொண்டு கண்களை மூடிக்கொண்டு தொடர்ந்து புல்பள்ளியின் செயல்பாடுகளை மெதுவாக

நகர்த்திச் செல்வது, அல்லது, நக்சல்பாரிகள் அணுகுமுறை சார்ந்த எங்களுடைய உறுதிப்பாட்டில் தைரியமாக நின்று புல்பள்ளியுடன் இணைந்துச் செயலாற்றுவது. இதில் எதைத் தேர்ந்தெடுப்பது என்கிற விஷயத்தில் எங்களுக்கு எந்தவிதமான சந்தேகமும் இருக்கவில்லை. இதில் இரண்டாவது வழிமுறையையே தோழர்கள் தேர்வு செய்தார்கள். தலச்சேரியின் இந்தப் பின்னணியைப் புரிந்துகொள்ளாமல் அதை சரியாக மதிப்பீடு செய்வது யாருக்கும் சாத்தியமில்லை.

கலகத்தின் கோஷத்தை அங்கீகரித்ததுடன் எந்த இடத்தில் கலகம் செய்வதெனும் பிரச்சினை தோழர்களினிடையில் உருவானது. தொழிலாளர் தோழர்களை வயநாட்டின் வடபகுதியில் ஒன்றிணைத்து அங்கே ஒரு இடத்தைத் தேர்வு செய்து கலகம் செய்வதா, அல்லது அவர்களால் சுலபமாக ஒன்று சேர முடிகிற, நிறைய ஆயுதங்களை சேகரிக்கும் வாய்ப்புள்ள மற்றொரு இடத்தில் கலகம் செய்வதா என்பதுதான் பிரச்சினை.

முதலில் மானந்தவாடியிலோ திருநெல்லியிலோ ஒன்று சேர்ந்து புல்பள்ளியில் கலகம் செய்துவிட்டு வரும் புரட்சியாளர்களுடன் இணைவதென்றால் புல்பள்ளியில் கலந்துகொள்ளாதவர்களும் எதிரிகளிடமிருந்து ஆயுதங்களைக் கைப்பற்றாதவர்களுமான தொழிலாளர் தோழர்களிடம் சாதாரணமான ஆயுதங்கள் மட்டுமே இருக்கும். மற்றொன்று, நூற்றுக்கணக்கான தொழிலாளர் தோழர்கள், இப்படியான ஒரு இடத்தில் சிறுவகை ஆயுதங்களை மட்டுமே வைத்துக்கொண்டு ஒன்றுகூடுவது பயனில்லாத விஷயமென்பது மட்டுமல்ல, சரியாகவுமிருக்காது. மக்கள் விரோதிகளை எச்சரிக்கையூட்டவும் எதிர்பாராத நிலையில் தோழர்களுக்கு ஏற்படுகிற எதிர்ப்பிற்கு உதவி செய்வதாகவும் இது அமைந்து விடக்கூடும்.

எனவே, முதலில் தலச்சேரி காவல்நிலையத்தைத் தாக்கி ஆயுதங்களை சேகரிப்பது; அங்குள்ள மொத்த வியாபாரிகளிடமிருந்து அரிசியைப் பறிமுதல் செய்வது. இப்படி, கலகம் செய்த தொழிலாளர் கூட்டம், திருநெல்லியை நோக்கி மார்ச்சு செய்து, அங்கே புல்பள்ளி புரட்சியாளர்களுடன் ஒன்றிணைவது என்பதாக முடிவு செய்யப்பட்டது. தலச்சேரி ஒரு சிறுநகரம் என்பதாலும் குறிப்பாக, இராணுவத் தலைமையிடமான கண்ணூரின் பக்கத்திலிருப்பதாலும் தேவையான முன்னேற்பாடுகளையும் தோழர்கள் செய்திருந்தார்கள். கலகம் செய்த புரட்சித் தொழிலாளர்கள், விவசாயத் தோழர்களுடன் ஒன்றிணைவது ஒரு கட்டம். அவர்களுடன் கலகம் செய்யாத தொழிலாளர்களும் சேர்ந்துகொள்வது மற்றொரு கட்டம். கலகம் செய்த பிறகு அதன் குணமேன்மையின் அடிப்படையில் மட்டுமே கலகக்காரர்கள், அதாவது புரட்சியாளர்கள் என்ற சொல்லுக்கு அருகதையுடையவர்களாக இயலும். தலச்சேரி காவல்நிலையம் திறந்த அமைப்பிலானதும் சுலபமாக கைப்பற்ற முடிவதுமாகவே இருந்தது.

பக்கத்தில் தோழர்கள் ஒன்று கூடுவதற்கு வசதியாக கே.பியின் தனிப்பயிற்சிக் கல்லூரிக் கட்டடமுமிருக்கிறது. இந்த சாதகமான அம்சங்களெல்லாம்தான் தலச்சேரியில் முதல் தாக்குதலைத் துவங்குவது எனும் உறுதியான தீர்மானத்திற்கு தோழர்களைக் கொண்டு வந்து சேர்த்தது.

அப்படியாக, அதுவரை அரசியல் தளத்தில் பேசுபொருளாக மட்டுமே இருந்த புரட்சியின் செயல்பாட்டை, இம்முடிவுகள் படைத்தளத்திற்கு உயர்த்தின.

தலச்சேரியிலும் புல்பள்ளியிலும் நடத்துவதாகத் தீர்மானித்த இந்தக் கலகங்கள், பரஸ்பரம் ஒன்றோடொன்று தொடர்புடையது மட்டுமல்ல, தலச்சேரிக்கு இதில் தவிர்க்க முடியாத ஒரு முக்கியத்துவமுமிருந்தது. தலச்சேரியின் வெற்றி, புல்பள்ளி வெற்றியின் ஒரு பகுதியாகவே இருந்தது. தலச்சேரி தோல்வியடைந்து புல்பள்ளி வெற்றிபெற்றால் அது எதிர்பாராத வெற்றியாகவே இருக்குமென்பதையும் தோழர்கள் புரிந்திருந்தார்கள். ஆகவே, எல்லா ஆயத்தங்களும் தலச்சேரி வெற்றியை அடிப்படையாகக்கொண்டே ஏற்பாடுசெய்யப்பட்டன.

இந்தச் சந்தர்ப்பத்தில் தலச்சேரி — புல்பள்ளி கலகங்களின்போது பிரசுரிக்கப்பட்ட ஒரு அறிக்கையின் நினைவுகள் என்னைச் சிலிர்க்க வைக்கின்றன. அதன் வரிகள் இன்றும் என்னுள்ளிருக்கும் புரட்சிவாதியைத் தட்டியெழுப்புகின்றன. அதிலுள்ள சில வரிகளை இந்த இடத்தில் குறிப்பிடுவது அவசியமென்று கருதுகிறேன். 'நாங்கள் கலகம் செய்திருக்கிறோம்' எனும் போராட்ட வீரியம் நிறைந்த அந்த அறிக்கையின் சில பகுதிகளை நான் இங்கே குறிப்பிடுகிறேன்:

இந்நாட்டின் கணேஷ், பாரத் போன்ற பீடிக் கம்பெனிகளின் தொழிலாளர்களும், நெசவுத் தொழிலாளர்களும், தோட்டத் தொழிலாளர்களும், விவசாயத் தொழிலாளர்களும், மாணவர்களும், ஆசிரியர்களுமாகிய நாங்கள் சாத்மிக முறையிலான எல்லா எதிர்பார்ப்புகளையும் இழந்துபோய் இன்று நம்மிடையே நிலவி வருகிற மிருகத்தனமான சுரண்டல் சமூக அமைப்புக்கெதிராக இதோ வெளிப்படையாக ஒரு ஆயுதப்போராட்டத்தில் இறங்கியிருக்கிறோம். இன்றைய ஜமீன்தாரிய, பெருமுதலாளித்துவ அரசுகளுக்கெதிராக நாங்கள் இந்த வர்க்கப்போராட்டத்தை முன் வைத்திருக்கிறோம்.

நாங்கள் அறிவோம், இந்திராகாந்தியின், நம்பூதிரிபாடின் பின்னால் இலட்சக்கணக்கான படைவீரர்களும், உலக சாம்ராஜ்ய சக்தியும், சோவியத் திருத்தல்வாத சக்தியும் நவீன ஆயுதங்களுடன் அணி வகுத்து நிற்கிறார்களென்பதை. இதையெல்லாம் நன்றாக அறிந்துதான் இவர்களுக்கெதிரான ஆயுதப்போராட்டத்தின் இரத்தப் பதாகையை நாங்கள் ஏந்தியிருக்கிறோம். மாமனிதராகிய நம்முடைய

அஜிதா

தலைவர் தோழர் மாவோ சேதுங் 1946இல் குறிப்பிட்டார்: "எல்லாப் பிற்போக்கு சக்திகளுமே வெறும் காகிதப்புலிகள்தான். பார்வைக்குப் பயங்கரமாகத் தோற்றமளிப்பார்கள். ஆனால், உண்மையில் அவர்கள் அந்த அளவிலொன்றும் வலுவானவர்களில்லை. ஒரு தொலைநோக்குப் பார்வையில் நாம் விஷயங்களை அணுகிப் பார்த்தோமென்றால் உண்மையிலேயே வலுவானவர்கள் மக்கள்தானே தவிர, இந்தப் பிற்போக்குவதிகளல்ல."

இப்படியான ஒரு பார்வை மட்டுமே இந்த முயற்சிக்குத் தேவையான தன்னம்பிக்கையை எமக்குத் தந்திருக்கிறது. கோடிக்கணக்கான நமது பொதுமக்களைத்தான் நாங்கள் இதன் வெற்றிக்காக நம்பியிருக்கிறோம். குறிப்பாக, பரந்து விரிந்துக் கிடக்கும் நம்முடைய கிராமப்புறங்களில் வாழும் விவசாயப் பெருங்குடியினரை இந்தப் போராட்டத்தின் வெற்றிக்காக நாங்கள் நம்பியிருக்கிறோம். வாழ்க்கையை துயர்மிகுந்ததாக மாற்றி வைத்திருக்கும் இந்த அரைக் காலனிய — அரை நிலவுடைமைக் கட்டமைப்பை, இந்தப் பிற்போக்கு ஆட்சியமைப்பைத் தகர்த்தெறியவே இந்நாட்டின் மக்கள்தொகையில் தொண்ணூறு விழுக்காடு கொண்ட நம் உடன்பிறப்புகளாகிய விவசாயப் பெருங்குடியினர்களும் விரும்புகிறார்களென்பதை நாங்கள் நன்றாகவே அறிந்திருக்கிறோம். வாழ்வுரிமையை நிலை நாட்டுவதற்கான மற்றெல்லா மார்க்கங்களுமே அடைந்துபோய் விட்டன. இன்று நாங்கள் இதோ ஒரு ஆயுதப்போராட்டத்திற்குத் துணிந்துவிட்டோம்.

எண்ணற்ற, தொழிலாளர் — விவசாயப்போராட்டங்களின் பாரம்பரியம் நமது மக்களுக்கு இருக்கின்றது. கணக்கில்லா விவசாயத்தோழர்கள் உயிர்த்தியாகம் செய்த மண்ணிது. இந்தத் தோழர்களின் சுடு இரத்தத்தால் கரும் சிவப்பாக மாறிய இந்த வீர இரத்தப் பதாகையை இதோ நாங்கள் மீண்டுமொருமுறை உயர்த்தியிருக்கிறோம். நாங்கள் இதைச் செய்வது, இம்முறையும் மற்றொரு 1948 நிகழுவதற்கல்ல, மற்றொரு தெலுங்கானா நிகழுவதற் கல்ல, இன்னொரு புன்னப்புர — வயலார் நிகழுவதற்கல்ல. பிறகு? இந்த வீரம் செறிந்த போராட்டங்களின் தோல்விகளிலிருந்து பாடம் கற்று, இடர்பாடுகள் நிறைந்ததாயினும் தொடர்ச்சியாக முன்னெடுத்துச்செல்லவேண்டிய ஒரு மக்கள் போரை நிகழ்த்தவும், தொழிலாளி வர்க்கத் தலைமையில் விவசாயிகள் புரட்சியின் வழியாக இன்றைய சாம்ராஜ்யத்துவ — ஜமீன்தாரிய, கோப்ரடோர் முதலாளித்துவ கட்டமைப்பைத் தகர்த்தெறியவும், பதிலாக தொழிலாளர் — விவசாயிகள் ஒற்றுமையை அடிப்படையாகக் கொண்ட ஒரு புதிய ஜனநாயகக் கட்டமைப்பைப் படிப்படியாக உருவாக்கவும்தான் நாங்கள் இதில் இறங்கியிருக்கிறோம். மகத்தான சீன மக்கள், இதற்கான பாதையை ஏற்கனவே நமக்குக் காட்டியிருக்கிறார்கள். ஏகாதிபத்தியத்திற்கும் பிற்போக்கு

சக்திகளுக்குமெதிராக மகத்தான வியட்னாம் மக்களின் முன்மாதிரியான ஆயுதப்போராட்டமும் ஆசியாவிலும் ஆப்ரிக்காவிலும் லத்தின் அமெரிக்காவிலும் நடந்த கோடானுகோடி மக்களின் ஆயுதப்போராட்டங்களும் இதைத்தான் சுட்டிக்காட்டியிருக்கின்றன. நமது நாட்டில், தீரர்களாகிய நாகர்களும் மிஸோக்களும் இதையே பின்பற்றினார்கள். நக்சல்பாரியின் விவசாயப் புரட்சியாளர்களும் இந்த வழியையே நமக்குக் காட்டியிருக்கிறார்கள். பிற்போக்கு ஆளும் வர்க்கம்கூட இதைத் தவிர்த்த வேறு வழிகளெதையும் நம் முன் வைக்கவில்லை.

சில கோழைகளின் கண்களுக்கு நாங்கள் பலமற்றவர்கள்போல் தெரியலாம். மற்ற சிலர், நாங்கள் சாகசம் புரிவதில் ஆர்வமுள்ளவர்களென்றெல்லாம் பிரச்சாரம் செய்யக்கூடும். இவை, அனைத்துமே தவறுகள் என்பதை அவர்கள் மிகச் சீக்கிரமாகவே உணர்ந்துகொள்வார்கள். எங்களுடைய சரியான பலம் இருப்பது, கிராமப்புறங்களில் வாழுகிற எங்களது உடன்பிறப்புக்களாகிய விவசாயப் பெருங்குடி மக்களிடம்தான். இந்த பெரும் சக்தியை நம்பியே நாங்கள் வீட்டையும் குடும்பத்தையும் துறந்து, வெளிப்படையான இந்த ஆயுதப்போராட்டத்தின் கொடியையுமேந்தி, பரந்து விரிந்து கிடக்கும் நம்முடைய கிராமப்புறங்களை நோக்கி எங்களது பயணத்தை மேற்கொண்டிருக்கிறோம். அங்கே எமது விவசாயத்தோழர்களுடன் இணைந்து எதிரிகளை வெல்கிற ஜீவமரணப் போராட்டத்திற்கான சக்தியைத் திரட்டிக்கொண்டு மீண்டும் நாங்கள் இந்த இடங்களுக்கே திரும்பி வருவோம். இதில் யாருக்கும் எந்தவிதமான சந்தேகங்களும் தேவையே இல்லை. இன்று நாங்கள் தற்போதைக்கு விடைபெறுகிற எங்களது வர்க்க சகோதரர்களும் உடன்பிறப்புகளும் குடும்ப அங்கத்தினர்களுமெல்லாம் இதை நிச்சயமாக எதிர்பார்க்கலாம். ஏனென்றால், இந்தத் துவக்கத்தில், எங்களுடைய மார்க்க வழிகாட்டியாக மாபெரும் வெற்றியாளராகிய மாவோ சேதுங்கின் சிந்தனைகளிருக்கின்றன. மாமனிதர் மாவோ சேதுங் எங்களுடனிருக்கிறார். எல்லாப் பிற்போக்கு சக்திகளும் கோ—ஆர்டினேஷன் வேடம்பூண்டவர்களும் பிற திருத்தல்வாத மேதாவிகளும் டாங்கே வர்க்கத்தின் துரோகிகள் கூட்டமும் இதையொரு இறுதித் தாக்கீதாக எடுத்துக்கொள்ளட்டும். இவர்களுடைய மரண மணிமுழக்கம் கேட்கத் துவங்கி விட்டது. புரட்சியின் கொடுங்காற்று இந்நாட்டில் வீசத் துவங்கி விட்டது.

தொழிலாளர் தோழர்களே, விவசாயத் தோழர்களே, மாணவர்களே, புரட்சிவாதிகளான அறிவுஜீவிகளே, சிறு வியாபாரிகளே, உழைக்கும் வர்க்க சகோதரிகளே கடந்த பல வருடங்களாக ஓட்டுப்போடுவதற்கு மட்டுமே உபயோகிக்கும் உங்களுடைய கரங்களில் குறுந்தடியை எடுத்துக்கொள்ளுங்கள்; கோடாரியை எடுங்கள்; அரிவாளையும் சுற்றியலையும் எடுங்கள்.

கிடைப்பது எதுவோ, அதை எடுத்துக்கொள்ளுங்கள். பிற்போக்கு ஆட்சியாளர்களின்மீதான இடைவிடாத போராட்டத்தில் இறங்குங்கள். எதிரிகளிடமிருக்கும் துப்பாக்கிகளையும் பிற ஆயுதங்களையும் பதுங்கியிருந்துப் பறித்தெடுங்கள். நாங்கள் இன்று ஒரு ஆயுதப்படையாக உருவாகி விட்டோம். இந்தப் படை உங்களுடையது. ஆயிரமாயிரமாக, பதினாயிரங்களாக இந்த 'மக்கள் படை'யில் உறுப்பினராக வாருங்கள். புரட்சியின் அக்னிஜுவாலைகள் நாடெங்கும் பரவட்டும். இந்த அக்னியிலகப்பட்ட எதிரிகள் எரிந்து சாம்பலாவார்கள் என்பது நிச்சயம்.

வெற்றி நம்முடையது மட்டுமே!

இவ்வளவு ஆவேசம் மிகுந்த சூழல் நிலவியபோதும்கூட தலச்சேரி ஏன் இப்படியொரு பரிதாபமான தோல்வியைத் தழுவியது?

தலச்சேரி செயல்பாட்டில் முதலிலிருந்தே தென்பட்ட ஒரு குறைபாடு, அதன் பொறுப்பை ஏற்றிருந்த சில தோழர்களிடமிருந்த சஞ்சலமனோபாவம்தான். அன்றுவரை மார்க்சிஸ்ட் கட்சியிலும் தொழிற்சங்கங்களிலும் அதிகாரப் பொறுப்புகளை வகித்திருந்த இந்தத் தோழர்கள், போராட்ட அணியிலிருந்து வேறுபட்டும் இறுக்கமான கட்டங்கள் நெருங்கும்தோறும் பதற்றமடையவும் ஆரம்பித்தார்கள். ஆவேசத்துடன் முன்நகர்ந்து கொண்டிருந்த தொழிலாளர் தோழர்களை தேவைக்கேற்ப அணிவகுக்கச் செய்வதற்குப் பதிலாக அவர்களது மனவீரியத்தைத் தளர வைக்கவே சஞ்சல மனதுடைய இவர்கள் முயற்சி செய்தார்கள். அதுவரையிலும் தீவிரமாக சொற்பொழிவாற்றிக் கொண்டிருந்த, 1948இன் கொரில்லா நிபுணர் தோழர் உச்சம்பள்ளி, கடைசி நாட்களில் மனைவி வாதநோயால் பாதித்திருப்பதாகச் சொல்லி விலகிக் கொண்டது இதற்கான ஒரு உதாரணம்.

தலச்சேரியை முழுமையாக நம்பி திட்டமிடப்பட்ட நிலையில், சஞ்சல மனோபாவத்துடனிருந்த இந்தத் தோழர்களைக் குறிப்பிட்ட நேரத்தில் தவிர்க்கவோ, தலைமையின் பொறுப்பை வீரியத்துடனிருந்த மற்ற தோழர்களிடம் ஒப்படைக்கவோ அப்பாவுக்கோ, கே.பிக்கோ மற்ற தோழர்களுக்கோ இயலாமல் போனது. மட்டுமல்ல, இந்த ஆட்டம் போடுகிற மனோபாவம், சிக்கலான நேரத்தில் ஒரு டைம்பாம்போல் வெளிப்படும் என்ற எண்ணமோ முன்கருதலோ யாருக்கும் இருக்கவில்லை. தொழிலாளர் தோழர்களின் நிறைந்து ததும்பும் ஆவேசத்தின்முன் இந்த சாஞ்சாட்டமெல்லாம் காணாமல்போய்விடும் என்றும் வலுமிகுந்த போராட்ட அக்னியின்முன் மனரீதியிலான இந்த சோர்வுகளனைத்துமே வெந்துக் கருகிவிடுமென்றும் இந்தத் தோழர்கள் எதிர்பார்த்திருந்தார்கள்.

இதற்கு முன் இப்படியான ஒரு 'படை செயல்பா'ட்டில் அனுபவமில்லை என்பதுவும், திருத்தல்வாதத்தின் அபாயம் இவர்களிடம் எந்த அளவுக்கு ஆழமாக வேரூன்றியிருக்கிறது என்பதைப் புரிந்துகொள்ளாமலும் போராட்டத்தை முன்னோக்கிக்கொண்டுபோக

வேண்டுமென்று மனப்பூர்வமாக எண்ணி தன்னை மறந்து ஆழ்ந்துப் பணியாற்றிக்கொண்டிருந்தார்கள், தோழர்கள். ஆகவே, இந்த சாஞ்சாட்ட மனத்தினர்மீது போதுமான அளவில் அவர்கள் கவனம் செலுத்தவில்லை. கோட்டைக்குள்ளிருக்கும் அணிகளில் குறிப்பாக, பொறுப்புகளில் ஊடுருவிய சந்தர்ப்பவாதிகளால் ஏற்படக்கூடிய ஆபத்து, கோட்டையின் வெளியில் தாக்குதலுக்கான வாய்ப்பை எதிர்பார்த்துக்கொண்டிருக்கும் எதிரிகளை விடவும் பல மடங்கு அதிகமானது, எனும் தோழர் ஸ்டாலினின் பாடத்தை சரியான அளவில் தோழர்கள் கவனத்தில் கொண்டிருக்கவில்லை.

அப்படி, குறிப்பிட்ட நாளன்று, எதிர்பார்த்திருந்த தோழர்கள் வந்து சேரவில்லை. ஆயிரத்திற்குமதிகமான தோழர்கள் வந்து சேருவார்கள் என்று எதிர்பார்க்கப்பட்ட நிலையில், கேரளத்தின் பல்வேறு பகுதிகளிலிருந்து வந்திருந்த தோழர்கள் உட்பட 315 பேர்கள் மட்டுமே நவம்பர் 20ஆம் தேதியன்று இரவு தலச்சேரிக்கு வந்து சேர்ந்தார்கள். எனவே, திட்டமிடப்பட்டிருந்த பல தாக்குதல் நிகழ்ச்சிகளைக் குறைத்துக்கொள்ள வேண்டியதாயிற்று. அனைத்துத் தோழர்களின் கூட்டத்தை சுப்ரீம் கௌன்சில், கடைசியாகக் கூட்டியது. இதனிடையில் காவல்நிலையத்தைச் சோதனையிடுவதற்காக பொறுப்பிலுள்ள இரண்டு தோழர்கள் சென்றிருந்தார்கள். அவர்கள் திரும்பி வந்து சொன்ன தகவல் சாதகமாக இல்லை. காவல்நிலையம் முழு விழிப்புடனும் எதற்கும் தயாராக இருப்பதாகவும் அவர்கள் சுப்ரீம் கௌன்சிலிடம் தகவல் தெரிவித்தார்கள். இந்தத் தகவல் சரிதானா என்று பார்ப்பதற்காக மற்றொரு தோழரை அனுப்பி வைத்தார்கள். அதற்குள் முதலில் சென்று வந்த இரண்டு தோழர்களும் அணிகளுக்குள் பீதியைக் கிளப்பி விட்டார்கள். மறுநிமிடமே எதிரியின் தாக்குதலுக்குள்ளாவதுபோல் அவர்கள் பதற்றமடைந்து விட்டார்கள். சுவரொட்டிகளைக் கிழிப்பதும் ஆயுதங்களை மறைத்துக்கொள்வதும் வெடிமருந்துப் பொருட்களை பக்கத்திலுள்ள கடலோரப் புதைமணலில் புதைப்பதுமெல்லாம் மிக வேகமாக நடந்துகொண்டிருந்தன. ஏற்பாடுகள் அனைத்தும் இப்படிக் கை நழுவிச் செல்வதை உடனடியாகத் தடுப்பதற்கு அப்பாவாலும் கே.பியாலும் இயலாமல் போனது. இரண்டாவதாகச் சென்றிருந்த தோழரும் முதலில் கிடைத்தத் தகவலை ஊர்ஜிதப்படுத்துவதுபோல் பீதியை அதிகமாக்கும் தகவலையே சொன்னார். வெள்ளைச் சீருடையணிந்த ஏராளமானோர் அங்கிருப்பதாகவும் சொன்னார். உடனே அப்பா மற்றொரு தோழரையும் அழைத்துக்கொண்டு நேரில் பார்வையிடச் சென்றார். காவல்நிலையத்தில் அதிகமாக சில போலீஸ்காரர்களும் இரண்டு மூன்று விளக்குகளும் துப்பாக்கியேந்திய ஒரு சென்ட்ரியையும் தவிர எந்தவிதமான வித்தியாசமும் இல்லை. பணியிலிருக்கும் உதவி ஆய்வாளர் அவ்வப்போது ஜீப்பில் வெளியே போகும் சந்தர்ப்பத்தில் காவல்நிலையத்தை ஆக்கிரமிப்பது சுலபமான விஷயம்தான்

என்பதுவும் தெரிந்தது. இதிலிருந்து ஒரு விஷயம் மட்டும் தெளிவானது. இதற்குமுன் காவல்நிலையத்தைப் பரிசோதனையிடுவதற்குச் சென்று வந்த தோழர்கள் சொன்ன தகவல்களுக்கு பெரிய அளவிலான அடிப்படைகள் எதுவும் கிடையாது. இந்தத் தோழர்களின் மனதிலிருந்த பயத்தின் வெளிப்பாடுகள்தான் அவர்களது தகவல்களில் தெரிய வந்திருப்பதையும் புரிந்துகொண்ட அப்பா, இன்று தாக்குதலை மேற்கொள்ளுவதற்கு எந்தவிதமானத் தடங்கலுமில்லையென்று சுப்ரீம் கௌன்சிலில் தெரிவித்தார். இந்த விவாதத்தின்போது சில தோழர்கள் மௌனம் பூண்டார்கள். மற்ற சிலர் இன்று தாக்குதல் நடத்துவது சாத்தியப்படாது என்று வாதித்தார்கள். அதிகாலையில் இரண்டரை மணிக்குத் துவங்கிய விவாதம் ஐந்து மணிவரை தொடர்ந்தது. எந்தவிதத் தீர்மானத்திற்கும் வரமுடியாத தோழர்கள், சோர்ந்து இருந்த இடத்திலேயே அங்குமிங்குமாகக் கிடந்துத் தூங்கினார்கள். இதனிடையில் தனிப்பயிற்சிக் கல்லூரியில் கூடியிருந்த முன்னூறுக்குமதிகமான தோழர்களும் உண்மை நிலவரம் என்னவென்று அறிய முடியாத மன அவஸ்தையுடன் ஆங்காங்கே படுத்துத் தூங்கினார்கள். 20ஆம் தேதி காலை எட்டு மணிக்கு எழுந்த தோழர்கள் அனைவரிடமும் ஒரே ஒரு கேள்விதான் மிச்சமிருந்தது. என்ன நடந்தது? நாம் இனி என்ன செய்ய வேண்டும்? எல்லாவற்றையும் துறந்து ஆவேசம்பூண்டு கலகம் செய்வதற்காகப் புறப்பட்டு வந்த இந்தத் தொழிலாளர் தோழர்கள் எதுவும் தெரியாமல் திகைத்துப்போயிருந்தனர். சுப்ரீம் கௌன்சில் என்ற ஒன்று உண்மையிலேயே அப்போது இல்லாமல்போயிருந்தது.

முதல்நாளிரவில் திட்டங்கள் எதுவுமே நடக்காமலிருந்ததால் கோபமும் ஏமாற்றமுமடைந்திருந்த தோழர்கள் அனைவருக்கும் முதல் நாளைய சம்பவங்கள் விரிவாக எடுத்துச் சொல்லப்பட்டன. சுப்ரீம் கௌன்சில் பொறுப்பிலிருந்த சில தோழர்களிடம் தென்பட்ட பேடித்தனங்களையும் வெளிப்படையாகச் சொல்லி, ஏற்கனவே முடிவுசெய்யப்பட்ட திட்டங்களை அன்றிரவு நிறைவேற்ற வேண்டுமென்று அப்போது உறுதி செய்யப்பட்டது. காவலர்களின் கண்பார்வையில்படுவதுபோல் அனைவரும் பேருந்து நிலையத்திற்குச் சென்று வெவ்வேறு பேருந்துகளிலேறி பிரிய வேண்டுமென்றும் திரும்பவும் இரவு குண்டுசிறயில் ஒன்று கூடவேண்டுமென்றும் முடிவு செய்யப்பட்டது. இந்த இடத்தைத் தேர்வு செய்ததும் தலச்சேரி நிகழ்வின் சஞ்சல மனோபாவமுடைய ஒரு தோழர்தான். காலையில், தோழர்கள், கேப்பீஸ் டியூட்டோரியல் கல்லூரியிலிருந்து பிரிந்தபோது உண்மையில் இவர்களெல்லாம் நிகழ்ச்சியை முடித்துவிட்டுத் திரும்பிப் போவதாக தவறாக நினைத்துவிட்ட காவல்துறையினர் அன்றிரவு பாதுகாப்பைத் தளர்த்திக்கொண்டார்கள். பேருந்து நிலையத்தில் காவல் பணியில் ஈடுபட்டிருந்த காவலர் ஒருவர், அனைவரும் அவரவர் வீடுகளுக்குப் போய்விட்டதாக சொன்ன தகவலின் காரணமாக பிறகு பணி நீக்கம் செய்யப்பட்டாராம்.

முதல்நாள் நடக்காமல்போன நிகழ்ச்சிகளை நிறைவேற்று வதற்காக மீண்டும் ஆவேசத்துடன் வந்து கூடிய தோழர்களை குண்டுசிறயில் வரவேற்றது, ஏற்பாடு செய்கிற பொறுப்பிலிருந்த வழிகாட்டிகளல்ல. மாறாக, குடிகாரர்களும் புரட்சியின் விரோதிகளும்தான். அதிகமாகச் சொல்வானேன், சாஞ்சாடிக் கொண்டிருந்த, பொறுப்பிலிருந்த சில தோழர்கள் ஏற்கனவே நடத்திய தாறுமாறுகளை அன்றும் மிகச் சரியாகவே செய்து முடித்தார்கள். எப்படியோ குண்டுசிறயிலிருந்து தலச்சேரி ஸ்டேடியத்திற்கு வந்து சேர்ந்த தோழர்களில் பலரை அவர்கள் கடைசி நிமிடத்தில் பின்வாங்கச் செய்து அழைத்துக்கொண்டுபோய் விட்டார்கள். ஆரம்பத்திலேயே தடம்புரண்டு விட்ட அந்த மூன்று பேரும் அன்று ஸ்டேடியத்திற்கு வரவே இல்லை. இந்தச் சந்தர்ப்பம் பார்த்து ஸ்டேடியத்திற்கு வந்திருந்த மற்றொரு பிரிவினர் அப்பாவையும் கே.பியையும் விவாதத்தில் இழுத்து விட முயற்சி செய்தார்கள். ஆனால், இனியும் விவாதம் செய்து நேரத்தைக் கடத்துவதற்கு நாங்கள் அனுமதிக்கப்போவதில்லையென்றும் யாருமில்லையென்றால் நாங்கள் இரண்டுபேரும் மட்டுமாவது தாக்குதலைத் தொடங்குவோம் என்றும் அப்பாவும் கே.பியும் மனதில் உறுதி செய்து விட்டு முன்னகர்ந்தார்கள். புல்பள்ளிக் காட்டில் தலச்சேரி செய்தியை எதிர்பார்த்து பொறுமையிழந்துபோய் காத்திருக்கும் எங்களின் நிலைமையைப் பற்றி நன்றாகவே புரிந்திருந்ததால் காவல்நிலையத்தின்மீதான தாக்குதலை எது வந்தாலும் சரி, நடத்தியே தீருவதென்று அப்பாவும் கே.பியும் மனத்தில் உறுதியுடனிருந்தார்கள். அவர்கள் முன்னால் நடந்ததைக் கண்டதும் அங்கே கூடியிருந்த பெரும்பான்மையான தோழர்களும் அவர்களுடன் சேர்ந்து காவல்நிலையத்தை நோக்கி மார்ச்சு செய்ய ஆரம்பித்தார்கள். ஆயுதம் தாங்கிய கொஞ்சம் நடைப்பிணங்கள், மூன்று நாளைய உடல் மற்றும் மனரீதியிலான போராட்டங்களின் கருநிழல் படர காவல்நிலையத்தின் முன்வந்து சேர்ந்தன. வெடிக்காத ஒரு குண்டைத் தூக்கி வீசியதைத் தவிர அங்கே வேறெதுவும் நடக்கவில்லை. சென்ட்ரி, பீதியுடன் அலறியதைக் கேட்டதுமே புரட்சியாளர்கள் ஆயுதங்களைத் தூக்கியெறிந்துவிட்டு நாலாபுறங்களிலும் மின்னல்போல் பாய்ந்துக் காணாமல்போனார்கள். ஊர்வலத்தின் முன் நின்றிருந்த அப்பா மட்டும் காவல்நிலைய கேட்டின் எதிரில் மிச்சமிருந்தார். பாக்கியிருந்த ஒரு வெடிகுண்டுடன் வீரம் மிகுந்த தோழர் வெள்ளத்தூவல் ஸ்டீஃபன் திடீரென அங்கே வந்தார். பயந்து நடுங்கிக்கொண்டிருந்த சென்ட்ரியைக் குறி வைத்தெறிந்து விட்டு தோழர் ஸ்டீஃபன் ஓடினார். அந்தக் குண்டும் குறி தவறி விட்டது. அதை காவலர்கள் பிறகு ரோட்டோரத்திலிருந்து கண்டெடுத்தார்கள்.போதுமான அளவுக்குக் ஈரம் காயாமலிருந்ததால் அது வெடிக்கவில்லை. அதோடு எல்லாம் முடிந்தது. அப்பா, சென்ட்ரியிடமிருந்த துப்பாக்கி சரியாக குறிவைக்க முடிகிற தொலைவில் மெயின் ரோட்டில் சாவகாசமாக நடந்து சென்று மறைந்தார். அதில் தோட்டா மட்டும் இருந்திருக்குமென்றால் அப்பா

அன்று செத்து விழுந்திருப்பார்.

இப்படி, கேலிக்குரியதாக மாறிய அந்தச் சம்பவத்தின் முடிவைப் பற்றியும் தோல்விக்கானக் காரணங்கள் குறித்தும் தோழர்களின் மதிப்பீடு இது.

— எதிரியின்மீதான போராட்ட வடிவத்தை, கலகம் செய்ய வேண்டுமென்ற நமது கோஷம், முதலில் அரசியல் தளத்திலிருந்து படைத்தளத்திற்கு உயர்த்தியது. படைத்தளத்தின் நமது போதாமையையும் இந்தத் தோல்வி நமக்கு வெளிப்படையாகக் காட்டித் தந்திருக்கிறது. காவல்நிலையத்தின்மீதான தாக்குதலும் ஆயுதசேகரிப்பும் வெறும் அரசியல்ரீதியிலான செயல்பாடல்ல, அது, இராணுவ நடவடிக்கைபோன்ற ஒரு அரசியலின் உயர்ந்தத் தளத்தில் செயல்படுவது. அதை வெற்றியடையச் செய்ய வேண்டுமென்றால் போதுமான இராணுவ மனோபாவமும், அணுகுமுறையும், இராணுவத் தளத்திற்கு உயர்த்துமளவிலான அரசியல் விவேகமும், அமைப்பு பலமும், ஒழுங்கும், இரகசியங்களைக் காப்பாற்றுமளவிலான எச்சரிக்கையுமெல்லாம் தவிர்க்க இயலாதவை. இவையனைத்தும் தொழிலாளர் வர்க்கப் போராட்ட அனுபவங்களிலிருந்தும், புரட்சியின் புரிதல்களிலிருந்தும் மட்டுமே உயர்ந்தெழ முடியும். ஓரளவுவரைக்கும் நாம் இராணுவரீதியாகவே விஷயங்களை அணுகியிருந்தாலும் தலச்சேரியைப் பொறுத்தவரையிலும் அதெல்லாம் பயனற்றதாகவே மாறியது. குறிப்பாக, புரட்சியின் ஆவேசத்தை கூர்மழுங்கச் செய்வதும், புரட்சியாளர்களின் மனவுறுதியைக் குலைப்பதுவும், போராட்டத்தின் திட்டங்களை உள்ளிருந்தே கீழறுக்கும் வேலையைச் செய்கிறதுமான அந்த அழிவுச் சக்தியை, திருத்தல்வாதத்தை, அதாவது அந்த சந்தர்ப்பவாதத்தை முன்கூட்டியே இனம்கண்டு, பொறுப்புகளிலிருந்து அகற்றாமலிருந்ததுதான் நம்முடைய மிகப்பெரிய தோல்வி. ஒளிந்து கிடந்த இத்தகைய பாறாங்கற்களை கடந்து செல்வதற்கான திறன் நமக்கு இல்லாமல் போய்விட்டது. தலச்சேரியை முன்னிறுத்தி நம்பிக்கை வைத்திருந்த திட்டமாக இருந்ததால் ஒரு வகையில் இதை நம்மால் தவிர்த்து விடவும் இயலாமல்போனது. இருந்தபோதும்கூட இது மிகப்பெரிய விபத்து என்பதான புரிதலின்மை நம்மிடமுள்ள போதாமையையே சுட்டிக்காட்டுகிறது. இது, மாவோ சேதுங்கின் சிந்தனைகள்மீதான நம்முடைய பாடமின்மையின், அனுபவ வறட்சியின் எடுத்துக்காட்டுகள் —

தலச்சேரி கலகத்தின், தோல்விக்கான காரணங்களின் இரத்தினச் சுருக்கம் இதுதான். விஷயங்கள் இப்படியெல்லாம் இருக்க, புல்பள்ளி வெற்றியடைந்தும் தோல்வியாக மாறியதில் ஆச்சரியப்படுவதற்கு என்ன இருக்கிறது? தலச்சேரி காவல்நிலைத்தின்மீதான தாக்குதல் தோல்வியடைந்தாலும் காவல்நிலையம் தாக்கப்பட்டதாகவே அவர்களால் சொல்ல முடிந்தது என்பதுதான் அதன் முக்கியமான தகுதி. இந்தத் தகவலை எதிர்பார்த்து

புல்பள்ளி வனாந்திரங்களில் காத்திருந்த நாங்கள் வானொலிச் செய்தியில் இதைக் கேள்விப்படவில்லையென்றால் புல்பள்ளி கலகம் முளையிலேயே கிள்ளிக் களையப்பட்டிருக்கும். புல்பள்ளி கலகத்தை மேற்கொள்வதற்கான மனத்திடம், தானாகவே அற்றுப்போயிருக்கும். நக்சல்பாரியின் செய்தியை, இடி முழக்கம்போல், மின்னல்கீற்றுபோல் சப்தகோலாகலங்களுடனும் வலுவுடனும் கேரளத்தின் ஒவ்வொரு மூலைகள்வரைக்கும் கொண்டு சேர்க்க நாங்கள் நடத்திய இந்த முயற்சி, முழுவதுமாகவே நடக்காமல் போயிருக்கும். ஆயுதப்போராட்டத்தின் செய்தியுடன் தலச்சேரி — புல்பள்ளி என்றொரு சம்பவம் எத்தனையெத்தனை மனித உயிர்களின் இரத்தத்தாலும் நிணநீராலும் வேர்வையாலும் வரலாற்றில் குறிப்பிடப்பட்டிருக்கிறது.

தலச்சேரி — புல்பள்ளி தோல்வியடையவில்லையா எனும் கேள்விக்கு ஆமாம், தோல்விதான் என்று முடிவாகச் சொல்கிற காலம் இன்னும் ஆகி வரவில்லை. இந்தச் சந்தர்ப்பத்தில் இதை விட பெரியதும் பன்மடங்கு முக்கியத்துவம் வாய்ந்ததுமான மற்றொரு வரலாற்று நிகழ்வைக் குறித்து மாமனிதர் காரல் மார்க்ஸ் சொன்ன வாசகங்கள்தான் என் நினைவுக்கு வருகின்றன. 1871இல் பாரிஸ் கம்யூன் தோல்வியடைந்துகொண்டிருந்தபோது அவர் சொன்னார்: '.... அப்படியாக ஒருவேளை கம்யூன், அடக்குமுறைக்குள்ளாகி விட்டாலும்கூட போராட்டம் தற்போதைக்கு மட்டுமே நிறுத்திவைக்கப்படும். கம்யூனின் தத்துவங்கள் நிரந்தரமானவை. அவற்றை ஒருபோதுமே அழிக்க இயலாது. தொழிலாளர் வர்க்கம் அதன் விடுதலையை அடையும்வரை அவை மீண்டும் மீண்டும் தலை தூக்கவே செய்யும்.' தலச்சேரி — புல்பள்ளியைப் பொறுத்தவரைக்கும் எனக்கு சொல்ல வேண்டியதிருப்பது இதுதான். நூறு நூறு திட்டமிடல்களை விடவும் வாதப் பிரதிவாதங்களை விடவும் மிக முக்கியமான நடைமுறை சார்ந்த ஒரு சுவடு வைப்பாகவே அது அமைந்தது. கேரளத்தின் புரட்சி வரலாற்றின் ஒரு புதிய அத்தியாயத்தில் இந்த வீரம் செறிந்த கலகங்கள் போராட்ட வீரியம் நிரம்பியதாகவும் தியாகம் நிரம்பியதாகவும் ஒரு துவக்கப் புள்ளியாகவும் அமைந்தது. ஆமாம், துவக்கம்தான்...

17

அரசியல் எதிர்வினைகள்

தலச்சேரி—புல்பள்ளி கலகங்கள் கேரளத்திலும் இந்தியாவின் பிற மாநிலங்களிலும், பல்வேறு பிரிவினரிடையே உருவாக்கிய எதிர்வினைகளைப் பற்றியும் சிறிது சொல்லி விடலாமென்று நினைக்கிறேன். ஜாமீனில் வெளியே வந்த பிறகுதான் இந்த எதிர்வினைகளைப்பற்றி நான் அறிந்து கொள்கிறேன். இதில் பல விஷயங்கள் நான் நேரடியாகக் கேட்டதும் மற்றவை தகவல்கள் மூலம் அறிந்தவையும்தான். சிறைக்கைதியாக இருந்தபோது இந்த எதிர்வினைகளைப் பற்றி யெல்லாம் என்னால் அதிக மொன்றும் தெரிந்துகொள்ள முடியவில்லை.

இந்தியாவின் பாராளுமன்ற அரசியல் கட்சிகள் அனைத்துமே இந்தக் கலகங்களை

வெளிப்படையாகவும் மறைமுகமாகவும் எதிர்த்தன. மத்தியில் ஆண்டுகொண்டிருந்த காங்கிரஸ் அரசாங்கம், ஒட்டுமொத்தமாகவே இதை மிக ஆபத்தான ஒரு முன்னறிவிப்பாக எடுத்துக்கொண்டது. திருநெல்லியின் கோர வனங்களில் அலைந்துத் திரிந்துகொண்டிருந்த எங்களை வேட்டையாடுவதற்கான எல்லா உதவிகளையும், கேரளத்தில் ஓட்டுச்சீட்டினூடே அதிகாரத்திற்கு வந்திருந்த மார்க்சிஸ்ட் கட்சியின் தலைமையிலான ஐக்கிய முன்னணி அரசுக்கு செய்து தருவதாக வாக்குறுதியளித்த நடுவண் அரசு, எங்களைக் கண்டுபிடிப்பதற்காக கொச்சி கப்பற்படைத் தளத்திலிருந்து ஹெலிகாப்டரையும் அனுப்பி வைத்து காவல்துறைக்கு ஒத்துழைத்தது. காங்கிரஸ், ஜனசங்கம்போன்ற பிற்போக்குவாத அரசியல் கட்சிகள், எங்களைத் தேசத்துரோகிகள் என்றும் சமூகவிரோதிகள் என்றுமெல்லாம் குறை கூறின. மார்க்சிஸ்ட் கட்சிதான் எங்களை வளரவிட்டது என்ற குற்றச்சாட்டின்பெயரில் அரசாங்கத்தைக் கவிழ்த்து ஆட்சியைக் கைப்பற்றவும் அவர்கள் முயற்சி செய்தார்கள்.

புரட்சிகர சிந்தனையும் முற்போக்குவாதமும் பேசுகிற சில அரசியல் கட்சிகளின் நிலைபாடுகளும்கூட இந்த அடிப்படையிலிருந்து மாறுபாடாக ஒன்றுமில்லை. கலகத்தில் பங்கு வகித்த இளைஞர்களை அவர்கள் புகழ்ந்துதான் பேசினார்கள். வழிதவறிப்போய் விட்ட இந்த இளைஞர்களின் ஆன்ம சுத்தியை யாரும் கேள்விக்குட்படுத்த முடியாதென்றெல்லாம் அவர்கள் தார்மிக ரோசத்துடன் சொற்பொழிவாற்றினார்கள். அவர்களை நல்வழிப்படுத்தவேண்டிய பொறுப்பு தங்களுக்கிருப்பதாகவும் அவர்கள் அறிவித்துக் கொண்டார்கள். சிறைக்கொட்டடிக்குள் அவர்களை சாதாரண கிரிமினல் குற்றவாளிகளைப்போல் நடத்துவதற்கெதிராக அவர்கள் சொற்களால் ஒரு சிலுவைப்போரே நடத்தி முடித்தார்கள். வலது கம்யூனிஸ்ட் கட்சியும் கே.எஸ்.பியும் இதில் முக்கியமானவை. இந்த இளைஞர்களின் பாதை தவறானது என்றும், நேர்வழியென்பதாக அவர்கள் கருதுகிற பாராளுமன்ற அமைப்பின் அடிப்படையையே புரட்டிப்போடுகிற நக்சல்பாரி அணுகுமுறையிலான சம்பவங்களை ஒருபோதும் இங்கே வளர்ந்துவர அனுமதிக்கக்கூடாதெனும் விஷயத்தில் அவர்களுக்கு எந்தவிதமான மாற்று அபிப்பிராயங் களுமிருக்கவில்லை. இனிப்பு தடவிய அவர்களது வெடிகுண்டுகளுக்கு இரண்டு இலக்குகளிருந்தன. ஒன்று, தங்களுடன் ஒட்டிக் கொண்டிருக்கும் மார்க்சிஸ்ட் கட்சியை இந்தச் சட்டுவத்தைப் பயன்படுத்தி ஐக்கிய முன்னணியிலிருந்து புரட்டி வெளியே போடுவது; மற்றொன்று, தலச்சேரி—புல்பள்ளி கலகங்களில் பங்கு வகித்தத் தோழர்களில் முடிந்தவரையிலான ஆட்களை கட்சிக்குள் கொண்டு வருவது; இப்படி, தலச்சேரி—புல்பள்ளியின்மீது அனுதாபம்காட்டு வதுடன் அதன் புகழைத் தங்களுக்கு சாதகமான ஓட்டுகளாக மாற்றி யெடுப்பது.

சரி, மிகவும் புரட்சிகரமானதாகக் கருதப்படுகிற மார்க்சிஸ்ட் கட்சியின் தலைமைக்கு இந்தக் கலகங்களின்மீதான நிலைபாடு என்னவாக இருந்தது?

'தலச்சேரி—புல்பள்ளி சம்பவங்களில் பிற கட்சிகளும் நாங்களும்' எனும் தலைப்பில் அவர்கள், 1969 ஜனவரி 10ஆம் தேதி வெளியிட்ட ஒரு கையேட்டில், மார்க்சிஸ்ட் கட்சியின் முக்கியத் தலைவராக இருந்த ஏ.கே. கோபாலன் எம்.பி. குறிப்பிட்டிருக்கும் சில விஷயங்களை அவர்களது நிலைபாட்டைக் குறித்த அதிகாரபூர்வமான விளக்கமாக நம்மால் எடுத்துக்கொள்ள முடியும்.

—தொழிலாளர்கள் மற்றும் விவசாயப் பொதுமக்கள் சார்ந்த இயக்கங்களுக்கும் சரி, இவற்றுடன் ஒன்றிணைந்து செயலாற்றும் காங்கிரஸ்போன்ற இதர கட்சிகளுக்கும் சரி, இதிலிருந்து உருவான கேரளத்தின் ஐக்கிய முன்னணி அரசாங்கத்திற்கும் சரி, இதுபோன்ற ஆக்கிரமிப்புகள் எப்போதுமே உதவியாக இருக்க முடியாது. மாறாக, புரட்சிகர இயக்கங்களை வேரறுக்கவும் பூர்ஷ்வா—ஜமீன்வர்க்க ஆட்சிப்பீடத்தை நிலைநாட்டி உறுதிப்படுத்தவுமே இவை பயன்படுகின்றன என்று கட்சியின் பாலக்காடு கூட்டமும் அதன் பிறகு கூடிய மாநிலக் கமிட்டியும் கருத்துத் தெரிவித்துள்ளன. இது முழுக்கவும் சரியானது என்பதையே இதன் பிந்தைய நிகழ்வுகளும் வெளிப்படுத்தியுள்ளன—

மற்றொரு குறிப்பில் அவர் எழுதுகிறார்: 'தனிநபர் சார்ந்ததோ சிறு சிறு குழுவினராகவோ செயல்படுகிற பலப்பிரயோகத்தை கட்சி ஒருபோதுமே ஆதரித்தது கிடையாது. சுதந்திரப் போராட்டக் காலகட்டத்தின்போது, தொழிலாளர் — விவசாயிகளின் போராட்டங்களிலும் தேசியப் போராட்டங்களிலும் நிகழ்ந்த பொதுமக்களின் பலப்பிரயோகத்திற்கு, காந்திய அகிம்சா சித்தாந்தத்தின்பெயரால் எதிர்ப்பு தெரிவிக்காத கம்யூனிஸ்ட்கள், தீவிரவாத இயக்கமென்று அறியப்பட்ட தனிப்பட்ட பலப்பிரயோகத்தை எதிர்த்தார்கள். பிரிட்டிஷ் ஏகாதிபத்தியத்திற்கும் சமஸ்தான சர்வாதிகாரத்திற்குமெதிரான போராட்டங்களின்போது நிகழ்ந்த பலப்பிரயோகங்களை ஆதரித்த கம்யூனிஸ்ட்—சோஷியலிஸ்ட் இயக்கங்களின் வளர்ச்சியின் காரணமாக பெயரளவில் மட்டுமே எஞ்சிய அந்தப் பழைய தீவிரவாத எண்ணங்களின் நவீன வடிவம்தான் தலச்சேரி—புல்பள்ளித் தாக்குதல்களை ஏற்பாடு செய்த குழுவினர் என்பதுதான் உண்மை.'

1940இல் நிகழ்ந்த மொராழா—மட்டனூர் சம்பவங்களையும் 1941இல் நிகழ்ந்த கையூர் சம்பவங்களையும் 1946இல் நிகழ்ந்த புன்னப்புர—வயலார் சம்பவங்களையும் புகழ்வதுடன் அதில் பல சாகச அம்சங்களிருப்பதாகவும் சுட்டிக்காட்டிய அவர், தலச்சேரி—புல்பள்ளி சம்பவங்களைப் பற்றி தொடர்ந்து சொல்லும்போது, 'இந்தத்

தாக்குதல்களை அவர்கள் முன்நின்று நடத்தியது, வளர்ந்து வருகிற தொழிலாளர்—விவசாயிகளின் பொதுமக்கள் இயக்கத்தைச் சார்ந்ததோ இந்தியாவின் பூர்ஷ்வா ஜமீன்வர்க்க ஆட்சியாளர்களுக்கெதிரான ஜனநாயக போராட்டத்தின் ஒரு பகுதியாகவோ அல்ல. மாறாக, பூர்ஷ்வா—ஜமீன்வர்க்க ஆட்சியாளர்களுக்கெதிராக கேரள மக்கள் ஊட்டி வளர்த்தெடுத்த ஐக்கிய முன்னணிக்கும் அதன் அரசுக்குமெதிராகவே இந்தப் போராட்டங்களை அவர்கள் நடத்தினர்.' என்பதாகக் குறை கூறினார்.

அப்பா, காவல்துறைக்குப் பிடிகொடுத்ததைப் பற்றி மட்டும் மேற்கோள்காட்டி, ஆகவே, புரட்சிகர மக்கள் இயக்கத்துடன் எந்தவிதத் தொடர்புமில்லாமல் தனிப்பட்ட வகையில் நடந்ததுதான் தலச்சேரி—புல்பள்ளி தாக்குதல்கள் என்றும், எனவேதான் இந்தச் சம்பவங்களின் சூத்திரதாரியான குன்னிக்கல் நாராயணன் தானாகே வந்து காவல்நிலயத்தில் சரணடைந்தார் என்றும் அவர் சுட்டிக்காட்டினார். இத்தகைய ஆக்கிரமிப்புகளை ஏற்பாடு செய்வதைச் சரியென்று ஒப்புக்கொள்ள எந்த ஒரு அரசியல் கட்சியோ குழுவோ தயாராக இல்லையென்பதுதான் புரட்சிகர மக்கள் இயக்கத்துடன் தொடர்பில்லாத தனிப்பட்ட ஒரு தாக்குதலென்பதற்கான சான்று என்றும் ஏ.கே.ஜி. குறிப்பிடுகிறார். மற்றொரு இடத்தில் குறிப்பிட்டபடி, தலச்சேரி—புல்பள்ளி சம்பவங்களின் சூத்திரதாரியான குன்னிக்கல் நாராயணன், காவல்நிலையத்தில் சரணடைந்தது தலைமைப் பண்பில்லாததன் குறியீடாக அவரது கண்ணில் தென்பட்டிருக்கிறது.

தலச்சேரி—புல்பள்ளி தாக்குதல்களை ஏற்பாடு செய்தவர்களில் சிலராவது மேல்மட்ட காங்கிரஸ் தலைமையின், மத்திய உளவுத்துறையின் கருவிகளாகச் செயல்பட்டிருக்கலாமோ என்பது ஏ.கே.ஜியின் அப்போதைய சந்தேகம். இவர்களுக்கும் மத்திய உளவுத்துறைக்குமான நெருக்கத்தை நாம் கவனத்தில் கொள்ளவேண்டிய தேவையிருக்கிறது என்றும் அவர் தார்மிகரோசம் கலந்த குரலில் ஆட்சேபம் தெரிவித்தார். தலச்சேரி—புல்பள்ளி சம்பவங்களுக்கு முன், அமெரிக்க சி.ஐ.ஏவின் இருண்ட கரங்களை எங்களிடம் கண்ட அதே ஏ.கே.ஜி., இப்போது மத்திய உளவுத்துறையின் கரங்களிருப்பதைப் பார்க்கிறார். சி.ஐ.ஏ. போய் சி.பி.ஐ. வந்தது.

ஆனால், தலச்சேரி—புல்பள்ளியை குறித்த பார்வையைவிடவும் பல மடங்கு வளைத்ததும் ஒடித்ததும் உண்மைக்குப் புறம்பானதுமான ஒரு பார்வையை, மார்க்சிய—லெனினிய சிந்தனைகளையும் ஆயுதப் புரட்சியையும் மாவோ சேதுங்கின் தலைமையில் நடந்த சைன புரட்சியையும் சார்ந்து அவர் முன் வைத்தார்.

தொடக்கத்தில், அவர் ஒரு இடத்தில் குறிப்பிடுகிறார்: "1964 முதல் '66 வரை மார்க்சிஸ்ட் கம்யூனிஸ்ட் கட்சிக்கெதிராக மத்திய அரசு அடக்குமுறைகளைக் கட்டவிழ்த்துவிட்டபோது பத்திரிகைகள்

(காங்கிரஸ் மற்றும் கேரள காங்கிரஸ் பத்திரிகைகள்) அதை நியாயப்படுத்தின என்பது தனியாகக் கவனிக்கப்பட வேண்டிய விஷயம். இதற்கான காரணமாக அன்று அவர்கள் குறிப்பிட்டவை, மார்க்சிஸ்ட் கம்யூனிஸ்ட் கட்சி, சீனாவின் வழி முறையை அங்கீகரிக்கிறது; ஆயுதப்போராட்டத்திற்கு வழிவகுக்கிறது என்பவைதான். இது எந்த அளவுக்கு அடிப்படையற்ற தகவல் என்பது பின்னால் தெளிவாகத் தெரிந்தது."

இந்தக் கட்டுரை முடியுமிடத்தில் அவர் வேறு சில விஷயங்களையும் தெளிவு படுத்துகிறார்: "முதலாளித்துவத்திலிருந்து சோஷியலிசத்தை நோக்கிய பரிவர்த்தனையின்போது பலப்பிரயோகம் தவிர்க்க இயலாதது எனும் சித்தாந்தம் மாவோவுடையது மட்டுமல்ல. அது மார்க்சுடையவும் லெனினுடையவும் சித்தாந்தங்கள்தான்." இதற்கு ஆதாரமாக அவர் லெனின் எழுதிய 'ஆட்சிப்பீடமும் புரட்சியும்' எனும் மாபெரும் படைப்பைச் சுட்டிக்காண்பிக்கிறார். இந்தச் சிந்தனையை அவர் வார்த்தைகளால் அங்கீகரிக்கும் அதே நேரத்தில் அதிலிருந்து எவ்வளவு எளிதாகத் தடம் புரண்டுவிடுகிறார் என்பதையும் பார்ப்போம். அவர் சொல்கிறார்: "மார்க்சோ லெனினோ ஆயுதப்போராட்டத்தை, இடம் காலம் என்ற வகைதிரிவில்லாமல், எப்போதும் எல்லாச் சூழல்களுக்கும் பரிந்துரைக்கவில்லை... தீர்க்கமான தேவைகளின்போதும் சூழல், அனுகூலமாக இருக்கும் நிலையிலும் மட்டுமே எதிராளிகளை ஆக்கிரமிக்கலாம். மாறுபட்ட நிலைமைகளில் வேறு வழிகளைப் பின்பற்ற வேண்டுமென்பதுதான் அவருடைய அறிவுரை."

விவேகமற்றப் பலப்பிரயோகத்திற்கு மாவோவும் எதிராகவே இருக்கிறார் என்று குறிப்பிடும் ஏ.கே.ஜி., தொடர்ந்து, "இது மட்டுமா? சீன கம்யூனிஸ்ட் கட்சிக்கும் குவாமின் டாங்குக்குமிடையில் கால் நூற்றாண்டு காலமாக நடந்த தொடர்போராட்டத்தினிடையே தவிர்க்க இயலாத நிலைமையில் மட்டுமே மாவோ, ஆயுதப்போராட்டத்திற்குத் தேவையான தலைமையை அளித்திருக்கிறார். அந்தப் போராட்டத்தின் இறுதி கட்டத்தில் நடந்த மிகப்பெரிய உள்நாட்டுக் கலகத்தை அது நிகழுவதற்கு முன்பே தவிர்த்து விடுவதற்கான எல்லா முயற்சிகளையும் மாவோவின் தலைமையிலான சீன கம்யூனிஸ்ட் கட்சி மேற்கொண்டிருந்தது... சீன புரட்சியில் பிரயோகிக்கப்பட்டதும் மாவோ தெளிவுபடுத்தியதுமான சித்தாந்தங்கள் மார்க்சிய—லெனினிய பயன்பாட்டு வடிவம்தான். இயலுமென்றால் அமைதியான வழிமுறையிலும், தேவைப்படுகிற பட்சத்தில் அமைதிக்குப் புறம்பாகவும் புரட்சியை வெற்றிபெறச் செய்வதற்கான அனைத்து வழிமுறைகளையும் அங்கீகரிக்கவேண்டும் எனும் அணுகுமுறையை மார்க்சையும் லெனினையும்போல் மாவோவும் அங்கீகரித்திருந்தார்." என்கிறார்.

இந்தியாவில் ஆயுதப்போராட்டத்தின் வழிமுறையை ஏற்றுக்கொள்ளாமலிருப்பதற்கான அந்த விஷேசமான சூழல்

எதுவென்பதாக மார்க்சிஸ்ட் கம்யூனிஸ்ட் கட்சி கருதுகிறதோ? "வயது வந்தவர்களுக்கு ஓட்டுரிமை எனும் அடிப்படையிலமைந்த தேர்தல்களும் இதனூடே வடிவம் பெறுகிற சட்டமன்றங்களும் அரசுகளும்—இந்தச் சூழலிருக்கும் காலம் வரை, இதைப் பயன்படுத்தியே தொழிலாளர்—விவசாயிகள்—பொதுமக்கள் நலன்சார்ந்த இயக்கங்களை வளர்த்தெடுக்க நாம் முயற்சி செய்யவேண்டும். இந்த ஜனநாயக அமைப்பு, சுயவிருப்பங்களுக்கு இடையூறாக மாறுகிற அடுத்த கணம், இதைத் தகர்த்தெறிந்துவிட்டு சர்வாதிகாரத்தை நடைமுறைப்படுத்தவே அதிகார வர்க்கம் முயற்சி செய்யும். இப்படியான ஒரு சூழல் உருவாகும்பட்சத்தில் அதனை எதிர்கொள்ள கட்சி தயாராக இருக்க வேண்டும்."

இந்த இடத்தில் ஒரு விஷயத்தை நான் தெளிவுபடுத்திவிட விரும்புகிறேன். என்னுடைய பால்ய காலம் முதல்கொண்டு நான் ஏ.கே.ஜியின்மீது மிகுந்த மரியாதை கொண்டிருப்பவள். அப்படியான ஒரு சூழலில்தான் வளர்ந்தேன். அப்பேறுபட்ட ஏ.கே.ஜியின், மார்க்சியம், லெனினியம் எனும் மாபெரும் கோட்பாடுகளுக்கு முரணான இதுபோன்ற சிந்தனைகளை என்னால் ஏற்றுக்கொள்ள முடியாமல் போவது இயல்பானதும்தானே? ஏ.கே.ஜி. எழுதிய இந்தக் கையேடு முழுவதிலும் ஒரு விஷயத்தைத் தெளிவாகக் காணமுடியும். மார்க்சிஸ்ட் தலைமையிலான அரசு, மக்களின் அரசு என்பதாகவும், மக்களால் உருவாக்கப்பட்ட இந்த அரசு, மத்திய பூர்ஷ்வா—ஜமீன் வர்க்க ஆட்சிமுறையிலிருந்து அடிப்படையிலேயே வேறுபாடுகளுடன் கூடிய ஒரு மக்களாட்சி முறையென்றும், தொழிலாளர்—விவசாயிகள்—பொதுமக்கள் இயக்கங்களால் உருவாக்கப்பட்டதுதான் இந்த அரசாங்கமென்றும் நம்பவைப்பதற்காக ஏ.கே.ஜிக்கு தான் நம்பியிருக்கும் லெனினின் 'ஆட்சிமுறையும் புரட்சியும்' என்ற படைப்பின் அடிப்படைப் பொருளையும்கூட வளைக்கவும் ஒடிக்கவும் வேண்டியதாயிற்று. இந்த அரசாங்கத்தை வளர்த்தியெடுப்பதுதான் உண்மையிலேயே கேரள மக்களின் விருப்பம் என்பதாக அவர் மற்ற கூட்டணிக் கட்சிகளுக்கு நினைவுபடுத்துகிறார்.

நமது நாட்டில் இன்று நடைமுறையிலிருக்கும் பாராளுமன்ற ஜனநாயகத்தின் உட்கூறுகள் எவை என்பதற்கான பதில், லெனினின் அந்தப் புத்தகத்திலிருந்தே கிடைக்கிறது. "ஆட்சிபீடத்தின் எந்த அங்கம், பாராளுமன்றம் வழியாக மக்களை அடக்குமுறைக்குள்ளாக்கவும் ஒடுக்கவும் செய்து வருகிறதென்பதை வருடங்கள் செல்லும்போது திரும்பவும் ஊர்ஜிதப்படுத்திக்கொள்ளமுடியும். இதுவே பூர்ஷ்வா குணம்; பாராளுமன்ற அமைப்பின் யதார்த்த சாராம்சமும் இதுவே; இப்படியான இராஜபோகம், பாராளுமன்ற ஆட்சிமுறைகள் சார்ந்தது மட்டுமல்ல, மிகவும் ஜனநாயகத்தன்மை வாய்ந்ததாகக் குறிப்பிடப்படும் குடியரசுகளிலும்கூட அதன் உண்மையான சாராம்சம் இதுதான்."

லெனின், 1917இல் குறிப்பிட்ட இந்தக் கருத்து, 1969இல்

தன்னுடைய உட்கூறை இழந்துபோய் விட்டதாக முடிவு செய்யவேண்டுமென்று ஏ.கே.ஜி. சொல்ல வருகிறாரா? பிரிட்டன், தனது முஷ்டி பலத்தால் மட்டுமே ஆட்சியைத் தக்கவைத்திருக்கும் நாடுகளில், குறிப்பாக, இந்தியாவைப்போலுள்ள ஒரு காலனிய நாட்டின் மக்கள், அதே முஷ்டி பலத்தைப் பயன்படுத்தித் அடித்து விரட்டிவிடுவார்களென்பதை உணர்ந்தும், 1857இன் அனுபவங்களை நினைத்துப் பயந்தும் பிரிட்டிஷ்காரனாகிய ஏ.ஓ. ஹ்யூம் ஸ்தாபித்த காங்கிரஸ் கட்சி, அடிமை இந்தியாவில் ஏற்படுத்திய பாராளுமன்ற மரபை 1947க்குப்பிறகும் அப்படியே கடைப்பிடிப்பதையும், எதிர்பார்ப்புகளை மட்டுமே சிருஷ்டிப்பதற்காக இன்றும் அதைப் பயன்படுத்திக்கொண்டிருக்கிறார்கள் எனும் உண்மையையும் அணிகளுக்குச் சுட்டிக்காட்டும் பொறுப்பிலுள்ள ஏ.கே.ஜி.யே அதை மூடிமறைக்கிறார் என்பதை நம்மால் தெளிவாக உணர்ந்துகொள்ள முடிகிறதல்லவா? இந்தியாவின் ஆட்சிப்பீடம், பூர்ஷ்வா ஜமீன்வர்க்க ஆட்சிப்பீடமென்று சொல்கிற அதே வாயால் இங்கே நிலவி வருவது ஒரு மக்களாட்சி முறையென்பதாகவும் சொல்கிறார்.

ஆயுதப்போராட்டம் குறித்து அவர் முன்வைக்கிற கருத்துக்கள்கூட, மார்க்சிஸ்ட் கட்சித் தலைமையின் நவீனமயமாக்கல் அணுகுமுறையை மட்டுமே நியாயப்படுத்தும் பொருட்டு திருகப்பட்டதாகவே நான் கருதுகிறேன். "புதியதொரு சமூகத்தைக் கருக்கொண்டிருக்கும் பழைய சமூகத்தைப் பேறுபார்ப்பதாகவே இருக்கிறது பலப்பிரயோகம்" என்ற மார்க்சின் பார்வையை அவர் எந்த அளவுக்கு உள்வாங்கியிருக்கிறார் என்பதையும் நாம் கவனிக்க வேண்டியதிருக்கிறது. "முதலாளித்துவத்திலிருந்து சோஷியலிசத்தை நோக்கிய பரிவர்த்தனையின்போது பலப்பிரயோகம் தவிர்க்க முடியாததாக இருக்கிறது" என்று ஒப்புக்கொள்வதுடன், மொராளா—மட்டனூர், கையூர், புன்னப்புர—வயலார் நிகழ்வுகள் சிலவற்றில் சாகசத் தன்மைக் கலந்திருப்பதாகவும் குறிப்பிடுக்கிறார். இதற்கான பொருள் என்ன? தலச்சேரி—புல்பள்ளி கலகங்களைக் குறைகூறுவதற்காக எப்போதோ நிகழ்ந்த, ஆயுதம் தாங்கிய விவசாயிகளின் எழுச்சியின்மீதும் சாகசத்தன்மையெனும் ஆளறியா அம்பை எய்தவும் அவர் தயங்கவில்லையென்பதாகப் புரிந்துகொள்ளலாமா? மற்றொரிடத்தில், சுதந்திரமடைவதற்கு முன், மக்களினிடையே நிகழ்ந்த பலப்பிரயோகத்தை கம்யூனிஸ்ட் கட்சி அப்போது எதிர்க்கவில்லை யென்றும் மாறாக, ஆதரவு தெரிவித்ததாகவும் சொல்கிறார். ஆனால், மாமனிதர் லெனின், ஒரு கம்யூனிஸ்ட்காரனின் கடமையைப்பற்றிக் குறிப்பிடும்போது சொல்வார்: "வன்முறையுடன் கூடிய புரட்சியைப் பொறுத்தவரைக்கும் பார்வை ஒன்றே ஒன்றுதான். (வன்முறை, புரட்சியின் தேவை சார்ந்து) மக்களிடம் ஒழுங்குபடுத்தியும் அதை ஆழமாகப் பகிர்ந்துகொள்வதுமான தேவை. இதுவே, மார்க்ஸ், ஏங்கெல்ஸ் சிந்தனையின் மையப் பொருள்." ஆயுதப்புரட்சியைப்பற்றிய பார்வையை ஏ.கே.ஜி. என்றோ கை விட்டுவிட்டாரென்பதை 1952

துவங்கிய அவரது அரசியல் வாழ்க்கைத் தெளிவுபடுத்துகிறது. அப்போது முதல் பாராளுமன்ற மரபை வழிபடத் துவங்கிய அவருக்கு இதில் எந்தவிதமான கழிவிரக்கமும் வாழ்க்கையின் இறுதிக்கட்டம்வரையிலும் ஏற்படவில்லை. இந்த ஏமாற்று வழிமுறையைக் கடித்துப் பிடித்து அவர் கடைசிவரைக்கும் தொங்கிக்கொண்டிருந்தார் என்பது அவரது வாழ்க்கையையே படம் பிடித்துக்காட்டி விடுகிறது. பலப்பிரயோகப் புரட்சியைக் குறிப்பிட்டு லெனின் தீர்க்கமாகச் சொன்ன, ஒரு கம்யூனிஸ்ட்காரனின் கடமையைத் தானும் கடைப்பிடிக்கவேண்டுமென்பதைபற்றியெல்லாம் எப்போதாவது, ஒரு தடவையாவது அவர் அலட்டிக்கொண்டதில்லை. மட்டுமல்ல, ஆயுதப்போராட்டத்தின் பாதையை ஏற்காமலிருப் பதற்கான பல்வேறு சந்துபொந்துகளையும் மூலை முடுக்குகளையும் அவர் தேடியலைந்திருக்கிற சிரமத்தை அந்தக் கட்டுரையே தெளிவாகச் சொல்லி விடுகிறது.

சீனப் புரட்சியைப்பற்றி அவர் சொல்லியிருப்பது, உண்மையுடன் எந்த அளவுக்கு ஒத்துப்போகிறது என்பதையும் நாமிங்கே பார்ப்போம். மாவோ சேதுங்கின் தேர்ந்தெடுத்த படைப்புகளின் நான்கு தொகுப்புகளை வாசிக்கும் எந்தவொரு நபரும் மிகச் சுலபமாகப் புரிந்துகொள்ள முடிகிற ஒரு உண்மையுண்டு. சீன கம்யூனிஸ்ட் கட்சி 1921இல் ஸ்தாபிக்கப்பட்டதென்றாலும் மாவோவின் தலைமையில் 1927 முதல்தான் ஆயுதப்போராட்டம் தொடங்கியது. 1927 ஆகஸ்ட் முதல்தேதி தொடங்கிய அந்த ஆயுதப்போராட்டம், பல்வேறு கட்டங்களாக நகர்ந்து, கடைசியில் 1949 அக்டோபர் 1ஆம் தேதி சீனம் முழுவதிலும் அதிகாரத்தைக் கையகப்படுத்தும்வரை தொடர்ந்து நீடித்தது. இடையில், மூன்று உள்நாட்டுக் கலகங்களும் தேசம் தழுவிய ஒரு தற்காப்புப்போரும் நடைபெற்ற அந்தப் புரட்சியை, 22வருட காலம் இடையறாத, துப்பாக்கிகளை ஒருமுறைகூட கீழே வைக்க அனுமதிக்காமல் நிகழ்ந்த ஆயுதப்போராட்ட வரலாற்றை இந்த அளவுக்கு வளைத்துப்பேச ஏ.கே.ஜியால் இயலுகிறதென்பதே ஆச்சரியமாக இருக்கிறது.

தலச்சேரி—புல்பள்ளி கலகங்களுக்கு மக்கள் இயக்கங்களுடன் தொடர்பில்லையென்றும் தனிப்பட்ட தீவிரவாதச் செயல்பாடு என்றும் அவர் வாதம் செய்கிறார். அவர் குறிப்பிடும் பொதுமக்கள் இயக்கமென்பது, தொழிலாளர் விவசாயிகள் பிரச்சினைகளில் சட்டம் அனுமதிக்கும் உரிமைகளுக்காக மட்டுமே போராடுவதற்காக உருவாக்கப்பட்ட தொழிற்சங்கங்களாக இருக்கலாம். ஆயுதப்போராட்டத்திற்கான பொதுமக்கள் இயக்கம் எதுவென்ற விஷயத்தையே அவர் மறந்துபோய்விட்டார். அவரது சிறு வயதில் நடந்த விஷயமாக இருந்தாலும் தெலுங்கானா வஞ்சிக்கப்பட்டாகி விட்டது, எனவே, அவரது வாழ்க்கையில் இப்படியான ஒரு பிரச்சினைக்கே இடமில்லாமலும் போய்விட்டது. தேர்தலில் அதிக

இடங்கள் கிடைக்கவேண்டுமெனும் நோக்கம் அங்கீகரிக்கப்பட்ட பிறகு எல்லா அமைப்புகளையும் அதற்காகவே உபயோகிக்கும் வேலையைத்தான் மார்க்சிஸ்ட் தலைமை செய்துவருகிறது.

கடைசியாக, அப்பா காவல்நிலையத்தில் பிடிகொடுத்த சூழ்நிலையைப்பற்றியும் கொஞ்சம் விவரித்து விடுகிறேன். தலச்சேரி—புல்பள்ளி கலகங்களில் பங்கு வகித்த, எதிரியின் பிடிக்குள் அகப்பட்டுவிட்ட தோழர்கள் அனைவருக்கும், எதிர்கொண்ட தோல்வியின் பலனாக உருவான கருத்தியல் தடுமாற்றமும் நிராசையுணர்வும் நிரம்பிய சூழலை, இடதும் வலதுமான கம்யூனிஸ்ட் கட்சிகள், தங்களுக்கு சாதகமாகப் பயன்படுத்திக்கொண்டிருந்தன. புரட்சிவாதிகளின் அகில இந்திய கோ—ஆர்டினேஷன் கமிட்டியின் தலைமை, அப்பாவைப் பொறுத்தவரையிலும் மேற்கொண்டிருந்த அணுகுமுறைக்கும் முரண்பாட்டிற்கும் நிறையவே காரணங்களிருந்தன. தலச்சேரி—புல்பள்ளி வழக்கில் உதவி செய்வதற்காக வலது பிரிவினரின் ஒரு டிஃபன்ஸ் கமிட்டி உருவாக்கப்பட்டதல்லவா? தலச்சேரி—புல்பள்ளியின் மகத்துவத்தை உதாசீனம் செய்வதுபோல் இந்தக் கட்சியின் ஆதிக்கத்தினுள் தோழர்கள் சிக்கிக்கொள்ளவிருந்தார்கள். குறிப்பாக, புல்பள்ளி தோழர்கள், காட்டுக்குள்ளிருக்கும்போதே தலச்சேரி வஞ்சனையான ஒரு ஏற்பாடு என்ற முடிவுக்கு வந்திருந்தார்கள் அல்லவா? தலச்சேரியின் தலைமையும் அதன் வழிகாட்டுதலுமே ஒரு ஏமாற்று என்பதான முடிவுக்கு அவர்கள் வந்து சேருவதற்கு அதிக காலமொன்றும் தேவையில்லை. அரசாங்கமோ, புல்பள்ளியையும் தலச்சேரியையும் தனித்தனி வழக்குகளாகவே கையாளவும் இதன்மூலம் புல்பள்ளி தோழர்களை, தலச்சேரியில் என்ன நடந்ததென்பதை தெரிந்துகொள்ள முடியாத நிலையில் வைத்திருக்கவுமான திட்டங்களை ஏற்பாடு செய்துகொண்டிருந்தது. இந்த சந்தர்ப்பத்தில்தான், வலதும் இடதுமான கம்யூனிஸ்ட் கட்சிகளின் தலச்சேரி—புல்பள்ளி கலகங்களைக் குழி தோண்டிப் புதைப்பதற்கான இரகசிய முயற்சிகளை உடைக்க வேண்டுமென்பதற்காக தான் சிறையிலிருக்கும் தோழர்களுடன் சேர்ந்துவிடவேண்டுமென்பதை அப்பா புரிந்துகொண்டார். புல்பள்ளியில் கலந்துகொண்டவர்களில் தோழர் வர்க்கீசைத் தவிர முக்கியமான அனைத்துத் தோழர்களும் பிடிபட்டிருந்தார்கள். தானும் பிடிபட்டுவிட்டால் அரசாங்கம் தடுமாற்றத்திற்குள்ளாகி விடுமென்றும் தன்னை முடிந்தவரையும் சிறையிலேயே அடைத்துப்போடுவதற்கான எல்லா முயற்சிகளையும் மேற்கொள்வார்களென்றும் அப்பாவுக்கு நன்றாகவே தெரியும். அப்படியேதான் நடக்கவும் செய்தது. அப்பா ஜெயிலுக்குள் வந்ததுமே, தலச்சேரியையும் புல்பள்ளியையும் ஒன்றாகச் சேர்ப்பதற்கான இரகசிய ஆலோசனைகள் ஆரம்பித்தன. தலச்சேரி வழக்கைத் தனியாகக் கையாளுவதாக இருந்தால் ஆறுமாதம் காவலில் வைப்பதற்கானக் காரணங்களும்கூட எதுவுமில்லை. எல்லாவற்றையுமே கணக்குப்போட்டுப் பார்த்து, அப்பா பிடிகொடுத்ததை வைத்து

தலச்சேரி—புல்பள்ளியை ஒட்டுமொத்தமாகச் சேறு வாரிப் பூசுவதற்கு ஒரு கருவி கிடைத்த உற்சாகத்துடன் மார்க்சிஸ்ட் தலைமை குதித்தது. ஆனால், அவர்களின் துரதிர்ஷ்டம், சி.ஐ.ஏயாகவும் சி.பி.ஐயாகவுமெல்லாமிருந்த அப்பா, சட்டைப்பையில் எட்டேகால் ரூபாயுடன் காவல்துறையில் சரணடைந்த புரட்சியாளராக மாறினார். சரணடையாமலிருந்தால் சி.ஐ.ஏ., சி.பி.ஐ. எனும் பிரச்சாரம் வலுவடைந்திருக்கும். சரணடைந்ததுமே பல்லவியும் மாறிவிட்டது. இப்போது, அவர்களுக்குக் கைதிகளாக இருக்கும் தோழர்களினிடையிலும் வெளியிலும் செய்யும் பிரச்சார முறையை மாற்றவேண்டியதாயிற்று. சரணடைதல் எனும் சொல்லின் சரியான அர்த்தத்தில் அப்பா சரணாகதியடைந்துவிடவில்லையென்பதை இந்தக் கட்சிகள் புரிந்துகொள்வதற்கு அதிக காலம் தேவைப் படவில்லை. அத்துடன் அவர்கள் குயுக்திகளை திசை மாற்றி பல்வேறு முறைகளிலான அடக்குமுறைகளைக் கட்டவிழ்த்துவிட்டார்கள். தலச்சேரி—புல்பள்ளி தோல்வியின் பலனாக உருவான சூழல்களைப் பொறுத்து போராட்டத்தின் களத்தை அப்பா மாற்றிக்கொண்டார் என்பதைத் தவிர போராட்டத்தைத் தொடர்ந்து முன்னெடுத்துச் செல்வது எனும் அப்பாவின் உறுதியில் எந்த மாற்றமும் நிகழவில்லை.

மார்க்சிஸ்ட் தலைமையின் எதிர்வினையைப்பற்றி அதிகமாகவே பேசிவிட்டேன். சரி, ஆனால், நக்சல்பாரி ஆதரவு இயக்கங்களின் நிலை என்னவாக இருந்தது?

அகில இந்திய கோ—ஆர்டினேஷன் கமிட்டி, அப்பாவை வெளியே தள்ளிய செய்தியை ஏற்கனவே புல்பள்ளி பணிகளில் ஈடுபட்டிருந்தபோது நாங்கள் அறிந்திருந்தோமல்லவா? ஆனால், தலச்சேரி—புல்பள்ளி கலகங்களை தோழர் சாருமஜூம்தார், மிகவும் உயர்வாகவே புகழ்ந்து பேசினார். நவம்பர் 27 தேதியிட்ட அவரது வாழ்த்துச் செய்தி, 'லிபரேஷன்' எனும் ஆங்கில மாத இதழில் பிரசுரிக்கப்பட்டது. இந்தியா முழுவதுமே இப்படியான சிந்தனையுள்ள தோழர்களிடமிருந்து மிகவும் உணர்வுபூர்வமான எதிர்வினைகள் தானிருந்தன.

நான் ஜாமீனில் வெளிவந்திருந்தபோது சிலிர்க்க வைக்கும்படியான ஒரு அனுபவம் எங்களுக்கு ஏற்பட்டது. ஆந்திராவில் விசாகப்பட்டினம் மத்தியச் சிறையில் தண்டனைக் கைதிகளாக இருந்த பதினொரு தோழர்கள் ஒருநாள் சிறைக்கொட்டடியின் நான்கு கோட்டைச்சுவர்களையும் தாண்டி வெளியேறி விட்டார்கள். சிறையிலிருந்துத் தப்பித்த ஒரு சில நாட்களில் அவர்களில் மூன்றுபேர் எங்களைப் பார்ப்பதற்காக வீட்டுக்கு வந்தார்கள். தோழர்கள் ஆதிபட்லா கைலாசம், நாகபூஷண் பட்நாயக், மலையாளியான ஷேக் ஹசனார் எனும் மூன்று தோழர்கள். இவர்களில் முதலிலுள்ள இருவரும் இந்தியன் கம்யூனிஸ்ட் கட்சியின் (மார்க்சிஸ்ட்—லெனினிஸ்ட்) மத்தியக் குழு உறுப்பினர்கள். தோழர் கைலாசம்,

ஸ்ரீகாகுளம் கிரிஜன் (ஆதிவாசி) சங்கத்தின் முக்கிய தலைவராக இருந்தார். நக்சல்பாரியின் மார்க்கத்தில் எவ்வித ஐயப்பாட்டிற்கும் இடமில்லாமல் உறுதியுடனும் மிகுந்த தைரியத்துடன் செயல்பட்டுவந்த இந்த விவசாயத் தோழரை, மற்றொரு புகழ்பெற்ற விவசாயத் தோழரான வெம்படப்பு சத்யநாராயணனுடன் சேர்த்து பிறகு, காவல்துறை கைது செய்து, இரக்கமே இல்லாமல் கொலை செய்துவிட்டு சண்டையில் இறந்தார்கள் என்ற பொய்யைப் பிரச்சாரம் செய்தது. இந்த இரண்டு தோழர்களின் பெயர்களைக் கேட்பதுகூட அதிகாரவர்க்கத்தின் கால்களை நடுங்க வைப்பதாகவே இருந்தன. தோழர் நாகபூஷண், ஒரிசாவிலுள்ள ஒரு வழக்கறிஞர். நக்சல்பாரி வழிமுறைகளின்மீதான இவரது உறுதி மிகவும் பிரபலமானது. தூக்குத்தண்டனை விதிக்கப்பட்ட இந்த தோழர், அரசாங்கத்திடமோ மற்ற யாரிடமுமோ தனது தண்டனையைக் குறைவு செய்யக்கேட்டு விண்ணப்பிக்கவில்லை. ஆனால், இவரது உயிரைக் காப்பாற்றும் பொருட்டு பொதுமக்களிடமிருந்து எழுந்த தீவிரமான ஆதரவுக் குரலுக்குத் தலைசாய்த்த குடியரசுத் தலைவர், தூக்குத்தண்டனையை ஆயுள்தண்டனையாகக் குறைத்து உத்தரவுப் பிறப்பித்தார். இன்றும் விசாகப்பட்டினம் மத்திய சிறைக்குள் தீரா வியாதிகளுடன் போராடியவாறே அவர் இறந்துகொண்டிருக்கிறார். தன்னுடைய உறுதியிலிருந்து விலக அவர் ஒருபோதுமே தயாராக இல்லை. ஹசனார், ஒரிசாவில் வேலை செய்து பிழைத்துக்கொண்டிருந்த ஒரு மலையாளி தோழர். 1969இல் ஸ்ரீகாகுளம் இயக்கத்தில் முக்கியமான பங்கினை வகித்த இந்த தோழரும் இன்று விசாகப்பட்டினம் மத்தியச் சிறையில் ஆயுள்தண்டனையை அனுபவித்துக்கொண்டிருக்கிறார். தலச்சேரி—புல்பள்ளி கலகங்கள் ஸ்ரீகாகுளம் தோழர்களினிடையிலும் விவசாயப் பொதுமக்களினிடையிலும் செலுத்திய அபூர்வமான தாக்கத்தைப்பற்றி விவரிப்பதற்கு எங்களிடம் வார்த்தைகளே இல்லையென்று அவர்கள் சொன்னார்கள். குறிப்பாக, பெண்தோழர்களாகிய, அம்மாவும் நானும் ஆண்களைப்போல் தைரியமாக போராட்டத்தில் பங்கெடுத்தது, ஸ்ரீகாகுளம் ஆயுதப்போராட்டத்தில் பங்கு வகிப்பதற்கான மனத்திடத்தை எங்களுடைய பெண்களுக்கும் அளித்திருப்பதாக சொன்னார்கள். தங்களை கட்சிதான் இங்கே அனுப்பி வைத்தது என்றும் தோழர் சாருமஜூம்தார் உங்களைப் பார்ப்பதற்காக, மத்தியக் கமிட்டியின் முடிவின்படி சீக்கிரமாகவே கேரளத்திற்கு வருவார் என்றும் அவர்கள் தெரிவித்தார்கள்.

இதற்கு முன் நடந்த மிக முக்கியமான ஒரு வரலாற்றுச் சம்பவத்தைப் பற்றியும் இங்கே குறிப்பிடவேண்டியதிருக்கிறது. இந்தியாவில் பல்வேறு பகுதிகளிலுள்ள தோழர்களின் அகில இந்திய கோ—ஆர்டினேஷன் கமிட்டி, ஒரு புரட்சிகர இயக்கத்தின் தேவை நமக்கு எந்த அளவுக்கு முக்கியமானதாக இருக்கிறது என்பதைப் புரிந்துகொண்டு 1969 ஏப்ரல் 22ஆம் தேதி இந்திய கம்யூனிஸ்ட் கட்சியை (மார்க்சிஸ்ட்—லெனினிஸ்ட்) ஸ்தாபித்தது. தோழர் சாருமஜூம்தார்தான் அதன் தலைவர். நக்சல்பாரி விவசாயிகள் எழுச்சியின் முக்கிய அமைப்பாளரான

கனுசன்யால், ஜங்கல் ஸந்தாள்போன்றவர்கள் இயக்கத்தின் மத்தியக் குழு உறுப்பினரானார்கள். அதே வருடம் மே மாதம் முதல் தேதி கல்கத்தா மைதானத்தில்கூடிய மிகப்பெரிய பொதுக்கூட்டமொன்றில் பேசிய தோழர் கனுசன்யால், இயக்கம் தோன்றியதை உலகத்திற்கு அறிவித்தார். அவரது உரையில், இந்தப் புரட்சி இயக்கம் உருவாவதற்குத் தளம் அமைத்துத் தந்த நிகழ்வுகளில் முக்கியமானவையாக நக்சல்பாரியை அடுத்து, தலச்சேரியையும் புல்பள்ளியையும் குறிப்பிட்டார்.

சர்வதேசிய அரங்கில் குறிப்பிடுவதானால் பீஜிங் வானொலி, தலச்சேரி—புல்பள்ளி கலகங்கள் நடைபெற்ற இருபத்து நான்கு மணி நேரத்தினுள் உணர்ச்சிப்பிரவாகத்துடன் அதைப் புகழ்ந்து பேசியது. தொடர்ந்து பல நாட்கள் இந்தக் கலகத்தைப்பற்றிய செய்திகளை பீஜிங் வானொலி அறிவித்துக்கொண்டுமிருந்தது.

கேரளத்தினுள்ளும் வெளியிலும் பொதுவான நிலைமைகள் இப்படித்தானிருந்தன. குறிப்பாக, கேரளத்தின் நிலைபாடு என்னவாக இருந்தது? நாங்கள் ஜெயிலிலிருந்து ஜாமீனில் வெளிவந்ததுமே கேரளத்தில் பல பகுதிகளிலிருந்தும் பலதரப்பட்ட தோழர்களும் நண்பர்களும் எங்களுக்கு வாழ்த்துத் தெரிவிக்கவும் தலச்சேரி—புல்பள்ளி முன்மாதிரியில் கலகங்களை ஏற்பாடு செய்யவும் தன் அனுபவங்களைப் பகிர்ந்துகொள்வதற்குமென வந்துகொண்டே இருந்தார்கள். மக்களினிடையே இந்தக் கலகங்கள், மிகவும் உணர்வுபூர்வமான ஒரு உந்துதலைக் கிளப்பியிருக்கிறது. குறிப்பாக, கிராமப்புறங்களில் அடிமட்டத்தில் வாழுகிற பிரிவினருக்கிடையில் புதியதொரு எழுச்சியையும் ஆவேசத்தையும் இது தூண்டிவிட்டது. புதிய எதிர்பார்ப்புகளுக்கு உயிர்கொடுக்கவும் இந்தக் கலகங்கள் காரணமாக மாறிருப்பதாகவும் அவர்கள் சொன்னார்கள். குறிப்பாக, தாங்களும் ஆண்களைப்போல் தலை நிமிர்ந்து நின்று போராட வேண்டுமென்ற மனத்திடம் பெண்களிடம் மேலும் வலுவடைந்திருப்பதாக நாங்கள் உணருகிறோம் என்றும் அவர்கள் தெரிவித்தார்கள். வயநாடன் மலையோரப் பகுதிகளில் வாழும் விவசாய—தோட்டத் தொழிலாளர்களினிடையே பீறிட்டெழுகிற புத்தெழுச்சியையும் ஆதிவாசிகளின் மனங்களில் முளைவிட்ட சமூக விடுதலைக்கான புதிய எதிர்பார்ப்புகளையும்பற்றி பலரிடமிருந்தும் அறியவந்த செய்திகள், எவ்வளவு இடர்பாடுகள் ஏற்பட்டாலும் தாங்கி, முன்னேறிச் செல்ல எங்களைத் தூண்டியபடியே இருந்தன. எங்களுக்கிருந்த மனச்சோர்வு களையும் போதாமைகளையும், ஆழ்ந்து படிக்கும் சித்தாந்தக் கல்வியினூடேயும் நடைமுறை சார்ந்த சரியான மதிப்பீடுகளினூடேயும் படிப்படியாகப் போக்கிக்கொள்ளவும் அதே நேரத்தில், தலச்சேரி—புல்பள்ளி கலகங்களின் வழிமுறையில் ஆழமாக ஊன்றி நிற்கவும் மென்மேலும் தூண்டுதலைத் தந்துகொண்டுமிருந்தன.

18

சி.பி.ஐ (மா - லெ) யின் அரசியல் அறிக்கை

தலச்சேரி சம்பவத்தின் தோல்வி, நக்சல்பாரி ஆதரவு இயக்கங்களினுள் ஒளிந்துகிடந்த சந்தர்ப்பவாதம் தலைதூக்குவதற்கு ஒரு வாய்ப்பாக அமைந்தது. மார்க்சிஸ்ட் கட்சியின் தலைமை, கேரளம் முழுவதும் நடத்திய அமைப்பு சார்ந்த அவதூறுப் பிரச்சாரங்களும் அப்பா பிடிகொடுத்ததன் பெயரால் நடத்திய குயுக்திப் பிரச்சாரங்களும், சமீப காலம்வரை மார்க்சிஸ்ட் கட்சியின் அதிகாரபூர்வமான பதவிகளில் செயல்பட்டு வந்த குட்டித் தலைவர்களுக்கும் ஒரு ஆயுதமாக மாறியது. இது, தலச்சேரி கலகத்தில் பங்கு வகிப்பதற்காக முன்வந்த ஏராளமான பீடித்தொழிலாளர்

தோழர்களையும் உண்மையாகவே புரட்சியை விரும்புகிற மற்ற பிரிவினர்களையும் கருத்தியல் தடுமாற்றத்திற்குள்ளாக்கியது. ‘குன்னிக்கல் நாராயணன் சி.ஐ.ஏவின் கைக்கூலி’ என்ற கே.பி.ஆர். கோசலராமதாஸ் கூட்டத்தின் பிரச்சாரமும் ‘குன்னிக்கல் நாராயணன் ஒரு வஞ்சகப் பேர்வழி. தலச்சேரியை வஞ்சித்தவன் குன்னிக்கல்தான். புரட்சியாளன் ஒருபோதுமே சரணடையமாட்டான். குன்னிக்கல், புரட்சியாளனே கிடையாது.” என்றெல்லாம் சந்தர்ப்பவாதிகளாகிய காந்தலோட்டு கருணன்போன்றவர்கள் செய்த பிரச்சாரங்கள் அனைத்தும் உண்மைகள் எதையுமே அறிந்திருக்காதவர்களையும் அரைகுறையாக அறிந்த தோழர்களையும் ஓரளவுவரை சென்றடைந்தது. இயக்கத்தினுள்ளும் வெளியிலும் நடந்த இதுபோன்ற தீவிரமான தாக்குதல்களை அப்பாவும் கே.பியும் சிறையில் வந்த பிறகு எதிர்கொள்ளத் துவங்கினார்கள். சிறையிலிருக்கும் தோழர்கள் தலச்சேரி சம்பவம் சரி, தவறு என்றெல்லாம் தங்களுடைய கருத்துக்களை முன்வைத்துப் பரஸ்பரப் பிடிவாதத்துடன் சர்ச்சை செய்து கொண்டிருந்த காலகட்டத்தில் அகில இந்திய அளவில் வேறு சில சம்பவங்கள் நிகழ்ந்தன.

புல்பள்ளியில் இயக்கப்பணிகளைத் தொடர்ந்து கொண்டிருந்தபோது அகில இந்திய கோ—ஆர்டினேஷன் கமிட்டியிலிருந்து அப்பாவை வெளியேற்றியதாக ஏற்கனவே குறிப்பிட்டிருந்தேன் அல்லவா? அத்துடன் ஆந்திராவிலுள்ள நாகிரெட்டி, கமிட்டியின் உறுப்பினரானார். தலச்சேரி—புல்பள்ளி நடவடிக்கையின்போது, வெளிப்படையாகவே அவற்றை சி.ஐ.ஏயின் செயல்பாடு என்பதாக நாகிரெட்டி விமர்சித்தார். சம்பவம் நடந்த மறுநாள் தோழர் சாருமஜூம்தார்கூட தலச்சேரி—புல்பள்ளி தவறான அணுகுமுறை என்று பேசியதாக கல்கத்தாவிலுள்ள சில தோழர்கள் சொல்லி அறிந்தோம். ஆனால், தாக்குதல் நிகழ்ந்த இருபத்துநான்கு மணி நேரத்திற்குள் பரவசத்துடன் அதைப் புகழ்ந்து பீஜிங் வானொலியில் செய்தி ஒலிபரப்பப்பட்டபோது தோழர் சாருமஜூம்தாருக்கு தன்னுடைய நிலைபாட்டைத் தவிர்க்க இயலாமல் மாற்றிக்கொள்ளவேண்டிய நிர்ப்பந்தம் உருவானது. இப்படியாகவே அவர், கல்கத்தாவிலிருந்து வெளிவரும் ‘லிபரேஷன்’ இதழில் நவம்பர் 27 தேதியிட்டு தலச்சேரி—புல்பள்ளியைப் நிகழ்வுகளைப் புகழ்ந்து எழுதினார். ஆனால், நாகிரெட்டி தன்னுடைய நிலைபாட்டைக் கடைசிவரை மாற்றிக்கொள்ளவே இல்லை. ஸ்ரீகாகுளம் வனாந்திரங்களில் கிரிஜனங்களை ஒருங்கிணைத்து நக்சல்பாரி விவசாயிகள் எழுச்சியின் முன்மாதிரியிலான போராட்டத்தை நடத்திக்கொண்டிருந்த புரட்சித் தோழர்கள், நாகிரெட்டியை எதிர்த்தார்கள். நாகிரெட்டியை கமிட்டியிலிருந்து வெளியேற்றவேண்டுமென்றும் அல்லது நாங்கள் வெளியேறுவோம் என்றும் அவர்கள் முன்னறிவிப்பு செய்தார்கள். அப்படியாக, நாகிரெட்டி, கோ—ஆர்டினேஷன் கமிட்டியிலிருந்து வெளியேறினார்.

நாகிரெட்டியை கோ—ஆர்டினேஷன் கமிட்டியிலிருந்து வெளியேற்றிய விஷயத்தை 'லிபரேஷன்' பத்திரிகையும் பிரசுரித்திருந்தது. சர்வ தேசிய தலைமை (சீன கம்யூனிஸ்ட் கட்சி) எவ்வித தயக்கமுமின்றிப் புகழ்ந்து பேசிய பிறகும் கேரளத்தில் நடந்த தலச்சேரி—புல்பள்ளி கலகங்களைப்பற்றி அவதூறு பிரச்சாரம் செய்துகொண்டிருந்ததுதான் நாகிரெட்டியை வெளியேற்றுவதற்கான முக்கியக் காரணமென்று அந்தச் செய்தியில் குறிப்பிடப்பட்டிருந்தது. ஸ்ரீகாகுளம் தோழர்களுக்கும் நாகிரெட்டிக்குமிடையில் நடந்த விவாதங்களைப் பற்றிய விவரங்களை, விசாகப்பட்டினம் மத்திய சிறையிலிருந்து தப்பி எங்களைப் பார்க்கவும் பேசவும் வந்திருந்த அந்தத் தோழர்களிடமிருந்துதான் நாங்கள் அறிந்துகொண்டோம்.

ஆனால், தோழர் சாருமஜூம்தார் தலச்சேரி—புல்பள்ளியைப் புகழ்ந்துப் பேசுவதற்கு சர்வதேசிய இயக்கம் தொடர்ந்து அதற்களித்த ஆதரவு மட்டும்தான் காரணமென்பதையும் அவரது இந்தச் செயல்பாட்டில் உண்மையின் அம்சம் சிறிதளவுகூட இல்லையென்பதையும் எங்களுடனான அவரது பிந்தைய அணுகுமுறைகள் தெளிவுபடுத்தின.

1969 அக்டோபர் மாதம் விசாகப்பட்டினம் சிறையிலிருந்துத் தப்பித்து எங்களைப் பார்க்க வந்த தோழர்கள் கைலாசமும் நாகபூஷணும் திரும்பிச் சென்ற ஒரு சில நாட்களில் தோழர் சாருமஜூம்தார் கேரளத்திற்கு வருகை தந்தார். இந்திய கம்யூனிஸ்ட் கட்சி (மார்க்சிஸ்ட்—லெனினிஸ்ட்) யின் தலைவர் எனும் நிலையில்தான் அவர் கேரளத்திற்கு வந்திருந்தார். என்னையும் அம்மாவையும் (நாங்கள் ஜாமீனில் வெளியே இருப்பதால்) சந்திக்கவும் விஷயங்களை விவாதிக்கவும் எங்களைக் கட்சிக்குள் சேர்ப்பதற்காகவும் மத்தியக் கமிட்டியின் விசேஷப் பரிந்துரையின்கீழ் கேரளத்திற்கு வந்த தோழர் சாருமஜூம்தார், கோழிக்கோட்டிற்கு வந்து எங்கள் வீட்டின் பக்கத்தில் ஒரு விடுதி அறையில் தங்கியிருந்து எங்களுக்கெதிரான சில தோழர்களை சந்தித்துப் பேசியதையும் அம்பாடி சங்கரன்குட்டிமேனோனின் கோசலைராமதாசின் அகம்படியுடன் வயநாட்டிலும் கேரளத்தின் தென்பகுதிகளுக்கும் வருகை புரிந்ததையும் பிறகுதான் நாங்கள் அறிந்தோம். அவர் எங்களைப் பார்க்கவே இல்லை. மார்க்சிஸ்ட்—லெனினிஸ்ட் கட்சியின் மாநில அமைப்புக் குழுவின் அதிகாரபூர்வமான பொறுப்பாளர்களாக இந்தப் போலிப் புரட்சியாளர்களை அவர்தான் நியமித்தாராம். அவர் கேரளத்திலிருந்த இந்த காலகட்டத்தில் தலச்சேரி—புல்பள்ளி கலகங்களையும், அப்பாவைத் தனிப்பட்ட முறையிலும் மிகவும் எதிர் விமர்சனமாகப் பேசியது பிறகு, அவரது பெயரில் பிரசுரிக்கப்பட்ட 'இந்தியப் புரட்சி குறித்து ஒரு மார்க்சிஸ்ட்—லெனினிஸ்ட் பார்வை' எனும் ஒரு புத்தகத்திலிருந்துதான் எங்களுக்குத் தெரியவந்தது. தோழர் சாருமஜூம்தார் கேரளத்தின் ஆங்காங்கே நடைபெற்ற கூட்டங்களில்

பேசிய விஷயங்களை அம்பாடி, தனது வர்ணப்பூச்சுகளுடன் தொகுத்த ஒரு புத்தகம் இது. இதில், குன்னிக்கல் நாராயணன் செய்வதறியாமல் திகைத்துப்போய் சரணடைந்தார்; இப்போது வழக்கைத் தொடர்ந்து நடத்துகிறார்; அவர் ஒரு குட்டி பூர்ஷுவா அறிவுஜீவி; இப்படியான குட்டி பூர்ஷுவாக்களை நம்பியதால்தான் தலச்சேரி—புல்பள்ளி தோல்வியடைந்தது; தலச்சேரி—புல்பள்ளியின் அனுபவங்கள் ஏற்கக்கூடியதல்ல என்றெல்லாம் தோழர் மஜும்தார் அதில் குற்றம் சாட்டுகிறார்.

அப்பா காவல்துறையில் பிடிகொடுத்ததையும் நீதிமன்றத்தில் வழக்கைத் தொடர்ந்து நடத்துவதையும் உதாரணம்காட்டி தலச்சேரி—புல்பள்ளியின் மார்க்கம் தவறானதென்றும் அப்பா, புரட்சியின் வழிமுறையிலிருந்துத் தடம்புரண்டுபோய்விட்டாரென்றும் அவர் சுட்டிக்காட்டுகிறார். கூட்டங்களில் சொற்பொழிவாற்றுவதிலும் கமிட்டிகளில் பொறுப்பாளர்களாவதிலும் தொழிற்சங்க அமைப்புகளின் தலைவர்களாகி தொழிலாளர்களது இரத்தம் குடிப்பதிலும் மட்டுமே ஆர்வமுள்ள அம்பாடியையும் கோசலையையும்போலுள்ள கபடப் புரட்சியாளர்களை தலச்சேரியும் புல்பள்ளியும் ஆட்டம்காண வைத்திருந்தது. புரட்சிப் பிரசங்கம்கூட போலீஸ் கைது செய்துவிடுவதற்குக் காரணமாகிவிடுமென்பதை அரயாக்கண்டியின் அனுபவத்திலிருந்துப் புரிந்துகொண்டிருந்த அவர்கள், கைதிலிருந்துத் தப்பிக்க, முடிந்த அளவிலான வேகத்துடன் கலகங்களை வெளிப்படையாக எதிர்த்தார்கள். நடைமுறையில் அனைத்தையும் துறந்து புரட்சிக்கு முன் வருவதென்பது இவர்களைப்போன்ற ஒட்டுண்ணிகளுக்கு இயலாத காரியம். இப்படிப்பட்டவர்களுக்கு மட்டுமே ஒத்துப்போகிற தோழர் சாருமஜும்தாரின் இந்தக் கருத்துக்கள் உண்மையில் அவரது மனப்பாங்கைத்தான் வெளிச்சமிட்டுக் காட்டுகின்றன.

இந்திய கம்யூனிஸ்ட் கட்சி(மார்க்சிஸ்ட்—லெனினிஸ்ட்)யின் உருவாக்கத்தைத் தொடர்ந்து நிகழ்ந்த சில சம்பவங்களைக் காண்போம். கட்சி ஆரம்பிக்கப்பட்ட இரண்டரை மாதங்களுக்குப் பிறகு பீஜிங் வானொலி இந்த வரலாற்று நிகழ்வை வானளாவப் புகழ்ந்து பேசியது. 'இந்தியப் புரட்சியை வழி நடத்துவதற்கான உண்மையான புரட்சி இயக்கம் ஒன்று உருவாகிவிட்டது' என்று நிறைந்து ததும்பும் உணர்ச்சிப் பிரவாகத்துடன் இதை அவர்கள் உலகிற்கு அறிவித்தார்கள். அதன் உருவாக்கத்தைத் தொடர்ந்து அங்கீகரிக்கப்பட்ட அரசியல் அறிக்கையையும் அவர்கள் ஒலிபரப்பினார்கள். தலச்சேரி—புல்பள்ளிக்குப்பிறகு கேரளத்தில் இயக்கம் முழுவதிலும் உருவாகியிருந்த மிகத் தீவிரமான கருத்தியல் தடுமாற்றங்கள், இந்த அறிக்கையின் உள்ளடக்கத்தைப்பற்றிய பரஸ்பரம் முரண்பட்ட பார்வைகளிலிருந்துதான் வலுவடைந்தன.

சி.பி.ஐ(எம்.எல்.)யின் தோற்றத்தை உலகிற்கு அறிவித்த அதே

பீஜிங் வானொலி அவர்களது அரசியல் அறிக்கையின் உள்ளடக்கத்தில் மிகவும் முக்கியமான சில பகுதிகளை சொல்லாமல் விட்டுவிட்டார்கள். அறிக்கையை ஏறத்தாழ முழுவதும் ஒலிபரப்பியிருந்தாலும்கூட சில வார்த்தைகளையும் சொற்பிரயோகங்களையும் அவர்கள் வேண்டுமென்றே சில இடங்களில் தவிர்த்திருந்தார்கள். மட்டுமல்ல, அதில் இந்தியப் புரட்சியில் கவனத்தில்கொள்ள வேண்டிய முரண்பாட்டினைக் குறித்து விவரித்திருந்த ஒரு முக்கியமான பகுதியை அவர்கள் ஒலிபரப்பவே இல்லை. ஜமீன்தாரிய ஆட்சி மரபிற்கும் இந்திய விவசாயிகளுக்குமிடையிலான அந்த முக்கிய முரண்பாட்டிற்கான தீர்வில்தான் புரட்சியின் வெற்றியடங்கியிருப்பதாக ஒரு குறிப்பில் சொல்லப்பட்டிருந்தது. எந்த ஒரு புரட்சியைப் பொறுத்தமட்டிலும் இதுதான் மிகவும் முக்கியமானதும் முதலாவதுமான பிரச்சனை. "நம்முடைய எதிரிகள் யார்? நண்பர்கள் யார்? என்பதைத் தெளிவுபடுத்திக்கொள்ளவேண்டும். புரட்சியைப் பொறுத்தவரை முதலும் முக்கியமானதுமான கேள்விகள் இவைதான்" என்று மாவோ சுட்டிக்காட்டியிருக்கிறார். "சீனாவில் முன்காலங்களில் நடந்த எல்லாப் புரட்சிகரமான போராட்டங்களுக்கும் விசேஷமான எந்தப் பலனும் கிடைக்கவில்லை. இதற்கான அடிப்படைக் காரணம், உண்மையான எதிரிகளைத் தோற்கடிப்பதற்கு உண்மையான நண்பர்கள் ஒன்றிணைவதில் ஏற்பட்ட தோல்விதான்" என்று அவர் திரும்பவும் குறிப்பிடுகிறார். புரட்சியின் வெற்றியையும் தோல்வியையும் நிர்ணயிக்கும் பிரச்சினையைப்பற்றி அந்த அறிக்கையில் குறிப்பிடப்பட்ட மதிப்பீட்டை பீஜிங் வானொலி தவிர்த்துவிடக் காரணமென்ன? அது, நாம் அறிந்திருப்பதுபோன்ற ஒரு சாதாரண ஒலிபரப்பு நிறுவனம் ஒன்றுமில்லை. மாவோவின், சீன கம்யூனிஸ்ட் கட்சியின் அதிகாரபூர்வமான குரலைத்தான் அதில் கேட்டுக்கொண்டிருக்கிறோம். பீஜிங் வானொலியின் அந்த அறிவிப்பின் விடுபட்ட பகுதிகளை நானும் அம்மாவும் கையில் வைத்திருந்த அரசியல் அறிக்கையில் அடையாளப்படுத்திக்கொண்டோம். ஒவ்வொரு மணி நேரத்திற்கு ஒரு தடவை மீண்டும் மீண்டும் அறிக்கை ஒலி பரப்பப்படும்போது நாங்கள் அடையாளப்படுத்தியிருப்பது சரிதானா என்றும் பார்த்துக்கொண்டோம். மறுநாளே, இந்தப் பிரச்சினையை சிறையிலிருக்கும் அப்பாவுக்கும் கே.பிக்கும் மற்ற தோழர்களுக்கும் அறிவித்தோம். சீன கம்யூனிஸ்ட் கட்சி, நக்சல்பாரிகள் எழுச்சியின் காலம் முதல், இந்திய புரட்சிவாத இயக்கத்திற்கு அளித்துவந்த அளவற்ற உற்சாகத்தின், வழிகாட்டுதலின் ஒரு தொடர்ச்சியாகவே இந்த விடுபட்ட பகுதிகளுமிருந்தன. அகில இந்திய கோ—ஆர்டினேஷன் கமிட்டி உருவானபோது கமிட்டியின் கூட்டறிக்கைகளிலுள்ள தவறுகளைத் தொடர்ந்து சுட்டிக்காண்பிக்கும் 'பீப்பிள்ஸ் டெய்லி'யின் கட்டுரைகளையும் அந்தக் கட்சி, வானொலிமூலம் ஒலிபரப்புவதுண்டு. அதே மனோபாவத்துடன்தான்

மார்க்சிஸ்ட்—லெனினிஸ்ட் கட்சியின் தொடக்க அறிக்கையையும் அவர்கள் இரண்டரை மாத கால அவகாசமெடுத்து, தீவிரமாக ஆய்ந்து, மதிப்பீடு செய்து ஒலிபரப்பியிருக்கிறார்கள். சி.பி.ஐ(எம்.எல்.) துவங்கிய இரண்டரை மாதத்திற்குப் பிறகுதான் இது ஒலிபரப்பப்பட்டிருக்கிறது என்பதிலிருந்தே இந்தப் பிரச்சினையை சீன கம்யூனிஸ்ட் கட்சி எந்த அளவிற்குக் கௌரவமாக எடுத்துக்கொண்டிருக்கிறது என்பதைப் புரிந்துகொள்ள முடிந்தது. அறிக்கையின் சில முக்கியமான குறைபாடுகளைச் சுட்டிக்காட்டி இவை திருத்தப்படவேண்டுமென்று இந்தியப் புரட்சியாளர்களிடம் மறைமுகமாகக் கோரிக்கை விடும் அந்த அறிவிப்பு எங்களை மிகத் தீவிரமாக சிந்திக்க வைத்தது. முக்கியமான முரண்பாடுகளைப் பற்றிய மதிப்பீட்டில் எதுவோ ஒரு பிரச்சனையிருப்பதாக நாங்கள் புரிந்துகொண்டோம். இந்திய கம்யூனிஸ்ட் கட்சி(மார்க்சிஸ்ட்—லெனினிஸ்ட்)யின் உருவாக்கத்தைப் பற்றிய தகவலையும் அரசியல் அறிக்கையையும் கேரள மக்களுக்குத் தெரிவிக்கவேண்டியது எங்களுடைய கடமையென்பதை உணர்ந்து இரண்டையும் மலையாளத்தில் மொழிபெயர்த்து மக்களுக்கு வினியோகிக்கத் துவங்கினோம்.

இதனிடையில் ஒரு விஷயத்தை சொல்ல மறந்துவிட்டேன். நான் ஜாமீனில் வெளிவந்ததும் வெளியீடுகள் தொடங்குவதற்கான ஒரு முயற்சியை மேற்கொண்டோம். தலச்சேரி—புல்பள்ளி கலகங்களுக்குப் பிறகு மக்களிடம் உருவான புத்துயிர்ப்பையும் ஆவேசத்தையும் இயக்கத்தின் வளர்ச்சிக்கு உதவியாக மாற்ற மேலும் ஆழமான கருத்தியல் பிரச்சாரத்தையும் செயல்பாட்டையும் நாங்கள் தொடங்கினோம். ஏராளமான நன்கொடைகளும் எங்களுக்குக் வந்துகொண்டிருந்தன. தலச்சேரி—புல்பள்ளி கலகங்கள், பல்வேறு மக்கள் பிரிவினரிடையே ஏற்படுத்திய தாக்கத்தின் சிறு அடையாளமாகவே இருந்தன இந்த நன்கொடைகள். சிறியதும் பெரியதுமான இந்த நன்கொடைகளை முக்கியமாக நாங்கள் மேலே குறிப்பிட்ட பிரசுர செலவுகளுக்குப் பயன்படுத்திக்கொண்டிருந்தோம். ஆயிரக்கணக்கில் ரூபாய்க்கான புத்தகங்களை நாங்கள் அப்போது பிரசுரம் செய்தோம். மாவோ சேதுங்கின் இராணுவப் படைப்புகளைப் பிரசுரம் செய்வதில்தான் அதிகமான கவனம் செலுத்தினோம். தலச்சேரி—புல்பள்ளி கலகங்களில் இராணுவ ரீதியாகக் கவனம் செலுத்தாமலிருந்ததன் குறைபாட்டை அகற்றும் நோக்கத்துடனேயே இதைச் செய்தோம். புதிய பிரசுர நிறுவனத்திற்கு 'சைனா பப்ளிகேஷன்ஸ்' என்று பெயரிட்டோம். இந்த பிரசுர வேலைகள் அனைத்தும் நான் வெளியே இருப்பதால்தான் நடக்கின்றன என்று தவறாக நினைத்த அரசாங்கமும் குற்றவியல் பிரிவும் சேர்ந்து ஒரு வருடத்திற்குள் குயுக்தியான முறையில் ஜாமீனை ரத்து செய்து மீண்டும் என்னை சிறையிலடைத்தது.

அரசியல் அறிக்கையைப் பிரசுரம் செய்த நாங்கள் குறிப்பிட்ட

ஒரு விஷயத்தில் தனிக் கவனம் செலுத்தினோம். அதாவது, பீஜிங் வானொலி ஒலிபரப்பாமல்விட்ட பகுதிகளைத் தனியாகக் கட்டம் கட்டி அதில் சேர்த்தோம். இதற்கான தேவையையும் நாங்கள் அதில் தெளிவுபடுத்தினோம். அறிக்கையின் பிற பகுதிகளை நாங்கள் ஏற்றுக்கொள்வதாகவும் அதே நேரத்தில் கட்டமிடப்பட்ட பகுதிகளை எதிர்ப்பதாகவும் மக்களுக்குத் தெரிவிக்க வேண்டியது கட்சியின் உருவாக்கம் நிகழ்ந்த இந்த மிக முக்கியமான காலகட்டத்தில் தவிர்க்க இயலாதது என்று நாங்கள் நம்பினோம். கட்சியைக் கட்டியெழுப்புவதற்கு அஸ்திவாரமாக இருக்கும் அந்த அறிக்கையின் தவறான கருத்துக்களை குறிப்பாக, புரட்சியின் கூர்முனை யாரைக் குறிவைக்க வேண்டுமென்ற பிரச்சினையைப்பற்றிய தவறான கருத்துக்களை அப்படியே வைத்துக்கொண்டிருப்பது கட்சியை இல்லாமல் செய்து விடுவதற்கு மிகவும் எளிதான மார்க்கமென்பதை நாங்கள் புரிந்துகொண்டோம். சீன கம்யூனிஸ்ட் கட்சி விமர்சனபூர்வமாக நிலைபாடெடுத்த அந்த அறிக்கையின் குறிப்பிட்டப் பகுதியைப்பற்றி ஆழமாகப் புரிந்துகொள்ளவேண்டுமென்று நாங்கள் முடிவு செய்தோம். சி.பி.ஐ.(எம்.எல்.)யின் தொடக்கத்தை சீன கம்யூனிஸ்ட் கட்சி மனமுவந்துப் புகழ்ந்து பேசியபோதுகூட அறிக்கையை வெளியிடும்போது, எதிர்காலத்தில் கட்சி, தவறாக வளர்ந்து விடுவதற்கான சாத்தியமுள்ள கருத்துக்களுக்கு எவ்விதமான உற்சாகத்தையும் அளித்துவிடக்கூடாதே என்ற நிர்ப்பந்தம்தான் சொல்லாமல் விட்ட பகுதிகளிலிருந்து தெளிவாகத் தெரிய வருகிறது. இந்த விஷயம் மக்களிடம் கொண்டுசெல்லப்பட வேண்டுமென்பதை நாங்கள் மனப்பூர்வமாகவே விரும்பினோம்.

அறிக்கை இந்த வடிவத்தில் வெளியிடப்பட்டதுடன் கேரள இயக்கத்தினுள் புகைந்துகொண்டிருந்த எரிமலை வெடித்துக் கிளம்பியது. சந்தர்ப்பவாதமும் திருத்தல்வாதமும் ஒருபுறம். சித்தாந்தங்களில் வலுவாக நின்ற நிலைபாடு மறுபுறம். இரண்டிற்குமிடையிலான ஜீவமரணப் போராட்டம் தொடங்கியது. தலச்சேரி—புல்பள்ளிக்கெதிரான பிரச்சாரகர்களுக்கு கோட்பாடு சார்ந்ததும் அரசியல்ரீதியானதுமான ஒரு அடிப்படை கிடைத்தது. கைதிகளாக இருக்கும் தோழர்களுக்கிடையிலும் இந்தப் போராட்டம் தீவிரமாகப் பிரதிபலித்தது. கே.பியும், ஃபிலிப்பும், அப்பாவுடனும் மற்ற தோழர்களுடனும் முரண்பட்டுப் பிரிந்தார்கள். அறிக்கையை அவர்கள் முழுமையாக ஏற்றுக்கொண்டார்கள். பீஜிங் வானொலியின் பார்வை அவர்களுக்குப் பிரச்சினையே இல்லை. "பீஜிங் ரேடியோ முக்கியமான அந்தப் பகுதியை நேரமில்லாத காரணத்தால் தவிர்த்திருக்கலாம்; அல்லது தோழர் அஜிதா அதைக் கவனிக்காமலும் இருந்திருக்கவும் வாய்ப்பிருக்கிறது. பீஜிங் ரிவ்யூ(சீன கம்யூனிஸ்ட் கட்சியின் அதிகாரபூர்வமான ஆங்கில வெளியீடு) முதலில் கையில் கிடைக்கட்டும். அதுவரை நாம் முழு அறிக்கையையும்

ஏற்றுக்கொள்ளவே வேண்டும். கட்சிக்குள்ளிருக்கும் கருத்தியல் முரண்கள் வெளியே வரக்கூடாது. கட்சிக்குள் மட்டுமே போராட்டம் நடைபெற வேண்டும்" என்றெல்லாம் சொல்லி அவர்கள் அறிக்கையை விமர்சனபூர்வமாக வெளியிட்டதை எதிர்த்தார்கள்.

நான் அடையாளப்படுத்திய பகுதியைக் குறித்து எனக்கு எந்தவிதமான சந்தேகமுமில்லை. மூன்றுநான்கு முறை ஒலிபரப்பானதைக் கேட்டு, சரி பார்த்த அந்தப் பகுதியைப்பற்றி அப்பாவும் தோழர்கள் கிருஷ்ணன்குட்டியும் சங்கரன் மாஸ்டரும் எடுத்த நிலைபாட்டுடன் வெளியிலிருந்த நானும் அம்மாவும் எங்களுடன் இயக்கப்பணிகளை நடத்திக்கொண்டிருந்த பெரும்பான்மையான தோழர்களும் உடன்பட்டார்கள். குறிப்பிட்ட, முரண்பாட்டின்மீதான பீஜிங் வானொலியின் நிலைபாட்டைக் கண்டுகொள்ளாமல் அறிக்கையை முழுமையாக ஏற்றுக்கொள்வதற்கு நாங்கள் தயாராக இல்லை. சீன கம்யூனிஸ்ட் கட்சியின், மாவோவின் தீர்க்கமான பார்வைகளின், ஒளிக்கதிர்களின் சூடும் வெளிச்சமும் ஏற்று ஆரம்பம் முதலே வளர்ந்து வந்த எங்களுக்கு இந்தப் பிரச்சினையில் குறிப்பாக, சீன கம்யூனிஸ்ட் கட்சியின் இப்படியான அணுகுமுறையைப் பார்க்காததுபோல் நடிக்க இயலாமல்போனது. கட்சிக்குள் நிலவுகிற கருத்தியல்—அரசியல் பிரச்சினைகளை மக்களினிடையே கொண்டுசெல்வதைப் பற்றி கே.பியும் ஃபிலிப்பும் எடுத்த நிலைபாட்டிற்கு நேரெதிரானதாக இருந்தது எங்களுடைய நோக்கம்.

இந்திய புரட்சியை நடத்தவேண்டியவர்கள் இந்தியத் தொழிலாளர்களும் விவசாயிகளும் குட்டி பூர்ஷுவா அறிவுஜீவிகளும் சிறு வியாபாரிகளும் மாணவர்களும் உட்பட்ட கோடானுகோடி பொது மக்கள்தான். அவர்களுக்கு நேர்வழியைக் காண்பிப்பதுவும் அவர்களை வழிநடத்திச்செல்ல வேண்டிய கடமையும்தான் இந்தியத் தொழிலாளர் வர்க்கப் புரட்சி இயக்கத்தின் பணிகள். இப்படியான ஒரு அமைப்பு சர்வதேசிய, தேசியப் பிரச்சினைகளில் மேற்கொள்ளும் நிலைபாடுகளைப்பற்றி அறிந்துகொள்வதில் பொதுமக்கள் மிகுந்த ஆர்வம் காட்டுவார்களென்பதுவும் தவிர்க்க இயலாதது. இந்தப் புரட்சி இயக்கம் எடுக்கும் நிலைபாடு சரியா தவறா என்பதைத் தெரிந்துகொண்டால் மட்டுமே அந்தத் தலைமையை ஏற்றுக்கொள்வதா வேண்டாமா என்று பொதுமக்களால் முடிவு செய்ய இயலும். ஆக, புரட்சியின் எதிரிகளையும் நண்பர்களையும் அடையாளம் காண்பதிலும் அது தொடர்பான மற்ற பிரச்சினைகளையும் பற்றிய மிகச் சரியான நிலைபாடுகள், பொதுவாகவே மக்களுக்கு மிகவும் ஆர்வமுள்ள விஷயங்கள்.

நாற்பத்தி இரண்டு வருட காலம், வெற்றிகரமான புரட்சிகர அனுபவங்களினூடே பக்குவமடைந்த ஒரு சகோதர இயக்கம், இதை

விமர்சனபூர்வமாக அணுகிய பிறகும்கூட, தொடக்கத்திலேயே ஒரு தவறான மதிப்பீட்டை முன்வைத்ததுடன் மக்கள் அதை அறிந்துவிடவும் கூடாதென்று நினைப்பதை நாங்கள் கண்டுகொள்ளவே இல்லை. குறிப்பாக, சீனாவின் மகத்தான தொழிலாளர் வர்க்கக் கலாச்சாரபுரட்சியின் அனுபவப் பாடமும் இதுவாகவே இருந்தது. சாதாரண கட்சி உறுப்பினர்கள் மட்டுமல்ல, மிகவும் உன்னத ஸ்தானத்திலிருக்கும் கட்சித் தலைவரையும்கூட விமர்சனபூர்வமாக அணுகவும் அவர்களிடம் தென்படுகிற தவறுகளை முடிந்தவரையிலும் விரைவாகக் கண்டுபிடித்து வெளிப்படையாக விமர்சிக்கவும் செய்த அந்தப் புரட்சியின் அனுபவப் பாடங்களைத் திருத்தல்வாத சூழலில் வளர்ந்த இந்திய இயக்கத்தினுள் பிரயோகிக்கவேண்டியது மிகவும் அவசியமென்று நாங்கள் நம்பினோம். கட்சியை வளர்த்தெடுக்கும் கோட்பாடுகளில் மக்களையும் பங்காளிகளாக்குவது; தவறையும் சரியையும் பிரித்தறியும் புரட்சி மனோபாவத்தையும் சித்தாந்த அறிவையும் மக்களிடம் மேம்படுத்துவதற்குத் தொடர்ந்து முயற்சி செய்வது; இயக்கத்தை பொதுமக்களின் புரட்சிகரமான கண்காணிப்புக்குட்படுத்தும் நடவடிக்கைகளில் மிகுந்தக் கவனம் செலுத்துவது; இதன்மூலம், கட்சியையும் பொதுமக்களையும் பரஸ்பரம் ஒன்றாகக் கலப்பது.

கலாச்சாரப் புரட்சியின் இவ்வகை அடிப்படைப் பாடங்களை இந்தியப் புரட்சி இயக்கத்தைக் கட்டியெழுப்பும் நாம் தொடக்கம் முதலே நடைமுறைக்குக் கொண்டு வருவதற்குப் பதிலாக பிரச்சினைகளைப் பொதுமக்களிடமிருந்து மறைத்து வைப்பதுவும், தலைவர்களின் இரகசிய ஆலோசனைகளினுள் சிக்கலான முரண்பாடுகளிருப்பதை மறைத்து மக்களிடம் நாங்கள் ஏக மனத்துடன் தீர்மானமெடுத்திருப்பதாகக் காட்டுவதும், கட்சிக்குள்ளிருக்கும் பிரச்சினைகளை வெளித் தெரியாமல் வைத்து மக்களை ஏமாற்றி எதிரிகளாகப் பாவிக்கும் இடது, வலது, பிற சந்தர்ப்பவாத கட்சிகளைப்போல் புரட்சிகர இயக்கமும் கட்டியெழுப்பப்பட்டால் நிச்சயமாக இவர்களும் மற்ற கட்சிகளைப்போல் புரட்சியையும் மக்களையும் இன்றில்லாவிட்டால் நாளையாவது ஏமாற்றிவிடுவார்களென்று நாங்கள் உறுதியாக நம்பினோம்.

கட்சிக்குள் நாம் நடத்தும் கோட்பாட்டு முரண்களை எதிரி அறிந்துவிடக்கூடாது என்பதுதான் கே.பி. மற்றும் ஃபிலிப்பின் மற்றொரு வாதம். அரசியல்ரீதியான, சித்தாந்தரீதியான விவாதங்களை எதிரி அறிந்தால் ஏற்படுகிற ஆபத்து மிகச் சிறு அளவிலானதுதான். மக்களிடம் சென்று இந்தச் சர்ச்சைகள் வெளிப்படுகிறபோது வேறு எந்த வகையிலும் இதை இயக்கத்திற்கு விரோதமாக எதிராளியால் பயன்படுத்த இயலாமல் போய்விடும். கலங்கிய நீரை மேலும் கலக்கி விட எதிரி தன்னாலியன்ற அனைத்தையும் செய்வான் என்பது உண்மைதான். ஆனால், கலங்கிய நீர் ஒருபோதும் அப்படியே நின்று

விடப்போவதில்லை. அது ஒரு நாள் தெளிந்துவிடவே செய்யும். இறுதி வெற்றியென்பது, பல்வேறு விதமான தவறான பார்வைகளையும் எதிர்கொண்டு தோல்வியடையச் செய்கிற சரியான பார்வையில்தானிருக்கிறது.

பீஜிங் வானொலி 'நேரமின்மையால்' ஒலிபரப்பாமல் விட்ட பகுதிகள், பிறகு எங்கள் கையில் கிடைத்த 'பீஜிங் ரிவ்யூ'விலும் பிரசுரிக்கப்படவில்லை. மட்டுமல்ல, பீஜிங்கைத் தலைமையிடமாகக்கொண்ட இந்தோனேஷிய கம்யூனிஸ்ட் கட்சிப் பத்திரிகையான 'இந்தோனேஷியன் ட்ரிப்யூன்' மாதப் பத்திரிகையும் இந்தப் பகுதியைப் பிரசுரிக்கவில்லை. இவையனைத்துமே, அறிக்கையிலிருந்துத் தாங்கள் வேண்டுமென்றே தவிர்த்திருக்கும் பகுதியைப் பற்றி புரட்சியாளர்கள் விமர்சனபூர்வமாக சிந்திக்கவேண்டும் என்று உணர்த்துகிற அடையாளங்கள்தான். ஆனால், தோழர் சாருமஜூம்தார் தவறான தனது பார்வையை நியாயப்படுத்துவதற்காக பொய் சொல்வார் என்பதை நாங்கள் புரிந்துகொள்வதற்கு அதிகக் காலமொன்றும் தேவைப்படவில்லை. அவர் கோழிக்கோட்டிற்கு வருவதற்கு சற்று முன்புதான் நாங்கள் மேற்சொன்ன அரசியல் அறிக்கையை வெளியிட்டிருந்தோம். இந்தப் பிரச்சினையைப்பற்றி தீவிரமான விவாதங்கள் நடந்து கொண்டிருந்தபோது கேரளத்திற்கு வந்திருந்த அவரிடம், சில தோழர்கள் இதுபற்றி கேட்டார்களாம். அரசியல் அறிக்கையை பீஜிங் ரேடியோ, ஒரு புள்ளிகூட விடாமல் வாசித்ததாக அவர் பதில் சொன்னாராம்.

ஒரு அகில இந்திய தலைமையுடன் சில ஆண்டுகளுக்கு முன் இதை விடவும் தீவிரமாக நடத்திய கருத்தியல் போராட்டத்தில் ஓரளவு வெற்றிபெற்ற தன்னம்பிக்கை எங்களுக்கிருந்தது. புதிய அகில இந்திய தலைமையின் இந்தத் தவறான கருத்துக்களின்மீதான போராட்டத்தையும் மாவோ சேதுங்கின் அளப்பரிய கோட்பாட்டறிவின் அடிப்படையில் தொடர்ந்து நடத்துவதாகவே நாங்கள் மனத்தில் உறுதி செய்துகொண்டோம். கருத்தியல் தளத்தில் எந்தவித சமரசத்திற்கும் இடம்தர வேண்டாமெனும் மாவோ உள்ளிட்ட மார்க்சிய அறிஞர்களின் மனத்தைத் தொடும்படியான உபதேசம், இந்தப் போராட்டத்தில் எங்களுக்கு வழிகாட்டியாக இருந்தது.

19

தோழர் சாண்டி

கேரளம் முழுவதிலும், தலச்சேரி—புல்பள்ளி நிகழ்விற்குப் பின்பும் இந்திய கம்யூனிஸ்ட் கட்சி (மார்க்சிஸ்ட்— லெனினிஸ்ட்)யின் அரசியல் அறிக்கைத் தொடர்பான கருத்தியல் விவாதங்கள் சமரசத்திற்கே இடமில்லாமல் நக்சல்பாரி ஆதரவு இயக்கத்தினுள் பிடிவாதமாக நடந்து கொண்டிருந்தது. தலச்சேரி—புல்பள்ளி ஏற்படுத்திய தாக்கத்தின்மூலம் நக்சல்பாரியின் புரட்சி செய்திகள் மனத்தினுள் உருவாக்கிய ஆழமான சலனங்களின் காரணமாக புதிய இயக்கத்திற்காக சுய அர்ப்பணம் செய்த ஒரு புரட்சியாளனின் கதை மறக்க முடியாத

அத்தியாயமாக இன்றும் மனத்திலிருக்கிறது. ஏரநாட்டிற்கே உரித்தானப் போராட்ட வீரம் ததும்பும், தியாகக் குணம் படைத்த தோழர் சாண்டியின் கதை. பிறந்த மண்ணுக்காகப் போராடியதால் மக்கள் விரோதிகளால் மிருகத்தனமாகப் படுகொலை செய்யப்பட்ட ஒரு தோழர். இயக்கம் சார்ந்த தனது குறுகிய காலப் பணிகளின்போது தனது இன்னுயிரை பலிகொடுக்க நேர்ந்த இந்த வீரத் தோழரைப்பற்றி அதிகமாக யாருக்கும் தெரியாது. எதிரியின்மீதான பரிவிற்கும் போராட்ட ஆவேசத்திற்குமிடையிலான அந்தப் பலப்பரீட்சை நிலம்பூர் காட்டில்வைத்து நடந்தது. பரிவு சிறிது தலை தூக்கினாலும், தலை தூக்கியதன் காரணமாகவே தோழர் சாண்டி பரிதாபமாகத் தரையில் சாய்க்கப்பட்டார்.

சமூகத்தின் அடித்தட்டிலுள்ள பிரிவினரில் குறிப்பாக, கிராமப்புறங்களில் தலச்சேரி—புல்பள்ளி உருவாக்கிய புத்தெழுச்சியின், எதிர்பார்ப்புகளின் ஒரு குறியீடாக இருந்தார் தோழர் சாண்டி. நிலம்பூர் வனப்பகுதிப் பிரமுகர்களாகிய காட்டு ராஜாக்களுடனும் காவல் துறை, வனத்துறைபோன்ற இலாகாக்களின் அதிகாரிகள் வர்க்கத்தினருடனும் நித்தியப் போராட்டம் நிகழ்த்திக்கொண்டிருக்கும் ஏழைகளுக்கும், துயரங்களைத் தின்றுகொண்டிருக்கும் விவசாயப் பிரிவினருக்குமிடையில் தலச்சேரி—புல்பள்ளி செய்தியுடன் சென்ற தோழர்களுக்குக் கிடைத்த உணர்வுபூர்வமான வரவேற்பு, அந்தப் புத்தெழுச்சியின், எதிர்பார்ப்பின் சிறு உதாரணம் மட்டும்தான். தலச்சேரி—புல்பள்ளி நிகழ்ந்த சிலநாட்களுக்குள் கேரளத்தின் நெற்களஞ்சியமென்று சொல்லப்படும் குட்டநாட்டில் மற்றொரு சம்பவம் நடந்தது. அங்குள்ள நூற்றுக்கணக்கான விவசாயத் தொழிலாளர்கள் ஆயுதங்களுடன் சென்று குட்டநாட்டின் காயல்ராஜாவென்று அறியப்படும் முரிக்கனின் அலுவலகத்தைத் தாக்கினார்கள். பிறகு இவர்களைக் கட்டுப்படுத்துவதற்கு உயர்மட்டத் தலைவர்கள் தலையிட வேண்டியதாயிற்றாம். இப்படியாக எவ்வளவு சம்பவங்கள்? இவற்றில் மிகச் சிறு அளவிலான தகவல்களை மட்டுமே எங்களால் அறிய முடிந்தது. இதிலொன்றுதான் நிலம்பூர் காடுகளில் நடந்த விவசாயிகள் கிளர்ச்சியும்.

கோட்டயம் மாவட்டம் பாலாவில் பிறந்த தோழர் சாண்டி, கம்யூனிச கோட்பாட்டின் தாக்கத்திற்குள்ளாகி கிறிஸ்தவ அடிப்படை வாதத்திற்கெதிராக தனியொருவனாக நின்று போராடினார். பாலா, ஒரு கிறிஸ்தவ கோட்டையல்லவா? அவரது புரட்சிகரமான கருத்துகளையும் அவரையும் அப்படியே விட்டு வைப்பதற்கு கிறிஸ்தவ மேதாவிகளும் சர்ச்சுகளும் தயாராக இல்லை. ஆகவே, அவர் அங்கிருந்து இடம் பெயர்ந்தார். 1946, '48 காலகட்டங்களில் நிகழ்ந்த விவசாயிகள் கிளர்ச்சிகளில் தீவிரமாகப் பங்குவகித்ததால் காவல்துறையின் அடக்குமுறையை அனுபவிக்க நேர்ந்த ஒரு ஏழை

விவசாயிதான் தோழர் சாண்டி. அவரது ஒரு கையின் நடுப் பகுதிலிருந்து கீழ் நோக்கிச் செல்கிற எலும்பின் ஒரு பகுதி கிடையாதாம். காவல்துறை அடித்து ஒடித்தும் அதை இல்லாமலாக்கியிருந்தது. ஆனாலும், யாருக்கும் பயப்படாமல் தான் நம்பியிருந்த கொள்கைக்கானப் போராட்டத்தை தோழர் சாண்டி தொடர்ந்துகொண்டுதானிருந்தார். தலச்சேரி—புல்பள்ளி நிகழும்போது தோழர், மார்க்சிஸ்ட் கட்சியின் நீலகிரி மாவட்டக் குழு உறுப்பினரும் கூடலூரில் முக்கியமான விவசாயிகள் நலப்பணியாளருமாக இருந்தார். தலச்சேரி—புல்பள்ளி நிகழ்வுகள், அவருக்குள் பழைய புரட்சியின் வீரியத்தை பொங்கிப் பிரவாகிக்கத் தூண்டியது. மார்க்சிஸ்ட் கட்சியிலிருந்து வெளியேறிய அவர் புரட்சி இயக்கத்துடன் எப்படியாவது தொடர்பு வைத்துக்கொள்ள முயற்சி செய்துகொண்டே இருந்தார். அப்போது அவருக்கு வயது ஐம்பதிருக்கும். கூடலூரிலிருந்து அவர் அப்போது இருப்பிடத்தை மாற்றியிருந்தார். நிலம்பூரின் பக்கத்திலுள்ள மணிமூளியில் குடும்பத்துடன் வந்து தங்கியிருந்தார். அவருக்கு மனைவியும் ஃபிரான்சிஸ் எனும் ஒரு மகனும் ஒரு மகளுமிருந்தார்கள். ஃபிரான்சிசுக்கு பதினாறு பதினேழு வயதிருக்கும். அப்பாவைப்போலவே மகனுக்கும் புரட்சியின்மீது தணியாத ஆர்வமிருந்ததால் இயக்கத்தில் சேர்ந்தார். அம்மாவும் தங்கையும் கொஞ்ச நாட்களுக்குப்பிறகு ஊருக்கே திரும்பிப்போய்விட்ட பிறகும் ஃபிரான்சிஸ், தனது அப்பாவுடன் போராட்டக்களத்தில் உறுதியுடன் நின்றார். அப்பா, கொலைசெய்யப்பட்ட பிறகு இயக்கம் சார்ந்தே வாழ்ந்துகொண்டிருந்த தோழர் ஃபிரான்சிஸ், 1970 பிப்ரவரியில் நடந்த திருநெல்லி சம்பவத்தில் பங்கு வகித்ததால் நீண்ட காலம் சிறையிலடைக்கப்பட்டிருந்தார். இளமைத் துடிப்பும் கூடவே பலசாலியாகவுமிருந்த இந்தத் தோழரை, அதிகாரத்திலிருந்தவர்கள் பல்வேறு விதமான உடல் மற்றும் மனரீதியான சித்தரவதைகளுக்கு ஆட்படுத்தினார்கள். பலவகையான மருந்துகளை வேண்டுமென்றே கொடுத்து அவரை மனநோயாளியாக்கினார்கள். சிறையிலிருந்து விடுதலையான தோழர் ஃபிரான்சிஸ், பாவம், மன நோயாளியாக இன்று ஊர் ஊராகத் திரிந்துகொண்டிருக்கிறார். தன்னுடைய அப்பாவைப்போலவே, எதிரிகளால் மற்றொரு வகையில் பாழ்படுத்தப்பட்ட வாழ்க்கைதான் ஃபிரான்சிசுக்கும்.

தோழர் சாண்டி, குடும்பத்தை மணிமூளிக்கு மாற்றிய பிறகு கோழிக்கோட்டிலிருந்த எங்களுடன் தொடர்பு வைத்துக்கொண்டார். தோழரின் புரட்சியார்வம் எங்களுக்கு மிகுந்த உற்சாகத்தையும் தூண்டுதலையும் தந்துகொண்டிருந்தது. இயக்கத்தின் பணிகளை நிலம்பூர் காடுகளுக்கு விரிவுபடுத்துவதற்கான வாய்ப்பு பிரகாசமாக இருப்பதைக் கண்ட நாங்கள் அதற்கான திறவுகோலுடன் வந்துசேர்ந்த தோழர் சாண்டியை அகமகிழ்வுடன் வரவேற்றோம். கோழிக்கோட்டில் எங்களுடன் சேர்ந்துப் பணியாற்றி வந்த தோழர்களுடன் ஆலோசனை

செய்ததன்பேரில் தோழர் சாண்டிக்கு உதவியாக நிலம்பூருக்குப் போவதாக சில தோழர்கள் முடிவு செய்தார்கள். இப்படி, கோழிக்கோட்டிலிருந்து இரண்டு மூன்று தோழர்கள் தோழர் சாண்டியுடன் இணைந்து நிலம்பூர் பகுதியில் பணியாற்றத் துவங்கினார்கள்.

அங்கு அப்போது நடந்துகொண்டிருந்த ஒரு வேடிக்கையானப் போராட்டத்தில் பங்குவகித்த ஏழை விவசாயிகளினிடையே உருவான அதிருப்தியிலிருந்துதான் தோழர் சாண்டிக்கும் மற்ற தோழர்களுக்கும் செயலாற்றுவதற்கு விசாலமான ஒரு பாதைத் திறந்து கிடைத்தது.

நிலம்பூரின் ஒரு பிரபல மார்க்சிஸ்ட் தலைவராக இருந்த குஞ்ஞாலியின் தலைமையில் அங்கே சில இடங்களில் உபரிநிலப்போராட்டம் தொடங்கியிருந்தது. நிலம்பூர் கோவிலகத்திற்குச் சொந்தமான பல்லாயிரக்கணக்கான ஏக்கர் வனபூமியைப் பொறுத்தவரையில் அங்கு கையூக்கமுள்ளவன் காரியஸ்தன் எனும் நிலைமைதான் இருந்து வந்தது. காட்டை வெட்டித் திருத்தி பயிர் செய்து வாழ்ந்துகொண்டிருந்த ஏழை விவசாயிகளை ஏமாற்றியும் வஞ்சனை செய்தும் துப்பாக்கியைக் காட்டிப் பயமுறுத்தியும் சில காட்டுராஜாக்கள் நூற்றுக்கணக்கான ஏக்கர் நிலங்களை கையகப்படுத்தி வைத்திருந்தார்கள். ஏற்கனவே பாடுபட்டு விவசாயம் செய்து வந்த இவர்கள் காட்டுப் பிரமுகர்களுக்கு அடிமைப்பட்டும் அவர்களுக்குக் கூலிவேலைகளைச் செய்தும்தான் வாழ வேண்டிய சூழல். சட்டத்திற்குப் புறம்பாக இவர்கள் நிலங்களைக் கையகப்படுத்துவதைத் தடுக்கவும் இவர்களது கொடுங்கோல் ஆட்சியைக் கேள்வி கேட்கவும் அரசாங்கமோ காவல்துறையோ தயாராக இல்லை. எல்லாக் கட்சிகளும் இவர்களின் சொல்படி கேட்டும் இவர்களிடமிருந்து கட்சிக்கு நன்கொடைகளெனும் பெயர்களில் இலஞ்சம் வாங்கியும் ஏழை விவசாயிகளுக்குத் துரோகமிழைத்துக்கொண்டிருந்தார்கள்.

இது, இ.எம்.எஸ்., தலைமையிலான அமைச்சரவை பதவியிலிருந்த காலகட்டம் என்பதால், குஞ்ஞாலி ஒரு விஷயத்தில் உறுதியுடனிருந்தார். மேலே குறிப்பிட்ட வன உரிமையாளரின் நிலத்தை தனது தலைமையில் கையகப்படுத்தும்போது அந்த உரிமையாளர் தரப்பில் காவல்துறை தலையிடாமலிருப்பதற்குத் தேவையான ஏற்பாடுகளையும் அவர் முன்கூட்டியே செய்து விடுவார். நிலத்திற்காக ஏங்கும் விவசாயிகளிடம் நிலம் வேண்டுமென்றால் குறிப்பிட்ட ஒரு தொகையைக் கட்சிக்கு நன்கொடையாகத் தரவேண்டுமென்பார். மார்க்சிஸ்ட் தலைமையிலான அரசாங்கமென்பதால் தங்களுக்கு நிச்சயமாக நிலம் கிடைக்குமெனும் ஆசையில் விவசாயிகள் தொகையைக் கொடுத்து நிலத்தின் அனுபவ உரிமையை விலைக்கு

வாங்குவார்கள். இப்படியாக, கட்சித் தலைவர்களது ஆசீர்வாதத்துடன் வன முதலாளியின் கைவசமிருந்த நிலத்தை விவசாயிகள் விலைக்கு வாங்குவார்கள். ஆனால், கதை அதன்பிறகுதான் ஆரம்பிக்கும். விவசாயிகள், குடிசைகள் அமைத்துக் குடும்பமாக அங்கே வசிக்கத் தொடங்கும்போது நமது வன முதலாளியும் விரைந்து வந்து வேலை செய்யத் தொடங்குவார். தலைவர்களைப் போய்ப் பார்ப்பதுவும் சிபாரிசுக்குமேல் சிபாரிசும் வரும்போது தலைவர் மனம் கனிவார். கொஞ்சம் விவசாய நிலத்தையும் கூடவே கொஞ்சம் பணத்தையும் வாங்கிவிட்டு நிலத்தை வைத்திருக்கும் ஏழை விவசாயிகளை தனது தலைமையிலேயே அங்கிருந்து அப்புறப்படுத்துவார். பிறகு, மற்றொரு வன முதலாளியின் கைவசமிருக்கும் நிலத்தைக் குடியானவர்களுக்குப் பங்கீடு செய்வதற்குத் தலைமையேற்பார். இப்படி, ‘உழுபவனுக்கே நிலம் சொந்தம்’ என்ற கோஷத்தை முதலீடாக வைத்தும், அதிகாரப்பீடத்தில் இருக்கும் மதர்ப்பின் காரணமாகவும், கிடைக்கிற எந்த ஒரு வாய்ப்பையுமே பாழ்படுத்தி விடாத தலைவர்கள், தங்களின் பின்னால் அணிவகுத்து நிற்கும் விவசாயிகளிடமிருந்தும் முதலாளிகளிடமிருந்தும் ஒரே நேரத்தில் பணத்தையும் நிலத்தையும் அபகரித்துத் தங்களது வாழ்க்கையை ஆழ உழுதார்கள். இந்த ஒட்டுண்ணி இனம் மிகவும் பயப்படுகிற ஒரு கூட்டமுமிருந்தது. விவசாய எழுச்சியின், ஆயுதப்புரட்சியின் கோஷங்களுடன் விவசாயிகளை விமோசனத்தின் பாதையினூடே தைரியமாக வழி நடத்திச் செல்வதற்கு தங்களது உயிரையும் அர்ப்பணம் செய்யத் தயாராக முன்வந்திருக்கும் புரட்சியாளர்களுக்கும், தங்களது சுரண்டலுக்கும், அடக்குமுறைக்கும், ஆட்பட்டு அடித்தட்டில் வாழ்கிற விவசாயிகளுக்குமிடையிலான உறவை அவர்கள் தங்களால் இயன்ற எல்லாச் சக்திகளையும் உபயோகித்து சீர்குலைப்பதற்கான முயற்சிகளில் ஈடுபட்டார்கள். ஏனென்றால், புரட்சிகர கோஷத்துடன் விவசாய சேவை எனும் பெயரில் தாங்கள் இழைத்து வரும் கொடும் வஞ்சகம் வெளிப்படையாகத் தெரிந்து விட்டால் தங்களுடைய பாதுகாப்பு வளையத்திலிருந்து விவசாயிகள் விடுதலையாகி விடுவதுடன், உண்மையான புரட்சியின் பாதையில் வந்து சேர்ந்தும் விடுவார்கள் எனும் அச்சம்தான். இந்த விஷயத்தில் மற்ற எல்லாரை விடவும் பயம், இவர்களுக்குத்தான். ஊழலுக்கும் இலஞ்சத்திற்கும் ஆட்படாமலும் ஆசை வார்த்தைகளில் மயங்காமலுமிருக்கும் இந்தப் புரட்சியாளர்களை, தந்திரங்களால் வீழ்த்த இயலாத நிலையில் கொன்றுவிடவும் தயங்காது இந்த ஒட்டுண்ணி வர்க்கம் என்பதைத் தெளிவுபடுத்திய ஒரு சம்பவம்தான் கத்திக்காளன்பொயிலும் புளப்பாடத்தில் நடந்த விவசாயிகள் கிளர்ச்சியின்போது நடந்த தோழர் சாண்டியின் கொலை.

கத்திக்காளன்பொயிலில், தன்னுடைய தலைமையில் நிலத்தைக் கைப்பற்றிய விவசாயக் குடும்பங்களை உள்ளூர்ப் பிரமுகரான கோபாலன் கேட்டுக்கொண்டதற்கிணங்க, அதே

குஞ்ஞாலியே குடியிருப்பைக் காலி செய்யவேண்டுமென்றும் சொன்னார். ஏற்கனவே இதுபோல் ஒரு பிரமுகரின் நிலத்தில் குடியேறிய இந்தக் குடும்பங்கள், அங்கிருந்தும் காலி செய்ய வேண்டியதிருந்ததால் மிகுந்த சிரமங்களுக்குள்ளானார்கள். இதை விடவும் நல்ல விவசாய நிலம் வேறொரிடத்திலிருக்கிறது என்று ஆசை வார்த்தைகளைக் காட்டி அவர்களைக் குடியிறங்கச் சொன்னார் குஞ்ஞாலி. ஒரு இடத்திலிருந்து மற்றொரு இடத்திற்கென தங்களை இப்படியே அலைக்கழிக்கும் தலைவர்மீது அந்த ஏழை விவசாயிகளுக்கு அதிருப்தியேற்பட்டதில் ஆச்சரியப்படுவதற்கு என்ன இருக்கிறது? தலைவர், சம்பாதித்துக் குவித்துக்கொண்டிருப்பதையும் விவசாயிகள் கவனித்துக்கொண்டுதானிருந்தார்கள். சிக்கலான இந்தக் காலகட்டத்தில்தான் தோழர் சாண்டி மற்றும் கோழிக்கோடு குழுவிலிருந்து நிலம்பூருக்கு வந்து சேர்ந்த மற்ற தோழர்களுடன் முஸ்லிம் விவசாயப் பெண்மணியாகிய இத்திமா என்பவர் தொடர்புகொள்கிறார். கத்திக்காளன்பொயில் விவசாயிகளினிடையில் வீரத்துடன் தலைமையேற்றுப் போராடிய இத்திமா, அந்தப் பகுதியில் வலுவான ஒரு சக்தியாகத் திகழ்ந்தார். முதலில், குஞ்ஞாலியின் வலது கையாக செயல்பட்டு வந்தவர்தான் இத்திமா. இடுப்பில் கட்டாரியையும் சொருகிக்கொண்டுதான் இவர் நடமாடுவார். மற்ற ஆண்களுடன் சேர்ந்து தலை நிமிர்ந்து நின்றுப் போராடுவதற்கு துணிச்சலுடன் முன்வந்த இத்திமா, ஏரநாட்டின் உழைக்கும் வர்க்கப் பெண்களின் ஒரு யதார்த்தப் பிரதிநிதியாக இருந்தார். 1921இல் மலபாரில் நடந்த விவசாயிகள் கிளர்ச்சியின்போது பூக்கோட்டூர் எனுமிடத்தில் பிரிட்டிஷ் இராணுவத்துடன் சண்டையிட்டு வீரமரணமடைந்த அந்த முஸ்லிம் பெண்மணியின் பாரம்பரியத்தை ஒரு துண்டுபூமிகூட சொந்தமாக இல்லாத இந்த முஸ்லிம் பெண்ணும் பின்தொடர்ந்தார். கத்திக்காளன்பொயிலிலும் மற்ற இடங்களிலும் நடந்த விவசாயிகள் கிளர்ச்சிகளும் அதன் பின்விளைவுகளும் முடிந்து பல வருடங்களான பிறகும் துண்டு நிலம்கூட இல்லாமல்தான் இத்திமா இன்றும் வாழ்ந்து வருகிறார். அன்று, கத்திக்காளன்பொயில் முதலாளிகளுடன் சேர்ந்து குஞ்ஞாலி தங்களுக்கு இழைத்த வஞ்சகம், இத்திமா உள்ளிட்ட விவசாயிகளின் கண்களைத் திறந்தது. தலச்சேரி—புல்பள்ளி நிகழ்வு, கிராமப்புறங்களில் அடித்தட்டில் வாழும் பிரிவினரிடையில் எழுப்பிய அந்தப் புத்துணர்வு, விவசாயிகள் தலை நிமிர்ந்து நிற்கவும், அக்கிரமங்களுக்கும் அராஜகங்களுக்குமெதிராக போராடவும் இதன் அடிப்படையில் அணிதிரளவும் வேண்டுமென்ற தூண்டுதலை அளித்திருந்தது. இப்படியாக, புரட்சியாளர்களுடன் தொடர்புகொண்ட கத்திக்காளன்பொயில் இத்திமாவும் பிற விவசாயிகளும் தங்களின் பிரச்சினைகளை வந்த தோழர்களிடம் விவரித்தார்கள். தோழர்களின் வழிகாட்டுதல் எங்களுக்குத் தேவையென்றும் அவர்கள் கேட்டுக்கொண்டார்கள். ஏனென்றால், இடத்தைக் காலிசெய்ய மறுக்கும் விவசாயிகள் அடித்துத்

துரத்தப்படுவார்களென்று குஞ்ஞாலியும் அவரது கூட்டமும் மிரட்டிக் கொண்டிருந்தது. தோழர்கள் அந்தக் கிராமத்தில் தங்கி பணியாற்றத் துவங்கினார்கள். அங்குள்ள வனப்பிரமுகரையும் அவருக்கு ஆதரவாக வரும் காவல்துறையையும் தைரியமாக நின்று எதிர்கொள்ளவேண்டுமென்றும், காலி செய்ய வரும்போது எதிர்த்து நின்றுப் போராட வேண்டுமென்றும் விவசாயிகளைத் தூண்டினார்கள் போராளிகள். இந்தக் குடியேற்ற விவசாயிகளில் பெரும்பகுதியும் முஸ்லிம்கள். இதன்பிறகு, விவசாய நிலங்களில் பயிர் செய்யும் தங்களைத் தடுப்பதற்காக வந்த காங்கிரஸ்காரன் கோபாலனையும் அவரது ஆட்களையும் தோழர்களின் தலைமையில் விவசாயிகள் விரட்டினார்கள். இந்தச் சம்பவம் தந்த தன்னம்பிக்கை, அந்தப் பகுதி முழுவதிலுமுள்ள ஏழை விவசாயிகளிடம் மிகுந்தக் கிளர்ச்சியை உருவாக்கியது. விவசாயிகளைத் துப்பாக்கியைக் காட்டி மிரட்டியும் வாய்ப்புக் கிடைத்தால் அடிக்கவும், கொன்று விடவும் தயங்காமல் தன்னிஷ்டம்போல் திரிந்த கோபாலன், தனது படத்தைத் தாழ்த்திவிட்டுத் திரும்பிச் சென்ற சம்பவம் விவசாயிகளைப் பொறுத்தவரைக்கும் மிகப்பெரிய வெற்றியாக இருந்தது. அக்கம்பக்கங்களிலுள்ள பல்வேறு பகுதிகளில் கோபாலனைப்போலவும் அவரை விடவும் பெரிய பிரமுகர்களின் நித்திய அடக்குமுறைகளையும் மிரட்டல்களையும் அனுபவித்துக்கொண்டிருந்த அடித்தட்டில் வாழும் பிரிவினர், கத்திக்காளன்பொயிலுக்கு இரகசியமாக வந்து தோழர்களைத் தொடர்பு கொண்டார்கள். தங்களது பிரச்சினைகளை அவர்கள் ஒவ்வொன்றாக எடுத்துச் சொல்லி ஏழை விவசாயிகளிடமிருந்து வனப்பிரமுகர்கள் பறித்தெடுத்த நிலத்தைத் திரும்பப் பெறவேண்டுமென்றும் கேட்டார்கள். இப்படி, நிலமில்லாத ஐம்பதுவரையிலான விவசாயக் குடும்பங்கள் ஒருங்கிணைந்து கத்திக்காளன்பொயிலின் பக்கத்திலுள்ள புளப்பாடத்தில் விவசாயத்திற்குத் தகுதியான வனபூமியில் குடிசைகள்கட்டி தங்கியிருப்பதாக முடிவு செய்தார்கள். அங்குள்ள பிரமுகரிடம் துப்பாக்கியிருப்பது விவசாயிகளுக்குத் தெரியும். ஆகவே, அங்கே குடியேறுவதற்கு முன் அவரிடமிருக்கும் துப்பாக்கியைக் கை வசப்படுத்திவிடவேண்டுமென்று தோழர்கள் முடிவு செய்தார்கள். அப்படியாக, துப்பாக்கி, ஈட்டி, அரிவாள், தடிபோன்ற ஆயுதங்களுடன் ஒரு பெருங்கூட்டமாகச் சேர்ந்து கோஷங்களை எழுப்பியபடியே அந்த பிரமுகரின் வீட்டை வளைத்துக்கொண்டார்கள். வயல்களில் வேலை செய்துகொண்டிருந்த விவசாயத் தொழிலாளர்களும் பெண்களும் குழந்தைகளுமடங்கிய அந்தப் பெருங்கூட்டம் அந்தப் பிரமுகரைக் கையோடு பிடித்து துப்பாக்கிகளை ஒப்படைக்கச் சொன்னார்கள். அவரது வீடு முழுவதையும் சோதனையிட்ட பிறகும்கூட துப்பாக்கிக் கிடைக்கவில்லை. அதை அவர் எங்கோ மறைத்து வைத்துவிட்டார். கடைசியில், விவசாயிகள் அவரை எச்சரித்துவிட்டு சொன்னார்கள்: “உன் கையில் துப்பாக்கிகள் இருப்பது எங்களுக்குத் தெரியும். இனிமேல்

நீ அதை எங்கள்மீது பிரயோகித்தால் அப்புறம் உன் தலை இருக்காது என்பதை மட்டும் இப்போது சொல்லி வைக்கிறோம்." சட்டத்திற்குப் புறம்பாக ஏழை விவசாயிகளிடமிருந்து அவர் பறித்து வைத்திருக்கும் நிலங்களை விவசாயிகளே எடுத்துக்கொள்வதாகவும் இந்த நிலத்தில் பத்து ஏக்கரை அவர் வைத்துக்கொள்ளலாமென்றும் மிச்சமிருக்கும் இடம் முழுவதும் இனி விவசாயிகளுடையதென்றும் இதில் அவருக்கு எந்தவிதமான பாத்தியதையுமில்லையென்றும் விவசாயிகள் அவரிடம் தெரிவித்தார்கள். அவரும் தற்போதைக்கு படத்தைத் தாழ்த்திக்கொண்டார்.

புளப்பாடத்தில் நூற்றுக்கதிகமான ஏக்கர்கொண்ட விவசாய பூமியில் குடிசைகள் கட்டி தங்கியிருந்த ஏழை விவசாயிகள், சாண்டி உட்பட்ட தோழர்களின் தலைமையில் ஒருங்கிணைந்து விவசாயம் செய்ய ஆரம்பித்தார்கள். இது, மார்க்சிஸ்ட் தலைமையிலான அரசுக்கு ஒரு தாக்கீதுபோல் அமைந்துவிட்டது. 'உழுபவனுக்கே நிலம் சொந்தம்' எனும் கோஷத்தை நடைமுறைக்குக் கொண்டு வருகிற புதிய சில சட்டதிட்டங்களை அமைச்சர் பதவியை அலங்கரித்திருக்கும் நாங்கள் அமல்படுத்தியிருக்கிறோம் என்று சவடால் விட்ட மார்க்சிஸ்ட் தலைமை, உண்மையில் விவசாயிகளின் நிலமீட்பு போராட்டத்திற்கு உதவியாக இல்லையென்பதை தெளிவாக நிரூபித்த சம்பவங்கள்தான் பின்னால் நிகழ்ந்தன.

புளப்பாடம் நிலமீட்பைத் தடுப்பதற்காக மலப்புரத்திலிருந்து சுமார் இருபது எம்.எஸ்.பியும் ரிசர்வ் போலீசாரும் அடங்கிய ஒரு முகாமை அரசு புதிதாக ஸ்தாபித்தது. அன்றைய தினமே எதிரிலிருந்த நான்கு குடிசைகள் காவலர்களால் பிய்த்தெறியப்பட்டன. ஆனால், விவசாயிகள் மோதலுக்குத் தயாராக இருப்பதை அறிந்து பயந்துபோன அவர்கள் பிறகு பெரிய அளவிலான பிரச்சினைகளுக்கொன்றும் இடம் தரவில்லை. இடையிடையே விவசாயிகளுக்குத் தொல்லைக் கொடுத்துக்கொண்டிருந்தக் காவலர்களை விவசாயிகளும் தோழர் சாண்டியும் தடுத்து நிறுத்தினார்கள். முகாமைத் தாக்கிவிடுவார்கள் என்று பயந்து காவல்துறை தன்னுடய போக்கை மாற்றிக்கொண்டது. எப்போதுமே கைகளில் ஆயுதங்களுடன்தான் விவசாயிகள் நடமாடினார்கள். இந்தக் காட்சியைப் பார்க்கும் காவலர்களுக்கு புல்பள்ளியின் ஞாபகம் வந்து தொந்தரவு செய்தது. புரட்சிகர சிந்தனையின் தாக்கத்தில் வாழ்கிற இவர்களைக் கவனமாகவே கையாளவேண்டுமென்பதைப் புரிந்துகொண்ட காவல்துறை, தகுந்த சந்தர்ப்பத்தை எதிர்பார்த்துக் காத்திருந்தது. இந்த இக்கட்டான சூழலில், கோழிக்கோட்டிலிருந்து வந்திருந்த சில தோழர்களிடம் அவர்களது பழைய அரசியல் தாக்கங்கள், ஒரு டைம்பாம்போல் நேரம் பார்த்து வெளிப்பட்டது. மார்க்சிஸ்ட் கட்சியின் திருத்தல்வாத அணுகுமுறையையும் தொழிற்சங்கத்தின் வர்க்க உறவின் செயல்பாட்டையும் அப்படியே உட்கொண்டிருந்த சில தோழர்கள்,

தலச்சேரி — புல்பள்ளி கிளப்பிவிட்ட ஆவேசத்துடன் இயக்கத்திற்குள் வந்திருந்தாலும் அவர்களது கடந்த கால உபத்திரவங்கள் அவர்களை விட்டு பூரணமாக அகலவில்லை. சிக்கலான வேளைகளில்தான் இது செயல்படவும் செய்தது. தங்களுடைய எதிரிகள் யாரென்பதில் அவர்களுக்குத் தெளிவில்லாமலிருந்தது. வனப்பிரமுகரை உண்மையான எதிரியாகவோ, அரசாங்கத்தின் ஆயுத பலத்தில் மட்டுமே தங்களது இருப்பை உறுதிப்படுத்திக்கொண்டிருப்பவர்கள் என்பதையோ கவனத்தில் கொள்ளாமல் அவர்களது விருப்பங்களைப் போற்றுவதற்காக வந்திருக்கும் காவல்துறையிடம் ஒத்தியல்பான மனோபாவத்தைப் பேணுவதற்கு முயற்சி செய்தார்கள். எதிரி தயாராவதற்குள் பாய்ந்துத் தாக்குவது என்கிற எண்ணம், கோழிக்கோட்டிலிருந்து வந்திருந்த தோழர்களிடம் இல்லாமல் போயிருந்தது. நீதிமன்றத்தை நாடினால் விவசாயிகளுக்கு நிலத்தின்மீதான உரிமையை சட்டபூர்வமாக்கி விடலாமெனும் ஒரு கருத்தும் இதனிடையே மேலோங்கி நின்றது. இப்படியாக அங்குள்ள செயல்பாடுகளுக்கு இயங்கும் தன்மை கை விட்டுப் போயிருந்தது. போதுமான அனுபவமோ சரியான ஒரு பார்வையோ இல்லாமல், போராட்டத்தைச் சட்டபூர்வமாக மாற்றிக்கொள்கிற முயற்சியை மேற்கொள்ள வேண்டுமென்ற தவறான பார்வை மேலும் வளரத் துவங்கியது., கிடைத்த இந்தச் சந்தர்ப்பத்தைப் பாழ்படுத்திவிடாமல் சில இரகசிய முயற்சிகளை மார்க்சிஸ்ட் தலைமையும் செய்தது.

இதனிடையில், காங்கிரஸ்காரர்களால் கொலை செய்யப்பட்டார் குஞ்ஞாலி. மார்க்சிஸ்ட் தலைமையிலான அரசாங்கம் என்பதால் நிலம்பூரின் மிக முக்கியமான ஒரு நபராக மாறியிருந்தார் குஞ்ஞாலி. அங்குள்ள சில ரப்பர் எஸ்டேட் தொழிற்சங்கங்களிலும் குஞ்ஞாலியின் ஆதிக்கம்தான் மிகுதியாக இருந்தது. அதிகாரத்தின் திரைமறைவில் மட்டுமே வளர்ச்சியடைந்துகொண்டிருந்த காங்கிரஸ் முக்கியஸ்தர்களுக்கு குஞ்ஞாலியின் இந்த வளர்ச்சி ஒரு பயமுறுத்தலாக இருந்தது. இப்படியாக, கொள்ளையடித்தச் சொத்தைப் பங்கு போடுவதில் அவர்களுக்குள் ஏற்பட்ட தகராறு, கடைசியில் குஞ்ஞாலியின் மரணத்தில்போய் முடிந்தது.

குஞ்ஞாலி கொலை செய்யப்பட்டாலும் கோழிக்கோட்டிலிருந்து வந்து புளப்பாடத்தில் பணியாற்றிக் கொண்டிருந்த தோழர்களின் தயக்க நிலையை வட்டார காங்கிரஸ் தலைமை, தனக்கு சாதகமாகப் பயன்படுத்திக்கொள்ள அதிகக் காலதாமதம் தேவைப்படவில்லை. புளப்பாடத்தின் மார்க்சிஸ்ட் தலைவராகிய ராஜன், உயர்மட்டத் தலைமையுடன் தொடர்புகொண்டு அவசரமான இரகசிய ஆலோசனைகளில் ஈடுபட்டதாகவும் தெரிய வந்தது. போராட்ட வீரியத்துடனும் புரட்சிகர சிந்தனையுடனும், நிலத்தின்மீதான பிறப்பியல் உரிமையை எவ்விதத் தியாகங்களை

ஏற்றும் பாதுகாப்பதற்குத் தயாரான இத்திமாவைப்போன்ற விவசாயிகள், தங்களை வழிநடத்தியவர்களின் இந்தத் தடுமாற்றத்தின் காரணமாக எதையும் செய்ய முடியாமல் திகைத்தார்கள். இப்படியான ஒரு சந்தர்ப்பத்தில், தோழர் சாண்டியையும் கோழிக்கோட்டிலுள்ள மற்றொரு தோழரையும் மூஸா, செட்டியார் எனும் இரண்டு விவசாயத் தோழர்களையும் அரசாங்க உத்தரவுபடி இடக்கரையிலிருந்து வந்த காவலர்கள் கைது செய்து கொண்டுபோனார்கள். எதிர்பாராத இந்தக் கைது நடவடிக்கை தோழர்களை சற்று உலுக்கிவிட்டது. காவல்துறையிடம் பரிவுடன் நடந்துகொண்டது தவறாகப் போய்விட்டதென்பதை தோழர் சாண்டியும் மற்றத் தோழர்களும் அப்போதுதான் சரியாக உணர்ந்துகொண்டார்கள். மறுநாள், இன்னும் ஐந்தாறு பேர்களைக் கைது செய்து மஞ்சேரி சப்ஜெயிலில் ரிமாண்டில் வைத்தார்கள். இரண்டு மூன்று நாட்களுக்குள் ஜாமீனில் வெளிவந்த இந்தத் தோழர்கள், அடுத்து என்ன செய்வது என்று முடிவெடுத்து அதற்குத் தயாராகிக்கொண்டிருந்தார்கள். தோழர் சாண்டி ஜாமீனில் வெளிவந்த இரண்டாவது நாள், அதாவது, 1969 அக்டோபர் 7ஆம் தேதி காலை ஐந்து மணிக்கு புளப்பாடத்தின் பக்கத்திலுள்ள ஒரு வயலில் வைத்து ராஜனின் தலைமையிலான சுமார் இருநூறு குண்டர்களால் மிகவும் கொடூரமானத் தாக்குதலுக்கு ஆளானதாகவும் அதைத் தொடர்ந்து நடந்த சம்பவங்களையும் பற்றிய தகவல், பிற தோழர்களிடமிருந்து கிடைத்தது. காலில் குண்டடிபட்டு வீழ்ந்த தோழரின் தலையிலும் மற்ற பகுதிகளிலும் கோடாரியால் மிகவும் கொடூரமாக வெட்டியிருக்கிறார்கள். பயமென்றால் என்னவென்று அறியாத அசாமானிய வீரரான அந்தப் புரட்சியாளர், விழுந்துகிடந்த நிலையிலேயே எதிரிகளுடன் போராடியிருக்கிறார். மிக மோசமான முறையில் அவரைத் தாக்கி விட்டு அங்கிருந்து அலறிப்பாய்ந்த இந்தக் குண்டர்கள் கூட்டம், புளப்பாடத்திலும் கத்திக்காளன்பொயிலிலும் குடியேறியிருந்த விவசாயிகளை அங்கிருந்து அடித்து விரட்டினார்கள். இதற்கான எல்லா வசதிகளையும் காவலர் முகாம் செய்துகொடுத்தது. சட்டத்திற்குப் புறம்பாக விவசாய நிலத்தை வைத்து அனுபவித்துக்கொண்டிருக்கும் காட்டு ராஜாக்களுக்காக காவல்துறை செய்து கொடுத்த அந்த கங்காணிப் பணி, மக்களின் அரசு எனும் மாயத்தோற்றத்தை சிருஷ்டித்திருந்த மார்க்சிஸ்ட் கட்சியின் தலைமையிலான அரசாங்கத்தினுடையது. அவர்களால் இப்படி அடித்து விரட்டப்பட்டவர்கள், சொந்த நிலமில்லாத ஏழைகள் என்பது நாம் நினைவில் வைத்திருக்க வேண்டிய ஒரு உண்மை. சாகக்கிடக்கும் தோழர் சாண்டியிடம் மரணவாக்குமூலம் வாங்கவேண்டும்; அவரை உடனே மருத்துவமனைக்குக் கொண்டுபோகவேண்டுமென்ற புளப்பாட விவசாயிகளின் கோரிக்கைகளை காவல்துறை கண்டுகொள்ளவே இல்லை. கடைசியில், ஏதோ ஒரு எஸ்டேட் ஜீப்பை விவசாயிகள் தடுத்தி நிறுத்தி நிலம்பூர் மருத்துவமனைக்குக் கொண்டுபோகும் வழியில் தோழர்

மரணமடைந்தார். பரிசோதனை செய்யப்பட்ட சடலம், புளப் பாடத்தில் அடக்கம் செய்யப்படவேண்டுமென்ற விவசாயிகளின் கடைசி கோரிக்கையையும் ஏற்காமல் சடலத்தை அவரது மகன் ஃபிரான்சிடமும் ஒப்படைக்காமல் அவர்களே அடக்கம் செய்தார்கள். மரணமடைந்த நிலையிலும்கூட இந்தத் தோழர், அதிகார வர்க்கத்தின் சிம்மசொப்பனமாகவே திகழ்ந்தார்.

1968 நவம்பர் இறுதியில் திருநெல்லி கோர வனத்தில் வீர மரணமடைந்த தோழர் கிஸான்தொம்மனைப்போல் தோழர் சாண்டியும் சமூகப்புரட்சியின் பலிபீடத்தில் தயக்கமில்லாமல் தன்னுயிரை அர்ப்பணம் செய்தார். மரணத் தருவாயிலும்கூட எவ்வித சஞ்சலமுமில்லாத அந்தப் புரட்சியாளர், இறவாத் தன்மைபெற்ற தியாகிகளின் பட்டியலில் பெருமையுடன் தனது பெயரையும் எழுதிக்கொண்டார்.

20

குற்றியாடியும் திருநெல்லியும்

தலச்சேரி—புல்பள்ளி சம்பவங்கள் நிகழ்ந்த முதலாண்டு விழாவை முன்னிட்டு 'தலச்சேரி— புல்பள்ளி முதல் வருடம்' எனும் ஒரு கையேட்டை வெளியிட்டோம். அதில், 'தலச்சேரியும் புல்பள்ளியும் தன்னுடைய இலட்சியத்திற்கான போராட்டத்தில் தற்காலிகத் தோல்வியை சந்தித்தது. ஆனால், அபூர்வமான ஏதாவதொன்றை அது அடைந்ததா என்றால் இதுதான்: நம்முடைய நாட்டில் ஒவ்வொரு மூலையிலும் ஒவ்வொரு கூரையினுள்ளும் புதியதொரு ஆவேசத்தையும் செய்தியையும் அது பகர்ந்திருக்கிறது. தீவிரமான சமூகப் பயன்பாட்டு நடவடிக்கைகளின்

அடிப்படையில் தங்களது இரத்தத்தையும் தசையையும் அர்ப்பணிக்கும் நக்சல்பாரியின் செய்தியை அது ஆழமாகப் விரிவுபடுத்தியிருக்கிறது. நம்முடைய மிகுந்த மரியாதைக்குரியவரும், அன்புக்குரியவரும், மாமனிதனும், ஆச்சாரியனுமாகிய மாவோ சேதுங் போட்டுத் தந்த இந்தப் பாதை, இந்நாட்டின் உழைக்கும் மக்களின் இதயத்தினுள் ஆழமாகப் பதிந்திருக்கிறது...' இந்தக் கலகங்கள், வயநாட்டினுள்ளும் அதன் தாழ்வாரப் பகுதிகளிலும் வாழ்கிற ஏழைகளும் துண்டுநிலம்கூட சொந்தமாக இல்லாதவர்களுமான விவசாயிகளின், தொழிலாளர்களின், அவல நிலையில் வாழ்கிற மற்ற பிரிவினரின் மனங்களில் தட்டியுணர்த்தப்பட்ட அந்த நுட்பமான ஆவேசமும் எதிர்பார்ப்புகளும் அந்தப் பகுதிகளில் ஒரு கொந்தளிப்பான நிலைமையை உருவாக்கியிருக்கிறது. இப்படியான ஆவேசத்தால் உந்தப்பட்ட எத்தனையோ விவசாயிகளும் விவசாயத் தொழிலாளர்களும் திருநெல்லி வனாந்திரப் பகுதிகளுக்குச் சென்று அங்கே தங்கியிருந்த புல்பள்ளி புரட்சியாளர்களுடன் சேர்ந்து புரட்சிக்கான போராட்டங்களில் தங்களையும் இணைத்துக்கொள்ள ஆயுதங்களுடன் புறப்பட்டிருந்தார்கள். ஆனால், இதனிடையில் புல்பள்ளி தோழர்களில் பெரும்பாலானவர்களும் பிடிபட்டு விட்டார்களென்ற தகவலையறிந்ததும் தற்போதைக்கு புல்பள்ளி கலகம் முடிவுக்கு வந்துவிட்டதைப் புரிந்துகொண்டு அவர்கள் பின்வாங்கினார்கள்.

சுமார் ஐம்பது பேர்களடங்கிய இப்படியான ஒரு குழுவுக்குத் தலைமையேற்று நடத்திச் சென்றவர் தோழர் கோயப்பிள்ளி வேலாயுதன் எனும் ஒரு விவசாயி. குற்றியாடி காவல்நிலையத்தின்மீது நடந்த தாக்குதலின்போது காவலர்களுடன் வீரத்துடன் நின்று போராடிய வேளையில் சுட்டுக்கொல்லப்பட்டவர்தான் தோழர் கோயப்பிள்ளி வேலாயுதன்.

தலச்சேரி—புல்பள்ளி கலகங்கள் முடிவுக்கு வந்ததுடன் எல்லாமே அஸ்தமித்துவிட்டதென்றும் கேரளத்தில் நக்சல்பாரி இயக்கம் தகர்ந்துபோய் விட்டதென்றும் பிரச்சாரம் செய்த சக்திகளுக்கு தகுந்த ஒரு பதிலடி தர வேண்டிய தேவை குற்றியாடியிலும் அதைச் சுற்றியிருந்த பகுதிகளிலும் போராட்டங்களுக்கான ஆயத்தங்களில் ஈடுபட்டுக்கொண்டிருந்த தோழர்களுக்கும் இருந்தது. கடல்பரப்பிலிருந்து ஆயிரக்கணக்கான அடி உயரத்தில், மேற்குத் திசையிலிருந்த வயநாடன் மலையடுக்குகளின் தென்மேற்குப்பகுதியின் ஒரு தாழ்வாரக் கிராமம்தான் குற்றியாடி. வயநாட்டின் அடிவாரப் பகுதியென்பதால் மிகவும் வளமான நிலப்பகுதியாகவும் இருந்தது. ஆனால், வறுமையென்பது அங்கேயும் ஒரு தீராவியாதியாக மாறியிருந்ததுடன் நாளுக்கு நாள் நிலைமை மேலும் மோசமடைந்துகொண்டிருந்தது. பெரும்பாலான உழைக்கும் மக்களும் நடைமுறையிலுள்ள விவசாயக் கட்டமைப்பின் கோளாறு காரணமாக வறுமைக்குள் தள்ளப்பட்டுக்கொண்டிருந்தார்கள். மிளகு,

நினைவுக்குறிப்புகள்

தேங்காய்போன்ற பணப்பயிர்களை மட்டுமே நம்பிய விவசாய அணுகுமுறையென்பதால் பன்னாட்டுச்சந்தையிலும் உள்நாட்டுச் சந்தையிலும் நிர்ணயிக்கப்படுகிற விலையை அடிப்படையாகக் கொண்டுதான் விவசாயிகளின் வாழ்க்கை முறையும் அமைந்திருந்தது. சந்தை விலை, தங்களுக்கு சாதகமாக அமையும்போது விற்பனை செய்வதற்கான எல்லா கையிருப்பு வசதிகளும்கொண்ட பெரும் முதலாளிகளையும் செல்வந்தர்களையும் மேலும் செழுமைப்படுத்தவும், அதே சமயம் விளைப் பொருட்களை உடனுக்குடன் விற்றுக் காசாக்கினால் மட்டுமே வாழ்க்கையை நகர்த்திச் செல்ல இயலுமெனும் நிலையில், மத்தியதர, கடைநிலையில் வாழ்கிற மக்களை மேலும் ஏழ்மைக்குள்ளாக்குகிற நிலைமையும்தான் ஒட்டுமொத்தமாகவே விவசாயத் துறையில் இருந்து வந்தது. வாழ்க்கைச் செலவுகள் அதிகரித்துக்கொண்டிருப்பதை அனுசரித்து விளைப்பொருட்களுக்கான விலையில் ஏற்றமில்லை. அறுவடையின்போது விலை குறைவதும் மற்ற நேரங்களில் அதிகரிப்பதுவும் சாதாரணமான ஒரு நிகழ்வென்பதால் விளைப்பொருட்களைப் பாதுகாத்து வைத்திருந்து விற்பனை செய்யும் வாய்ப்பில்லாதவர்கள் வருடம்தோறும் மென்மேலும் வீழ்ச்சியையே சந்தித்துக்கொண்டிருந்தார்கள். இந்த நிலைமைகளில் இன்றுகூட அங்கு மாற்றமெதுவும் வந்துவிடவில்லை. ஆட்சியாளர்கள், ஒன்றின்மீதொன்றாகக்கொண்டு வந்த நிலச்சீர்திருத்தச் சட்டங்களும் பசுமைப் புரட்சியும் கிராமப்புறங்களின் வர்க்க முரண்பாட்டை மேலும் அதிகரிக்கவே உதவுகிறது. மிகச்சிறு எண்ணிக்கையிலான நபர்களைத் தவிர மிச்சமுள்ள பெரும்பாலானவர்களையும் நித்திய சிரமத்திற்குட்படுத்திக் கொண்டிருக்கும் காட்சியைத்தான் மற்றெல்லா கிராமங்களையும்போல் குற்றியாடியிலும் காணமுடிந்தது. இதுவும் போதாதென்று சாதிய முரண்பாடுகள் வேறு. வயநாட்டில் இப்படிக் கீழ்நிலையில் வாழ்பவர்கள் ஆதிவாசிகளென்றால் இங்கே, செறுமக்கள், புலயர்போன்ற அரிஜனங்கள். தேசத்தின் பிற பகுதிகள்போல் இங்கேயும் ஒடுக்கப்பட்ட பிரிவினர் பொருளாதாரத்திலும் மிகவும் பின்தங்கியே இருந்தார்கள்.

இப்படியான, புரட்சிப் போராட்டங்களுக்கேற்ற பொருளாதாரம் மற்றும் அரசியல்ரீதியான குறைபாடுகளுடன்கூடிய அந்தப் பரந்து விரிந்தப் பகுதி முழுவதிலும் பல சிறு சிறு குழுக்களாகச் சேர்த்து மாதங்களுக்குள் ஒருங்கிணைத்து விட்டார்கள் தோழர்கள். தலச்சேரி—புல்பள்ளியின் செய்தி, அந்தப் பகுதிகளின் அடித்தட்டுப் பிரிவினர்களுக்கிடையில் தூண்டிய புத்துணர்வு, கேரளத்தின் நக்சல்பாரி இயக்கம் முடிவுக்கு வந்து விட்டதென்ற பிரச்சாரத்திற்கு நேரெதிரான விஷயமாக இருந்தது. உழைக்கும் பெண்களிடமும் சிறுவயதினரிடம்கூட புதியதொரு தன்னம்பிக்கையும் தலை நிமிர்ந்து நிற்பதற்கான மனோபாவமும் உருவாகியிருப்பதை அங்கே காண முடிந்தது.

கோழிக்கோடு சிறையிலிருந்த தோழர்களினிடையே உருவான

பிரிவினை, கே.பி. மற்றும் ஃபிலிப்பின் தலைமையின் கீழுள்ள தோழர்களை தலச்சேரி—புல்பள்ளி கலகங்களை முழுவதுமாக எதிர்க்கும் ஒரு நிலைபாட்டிற்குள் கொண்டுவந்து சேர்த்தது. சி.பி.ஐ (எம்.எல்.) யின் அரசியல் அறிக்கையைத் தொடர்ந்து உருவான முரண்பாடு, கே.பியையும் ஃபிலிப்பையும் தாங்களே கொண்டாடிய தலச்சேரி—புல்பள்ளி கலகங்களை வெளிப்படையாக எதிர்க்கும் நிலைக்குக் கொண்டுவந்து சேர்த்தது. கலகங்களில் பங்குவகித்ததுடன் அதற்குத் தலைமையேற்கவும் செய்த காரணத்தால் பேரும் புகழும், இயக்கத்தினுள் இடமும் தேடிக்கொண்ட இந்தக் கூட்டத்தினர் பிறகு தலச்சேரி — புல்பள்ளியின் பெயரைக் கேட்டாலே நடுக்கம் கொள்ளத் தொடங்கினார்கள் என்றால் இவர்கள் எந்த அளவுக்கு பின்னடைந்திருக்கிறார்கள் என்பதை நம்மால் புரிந்துகொள்ளமுடியும். தலச்சேரி — புல்பள்ளியைப்போல் ஒரு சம்பவம் இனிமேலும் நடந்து விடுமோ என்ற சந்தேகத்திலும் அப்படி நடந்து விடக்கூடாதே என்ற எண்ணத்துடனும் அவர்களுடன் தொடர்பு வைத்திருக்கும் வெளியிலிருக்கும் தோழர்களை குற்றியாடிபோன்ற இடங்களுக்கு அனுப்புகிற பயனற்ற ஒரு முயற்சியையும் மேற்கொண்டார்கள். இதனிடையில் தோழர் சாருமஜூம்தாரின் கேரள வருகையும் நடந்து முடிந்திருந்தது. தலச்சேரி — புல்பள்ளியை எதிர்க்கும் அதே நேரத்தில் ஜமீன்தாரியத்தைத் தகர்த்தெறியும் மார்க்கம்தான் உண்மையில் புரட்சியின் மார்க்கமென்று சுட்டிக்காட்டுகிற ‘இந்தியப் புரட்சியைக் குறித்த மார்க்சிய — லெனினிய பார்வை’ எனும் நூல் கேரள சி.பி.ஐ. (எம்.எல்.) யின் அதிகாரபூர்வ இலச்சினையுடன் பிரச்சாரத்திலிருந்து வந்தது. தனி நபர் அழித்தொழித்தல் சிந்தனைகளை ஆரம்பத்திலிருந்தே எதிர்த்தும், சித்தாந்த அடிப்படையில் மட்டுமே போராட்டத்தை நிகழ்த்திக்கொண்டுமிருந்த அப்பாவையும் மற்ற தோழர்களையும் வெளியே இருந்த எங்களின் மூலமாகத் தொடர்புகொண்ட குற்றியாடி தோழர்கள், இயக்கத்திற்கு வெளியிலுள்ள எதிரிகளுடனும் மட்டுமல்ல, இயக்கத்தினுள்ளிருக்கும் தவறான பார்வைக்கெதிராகவும் போராட வேண்டுமென்று மனத்தில் சங்கல்பம் செய்து செயல்படத் துவங்கினார்கள். முக்கிய எதிரி யாரென்கிற விஷயத்தில் எங்களுக்கு ஓரளவிலான தெளிவிருந்தது. ஏகாதிபத்திய பாதசேவகர்களும் தேசத்தின் ஜமீன் மற்றும் பெரு முதலாளிகளின் விருப்பங்களைப் பாதுகாப்பதுமான ஆட்சி அமைப்பை முக்கிய இலக்காகக்கொள்ளாத எந்தப் போராட்ட வடிவங்களுமே இயக்கத்தினை வழிதவறச் செய்துவிடும். இந்த இயக்கத்தின்மீது பொதுவாகவே மக்களிடம் உருவாகியுள்ள நல்லெண்ணத்திற்குப் பங்கம் விளைவிப்பதற்கு மட்டுமே இது உதவியாக அமையும் என்பதைப் புரிந்துகொண்ட தோழர்கள் ஒரு கலகத்திற்கான ஆயத்தங்களில் ஈடுபட்டார்கள்.

கேரள, சி.பி.ஐ. (மா — லெ) யின் அதிகாரபூர்வமான அமைப்பு, அம்பாடி சங்கரன்குட்டி, கோசலராமதாஸ் எனும் கண்கூடாகத்

தெரிந்த சந்தர்ப்பவாத கைகளில் போய்ச் சேர்ந்திருப்பதாகத் தெரிந்தபோது கே.பிக்கும் ஃபிலிப்பிற்கும் தோழர் சாருமஜூம்தாரின் அமைப்பு சார்ந்த செயல்பாட்டை முழுக்க சரியானதென்று விவாதிப்பதற்கு இயலாமல்போனது. ஆனால், தோழர் சாருமஜூம்தாரின் 'ஜமீன்களை அழித்தொழித்தல்' பார்வையில் அவர்களுக்கும் உடன்பாடிருந்தது. அவர்களும் இப்படியான நடவடிக்கைகளை ஒழுங்குபடுத்துவதற்கான ஏற்பாடுகளைக் கவனிப்பதற்கு கோழிக்கோட்டிலும் திருச்சூரிலும் பாலக்காட்டிலுமெல்லாம் செயல்பட்டுக்கொண்டிருந்த சில தோழர்களுக்கு ஊக்கமளித்து வந்தார்கள்.

இப்படியாக, அகில இந்திய அளவில் வெடித்துக் கிளம்பிய இரண்டு பார்வைகள் சார்ந்து கருத்தியல் தளத்தில் நிகழ்ந்துகொண்டிருந்த ஜீவமரணப் போராட்டம், செயல்பாட்டுத் தளத்திலும் வியாபிக்கத் துவங்கியது. வயநாட்டின் தாழ்வாரப் பகுதிகளிலுள்ள கிராமப்புறங்களில் கொதித்துக் கிளர்ந்த ஆவேசத்துடன் இரகசிய ஏற்பாடுகள் நடப்பதை அறிந்துகொண்ட மற்ற பிரிவினர், தாங்கள் திட்டமிட்டிருந்த எதுவுமே நடக்காமல்போனதால், தலச்சேரி — புல்பள்ளி மாதிரியிலான சம்பவங்கள் ஏதாவது நிகழ வாய்ப்புள்ள இடங்களைத்தேடி தங்களது ஆட்களை அனுப்பி வைத்தார்கள். எண்ணிக்கையில் நாங்கள் குறைவானவர்களாகவே இருக்கிறோம். இருந்தாலும், நடைமுறையிலுள்ள அதிகார, மற்றும் சமூகக் கட்டமைப்புகளுக்குச் சவால் விடுக்கும்விதமாக, எங்களின் எதிரில் அணிவகுத்து நின்றிருக்கும் மிகப் பெரிய அடக்குமுறை இயந்திரத்தை கேள்வி கேட்க எங்களால் இயலும் என்று களத்திலிறங்கிய விவசாயத் தோழர்களது வான்முட்டும் புரட்சி ஆவேசத்தைக் குலைப்பதற்காகவும் போராட்டத்தைத் தடுப்பதற்காகவும் அவர்கள் வரைமுறையற்ற முயற்சிகளில் ஈடுபட்டார்கள். தலச்சேரி—புல்பள்ளி நிகழ்வுகளுக்குத் தலைமையேற்றிருந்த தோழர்களினிடையில் உருவான இந்தப் பிரிவு, விவசாயத் தோழர்களையும் ஓரளவு பாதிக்கத் தொடங்கியது. கருத்தியல் தடுமாற்றத்திற்குள் அகப்பட்டு சிலர் உற்சாகமிழந்தவர்களாக மாறினார்கள். மற்ற சிலர் செய்வதறியாமல் திகைத்தார்கள். கிடைத்த வாய்ப்பைப் பாழாக்க விரும்பாத சில சந்தர்ப்பவாதிகள், கிராமப்புறங்களில் பல்வேறு மோசமான வதந்திகளைப் பரப்பத் தொடங்கினார்கள். ஆனால், இவற்றில் எதுவுமே தோழர் வேலாயுதனைப்போன்ற வீரர்களை எந்தவகையிலும் பாதிக்கவில்லை. தலச்சேரி — புல்பள்ளியின் நினைவுகளை எப்போதுமே நினைவிலிருத்தி இயக்கத்தை அவ்வளவு எளிதாகவெல்லாம் தகர்த்துவிட இயலாதென்பதை மக்களுக்கு எடுத்துக்காட்டுகிற மன உறுதியுடனிருந்த இந்த விவசாயத் தோழர்கள், தங்களது சக்தி முழுவதையும் பயன்படுத்தி குற்றியாடி காவல்நிலையத்தைத் தாக்கவும், ஆயுதங்களைக் கை வசப்படுத்தவும்,

தொடர்ந்து பதிவாளர் அலுவலகத்தைச் சூறையாடவும், மிகப் பெரிய ஜமீன்தாரும் மேல்சாதிக்காரனுமாகிய ஒருவரின் வீட்டை கொள்ளையடிக்கவும் முடிவு செய்திருந்தார்கள்.

1969 டிசம்பர் 17ஆம் தேதி நடுச்சாமம் கடந்ததும் புல்பள்ளிப் போராளிகள் வெளிப்படுத்திய அதே ஆவேசத்துடன் ஒன்றிணைந்த இந்த விவசாயத் தோழர்கள், கலகத்தைத் தோல்வியடையச் செய்கிற இரகசிய முயற்சிகளுக்கு சவால் விடுப்பதுபோல் பல்வேறு வகைப்பட்ட பயங்கர ஆயுதங்களையுமேந்தி குற்றியாடி காவல்நிலையத்தை நோக்கி அணிவகுத்தார்கள். அன்று நடந்த சண்டையின்போது தோழர்கள், காவல்நிலையத்தின் பல பகுதிகளை வெடிகுண்டுகளை வீசித் தகர்த்தார்கள். பதிவுச் சான்றுகள் வைத்திருந்த அறையில் பெட்ரோலை ஊற்றி தீ வைத்தார்கள். இந்த ஆர்ப்பாட்டத்தினிடையே உதவி ஆய்வாளர் பிரபாகரனின் இடது கை ஒடிந்துத் துண்டாகி விட்டது. ஆயுதங்களை கை வசப்படுத்தும் முயற்சியில் அரை மணி நேரம் மிகப் பயங்கரமான ஒரு யுத்தமே நிகழ்ந்தது. தலச்சேரி — புல்பள்ளி கலகங்களில் ஏற்கனவே பீதியடைந்து போயிருந்த அரசாங்கம், இரவு நேரங்களில் பாரா காவலர்கள் துப்பாக்கியில் குண்டை நிரப்பிக்கொள்வதற்கான அனுமதியை அளித்திருந்தது. குற்றியாடி காவல் நிலையத்தில் அன்று இரவுப் பணியிலிருந்த பாரா காவலர், அடைத்துப்பூட்டிய அறையின் வாசல் கதவிலிருந்த துவாரத்தினூடே பயனெட்டைப் பிணைத்துக் குறி பார்த்துக்கொண்டிருந்தார். முதன் முதலாக, காவலர்களுடன் நேரடியாக நடந்த இந்த வீரப் போராட்டத்தின்போது, துப்பாக்கியின் கண்ணெதிரில் நின்று உள்ளே நுழைந்துவிடுவதற்கு முயற்சி செய்த தோழர் வேலாயுதன் குண்டடிபட்டு கீழே சாய்ந்து துடிதுடித்து மாண்டார். இத்துடன் தோழர்கள் பின்வாங்கத் தொடங்கினார்கள். அவர்களது கையிலிருந்த வெடி மருந்துகள் அனைத்தும் தீர்ந்துபோய் விட்டன. அங்கிருந்துக் கிளம்புவதற்கு முன் 'தலச்சேரி — புல்பள்ளி முதல் வருடம்' எனும் கையேட்டின் நிறைய பிரதிகளை காவல்நிலையத்தின் முற்றமெங்கும் வீசினார்கள். தாங்கள் யாரென்பதையும் தங்களது நோக்கமென்னவென்பதையும் அவர்கள் வெளிப்படையாகவே அறிவித்தார்கள். இந்த வீரப் போராட்டம் ஆட்சியிலிருப்பவர்களும் இல்லாதவர்களுமான எல்லா பாராளுமன்ற ஜனநாயகவாதிகளையும் ஒரு பேரிடியாக வந்துத் தாக்கியதில் ஆச்சரியப்படுவதற்கு எதுவுமே இல்லை. அந்தக் காலகட்டத்தில்தான் குற்றியாடியின் பக்கத்திலுள்ள பேராம்புர காவல்நிலையத்தில் நடந்த மிருகத்தனமான சித்திரவதையைப்பற்றிய கதைகள் ஊர் முழுவதும் பேசப்பட்ட சம்பவமும் நிகழ்ந்தது. இது, இ.எம்.எஸ்சின் அமைச்சரவை குப்புறக் கவிழ்ந்து அச்சுதமேனோனின் அமைச்சரவை அதிகாரத்தில் வீற்றிருந்தக் காலகட்டம். குற்றியாடி காவல்நிலையம் தாக்கப்பட்ட பிரச்சினைக்கு சம்பந்தமே இல்லாத நிறைய மார்க்சிஸ்ட் கட்சித் தொண்டர்களை

காவல்துறை பிடித்துக்கொண்டுபோய் பேராம்புரயில் வைத்து மிக மோசமாக தாக்கியிருக்கிறது. உதவி ஆய்வாளர் பிரபாகரனின் கையிலிருந்து ஒடிந்து விழுந்த சதைப் பகுதியைத் தின்ன வைத்ததும் மூத்திரம் குடிக்க வைத்ததுமெல்லாம் பத்திரிகைச் செய்தியாகவும் வெளிவந்திருந்தது.

ஆனால், குற்றியாடி தாக்குதல், நக்சல்பாரி இயக்கத்தினுள்ளேயே மிக மோசமான எதிர்ப்புகளை நேரிட்டது. சம்பவம் நடந்த 24 மணி நேரத்திற்குள் பீஜிங் வானொலி, உணர்ச்சிப் பிரவாகத்துடன் அதை சிலாகித்துச் செய்தி வெளியிட்டது. இருந்தாலும் கட்சியின் தலைமையிடமான கல்கத்தாவின் செய்தி ஸ்தாபனம் இந்தச் சம்பவத்தைக் குறித்து மௌனம் பூண்டது. பீஜிங் வானொலியின், சீன கம்யூனிஸ்ட் கட்சியின் பெயர்களால் உத்தரவுகளைப் பிறப்பிப்பதாகவும் அவர்களது வழிகாட்டுதலையே முழுமையாகப் பின்பற்றுவதாகவும் இயக்கத்தினுள் அவ்வப்போது உறுதிமொழி கூறுகிற தோழர் சாருமஜூம்தார், குற்றியாடியின்மீது எடுத்த இந்த நிலைபாட்டின்மூலம் அவர் முதலில் தெரிவித்த வார்த்தைகளின்மீது உண்மையுடனில்லை என்பதையே தெளிவுபடுத்தியது. தலைமையின் ஆசீர்வாதத்துடன் மட்டுமே நடக்கிற எந்த போராட்டத்தையும் அது தவறாகவே இருந்தாலும்கூட தயக்கமே இல்லாமல் ஆதரவளிப்பதுவும் அதே சமயத்தில் ஆசீர்வாதம் வாங்காமல் நடக்கிற போராட்டம் எவ்வளவுதான் நியாயமானதாக இருந்தாலும் அப்பட்டமாக எதிர்ப்பதுவுமான இடது — வலது கட்சிகளின் திருத்தல்வாத அணுகுமுறையை தோழர் சாருமஜூம்தாரும் புள்ளி விலகாமல் உள்வாங்கியிருந்தார். இதற்கான ஒரு ஆதாரமாகவே இருந்தது, குற்றியாடியும் அதற்கு முன் நிகழ்ந்த தலச்சேரி — புல்பள்ளியின்மீது அவர் மேற்கொண்ட நிலைபாடும். இன்றும் அழித்தொழித்தல் போராட்டத்தின் ஆட்களுக்கு தலச்சேரி — புல்பள்ளியைப்போலவே குற்றியாடியும் ஒரு சம்பவமே கிடையாது என்ற எண்ணம்தான் மேலோங்கியிருக்கிறது.

குற்றியாடி நிகழ்வு முடிந்து இரண்டு மாதங்களுக்குள், அதாவது, 1970 பிப்ரவரி 9ஆம் தேதி, தலச்சேரி — புல்பள்ளி தாக்குதலை திட உறுதியுடன் தலைமையேற்றி நடத்திய தோழர் வர்க்கீஸ் திட்டமிட்ட கடைசித் தாக்குதல் நிகழ்கிறது. வயநாட்டில் திரிச்சிலேரி — திருநெல்லி கிராமங்களில் நடந்துகொண்டிருந்த மிருகத்தனமான நிலப்பிரபுத்துவ அடக்குமுறைகளுக்கெதிராக ஆதிவாசிகளினிடையில் எழுந்துகொண்டிருந்த கடுமையான எதிர்ப்பினுடைய வெளிப்பாடுகளாகவே இந்தச் சம்பவம் நடந்தது. புல்பள்ளி தோழர்களை விட்டுப் பிரிந்துபோன பிறகு தோழர் வர்க்கீஸ் மேற்கொண்டிருந்த பிரமிக்கவைக்கும் தலைமறைவு வாழ்க்கை, அவரைப் பொறுமையிழக்கச் செய்திருந்தது. புல்பள்ளி தோழர்கள் திருநெல்லி வனாந்திரங்களில் அலைந்துத் திரிந்த காலகட்டங்களில்

திருநெல்லி ஜமீன்களை அடக்கவேண்டும் என்று முடிவு செய்திருந்தார்கள் அல்லவா? இந்த முடிவைக் கடைசியில் நடைமுறைப்படுத்தியதும் தோழர் வர்க்கீஸ்தான்.

திருச்சிலேரி — திருநெல்லிச் சம்பவங்களில் நடந்தது இரண்டு தனி நபர்கள் கொலைதான். ஜமீன்தாராகிய அடிகாவும் காவல்துறையின் உளவாளியென்று நினைத்து, சேக்கு எனும் முஸ்லிமும் அப்போது கொலை செய்யப்பட்டார்கள். மற்றொரு ஜமீன் வீடு கொள்ளையடிக்கப்பட்டது. குற்றியாடி சம்பவம் நடந்ததுமே இயக்கத்திற்குத் தன்னாலியன்ற ஏதாவதொரு பங்களிப்பைத் தரவேண்டுமென்ற உறுதியான முடிவின்படி தோழர் வர்க்கீஸ் இந்தச் சம்பவத்திற்குத் தலைமையேற்றார். இருந்தாலும், தங்களை ஆக்கிரமிப்பதற்காக வருகிற எதிரிகளைத் தடுத்து நிறுத்துவதற்கு, திருநெல்லியின் கொடுங்காடுகளையும் காட்டின் மக்களாகிய ஆதிவாசிகளையும் நம்பியே போராட்டத்தைத் தொடங்கவேண்டுமென்றும் அப்படியாக, தலச்சேரி —புல்பள்ளி வழியிலான மகத்தான, விவசாயிகள் புரட்சியை கட்டவிழ்த்து விடவேண்டுமென்றும் தோழர் வர்க்கீஸ் முடிவு செய்தார். அதிகாரவர்க்கத்தின் நெடிய தூண்களில் ஒன்றாகிய ஆயுத பலத்தை ஒரு நிமிட நேரமாவது எதிர்த்துத் தோல்வியடையச் செய்யாமலிருந்தால் போராட்டத்தைத் தொடர்வது சாத்தியமே இல்லையெனும் விஷயம் தோழர் வர்க்கீசுக்கு நன்றாகவே தெரியும்.

ஆனால், வலது கம்யூனிஸ்ட் தலைவராகிய சாட்சாத் அச்சுதமேனோனின் காவல்துறை அமைச்சர் சி.எச். முகம்மதுகோயாவின் சாயத்தை வெளிச்சம்போட்டுக் காட்டிய காவல்துறையின், நிகழ்விற்குப் பிந்தைய வேட்டையை எதிர்கொள்ளும் பலம் அப்போது தங்களிடம் இருக்காதென்பதைப் புரிந்துகொண்டிருந்த தோழர் வர்க்கீசும் கூட்டாளிகளும் சம்பவத்திற்குப் பிறகு பிரிந்து விடுவதாக முடிவு செய்தார்கள். ஆளும் வர்க்கம், சி.ஆர்.பியின் உதவியுடன்தான் திருநெல்லியில் தோழர் வர்க்கீசுக்கும் அவரது தோழர்களுக்குமெதிரான நரவேட்டையைக் கட்டவிழ்த்து விட்டது. உள்ளூர் காவலர்களாக இருந்தால் ஒருவேளை, ஊர்க்காரர்களாகிய புரட்சியாளர்கள்மீது சிறு அளவிலாவது பரிவு காட்டி விட வாய்ப்பிருப்பதை உணர்ந்துதான் கேரளத்திற்கும் கேரளீயர்களுக்கும் எந்தவிதமான தொடர்புமே இல்லாத, முழுக்கவும் மிருகத்தனமான சி.ஆர்.பியை நரவேட்டையாட அச்சுதமேனோனின் அரசாங்கம் அன்று அனுப்பி வைத்தது. திருநெல்லி கோயிலின் ஊட்டுப்புரையில் முகாமிட்டிருந்த சி.ஆர்.பி. பிரிவு, அப்போது தோழர் வர்க்கீசுக்கு ஆதரவளித்த ஆதிவாசிகளின்மீது கட்டவிழ்த்து விட்ட மிருகத்தனமான அடக்குமுறை விவரிக்கவே இயலாதது. ஆண்கள் அனைவரும் வயது வித்தியாசமே இல்லாமல் வதைபட்டார்கள். பெண்களை பாலியல் வன்முறைக்குள்ளாக்கினார்கள். அவர்களது குடிசையில் ஆக இருந்த

மண் சட்டியையும் கலயத்தையும் உடைத்தெறிந்தார்கள். வளர்ப்பு மிருகங்கள் களவாடப்பட்டன. கிடைத்த வாய்ப்பைப் பயன்படுத்தி அந்த ஆதிவாசிகளின் நூற்றாண்டுகாலமாக காலில்போட்டு மிதித்து வைக்கப்பட்ட வாழ்க்கையை மேலும் பந்தாடினார்கள். அதற்கான எல்லா அனுமதிகளையுமே அரசாங்கம் அவர்களுக்கு அளித்திருந்தது. தாங்கள் மிருகத்தனமாக வதைக்கப்படுவோம் என்று பயந்தும் பெண்டு பிள்ளைகளின் மானத்தைக் காப்பதற்காகவும் அவர்கள் குடில்களை விட்டு கூட்டமாக ஒளிந்தோடினார்கள். இந்த சம்காரத் தாண்டவத்தினிடையில் திருநெல்லிப் போராட்டத்தில் பங்கெடுத்த பெரும்பாலான எல்லா தோழர்களுமே கைது செய்யப்பட்டு விட்டார்கள். இந்தக் கூட்டத்தில் எனக்கு ஜாமீன் தந்த குட்டன் மூஸதும் பிடிபட்டிருந்தார். இவர் சம்பவத்தில் பங்கு வகிக்கவே இல்லையென்பது தெளிவாகத் தெரிந்தும் காவல்துறை திருநெல்லி வழக்கின் ஒரு எதிரியாக அவரையும் கைது செய்தது. இதற்கானக் காரணத்தை நான் பிறகு சொல்கிறேன்.

திருநெல்லி வனாந்திரங்களில் தன்னந்தனியாக சுற்றித் திரியவேண்டியதிருந்த தோழர் வர்க்கீஸ், ஊருக்குள் வந்து திருநெல்லியில் ஒரு ஏழை விவசாயியின் வீட்டில் ஒரு இரவு அபயம் புகுந்தார். தொடர்ந்து பல நாட்களாக மிக மோசமான சூழலில் அலைந்துத் திரிந்துகொண்டிருந்த தோழர், மிகவும் களைப்புற்ற நிலையில் மறுநாள் காலையிலும் அதே வீட்டிலேயே கிடந்துத் தூங்கிவிட்டார். ஆனால், எப்படியோ இதை மோப்பம் பிடித்துவிட்ட காவல்துறை, குடிசையைச் சுற்றி வளைத்துக்கொண்டது. பிறகு நடந்த சம்பவங்கள் அனைத்தும் வயநாட்டின் மனத்திலிருந்தும் அந்த மண்ணிலிருந்தும் ஒருபோதும் மாய்த்துவிட இயலாத நினைவுகளாக இன்றும் வாழ்ந்துகொண்டிருக்கின்றன. வயநாட்டு மக்கள் என்றென்றும் வேதனையுடனும் துடிக்கும் இதயத்துடனும் மட்டுமே நினைவுகூர முடிந்த அந்தச் சம்பவத்தைப் பற்றியும் அதில் இரையான தோழர் வர்க்கீசைப்பற்றியும் எனக்குத் தெரிந்தவரையிலான சில விஷயங்களைச் சொல்வதற்காக அடுத்த அத்தியாயத்தை நான் பயன்படுத்த நினைக்கிறேன்.

மானந்தவாடி காவல்நிலைய வராந்தாவில் சாரியும் சொட்டர்களும் மாற்றிய நிலையில் அஜிதா

போலீஸ் வேன் உள்ளே சங்கரன் மாஸ்டர், அஜிதா மற்றும் உடனிருப்பவர்கள்

போலீஸ் ஜீப்பிலிருந்து இறங்கும் அஜிதா

மந்தாகினியும் காவலரும் மானந்தவாடி காவல்நிலையத்தில்

அஜிதா மற்றும் உடனிருப்பவர்களையும் மானந்தவாடி காவல்நிலையத்திற்கு கொண்டுவருகிறார்கள்.

அஜிதா, திலீப், எம்.பிரசாத், குஞ்சிராமன், மாஸ்டர் ஆகியோர் மானந்தவாடி காவல்நிலையத்தில்

அஜிதா — மானந்தவாடி காவல்நிலையத்தில்

அஜிதாவின் உடைகளை மாற்றி ஸ்டூலில் நிற்கவைத்து, ஊர்மக்கள் முன்னிலையில் காண்பித்து, மானந்தவாடி காவலர்கள் அட்டகாசம் செய்கிறார்கள்.

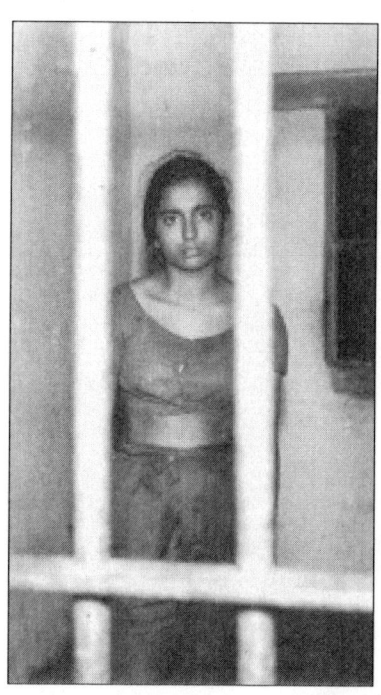

மானந்தவாடி
காவல்நிலைய
லாக்கப்பில் அஜிதா

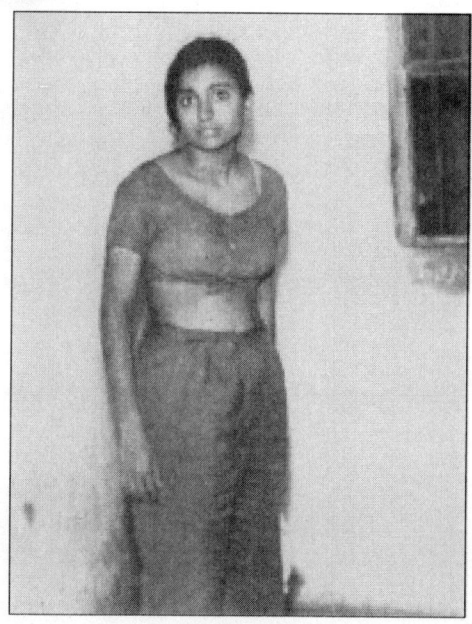

அஜிதா குடும்பத்தலைவி என்ற நிலையில் 1985—ல்

மகள் கார்கி—க்கு மூன்று வயது இருக்கும்போது

நினைவுக்குறிப்புகள்

மகள் கார்கியுடன் அஜிதா

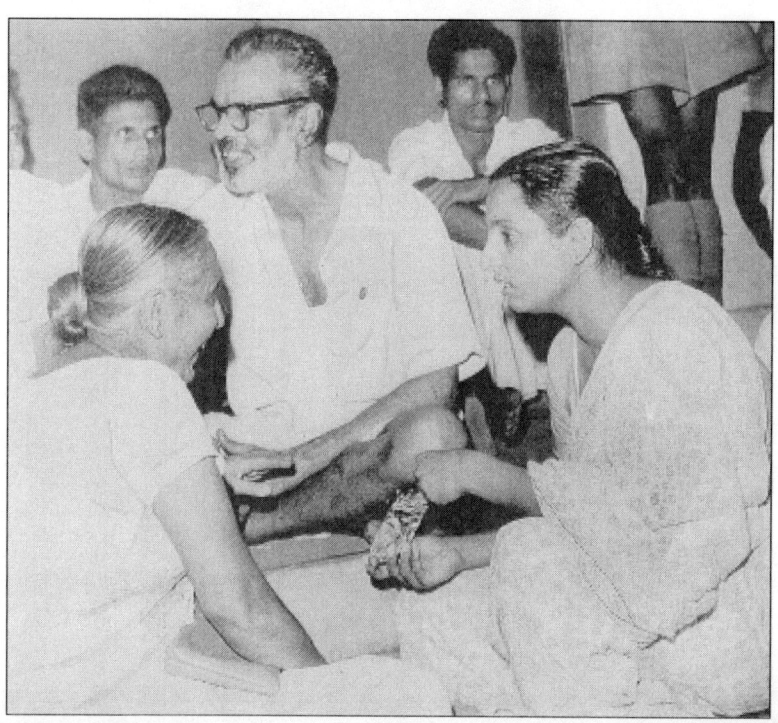

தந்தை குனிக்கல் நாராயணன், அம்மா மந்தாகினி, அஜிதா மற்றும் உடனிருப்பவர்கள் — கோழிக்கோடு நீதிமன்ற வராந்தாவில் 1969—1970களில்

பெண்கள் விடுதலைப் போராட்ட ஊர்வலத்தில் அஜிதா, அம்புஜம், சுதா, கங்கா, விக்டோரியா, வி.பி. சுகர ஆகியோர்கள்

ஐஸ்கிரீம் பார்லர் வழக்கிற்கு எதிரான ஆர்ப்பாட்டம்

ஐஸ்கிரீம் பார்லர் வழக்கிற்கு எதிரான ஆர்ப்பாட்டத்தில் உரையாற்றுகிறார்

மேலும் ஒரு ஆர்ப்பாட்டத்தில் உரையாற்றுகிறார்.

படங்கள் : மலையாள மனோரமா

21

தோழர் வர்க்கீசின் கோரப் படுகொலை

தோழர் வர்க்கீசை காவல்துறை தனது பாதுகாப்பில் வைத்து மிருகத்தனமாகச் சித்திர வதை செய்த கதையும், கொதிக்கிற நீரில் நிறுத்தப்பட்டதும், கண்களைத் தோண்டியெடுத்தும் திருப்தியேற்படாமல் மேலதிகாரி களின், அரசாங்கத்தின் தெளிவான உத்தரவின்கீழ் திருநெல்லிக் காட்டிற்குக் கொண்டுபோய் சுட்டுக் கொல்லப்பட்ட கதையும், இறந்து போன தோழரின் கையில் ஒரு நாட்டுத் துப்பாக்கியைத் திணித்து பத்திரிக்கைக்காரர்களை அழைத்து வந்து புகைப்பட மெடுத்து காவலர் களுடன் நடந்த மோதலின்போது கொல்லப்பட்டதான ஒரு பொய்யைப் பிரச்சாரம் செய்த கதையும் இன்று நாடு முழுவதுமே தெரிந்த விஷயங்கள்தான். இப்படி யாக வயநாட்டின் பரிசுத்த

மண்ணிலேயே அந்த வீரமைந்தன், தனது துடிப்பான இளமையை, பிரகாசம் ஒளிர்கிற குறுகிய காலத் தியாக வாழ்க்கையை அர்ப்பணம் செய்தார். ஆயுதப்போராட்டமெனும் மகத்தானக் கொள்கையை முன்வைத்து சமூகத்தின் கண்மூடித்தனமான அதிகார சக்திகளுக்குச் சவால் விடுக்க முன் வருபவர்கள் யாராக இருந்தாலும் அவர்கள் எதிர்கொள்ளவேண்டியது இதுவாகவே இருக்கும் என்று அரசதிகார வர்க்கம் அடையாளம் காட்டிய குரூரமான ஒரு தாக்கீதுதான் இந்தக் கோரக்கொலை. இந்த அதிகாரக் கட்டமைப்பின்கீழ், ஆளுகிறவர்களின் ஓட்டுச்சீட்டினூடே அதிகாரப்பீடத்தில் வந்து அமர முயற்சிப்பவர் களின் ஜனநாயகம், அகிம்சைபோன்ற இனிப்புத் தடவிய கோஷங் களினுள் மறைந்திருக்கும் யதார்த்தத்தை நிர்வாணப்படுத்திக்காட்டிய மற்றுமொரு சம்பவமாகவும் இது அமைந்தது.

பிப்ரவரி 18ஆம் தேதி அதிகாலையில், தோழர் வர்க்கீசைக் காவல்துறை பிடித்துவிட்டதாக ஒரு செய்தி. மானந்தவாடியிலும் அதன் சுற்றுப்புறங்களிலும் காட்டுத்தீபோல் பரவியது. சாட்சாத் அந்தக் கடவுளின் திருச்சன்னிதியாகிய திருநெல்லி கோயிலில் வைத்து சித்திரவதை செய்துகொண்டிருந்த தோழர் வர்க்கீசை ஒருமுறை பார்த்துவிடுவதற்காக எங்கிருந்தெல்லாமோ வந்து கூடிய ஆயிரக் கணக்கான மக்கள், திருநெல்லி கோயிலைச் சுற்றிக்கூடினார்கள். தோழரை அவர்கள் வெளியே கொண்டுவரவே இல்லை. சாயங்காலம், மற்றொரு வதந்தி பரவியது. பிடிபட்ட ஆள், தோழர் வர்க்கீஸ் அல்ல, வேறொரு நபர். இந்த ஆகாசப்புளுகை பரவச் செய்ததும் காவல் துறைதான். தோழரைப் பிடித்துக்கொண்டு வந்ததை நேரடியாகப் பார்த்தவர்கள் இதை நம்பவில்லை. அங்கே கூடி நின்றவர்களும் இதை நம்புவதற்குத் தயாராக இல்லை. இரவில் கூட்டம் மெல்ல மெல்லக் கலைந்துபோன தருணம் பார்த்து தோழர் வர்க்கீசை அருகிலிருந்த ஒரு குன்றின் அடிவாரத்திற்குக் கொண்டுபோனார்கள். குழிதோண்டி அவர்களே நட்டுவைத்த ஒரு மரத்தூணில் தோழரைக் கட்டிவைத்துச் சுட்டுக்கொன்றார்கள். தோழர் வர்க்கீஸ் எதையும் வெளியே சொல்வதற்கோ அவர்களுக்குக் கீழ்ப்படியவோ மறுத்ததற்காகவே இந்தக் கோரக்கொலையை நடத்தி முடித்தார்கள். தோழர் வர்க்கீசைப்பற்றி அறிந்துகொள்ள ஆர்வமுடனிருந்த மக்களுக்கு மறுநாள் காலையில் கிடைத்தச் செய்தி, வர்க்கீஸ், போலீசாருடன் நடந்த மோதலின்போது சுட்டுக்கொல்லப்பட்டார் என்பதுதான். மானந்தவாடியும் அதைச் சுற்றியுள்ள பகுதிகளும் கொந்தளிப் புடனிருந்தன. பைசாசிகமான இந்தக் கொலைச் செய்தி அவர்களைத் திடுக்கிட வைத்தது. பிறகு, சி.ஆர்.பியின் தடையுத்தரவைப் பொருட் படுத்தாமல் பல நாட்களாக வயநாடு முழுவதும் கண்டனக் கூட்டங் களும் ஆர்ப்பாட்டங்களும் நிகழ்ந்தன. தோழர் வர்க்கீசின் சடலத்தை அடக்கம் செய்வதற்காக வீட்டிற்குக் கொண்டுபோன பிறகு மூடிக் கட்டிவைக்கப்பட்டிருந்த தோழரின் முகத்தை அவரது தாயிடம் திறந்து காட்டுகிற தைரியம்கூட காவல்துறைக்கு இல்லை. தோண்டி

யெடுக்கப்பட்ட அந்தக் கண்கள் உண்மையைச் சொல்லி விடுமோ என்று அவர்கள் பயந்தார்கள். குழி தோண்டி தோழரை அடக்கம் செய்ததும் போலீஸ்காரர்கள்தான். முதலில் ஊர்க்காரர்கள் இதற்கு ஒப்புக்கொள்ளவில்லை. நீங்களே அடக்கம் செய்தால் நாங்கள் குழியைத் தோண்டி சடலத்தைத் திரும்ப எடுத்து அடக்கம் செய்வோம் என்று மக்கள் அனைவரும் சேர்ந்துப் பெருங்குரலில் அறிவித்ததால் பயந்து போன காவல்துறை, ஒரு மாதம்வரை அந்த சமாதிக்குக் காவலிருந்தது.

வயநாட்டு மக்களைப் பொறுத்தவரைக்கும், தோழர் வர்க்கீஸ் என்பவர் யார்? சிறுவயது முதல் பொதுவுடைமைக் கோட் பாட்டின்மீதான தாக்கமும் இறுகிப்போன கிறிஸ்தவ அடிப்படை வாதத்தின்மீதான கேள்விகளுடனும் வளர்ந்தவர், தோழர் வர்க்கீஸ். பொதுவுடைமை இயக்கம் இரண்டாகப் பிளவுபட்டபோது புரட்சிக்காக பாடுபடப்போவதாக ஒரு தோற்றத்தை உருவாக்கிய மார்க்சிஸ்ட் கட்சியில் தொண்டனாக இணைந்தார். 1965இல் நடந்த இந்தியா — பாகிஸ்தான் யுத்தத்தின்போது தலைவர்கள் அனைவரும் சிறைக்கொட்டடிக்குள் அடைபட்டுக்கிடந்த காலத்தில் கண்ணூர் மாவட்டத்தில் கட்சியை வழி நடத்திச் சென்றவர் தோழர் வர்க்கீஸ் தான். மானந்தவாடிபோன்ற தொகுதிகளில் ‘கோபாலசேனா’ அமைப் பதில் மிகுந்த அர்ப்பணிப்பு மனோபாவத்துடன் தனது திறமைகள் அனைத்தையும் பயன்படுத்தி உழைத்தவரும் தோழர் வர்க்கீஸ்தான்.

பொதுவாக இதுபோன்ற பதவியிலிருப்பவர்கள் அகப்பட்டுக் கொள்வதுபோன்ற வலைக்குள், அதாவது, தலைவரானதும் சித்தாந்தங்களைக் கட்டி பரணில் போட்டுவிட்டு கட்சிக்குள் தனக்கான ஒரு சுயவிருப்பத்தை நோக்கமாகக்கொள்கிற மனோபாவத்தினுள் தோழர் வர்க்கீஸ் சிக்கிக்கொள்ளவில்லை. இதற்கான அடிப்படைக் காரணம், தோழருக்கு வயநாட்டின் பாட்டாளி மக்களுடன் குறிப்பாக, நூற்றாண்டுகாலமாக ஒடுக்கப்பட்ட நிலையில் வாழ்கிற பழங்குடி மக்களுடனான பிரிக்க முடியாத நெருக்கம்தான். பழங்குடியினரிடையே அவர்களது பிரச்சினைகளைப் புரிந்துகொள்ளவும் அவர்களது துயரமான வாழ்க்கைக்கு முடிவு காண்பது எப்படியென்பதைக் கண்டுபிடிக்கவும் உள்ளார்ந்த எண்ணத்துடன் போய்ச் சேர்ந்த இளைஞர்தான் தோழர் வர்க்கீஸ். ஆதிவாசிகள் பொதுவாகவே குடியேற்ற விவசாயிகளை வெறுப்பதுடன் அவர்களை நம்புவதுமில்லை. ஏனென்றால், தங்களது பாதுகாவலர் போல் நடித்து வஞ்சனை செய்து தங்களது நிலங்களைக் கையகப் படுத்துவதும் தங்களது விளைபொருட்களை அபகரித்துக்கொள்ளவும் செய்கிற குடியேற்ற முதலாளிகள் ஒருபோதுமே தங்களது நண்பர்களாக முடியாது என்பதையும் அவர்கள் அறிவார்கள். சமூக விடுதலையெனும் பெயரில் தங்களுக்கு ஆசை வார்த்தைகள் சொல்லி ஓட்டு வாங்கி ஆட்சிக்கட்டிலில்போய் ஒட்டிக்கொள்ள நினைக்கும் அரசியல் கட்சித் தலைவர்களையும் அவர்கள் நன்றாகவே அறிந்திருந்தார்கள். ஆனால், இப்படிப்பட்ட கபட வேடதாரிகளிலிருந்து முற்றிலும் மாறுபட்டு

தங்களது வாடிகளில் தயக்கமில்லாமல் நுழைந்து தங்களுடன் சேர்ந்து எளிமையான உணவுகளைப் பகிர்ந்துண்டு மகிழ்ச்சியையும் துயரத்தையும் சேர்ந்தே அனுபவித்து வந்த தோழர் வர்க்கீசை அவர்கள் ஆராதனை செய்தார்கள். சமூக விடுதலையின் செய்தியுடன் மட்டுமல்ல, அதற்காகத் தங்களை ஒன்றிணைக்கவும் செய்து கொண்டிருந்த தோழர் வர்க்கீசின்மீது அவர்கள் முழு நம்பிக்கைக் வைத்திருந்தார்கள்.

இப்படியாக, ஆதிவாசி மக்களுடன் ஒன்றாகக் கலந்தும் அவர்களிலொருவராக வாழவும் முடிந்ததால் வயநாட்டில் உழைக்கும் மக்களின் சமூக விடுதலையென்பது வரலாற்றுபூர்வமான தேவை யென்பதை தோழர் வர்க்கீஸ் தன்னுடைய அனுபவத்தினூடே மிகத் தெளிவாகப் புரிந்துகொண்டார். வெளியில் அமைதியாக இருப்பது போல் தோற்றமளித்தாலும் உள்ளுக்குள் இவர்கள் கொதித்துக் கொண்டிருக்கும் எரிமலையின் சீற்றத்துடனிருப்பதையும் திடீரென்றொரு நாள் அது வெடித்துக்கிளம்பும்போது உலகம் முழுவதையும் எரித்துச் சாம்பலாக்கி விடுகிற, அனைத்து ஜீவராசி களையும் பொசுக்கிவிடுகிற சக்தியுடன் சம்ஹார மூர்த்தியாக மாறி விடும். இதைக் கண்டும் காணாததுபோல் நடித்து அதன் நிலை மறந்து தங்களுடைய ஒடுக்குமுறைகளை மேலும் தீவிரப்படுத்துகிற பழமை வாத சக்திகள், வரலாற்றின் குப்பைத் தொட்டிக்குள் வெறும் காகிதப் புலிகளாகத் துடைத்தெறியப்படுவார்கள். தங்களை ஒடுக்குமுறைக் குள்ளாக்கி வைத்திருக்கும் சமூகக் கட்டமைப்பைத் தகர்த்தெறிந்தால் மட்டுமே இந்தப் பிரச்சினைகளுக்குச் சரியானத் தீர்வு கிடைக்கு மென்பதில் முழு நம்பிக்கையுடையவர்கள் இந்த ஆதிவாசியினர்.

இந்த யதார்த்தத்தைப் புரிந்துகொண்ட தோழர் வர்க்கீஸ், ஆயுதப்போராட்டத்தின் வெறும் நாமதாரிகளாகவும் சீன பொதுவுடைமைச் சிந்தனைக்கு ஆதரவெனும் புகை மூட்டத்தைப் போட்டு தங்கள் ஆதரவாளர்களை ஏமாற்றி வைத்திருக்கும் மார்க்சிஸ்ட் கட்சியின் தலைமைக்கு முதலில் ஆதரவாக இருந்தது இயல் பானதும்கூட. ஆனால், படிப்படியான தன்னுடைய அனுபவத்தினூடே, நம்பிக்கை இங்கே அடிப்படை இழந்துபோய் நிற்கிறது என்பதைப் புரிந்துகொண்ட தோழர் வர்க்கீஸ், மாவோ சேதுங்கின், சீன கம்யூனிஸ்ட் கட்சியின்பால் பார்வையைத் திருப்பினார். இருளில் தடுமாறிக் கொண்டிருந்தவனுக்கு, காலைக் கதிரவன் தனது ஒளிக்கிரணங்களால் முன்னேற வழி காட்டிய இந்த அனுபவம், அவரைப் பிரமிக்க வைத்தது. மாமனிதன் மாவோ சேதுங்கின் சிந்தனையின்கீழ் ஒரு புத்துல கினுள் பிரவேசிக்கும் தன்னம்பிக்கைக் கைகூடி வந்த கேரளத்திலும், இந்தியா முழுவதிலுமுள்ள பல இலட்சம் இளைஞர்களோடு சேர்ந்து தோழர் வர்க்கீசும் ஏறு நடைபோட ஆரம்பித்தார். இந்தப் பார்வை களுடன் ஒத்தியல்புகொண்ட நாள்முதல் தோழர் வர்க்கீசுக்கென ஒரேயொரு இலட்சியமும் கோட்பாடும் மட்டுமே இருந்தது. அது,

ஆயுதப்புரட்சியினூடே இந்திய மக்களுக்குக் கிடைக்கவிருக்கும் விடுதலை. இதன்பின் தோழர் வர்க்கீசின் வாழ்க்கை பரபரப்பு மிகுந்ததாக அமைந்தது. சரியான உணவில்லாமலும், உறக்கமில்லாமலும், ஓய்வில்லாமலும், இரவு பகலென்ற பாகுபாடில்லாமலும் தனது பாட்டாளிவர்க்க, விவசாயத் தோழர்களினிடையே ஆயுதப்புரட்சியெனும் செய்தியை, தான் அறிந்துகொண்ட உண்மையின் பிரகாசம் கண்களில் பளபளக்க மகிழ்ச்சித் திமிர்ப்புடன் பிரச்சாரம் செய்துகொண்டிருந்தார். சமூகத்தின் அடித்தட்டுகளில் வாழ்கிற எல்லாப் பாட்டாளி மக்களும் குறிப்பாக, அவருக்கு மிகவும் பிடித்தமான ஆதிவாசிப் பழங்குடியினர், இந்தச் செய்தியைத் தயக்கமே இல்லாமல் வரவேற்றதுடன் அதற்காக எந்தத் தியாகத்தையும் ஏற்பதற்கும் தயாராக முன்வந்தார்கள். இதற்காகவே வாழ்ந்துகொண்டிருந்த தோழரின் நம்பிக்கையை இது மேலும் உறுதிபடுத்தியது. எவ்வளவோ சோதனைகள் வந்தபோதும் தோழர் வர்க்கீஸ் மாவோ சேதுங்கின் சிந்தனையின்மீதான தனது பிடியைக் கைவிடவே இல்லை. ஆனால், மாவோ சேதுங்கின் பாதையின்கீழ் செயல்படத் தொடங்கிய வெறும் ஒன்றரை வருடத்திற்குள் வயநாட்டு மக்களிடையே வாராதுவந்த மாமணியாகிய அவரது உயிரை எதிரிகள் கோரமாக அபகரித்துக்கொண்டார்கள். 'நக்சலைட்டுகளிடம் அனுதாபத்துடன் நடந்துகொள்ளவேண்டு'மென்று சொல்லும் அச்சுதமேனோன் முதலமைச்சராக இருந்த காலம் இது. ஜனாப் ஆலிக்குஞ்ஞு சாகிப் எழுதிய 'மலபார் கலகம்' எனும் அந்தப் புனிதக் கிரந்தத்திற்கு முன்னுரை எழுதிய சாட்சாத் சி.எச். முகம்மது கோயா, காவல்துறை அமைச்சர் பதவியை அலங்கரித்திருந்த காலமும் இதுதான்.

ஒரு புரட்சியாளனுக்கும் மக்களுக்குமிடையிலுள்ள நெருக்கமான தொடர்புபோல் ஆட்சியிலிருப்பவர்களைப் பயமுறுத்துகிற வேறெதுவும் இருக்க முடியாதென்பதை மிகவும் தெளிவாக நிரூபித்த முன்னுதாரணம் இந்தக் கொலை பாதகம்தான். வயநாட்டு மக்களின் அன்புக்கும் ஆதரவுக்கும் அதைவிட மேலான நம்பிக்கைக்கும் பாத்திரமாக அமைந்த, தனது செயல்பாடுகள் வாயிலாகவே அதற்கான அருகதையைத் தேடிக்கொண்ட தோழர் வர்க்கீஸ், அதிகார வர்க்கத்திற்கு ஒரு பயமுறுத்துகிற கனவாக மாறியதில் ஆச்சரியப் படுவதற்கு எதுவுமில்லை. ஆனால், இந்த மிருகத்தனமான கொலையினூடே தோழர் வர்க்கீஸ் ஒரேயடியாக மாண்டுபோய் விட்டாரென்று நினைப்பவர்கள், வெறும் மூடர்கள். வரலாற்றின் தவிர்க்க முடியாத விதிப்படி அவர்கள் சிலுவையிலேற்றப்படுகிற நாள் வெகு தொலைவிலொன்றுமில்லை. 'மக்களுக்கு சேவை செய்யுங்கள்' எனும் அர்ப்பண உணர்வின் வழியில் தன்னுடைய வாழ்க்கையை எந்தச் சஞ்சலமுமில்லாமல் பலிகொடுத்த தோழர் வர்க்கீஸ், வயநாட்டில் மிதிபட்டுக்கொண்டிருந்த மக்களின் மனதில் இன்றும் உயிருடன் வாழ்கிறார். அவருடைய சேவையின் எதிர்வினை இன்றும்

அணையாத அக்னிக் குஞ்சாக அங்கே நீறிக்கொண்டிருக்கிறது.

புல்பள்ளி கலகங்களில் தோழர் வர்க்கீசுடன் நானும் பங்கு வகித்ததால் அவரை நேரடியாக அறிந்துகொள்வதற்கான வாய்ப்பு எனக்குக் கிடைத்தது. என்னுடைய வாழ்க்கையின் விலைமதிக்க முடியாத தினங்களாகவே இருந்தன, அந்த பதினைந்து நாட்களும். புல்பள்ளி கலகம் நடந்த பிறகு திருநெல்லி வனாந்திரங்களில் சுற்றித் திரிந்த நாங்கள் எதிர்கொள்ள வேண்டியதிருந்த மனரீதியிலான சோதனைகளைக் கடப்பதற்கு தோழர் வர்க்கீசின் தீப்பிளம்புபோன்ற புரட்சியின் ஆவேசம் உற்சாகத்தை மீட்டுத் தந்தது. தோழர் வர்க்கீசின் சஞ்சலமற்ற தலைமை மட்டும் இல்லாமலிருந்தால் அந்தக் கலகம் இந்த அளவுக்கு வெற்றியைப் பெற்றிருக்குமா என்பது சந்தேகம்தான். அசாமானிய வீரரான அந்தப் புரட்சியாளரின் போராட்ட சகாக்களில் நானும் ஒருத்தியாக இருந்தேன் என்பதில் நான் என்றென்றும் பெருமைப்படுகிறேன்.

கேரளத்தின் மனசாட்சியை மிகப் பலமாக உலுக்கிய ஒரு சம்பவமாக இருந்தது, தோழர் வர்க்கீசின் கொலைபாதகச் செயல். திரிச்சிலேரி — திருநெல்லி சம்பவங்களில் நிகழ்ந்த கொடூரங்களைப் பற்றி பேசிக்கொண்டிருந்தவர்களும்கூட இந்திய ஜனநாயகத்தின் யதார்த்த முகத்தை வெளிச்சமிட்டுக் காட்டிய இந்தச் சம்பவத்தைப் பற்றி கேள்விப்பட்டதும் திகைத்துப்போனார்கள். ‘எவ்வளவுதான் கொடூரமான குற்றங்களைச் செய்தவனாக இருந்தாலும் தண்டிப் பதற்கான உரிமை சட்டத்திற்கு மட்டுமே’ எனும் அரசியல் சட்டத்தின் அடிப்படை விதியை, சட்டத்தைப் பேண வேண்டியவர்களே, அதன் காவல்நாய்களே தேவைப்படும்போது மீறுவார்களென்பதை அப்பட்டமாகக் காட்டிய, எங்களால் உருவாக்கப்பட்ட சட்டங்கள், எங்கள் எதிரிகளை — அவர்கள் என்னதான் பலவீனர்களாக இருப்பினும் — அழிப்பதற்குத் தடையாக நிற்குமென்றால் அவற்றை வெறும் புல்லாக நினைத்து தூக்கியெறிய நாங்கள் தயங்க மாட்டோமென்று ஆட்சிக் கட்டிலில் அமர்ந்திருப்பவர்கள் காட்டித் தந்திருக்கிறார்கள். சட்டமும் சர்க்காரும் எங்களைப் போற்றிப் பாதுகாக்கவும் சேவகம் புரியவும் மட்டுமே இங்கே நிலை பெற்றிருக்கின்றன எனும் யதார்த்தம் முன் எப்போதையும்விட இப்போது தெளிவாகவே தெரிய வந்தது.

கேரளத்தை அப்போது ஆண்டுகொண்டிந்தது வலது கம்யூனிஸ்ட் தலைவராகிய அச்சுதமேனோனின் தலைமையிலான அரசாங்கம் என்பதை ஏற்கனவே குறிப்பிட்டிருந்தேன். தலச்சேரி — புல்பள்ளி கலகங்களைத் தொடர்ந்து, அந்த வழக்கின் எதிரிகளை இ.எம்.எஸ்சின் காவல்துறை, இரக்கமே இல்லாமல் சித்திரவதைச் செய்ததற்கும் தலச்சேரி — புல்பள்ளி வழக்கு சதியாலோசனை வழக்காகப் பதிவு செய்யப்பட்டதற்குமெதிராக அகில இந்திய அளவில், டாங்கே முதல் உயர்மட்டத் தலைவர்கள் அனைவருமே

பெருங்குரலில் கூப்பாடு போட்டார்கள். தலச்சேரி — புல்பள்ளி கலகங்களில் பங்கு வகித்த இளைஞர்கள், உள்ளார்ந்த உணர்வு கொண்டவர்களென்றும், புரட்சியாளர்களென்றும், ஏதோ அவர்களது பாதையில் சிறு பிழையேற்பட்டு விட்டது அவ்வளவுதான் என்று மெல்லாம் இந்தக் கூட்டத்தினர் பிடிவாதமாகச் சொல்லிக் கொண்டிருந்தார்கள். 'மார்க்சிஸ்ட் கட்சியிலிருந்து முரண்பட்டுப் பிரிந்து வந்த இந்த சாகச மனம்கொண்ட இளைஞர்கள்'மீது, ஆகா! இவர்களுக்குத்தான் எவ்வளவு பாசம் தெரியுமா? ஆனால், உதட்டில் குறுநகையும் மனத்தில் குத்துவாளுமாகத் திரியும் இந்த இரட்டைத் தாழ்ப்பாள்க்காரர்களின் வலையில் விழுமளவுக்கு விவரமறியாதவர் களல்ல, இந்த இளைஞர்களென்பதைப் புரிந்துகொண்ட அடுத்த நிமிடமே இந்தப் பாசம் காணாமல்போனது.

மார்க்சிஸ்ட் கட்சிக்கெதிராகப் பயன்படுத்த உதவும் ஆயுதமாக மட்டுமே அவர்கள் இந்தப் பிரச்சினையைப் பார்த்தார்கள். மார்க்சிஸ்ட் கட்சியை ஏழு கட்சிக் கூட்டணியிலிருந்து வெளியேற்றிவிட்டு பதிலுக்குத் தங்கள் தலைமையிலான ஒரு அமைச்சரவை உருவாக்குவது மட்டுமே அவர்களது நோக்கமென்பதையும் அவர்களது பிந்தைய அனுபவங்கள் தெளிவாக்கின. இடதுக்குப் பதிலாக வலது வந்தபோதும் அடி, உதைக்கு எந்தப் பஞ்சமுமில்லை. மட்டுமல்ல, கேரள மக்களின் பல்வேறு வகையானப் போராட்டங்களை ஒடுக்கி விடும் நோக்கத்துடன் மத்தியிலிருந்துக் கொண்டு வந்த சி.ஆர்.பியை அவர்கள் மிகவும் நேர்த்தியுடன் பயன்படுத்திய ஏராளமான சம்பவங்கள் அவர்களுடைய ஆட்சிக்காலத்தில் நடந்தேறின. கல்லூரி வளாகங்களிலும், மாணவர்கள் தங்கும்விடுதிகளிலும் நுழைந்தும், நடுரோட்டில் வைத்தும் மிருகத்தனமான தாக்குதல்கள் நடத்திய எத்தனையெத்தனைச் சம்பவங்கள். நெரிசல் மிகுந்த கடைவீதிகளில் வெறிநாய்களைபோல் லத்தியையும் சுழற்றியபடி ஓடித்திரிந்து எதுவுமறியாத வழிப்போக்கர்களை அள்ளிப்போட்டுத் துவைத்தார்கள். இந்தத் தாக்குதல்களுக்கெல்லாம் மகுடம் வைத்ததுபோல்தான் தோழர் வர்க்கீசை உயிருடன் பிடித்துக்கொண்டு வந்து அந்த இரத்தம் துடிக்கும் மனித உடலை முடிந்தவரைக்கும் சித்திரவதை செய்து சுட்டுக் கொல்வதற்கு உத்தரவு போட்டது அச்சுதமேனோனின் அரசாங்கம்.

வலது கட்சியின் இரட்டைத் தாழ்ப்பாள்க்கதை இப்படியென்றால் இவர்களுக்கு எந்த வகையிலும் குறைந்தவர்களில்லை மார்க்சிஸ்ட் கட்சியின் தலைமை. குற்றியாடி — திருநெல்லி சம்பவங்களில் பங்கு வகித்தவர்களை அரசியல்ரீதியாகவே எதிர்கொள்ள வேண்டுமென்றும் அவர்களை அடக்குமுறையை ஏவி ஒடுக்கிவிட முடியாதென்றுமெல்லாம் அதிகாரத்திலிருந்து அவர்களை வெளியேற்றிய பின் உச்சத்தில் குரல்கொடுக்கத் துவங்கினார்கள். காவல்துறையின் குரூரங்களால் பாதிக்கப்பட்டவர்களுக்காக பிறகு கண்ணீர் சொரிந்தது மார்க்சிஸ்ட் தலைமைதான். இவர்களது நோக்கமும் அச்சுதமேனோன் குழுவின் நோக்கத்திலிருந்து

மாறுபட்டதல்ல. அச்சுதமேனோன் அரசுக்கெதிரான ஒரு ஆயுதமாக காவல்துறையின் அடக்குமுறையை பயன்படுத்தும் எந்த வாய்ப்பையும் இவர்கள் தவறவிடவில்லை. தலச்சேரி — புல்பள்ளி கலகங்களில் சி.பி.ஐயின் இருண்ட கைகளைக் கண்டதும், அதை சில இளைஞர் களின் சாகசவேலையென்றும், புரட்சிகர மக்கள் இயக்கத்துடன் இதற்கு எந்தத் தொடர்புமில்லையென்றும் வாதித்து முழுமையாக அதை எதிர்த்த அதே மார்க்சிஸ்ட் தலைமை, தோழர் வர்க்கீசின் கொலை பாதகச்செயலை தேர்தலின்போது ஓட்டுகளாக மாற்றிக்கொள்வதற்குக் கிடைத்த இந்தப் பொன்னான வாய்ப்பை சரியாகவே பயன்படுத்திக் கொண்டது. மார்க்சிஸ்ட் கட்சியிலிருந்து வெளியே வந்த நாள் முதல் அந்தக் கட்சியின் எதிர்ப்புரட்சி மனோபாவத்திற்கெதிராக சமரசமின்றிப் போராடிக்கொண்டிருந்தவரும் புல்பள்ளி கலகத்தை இறுதி மூச்சுவரைக்கும் போற்றிக்கொண்டுமிருந்த தோழர் வர்க்கீஸ், உயிருடனிருக்கும்போது மிகவும் கசப்பாகத் தெரிந்தார். ஆனால், மரணமடைந்ததும் தோழர் வர்க்கீசுக்கும் மக்களுக்குமிடையே இருந்த அன்பையும் மதிப்பையும் பயன்படுத்தி மக்களை மயக்கத்திலாழ்த்து வதிலும் தோழர் வர்க்கீசின் உற்ற துணைவர்களாக நடிப்பதிலும் அவர்கள் மிகுந்தக் கரிசனம் காட்டினார்கள். நெருக்கடிநிலையின்போது காவல்துறையால் மிகமோசமாகச் சித்திரவதை செய்து கொல்லப்பட்ட ஆர்.இ.சி. மாணவன் ராஜனைப்பற்றி அக்காலகட்டத்தின் பயங்கரமான சூழலில் மூச்சுகூட விடாமல் கமுக்கமாக உட்கார்ந்திருந்து விட்டு நெருக்கடிநிலை வாபஸ் பெறப்பட்ட பிறகு, இந்த மிருகத்தனமான படுகொலைக்கெதிராக எல்லாத் தரப்பு மக்களினிடை யிலும் எழுந்த பலமான எதிர்ப்புணர்வைத் தங்களுக்கு சாதகமான ஓட்டுகளாக மாற்றுவதற்கு நெஞ்சிலறைந்து அழுதுத் தீர்த்ததும் இதே மார்க்சிஸ்ட் தலைமைதான். ராஜனைப்பற்றியும் கக்கயம் முகாமைப் பற்றியும் வேதனை நிறைந்தொழுகும் அறிக்கைகளையெழுதி, புத்தகங்களாக்கி அந்த சித்திரவதையையும் விற்றுக் காசாக்கினார்கள். ஆனால், தோழர் வர்க்கீஸ் வதைக்கப்பட்ட அந்தச் சந்தர்ப்பத்தில் அவரைப்பற்றிய கதையோ வாழ்க்கை வரலாறோ எழுதுவதற்கும் புத்தகங்களாக்குவதற்கெல்லாம் அவர்கள் துணியவில்லை. மாண்ட பின்பும்கூட அந்தத் தோழரின் பெயர் தங்களுக்குப் பெரிய அளவி லொன்றும் பயன் தராதென்பது தலைமைக்கு நன்றாகவே தெரியும்.

அக்காலகட்டத்தில் மார்க்சிஸ்ட் கட்சியின் எதிரணியில் நின்றிருந்த கட்சிகள் அனைத்தும் சேர்ந்து அச்சுதமேனோனின் அரசாங்கத்தைத் திணறடித்தன. அவர்களுடன் சேர்ந்து மற்றொரு கூட்டமும் தோழர் வர்க்கீசைக் கொலை செய்ததைச் சொல்லி அழுதது. மார்க்சிஸ்ட் கட்சியில் புரட்சி கிடைக்காதென்று வெளியே வந்தவர் களும் ஆனால், தலச்சேரி — புல்பள்ளியை சி.ஐ.ஏயின் செயல்பாடு என்று ஆட்சேபம் தெரிவித்தவர்களுமான கே.பி.ஆர். கோபாலன், ஜோஸ்ஆபிரகாம்போன்றவர்களின் புரட்சிகர கம்யூனிஸ்ட் இயக்கம். இந்தக் கொலை பாதக நிகழ்வு, காவல்துறையுடன் நடந்த மோதலில்

ஏற்பட்டதல்ல என்று இவர்களும் தீவிரமாக வாதித்தார்கள். இந்தச் சம்பவத்தைப்பற்றிய ஒரு நீதிவிசாரணைக்கு அரசு முன்வரவேண்டு மென்று சட்டமன்ற எதிர்க்கட்சிகள் அனைத்தும் ஒரே குரலில் கோரிக்கையை முன்வைத்தன. இந்தக் கோரிக்கையின் அழுத்தம் அதிகமான, மிகவும் சிக்கலான அந்த நேரத்தில் காவல்துறை அமைச்சர் சி.எச். முகம்மதுகோயாவைக் காப்பாற்றுவதற்கு சொர்க்கத்திலிருந்து வந்ததுபோல் ஒரு வைக்கோல் துரும்பு வந்து கிடைத்தது. அது என்ன தெரியுமா?

இந்திய கம்யூனிஸ்ட் கட்சி (மா — லெ) யின் கேரள மாநில அமைப்புக்குழுவின் அதிகாரபூர்வ வெளியீடான மலையாள 'லிபரேஷன்' மாதப் பத்திரிகையில் இந்தச் சம்பவத்தைக் குறித்து வெளியாகியிருந்த செய்திதான் அது. தோழர் வர்க்கீஸ் உண்மையாகவே காவல்துறையுடன் நடந்த மோதலில்தான் கொல்லப்பட்டார். மற்றபடி, சிலர் பிரச்சாரம் செய்வதைப்போல் காவல்துறை பிடித்துக்கொண்டு போய் கொன்றார்கள் என்பதெல்லாம் சரியல்ல என்று அந்தப் பத்திரிகை மிக அழுத்தமாகச் சொல்லியிருந்தது. மோதலின்போது கொல்லப்படுவதுதான் வீரமரணம் என்றும் காவல்துறையால் பிடித்துக்கொண்டுபோய் கொல்லப்படுவது கோழைத்தனத்தின் குறியீடென்றும் அவர்கள் முறைகேடான ஒரு கருத்தைப் பரவச் செய்தார்கள். கேரள நக்சலைட் இயக்கத்தின் அதிகாரபூர்வ சஞ்சிகையில் வெளியான இந்தக் கொடும் வஞ்சனை, இப்படியாக அச்சுதமேனோனின் அரசைத் தற்காலிகமாக ஏற்பட்ட இந்த சீற்றத்திலிருந்து கரை சேர்க்க உதவியது.

இந்தச் சம்பவம் குறித்து நக்சல்பாரி இயக்கத்தின் அகில இந்திய தலைமை மேற்கொண்ட நிலைபாடும் மிகவும் கேலிக்குரிய தாகவே அமைந்தது. அன்றெல்லாம் 'வர்க்க எதிரிகளை அழித் தொழித்தல்' போராட்டங்களைப் பற்றி இந்தியா முழுவதிலுமுள்ள அறிக்கைகளைச் சேகரித்து இந்திய கம்யூனிஸ்ட் கட்சி (எம் — எல்.) யின் ஆங்கிலப் பத்திரிகையான கல்கத்தா 'லிபரேஷன்' ஆவேசத்துடன் பிரசுரம் செய்வது வழக்கம். ஏதாவதொரு ஜமீனின் அல்லது வர்க்க எதிரியென்று புரட்சியாளர்கள் கருதுகிற ஒரு நபரின் தலையை வெட்டியெடுப்பதுதான் உண்மையான புரட்சிகர செயல்பாடென்ற முடிவுக்கு அப்போது வந்து சேர்ந்திருந்த தோழர் சாருமஜூம்தார், வேறு எந்த வழிமுறையில் நடைபெறுகிற புரட்சிப் போராட்டத்திற்கும் ஆதரவாக இருப்பதில்லை. ஆகவேதான், செய்தியை பீஜிங் வானொலி புகழ்ந்துபேசிய பிறகும்கூட குற்றியாடி சம்பவத்தைப்பற்றி 'லிபரேஷ'னில் ஒரு வார்த்தைகூட வெளிவரவில்லை. ஆனால், வர்க்க எதிரிகளை நிர்மூலம் செய்கிற அணுகுமுறையைக் கடைபிடித்த திருநெல்லிச் சம்பவத்தையும் தோழர் சாருமஜூம்தாரோ அவரது தலைமையில் பிரசுரமாகும் ஆங்கில 'லிபரேஷ'னோ புகழ்ந்துவிடவில்லை. வயநாட்டைப் பார்வையிடுவதற்கு அம்பாடியுடன் மானந்தவாடி

பகுதிகளுக்கு வருகை தந்த தோழர் சாருமஜும்தாரின் விசேஷ அழைப்பை எரிச்சலுடன் புறக்கணித்த தோழர் வர்க்கீசின் தலைமையில் நடந்த ஒரு நிகழ்வென்பதால் மட்டுமே திருநெல்லியைப் பற்றி ஒரு வார்த்தைகூட பேசவில்லையாம். இந்தியாவின் இதர மாநிலங்களில் குறிப்பாக, ஆந்திராவிலும் பஞ்சாபிலும் பீகாரிலும் மேற்கு வங்கத்திலுமெல்லாம் அப்போது புரட்சியாளர்களைப் பிடித்துக்கொண்டுபோய் சுட்டுக்கொல்லுவதை காவல்துறை, தினப்படித் தொழிலாகவே செய்துகொண்டிருந்தது. இப்படியாக, அவர்கள் கொன்றொழித்த விலைமதிக்க முடியாத உயிர்களின் எண்ணிக்கை எத்தனை ஆயிரமென்பதைக் கணக்கிட இயலாது. காவல் துறையுடன் நடந்த மோதலின்போது கொல்லப்பட்டார் எனும் ஒரு தகவலும் அதிலிருக்கும். மட்டுமல்ல, இந்தக் கொலைபாதக நிகழ்வின் பின்னணியை வெளிச்சமிட்டுக் காட்டுவதற்கும் 'லிபரேஷன்' மிகுந்த சிரமமெடுத்ததுண்டு. இப்படி உண்மைக்கும் நீதிக்கும் வேண்டி தளராது நின்று போராடிய 'லிபரேஷன்' கூட தோழர் வர்க்கீசின் கொலைபாதக நிகழ்ச்சியைப்பற்றி ஒரு சிறு கண்டனக்குரல்கூட எழுப்பவில்லை யெனும் உண்மை, கேரளத்தின் புரட்சியாளர்களை மிகவும் வேதனைப் படுத்தியது. எந்த ஒரு தலைமையின் தவறான அணுகுமுறைக்கும் கீழ்ப்படிய வேண்டாமெனும் மாவோவின் பாதையில் செயலாற்றும் தைரியமிக்கக் கூட்டத்தினரை இக்கட்டான நிலைமையில் கை விடுவதற்கு புதிய தலைமையும் தயங்காது என்பதை இந்தச் சம்பவமும் தெளிவுபடுத்தியது.

தோழர் வர்க்கீசின் படுகொலையைத் தொடர்ந்து கேரளம் முழுவதும் கிளர்ந்தெழுந்த எதிர்ப்புக் குரல்கள், மலையாள 'லிபரேஷ'னின் கடைசி வார்த்தைகளில் இடம்பெற்று மெல்ல மெல்ல மறைந்துகொண்டிருக்கும் வேளையில் யாருக்கும் தெரியாமல் வேறொரு சம்பவமும் நடந்தது. எனக்கு ஜாமீன் தந்தவர்களில் ஒருவரான திருநெல்லிக்காரர் குட்டன் மூஸது காரணமெதுவுமில்லாமல் திருநெல்லி வழக்கில் ஒரு குற்றவாளியாகச் சேர்க்கப்பட்டிருந்தார். எங்களுடைய வழக்கு கோழிக்கோடு மாவட்ட முதன்மை நீதிமன்றத்திலிருந்து 1970 ஏப்ரல் 25ஆம் தேதியன்று அமர்வு நீதிமன்றத்திற்கு வருமென்றும் அன்று ஜாமீனிலிருக்கும் எல்லாப் பிரதிகளும் ஜாமீனைப் புதிப்பித்துகொள்ள வேண்டுமென்றும் ஒவ்வொரு பிரதியுடையவும் ஜாமீன்தார்கள் நீதிமன்றத்தில் அன்று ஆஜராக வேண்டுமென்றும் உத்தரவு பிறப்பிக்கப்பட்டிருந்தது. குட்டன் மூஸது திருநெல்லி வழக்கில் பிரதியாகச் சேர்க்கப்பட்டிருந்ததால் மற்றொரு நபரை ஜாமீன் தரச் சொல்லவேண்டுமென்பதுதான் எங்களது திட்டம். ஆனால், ஏனோ தெரியாது, எவ்வளவுதான் முயற்சி செய்த பிறகும் ஜாமீன்தாரர் கிடைக்கவில்லை. எதுவாயினும் இன்னொரு ஜாமீன்தாரரைக் குறிப்பிட்ட அந்த நாள் கோழிக்கோடு நீதிமன்றத்திற்கு வரச் சொல்லிக் கடிதம் எழுதினோம். இவர், பாலக் காட்டிலுள்ள, பாலேட்டன் என்பவர். ஆனால், ஆச்சரியமென்றுதான்

சொல்லவேண்டும், அவரும் குறிப்பிட்ட அந்த நாள் நீதிமன்றத்திற்கு வரவில்லை. இப்படியாக நான் மீண்டும் சிறையிலடைபட்டேன்.

பிறகுதான் இந்த திரைமறைவு நாடகத்தை நாங்கள் அறிந்துகொள்கிறோம். ஏப்ரல் 24ஆம் தேதியன்று இரவு, கோழிக்கோட்டிற்குப் புறப்படவிருந்த பாலேட்டனை அப்போது பணியிலிருந்த உதவி ஆய்வாளர், அவரது வீட்டிற்குச் சென்று சரகக் காவல்நிலையத்திற்கு அழைத்துக்கொண்டு போனார். அன்றிரவும் மறுநாளிரவும் அவரைப் பாதுகாப்பில் வைத்திருந்துவிட்டு 26ஆம் தேதி வெளியில் விட்டார். எனக்கு ஜாமீன் தரக்கூடாது என்ற ஒரு தாக்கீதுடன். ஜாமீன்தாரர்களில்லாமல் நான் மீண்டும் சிறையிலடைக்கப்பட்ட செய்தியைப் பத்திரிகையில் வாசித்த ஒருவர் மறுநாள் ஹைரேஞ்சிலிருந்து ஒரு வழக்கறிஞருடன் கோழிக்கோடு சிறைக்கு வந்து எங்களைச் சந்தித்தார். பத்தாயிரம் ரூபாய்க்கான ஜாமீன் பேப்பரில் கையெழுத்து வாங்குவதற்குச் சென்ற அவரிடம் “அஜிதாவுக்கு என்றால் நான் கையெழுத்து போட மாட்டேன்” என்று தாசில்தார் மறுத்துவிட்டாராம். ஆதாரக்கட்டுகளுடன்தான் அவர் ஜாமீனிலெடுக்க வந்தார். பத்தாயிரம் ரூபாய்க்கான ஜாமீன் பேப்பரில் கையெழுத்துப்போடுவதற்கு யாராவது வந்து, அது அஜிதாவுக்காக இருந்தால் கையெழுத்துப் போடக்கூடாது என்று அரசாங்க உயர்மட்டத்திலிருந்து எல்லா தாசில்தார்களும் அறிவுறுத்தப்பட்டிருந்தார்களாம்.

நான் வெளியே இருப்பதால்தான் ‘சைனா பப்ளிகேஷன்ஸ்’ எனும் பெயரில் சீன இலக்கியங்களின் மலையாள மொழிபெயர்ப்புகள் வெளியாகின்றன என்று அரசாங்கமும் குற்றவியல் பிரிவும் சந்தேகித்தது. அம்மாவுக்கு மலையாளம் பெரிய அளவில் தெரியாதென்பதால் அவர் வெளியே இருப்பதில் பிரச்சினை எதுவுமில்லை என்பது அவர்களது கணக்கு. போதாததற்கு அம்மாவின் ஆரோக்கியமும் மிக மோசமாக இருந்தது. சிறைக்குள்ளிருக்கும்போது அம்மாவுக்கு ஏதாவதாகி விட்டால் என்ன செய்வது என்று கருதியதால் அம்மாவின் ஜாமீன்தாரர்களை அவர்கள் தொந்தரவு செய்யவில்லை. என்னை உள்ளே போட்டுவிட்டால் பிரச்சினை தீர்ந்து விடுமென்பதாக அவர்கள் தப்புக் கணக்குப் போட்டுவிட்டார்கள். அதன்படி, ஒரு வருட ஜாமீனுக்குப் பிறகு நான் மீண்டும் சிறையிலடைக்கப்பட்டேன்..

22

கோழிக்கோடு சிறைச்சாலையில் சில வருடங்கள்

1970 ஏப்ரல் 25ஆம் தேதி நான் கோழிக்கோடு மாவட்டச் சிறையில் மீண்டும் அடைபட்டேன். சிறைச்சாலையின் நிலைமைகளில் அப்போது சிறு மாற்றம் ஏற்பட்டிருந்தது. தலச்சேரி — புல்பள்ளி வழக்கின் எதிரிகள்மீது காவல்துறை நடத்திய மிருகத்தனமான அடக்குமுறைக்கெதிராக பொதுமக்களினிடையிலும் இ.எம்.எஸ்சின் தலைமையிலான ஏழு கட்சிக் கூட்டணியிலுள்ள சில கட்சிகளினிடையிலும் எழுந்த விமர்சனத்தின் தீவிரத்தைத் தணிப்பதற்காக, தலச்சேரி — புல்பள்ளி வழக்கின் எதிரிகளினுள் சஞ்சல

மனோபாவமுள்ள பிரிவினரை 'இனிப்புத் தடவிய வெடிகுண்டு'களால் வசப்படுத்தி, அவர்களைத் திரும்பவும் மார்க்சிஸ்ட் கட்சிக்குள் கொண்டு வரும் நோக்கத்துடன் வழக்கின் எல்லா பிரதிகளையும் அரசியல் கைதிகளாக அரசாங்கம் அங்கீகரித்தது. இப்படியாக, நாங்கள் முதல்வகுப்புக் கைதிகளாக உயர்த்தப்பட்டோம். இந்தத் தர மேம்பாடு, 1969 ஜூன் மாதம் நடந்திருந்தது. மற்ற சாதாரண கைதிகளிடமிருந்து அரசியல் கைதிகளை வேறுபடுத்தி வைக்கும் நோக்கமும் இந்த ஏற்பாட்டினுள்ளிருந்தது.

திரும்பவும் உள்ளே வந்த எனக்கும், உணவிலும் பிற வசதிகளிலும் விசேஷ முன்னுரிமைகள் தரப்பட்டன. வாசிப்பதற்கான புத்தகங்களும் தினசரிகளும் எந்தத் தடையுமில்லாமல் தாராளமாகக் கிடைத்து வந்தன. மாவோவின் புத்தகங்களைத் தருவிப்பதிலும் தடையெதுவுமிருக்கவில்லை. ஆனால், மற்றொரு பிரச்சினை என்னை அலட்டிக்கொண்டிருந்தது.

வழக்கு, அமர்வு நீதிமன்றத்தில் விசாரணைக்கு வருவதுவரைக்கும் எங்களை அங்கே அழைத்துச்செல்ல வேண்டிய தேவை கிடையாது. ஆகவே, இரண்டு வாரத்திற்கு ஒருதடவையாவது அதே சிறையில் ஆண்கள் பிரிவிலிருக்கும் அப்பாவையும் மற்ற தோழர்களையும் பார்க்கவும் பேசவுமான வாய்ப்பும் இல்லாமல் போனது. வாரத்திற்கு இரண்டு முறை, அம்மா எங்களைப் பார்ப்பதற்காக வரும்போதுதான் நான் அப்பாவைப் பார்ப்பேன். என்னுடைய அரசியல் சிந்தனைகளை வளப்படுத்துவதற்கான வாய்ப்பு, அம்மாவைச் சந்திக்கக் கிடைக்கும் இந்தக் கொஞ்ச நேரத்தில் சாத்தியப்படவும் முடியாது. பெண்கள் வார்டினுள் முழுக்கவும் ஏகாந்தமான ஒரு சூழலையே நான் அனுபவித்துக்கொண்டிருந்தேன்.

நான் ஏற்கனவே சொன்னதுபோல், என்னுடன் அங்கே கைதிகளாக இருந்தவர்களில் பெரும்பாலான பெண்களும் தெருத்திண்ணைகளில் வாழ்க்கையைக் கழிப்பவர்களாகவே இருந்தனர். எங்களது வார்டு மிகவும் குறுகியதாகவும், நான்குபுறமும் வானத்தைத் தொடுவதுபோல் உயர்ந்த மதில்சுவர்களுடனும் சிறைச்சாலையின் மற்ற பகுதிகளுடன் தொடர்பில்லாமல் நீண்ட தொலைவிலுமிருந்தது. எல்லாமாகச் சேர்ந்து ஆழமான ஒரு பாழுங்கிணற்றில் தள்ளப்பட்டதுபோலிருந்தேன். இரண்டு இரட்டை அறைகளும் ஒரு ஒற்றை அறையுமடங்கிய அந்தச் சிறு பிளாக்கில் பெண்கள் அனைவரும் அடைக்கப்பட்டிருந்தார்கள். பின்புறமிருந்த ஒரு பகுதியில் சிமெண்ட் போட்டு மூடிய ஒரு பெரிய பள்ளமிருந்தது. ஃபிளஷ் அவுட் கக்கூசுக்கென்று தோண்டப்பட்டிருந்த, மறைவுகளெதுவுமில்லாத அந்த சிமெண்ட் சிலாப்பின் நடுவே இருக்கும் ஒரு துவாரத்தினூடேதான் பெண்கள் உடல் உபாதைகளைத் தணித்துக்கொள்ளவேண்டும். இதனால் அந்த வார்டு முழுவதும் எப்போதும் ஒரு துர்நாற்றமிருந்துகொண்டே இருக்கும். இரட்டை அறைகளில்

தனித்தனி கக்கூஸ்கள் இருந்தன. ஆனால், அவை உபயோகிப்பதற்கு இலாயக்கற்றவை. தலைமை வார்டன்கள், குடிப்பதற்கும் குளிப்பதற்குமான தண்ணீரை வழக்கமாக ஆண்கைதிகளை விட்டு கொண்டு வரச் செய்வார்கள். பெண்களின் வார்டுக்குள் குழாய்நீர் கிடையாது. இந்த இரட்டையறைகளில் ஒன்றில்தான் நானும் அடைபட்டுக்கிடந்தேன். மிச்சமிருந்த ஒரு இரட்டையறையிலும் இன்னொரு ஒற்றையறையிலும் அந்தப் பெண்களும் அவர்களது குழந்தைகளுமாக அடைத்துக் கிடந்தார்கள். தொழுநோய், காசநோய்போன்ற வியாதிகளும் பாலியல்நோய்கள்போன்ற தொத்துவியாதிகளும் பாதித்திருந்தவர்களையும்கூட தனியாக வைக்கவில்லை. இப்படி, எந்தவித அடிப்படையான மனிதாபிமான அக்கறைகளும் காட்டப்படாமல் வெறும் அற்ப உயிரினங்கள்போல் ஒடுக்கப்பட்டுக் கிடந்தார்கள் அனாதையாக்கப்பட்ட அந்தப் பெண்கள். இன்னொரு அறையில் கைதிகளுக்கான பாத்திரங்கள், பாய்கள்போன்ற சாதனங்கள் வைக்கப்பட்டிருந்தன. இதுதான் பெண் வார்டன்கள் ஓய்வெடுப்பதற்கான அறை. மற்ற கைதிகளை ஒப்பிடும்போது நான் 'ராஜபோக'க் கைதியாகவே இருந்தேன். பெண் வார்டன்களின் நிலைமையும் மிகவும் பரிதாபமாகவே இருந்தது. குடும்பப் பொறுப்புகளின் காரணமாக மட்டுமே அவர்கள் இந்த வேலையைச் செய்கிறார்களாக இருக்கும். நிச்சயமாக இதில் அவர்களுக்கு எந்த விதமான மனத்திருப்தியும் இருக்க முடியாது என்பதாகவே எனக்குத் தோன்றியது. கோழிக்கோடு சிறையில் இரண்டு பெண் வார்டன்கள் மட்டுமே அப்போதிருந்தார்கள். அந்த இரண்டுபேருமே சிறைத்துறையின் தங்கும்விடுதியில் வசித்து வந்ததால் எந்த நேரத்தில் பணிக்கு அழைத்தாலும் அவர்கள் வந்தாக வேண்டும். பகல் நேரப் பணியிலிருக்கும் பெண் வார்டன் மதிய உணவு சாப்பிட வேண்டுமென்றால் இரவுப் பணி பார்ப்பவர்கள் வந்து இரண்டு மணி நேரம் ஓய்வு கொடுக்கவேண்டும். இரவில், கைதிகளையெல்லாம் லாக்கப்பில் அடைத்த பிறகு பெண்வார்டன் தனது அறையில் தனியாகவே இருக்க வேண்டும். பகலிலும் சரி, இரவிலும் சரி, தலைமை வார்டன்களின், மற்ற உயரதிகாரிகளின் தயவில்லாமல் அவர்களால் வெளியே செல்ல இயலாது. பெண்கள் வார்டின் சாவி, பகல் நேரத்தில் தலைமை வார்டனின் கையிலிருக்கும். எங்களுடன் சேர்ந்து அவர்களும் தங்களது பணி நேரம் முழுவதுமே எந்த சுதந்திரமுமில்லாமல்தான் வாழவேண்டும். கண்காணிப்பாளர், தனது விருப்பம்போல் அவர்களது பணி நேரத்தை மாற்றவும் முடியும். பெண்கள் வார்டின் எதிர்புறம், கோழிக்கோடு கஸபா காவல்நிலையமிருக்கிறது. அதை எங்களால் பார்க்க இயலாதென்றாலும் இரவு நேரங்களில் காவலர்கள் யாரையாவது பிடித்துக்கொண்டு வந்து உதைப்பதுவும் உதைபடுபவர் பரிதாபமாகக் கதறுவதும் எங்கள் காதுகளில் விழும். எத்தனையோ முறை எங்களைத் தூக்கத்திலிருந்துத் திடுக்கிட்டு எழ வைத்தச் சம்பவங்களும் அங்கே நடந்ததுண்டு. இப்படியாக, வெளி

உலகத்திலிருந்து எங்களை முற்றிலுமாக தனிமைப்படுத்திய இந்தச் சூழ்நிலை, மனரீதியான நெருக்குதலை அதிகரிப்பதாகவே இருந்தது.

நாட்கள் செல்லும்தோறும் தனிமை என்னை மிகவும் வருத்தத் துவங்கியது. என்னை மனரீதியாகத் தளர்த்துகிற நோக்கத்துடன்தான் பொறுப்பிலிருப்பவர்கள் இப்படிச் செய்திருக்கிறார்களென்பதைத் தெளிவாக புரிந்துகொள்ளும்படியான சில சம்பவங்களும் அங்கே நடந்தேறின. வெளியுலகத்துடனான தொடர்பு கிட்டத்தட்ட துண்டிக்கப்பட்டிருந்த அந்தச் சூழ்நிலையிலிருந்து கண்டிப்பாக ஒரு விமோசனம் வேண்டுமென்று எனக்குத் தோன்றியது. என்போல் சிந்திக்கிற மற்றொரு பெண்ணும் அங்கிருந்திருந்தால் இந்தத் தனிமைத் துயரிலிருந்து எனக்கு விடுதலை கிடைத்திருக்கும். ஆனால், அப்படி யாருமே இல்லை. இருந்திருந்தால் தனிமைப் பிரச்சனை உருவாகியுமிருக்காது. அவ்வப்போது என்னைப் பார்க்க அம்மா வரும்போது வெளியே, சிறை அலுவலகத்தில் சந்திக்கும் அப்பாவிடமும் மற்ற தோழர்களிடமும் நான் இந்தப் பிரச்சினையைச் சொன்னேன். பகல் சிறிது நேரமாவது அப்பாவுடனும் மற்ற தோழர்களுடனும் அரசியல் விஷயங்களைப்பற்றி பேசவும் விவாதிக்கவும் வாய்ப்பு கிடைப்பது என்னுடைய மனதைரியத்திற்கு ரொம்பவும் உதவியாக இருக்குமென்று அவர்களிடம் தெரிவித்தேன். பகலில் சிறிது நேரத்தைத் தோழர்களுடன் கழிப்பதற்கான எனது உரிமையைப் பெறுவதற்காக உண்ணாவிரதமிருக்கவும் தயாராக இருப்பதாகச் சொன்னேன்.

1969 ஏப்ரல் மாதத்தில் புல்பள்ளி வழக்கின் பிரதிகள் அனைவரையும் கண்ணூர் மத்தியச் சிறைக்கு மாற்றியபோது இதே விஷயத்தை முன்வைத்து நாங்கள் அரசுக்கு ஒரு கோரிக்கை மனுவைச் சமர்ப்பித்திருந்தோம். இதைத் தொடர்ந்து அரசாங்க உயர்மட்டத்திலிருந்து கிடைத்த விசேஷப் பரிந்துரையின்கீழ் அப்பாவையும் கே.பியையும் மற்ற தோழர்களையும், மத்திய சிறையின் கண்காணிப்பாளரும் சுமார் எண்பது அலுவலர்களும் ஒன்று சேர்ந்து ஒருநாள் அதிகாலை நேரத்தில் வந்து அடித்துத் துவைத்தெறிந்தார்கள். இந்தச் சம்பவம் நடந்த சில நாட்களுக்குள் நான் ஜாமீனில் வெளிவந்துவிட்டதால் அந்தப் பிரச்சினை அப்போது முடிவுக்கு வந்தது. மீண்டும் நான் சிறைக்கு வந்ததால் பிரச்சினைத் திரும்பவும் தலைதூக்கியது.

என்னுடைய நிலைமையையும் அப்பாவுடனும் தோழர்களுடனும் அரசியல் விவாதங்கள் நடத்த வேண்டிய தேவையையும் புரிந்துகொண்ட தோழர்கள், குறிப்பிட்ட பிரச்சினையைப்பற்றி விரிவாக விவாதித்துவிட்டு அரசாங்கத்திடம் கூட்டாக ஒரு மனு கொடுக்கத் தீர்மானித்தார்கள். பகலில் ஒரு இரண்டு மணிநேரம் அப்பாவும் தோழர்களுமிருக்கும் பிளாக்கிற்குச் சென்று அவர்களுடன் சேர்ந்து மாவோ சேதுங்கின் சிந்தனைகளைப்

படிப்பதற்கு எனக்கு அனுமதியளிக்க வேண்டுமென்றும் இந்தக் கோரிக்கையை மறுக்கும்பட்சத்தில் நாங்கள் 1970 ஜூன் ஒன்றாம் தேதி முதல் காலவரையற்ற உண்ணாவிரதத்தை மேற்கொள்ளுவோ மென்றும் அந்த மனுவில் குறிப்பிட்டிருந்தோம்.

சிறையில் மற்றக் கைதிகளுக்கு இதுபோன்ற எந்த உரிமைகளுமே கிடையாதெனும் சூழ்நிலையில் எங்களது கோரிக்கையை ஏற்பதற்கான வாய்ப்பு மிகக் குறைவாகவே இருந்தது. ஆனால், 1965இல் இந்தியா — பாகிஸ்தான் யுத்தத்தின்போது சிறையிலிருந்த சில அரசியல் கைதிகளுக்குக் கிடைத்த இத்தகைய அனுகூலம்தான் எங்களுக்கு ஒரு முன்னுதாரணமாக இருந்தது. 1965 போர்க்காலங்களில் சிறையிலடைக்கப்பட்ட மார்க்சிஸ்ட் கட்சித் தலைவர்களான ஏ.கே. கோபாலனுக்கும் சுசீலா கோபாலனுக்கும் இதுபோல் மற்றும் ஒன்றிரண்டு தம்பதிகளுக்கும் சேர்ந்திருப்பதற்கான உரிமையை அரசு அங்கீகரித்திருந்தது. இவர்கள் தம்பதியராக இருந்தார்கள் என்பதுதான் இதன் அடிப்படை. சிறைச்சாலையினுள் முக்கியமான அரசியல் கைதிகளை குடும்ப வாழ்க்கைக்கு அனுமதிக்க இயலுமென்றால் ஏன் ஒரு தந்தையும் மகளும் பகலில் சிறிது நேரம் ஒன்றாக இருக்கக்கூடாது? எங்களை அரசியல் கைதிகளாக ஏற்றுக்கொண்டிருக்கும் பட்சத்தில் இந்த உரிமையை அங்கீகரிப்பதில் சட்டபூர்வமான பெரிய தடைகளெதுவும் இருக்க முடியாது. சிறையிலடைபட்ட எத்தனையோ ஏழைக் குடும்பங்களைச் சேர்ந்த கணவன் மனைவியரின் அனுபவங்களையும் நான் நேரடியாகவே பார்த்திருக்கிறேன். கைதிகளின் சமூக அந்தஸ்தை அடிப்படையாகக்கொண்டு அவர்களது பணத்தையும் கௌரவத்தையும் கணக்கிலெடுத்து விதிகள் மாறுதலுக்குள்ளாவதையும், எதுவுமில்லாதவர்களைப் பொறுத்தவரைக்கும் இருக்கிற விதிகளையே கடித்துக்கொண்டு தொங்குவதையும் நான் அறிவேன். 1975 ஜூன் 26ஆம் தேதி நெருக்கடிநிலை அறிவிக்கப்பட்ட சில நாட்களில் கைது செய்யப்பட்டு, அன்றிரவே சுசீலா கோபாலனையும் ஏ.கே. ஜியையும் அரசாங்கம் ஒன்று சேர்த்த சம்பவத்தை நான் திருவனந்தபுரம் சிறையிலிருக்கும்போது நேரடியாகவே பார்த்தேன். ஆனால், வருடக்கணக்கில் தங்களது குழந்தைகளையும் குடும்பத்தையும் பிரிந்து ஆயுள் தண்டனைக் கைதிகளாக சிறை வாழ்க்கையை அனுபவிக்கும் கணவன் மனைவியரை ஆறு மாதத்திற்கொரு தடவை பரஸ்பரம் பார்க்கவும் பேசவுமான அனுமதியை, அதுவும் தொடர்ந்து அவர்கள் விண்ணப்பித்தால் மட்டுமே கொடுப்பதுவும் எனக்குத் தெரியும். இவர்கள் அரசியல் கைதிகளாகவோ எம்.பியாகவோ, எம்.எல்.ஏயாகவோ பிற கௌரவமான குடும்பத்தினராகவோ இல்லாமலிருக்கலாம்; கிராமப்புறங்களில் இரவு பகலாக உழைத்துச் சிரமத்துடன் வாழ்க்கையை நகர்த்திக்கொண்டிருக்கும் ஏழைகளாக இருக்கலாம். இவர்களது இப்படியான வாழ்வுரிமைகளைக் கணக்கிலெடுத்துக்கொள்ள எந்தவொரு நீதிமன்றமும் அரசாங்கமும்

தயாராக இல்லாத நிலைமைதான் இன்றுவரையிலும் நிலவி வருகிறது. சூழ்நிலையின் நிர்ப்பந்தத்தாலோ தற்காப்பிற்காகவோ வேறுகாரணங்களுக்காகவோ இழைத்துவிட்ட கொலைபாதகச் செயல்களுக்காக கணவனும் மனைவியும் இவர்களை நம்பி வாழ்கிற பிஞ்சுக் குழந்தைகளும் வயதான தாய் தந்தையரும் சொல்ல முடியாதத் துயரங்களுக்கு ஆட்படுகிற நிலைமைகளைப்பற்றி இங்கு யாருமே சிந்திப்பதில்லை.

நாங்கள் சட்டமன்ற, பாராளுமன்ற உறுப்பினர்களாகவோ அமைச்சர்களாகவோ இல்லைதான். என்றாலும் அரசாங்கத்தின் இந்தப் பாகுபாடான அணுகுமுறைக்கெதிராக குரலெழுப்பவேண்டிய அவசியமிருப்பதாக நாங்கள் முடிவு செய்தோம். எங்களைத் திருப்திப்படுத்த எடுத்த முயற்சிகளால் எதிர்பார்த்த எந்தப் பயனும் கிடையாதென்பதையும் மேலும் தொந்தரவுதான் என்பதையும் அவர்கள் நன்றாகவே உணர்ந்திருந்தார்கள். இன்றைய ஒடுக்குமுறைக் கருவியின் பின்னணியில் செயல்படும் பாராளுமன்ற அமைப்பின் ஒரு பகுதியாக மாறுவதற்கு நாங்கள் மறுப்பது மட்டுமில்லாமல் இந்த அதிகார இயந்திரத்தைத் தகர்த்தெறிவதற்கான முயற்சிகளில் தன்னுயிரைப் பலிகொடுக்கவும் தயங்குவதில்லை எனும் திடமான முடிவுடனிருந்தவர்களல்லவா நாங்கள்? மாவோ சேதுங்கின் சிந்தனைகளை நாங்கள் வாசிப்பதென்பது எங்களைப் பொறுத்தவரைக்கும் எவ்வளவு தேவையோ அதற்கு இம்மியளவுகூட குறையாமல் அதை எதிர்க்க வேண்டிய தேவையும் அவர்களுக்கிருந்தது.

ஏற்கனவே நான் பல்வேறு இடங்களில் குறிப்பிட்டதுபோல், மாவோவின் சிந்தனைகள், எங்களுடைய சிரமம் மிகுந்தப் பயணத்தின் ஒவ்வொரு இடர்பாடுகளின்போதும் ஒளி காட்டியும் பாதையைத் தெளிவுபடுத்தித் தரும் விளக்காகவும் அமைந்திருந்தன. உணவு, உடைபோன்ற உடல்சார்ந்த எல்லா தேவைகளையும்போல் தவிர்க்கவியலாத ஒரு அகமனத் தேவையாகவே இருந்தது மாவோவின் சிந்தனைகளின்மீதான கல்வியும். பழைய சமூக அமைப்புகளைத் தகர்த்தெறிந்து புதிய அமைப்பை உருவாக்குவதற்கான ஜீவமரணப் போராட்டத்தில் ஈடுபட்டிருப்பவர்களுக்குத் தங்களது முன்னேற்றப் பாதையின் அனுபவமின்மையாலும் பன்னெடுங்காலமாக மனதுகளில் வேரூன்றிக்கிடக்கும் காலாவதியாகிப்போன சிந்தனைகளின் தாக்கத்தாலும் தவறுகள் நேருமென்பது தவிர்க்கவியலாதது. இந்தத் தவறுகளைக் கண்டுணரவும் திருத்தியமைக்கவும் தவறையும் சரியையும் விருப்பு வெறுப்பின்றி ஆய்வுக்குட்படுத்தவுமெல்லாம் மார்க்சிஸ்ட் சித்தாந்தமெனும் தொலைநோக்கும் நுட்பமும்கொண்ட சிந்தனையின் உதவி தேவையாகிறது. சித்தாந்தப் பயிற்சியினூடேதான் ஆத்மார்த்தமான ஒரு தொண்டனுக்கான அக தரிசனம் வாய்க்கப்பெறும். சித்தாந்தப் பயிற்சியிலிருந்து ஒருவனை வேறுபடுத்தி வைப்பதென்பது அவனைப் பொறுத்தவரைக்கும்

மரணத்திற்கொப்பானது. வேறு எதை கை விட்டுவிட நேர்ந்தாலும் இந்தப் பயிற்சியை தவிர்த்துவிடுவது அவனால் இயலாத காரியம். இவ்வகையான சித்தாந்தப் பயிற்சிகளில் இரண்டுவகை உண்டு. தனியாக ஒரு அறைக்குள் அடைந்துகிடந்து இரவுபகலாக பயில்வது ஒரு வகை. இந்திய கம்யூனிஸ்ட் இயக்கத்தில் இன்றிருக்கும் எல்லா தத்துவ ஆசிரியர்களும் இவ்வகையில் சித்தாந்தங்களைப் பயின்றவர்கள்தான். இப்போதுகூட இவர்கள் பெரும்பாலும் இவ்வகையான பயிற்சிகளைத்தான் மேற்கொள்ளுகிறார்கள். ஆனால், இதிலிருந்து முழுக்கவும் வேறுபட்ட மற்றொரு வகையுமிருக்கிறது. தன்னந்தனியாக ஆய்ந்தறிந்த சித்தாந்தப் பயிற்சியினூடே தெளிவுப் பெற்றக் கருத்துக்களை தானுட்பட்ட குழுவினருடன் பகிர்ந்துகொள்ளவும் இப்படியாக ஒவ்வொருவருமே தங்களது எண்ணங்களைப் பரஸ்பரம் பகிர்ந்தும் விவாதித்தும் கருத்தியல்சார்ந்த தெளிவின்மைகளிலிருந்து படிப்படியாக மற்றவர்களுடன் ஒன்றிணைந்தும் சுய ஆய்வினூடேயும் கோட்பாடு சார்ந்த தெளிவிற்குள் வந்து சேருவது. ஆனால், பிரச்சினை இந்த இடத்தில் முற்றுப் பெற்றுவிடுவதில்லை. உலகியல் யதார்த்தங்களையும் அதன் நியதிகளையும் புரிந்துகொள்வதுடனும் அவற்றைச் சரியான முறையில் மதிப்பீடு செய்வதுடனும் மட்டுமே இது நின்றுவிடாது. இந்த உண்மைகளைப் பற்றிய பார்வைகளின்கீழ் உலகை மாற்றியமைக்க முற்படுவதில்தான் மார்க்சிய சித்தாந்தத்தின் மிகமுக்கியமான அடிநாதம் இழையோடிச் செல்கிறது. இதையே மார்க்ஸ் முதல் மாவோ சேதுங்வரையிலான அறிஞர்கள் தொடர்ந்து அறிவுறுத்தி வந்தார்கள். சித்தாந்தப் பயிற்சியின் நோக்கம், இதன் அடிப்படையில் மட்டுமே அமைந்திருக்கவேண்டும். நம்மைச் சுற்றியுள்ள உலகத்தை நன்றாகப் புரிந்து, இதை மறு கட்டுமானம் செய்வதற்கு நம்மால் இயன்ற வகையில் சித்தாந்தத்தைப் பயன்படுத்தவேண்டும். தனக்கு சரியாகப்பட்ட கோட்பாட்டை சமூகத்திற்குக்கொண்டு செல்லும்போதுதான் அதைப்பற்றிய சரியையும் தவறையும் மேலும் புரிந்துகொள்ள இயலும். இவ்வகைப் பயன்பாட்டு அனுபவங்கள்தான் சித்தாந்த அறிவின் ஆழத்தைப் படிப்படியாக மேம்படுத்துகிறது. சித்தாந்தத்திலிருந்து நடைமுறை செயல்பாட்டிற்கும் நடைமுறையிலிருந்து சித்தாந்தத் தெளிவிற்குமான இந்த மார்க்கத்தை, கோட்பாட்டில் வலுவாக நிலைகொள்ள நினைக்கும் எந்தவொரு மனிதனும் தொடர வேண்டிய தேவையிருக்கிறது. இந்த பயணம், மிகுந்த இடர்பாடுகளுடன் கூடியதுமாகும். பழங்கருத்தியலின் முடை நாற்றம் வீசுவதும் புரட்டுகள் நிறைந்ததுமான சிந்தனைகள், மரபு வழியாகவே நம்முள் வேரூன்றிக்கிடக்கின்றன. இந்தக் கருத்தியல் அம்சங்களைப் பிரித்தறிந்து அவற்றுடன் திடமாக எதிர் நின்றுப் போராடும் அதேவேளையில் தொழிலாளர் வர்க்கத்தின் உயிர்த்துடிப்பு மிகுந்த கோட்பாடுகளில் வேரூன்றவும் வேண்டுமென்பது அம்மனிதனைப் பொறுத்தவரைக்கும் உயிர்மரணப்போராட்டத்திற்கு நிகரானது. இப்படி, கோட்பாட்டின்

வெளிச்சத்தில் உலகத்தை மாற்றியமைக்க முயலும் ஒருவன், இந்த முயற்சியின்போது தன்னுடைய மனத்திலிருக்கும் சுயம் சார்ந்த உலகப் பார்வையையும் மாற்றியமைக்க வேண்டியதாகிறது. இந்தப் பக்குவநிலை, உணர்வு நிலையிலிருந்தே நிகழவும் வேண்டும். இதில் அசிரத்தையோ முயற்சியின்மையோ இருக்கும் ஒரு நபரிடம் பழைய உலகப்பார்வை திரும்பவும் மேலாதிக்கம் பெறுமென்பதுவும் தவிர்க்கவியலாதது. மனத்தின் இந்த மறுகட்டுமானத்திற்கு இன்றிமையாத ஒன்று சித்தாந்தக்கல்வி. ஆக, உலகை மாற்றியமைக்கும்பொருட்டு தன்னையும் மாறுதலுக்குட்படுத்துகிற இந்தச் செயல்பாட்டில் சித்தாந்தக் கல்வி எந்த அளவுக்குத் தேவையென்பது வெளிப்படையானது.

ஆனால், இன்றுவரை சித்தாந்தக் கல்வியைக் குறித்த, பொதுவுடைமை சிந்தனை சார்ந்த யதார்த்தமும் இப்போது இடது, வலது கம்யூனிஸ்ட் இயக்கங்களினுள் நிலவிவருவதுமான கருத்தியலின் நிலையென்ன? சித்தாந்தக் கல்வியென்பது அணிகளுக்குத் தேவையில்லை. தலைவர்கள் தங்களது மாடமாளிகைகளிலிருந்து மார்க்சின் ஏங்கெல்சின் லெனினின் சித்தாந்தங்களையெல்லாம் இரகசியமாகக் கற்று அதன்படியே தங்களுக்குத் தோதுவான வியாக்கியானங்களை பெரிய பெரிய ஆய்வு நூல்களாக வெளியிடுவார்கள். அணிகள், இந்த வியாக்கியானங்களைப் படிக்கவேண்டும். அவர்களால் மார்க்சையும் லெனினையும் புரிந்துகொள்ள இயலாது. ஆகவே, தங்களின் அறிக்கையை அவர்கள் படித்தால் போதும். இதுபோன்ற மிகவும் தவறான, சந்தர்ப்பவாதக் கற்பித்தலின் உண்மையான நோக்கம் எதுவாக இருக்க முடியும்? மார்க்சையும் லெனினையும் மக்களால் நெருங்கவே இயலாத மனிதர்களாக மாற்றுவதுடன் கோட்பாட்டைப் பொறுத்தவரைக்கும் எப்போதும் அவர்களை அன்னியப்படுத்தி வைத்திருப்பது. ஒவ்வொரு பிரிவினரும் மார்க்சையும் லெனினையும் கற்கவும் புரிந்துகொள்ளவும் ஆரம்பித்தால் இந்தத் தலைவர்களது ஒவ்வொரு செயல்பாட்டையும் அவர்கள் சித்தாந்த அடிப்படையில் மதிப்பீடு செய்வதற்கு முயற்சிப்பார்கள். இது, தலைவர்களின் தவறான அணுகுமுறைகளுக்கெதிரான கேள்விகளாக மாறும்போது அவர்களது நோக்கங்களுக்கேற்ப ஒவ்வொன்றும் முன்நகர்வதென்பது இயலாமல் போய்விடும். கம்யூனிஸ்ட் கட்சியின் அணிகளிலுள்ள ஒவ்வொருவரும் மார்க்சியத்தையும் லெனினியத்தையும் குறித்து முழுமையாகத் தெரிந்துகொள்வதற்குத் தடையாகவும் அவர்களது அரசியல் அறிவை மேம்படுத்தவேண்டிய அடிப்படைத் தேவைக்கு இடையூறாகவும் இருப்பவர்கள் இந்த இயக்கங்களின் தலைவர்கள்தான்.

உண்மைகளை இவ்விதமாகப் புரிந்துகொள்ளும்பட்சத்தில், 1970 மே மாதத்தில் நாங்கள் கொடுத்த மனுவின்மீது எந்தவித பதிலும் அரசாங்கத்திடமிருந்து கிடைக்காமலிருப்பதில் ஆச்சரியப்படுவதற்கும் எதுவுமில்லை. அப்படியாக நான், ஜூன் முதல் தேதியன்று

உண்ணாவிரதமிருக்கத் துவங்கினேன். சிறைத்துறை அதிகாரிகளிடமிருந்து ஏதாவது உரிமைகளையோ அருகதையுள்ள அனுகூலங்களையோ கேட்டுப் பெறவேண்டுமென்றால் வேறு எந்த வழிகளுமே கிடையாது. மிகுந்த மனவுறுதியுடன் மேற்கொள்ளும் ஒரு உண்ணாவிரதப் போராட்டம், அதுவும் நியாயமான தேவையை முன்வைத்துப் போராடும் உண்ணாவிரதம், எவ்வளவு பிடிவாதமான அரசாங்கத்தையுமே பணிந்துவிடச் செய்யுமென்று நாங்கள் நம்பினோம். அப்போது, தோழர் வர்க்கீசின் கோரக் கொலை நிகழ்வு நடந்து சில மாதங்கள்தான் ஆகியிருந்தன. அச்சுதமேனோன் அரசின் முகமூடியைப் பிய்த்தெறிந்து, அதன் நக்சலைட் விரோத முகத்தை அப்பட்டமாகக் காட்டிய ஒரு காலகட்டமது. இருப்பினும், மாவோ சேதுங்கின் புரட்சியின் வீரியம் தந்த பாடங்களால் மானசீக ஆயுமேந்தி, இந்தப் போராட்டத்தில் வெற்றிபெறுவோம் என்ற திட நிச்சயத்துடன் ஜூன் முதல் தேதி நாங்கள் உண்ணாவிரதமிருக்க ஆரம்பித்தோம். நான் தனியொரு நபராக உண்ணாவிரதமிருக்கவில்லை. 1ஆம் தேதி நான் உண்ணாவிரதத்தைத் துவங்கினேன். 2ஆம் தேதி அப்பாவும் 4ஆம் தேதி சங்கரன்மாஸ்டரும் என்னுடன் போராட்டத்தில் இணைந்துகொண்டார்கள். நாட்கள் செல்லும்தோறும் நாங்கள் மிகவும் சோர்ந்துகொண்டிருந்தோம். வெறும் நீராகாரம் மட்டும்தான் குடித்தோம். இடையிடையே தண்ணீரில் உப்புப்போட்டும் குடித்து வந்தோம். தண்ணீர்கூட இல்லாமல் நடந்த எத்தனையோ உண்ணாவிரதங்கள் பற்றி எனக்குத் தெரியும். ஆனால், அன்று எங்களுக்கு தண்ணீர் மறுக்கப்படவில்லை. மேலதிகாரிகள், தினமும் மருத்துவர்களுடன் வந்து பரிசோதனை செய்வார்கள். இரகசியமாக ஆகாரமெதுவும் சாப்பிடுகிறோமா என்றும் அறிந்து விட்டுச் செல்வார்கள். மூன்று நான்கு நாட்கள் கழிந்தபோது நான் படுக்கையிலாகிவிட்டேன். பசியின் தாக்கம் சிலநேரங்களில் உடலை அப்படியே தளரவைத்து விடுமென்றாலும் மாவோவின் படைப்புகளை வாசித்து மனதின் தெம்பை மீட்டெடுத்தேன். கோரிக்கையின்மீது எவ்வித அசைவுகளுமில்லாமல் பதினெட்டு நாட்கள் இப்படியாகக் கடந்துபோயின. அம்மா வெளியே இருந்து உண்ணாவிரதத்தைப் பற்றிய செய்திகளைப் பத்திரிகைகளுக்குக் கொடுத்துக்கொண்டிருந்தார். உண்ணாவிரதம் துவங்கிய பிறகு அம்மாவைப் பார்ப்பதற்கும் என்னை அனுமதிக்கவில்லை. இருந்தாலும் உண்ணாவிரதத்தைப் பற்றிய ஒவ்வொரு தகவல்களும் அம்மாவுக்குக் கிடைத்துக்கொண்டிருந்தன.

ஜூன் 19ஆம் தேதி, மாலை நான்கரை மணி இருக்கும். பெண்கள் வார்டின் இரும்புக் கதவுகளைப் பலமாகத் திறக்கும் சத்தம் கேட்டது. படுத்துக்கிடந்த என்னால் சம்பவத்தைப் புரிந்துகொள்ள முடியவில்லை. நிமிடங்களுக்குள் சிறைத்துறை ஐ.ஜி., மாவட்ட சிறைச்சாலையின் பிற அதிகாரிகளுடன் நானிருந்த அறைக்குள் வந்தார். எங்களுடைய கோரிக்கையை அரசு ஏற்றிருப்பதாகவும் பகலில்

இரண்டுமணி நேரம் அப்பாவுடனிருப்பதற்கான உரிமையை அனுமதித்திருப்பதாகவும் அவர் தெரிவித்தார். ஆகவே, நான் உடனே உண்ணாவிரதத்தை முடித்து விட்டு சாப்பிடவேண்டுமென்று ஐ.ஜி. அறிவுறுத்தினார். அப்பாவைப் பார்த்த பிறகுதான் உண்ணாவிரதத்தை முடித்துக்கொள்ளுவேன் என்று நான் தீர்மானமாகச் சொல்லி விட்டதால் ஐ.ஜி., என்னையும் அழைத்துக்கொண்டு அப்பா இருந்த பிளாக்கிற்குச் சென்றார். பத்தொன்பது நாட்களாக சாப்பிடாமலிருந்த தளர்வு அப்போது எங்கே போனதென்றே தெரியவில்லை. பெண்கள் வார்டின் மூச்சடைக்க வைக்கும் ஏகாந்தச் சூழலிலிருந்து கிடைத்த இந்த விடுதலையின் உற்சாகச் செய்தியில் என் மனம் குதித்துக்கொண்டிருந்தது. அதிகாரிகளுடன் நானும் வேகமாக நடக்கத் துவங்கினேன். இவ்வளவு வேகமாக நடக்கவேண்டாம் என்று சொல்லி விட்டு பெண் வார்டனிடன் என்னைப் பிடித்துகொள்ளுமாறு உத்தரவிட்டார். ஆனால். பெண் வார்டனால் என்னுடன் வேகமாக நடக்கமுடியவில்லை. சிரமம் மிகுந்தப் போராட்டத்தினூடே பெற்ற வெற்றியின் ஆவேசத்துடன் நான் அப்பாவும் மற்ற தோழர்களும் கிடந்த பிளாக்கில் சென்று முஷ்டி உயர்த்தி வீர வணக்கம் செலுத்தினேன். அப்பாவும் சங்கரன் மாஸ்டரும் படுத்துக்கிடந்தார்கள். மற்றத் தோழர்கள் அந்த இடத்தில் சுற்றியமர்ந்திருந்தார்கள். என்னைக் கண்டதும் அவர்களுக்கேற்பட்ட மகிழ்ச்சி அளவிட முடியாதது. அவர்களும் முஷ்டி உயர்த்தி எனக்கு வாழ்த்துத் தெரிவித்தார்கள். அந்த உண்ணாவிரதப் போராட்டம் இப்படியாக முடிவுக்கு வந்தது. மறுநாள் முதல் காலையில் ஒன்பதரை துவங்கி பதினொன்றரை மணிவரைக்கும் நான் அப்பாவின் பிளாக்கில் வகுப்பிற்காகப் போகத் துவங்கினேன்.

23

விசாரணையும் தீர்ப்பும்

எங்களுடைய வழக்கை கோழிக்கோடு அமர்வு நீதிமன்றத்தில் தாக்கல் செய்த பிறகு கிட்டத்தட்ட ஆறோ ஏழோ மாதங்களினுள் அதாவது, 1970 அக்டோபர் அல்லது நவம்பர் என்று நினைக்கிறேன். விசாரணை துவங்கியது. இதற்குள் இ.எம்.எஸ். அரசு, சுமார் எழுபதுபேர்களை வழக்கிலிருந்து விடுவித்திருந்தது. மிச்சமிருந்த அறுபத்தைந்து பேர்களின்மீது சதியாலோசனை வழக்குத் தாக்கல் செய்யப் பட்டிருந்தது. வழக்கை மேற் கொண்டு விவாதிப்பது குறித்து, வழக்கின் இந்தப் பிரதி களினிடையே இடைப்பட்ட காலம் முழுவதும் வலுவான விவாதங்கள் நடந்து கொண் டிருந்தன. இதிலொரு பிரிவினர், நீதிமன்றத்தில் வழக்கை விவாதிப்

பதாக இல்லையென்று நிர்ப்பந்தமாக இருந்ததுடன் வழக்கை மேற்கொண்டு நடத்துவதாக முடிவு செய்திருந்த மற்றொரு பிரிவினரான எங்களுக்கும், அதைவிட மேலாக, வழக்கில் மனப் பூர்வமான நல்லெண்ணத்துடன் உதவி செய்வதற்கு முன்வந்த வழக்கறிஞர் நண்பர்களுக்கும் பல்வேறு விதமான இடையூறுகளை உருவாக்குவதற்குத் தங்களால் இயன்ற அனைத்தையும் மிகுந்த ஆர்வத் துடன் செய்தார்கள். ஆனால், வழக்கின் பெரும்பாலான தோழர்களும் குறிப்பாக, புல்பள்ளி கலகத்தில் பங்கு வகித்த தோழர்கள் வழக்கைத் தொடர்ந்து நடத்தவேண்டுமென்ற நிலைபாட்டில் உறுதியுட னிருந்தார்கள்.

தலச்சேரி — புல்பள்ளி கலகங்களில் பங்கெடுத்த பெரும் பாலான தோழர்களும் எதிரிகளின் பிடிக்குள் அகப்பட்டிருந்ததால் இந்தச் சிக்கலிலிருந்து முடிந்தவரை அதிக எண்ணிக்கையிலான தோழர் களை விடுவிக்க வேண்டிய தேவையுமிருந்தது. இன்றிருக்கும் நீதித்துறை யெனும் அமைப்பு, அதிகார இயந்திரத்தின் எல்லாத் தூண்களையும் போல் மற்றுமொரு தூண் எனும் அடிப்படையான புரிதலை மறந்து விட்டெல்லாம் நாங்கள் வழக்கைத் தொடர்ந்து நடத்துகிறோமா என்றால், இல்லை. தலச்சேரி — புல்பள்ளி கலகங்கள் நடந்த பிறகு கோழிக்கோட்டிலுள்ள புகழ்பெற்ற வழக்கறிஞர் நண்பர்கள் வழக்கின் விசாரணையின்போது என்ன உதவி வேண்டுமென்றாலும் செய்து தருவதாக வாக்குறுதி தந்திருந்தார்கள். கேரளம் முழுவதிலுமுள்ள வழக்கறிஞர்கள் பலர் எங்களுக்கு உதவி செய்ய இப்படி முன்வந்திருந் தார்கள். இந்த வாக்குறுதிகள் அனைத்தும் தலச்சேரி — புல்பள்ளி கலகங்கள், இந்திய தேசம் முழுவதுமே தூண்டிவிட்ட சாதகமான உணர்ச்சியலைகளின் வெளிப்படையான வடிவங்கள்தான். அதேசமயம் பணத்திற்காக மட்டுமே வழக்கை ஏற்றுக்கொள்ள முன்வருகிற வழக்கறிஞர்கள் யாரையும் இதற்கு அனுமதிக்கக் கூடாதெனும் முடிவிலும் நாங்கள் உறுதியுடனிருந்தோம்.

இந்த சந்தர்ப்பத்தில் ஒரு விஷயத்தை தெளிவுபடுத்த வேண்டியதிருக்கிறது. வழக்கை நடத்துவதா வேண்டாமா என்பதைத் தீர்மானிப்பதற்கான அளவுகோல் எது? ஒவ்வொரு விசேஷ சூழ் நிலைகளின்போதும் கை கொள்ள வேண்டிய சரியான வழிமுறை களைத் தீர்மானிக்கும் அம்சம், குறிப்பிட்ட அந்த சூழல்களைப் பொறுத்ததாகவே அமைய முடியும். ஒரு சூழலில் சரியாக இருக்கும் குறிப்பிட்ட அம்சம், மற்றொரு சூழலில் முழுத் தவறாக அமைந்து விடுவதுமுண்டு. இதில் அந்தந்தச் சூழ்நிலையை நாம் எதன் அடிப்படையில் மதிப்பிடுகிறோம் என்பதுதான் முக்கியமானது. எதிரியினுடையவும் நம்முடையவும் அவ்வப்போதைய நிறைகுறை களைச் சரியான முறையில் மதிப்பீடு செய்த பின் அந்தச் சூழல் சார்ந்துதான் எதிரியின் தாக்குதலைத் தோல்வியடையச் செய்வதற்கான வழிமுறைகளை நாம் ஆராய வேண்டும். கோட்பாட்டில் வலுவாக நின்று, சூழலுக்கேற்ப வழிமுறைகளைப் பிரயோகித்து அதை

முன்னெடுத்துச் செல்ல முயற்சிப்பதுதான் சரியான அணுகுமுறை யாகவும் இருக்க முடியும். எதையும் கவனத்தில் கொள்ளாமல் இயந்திரத்தனமாக ஒரே நிலைபாட்டில் உறுதியாக நிற்பதுவும், கோட்பாட்டில் உறுதியுடனிருக்கிறோம் என்ற பெயரில் எதிரிகளின் தாக்குதல்களுக்கு இயன்றவரையிலான தடைகளை ஏற்படுத்துவதில் கவனம் செலுத்தாததுமான போக்கு, இயக்கத்தை எந்த வகையிலும் முன்னகர்த்திச் செல்வதற்கு உதவியாக இருக்க முடியாது. மாறாக, பின்னோக்கியே கொண்டுசெல்லும்.

நீதித்துறையென்பது அதிகார பீடத்தின் ஒரு பகுதிதான்; அதிகார வர்க்கத்தின் விருப்பங்களை சேவித்தொழுகும் அடிப்படைக் குணமே அதன் இயல்பு; பிரிட்டிஷ் ஏகாதிபத்தியம், இந்தியாவில் எழுதி வைத்த சட்ட விதிகள்தான் அதிகார மாற்றமடைந்த பின்பும் மாற்றமுமில்லாமல் தொடர்ந்துகொண்டிருக்கின்றன; இந்த அமைப் பிற்குள் நின்றுகொண்டு பெரும்பான்மையான இந்திய மக்களுக்கு சாதகமாகவும், சமூக நன்மைக்காகவும், நீதிக்காகவும், போராடி வென்றுவிடலாமென்று ஆசைப்படுவது அடிப்படையில் பயனற்றது என்பதையெல்லாம் நாங்கள் சரியாகவே உணர்ந்திருந்தோம். ஆனால். இந்த அடிப்படைக் கூறுகளினுள் சில வெளிப்படையான முரண்பாடு களுமிருக்கின்றன என்பதையும் நாங்கள் உணர்ந்திருந்தோம். நீதிமன்றத்திற்கும் வழக்கறிஞர்களுக்குமிடையில்; நீதிமன்றத்திற்கும் வாதிக்குமிடையில்; நீதிமன்றத்திற்கும் அரசுக்குமிடையிலிருக்கும் முரண்பாடுகள் சில சந்தர்ப்பங்களில் வெடித்துச் சிதறுவதையும் நாமின்று பல்வேறு நிகழ்வுகளில் கவனித்துக்கொண்டிருக்கிறோம். நெருக்கடிநிலைக் காலகட்டத்தில் ஆர்.இ.சி. மாணவனாகிய ராஜனை கக்கயம் முகாமில் வைத்து காவல்துறை கொடூரமாகக் கொன்ற வழக்கைப் பொறுத்தவரைக்கும் கேரள உயர்நீதிமன்றம், மாநில அரசுக்கெதிரான ஒரு நிலைபாட்டைதானே மேற்கொண்டிருந்தது? இந்திய அளவில் புகழ்பெற்ற அந்த வழக்கு இறுதியில் ஒன்றுமில்லாமலானது. நீதிமன்றம் வாயிலாக நீதி கிடைக்குமென்ற நிறைவேறாத ஆசையின்மீது பேரிடி வந்து தாக்கியது. இருந்தாலும், சிறிது காலமாவது காவல்துறையையும், அதன் பல்வேறு உயரதிகாரிகளையும், மாநில அரசையும்கூட இக்கட்டான நிலைமைக்குள்ளாக்க நீதிமன்றத்தால் இயன்றது எனும் ஒரு உண்மையையும் நாம் மறந்து விட முடியாது. ஆனால், இங்கே விவாதிக்கப்பட்டுவரும் விஷயம் இதுவல்ல. ஏற்கனவே குறிப்பிட்ட இந்த முரண்பாடுகளைக் கண்டுகொள்ளாமலிருப்பதுவும் இந்த முரண்பாடுகளை முடிந்தவரைக்கும் சாதகமாகப் பயன்படுத்தி வழக்கில் அகப்பட்ட தோழர்களுக்கு அனுகூலமான ஒரு சூழலை உருவாக்கிக் கொடுக்க முயற்சிப்பதுவும் ‘எல்லைகளற்ற’ புரட்சியில் கலப்படம் செய்வதாக எடுத்துக்கொள்ளும் வாய்வித்தைப் புரட்சியாளர்களின் உள்ளீடற்ற கருத்தியலைச் சுட்டிக் காட்டுவதற்காக மட்டுமே நான் இதனைக் குறிப்பிட்டுள்ளேன்.

வழக்கை மேற்கொண்டு விவாதிக்க வேண்டாமெனும் நிலைபாட்டிலிருந்த பிரிவினரில் இரண்டுபேரைத் தவிர மிச்சமிருந்த அனைவரும் தலச்சேரி வழக்கில் பிரதிகளாக இருந்தார்கள். தலச்சேரி வழக்கை அவர்கள் தனியாகக் கையாண்டாலும்கூட தெளிவாகத் தெரிந்த ஒரு விஷயம், தலச்சேரி வழக்கில் தண்டிக்கப்படுவதற்கான காரணங்கள் கிடையாது. சதியாலோசனையை எடுத்துக்கொண்டால் குற்றச்சாட்டை சட்டபூர்வமாக எதிர்கொண்டு தோற்கடிக்க ஏதாவது ஒரு பிரதிக்காக வாதாடும் வழக்கறிஞரே போதுமாக இருந்தார். சதியாலோசனையை அரசுத் தரப்பால் நிரூபிக்க முடியாதென்பது அவர்களுக்கே நன்றாகத் தெரியும். இந்த வழக்குத் தகர்ந்துபோனால் பிறகு தலச்சேரியைப் பொறுத்தவரைக்கும் வேறு எந்தப் பிரச்சினையுமே இல்லை. ஆகவே, வழக்கை வாதித்தாலும் இல்லையென்றாலும் ஒருவர் வெற்றி பெறும் பலன் மற்றவர்களுக்கும் கிடைக்குமென்பதை அவர்கள் அறிவார்கள். இந்தச் சூழ்நிலையில் புரட்சியைப் பறைசாட்டுவதால் உடம்புக்கு எதுவுமாகி விடப்போவதில்லை என்கிற தன்னம்பிக்கை யிருந்ததால் அவர்கள் வழக்கைத் தொடர்ந்து நடத்துவதிலிருந்து விலகிக் கொண்டார்கள்.

அதே நேரம் புல்பள்ளி வழக்கின் நிலவரம் இதிலிருந்து முழுக்கவும் வேறுபட்டிருந்தது. ஆயுள்தண்டனைமுதல் மரண தண்டனைவரைக் கிடைப்பதற்கான எல்லா சூழல்களுடனும் இந்த வழக்கு முன்னேறிக்கொண்டிருப்பது தெளிவாகவே தெரிந்தது. இந்த வழக்கைக் கவனமாகக் கையாண்டு அதன் இடைவெளிகளினூடே முடிந்தவரைக்கும் தண்டனையைக் குறைத்துக்கொள்ளுவதற்கான வாய்ப்புகளை, அதுவும் வழக்கறிஞர்களது மிகுந்த ஈடுபாட்டுடன்கூடிய உதவிகள் கிடைப்பதாக வாக்குறுதி கிடைத்திருந்த இந்தச் சூழலைப் பயன்படுத்தாமலிருப்பது மிகப்பெரிய அறிவின்மையாகவே அமைந் திருக்கும். சட்டத்தில் இந்த இடைவெளிகள் இருக்கும்வரை அவற்றைக் கணக்கிலெடுக்காம லிருப்பது புரட்சிகரமான பார்வையாகவும் இருக்க முடியாது. மாறாக, கோட்பாட்டில் இடதும், சாராம்சத்தில் வலதுமான ஒரு பார்வையின் வெளிப்பாடாக மட்டுமே இது இருக்கவும் முடியும். நீதிமன்றத்திற்கும் அரசாங்கத்திற்கு மிடையிலான முரண்பாட்டினைச் சுட்டிக் காட்டுவதற்கான வாய்ப்பாகவும் இதை எங்களால் பயன் படுத்திக் கொள்ள முடிந்தது. அமர்வு நீதிமன்றம், புல்பள்ளி வழக்கில் சம்பந்தப்பட்ட எங்கள் எட்டுபேர்களைத் தவிர மிச்சமிருந்த அறுபது பேர்களை விடுவித்தது. தலா ஐந்து வருடத் தண்டனைதான் எங்க ளுக்கு விதிக்கப்பட்டது. வழக்கை வாதிக்காமலும், அரசுத் தரப்பால் எங்களுக்கு என்னென்ன துரோகம் செய்ய முடியுமோ அனைத்தையும் செய்ய அனுமதித்துமிருந்தால் பிறகு அகப்பட்டுக்கொண்ட சிக்கல் களிலிருந்து எந்தவிதச் சிரமமுமில்லாமல் அரசாங்கத்தால் மீண்டிருக்கவும் முடியும். கோழிக்கோடு செஷன்ஸ் நீதிபதியாக இருந்த முகம்மதலியின் தீர்ப்பு, அச்சுதமேனோனின் அரசு, எங்கள்மீது கொண்டிருந்த விரோதத்தை, உதட்டில் புன்னகையும் மனத்தில்

வெறுப்புமாகத் திரிந்த இரட்டைத் தாழ்ப்பாள் அணுகுமுறையை அப்பட்டமாக வெளிப்படுத்தியது. வழக்கில் தீர்ப்பு சொல்லப்பட்ட மறுநாளன்று அன்றைய உள்துறையமைச்சராக இருந்த கருணாகரன் கோழிக்கோட்டிற்கு வந்து விசேஷமாகக் கூட்டிய பத்திரிகையாளர் சந்திப்பில் இந்தத் தீர்ப்புக்கெதிராக அரசாங்கம் அப்பீல் செய்யப்போவதாகக் கர்ஜித்தார். அதன்படியே செய்தும் விட்டனர். அரசின் நிர்ப்பந்தந்திற்கு உயர்நீதிமன்றம் இணங்கியதாலுமிருக்கலாம், முப்பத்துமூன்று பேர்களுக்குத் தண்டனை வழங்கியதுடன் அதில் பதிமூன்று பேர்களது தண்டனையை ஆயுள் தண்டனயாகவும் மாற்றியது. அந்த அளவுக்கு வீராப்புடன் அரசாங்கம் எடுத்துக்கொண்ட இந்த வழக்கை உயர்நீதிமன்றம் கையாண்டதால் ஒரு விஷயம் தெளி வானது. வழக்கு, முதலில் அமர்வு நீதிமன்றத்தில் நடந்தததால்தான் அரசாங்கத்திற்கு அப்பீல் செய்ய வேண்டிய நிலைமையும் தங்களது அருவருப்பான அரசியல் செல்வாக்கைப் பயன்படுத்தி தண்டனையை அதிகப்படுத்த வேண்டியதுமாயிற்று. வழக்கை விவாதிக்காமலிருந் திருந்தால் இதில் எதுவுமே நிகழ்ந்திருக்காது. அரசுத் தரப்பிற்கெதிராக ஒரு வார்த்தைகூட பேசாமலிருந்திருந்தால் அமர்வு நீதிமன்றத்திலேயே எங்களுக்கு இந்தத் தண்டனை கிடைத்திருக்கும். அரசாங்கத்தின் இந்த இழிகுணம் இவ்வளவுக்குத் தோலுரித்துக் காட்டப்படாமலும் போயிருக்கும்.

இவர்களது இந்தப் பிரதாபம் மிகுந்த புரட்சிப் பிரசங்கங் களுக்கு தத்துவம் சார்ந்த ஒரு அடிப்படையும் இருக்கிறது. அதையும் நாம் சற்று பரிசோதனை செய்து விடலாம். ‘உயிர்த் தியாகம் செய்ய வேண்டிய காலமிது’ என்று அவர்களது வெளியீடுகளில் பல்வேறு தடவைகள் குறிப்பிட்டிருக்கிறார்கள். உயிர்த் தியாகத்தையும் புரட்சி கரமான வீரத்தையும் பொறுத்தவரை முழுக்கவும் தவறான ஒரு பார்வைதான் அவர்களது வெளிப்படையான, இரகசியமான பல்வேறு வெளியீடுகளிலிருந்து தெளிவாகிறது. உதாரணமாக, 1977 ஜூன் மாதம் வெளியாகிய அவர்களது இரகசிய வெளியீடான ‘இங்குலா’பில் உயிர்த்தியாகத்தைப் பற்றிய அவர்களது சிந்தனை இப்படியாக வெளிப்படுகிறது:

— (நெருக்கடிநிலையின்போது) கேரளத்தில் நடந்த கைது நடவடிக்கைகளையெல்லாம் நாம் கவனித்துப் பார்த்தால் உயிர்த் தியாகத்தின் உன்னத முன்மாதிரிகளாக இருந்த சில விதிவிலக்குகளைத் தவிர, பெரும்பாலானவையும் கடைசியில் தடுத்து நிற்க இயலாமல் பணிந்துவிடுவதாகவே அமைந்ததைக் காணமுடியும். பிடிபடும்போது எதிரிகளுடன் போராடவும் அவர்களை அழித்துவிட்டுத் தப்பித்துக்கொள்ளவும் கட்சியின் தலைமை சொல்லியிருந்தது. ஆனால், பயன்பாட்டில் நாம் நடைமுறைப்படுத்திக்கொண்டிருந்தது இதற்கு முற்றிலும் முரண்பாடான அரசியலாகவே இருந்தது என்பதுதான் உண்மை —

1979 பிப்ரவரி 15ஆம் தேதி வெளியான பகிரங்கமான, மற்றொரு வெளியீட்டில், 'வீரத்தின்மூலம் உயிர்த் தியாக இதிகாசங் களை சிருஷ்டித்த போராளிகளிடமிருந்து ஆவேசத்தை உட் கொள்ளுங்கள்' எனும் கட்டுரையில் குறிப்பிடுகிறார்கள்: 'எதிரிகளின் பிடியிலகப்பட்டால் அவர்களைத் தாக்கி ஒழித்துக் கட்டிவிட்டுத் தப்பித்துக்கொள்ள முயற்சி செய்யுங்கள் எனும் கட்சியின் கட்டளையை தோழர் (பாலகிருஷ்ணன்) சரியான முறையில் உள்வாங்கியிருக்கிறார் என்பதையே மார்ச் ஏழாம் தேதியன்று நடந்த சம்பவம் நிரூபித்திருக் கிறது.'

இதிலிருந்து அவர்கள் இப்படியான ஒரு அறிவிப்பை அணி களிடம் முன்வைத்திருந்தது தெளிவாகிறது. இது, எவ்வளவு ஆபத்து மிகுந்த ஒரு சிந்தனை என்பதை இன்றுகூட அவர்கள் புரிந்து கொள்ளவில்லை. காவல்துறை கைது செய்ய வரும்போது தனியாகவோ கையில் எந்தவிதமான ஆயுதங்களோ இல்லாத நிலையிலும்கூட எதிர்த்துப்போராடி கைதாவதற்குப் பதிலாக சுட்டு வீழ்த்தப்படுகிற ஒரு நிலைமையை உருவாக்க வேண்டுமென்று கட்சி தனது அணி களுக்கு அறிவுறுத்துகிறது. எதிரியைப் போராடி வெல்வதும் கைதிலிருந்து தப்பிக்கவுமான ஒரு வாய்ப்பு இருக்குமென்றால் ஒருபோதுமே அதைத் தவிர்த்து விடக்கூடாதுதான். ஆனால், இவர்கள் சொல்வது வேறு. வாய்ப்பு இருந்தாலும் இல்லாவிட்டாலும் எதிர்த்து நிற்க வேண்டுமென்கிறார்கள். கொரில்லா போரின் தந்திரங்களைப் பற்றி மாவோவின் சுருக்கமான அறிவுரை என்னவென்பதை இந்தக் கூட்டம் ஓரளவாவது அறிந்திருக்குமா? எந்தவொரு போராக இருந்தாலும் அதன் அடிப்படைத் தத்துவம், தன்னுடைய வலுவைப் பாதுகாத்துக்கொள்வதும் எதிரியின் வலுவை அழித்துவிடுவதுமாகும் என்று ஜப்பானுக்கெதிரான போர்த் தந்திரங்கள் எனும் தனது பிரசித்தி பெற்ற இராணுவப் படைப்பில் மாவோ குறிப்பிடுகிறார். எந்தவொரு போருக்குமே அதற்கான விலையைக் கொடுத்துதானாக வேண்டு மென்றும் சிலவேளைகளில் விலை மிகவும் அதிகமாகப் போய் விடுகிறதென்றும் அவர் விவரித்துச் சொல்லியிருக்கிறார். தனது சக்தியைப் பாதுகாக்கும் கோட்பாடும், வீரத்துடன் நின்று உயிர்ப் பலியாவதுவும் ஒரே விதமான போராட்ட வடிவம்தான் என்று சுட்டிக் காட்டும் விதமாக, எதிரிகளை அழிப்பது மட்டுமல்ல, தனது சக்தியைப் பாதுகாப்பதிலும்கூட வீரம் செறிந்த தியாகம் தேவையிருப்பதாக அவர் தெளிவுபடுத்தியிருக்கிறார். ஓரளவும், தற்காலிகமானதுமான பாதுகாப்பின்மை, பொதுவானதும் நிரந்தரமானதுமான பாதுகாப்பிற்கு தவிர்க்க இயலாத தேவையென்றும் தனது சக்தியைப் பாதுகாக்கவும் எதிரியை அழிக்கவும் செய்கிற கோட்பாடுதான் எல்லா இராணுவ சித்தாந்தங்களின் அடிப்படை சிந்தனையென்றும் அவர் உறுதிபடச் சொல்லியிருக்கிறார். மாவோ, ஓரிடத்தில் எதிரிகளைப் பார்த்துச் சொல்கிறார்: 'நீங்கள் உங்களுடைய வழியில் நின்று போராடுகிறீர்கள்; நாங்கள் எங்களுடைய வழியில் நின்று போராடுகிறோம். வெற்றியடைய

இயலுமென்கிறபோது மட்டுமே நாங்கள் போராடுவோம். இயலா தென்றால் நாங்கள் விலகிப்போய் விடுவோம்.' மற்றொரிடத்தில் மாவோ குறிப்பிடுகிறார்: 'எதிரி முன்னேறும்போது நாம் பின்வாங்கு கிறோம்; எதிரி தன்னுடைய இருப்பை உறுதிப்படுத்தும்போது நாம் தொந்தரவு செய்கிறோம்; எதிரி சோர்வடையும்போது நாம் தாக்குகி றோம்; எதிரி பின்வாங்கும்போது நாம் தொடர்ந்து செல்கிறோம்.' அதிகமாகச் சொல்வானேன்? இந்தக் கூட்டத்திற்கு எந்தவிதமான யுத்தத் தந்திரங்களோ மாவோ குறிப்பிடுவதுபோன்ற கொரில்லா யுத்த முறைகளோ எதுவுமே பிரச்சினையில்லை. அழித்தொழிப்பு, சுயப்பலி எனும் மந்திரச் சொற்களில் கடித்துத் தொங்கி புரட்சியாவேசத் துடனும் உள்ளார்ந்த உணர்வுகளுடனும் இயக்கத்தினுள் பிரவாகிக்கும் இளைஞர்களை எந்தவித சிரமமுமில்லாமல் எதிரி களின் கைகளில் ஒப்படைக்கும் பணி மட்டும்தான் எங்களுடைய இலட்சியம் என்பது அவர்களது பேச்சுகளிலிருந்து படிப்படியாகத் தெளிவாகிறது. அவர்களது பார்வையில் மாவோவும்கூட ஒரு கோழை யாகத் தென்படமாட்டார் என்று உறுதியாகச் சொல்ல முடியாது. ஏனென்றால், 1927இல் உள்நாட்டுக் கலவரம் முடிந்து சியாங் கே ஷேக், புரட்சிக்குப் பங்கம் விளைவித்து பொதுவுடைமையாளர்களைக் குறிவைத்து கூட்டங் கூட்டமாக கொலைச் செயல்கள் புரிந்து கொண்டிருந்த காலத்தில் சியாங்கின் இராணுவம் ஒருமுறை மாவோவைக் கைது செய்தது. இந்த இராணுவ அதிகாரிக்கு இலஞ்சம் தந்து தன்னை விட்டுவிடச் சொல்லிக் கேட்டார், மாவோ. இலஞ்சம் வாங்கிய அந்த இராணுவ உயரதிகாரி, விட மறுத்தார். அவர்களது பிடியிலிருந்து பிறகு, மாவோ தப்பித்து விட்டாராம். அன்று இராணுவத்துடன் அவர் போராடிப் பார்த்திருந்தால் பிறகு நடப்பதை யாராலும் யூகித்து விடமுடியும்தானே? அவர்களது கண்களில், சி.ஆர்.பி., பிடித்துக்கொண்டுபோய் குரூரமாகக் கொலை செய்த தோழர் வர்க்கீசும்கூட கோழையாகவே தென்பட்டிருப்பார். மட்டுமல்ல, சாட்சாத் சாருமஜூம்தார் கைது செய்யப்பட்டபோது போராடத் துணியாமல் காவல்துறையிடம் பணிந்துபோனதையும் கோழைத் தனத்தின் அடையாளமாகத்தான் இவர்கள் வியாக்கியானம் செய்வார்களா?

உயிர்த் தியாகத்தைப் பொறுத்தவரைக்கும் மாவோவின் பார்வை எதுவாக இருந்தது என்பதையும் நாம் இந்த இடத்தில் கவனிக்க வேண்டியதிருக்கிறது. 'மக்களுக்கு சேவை செய்யுங்கள்' எனும் தனது பிரசித்திபெற்ற கட்டுரையில் அவர் குறிப்பிடுகிறார்: 'எங்கெல்லாம் போராட்டம் நடைபெறுகிறதோ அங்கெல்லாம் தியாகமுமிருக்கும். மரணம் அங்கே சாதாரண ஒரு நிகழ்வுதான். ஆனால், மக்களின் விருப்பங்களும் பெரும்பான்மையினரின் துயரங்களும் நமது மனங்களிலிருக்கின்றன. ஆகவே, நாம் அவர்களுக்காக மரணத்தை யேற்றுக்கொள்வதால் அது மகத்தானதாக மாறுகிறது. இருந்தாலும் நாம் தேவையற்ற தியாகங்களைத் தவிர்த்துக்கொள்ள நம்மால் இயன்ற

அனைத்தையும் செய்யவேண்டும்.' இந்தப் பார்வைக்கும் மேலே குறிப்பிட்ட நம் தோழர்களின் பார்வைக்குமிடையிலான தொடர்பைப் பற்றி சிந்தித்துப் பார்க்க வேண்டும். ஜப்பானிஸ் ஃபாசிஸ்ட்களின் 'ஹாரா — கிரி' சித்தாந்தத்துடன் மட்டுமே இவர்களது பார்வைக்கு நெருக்கமானத் தொடர்பிருக்கிறது என்று சொன்னால் அவர்களால் மறுக்க முடியுமா?

தலச்சேரி — புல்பள்ளி வழக்கு குறித்து அதன் பிரதிகளுக் கிடையில் ஏற்பட்ட முரண்பட்ட இரண்டு பார்வைகளையே நான் இந்த இடத்தில் விவரித்திருக்கிறேன். அன்றைய சூழலில் முழு மனத்துடன் வழக்கை விவாதிப்பதற்கு முன் வந்த பல வழக்கறிஞர் நண்பர்களின் தன்னலமற்ற முயற்சியின் பலனாக வழக்கின் தீர்ப்பு எந்த அளவுக்கு சாதகமாக அமைந்தது என்ற விஷயத்தை நான் ஏற்கனவே சொன்னேன். இப்படியாக, கடைசியில் வழக்கை விவாதிப்பது எனும் பெரும்பான்மைத் தோழர்களின் நிலைபாடு அன்றைய சூழ்நிலையில் எந்த அளவுக்கு சரியாக இருந்தது என்பதுவும் நிரூபணமானது.

ஜாமீன் ரத்து செய்யப்பட்டு மீண்டும் நான் கோழிக்கோடு மாவட்டச் சிறையிலடைக்கப்பட்டபோது ஜாமீனில் வெளி வருவதற்கு முன் அதே சிறையில் நான் முன்பிருந்த நான்கரை மாதங்களும் அனுபவித்த மனரீதியிலான சோதனைகளிலிருந்து ஓரளவுக்கு விடுதலைபெற்றதாக உணர முடிந்தது. முதலில் சிறைக்கு வரும் போதிருந்த பதற்றமும் தயக்கமுமெல்லாம் ஓரளவுக்கு மாறியிருந்தது. வாசிப்பதற்கான புத்தகங்களும் பத்திரிகைகளும் கிடைத்துக் கொண்டிருந்ததால் அதிகமான நேரமும் நான் அதிலேயே செலவு செய்தேன். பிறகு அப்பாவின் பிளாக்கில் சென்று தினமும் இரண்டு மணி நேரம் அரசியல் கல்வி பயிலவும் வாய்ப்புக் கிடைத்தபோது இரண்டாவது தடவை சிறைக்கு வந்த முதல் சில நாட்களிலிருந்த வெறுமை உணர்வும் விலகியது. அப்படியாக, சிறையில் என்னுடைய மற்ற சக பெண் கைதிகளைப்பற்றியும் அவர்களது வாழ்க்கை முறைகளைப்பற்றியும் அறிந்துகொள்ள நான் முயற்சி செய்து கொண்டிருந்தேன்.

நான் ஏற்கனவே குறிப்பிட்டதுபோல் கோழிக்கோடு மாவட்டச் சிறைக்கு வந்தும்போய்க்கொண்டுமிருந்த பெண் கைதிகளில் அதிகம்பேரும் பல்வேறு சூழ்நிலைகளின் ஆதிக்கத்தால் விபச்சாரத்தில் தள்ளப்பட்டவர்களாக இருந்தார்கள். அவர்களினிடையியே வயதானவர்கள் முதல் பதினான்கும் பதினைந்தும் வயதிலுள்ள சிறுமிகள்வரை இருந்தார்கள். நகரத்தின் இருண்டதும் குரூரமுமான பல்வேறு முகங்களை வெளிக்காட்டும் நிறைய கதைகளை இந்தப் பெண்கள் சொல்லக் கேட்டேன். இவர்களை விற்பனை செய்து முதலிலேயே பணத்தைக் கைப்பற்றிக்கொள்ளும் தரகர்களும் இவர்களை சுரண்டுகிறார்கள். இவர்கள்தான் இந்தப் பெண்களின்

வாழ்க்கையின்மீதான அதிகாரத்தை கையில் வைத்திருக்கிறார்கள். தாங்கள் சொல்வதைக்கேட்டு நடக்கவில்லையென்றால் இவர்களை மிக மோசமான சித்திரவதைக்குள்ளாக்குகிறார்கள். இவர்களின் தேவை குறையும்போது எச்சில் தொட்டியில் தூக்கியெறியப்படுகிற கழிவுகளைப்போல் வீசவும் இவர்கள் தயங்குவதில்லை. இந்தப் பெண் களை வைத்துத் தொழில் செய்வதுடன் மட்டும் இவர்கள் நின்று விடுவதில்லை. திருட்டும் கொலையும்கூட இவர்கள் வெகு சாதாரணமாக செய்துகொண்டிருக்கும் விஷயங்கள்தான். குறைந்தது மூன்று கொலை பாதகச் செயல்களையாவது இந்தப் பெண் களிடமிருந்து என்னால் அறிந்துகொள்ள முடிந்தது. இதிலொரு கதை என்னை மிகவும் வேதனைப்படுத்தியது.

இந்தத் தரகர்களிலொருவர் பிற பெண்களை தொழிலில் ஈடுபடுத்தி அதில் கிடைத்த பணத்தை வைத்து தன்னுடைய இளவயது மனைவியையும் இரண்டு ஆண் குழந்தைகளையும் காப்பாற்றி வந்தார். ஒருநாள் தரகர்களினிடையே நடந்த ஏதோவொரு தகராறில் அவர் கத்தியால் குத்தப்பட்டு இறந்துபோனார். மனைவியும் குழந்தைகளும் அனாதையானார்கள். கணவன் உயிரோடிருக்கும்போது அந்தப் பெண் விபச்சாரத்தில் ஈடுபட்டதில்லையாம். ஆனால், கணவன் இறந்த பிறகு அவளும் இந்த மோசமான பிழைப்பிலிறங்கினாள். அவளை ஒருதடவை காவல்துறை கைது செய்து சிறையிலடைத்தது. ஐந்தும் மூன்றும் வயதான இரண்டு ஆண் குழந்தைகளும் அவளுடனிருந்தார்கள். நல்ல சூட்டிகையான குழந்தைகள். அதில் மூத்தப் பையன் காட்டும் வேடிக்கைகளைப் பார்த்தால் யாரும் ஆச்சரியப்பட்டு நின்று விடுவார்கள். சிறைக்கு வந்த இரண்டு மூன்று நாட்களில் அந்தக் குழந்தைக்கு காய்ச்சலும் ஜலதோசமும் வந்தது. சிறை மருத்துவ மனையில் அவனைக் கொண்டுபோய் காண்பித்தபோது டாக்டர், காய்ச்சலுக்கான சோடா சல்ஃபேட் கரைசலைக் கொடுக்கும்படி சொன்னார். ஒருநாள் காலையில் டாக்டரிடம் காட்டி விட்டு வந்த இரண்டு மணி நேரத்திற்குள் குழந்தையின் நிலைமை மாறியது. உடல் முழுவதும் குளிர்ந்துபோய் காக்காய் வலிப்பு வந்தவனைப்போல் வாயி லிருந்து நீரும் நுரையும் வெளியாக ஆரம்பித்ததைக் கூட இருந்தப் பெண்கள் வார்டனிடம் சொன்னார்கள். பணியிலிருந்த பெண் வார்டன் பயத்துடன்போய் தலைமை வார்டனுக்குத் தகவல் சொன்னார். பதற்றம் மிகுந்த இரண்டு மூன்று மணி நேரத்திற்குப் பிறகு அம்மாவையும் குழந்தையையும் பெண் போலீசார் வந்து கோழிக் கோடு, கோட்டம்பரம்பிலுள்ள பொது மருத்துவமனைக்குக் கொண்டு போனார்கள். மறுநாள் அந்தக் குழந்தை இறந்துபோனதாக எங்களுக்குத் தகவல் வந்தது. மரணம் நிகழ்ந்ததும் சம்பவத்திற்கான பொறுப்பை அதிகாரிகள், கீழ் நிலையில் பணியாற்றும் பெண் வார்டனின்மீது சுமத்த முயற்சி செய்தார்கள். ஆனால், சிறை மருத்துவர் மற்றும் அதிகாரிகளின் பொறுப்பின்மைதான் கேள்வி கேட்க ஆளில்லாத இந்தக் குழந்தையின் உயிரைப் பறிக்கக் காரணமாக இருந்ததென்பது

எங்கள் அனைவருக்குமே தெரியும். பல நாட்கள் இந்தக் குழந்தையின் ஞாபகம் எங்களை விட்டகலாமல் மாறாத வேதனையாக இருந்தது. பிறகு அவனைப்பற்றி யாரும் நினைவு வைத்திருக்க இயலாது. சிறையிலிருந்து விடுதலையான அந்தத் தாய்க்கு, ஐந்தாறு மாதத்தினுள் மற்றொரு துயரம் சம்பவித்தது. திடீரென்று ஒருநாள் அவள் காணாமல் போய்விட்டாள். தனது இரண்டாவது மகனை வயதான ஒரு பெண்ணிடம் பார்த்துகொள்ள சொல்லி விட்டுப்போன அவளைப் பிறகு காணவில்லை. ஏழு நாட்களுக்குப் பிறகு கோழிக்கோடு சேவாயூரி லுள்ள தொழுநோய் மருத்துவமனையின் அருகிலுள்ள தோட்டத்தின் பாழடைந்த ஒரு கிணற்றில் ஒரு பெண்ணின் சடலம் அழுகிக் கிடப் பதாக பத்திரிகைகளில் செய்தி வெளிவந்தது. அது, துர்ப்பாக்கிய வதியான இந்தப் பெண்தான். அவளைக் கொலை செய்தது யாரென்று கோழிக்கோடு சிறைக்கு வந்துபோய்க்கொண்டிருந்த அவளுடைய சக தோழிகளுக்குத் தெரியும். என்றாலும் அவர்கள் உயிருக்குப் பயந்து வெளியே சொல்லவில்லை. இதைச் செய்தவர்கள் புரோக்கர்கள்தான் என்பதாக, பிறகு நான் கேள்விப்பட்டேன். இப்படியாக அந்தக் குடும்பத்தில் ஒரு ஆண்குழந்தை மட்டுமே மிச்சமிருந்தது. இந்தக் குழந்தையின் நிலைமை பிறகு என்னவானது என்று யாருக்கும் தெரியாது.

போலீசாருக்கும் இந்தத் தரகர்களுக்குமிடையே நெருக்கமான உறவிருக்கிறது. போலீசாரின் முழு பாதுகாப்பில்தான் இவர்களது தவறான எல்லா செயல்பாடுகளும் நடந்துகொண்டிருந்தன. விபச்சாரம் செய்ததாக பெண்களை மட்டும் கைது செய்து தண்டனையளிக்கும் இன்றைய சட்ட அமைப்பினுள் பெண்களை விற்பனைப் பொருளாக்கி பணம் சம்பாதிக்கும் தரகர்கள் எந்த விதத் தண்டனைக்கும் உள்ளாகாமல் தங்களது விருப்பம்போல் வாழ முடிகிறது. இந்த வெளிப்படையான சமூக விரோதச் செயல்கள் மூலம் கிடைக்கிற கைக்கூலியையும் பிற அனுகூலங்களையும் அனுபவிக்கும் காவல்துறையினர், சமூகத்தின் தாக்குதலிலிருந்து தங்களைப் பாதுகாத்துக்கொள்ளும் ஒரு போர்வையாகவே இதுபோன்ற கைது நடவடிக்கைகளில் ஈடுபடுகிறார்கள். ஏன் காவல்துறையை மட்டும் சொல்ல வேண்டும்? அரசாங்கத்தின் உயர் பதவியிலிருக்கும் சில அமைச்சர்கள்கூட இந்த இருண்ட உலகின் காவல்நாய்களாக இருப்பதாகத்தான் நான் கேள்விப்பட்டிருக்கிறேன். இருந்தும் இந்த சமூகக் கட்டமைப்பினுள் காவல்துறையின் பங்கினைப் பற்றி ஆவேசத்துடன் சொற்பொழிவாற்றவும் சட்ட ஒழுங்கின் பாது காவலராக காவல்துறையைக் குறிப்பிட்டுக்காட்டவும் செய்கிற எல்லா அரசியல் கட்சித் தலைவர்களும் இதன்மூலம் தங்களது தரமின்மை யையும் சொல்லின் பொருளின்மையையும் வெளிப்படுத்திக் கொள்கிறார்கள். கொலை வழக்குகளிருந்தும்கூட இலஞ்சப்பணத்தை அள்ளியெறிந்து இந்தத் தரகர்கள் தப்பித்துக்கொண்ட எத்தனையோ சம்பவங்கள் நடந்திருக்கின்றன.

இந்த இருண்ட உலகில் மிகவும் ஒடுக்கப்பட்டு, மிதிபட்டு, சமூகத்தின் பார்வையில் மிக மோசமாக வெளியில் தள்ளப்படுகிற பிரிவு பெண்கள்தான். தரகர்களிடமிருந்தும், தினமும் தங்களை அனுபவிக்க வரும் ஆண்களிடமிருந்தும், காவல்துறையினரிடமிருந்தும் எல்லாவிதமான சித்திரவதைகளையும் அனுபவித்துக்கொண்டிருக்கும் இவர்களும், புறக்கணிக்கப்படும் இவர்களது குழந்தைகளும் முழுக்கவும் பாதுகாப்பற்ற நிலையில் வாழ்க்கையை நகர்த்திக்கொண்டிருக்கிறார்கள். சிறைக்கு வந்த பிறகும்கூட இவர்களது நிலையில் எந்த மாற்றமும் ஏற்பட்டு விடுவதில்லை. இந்த மோசமான வலைக்குள் ஒரு தடவை சிக்கிவிட்ட பெண் பிறகு, படிப்படியாக அதன் ஒரு பகுதியாகவே மாறிப்போய் விடுகிறாள். மற்றவர்களையும் அதனுள் இழுத்து விட முயற்சிப்பதுவும் சர்வசாதாரணமான நிகழ்வுகள்தான். ‘தன்னுடைய தொழுநோய் மற்றவர்களிடமும் பரவ வேண்டும்’ என்று நினைக்கும் மனோபாவம்தான் இவர்களிடம் பரவலாகத் தென்படுகிறது. ஆனால், இதற்காக அவர்களைக் குற்றம் சொல்வதென்பது நிழலுடல் யுத்தம் செய்வதற்கு சமம். உண்மையான குற்றவாளியை மறைப்பதற்கும் எதிர்ப்பிலிருந்து அவர்களைப் பாதுகாக்கவுமே இது உதவுகிறது. இந்த இருண்ட உலகம் அபிவிருத்தியடைவதற்கான சூழலை உருவாக்கிக் கொடுக்கிற, அதன் பாதுகாவலர்களாக தங்களை நிலைநிறுத்துகிற, அதிகாரவர்க்கத்தின், அதன் ஆட்சி இயந்திரத்தின் சமூகக் கட்டமைப்பில்தான் இதன் ஆணிவேர்கள் ஆழமாகப் பரவிக் கிடக்கின்றன. நடைமுறையிலுள்ள சமூகக் கட்டமைப்பினுள், சட்ட விதிகளினுள் நின்று இந்த இருண்ட உலகத்தை அழித்துவிட இயலுமென்பது எந்த அடிப்படையுமற்றது. இந்த உண்மை, சமூக நலனையும் அதன் முன்னேற்றத்தையும் மனப்பூர்வமாக விரும்புபவர்களது கண்களைத் திறக்கச் செய்யுமென்றால்தான் அது போதும்.

ஜெயிலுக்கு வருகை தந்துகொண்டிருக்கும் பெண்களில் மற்றொரு பிரிவினரிருக்கிறார்கள். சாராய வியாபாரிகள். இவர்கள் பெரும்பாலும் வயதான பெண்களாகவே இருந்தார்கள். வாழ வழியற்றுப்போய் சாராயம் காய்ச்சி விற்பவர்கள். இவர்களுக்கு பலம் பொருந்திய எதிரிகளிருக்கிறார்கள். அரசாங்க அனுமதியுடன் பெருமளவிலான சாராய வியாபாரம் செய்கிறவர்கள்; அனுமதி பெறாமல், ஆனால், எக்சைஸ் பிரிவின் மேல்மட்டத்திலிருந்து கீழ் மட்டம்வரையிலான அதிகாரிகளைத் திருப்திப்படுத்தி வியாபாரம் செய்கிறவர்களுக்கும், மிகவும் சிறிய அளவில் சாராயம் காய்ச்சி விற்பனை செய்யும் இந்தக் குடும்பங்களுக்குமிடையே மிகப் பெரிய விரோதமிருந்தது. பெரிய வியாபாரிகள், எக்சைஸ்காரர்களுக்கு இலஞ்சம் கொடுத்து இந்தச் சிறு வியாபாரிகளைச் சிக்க வைக்கிறார்கள். ஒரு தடவை பிடிபட்டால் போதும். பிறகு இவர்களை எக்சைஸ் காரர்கள் பிழிந்தெடுப்பதற்கு ஒரு அளவில்லை. இவர்களிடமிருக்கும் பணத்தையெல்லாம் பிடுங்கிவிட்டு வழக்குப்போடமாட்டோம்

என்பார்கள். இவர்களும் அதை நம்பி விடுவார்கள். ஒன்றிரண்டு வருடங்களுக்குப் பிறகு நீதிமன்றத்திலிருந்து சம்மன் வரும். பிறகு, வக்கீலுக்கும் குமாஸ்தாவுக்கும் பணத்தை வாரியிறைக்க வேண்டும். எல்லாமே செய்த பிறகும் பெரும்பாலும் தண்டனையிலிருந்து இவர்கள் தப்பிப்பதில்லை. பணத்தை இழந்ததுடன் தண்டனையும் கிடைக்கும். எதையாவது விற்றோ அல்லது கடன் வாங்கியோதான் பணத்தை வாரியிறைத்திருப்பார்கள். கடைசியில் தண்டனையும் கிடைக்கும்போது பாவம், இந்த வயதான பெண்கள் தலையில் இடி வீழ்ந்ததுபோல் திகைத்துப்போய் நின்று விடுகிறார்கள். இந்த நரக வாழ்க்கையிலிருந்து ஆறுதலாகவோ தங்களைக் கரை சேர்க்கவோ யாருமில்லாமல் நிராதரவாக நின்று கண்ணீர் வடிக்கிறார்கள். வீட்டில் பசியால் அழுகிற பேரக்குழந்தைகளும் பசியைத் தாங்கிக்கொண்டு வாழத் துடிக்கும் மக்களையும் நினைத்தும் சிறைக்குள் மூன்று நேரமும் கிடைக்கும் உணவைத் தங்களுடைய அன்பான குழந்தைகளுடன் பகிர்ந்துண்ண இயலாததை எண்ணியும் அவர்கள் மிகவும் வேதனைப்படுகிறார்கள். ‘குழந்தைகள் வீட்டில் பட்டினி கிடப்பார்கள். நான் மட்டும் எப்படி இதைச் சாப்பிடுவது?’ என்பதுபோல் அவர்கள் மன வருத்தத்துடன் பேசிக்கொள்வதை நான் பலதடவை கேட்டிருக்கிறேன். தகர்ந்து கொண்டிருக்கும் இந்தக் குடும்பங்களுக்கு யார் பொறுப்பு? நாட்டில் வேலையின்மை அதிகரித்துக்கொண்டிருக்கிறது. நிரந்தரமான வேலையும் கிடைப்பதில்லை. இப்படியான வேலையிலிருப்பவர்களை இன்று அதிர்ஷ்டசாலியாகவே கருத முடியும். வேறு வேலைகளெதுவும் இல்லாத நிலையில் இந்தக் குடும்பங்கள் நித்திய வாழ்க்கையை எப்படி யாவது சமாளித்துக்கொண்டுபோகும் ஒரே நோக்கத்துடன் சாராயம் காய்ச்சுவதில் இறங்குகிறார்கள். ஆனால், இங்கே அரசாங்கம் செய்கிற சாராய வியாபாரம் அவர்களது கழுத்தை நெரித்துக் கொல்லுகிறது.

இரண்டாவது முறை நான் கோழிக்கோடு சிறையிலிருந்த ஒன்றரை வருடத்தில் மோசடி வழக்கிலகப்பட்ட ஒரு குடும்பம் உள்ளே வந்திருந்தது. வயநாட்டில் கல்பற்றாவின் அருகிலுள்ள ஒரு ஊர் க்காரர்கள். ஒரு தாயும் அவரது இரட்டைப் பெண்மக்களும் பெண்கள் பிரிவிலும், அவரது மகனும் இரண்டாவது புருஷனும் ஒரு மருமகனும் ஆண்கள் பிரிவிலும் அடைக்கப்பட்டிருந்தார்கள். இந்த மருமகன் கள்ள நோட்டு அடிப்பதில் திறமையானவனாம். இவன்மீது தென்னிந்தி யாவின் பல்வேறு நீதிமன்றங்களிலும் மோசடி வழக்குகள் இருந்தன. இவன், இந்தக் குடும்பத்தையும் அதில் ஈடுபடுத்தி, கொள்ளை இலாப மடிக்கும் தனது தொழிலை வயநாட்டிலுள்ள அவர்களது வீட்டில் வைத்து நடத்தியிருக்கிறான். இது போதாதென்று இரட்டை யர்களில் ஒருத்தியை மயக்கி தன் வசப்படுத்தியும்விட்டான். ஜெயிலுக்கு வரும்போது அவள் கர்ப்பமாக இருந்தாள். இவர்கள் இங்கே வருவதற்கானக் காரணம், இந்தக் குடும்பத்தின் தலைவருக்கும் (அந்தத் தாயின் இரண்டாவது கணவன்) மருமகனுக்குமிடையில் பணப் பிரச்சினையால் ஏற்பட்ட தகராறுதான். அதுவரையிலும் நன்றாக

நடந்துகொண்டிருந்த இந்தக் கள்ளநோட்டடிப்பின் இரகசியத்தைக் குடும்பத் தலைவரே காவல்துறைக்குச் சொல்லி விட்டார். கடைசியில் குடும்பத் தலைவருட்பட அனைவருமே சிறையிலடைபட்டு விட்டார்கள். இந்த வழக்கு பிறகு என்னவாயிற்று என்று எனக்குத் தெரியாது. இந்தக் குடும்பம், வயநாட்டில் தகர்ந்துகொண்டிருக்கும் சிறு அளவிலான நிலவுடமைக் குடும்பங்களில் ஒன்று. தங்களது நாயர் குடும்பத்தின் பழைய பெருமைகளைப் பற்றி அந்தப் பெண் எப்போதும் பேசுவாள். ஆதிவாசிகளை அடிமை வேலைகளைச் செய்ய வைத்து நெல் விவசாயமும் காப்பி விவசாயமும் செய்து வந்தவர்கள். இவர்களது பூர்வீகம் கோழிக்கோட்டிலிருந்து வந்து குடியேறியிருந்தது. அந்தக் கள்ளநோட்டு நிபுணனாகிய மருமகனால் அவர்கள் சிறைக்கும் வரவேண்டியதாயிற்று.

கொலை வழக்கிலகப்பட்ட பெண்களும் அவ்வப்போது இங்கே வருவார்கள். இதில் அதிகமானவர்களும் ஜாமீனிலிறங்கி விடுவதாலும் தண்டனை கிடைத்ததும் உடனே கண்ணூர் மத்தியச் சிறைக்கு அனுப்பி வைக்கப்படுவதாலும் அவர்களைப் பற்றி சரியாக தெரிந்து கொள்ள கோழிக்கோடு சிறையிலிருக்கும் என்னால் இயலவில்லை. பலவிதமான சொத்துத் தகராறு வழக்குகளின் பெயரிலும் பெண்கள் அடிக்கடி இங்கே வருவார்கள். அவர்களும் ஒன்றிரண்டு நாட்களில் ஜாமீனிலிறங்கி விடுவதால் இவர்களைப் பற்றியும் அதிகமாக எதுவும் அறிந்துகொள்ள இயலவில்லை. டிக்கெட் எடுக்காமல் இரயில் பயணம் செய்தவர்களும் பாலக்காட்டிலிருந்து அரிசி வாங்கி, கோழிக்கோட்டில் கொண்டு வந்து சட்டவிரோதமாக விற்பனை செய்பவர்களும் அவ்வப்போது வந்துபோகும் விருந்தினர்களில் உட்படுவார்கள். இவர்களும் மிகவும் பரிதாபத்திற்குரியவர்களாகவே இருந்தார்கள்.

ஆனால், இதிலிருந்தெல்லாம் முற்றிலும் மாறுபட்ட ஒரு பிரிவினர் இருந்தார்கள். மனநோயாளிகள். ஒரு மனநோயாளி, வார்டுக்கு வந்து விட்டால் பிறகு அவரை மனநோய் மருத்துவ மனைக்குக் கொண்டுபோய்ச் சேர்க்கும்வரை எங்களுக்கெல்லாம் சிவராத்திரிதான். சிறையில் கைதிகளின் எண்ணிக்கை அதிகமாக இருந்தால் மனநோயாளியை மற்ற கைதிகளுடன்தான் அடைப்பார்கள். கைதிகள் பிறகு மரண பயத்துடன்தான் இரவைக் கழிப்பார்கள். முழு மனநோயாளிகளான இந்தப் பெண்கள், பாட்டும் கூத்தும் கெட்ட வார்த்தைகளும் அட்டகாசங்களுமெல்லாம் நடத்திக் கொண்டிருக்கும் போது யார்தான் பயப்படாமலிருப்பார்கள்? பெரும்பாலும் அதிகாரிகள், மூன்று நான்கு நாட்களுக்குள் இந்தப் பெண்களை மனநோய் மருத்துவமனைக்கு அனுப்பி வைத்து விடுவார்கள். ஆனால், எனக்குத் தொந்தரவு தருவதற்காகவே ஒரு மனநோயாளியை தொடர்ந்து அங்கே வைத்திருந்த ஒரு சம்பவமும் நிகழ்ந்ததுண்டு. இதற்கான காரணம், ஒரு மன நோயாளி, மூன்று நாட்களாக செய்து கொண்டிருந்த பிரச்சினைகள்தான். அவளுடனிருந்த மற்றப் பெண் கைதிகளும், அவளைக் கட்டுப்படுத்துவதற்கு மிகவும் சிரமப்பட்டுக்

கொண்டிருந்த பெண் வார்டன்களும் இந்தக் கலாட்டாவில் சிரமப் பட்ட மற்றவர்களும் அவளை சமாளிக்கப் போராடிக் களைத்து விட்ட நிலையில் நான் இங்கிருந்து அவளை முடிந்தவரைக்கும் சீக்கிரமாக கோழிக்கோடு, குதிரைவட்டம் மனநோய் மருத்துவமனைக்குக் கொண்டுபோகும்படி கேட்டுக்கொண்டேன். ஆனால், நான் சொன்ன ஒரே காரணத்திற்காகவே அவளை மேலும் இரண்டு நாட்கள் அங்கே தங்க வைத்து விட்டார்கள். பொறுமையிழந்துபோன நான் அதற்காகவே ஒரு போராட்டத்தை நடத்த வேண்டியதாயிற்று. படிப்பதற்காக நான் இரண்டு மணி நேரம் அப்பா இருக்கும் பிளாக்கிற்குப் போவதுண்டு அல்லவா? ஒருநாள் நான் திரும்பி பெண்கள் வார்டுக்கு வர மறுத்து விட்டேன். அந்த மனநோயாளியை அழைத்துக்கொண்டு போனால் தான் நான் வார்டுக்குத் திரும்புவேன் என்பதில் உறுதியாக நின்றேன். அப்பாவும் மற்றத் தோழர்களும் எனது இந்த கோரிக்கைக்கு ஆதரவாக இருந்தார்கள். வேறு வழியில்லாத நிலையில் அதிகாரிகள் இதற்கு இணங்கவேண்டியதாயிற்று. மறுநாள் அவளைக் குதிரைவட்டத்திற்கு அனுப்பி விடுகிறோம் என்ற உத்தரவாதத்தின் கீழ் நான் திரும்பவும் வார்டுக்கு வந்தேன். மறுநாளே அவளைக் குதிரைவட்டத்திற்கு அனுப்பி வைத்து விட்டார்கள்.

இப்படி, இரண்டு தடவை, கோழிக்கோடு மாவட்டச் சிறையில் கழித்த இரண்டு வருடகாலமும் சமூக வாழ்க்கையிலிருந்து கிடைக்காத, பல்வேறு அபூர்வமான அனுபவங்களைக் கண்டும் கேட்டறிந்தும் புரிந்து கொள்ள என்னால் முடிந்தது. நகர்ப்பகுதிகளின் இருண்ட உலகங்களைப் பற்றி சரியாகத் தெரிந்துகொள்வதற்குக் கிடைத்த இந்த வாய்ப்பு, வாழ்க்கையில் அதுவரை கண்டிருக்காத பகுதிகள் இன்னும் நிறைய இருப்பதான உண்மையின்மீது என் கண்களைத் திறக்கச் செய்தன. மனித வாழ்க்கைக்கு ஒரு மண் துகளின் விலையுமில்லாத இன்றைய சமூக அமைப்பின்மீதான மன வெறுப்பு மேலும் தீவிரமடைந்தது. வாழ்க்கையின் உன்னதங்கள் அனைத்தும் காலில் கிடந்து மிதிபடுகிற இந்தக் காட்சி என்னை முதலில் திடுக்கிட வைத்தது. பிறகு, ஆழமாக சிந்தித்துப் பார்த்தேன். பெண்கள்மீதான இந்த சமூகத்தின் கண்ணோட்டத்தைக் குறித்து தீவிரமான ஆய்வை மேற்கொள்ளுவதற்கு சிறைச் சாலையெனும் பாடசாலைதான் எனக்கு உதவியது. இவையனைத்தும் ஒரு சமூகப் புரட்சியின் இன்றியமையாமையைப் பற்றிய என்னுடைய நம்பிக்கைக்கு மேலும் உரமூட்டியது. ஒரு பெண் எனும் நிலையில் இந்நிலையில் மாற்றத்தை ஏற்படுத்தும் பொதுவுடைமைக் கோட்பாட்டின் வழி காட்டுதலுடன் இயக்கத்தின் ஒரு பகுதியாக செயல்படுவதற்கான எனது விருப்பம் மேலும் வலுவடைந்தது. புரட்சியின் வழிமுறையிலிருந்து இனி ஒருபோதுமே பின்வாங்காதவாறு சிறை வாழ்க்கை என்னை அதிகமாக நெருங்க வைத்தது. தீவிரமான சோதனைகளினூடே. மனச்சூளையில் வார்த்தெடுத்த உறுதியான எஃகுபோல்.

கோழிக்கோடு சிறையில் இரண்டாவது முறை செலவிட நேர்ந்த அந்த ஒன்றரை வருட காலத்தில்தான் கண்ணூர் மாவட்டத்

தில், முதியவரான கிருஷ்ணன் நம்பியார், பாலக்காடு மாவட்டத்தில் கொங்நாடு நாராயணன்குட்டி நாயர் ஆகியவர்களின் அழித்தொழிப்பு முதல் நகரூர் — கும்மிள், கிளிமானூர்வரையிலும் அழித்தொழிப்புகள் நிகழ்ந்தன. தலச்சேரி — புல்பள்ளிக்கும் குற்றியாடிக்கும் பிறகு இயக்கத்தினுள் உருவான மாற்றம், தோழர் சாருமஜூம்தார் தீவிரமாக நடைமுறைப்படுத்திக்கொண்டிருந்த அழித்தொழிப்பு போராட்ட வடிவத்தின் கேரள பிரதிபலிப்பாக மட்டுமே இருந்தது. நக்சல்பாரிக்குப் பிறகு ஆந்திராவில் ஸ்ரீகாகுளம் வனப் பகுதிகளில் வாழ்ந்துவந்த ஆதிவாசிப் புரட்சியாளர்களான தோழர்களின் தலைமையில் பரந்த அளவில் கிளர்ந்தெழுந்த ஆயுதம் தாங்கிய எழுச்சி, தோழர் சாருமஜூம்தாரின் இந்தத் தவறான அணுகுமுறையின் தாக்கத்தால் அப்போது தகர்ந்துகொண்டிருந்தது. பல வருடங்களாக ஆதிவாசி களினிடையே புரட்சிகர செயல்பாடுகளை மேற்கொண்டிருந்த தன்னல மில்லாத நிறைய வீரத் தோழர்களை எதிரிகள் கருணையே இல்லாமல் கொலை செய்துகொண்டிருந்தார்கள். பொது இடங்களில் வைத்து கைது செய்து, காடுகளுக்குக் கொண்டுபோய் சுட்டுக்கொன்று விட்டு 'மோதலில் மரணமடைந்தார்' என்று அறிவிப்பது அப்போது வழக்கமாக மாறியிருந்தது.

1970 மே மாதத்தில் கம்யூனிஸ்ட் கட்சி (மா — லெ) யின் முதல் பேராயம் கூட்டப்பட்டது. 1969 ஏப்ரல் 22ஆம் தேதி கட்சி உருவானபோது அதன் முக்கியத்துவம் வாய்ந்த அரசியல் அறிக்கையில் சர்ச்சை செய்யப்பட்ட பிரதான முரண்பாட்டை வார்த்தை அப்பியாசங்கள்மூலம் அப்படியே நிலைநாட்டுகிற வேலைதான் பேராயத்தின் இந்த அங்கீகரிக்கப்பட்ட நிகழ்ச்சியிலும் நடந்தது. அரசியல் அறிக்கையின் தவறான பகுதிகளை பீஜிங் ரேடியோவும் பீஜிங் ரிவ்யூவும் இந்தோனேஷியன் கம்யூனிஸ்ட் கட்சியின் கொள்கை இதழான இந்தோனேஷியன் டிரிப்யூனும் வெளிப்படையாகச் சுட்டிக் காட்டிய பிறகும் திருத்துவதற்குப் பதிலாக அதையே வலுக்கட்டாய மாகப் பிடித்துத் தொங்குவதையும் வேண்டுமென்றே அதை விரிவு படுத்துவதையும் நாங்கள் புரிந்துகொண்டோம். முதலாவது காங்கிரசின் குறிப்புகள் அனைத்தையும் நாங்கள் சிறையிலிருந்தே படித்தோம். நிகழ்ச்சிகளுடனிணைந்து கட்சியின் தலைவர் என்ற முறையில் தோழர் சாருமஜூம்தாரின் ஒரு சொற்பொழிவு நிகழ்ச்சி, கட்சியின் இந்தக் கூட்டம் அங்கீகரித்த மூன்று குறிப்புகளில் ஒன்று. இந்தச் சொற்பொழிவில்தான் 'வர்க்க எதிரிகளை அழித்தொழியுங்கள்' என்ற அணுகுமுறை எந்த விதமான சந்தேகங்களுக்கும் இடமில்லாமல் முன்வைக்கப்பட்டது. இந்தச் செயல்பாட்டை எதிர்ப்பவர்கள் அனைவரும் சந்தர்ப்பவாதிகளும் புரட்டல்வாதிகளுமென்று அறிவித்தார் தோழர் சாருமஜூம்தார். கட்சிக்குள் மிகவும் விரும்பப் படுபவரென்றும் உன்னதத் தலைவரென்றும், தவறுகள் செய்யாதவ ரென்றும் கட்சியில் உயர் பதவிகளை வகித்த சத்யநாராயண்சிங் உட்பட்ட தோழர்கள், சாருமஜூம்தாரை பலதடவை ஊன்றி

உறுதிப்படுத்தியதும் இந்தக் கூட்டம் நடந்தபோதுதான். இந்த, தனிமனித துதிபாடலை தோழர் சாருமஜூம்தாரும் வெளிப்படையாகவே உற்சாகப்படுத்தினார். ஆனால், பேராயம் நடைமுறைக்கு வந்த வெறும் ஆறே மாதத்தினுள், அதாவது, நவம்பரில் அதே பேராயத்தில் வைத்து தேர்ந்தெடுக்கப்பட்ட மத்தியக் குழு உடைந்து, கட்சி தாறுமாறாகச் சிதறியது. கட்சிக் குழுவினரால் அங்கீகரிக்கப்பட்டு அமல்படுத்திய தவறான அணுகுமுறை இதற்குக் காரணமாகாது என்று சொல்லித் திரிவதால் மட்டும் என்ன பலன் கிடைத்துவிட முடியும்? தோழர் சாருமஜூம்தார் இத்துடன் தனியொருவராக மாறினார். மத்தியக் குழுவின் தகர்வுக்கு முன்பே, சி.பி.சி. தலைவர்களாகிய சூ யென்லா மற்றும் காங்ஷெங்கின் விமர்சனம் அவரது கையில் கிடைத்திருந்தது. அந்த விமர்சனமாவது தனது தவறுகளைத் திருத்திக்கொள்வவதற்கு அவருக்கு உதவியிருக்கும், விமர்சனத்தின்மீதான அவரது பார்வை மட்டும் சரியாக அமைந்திருந்தால். கட்சியினுள்ளும் இயக்கத்திலும் ஈடுபாட்டுடன் செயல்பட்டுக்கொண்டிருந்த தோழர்கள் மற்றும் பொதுமக்களின் விமர்சனங்களையும் தோழர் சாருமஜூம்தார் எதிர்மனோ பாவத்துடன்தான் அணுகினார். தான், கட்சியின் தலைவர். ஆகவே, விமர்சனத்திற்கெல்லாம் அப்பாற்பட்டவன் எனும் மனோபாவம், எந்தவொரு திருத்தத்திற்கும் இடம் தராத நிலைக்கு அவரைக் கொண்டுபோய்ச் சேர்த்தது. ஆனால், சர்வ தேசிய அளவிலான விமர்சனங்களை இதுபோல் அவரால் புறக்கணித்து விட முடியவில்லை. தவறான அணுகுமுறை, படிப்படியாக முக்கியத்தும் பெற்று விடுவதிலுள்ள ஆபத்தைப் புரிந்திருந்த சர்வதேசிய இயக்கம், இறுதியில் தோழர் சாருமஜூம்தாரைக் காப்பாற்றி விடுவதற்கு எடுத்துக்கொண்ட முயற்சியாகவே இது இருந்தது. இதுபோன்ற முக்கியமான விமர்சனங்களைக் கட்சித் தோழர்கள் நுட்பமாக ஆய்வுசெய்ய அனுமதிக்கவும் அதன் அடிப்படையில் கடந்த காலத் தவறுகளையும் குறைபாடுகளையும் பற்றிய ஒரு விமர்சனத்தைக் கட்சிக்குள் மட்டுமல்ல, போதுமான அளவுக்கு கட்சிக்கு வெளியிலுள்ள பொதுமக்களையும் பங்குபெற வைக்கவும் செய்கிற, முன்னோடியான ஒரு செயல்பாட்டு மரபை ஏற்றுக்கொள்வதற்கு தோழர் சாருமஜூம்தார் மறுத்தார். தனிப்பட்ட வகையிலான எல்லா சிந்தனைகளையும்விட கட்சியின், புரட்சியின் விருப்பங்களை முன் நிறுத்தும் எந்தவொரு தோழரும் சுயவிமர்சனத்தை எதிர்கொள்வதில் ஒருபோதுமே தயக்கம் காட்டக் கூடாது. தவறுகள் நேர்வதென்பது தவிர்த்து விட இயலாதது. அதைப் புரிந்துகொண்டதும் மனப்பூர்வமாக ஒப்புக்கொண்டு தடுமாற்றங்களுக்கு இடம் தராமல் திருத்திக்கொள்ள முன்வருவதில்தான் ஒரு பொதுவுடைமையாளனின் பெருமை அடங்கியிருக்கிறது. இந்த அடிப்படைப் பாடத்தை தோழர் சாருமஜூம்தார் உள்வாங்கியிருக்கவில்லை. ஆகவே, விமர்சனங்களை சக தோழர்களிடமிருந்து மறைத்து அவற்றைத் தன்னளவில் திருத்திக்கொள்ள அரைகுறை மனதுடனான ஒரு முயற்சியை தோழர்

தொடங்கினார். இப்படியாகவே அவர், போராட்டம் 'மங்குர்ஜான்' கட்டத்திற்கு நகர்ந்து விட்டதாகச் சொல்லி மிகச் சுலபமாக தன்னுடைய அழித்தொழிப்பு அணுகுமுறையிலிருந்து பின்வாங்கி விட முயன்றார். மங்கூர்ஜான் என்பது, 1970இல் நடந்த ஒரு சம்பவம். ஐந்தோ ஆறோ முகமூடியணிந்த மனிதர்கள் காவலர்களிடமிருந்து துப்பாக்கிகளைப் பறித்தெடுத்த ஒரு நிகழ்ச்சி. அழித்தொழிப்பு அணுகுமுறையை தவறானது என்று சொல்வதற்குப் பதிலாக அவர், போராட்டம் மற்றொரு கட்டத்திற்கு நகர்ந்து விட்டதாகச் சொல்லி தன்னுடைய பழைய தவறுகளை மறைத்துக்கொண்டார். தோழரை பாதித்திருந்த தலைக்கனம், கடைசியில் அவரை அரசியல்ரீதியான தோல்விக்கே இட்டுச் சென்றது. 1972 ஜூலையில் காவல்துறை கைது செய்து அவரைக் கொல்வதுவரையிலும் தனது தவறுகளைத் திருத்திக்கொள்ள அவரால் இயலாமல் போய்விட்டது என்பதுதான் உண்மை.

நிலைமைகள் இங்கே இப்படியிருந்தது என்றால், உலகம் முழுவதிலுமுள்ள சூழ்நிலை முற்றிலும் ஆவேசத்துடனிருந்தது. கொந்தளித்துக்கொண்டிருக்கும் புரட்சி அலைகளின் தீவிரம், ஒவ்வொரு நிமிடமும் விரிவடைந்துகொண்டிருந்தது. கம்போடியாவை ஆக்கிரமித்தன் மூலம் வியட்னாம் போரை இந்தோ—சீனா போராக மாற்றியிருந்தது அமெரிக்கா. வியட்னாம், லாவோஸ், கம்போடியா ஆகிய நாடுகளில் தேச விடுதலை இயக்கங்கள் அனைத்தும் ஒன்றிணைந்து பொது எதிரியான அமெரிக்க ஏகாதிபத்தியத்திற்கெதிரான மிக வலுவான தாக்குதல்களைத் தொடுத்தன. ஐரோப்பாவிலும் அமெரிக்காவிலும் பிற நாடுகளிலும் இந்த ஆக்கிரமிப்புகளுக்கெதிராக எழுந்த பொதுமக்களின் பலத்த எதிர்ப்பு, அந்த சக்திகளின் அடிவேர்களை அசைத்துக்கொண்டிருந்தது. 1970 மே மாதம் 20ஆம் தேதி இந்தோ — சீனா பிரச்சினையைப் பற்றிய மாவோவின் தீர்க்கதரிசனமும் தீர்வுமாக அமைந்த, அமைதியும் கம்பீரமும் நிறைந்த அறிக்கை, எல்லா நாடுகளிலுமுள்ள புரட்சியாளர்களின் போராட்ட முழக்கமாக மாறியது. அப்படியாக, மக்கள் சீனத்தின், மாவோவின் வழிகாட்டுதலின்கீழ் உலக மக்கள், புரட்சிப் பாதையில் பெருவாரியாக அணி திரண்டுகொண்டிருந்தார்கள். 1971 அக்டோபரில் ஐக்கிய நாடுகளின் சபையில் அமெரிக்காவையும் அதன் சார்பாளர்களையும் தவிர்த்த உலக நாடுகளின் ஒன்றிணைந்த ஆதரவுடன் சீனா உறுப்பு நாடாகத் தேர்வு செய்யப்பட்டது. சீனாவைத் தனிமைப்படுத்தும் அமெரிக்காவின் தந்திரங்கள் மிக விரைவில் விழுந்து நொறுங்கிவிட்டன. இதற்கு முன்பே கிஸிங்கரை பீஜிங்குக்கு இரகசியமாக அனுப்பி வைத்த அமெரிக்க ஜனாதிபதி நிக்சன், சீனாவில் விஜயம் செய்வதற்கான அனுமதியைப் பெற்றிருந்தார். சீனாவின் பெருமையை இந்த அளவுக்கு உயர்த்திய மற்றொரு சந்தர்ப்பம் அதுவரையிலும் நிகழ்ந்ததில்லை.

இந்தியாவினுள்ளும், உலகம் முழுவதிலும் வளர்ந்துகொண்டிருந்த இந்தப் புரட்சியின் தாக்கத்தால் தூண்டுதல்பெற்ற எங்களுடைய அன்றைய மனநிலை அளவிட முடியாதது. மிகுந்தத் தன்னம்பிக்கையும், புரட்சித் துடிப்பும், ஆவேசமும் நிரம்ப, தினம்தோறும் அக மாறுதலடைந்துகொண்டிருந்தோம். சிறை வாழ்க்கையை சித்தாந்தக் கல்விக்கும் கருத்தியல் தெளிவிற்கானப் போராட்டக் களமாகவும் நாங்கள் முழுமையாகப் பயன்படுத்தினோம். இதற்கெல்லாம் மகுடம் வைத்ததுபோல் எங்களுடைய பிளாக்கின் வராந்தாவின் ஒரு ஓரத்தில் மிகவும் வசீகரமாக புகைப்படங்களையும் செங்கொடியையும் அன்றையப் பிரச்சினையைக் குறித்த எங்களுடைய நிலைபாட்டைப் பற்றிய விவரணைகளடங்கிய சுவர் பத்திரிகையைப் பதிவு செய்வதையும் வழக்கமாக்கிக்கொண்டோம். இது, எல்லாக் கைதிகளையும் கவர்ந்தது. சுவர் பத்திரிகையெனும் கூர்மையான ஆயுதத்தின்மீது கைதிகளின் தாக்கம் அதிகரிப்பதைக் கண்டு பதற்றமடைந்த அதிகாரிகள், தங்களின் சிப்பந்திகளான சில கைதிகளை விட்டு தோழர்களைத் தாக்கவும் செய்தார்கள். ஆனால், இதுபோன்ற எந்தத் தடைகளையும் கண்டுகொள்ளாமல் சுவர் பத்திரிகை தொடர்ந்து வெளி வந்துகொண்டே இருந்தது.

நான் மீண்டும் சிறைக்குள் வந்த பிறகும் தொடர்ந்து வெளியீடுகள் மிக ஒழுங்காக நடைபெற்றுக்கொண்டிருந்தன. மாவோவின் இராணுவப் படைப்புகளையும் சி.பி.சியின் முக்கியமான கட்டுரைகளையுமெல்லாம் மொழிபெயர்த்து வாசிப்பதில், எங்களுக்கு அனுமதிக்கப்பட்டிருந்த அந்த இரண்டு மணி நேரத்தையும் நாங்கள் செலவிட்டோம். அப்போது மொழிபெயர்த்து வெளியிடப்பட்ட கட்டுரைகளில் ஒன்றுதான், 'தொழிலாளர் வர்க்க சர்வாதிகாரம் ஓங்குக!' 1871 மார்ச் 18ஆம் தேதி உலக வரலாற்றில் முதன் முதலாக அமைந்த தொழிலாளர் வர்க்க ஆட்சிக் கூடமாகிய ஃபிரான்ஸ் பாரிஸ் கம்யூனின் நூற்றாண்டு விழாவை முன்னிட்டு சீன கம்யூனிஸ்ட் கட்சி மேற்கொண்ட வரலாற்று முக்கியத்துவம் வாய்ந்த ஒரு மதிப்பீடாக அமைந்திருந்தது இந்தக் கட்டுரை. உலகப் புரட்சியின் வழிகாட்டியாக, மாவோவின் மேற்பார்வையில் எழுதப்பட்ட அந்தக் கட்டுரையை, இன்றுகூட அதாவது, சீன கம்யூனிஸ்ட் கட்சியின் தலைமை, புரட்டல்வாத அணுகுமுறையை ஏற்று மாவோவின் வழிகாட்டுதலைக் கை விட்டு விட்ட வேதனைக்குரிய இந்தக் காலகட்டத்திலும்கூட உலகம் முழுவதிலுமுள்ள புரட்சியாளர்களின் ஒரு வழிகாட்டியென்று சந்தேகத்திற்கிடமில்லாமல் சொல்ல முடிகிறது. அந்தக் கட்டுரையை இன்று அல்பேனியன் கட்சியும் அதன் தலைவரான என்வர் ஹோஜாவும் எதிர்க்கிறார்கள். ஆனால், பெரும் விருட்சத்தைச் சாய்ப்பதற்காக, சிரத்தையில்லாமல் சதியாலோசனையில் ஈடுபடும் இவர்கள், அற்ப உயிர்களான விட்டில்பூச்சிகள்தான் என்பதை இந்த எதிர்ப்பே தெளிவுபடுத்துகிறது. மார்க்சும் ஏங்கெல்சும் மரணமடைந்ததும் அவர்களது பெயரில்

புரட்டல்வாதத்தை நடைமுறைப்படுத்திக் கொண்டிருக்கும் இரண்டாம் இன்டர்நேஷனலுக்கும், லெனினின் ஸ்டாலினின் மரணத்திற்குப் பிறகு லெனினின் பெயரில் புரட்டல்வாதத்தை அமலாக்கிய குருச்சேவிற்கும், பிரஷ்னேவிற்கும் ஏற்பட்ட நிலைமைதான் இன்றைய சி.பி.சி. தலைமைக்கும், அல்பேனியன் கட்சியின் உயர்மட்ட தலைவரான என்வர் ஹோஜாவுக்கும் ஏற்படும்.

எங்களுடைய அரசியல் புரிதல் இப்படி, படிப்படியாக வளர்ந்துகொண்டிருந்தபோது வழக்கு தீர்ப்பை நோக்கி விரைந்துகொண்டிருந்தது. விசாரணையின் நிலைமையைப் பற்றி சொல்வதாக இருந்தால், தலச்சேரி—புல்பள்ளி நிகழ்வு, பொதுவாகவே அடித்தட்டிலுள்ள மக்களிடம் செலுத்திய புத்தெழுச்சியின் தாக்கத்தை, சாட்சிக்கூண்டில் ஏறிய பெரும்பாலானவர்களை மிக வலுவாகப் பாதித்திருப்பதை அரசுத்தரப்பிற்கும், நீதிபதிக்கும், எங்களுக்கும் தெரிவிப்பதுபோல்தான் நகர்ந்துகொண்டிருந்தது. நானூறுக்குமதிகமான சாட்சிகளின் ஒரு நீண்ட பட்டியலிலிருந்து. இதில் சுமார் இருநூற்றைம்பது பேர்களை அரசுத்தரப்பு விசாரணை செய்தது. இதில் எங்களுக்கெதிராக விருப்பத்துடன் சாட்சி சொன்னவர்கள் காவல்துறையிலுள்ளவர்களும் அரசுத்தரப்பு சாட்சிகளாக மாறிய இரண்டுபேரும் பாதிக்கப்பட்ட ஜமீன்களும் மட்டும்தான். கோழிக்கோட்டிலுள்ள எங்கள் வீட்டில் வைத்து சதியாலோசனை நடந்ததற்கான சாட்சியாக முதலில் என்னுடைய சித்தப்பா, குன்னிக்கல் புருஷோத்தமன் அழைக்கப்பட்டார். மாவட்ட நீதிமன்றத்தில் எங்களுக்கெதிராக சாட்சி சொன்ன அவர், அமர்வு நீதிமன்ற சாட்சிக்கூண்டில் ஏறி எங்களுக்கு சாதகமாக சாட்சி சொன்னார். அரசுத்தரப்பு அப்படியே ஆடிப்போய் விட்டது. காலைநேர விசாரணையை முடித்து விட்டு நீதிமன்றம் கலைந்தது. மதியம் மீண்டும் நீதிமன்றம் கூடுவதற்கு முன் அரசுத்தரப்பின் விசேஷ வழக்கறிஞரும், கிரைம் பிராஞ்ச் டிஒய்.எஸ்.பி. முரளிகிருஷ்ணதாசும் சித்தப்பாவிடம் தங்களுக்கு அனுகூலமான முறையில் சாட்சி சொல்ல வேண்டுமென்று கட்டாயப்படுத்தினார்கள். “நான் என்ன சொல்ல வேண்டுமென்பது எனக்குத் தெரியும். நீங்கள் சொல்வதுபோல் சாட்சி சொல்லிவிட்டு என்னால் ஊருக்குள் இறங்கி நடமாட முடியாமல் போய்விடும். மற்றவர்களின் முகத்தை ஏறெடுத்துப் பார்க்க முடியாது. ஆகவே, எனக்குச் சரியாகப்படுவதை மட்டுமே நான் சொல்வேன்.” முதல் விசாரணையின்போது கிடைத்த பலத்த அடியாக இருந்தது சித்தப்பாவின் பதில். சாட்சிக்கூண்டில் ஏறி காலையில் சொன்ன அதே பதிலையே திரும்பவும் சொன்னார் சித்தப்பா. அப்படியாக, சாட்சி எதிரிகளுடன் சேர்ந்து விட்டதாக அரசுத்தரப்பு அறிவித்தது. பிறகு அங்கே நடந்த சாட்சி விசாரணைகளில் பெருமளவும் இப்படித்தான் நகர்ந்துகொண்டிருந்தன. சுமார் ஒரு வருட காலம் நடந்த விசாரணையில் பாதிக்குமதிகமான சாட்சிகள் இப்படி எதிரிகளின் பக்கம் சாய்ந்து விட்டதாக அறிவிக்கப்பட்டது. கடைசியில்

இப்படி அறிவிப்பதில் அவர்களுக்கே தயக்கம் வந்ததைப்போல் தங்களுக்கு பாதகமாக அமைகிற சாட்சியங்களைபற்றி அவர்கள் எதுவுமே சொல்லாமல் விட்டார்கள்.

சேகாடி ஆதிவாசிகள் சொன்ன சாட்சியங்கள்தான் மனதை மிகவும் தொடுவதாக எனக்குத் தோன்றியது. ஜமீன்தார்களால் எங்களுடன் சேர்ந்து கொள்ளையில் ஈடுபட்டதாகச் சுட்டிக்காட்டிய ஆதிவாசிகள் அனைவரையும், வழக்கை விசாரிப்பதற்காகச் சென்ற காவல்துறை மிக மோசமாகத் தாக்கியது. வயதான ஒரு மூதாட்டியை கருணையே இல்லாமல் அடித்துத் துன்புறுத்தி ஒருபோதுமே அவர் எழுந்து நடமாட இயலாமலாக்கியதை நாங்கள் நேரடியாகவே பார்த்தோம். அந்தத் தாய், எங்களுக்கெதிராக சாட்சி சொல்வதற்காக சாட்சிக்கூண்டில் ஏற்றப்பட்டார். எங்களுக்குத் தெரிந்த, மெலிந்துபோயிருந்தாலும் ஆரோக்கியத்துடனிருந்த அவர், முதுகெலும்பு ஒடிந்தவர்போல் ஒவ்வொரு அடியாக எடுத்து வைத்து மரண அவஸ்தையுடன் சாட்சிக்கூண்டில் ஏறியதைப் பார்க்கும் இதயமுள்ள யாருமே வேதனைப்படாமலிருக்க முடியாது. இடைவிடாமல் மூச்சு வாங்கிக்கொண்டிருந்த அவரிடம் அரசுத்தரப்பு வழக்கறிஞர் கேள்விக் கணைகளைத் தொடுத்துக்கொண்டே இருந்தார். எங்களால் இவ்வளவு சித்திரவதைகளை அனுபவிக்க நேர்ந்த பிறகும், அவருடைய இயலாதக் கட்டத்தில் சிறு உதவி செய்வதற்கோ ஆறுதல் வார்த்தை சொல்வதற்கோ முடியாமலிருந்த எங்கள்மீது அந்தப் பெண்மணி வைத்திருந்த ஆழமான அன்பையும் நம்பிக்கையையும் வெளிப்படுத்துவதுபோல் எனக்கு இதைப் பற்றி எதுவுமே தெரியாது என்று வாக்குமூலம் கொடுத்தார். ஆதிவாசிகளின் வாக்குமூலத்திலிருந்துக் கிடைக்கிற, அரசுத் தரப்பிற்குத் தேவையான ஆதாரம் மிக முக்கியமானதாக இருந்தது. சேகாடியில் ஜமீன் வீடுகளை ஆக்கிரமிப்பதற்காக வந்திருந்த கூட்டத்தில் ஒரு பெண்ணுமிருந்ததற்கான ஆதாரம். ஆனால், இந்த ஆதிவாசிகள் இதை மட்டும் சொல்லவே இல்லை. அரசு வழக்கறிஞரின் குறுக்குக் கேள்விகளுக்கெல்லாம் அவர்கள் அந்தக் கூட்டத்தில் ஆண்கள் மட்டுமே இருந்ததாக எந்தவிதத் தயக்கமுமில்லாமல் சொல்லி விட்டார்கள். எங்களில் யாரையுமே சுட்டிக்காட்டவும் அவர்கள் தயாராக இல்லை. யாருடைய முகமும் நினைவில் இல்லையென்று களங்கமில்லாமல் அவர்கள் சொன்ன பதிலின்முன் அரசு வழக்கறிஞரின் பதினெட்டு அட்வுகளும் பலிக்காமல் போயின. கடைசியில் எந்த வழியுமில்லாத வழக்கறிஞர், குற்றவாளிக் கூண்டில் நின்றிருந்த என்னைச் சுட்டிக்காட்டி கடைசியாக ஆஜரான ஆதிவாசியிடம் “அந்தப்பெண் அங்கே வந்திருந்த கூட்டத்திலிருந்தாரா?” என்று மட்டும் கேட்டார். இதற்கு இல்லையென்ற பதில் வந்தபோது அவர் அத்துடன் நிறுத்திக்கொண்டார். இது, சேகாடி கிராமத்தில் ஆதிவாசி மக்களினிடையில் கலகங்கள் எழுப்பிய புரட்சி மனோபாவங்களின்

சிறியதொரு வெளிப்பாடாகவே இருந்தது. புரட்சியின்மீது ஆதிவாசிகளுக்கிருந்த அளவில்லாத ஆர்வம் தெளிவாகத் தெரிய உதவிய இந்த விசாரணைகள் எங்களுக்கு விலை மதிக்க முடியாத ஒரு பாடமாகவும் இருந்தது. கொடூரமான தாக்குதல்களை அனுபவிக்க நேர்ந்த பின்பும்கூட எங்களில் ஒருவரைக்கூட காட்டிக்கொடுக்க விரும்பாத ஆதிவாசி சகோதரர்களின் மறக்கவே முடியாத இந்த நேசத்தின் வெளிப்பாடு எங்களுடனிருந்த சந்தர்ப்பவாதிகளுக்கு பலத்த ஒரு அடியாக அமைந்தது. இப்படியாக எத்தனை சம்பவங்கள் வழக்கு விசாரணையின்போது நடந்தன என்று சொல்லித் தீராது.

வழக்கு விசாரணையும் வாதப் பிரதிவாதமுமெல்லாம் முடிந்தபோது வழக்கில் உதவி செய்வதற்கு முன்வந்த வழக்கறிஞர் நண்பர்கள் மிகுந்த தன்னம்பிக்கையுடன் எங்களிடம் நல்ல தீர்ப்பை எதிர்பார்த்திருக்கும்படி சொன்னார்கள். சதியாலோசனைக் குற்றம் முழுமையாகத் தகர்ந்துபோய் விட்டது. தலச்சேரி சம்பவத்தில் அப்பாவுக்கோ கே.பிக்கோ மற்ற ஏதாவது பிரதிகளுக்கோ பங்கிருந்ததாக நிரூபிக்க அரசுத்தரப்பால் முடியாமல் போனது. புல்பள்ளி வழக்கில் அப்ரூவராக மாறிய தேற்றமலை கோபி போன்ற சாட்சிகள் மட்டும்தான் எங்களுக்கெதிராக இருந்தன. ஆனால், புல்பள்ளி வழக்கில் தண்டிக்கப்படுவதற்கான சாத்தியங்களிருப்பதாகவும் வழக்கறிஞர்கள், எங்களுக்கு முன்னறிவிப்பு தந்திருந்தார்கள்.

1971 அக்டோபர் 30. பொழுது விடிந்தது. தீர்ப்பு நாளாகிய அன்று எங்களுக்கு ஒரு ஆசை: எங்கள் ஒவ்வொருவருக்கும் அரசியல் வாழ்க்கையின் ஒவ்வொரு திருப்பங்களிலும் வழிகாட்டியாக இருந்த மாமனிதன் மாவோ சேதுங்கின் புகைப்படத்தைத் தாங்கியபடியே தீர்ப்பை எதிர்கொள்ள வேண்டும். இப்படியாக, மாவோவின் சீடர்களாகவே வாழ விரும்புபவர்கள்தான் நாங்களென்று உலகத்திற்கு மீண்டுமொரு முறை உரக்க அறிவிக்க வேண்டும். மாவோவின் படம் பதித்த சிவப்பு பாட்ஜுகளை நாங்கள் ஒவ்வொருவரும் பெருமையுடன் அணிந்திருந்தோம். புகைப்படத்தை தோழர்கள் என் கையில் தந்திருந்தார்கள். நாங்கள் அனைவரும் சரியாக பத்து மணிக்கு கேட்டையடுத்துச் சென்றோம். சிறைக் கண்காணிப்பாளர் எங்களை வழியனுப்புவதற்காக அங்கே நின்றிருந்தார். சிலரை வருத்தத்துடன் வழியனுப்பி வைத்தார். சிலரைப் புறக்கணிப்பதுபோல் நின்றார். அப்படியாக அவர் அங்கே நின்று தன்னுடைய பாத்திரத்தை அழகாக நடித்துக் காட்டினார். சில தோழர்களின் கையில் புத்தகக் கட்டுகளுமிருந்தன. புகைப்படத்துடன் நாங்கள் கேட்டையடுத்ததும் எங்களை நீதிமன்றத்திற்கு அழைத்துச் செல்வதற்காக வந்திருந்த உதவி ஆய்வாளர், சிறைக் கண்காணிப்பாளரிடம் எதையோ முணுமுணுத்து விட்டு அந்தப் படத்தைக் கொண்டுபோக எங்களை அனுமதிக்க முடியாதென்று கண்டிப்புடன் சொல்லி விட்டார். கொண்டு போய்தான் தீருவோம் என்பதில் நாங்களும் உறுதியாக நின்றோம்.

கோழிக்கோடு சிறையிலிருந்த தலச்சேரி—புல்பள்ளி பிரதிகள் அனைவரும் தங்களுக்கிடையே இருந்த முரண்பாடுகளையெல்லாம் மறந்து இந்த விஷயத்தில் ஒன்றாகி விட்டார்கள். அதுவரை கருத்து வேறுபாடுகளுடனிருந்தவர்கள் அனைவரும் ஒரு நொடிக்குள் ஒன்றாகி விட்டதைக் கண்ட அதிகாரிகளுக்குப் பயம் வந்து விட்டது. அமர்வு நீதிபதி, எங்களை நீதிமன்றத்தில் ஆஜர்படுத்தாதக் காரணத்தைக் கேட்டு எங்களுடைய வழக்கறிஞரை சிறைக்கு அனுப்பி வைத்தார். நீதிமன்ற அறைக்குள்கூட புகைப்படத்தைக் கொண்டு வரலாமென்றும் கொடி பிடித்திருக்கும் கம்பை மட்டும் உள்ளே கொண்டுவரக்கூடாதென்றும் ஒரு உடன்படிக்கையின்கீழ் எங்களை உடனே நீதிமன்றத்தில் ஆஜர்படுத்தும்படி உத்தரவு வந்தது. ஆனால், காவல்துறையும் அரசாங்கமும் நீதிமன்றம் என்பதை வெறும் புல்லாக மதிக்கிறதென்பதைத் தெளிவுபடுத்துவதுபோல் நீதிமன்ற உத்தரவைக் கண்டுகொள்ளாத அதிகாரிகள் திருவனந்தபுரத்தைத் தொடர்புகொண்டு இரகசிய ஆலோசனையில் ஈடுபட்டார்கள். முதலமைச்சராக அச்சுதமேனோனும் காவல்துறை அமைச்சராக கருணாகரனுமிருந்த காலமது. சாப்பாடுக்குப் பிறகுதான் நீதிமன்றத்திற்குக் கொண்டுபோவோம் என்று சொன்னதால் அவரவர் பிளாக்குகளில்போய் நாங்கள் அமர்ந்துகொண்டோம். நான்கு மணிக்கு எங்களை நீதிமன்றத்திற்குப்போக அழைத்தார்கள். இம்முறை அவர்கள் வேறு ஏதோ தயாரெடுப்புகளுடனிருப்பதாக எங்களுக்குத் தகவல் கிடைத்திருந்தது. நாங்கள் கேட்டினருகில் வந்ததும் உதவி ஆய்வாளர் வந்து என் கையிலிருந்த புகைப்படத்தைப் பறித்துக்கொண்டார். காவலர்கள் அனைவரும் சேர்ந்து எங்களைத் தாக்கத் தொடங்கினார்கள். துப்பாக்கிப் பிடியை வைத்து அடித்தும் பூட்ஸ் அணிந்த கால்களால் மிதித்தும் துவைத்தெடுத்தார்கள். எங்களை ஒவ்வொருவரையாக வேனுக்குள் தூக்கியெறிந்தார்கள். புல்பள்ளிக்காரனான நீலகண்டன் எனும் ஒரு ஏழை விவசாயத் தோழரை துப்பாக்கியின் பயனெட்டால் குத்தி தலையில் காயமேற்பட்டது. நாங்கள் உரத்தக்குரலில் கோஷமிட தொடங்கினோம். “மாவோ வாழ்க! இந்திய புரட்சி வெல்லட்டும்! கம்யூனிஸ்ட் கட்சி வாழ்க! விவசாயிகள் ஆயுதப் புரட்சி வெல்லட்டும், நக்சல்பாரி லால் சலாம்!” எங்களுடைய சத்தம் வானம்வரைக்கும் கேட்பதுபோல் எழத் தொடங்கியது. காவலர்களின் உதைக்கு வீரியம் அதிகரித்தது. அடி, உதைமூலம் நாங்கள் கோஷமிடுவதை தடுத்து நிறுத்தி விடுவதற்கு எடுத்துக்கொண்ட அவர்களது முயற்சி பலனளிக்கவில்லை. சிறை கேட்டிற்கு முன்னால் வண்டியில் ஒரு கம்பனி சி.ஆர்.பி., வரிசையாக அணி வகுத்து நின்றிருந்தது. இதையும் பார்த்தபோது எனக்குத் தாங்க முடியாத கோபம் வந்தது. சி.ஆர்.பியின் முன் நான் காறித் துப்பினேன். “எங்களை அடித்து ஒடுக்கி விட முடியாது. நாங்கள் சிந்தும் ஒவ்வொரு துளி இரத்தத்திற்கும் பதில் சொல்ல வைப்போம்.” அதிகாரிகளைப் பார்த்து நாங்கள் உரத்தக் குரலில் சொன்னோம்.

சிறைச் சாலையின் பெரிய கேட்டின் முன்புறமும் சாலையிலும் ஏராளமான ஆட்கள் திரண்டு நின்றிருந்தார்கள். காலையில் நீதிமன்றத்திற்குப் போக இருந்த எங்களைக் காண்பதற்காக ஆர்வத்துடன் நின்ற அவர்கள் உள்ளே நடக்கிற விஷயங்களையும் கவனித்தும் யூகித்தும்கொண்டிருந்தார்கள். சிறையின் கேட்டு முதல் நீதிமன்ற வளாகம் வரைக்கும் தீர்ப்பை அறிவதற்காக மக்கள் திரண்டு நின்றிருந்தார்கள். அன்று காலையிலிருந்தே கோழிக்கோடு மாவட்டத்தின் நாலாபகுதிகளிலிருந்தும் வயநாட்டிலிருந்தும்கூட மக்கள் வந்து நீதிமன்ற வளாகத்தில் கூடியிருந்தார்கள். இதைக் கண்டு பயந்துபோன காவல்துறை, ஒரு இராணுவ முகாமின் உணர்வு தோன்றும்விதமாக ஆயுதம் தாங்கிய சி.ஆர்.பி. காவலர்களால் அந்த இடத்தை நிறைத்திருந்தார்கள். அங்கே கூடி நின்ற மக்களும் எங்களைக் காணாமல் பொறுமையிழந்துபோய் நின்றிருந்தார்கள்.

நீதிமன்ற வளாகத்திற்கு வந்து சேர்ந்ததும் நாங்கள் இன்னும் உரத்தக் குரலில் கோஷங்களை முழக்கத் தொடங்கினோம். திரண்டு வந்திருந்த மக்கள் கூட்டம் எங்களுக்கு மேலும் தூண்டுதலையளித்தது. அங்கே வைத்தும் காவல்துறை எங்களைத் தாக்கியது. நீதிமன்றத்தில் நுழையும்போதும் சிறைச் சாலை கேட்டில் வைத்தும் மாவோவின் புகைப்படம் காரணமாக நடந்த கொடூரமான தாக்குதலைப்பற்றி நாங்கள் நீதிபதியிடம் முறையிட்டோம். தோழர் நீலகண்டன், இரத்தம் வடியும் தலையுமாய் நீதிபதியின் முன் மயக்கம் போட்டு விழுந்தார். இந்தச் சம்பவத்திற்கெல்லாம் நீதிமன்றத்தால் எதுவும் செய்ய இயலாதென்றால் என்றாவது ஒருநாள் நாங்கள் இதற்குப் பதில் சொல்லுவோம்; அப்போதும் நீதிமன்றம் இப்படி செய்வதறியாமல் இருப்பதுதான் முறையாக இருக்குமென்றும் நாங்கள் தாக்கீது செய்தோம். மிகவும் வெளுறிப்போன முகத்துடன் நீதிபதி எதுவும் பேசாமல் தன்னுடைய செயரில் அமர்ந்திருந்தார். ஒரு புகைப்படத்தின் காரணமாக இந்த அளவுக்கு எங்களை மிருகத்தனமான தாக்கியதில் மனதளவில் அவருக்கும் மிகவும் வருத்தமிருப்பதாகத் தோன்றியது. ஆனால், நீதியையும் நியாயத்தையும் பேசுவதால் மட்டும் என்ன ஆகிவிடப் போகிறது? காவல்துறையின், அரசாங்கத்தின் சுயவிருப்பங்களின்முன் ஒரு நீதிபதி நினைத்து என்ன செய்து விட முடியும்? எதிர்ப்பிருந்தாலும்கூட இன்றைய சட்ட அமைப்பினுள் அதை வெளிப்படையாகப் பறைசாற்றுவதும் சாத்தியமில்லை.

24

வங்காள தேசப்பிரச்சினை

தீர்ப்பில் தண்டனை யளிக்கப்பட்ட நாங்கள் எட்டு பேர், இரவு சுமார் எட்டு மணிக்கு கோழிக்கோடு சிறைச் சாலைக்கு மீண்டும் கொண்டு வரப்பட்டோம். மறுநாள் ஞாயிற்றுக்கிழமை என்பதால், நவம்பர் ஒன்றாம் தேதி— திங்கள்கிழமையன்று அனை வரையும் கண்ணூர் மத்திய சிறைக்கு அனுப்புவதாக காவலர் கள் எங்களிடம் தெரிவித்தார்கள். திரும்பவும் சிறைக்கு வந்தபோது அங்கே ஒரு போர் நடந்தது போன்ற சூழலைத்தான் எங் களால் காண முடிந்தது. வார்டன்கள் அனைவரும் கையில் லத்தியுடன் கேட்டின் பக்கத்தில் அணி வகுத்து நின்றிருந்தார்கள்.

நாங்கள் அன்று நீதிமன்றத்திற்குச் சென்றதுமே அப்பாவும் தோழர்களும் அடைக்கப்பட்டிருந்த பிளாக்கிலிருந்த துணிமணிகளையும் காகிதக் கட்டுகளையும் புத்தகங்களையுமெல்லாம் சிறைச் சாலையின் முற்றத்தில் கூட்டியிட்டு கண்காணிப்பாளர் எரித்துவிட்டதையும் எங்களுடன் அந்தச் சிறையிலிருந்த, குற்றியாடி காவல்நிலையத்தின்மீது தாக்குதல் தொடுத்த வழக்கின் பிரதிகளான சில தோழர்கள் மிக மோசமாகத் தாக்கப்பட்டதையும் சம்பவங்கள் நடந்து முடிந்த பல நாட்களுக்குப் பிறகுதான் நான் கேள்விப்படுகிறேன்.

நவம்பர் 1ஆம் தேதி கண்ணூர் மத்தியச்சிறைக்குக் கொண்டுபோக அழைத்தபோதும் நான் மாவோவின் பாட்ஜை அணிந்துகொண்டுதான் புறப்பட்டேன். அன்று கண்காணிப்பாளர் நடந்துகொண்ட விதம் மிகுந்த அகங்காரத்துடனிருந்தது. தோழர்களையெல்லாம் உதைத்துத் தளர வைத்து விட்டதில் அடைந்த மிருகத்தனமான அகமகிழ்ச்சி அவரது முகத்தில் தெளிவாகத் தெரிந்தது. என்னுடைய மனநிலையைப் பரிசோதனை செய்வதுபோல் குத்தலான பேச்சுக்களைப் பேசியபடியே அவர் கேட்டை நோக்கி நடந்தார். அவரது எந்தப் பேச்சையும் நான் மதிக்கவே இல்லை. ஒவ்வொன்றுக்கும் தகுந்த பதில்களைச் சொல்லிக்கொண்டே இருந்த என்னை அவர் குற்றியாடி வழக்கின் தோழர்கள் அடைக்கப்பட்டிருந்த பிளாக்கிற்கு அழைத்துக் கொண்டு போனார். “பார், உன்னுடைய தோழர்கள் கிடப்பதை” என்று ஏளனமாகச் சொன்ன அவர் முதல் அறைக்குள் அடைத்துப் போட்டிருக்கும் தோழரின் அருகில் என்னை அழைத்தார். என்னைக் கண்டதும் அந்தத் தோழர் முஷ்டியுயர்த்தி வீரவணக்கம் சொன்னார். நானும் திருப்பி வணக்கம் தெரிவித்தேன். கண்காணிப்பாளரால் இதைப் பொறுத்துக்கொள்ளவே முடியவில்லை. அந்தத் தோழரிடம் எதையோ சொல்லி உரத்தக் குரலில் கோபப்பட்டபடியே என்னை கேட்டின் பக்கத்தில் வரவழைத்தார். இதையெல்லாம் நூற்றுக் கணக்கான கைதிகள் தங்கள் அறைகளிலிருந்தும் பிளாக்குகளிலிருந்தும் பார்த்துக்கொண்டிருந்தார்கள். அனைவரும் அப்போது பூட்டிய அறைக்குள் இருந்தார்கள். கேட்டின் பக்கத்தில் சென்றதும் அவர் இரண்டு பெண் காவலர்களிடமும் ஒரு பெண் வார்டனிடமும் நான் சேலையில் குத்தியிருந்த பாட்ஜை பிடுங்கும்படி உத்தரவிட்டார். புன்னகை பூத்த முகத்துடனிருந்த மகான் மாவோ சேதுங்கின் வெறுமொரு படம்கூட அதிகாரிகளுக்கு எந்த அளவுக்குப் பயத்தையும் வெறுப்பையும் ஊட்டுகிறது? ஆனால், இந்தத் தாக்குதலையும் நான் எதிர்பார்த்தே இருந்தேன். நான் உரத்தக் குரலில் “மாவோ வாழ்க! இந்தியப் புரட்சி வெல்லட்டும்!” என்று கோஷமிட்டேன். என்னைத் தாக்கி கீழே தள்ளி உருட்டிய பிறகுதான் அவர்களால் அந்த பேட்ஜைப் பறித்தெடுக்க முடிந்தது. நான் கோஷமிடுவதை நிறுத்தவில்லை. என்னிடம் போகச் சொன்னார்கள். தான் வெற்றிபெற்றுவிட்டதான கண்காணிப்பாளரின் அகந்தையான முகபாவம், நான் திடீரென்று

கோஷமிடத் தொடங்கியதால் மாற்றமடைந்தது. அந்த மனிதனின் வெறுப்பைத் தூண்டுகிற முகத்தைப் பார்த்து நான் சத்தமாகக் காறித் துப்பி விட்டு சிறைச் சாலையின் கேட்டைக் கடந்து வெளியே வந்தேன். காவலர்கள் என்னை கண்ணூருக்கு வந்து சேருவதுவரை அடித்தார்கள். ஏனென்றால், ஆட்கள் நின்றிருக்கும் இடத்திற்கு வாகனம் வரும்போதெல்லாம் நான் கோஷமிட்டுக்கொண்டிருந்தேன். காவலர்களின் வன்முறையால் என் பாதிக்கப்பட்ட மன உணர்வை அடக்கி விட இயலாமல்போனது. இப்படியாக, தொடர் நிகழ்ச்சியினூடேயான ஒரு பயணத்தின் முடிவில் நான் கண்ணூர் மத்தியச் சிறைக்கு வந்து சேர்ந்தேன்.

கண்ணூருக்கு வந்த பத்து நாட்களுக்குள் என்னைப் பார்ப்பதற்காக வந்த அப்பா, அம்மாவிடம் எனக்கு கோழிக்கோடு சிறையில் வைத்தும் கண்ணூருக்கு வருகிற வழியில் வைத்தும் கிடைத்த அடிகளைப் பற்றி விவரித்துச் சொன்னேன். மாவோவின் புத்தகங்கள் வாசிப்பது அங்கே தடை செய்யப்பட்டிருப்பதாக பொறுப்பாளர்கள் சொல்லி அறிந்துகொண்டேன். இந்த விஷயத்தையும் நான் என்னுடைய பெற்றோர்களிடம் தெரிவித்தேன். அவர்கள், இந்த எல்லா விவரங்களையும் குறிப்பிட்டு முதலமைச்சருக்கு ஒரு கடிதம் எழுதினார்கள். அம்மாவும் அப்பாவும் சிறை அலுவலகத்தில் கொடுத்திருந்த மார்க்ஸ், ஏங்கெல்ஸ், ஸ்டாலினின் புத்தகங்களையெல்லாம் அதிகாரிகள் என்னிடம் தந்து விட்டார்கள். இப்படியாக, இந்த மாமனிதர்களின் உன்னதமான படைப்புகளை ஆழ்ந்து வாசிப்பதற்கான வாய்ப்பும் எனக்குக் கிடைத்தது. இருபத்து நான்கு மணி நேரமும் பெருஞ்சுவர்களுக்குள் தனிமைச் சிறையில் வாழ வேண்டியதிருந்த இந்தச் சூழ்நிலையில் படிப்பதில் தீவிரமாக ஈடுபடவும் என்னால் இயன்றது.

நான் சிறைக்கு வந்த, கிட்டத்தட்ட ஒரு மாதத்தினுள் வெளி சூழ்நிலைகளில் மிகப் பெரிய மாற்றங்கள் நிகழ்ந்துகொண்டிருந்தன. டிசம்பர் 4ஆம் தேதி இந்தியாவில் மீண்டும் ஒரு நெருக்கடிநிலைமை அறிவிக்கப்பட்டது. ஆறு மாதங்களுக்கு முன் இந்திரா அரசு பாராளுமன்றத்தில் தாக்கல் செய்த தேசப் பாதுகாப்புச் சட்டம், அன்று நாடு முழுவதும் அமலுக்கு வந்தது. வழக்கிலிருந்து விடுதலை செய்யப்பட்ட கொஞ்ச நாட்களுக்குள் அம்மாவும் அப்பாவும் சேர்ந்து ‘இந்திய — சீன நட்புறவு’ எனும் பெயரில் ஒரு மாத இதழை வெளியிடும் அனுமதிக்காக கோழிக்கோடு மாவட்ட ஆட்சித் தலைவரிடம் மனுச் செய்திருந்தார்கள். ஆனால், அதற்குப் பதில் சொல்வதுபோல் டிசம்பர் 8ஆம் தேதி அவர்களை மிசாவில் கைது செய்து கண்ணூருக்குக்கொண்டு வந்தார்கள். ஜமாஅத்தே இஸ்லாமின் கேரள அமீரும் அவர்களுடன் கைது செய்யப்பட்டிருந்தார். கோழிக்கோடு மாவட்டத்திலிருந்து இவர்கள் மூன்று பேர் மட்டுமே மிசாவின்கீழ் கைது செய்யப்பட்டிருந்தார்கள். கண்ணூர்

மாவட்டத்திலிருந்து மற்றும் ஏழு பேரை மிசாவில் கைது செய்து அவர்களும் கண்ணூர் மத்தியச் சிறைக்குக்கொண்டு வரப்பட்டார்கள். ஆனால், கிட்டத்தட்ட ஐந்தாறு வாரங்களுக்குள் கைது செய்யப்பட்டவர்களில் ஒன்பது பேர்கள் விடுதலை செய்யப்பட்டார்கள். தலச்சேரி — புல்பள்ளி சம்பவங்களில் பங்கு வகிக்காதவர்களும் பிறகு வழக்கிலிருந்து விடுவிக்கப்பட்டவர்களுமான கே.சி. அயமுட்டியும் கோபாலன் வைத்தியரும் முதலில் விடுதலையாகி விட்டனர். வழக்கு முடிந்த பிறகு அவர்கள் மார்க்சிஸ்ட் கட்சியில் சேர்ந்து விட்டதால் ஏ.கே. கோபாலனின் தனி சிபாரிசின் பெயரால் அவர்கள் மிசாவிலிருந்தும் விடுதலையானார்கள். இதிலிருந்து ஒரு விஷயம் தெளிவாகத் தெரிய வந்தது. 1971இல் நெருக்கடிநிலைக் காலகட்ட இந்திரா அரசின் போலியான தேசப்பற்றையும் இந்து மேலாதிக்க மனோபாவத்தின் அடிப்படையிலான அக்கிரமச் செயல்பாடுகளையும் மார்க்சிஸ்ட் தலைமை அங்கீகரித்திருந்ததால் மார்க்சிஸ்ட் கட்சியினரை மிசாவின் கீழ் கைது செய்வதில்லையெனும் ஒரு கருத்தொற்றுமையும் அவர்களினிடையே ஏற்பட்டிருந்தது என்பதைச் சுட்டிக்காட்டுகிற ஒரு சம்பவம்தான் மேலே குறிப்பிடப்பட்டது. டெல்லியில் அகில இந்திய ஜமாஅத்தே இஸ்லாமி தலைமையுடன் ஏற்படுத்திக்கொண்ட ஒரு உடன்படிக்கையின்கீழ்தான் அந்த அமைப்பின் தலைவரை கேரள அரசு விடுதலை செய்தது. இப்படியாக ஒன்று ஒன்றொரை மாதத்திற்குள் அனைவரும் விடுதலையான பிறகு மிச்சமிருந்தவர்கள் அம்மாவும் அப்பாவும் மட்டும்தான். கேரளத்தின் எல்லா சிறைச்சாலைகளிலுமிருந்த மிசா கைதிகளும் இதுபோல் விடுதலையாகி விட்டார்கள். கேரள அளவிலும் இவர்கள் இரண்டுபேர் மட்டுமே ஒரு வருடத்திற்கும் அதிகமான காலம் மிசாவில் தண்டனை அனுபவித்துக்கொண்டிருந்தார்கள்.

நீண்டகாலம் சிறைக்குள்ளிருந்தபோதும் அவர்களுக்கு மாவோவின் புத்தகங்கள் மறுக்கப்பட்டிருந்தன. மாவோவின் படைப்புகளுக்குத் தடை என்பதற்காக மாவோ எனும் பெயரில் வரும் எந்த ஒரு புத்தகமாக இருந்தாலும் அனுமதிக்க மறுக்கும் ஒரு நிலைபாட்டையே அதிகாரிகள் மேற்கொண்டிருந்தார்கள். இதைக் கேள்விக்குட்படுத்தி அப்பா, உயர்நீதிமன்றத்தில் ஒரு மனுக் கொடுத்திருந்தார். லெனினின், ‘ஆட்சியாளர்களும் புரட்சியும்’ வியட்னாம் ஜெனரல் கியாபின், ‘கொரில்லாப் போரை ஒருங்கிணைப்பது எப்படி’ என்பது போன்ற நூல்களை எங்களுக்கு வாசிக்கத் தந்திருந்த அச்சுதமேனோன் அரசுக்கு மாவோ எனும் பெயர் இந்த அளவுக்கு வெறுப்பையூட்டியது என்பதை அரசாங்கத்தின் உண்மையான குணத்தை வெளிப்படுத்துகிற ஒன்றாகவே நாங்கள் கருதினோம். அப்பாவும் அம்மாவும் சிறையிலிருந்த அந்த ஒரு வருடமும் மாவோ படைப்புகள் அனுமதிக்கப்படவே இல்லை. கடைசியில் உயர்நீதிமன்றம் அப்பாவின் கோரிக்கையை

ஏற்றுக்கொண்டாலும் அந்த உத்தரவு அமலுக்கு வருவதற்கு முன் அதாவது 1972 டிசம்பர் 22ஆம் தேதி அவர்கள் விடுதலை செய்யப்பட்டார்கள். நீதிமன்றத்தின் நடவடிக்கைகள் நீண்ட காலமெடுத்துக்கொண்டதால் கடைசியில் கொடுக்கப்பட்ட தீர்ப்பால் அப்போது எந்தப் பலனுமில்லாமலாகி விட்டது.

1971 டிசம்பர் 4ஆம் தேதி, நெருக்கடிநிலை அறிவிக்கப் பட்டதுடன் இந்திய இராணுவத்தை நேரடியாக அனுப்பிய இந்திரா அரசு, கிழக்கு பாகிஸ்தானுக்கெதிரான ஆக்கிரமிப்புப் போரைத் தொடங்கியது. இந்தப் போருக்குப் பின்னணியாக இருந்த மோசமான விருப்பங்கள், வரலாற்றுரீதியாக மிக ஆழமான ஒரு பிரச்சினையாக இருந்தது. 1947 ஆகஸ்ட் பதினைந்தாம் தேதி இந்தியா சுதந்திரமடைந்து விட்டதாக அறிவித்த, இந்தியாவை இரண்டாகப் பிளந்த பிரிட்டிஷ் ஏகாதிபத்தியம், ஒரு விஷயத்தில் உறுதியுடனிருந்தது. இனி ஒருபோதுமே இந்தியாவின் இந்து மேலாதிக்கத்திற்கும் பாகிஸ்தானின் முஸ்லிம் தேசிய உணர்வுக்குமிடையிலான எதிர்ப்பு விலகிவிடாமல் பார்த்துக்கொள்வதுடன் இதை மேலும் தீவிரப்படுத்துவதன் மூலம் இரண்டு நாடுகளின்மீதான தனது பிடியை மேலும் வலுப்படுத்திக்கொள்ள முடியுமென்று அவர்கள் திட்டமிட்டிருந்தார்கள். இந்த இரண்டு தேசங்களும் ஒன்றிணைந்து விடாமலிருப்பதற்கான எல்லா சூழ்நிலைகளையும் அவர்கள் உருவாக்கி வைத்தார்கள். இதன் காரணமாக இந்தியாவுக்கும் பாகிஸ்தானுக்குமிடையே உருவான சிக்கல்கள் இன்றும் தீராமலிருக்கின்றன. இந்த சகோதர நாடுகளினிடையே இதுவரை மூன்று போர்கள் நடந்திருக்கின்றன. இரண்டாவது உலகப்போரின் முடிவில் பிரிட்டன் தனது வலுவை இழந்திருந்தது. உலக ஏகாதிபத்திய நாடுகளின் தலைமைப் பொறுப்புக்கு அமெரிக்கா வந்ததும் இந்த நாடுகளின்மீதான தன்னுடைய ஆதிக்கத்தை தந்திரமாக நிறுவிக்கொண்டது. இந்தியாவின் ஆட்சியாளர்கள் யாராகவே இருந்தாலும், அனைவருக்கும் ஒரு பொதுவான குணமிருக்கிறது. வல்லரசுகளின் விருப்பங்களை அடிபணிந்து சேவிப்பது; பக்கத்திலிருக்கும் பாகிஸ்தான், சிக்கிம், பூட்டான், நேப்பாள், ஸ்ரீலங்காபோன்ற சிறு நாடுகளை அப்படியே கபளீகரம் செய்வது. இவர்களது இந்த அகண்ட பார்வை எல்லைகளைத் தாண்டியது. பிரிட்டனுக்கு, இந்தியாவில் பெரும்பான்மையினரான இந்து பிரிவினரிடையே விதைத்த முஸ்லிம் விரோதப் போக்கின் விதையைப் பாதுகாக்க வேண்டிய தேவை மட்டுமே இருந்தது. பிரிட்டிஷ்காரன் இந்தியாவில் காலெடுத்து வைப்பதற்கு முன் நிலவிய இந்து—முஸ்லிம் ஒற்றுமையின் வரலாறு; இந்தியாவின் நிலைமையைச் சுட்டிக்காட்டும் நிலப்பிரபுத்துவத்தின் அடையாளமான இந்து மேலாதிக்க மனோபாவத்தைப் பற்றிய கருத்தியல்; இதனை எதிர்கொள்ள தீவிரமான போராட்டங்களை முன்நிறுத்த வேண்டிய தேவை; இந்திய முஸ்லிம் சகோதரர்களுடன் சேர்ந்து பொது எதிரியான ஏகாதிபத்திய

சக்திகளுக்கெதிராக ஒன்றிணைய வேண்டியது; பாகிஸ்தானுடன் சமத்துவ நல்லெண்ணத்தை உறுதிப்படுத்த வேண்டிய அவசியம்; இந்தியாவிலும் பாகிஸ்தானிலும் உழைக்கும் மக்களின் சரியான தேவைகளைக் கணக்கில்கொள்வது போன்ற முக்கியமான விஷயங்களைப் பேசுவதற்கு இந்தியாவில் இன்று எந்தவொரு பொதுவுடைமைக் கட்சியும் புரட்சிவாதக் கட்சியும் தயாராக இல்லை.

சி.பி.ஐ. (எம் — எல்.) யின் தலைவராக இருந்த தோழர் சாருமஜூம்தாருக்கும்கூட இந்தப் பிரச்சினையைக் குறித்து தெளிவான ஒரு பார்வை இல்லாமல் போய் விட்டது. வங்காள தேசப் பிரச்சினை உருவானபோது அவர் மேற்கொண்ட நிலைபாடு மிகவும் விசித்திரமாக இருந்தது. இந்திய இராணுவம் பல 'வாகினி'களின் பெயரில் கிழக்கு பாகிஸ்தானை ஆக்கிரமித்தபோது, அந்நாட்டிலுள்ள புரட்சியாளர்கள் தங்களது அரசாங்கத்திற்கெதிரான கிளர்ச்சிகளை ஒருங்கிணைத்து ஆயுதப் போராட்டத்தில் ஈடுபடவேண்டுமென்று தோழர் சாருமஜூம்தார் கேட்டுக்கொண்டார். அவரது இந்த வேண்டுகோள், இந்திய அரசாங்கம், வெளிப்படையாக, ரஷ்யாவின் பின்னணியிலும் அமெரிக்காவின் உதவிகளுடன் பாகிஸ்தானுக்கெதிராக நடத்திய ஆக்கிரமிப்புப் போருக்கு உதவுகிற ஒரு செயல்பாடாக மட்டுமே அமையுமென்ற உண்மையை அவர் உணரவில்லை. இந்தத் தவறான நிலைபாட்டை அவர் மேற்கொள்ளுவதற்கான காரணத்தை நாம் ஆராய்ந்தால், இதன் அடிப்படையில் மிகவும் குறுகிய ஒரு சிந்தனை செயல்பட்டிருப்பது தெரிய வரும். உலகம், அதாவது மனிதகுலம், வர்க்கங்களாக மட்டுமல்ல, தேசிய இனங்களாகவும் பிளவுபட்டிருக்கும் உண்மையை அவர் கணக்கில் கொள்ளவில்லை. குறிப்பாக, இன்றைய உலக ஏகாதிபத்திய சக்திகளும் அதன் காலனிய அரைக் காலனிய நாடுகளும் எனும் ஒரு பிரிவிருப்பதைக் கவனத்தில்கொள்ளாத, அல்லது ஒடுக்குபவர்களும் ஒடுக்கப்படுபவர்களும் என ஒரேயொரு முரண்பாடு மட்டுமே இருப்பதான பார்வையை மட்டுமே வைத்திருக்கும் ஒரு பொதுவுடையாளனுக்கு இப்படியான சறுக்கல்கள் நேருமென்பது இயல்பான விஷயங்கள்தான். வங்காள தேசப் பிரச்சினை, பாகிஸ்தானை சிதிலப்படுத்திவிட வேண்டுமெனும், இந்திய தேசத்தில் மாறி மாறி வரும் அரசாங்கங்களின் நீண்ட கால கனவின் ஒரு பகுதிதான் என்பதைக் கவனத்தில்கொள்ளும் ஒரு கம்யூனிஸ்ட்காரன், வர்க்கப் போராட்டத்தை இரண்டாமிடத்தில் வைத்துவிட்டு இந்திய ஆக்கிரமிப்புக்கெதிரான தேசம் தழுவிய ஒரு பாதுகாப்புப் போரைத் தொடங்க வேண்டுமென்ற அழைப்பைதான் வங்காள தேசத்திலுள்ள புரட்சியாளர்களை நோக்கி முன்வைத்திருக்க முடியும். இந்தப் பிரச்சினையை மற்றொரு வடிவத்தில் மேலும் தெளிவாக அணுகிப் பார்க்கலாம். இந்தியாவில் ஏராளமான தேசிய இனங்கள் வாழ்கின்றன. மட்டுமல்ல, பல்வேறு நம்பிக்கை சார்ந்த பழங்குடியினர், அரிஜனங்கள்போன்ற ஒடுக்கப்பட்ட பிரிவினரும் வாழ்கின்றனர்.

இந்தியாவைப்போல் இவ்வகையான பிரச்சினைகள் பின்னிக்கிடக்கும் மற்றொரு தேசம் உலகத்தில் இல்லையென்றே சொல்லி விடலாம். உதாரணமாக, கேரளா, தமிழ்நாடு, கர்நாடகம், ஆந்திரம், மகாராஷ்டிரம் இப்படி, மொழிவாரியாகப் பிளவுபட்ட மாநிலங்களைச் சேர்ந்தவர்களும், இஸ்லாமிய, கிறிஸ்தவ மத நம்பிக்கையாளர்களும் நம் நாட்டில் வாழ்கின்றனர். இந்த தேசிய இனங்களுக்கும் மத்திய அரசுக்குமிடையே ஆழமான பல்வேறு பிரச்சினைகளும் நிலவி வருகின்றன. நாட்கள் செல்லும்தோறும் இவை மென்மேலும் தீவிரமடைந்துகொண்டுமிருக்கின்றன. ஆனால், இந்தப் பிரச்சினைகளின், இவற்றின் அடிப்படைகளை நுட்பமாகக் கையாண்டு, கொந்தளிப்பை ஏற்படுத்தி, ஏகாதிபத்திய சக்திகளின் உதவியுடன் சீனாவைப்போன்ற ஒரு பெரிய நாடு, நம்மை ஆக்கிரமித்துக் கீழ்ப்படிய வைப்பதாக எடுத்துக்கொள்வோம். இந்த ஆக்கிரமிப்பாளர்களுடன் வெளிப்படையாகவோ மறைமுகமாகவோ கை கோர்த்து இந்தியாவிலுள்ள அரசாங்கத்தைக் கவிழ்த்துவிடும் ஒரு நிலைபாட்டை கம்யூனிஸ்ட்கள் அங்கீகரிப்பதாக இருந்தால் அவர்களும் ஆக்கிரமிப்பு நோய் தொற்றிக்கொண்ட ஆட்களாக அல்லவா மாறி விடுவார்கள்? பதிலுக்கு, இப்படியான ஆக்கிரமிப்பாளர்களுக்கெதிரான தேசிய போரின் தலைமையை தானாகவே ஏற்றெடுத்து, முடிந்தவரையிலும் எல்லா சக்திகளையும் ஒன்றிணைத்து பாதுகாப்புப் போரை வெற்றிகரமாக முடிக்கும் வேலையை அல்லவா கம்யூனிஸ்ட்கள் செய்ய வேண்டும்? சொந்த நாட்டின், நடைமுறையிலுள்ள பிற்போக்கு அரசாங்கத்திற்கு வாலாட்டுவதாக இதை அர்த்தப்படுத்த முடியாது. மட்டுமல்ல, பரந்த அளவிலான ஒரு தேசிய ஐக்கிய முன்னணியை உருவாக்குவதற்கான அழைப்பை விடுத்து அந்த முன்னணியின் தலைமைப் பொறுப்பை ஏற்று அதன்மூலம் பொது எதிரியை தோல்வியடையச் செய்வதையும் எந்தச் சூழ்நிலையிலும் தங்களுடைய சுதந்திரமான நிலையைக் கைவிடாமலிருக்கவும் வேண்டும். இந்த ஐக்கிய முன்னணியில் பங்கு வகிக்கவும் பொது எதிரியை நேரிடவும் தயாராகும் சக்திகள் அனைத்தையும் அதற்கு அனுமதிக்க வேண்டியதுமாகும். வர்க்கப் போராட்டம் என்பது தேசிய நலனிலிருந்துப் பிரித்துப் பார்க்க முடியாத ஒரு அம்சமாகவே இருக்கிறது. தேசப் பாதுகாப்பின்மீதான இறுதி வெற்றியென்பது வர்க்கப்போராட்டத்தினூடே மட்டுமே சாத்தியப்படவும் முடியும். இந்தப் பார்வைக்கு எதிர் மாறாக வர்க்கப் போராட்டத்தை மட்டுமே முன்னிறுத்தி தேசியப் பிரச்சினையென்று எதுவுமில்லை என்பதான ரீதியில் இதை கையாள்வது ஒருபோதுமே சரியான பாதையில் கொண்டுபோய் சேர்க்காது. மஜூம்தாருக்கு நேர்ந்த தவறு இதுதான். ஆனால், சீன கம்யூனிஸ்ட் கட்சி, இந்தப் பிரச்சினையில் எடுத்த முடிவு தெரிய வந்தபோது சாருமஜூம்தார் தன்னுடைய நிலைபாட்டைத் திருத்துவதற்கு இயந்திரத்தனமான ஒரு முயற்சியை மேற்கொண்டார். இருப்பினும் அந்தத் திருத்தத்தால் எந்தப் பலனும்

கிடைத்து விடவுமில்லை. மட்டுமல்ல, கட்சிக்குள் அதிகமான முரண்பாடுகளைத்தான் அது உருவாக்கவும் செய்தது.

பாகிஸ்தானைப் பொறுத்தவரைக்கும் அது மற்றொரு யதார்த்தமாக இருந்தது. பாகிஸ்தான் உருவான நாள்முதல் பெரிய அண்டை நாடாகிய இந்தியா நம்மை விழுங்கிவிடுமென்ற பயம் அங்குள்ள ஆட்சியாளர்களை எப்போதுமே அலட்டிக்கொண்டிருந்தது. இந்த விபத்தைத் தடுப்பதற்காக, வேறு பெரிய நாடுகளை அண்டியிருக்க இயலாதென்பதையும் புரிந்துகொண்டு அது சீனாவுடன் நட்பு வைத்துக்கொண்டது. இந்திய ஆட்சியாளர்களால் சீனாவின்மீது திணிக்கப்பட்ட எல்லைப்போர் மூலம் அமெரிக்கா ஏகாதிபத்தியதின் 'சைனாவைச் சுற்றி வளை, அடக்கியொடுக்கு.' எனும் உலகளாவிய இராஜ தந்திரத்தின் நல்ல ஏவலாள் என்று தன்னைக் காட்டிக்கொண்ட இந்திய அரசுக்கெதிராக பாகிஸ்தானுடன் நல்லெண்ணத்துடன் நடந்துகொள்ள சீனாவும் தயாராக இருந்தது. மட்டுமல்ல, 1959இல் அமெரிக்க சி.ஐ.ஏயின் வேண்டுகோளுக்கிணங்கிய இந்தியா, தனது படைகளை திபெத்திற்கு இரகசியமாக அனுப்பி திபெத் மக்களால் மிகவும் வெறுக்கப்பட்ட அடக்குமுறை ஆட்சியாளராக இருந்த தலாய்லாமாவையும் அவரது ஆட்களையும் பாதுகாப்பாக அழைத்து வந்து இந்தியாவில் அபயமளித்தது. அத்துடன் நேரு அரசாங்கத்தின் சீன விரோத மனோபாவமும் கம்யூனிச எதிர் மனோபாவமும் வெளிப்பட்டது. இதனால், சீனா, பாகிஸ்தானுடன் மட்டுமல்ல, நேப்பாளம், ஸ்ரீலங்காபோன்ற நாடுகளுடனும் தனது நட்புறவை வலுப்படுத்திக்கொண்டது. சீனாவின் செல்வாக்கு பாகிஸ்தானில் அதிகரிப்பது, அமெரிக்காவிற்கும் ஏகாதிபத்திய மனோபாவத்தை நோக்கி உயர்ந்து விட்ட சோவியத் ரஷ்யாவிற்கும் ஒரே நேரத்தில் ஆபத்தாக அமைந்தது. குறிப்பாக, கிழக்கு பாகிஸ்தானில் சீனாவின் செல்வாக்கு வளர்ந்துகொண்டிருப்பது உலகப் புரட்சியை அழிக்க நினைக்கும் அமெரிக்கா மற்றும் ரஷ்யாவின் உலகம் தழுவிய இராஜ தந்திர வித்தைக்கு மிகவும் ஆபத்தாக மாறிவிடும் என்பதையும் இவர்கள் புரிந்துகொண்டார்கள். இப்படியாக, இந்தியாவில் இயல்பாகவே இருந்துகொண்டிருக்கும் இஸ்லாமிய விரோத மனோபாவத்தை வெளிப்படுத்தும் விதமாக அது வங்காள தேசப்பிரச்சினையை தூக்கிப்பிடித்தது. கடைசியில் இந்திய அரசின் கைப்பாவையான முஜிபுர்ரகுமானிடம் ஆட்சி ஒப்படைக்கப்பட்டதும் அந்த போர் முடிவுக்கு வந்தது. கிழக்கு பாகிஸ்தான் துடைத்து நீக்கப்பட்டதுடன் சீனாவின் செல்வாக்கு தற்போதாவது அங்கே இல்லாமலானது. அன்றைய சீனா, மாவோவின் தலைமையில் அமைந்திருந்தது. அது, கலாச்சார புரட்சியின் அலைகள் ஒன்றன்மீதொன்றாக கர்ஜனை செய்துகொண்டிருந்த சீனாவாக இருந்தது. இந்தியாவின் விவசாய ஆயுதப் புரட்சியை தயக்கமில்லாமல் புகழ்ந்த உலகப் புரட்சியின் தலைமையிடமாகவுமிருந்தது. மேலே

அழிதா

குறிப்பிட்ட குணங்கள் அனைத்தையும் இழந்து, முதலாளித்துவ பாதைக்கு வரையறையில்லாத வேகத்துடன் பாய்ந்து முன்னேறிக் கொண்டிருக்கும் இன்றைய சீனாவின் டெங் சியாவோ பிங், அமெரிக்க ஏகாதிபத்தியத்தின் உயிர்த் தோழன். உலகப் புரட்சியின் பாதையை கை நழுவ விட்ட, சாகக் கிடக்கும் கிழவன்.

பங்களாதேஷ் பிரச்சினையைப் பொறுத்தவரைக்கும் இன்றுவரை நமது நாட்டிலுள்ளவர்கள் அறிந்துகொள்ளாத உண்மையான நிகழ்வைக் குறிப்பிடுவதற்காகவே இதை இங்கு எழுதியிருக்கிறேன். ஒரு போர் வரும்போது இந்திய அரசின் நிலை பாட்டை கிளிப்பிள்ளைகள்போல் திருப்பிச் சொல்கிற எல்லா அரசியல் கட்சிகளும் செய்தி ஊடகங்களும் வரைந்துகாட்டிய சித்திரத்திலிருந்து முழுக்கவும் வேறுபட்ட ஒரு சித்திரம் இது. உண்மை நிலவரங்களை சாதாரண மக்களிடமிருந்து மறைத்து வைத்தால்தானே நீதிக்குப் புறம்பாக நடக்கும் எந்த ஒரு போரையும் நியாயப்படுத்த முடியும்?

இந்தப் போர் நடந்து முடிந்த கொஞ்ச நாட்களில் கண்ணூரின் பக்கத்திலுள்ள தலச்சேரியில் மற்றொரு மோசமான சம்பவம் நடந்தது. இந்து—முஸ்லிம் கலவரத்தின் பெயரில் சில சுய நலமிகள், தலச்சேரி நகரத்திலும் அக்கம்பக்கங்களிலுள்ள முஸ்லிம்களுக்குமெதிராக கொடூரமான தாக்குதல்களைத் தூண்டி விட்டனர். முஸ்லிம்களின் கடைகளும் வீடுகளும் வழிபாட்டில்லங்களும்கூட தகர்க்கப்பட்டன. ஏராளமான முஸ்லிம் சகோதரர்கள் மிக மோசமான தாக்குதல்களுக்குள்ளானார்கள். இந்தக் கலவரத்தில் ஏராளமான முஸ்லிம்களையும் குறைந்த எண்ணிக்கையிலான இந்துக்களையும் கைது செய்து சிறைக்குக் கொண்டு வந்திருந்தார்கள். காவல்துறையினரிடமிருந்தும் சிறை அதிகாரிகளிடமிருந்தும் மிகவும் கொடூர முறையிலான தாக்குதல்களை முஸ்லிம்கள் மட்டுமே அனுபவிக்க வேண்டியதிருந்தது. இந்துக்களை அவர்கள் எதுவுமே செய்யவில்லை. தலச்சேரியில் நடந்த இந்த அசம்பாவிதம், இந்தியா முழுவதும் நடந்துகொண்டிருந்த வகுப்புக் கலவரங்களை கேரளத்திலும் பரவச் செய்வதற்கான மற்றொரு முயற்சியாகவே இருந்தது. பங்களாதேஷ் போரின் வெற்றி போதையிலிருந்த அரசின் இரகசியப் பிரிவும் இந்து மதவாதிகளும் அன்று இங்கே சம்காரத் தாண்டவமாடினார்கள். தலச்சேரி, முஸ்லிம்கள் பெரும்பான்மை யினராக வாழும் பகுதியாக இருந்தும், அன்றைய சிறைத்துறை அமைச்சராக சி.எச். முகம்மது கோயா இருந்தும் சிறையிலடைபட்ட முஸ்லிம் சகோதரர்கள் தாக்குதலுக்குள்ளா வதிலிருந்து தப்பிக்க இயலவில்லை. அந்த அளவுக்கு வேரோடிப் போயிருந்தது இந்திய ஆட்சியாளர்களது இந்துத்துவ மனோபாவம்.

நான்கு மதில்களுக்குள் நடப்பதுவும் மதிலுக்கு வெளியிலும் பெரும் நிலப்பரப்பிலும் நடந்துகொண்டிருந்ததுமான இந்தச் சம்பவங்க

ளெல்லாம் எங்களை மிகவும் அதிகமாகப் பாதித்தன. அரசியல்ரீதியாக சிந்திக்கும் எந்த ஒரு நபருக்கும் இந்தப் பிரச்சினைகளிலிருந்து விலகி நின்று விடவோ ஒரு முடிவுக்கு வரவோ இயலாமலிருந்தது. பங்களாதேஷ் போரின் காரணமாக அம்மாவும் என்னுடன் சிறையிலடைபட்டார். நானும் அம்மாவும் பெண்கள் வார்டிலிருந்ததால் பகல் நேரத்தில் ஒன்றாக இருந்தோம். பகலில் சேர்ந்திருந்து படிப்பதையும் இரவில் தனியாக இருந்து படிப்பதையும் வழக்கமாக்கினோம். இரண்டு வாரத்திற்கொரு தடவை அப்பாவைப் பார்ப்பதற்கு அரசாங்கம் அனுமதியளித்திருந்தது. இந்த சந்திப்பின்போதெல்லாம் அரசியல் பிரச்சினைகளைப் பற்றி விவாதம் செய்யவும் தெளிவு பெறவும் நாங்கள் முயற்சி செய்துகொண்டிருந்தோம். தன்னுடைய 'மிசா' நண்பர்கள் அனைவரும் வெளியே போன பிறகு கண்ணூர் மத்தியச் சிறையில் விசாலமாகக் கிடந்த எட்டாவது பிளாக்கில் அப்பா ஒரு வருட காலத்தைத் தனியாகவே வாழ்ந்து தீர்க்க வேண்டியதாயிற்று. இரண்டு வாரத்திற்கொரு தடவை கிடைக்கும் நேர்காணலின்போது பேசுவதற்கான விஷயங்களிலும் வரையறைகளிருக்கிறதல்லவா? இருந்தாலும் அப்பா மார்க்சின், லெனினின் அரிய படைப்புகளை ஆழமாகக் கடந்து சென்றது இந்த சந்தர்ப்பங்களில்தான். இப்படியாக மோசமான ஒரு அனுபவத்தையே நல்ல விஷயமாக மாற்ற எங்களால் முடிந்தது. தீர்ப்புக்குப் பிறகு கண்ணூருக்கு வந்தபோது கோழிக்கோடு சிறைச் சூழலிலிருந்து திடீரென்று ஏற்பட்ட மாற்றமும் மாவோவின் படைப்புகளை வாசிக்க சந்தர்ப்பம் கிடைக்காமலிருந்த நிலையுமெல்லாம் என்னை வேதனைக்குள்ளாக்கியது. ஒரு மாதம் கழிந்து அம்மாவும் என்னுடன் சிறைக்கு வந்து சேர்ந்தபோது எனக்குள் சோகமும் மகிழ்ச்சியும் கலந்த ஒரு உணர்வுதான் ஏற்பட்டது. செயல்பாட்டை முன்னெடுத்துச் செல்வதற்கு வெளியே யாருமில்லை என்பதில் வருத்தமுமிருந்தது. ஆனால், அரசியல்ரீதியான தனிமையிலிருந்து விடுதலையடைந்த மகிழ்ச்சிதான் அதிகமும். கண்ணூரில் நான் தனிமையாக இல்லை. மற்ற கைதிகளுடன்தானிருந்தேன். மிக அபூர்வமான பாடங்கள் அப்போதைய என் வாழ்க்கையில் கிடைக்கவும் செய்தன. அதைப் பற்றி அடுத்த அத்தியாயத்தில் சொல்கிறேன்.

25

கண்ணூர் சிறைத்தோழியர்

கண்ணூர் மத்திய சிறையின் பெண்கள் வார்டு, விசாலமான ஒரு மதில் கட்டினுள் அமைந்திருந்தது. அதில் கைதிகளை அடைப் பதற்கான மூன்று பெரிய பிளாக்குகளும் ஒரு தனியறை பிளாக்குமிருந்தன. இதிலிருந்த பெரிய பிளாக்கில் தான் கொலைக் குற்றவாளி களையும் மற்ற சாதாரண குற்றவாளி களையும் அடைப் பார்கள். மற்ற இரண்டு பிளாக்கு களிலும் பொதுவாக கைதிகளை வைப்ப தில்லை. என்றாலும், 'மிசா' கைதிகளையும் அரசியல் கைதி களையும் இந்த பிளாக்கில் தான் அடைத்தார்கள். மத்தியச் சிறையின் அலுவலகக் கட்டடத்தி லிருந்தும் ஆண்கள் பிளாக்கிலு மிருந்து ஒன்றிரண்டு பர்லாங்

தூரத்தில் மெயின் ரோட்டின் ஒரு பகுதியிலிருந்தது பெண்கள் வார்டு. கோழிக்கோடு சிறையைபோல் மூச்சுத் திணற வைக்கும் ஒரு சூழல் கண்ணூரில் இல்லை.

1971 நவம்பர் 1ஆம் தேதி நான் கண்ணூர் சிறைக்கு வந்தபோது, இரண்டரை வருடங்களுக்கு முன் அறிமுகமான முப்பது வயது மதிக்கத் தக்க ஒரு கைதியை மீண்டும் சந்தித்தேன். 1969 ஏப்ரலில் நான் ஜாமீனிலிறங்குவதற்கு முன் அந்தச் சிறையில் கழித்த பதினான்கு நாட்களில் இந்தப் பெண்ணுடன் நெருங்கிப் பழக முடிந்தது. என் அம்மா இந்தச் சிறையிலிருக்கும்போதும் இந்தப் பெண்ணும் அங்கி ருந்தார். உடம்புக்கு முடியாமல் படுக்கையிலான என் அம்மாவை இவர்தான் மிக நன்றாகக் கவனித்தார். 1969இல் நாங்கள் முதலில் சந்தித்தபோதே தன்னுடைய வாழ்க்கைக் கதையை என்னிடம் சொல்லி யிருந்தார். நீலேஸ்வரத்தில் பிறந்த இவர் தலைமுறையாகவே நெசவுத் தொழில் செய்யும் சாலியர் பிரிவைச் சேர்ந்தவர். மிக மோசமான வறுமையில்தான் அவளது குடும்பம் வாழ்ந்துகொண்டிருந்தது என்பதை அவரது வற்றி வறண்டுபோன உடலமைப்பிலிருந்தே புரிந்து கொள்ளலாம். உண்மையான வயதைவிடவும் அதிக வயது தோற்றமளிக்கும் அவரது முகத்தில் எப்போதும் மனத்தின் சோகம் பிரதிபலித்துக்கொண்டே இருக்கும். அவருக்குத் திருமணமாகி ஒரு ஆண் குழந்தையும் இருந்தது. ஆனால், குடும்பத்தின் ஒரே ஊன்றுகோலாக இருந்த கணவன் சயரோகம் வந்து இறந்துபோனதால் இவர், தானும் குழந்தையும் வயிற்றுப் பசியைப் போக்கிக் கொள்வதற்காக ஒரு ஜமீன்தாரின் இல்லத்தில் வீட்டு வேலைக்காகப் போக வேண்டியதாயிற்று. அந்த வீட்டிலுள்ள ஜமீன்தாரின் மகன் அந்தப் பெண்ணின் பின்னால் திரிய ஆரம்பித்தான். பலவிதமான ஆசைகளைத் தூண்டி அவருடன் உடல்ரீதியான தொடர்பை ஏற்படுத்திக்கொண்டான். தன்னுடைய தேவைகள் முடிந்த பிறகு ஜமீன்தாரின் புத்திரன் எதுவும் தெரியாதவனைப்போல் நடந்துகொள்ள ஆரம்பித்தான். குட்டி ஜமீனின் வஞ்சகம் அந்தப் பெண்ணைக் கர்ப்பமாக்கி விட்டது. குழந்தையைப் பெற்று அதைக் கொன்று விட்ட குற்றத்திற்காக அந்தப் பெண்மணி ஜெயிலில் அடைக்கப்பட்டார். தன்னுடைய மானத்தைக் காப்பாற்றவும் தன்னுடைய குழந்தையின் வாழ்க்கை சீரழிந்துபோகாமல் காப்பதற்காகவுமே அந்தத் தாய் நொந்து பெற்ற தன் குழந்தையைக் கொன்று விடவும் துணிந்தார். ஆனால், உளவாளிகள் மூலம் செய்தி வெளியானபோது அவர் கைது செய்யப்பட்டார். கடைசியில் அமர்வு நீதிமன்றம் அந்தப் பெண்ணுக்கு ஆயுள்தண்டனை விதித்தது. துரோகமிழைத்த, பணமும் பதவிசுமுள்ள ஜமீன்தாரின் ஆண் மகன், சமூகத்தில் தனது அந்தஸ்துக்கு அணுவளவும்கூட குந்தகம் ஏற்படாமல் சுதந்திரமாக அலைந்து கொண்டிருக்கிறான். இந்த ஒரு உதாரணத்திலிருந்தும், இன்று நாம் வாழ்ந்துகொண்டிருக்கும் சமூகக் கட்டமைப்பின் நீதி பரிபாலனத்தைப் பற்றிய ஆழமான ஒரு பாடத்தைக் கற்றேன். ஆரம்பம் முதல் கடைசி வரைக்கும் சிலுவையிலறையப்பட்டவள் பாவம், அந்த பிற்படுத்தப்

பட்ட சமூகத்தைச் சேர்ந்த ஏழைப்பெண்தான். அவருடன் சேர்ந்து எந்தக் களங்கமும் அறியாத, சமூகத்தின் நன்மைகளையும் தீமை களையும் தொட்டுணராத அந்த சிறு வயது பாலகனும் தண்டனையை மறைமுகமாக அனுபவித்துக்கொண்டிருந்தான். அவனை குடும்பத் திலுள்ள யாரிடமோ ஒப்படைத்திருந்தார். வேறு என்ன செய்ய முடியும்? இப்படி, தன்னுடைய காரணம் எதுவுமில்லாமல் அனாதை யாக வாழ நேரும் குழந்தைகளைப் பற்றிய எந்தப் பொறுப்பும் அரசாங்கத்திற்குக் கிடையாதல்லவா? தன்னுடைய தண்டனை காலத்தை அரசாங்கம் எப்போது குறைக்கும் என்று மனமுருக எதிர் பார்த்து அவர் அந்த மதில் சுவர்களுக்குள் ஐந்து வருடத்திற்குமதிக மாக வாழ்ந்துகொண்டிருக்கிறார்.

நான் இருந்த பிளாக்கில் பதினேழோ பதினெட்டோ வயதான ஒரு முஸ்லிம் பெண்ணிருந்தாள். அவளுக்கும் கடுங்காவல் ஆயுள் தண்டனை விதிக்கப்பட்டிருந்தது. வறுமையின் கோரப்பிடியிலகப்பட்ட அவள், தனது வயிற்றுப் பசிக்காக ஓரளவு வசதியுள்ள உறவினர் ஒருவரின் வீட்டில் வேலை செய்து வந்தாள். அப்போது நடந்த அந்தக் கொலைக்கானக் காரணம், வீட்டிலுள்ளவர்களின் கோபமா அல்லது ஆபரணங்களின்மீதான அவளது அளவற்ற ஆசையா என்பது தெரிய வில்லை. வீட்டிலுள்ள இரண்டு வயதான குழந்தைக்கு அணிவித்திருந்த தங்க நகைகளைக் கழற்றிவிட்டு குழந்தையை பக்கத் திலிருந்தக் குளத்தில் மூழ்கடித்துக் கொன்று விட்டாளாம் அந்தப் பெண். கேட்ட மாத்திரத்தில் கொடூரமாகத் தோன்றுகிற இந்தக் கொலைக்கான அடிப்படைக் காரணமும் வறுமைதான். தன்னுடைய உறவினர்கள் சுகபோகமாக வாழும்போது, தான் அவர்களுடைய வேலைக்காரியாக வாழ வேண்டியதிலிருந்த அவநம்பிக்கையும் இந்தக் கொலையைச் செய்வதற்கு அவளைத் தூண்டியிருக்கலாம். சிறைக்குள்ளிருக்கும் போதும் சிறையதிகாரிகள்மீதான அடக்க முடியாத வெறுப்பும் கோபமும் அவ்வப்போது அவளிடமிருந்து வெளிப்படுவதுண்டு. யாருக்கும் அஞ்சாத அவளுடைய நடையும் பாவனையும் அவளுக்குள்ளிருக்கும் கலகக்காரியை வெளிப்படுத்துவதாகவே இருக்கும். என்னையும் அம்மாவையும் அவளுக்குப் பிடிக்குமென்றாலும் இடையிடையே எங்களுக்குள்ளும் சில உரசல்கள் ஏற்படுவதுண்டு. இதற்கான முக்கியக் காரணம், அதிகாரிகள் அவளை எங்களுக் கெதிராகப் பயன்படுத்துவதற்கு மேற்கொண்ட கடினமான முயற்சிகள்தான். அவள் ஆயுள்தண்டனைக் கைதியாக இருப்பதால் அதிகாரிகளுடன் ஒத்துப்போவதன் மூலம்தான் அவளால் அங்கே வாழ முடியும். பெண் வார்டன்களும் பிற அதிகாரிகளும், ஊழல் செய்யவும் மற்ற கைதிகளை அடக்கி வைக்கவும் இந்த ஆயுள்தண்டனை கைதிகளைத்தான் பெரும்பாலும் பயன்படுத்துவார்கள். ஏனென்றால், ஆயுள்தண்டனை கைதிகள் சிறையிலிருந்து விடுதலையடைவதற்கான ஒரேயொரு மார்க்கம், அரசாங்க அட்வைசரி போர்டின் சிபாரிசுதான். அதிகாரிகளின் கண்களில் இந்தக் கைதிகள் நல்லவர்களாகவோ கெட்டவர்களாகவோ தெரிவதைப் பொறுத்துத்தான் அட்வைசரி

போர்டின் சிபாரிசு அரசுக்குப் போகும். ஆகவே, அதிகாரிகளின் அனுசரணையுள்ள சேவகர்களாக நடித்தால் மட்டுமே தங்களால் தப்ப முடியுமென்ற உணர்வு அவர்களினுள் ஆழமாகப் பதிந்து போகிறது, அதிகாரிகளுடன் எனக்கும் அம்மாவுக்குமேற்படும் பிரச்சினைகளிலிருந்துத் தப்பிக்கவும், எங்களை நேரடியாக எதுவும் செய்ய இயலாதென்பதால் பிற கைதிகளை வைத்து எங்களைத் தொந்தரவு செய்யவும் எடுத்துக்கொண்ட முயற்சிலிருந்து உருவானது தான் இந்த முஸ்லிம் பெண்ணுக்கும் எங்களுக்குமிடையில் ஏற்பட்ட உரசல்கள். சில சந்தர்ப்பங்களில் அதிகாரிகளின் தூண்டுதல்களை நாங்களும் கண்டிப்புடன் எதிர்கொண்டதால் தேவையற்ற பிரச்சினைகள் உருவானதுண்டு. இதெல்லாம் நடந்திருந்தாலும் நான் கண்ணூரிலிருந்து திருவனந்தபுரம் மத்தியச் சிறைக்கு மாறும்போது மற்ற கைதிகளுடன் சேர்ந்து அவளும் பாசத்துடன் என்னை வழியனுப்பி வைத்தாள். நான் அங்கிருந்து போன பின்பு அம்மாவுக்கு அவள் மிகவும் உதவியாக இருந்திருக்கிறாள். அம்மா உடல் நலமில்லாமலிருந்தபோது மிகவும் அக்கரையுடன் கவனித்திருக்கிறாள். என் அம்மாவை அழைப்பதுபோல் அவளையும் நான், ‘மா’ என்றுதான் அழைத்து வந்தேன்.

சாராய வழக்குகள்போன்ற பல்வேறு வழக்குகளில் சிக்கிய நிறைய பெண்கள் அவ்வப்போது சிறைக்கு வருவார்கள். நான் அங்கே சென்ற ஒரு வாரத்தினுள், கோழிக்கோடு சிறையில் ஏற்கனவே அறிமுகமான ஒரு பெண்ணும் தண்டனை பெற்று அங்கே வந்து சேர்ந்தார். அரிஜனங்கள் என்று சொல்லப்படும் செறுமக்கள் பிரிவிலுள்ள ஐம்பது வயதான இந்த ஏழைப்பெண்மணியின் பெயர், பெண்ணுட்டியம்மை. இரவுபகல்பாராமல் உழைத்துப் பிழைக்கும் இந்தப் பெண்ணுக்கு முதல் திருமணத்தில் பிறந்தவர்கள், இரண்டு பெண்ணும் ஒரு ஆணும். கணவர் இறந்த பிறகு மற்றொருவரைத் திருமணம் செய்துகொண்டார். ஆனால், இவனுடன் வாழ்க்கை நடத்துவதென்பது நாட்கள் போகப்போக முடியாத காரியமாக இருந்தது. தினமும் இரவில், குடித்துவிட்டு வந்து அந்த மனிதன் அவரை அடிப்பானாம். அவர்களுக்குள் சூடான வாக்குவாதங்கள் நடைபெறும். இரண்டு மூன்று தடவை பிரிந்துமிருக்கிறார்கள். ஆனால், பொறுமைக்கு அந்தப் பெண் எல்லை வகுத்திருந்தார். குறிப்பாக, தன்னுடைய உழைப்பில் வாழ்க்கையை நகர்த்திக்கொண்டிருக்கும் ஏழை விவசாயப் பெண்கள் கணவனின் ஒடுக்குமுறைக்கு பெரிய அளவில் பணிந்துபோய் விடுவதில்லை. கணவனின் வருமானத்தில் மட்டுமே வாழ்ந்துகொண்டிருக்கும் இடைநிலை குடும்பங்களிலுள்ள பெண்கள் மட்டும்தான் பொதுவாகவே கணவன்களிடமிருந்து அனுபவிக்கும் எல்லாவிதமான ஒடுக்குமுறையையும் ஏற்று, பதில் பேசாமல் தாங்கிக்கொண்டு வாழ்வது வழக்கம். இந்த ஒடுக்குமுறையை வாழ்க்கையின் ஒரு பகுதியாகவே அவர்கள் நினைக்கிறார்கள். கணவனுக்கு மனைவியை அடிப்பதற்கும் அவளை அடிமையாக நடத்துவதற்கும் உரிமையிருப்பதான பழைய மனோபாவத்துடன்

வாழ்கிற இந்தப் பெண்களிடம் பொதுவாக தங்களது வேதனைகளை நிசப்தமாக சகித்துக்கொள்வதைத் தவிர அதை எதிர்த்து நிற்க வேண்டுமென்கிற சிந்தனை உருவாவதே கிடையாது. கணவன் பரத்தையரின் இல்லத்தில் உல்லாசம் அனுபவிக்க உதவியாக மன மகிழ்ச்சியுடன் அவனுக்குப் பணிவிடைகள் செய்து தருபவளல்லவா பாரதப் பெண்களின் உத்தம முன்மாதிரி? தன்னுடைய சுயமரியாதைக்கு பங்கமேற்பட்டாலும் மன மகிழ்ச்சியுடன் பதிவிரதம் அனுஷ்டித்து வாழ்பவள் ஏன் பெண் விடுதலையின் குறியீடாக இல்லாமல் நல்லொழுக்கத்தின், அடிமைத்தனத்தின் குறியீடாக இருக்கிறாள்? இது ஓரளவுக்கு சுயமரியாதையுடன் வாழும் பெண்கள் வெட்கித்து தலை தாழ்த்த வேண்டிய ஒரு முன்மாதிரியாகும். கணவன் தனக்கு இழைத்து வருகிற அக்கிரமங்களுக்கும் அநீதிகளுக்கும் அடிபணிந்து வாழ பெண்ணுட்டியம்மையால் இயலவில்லை. துரோகத்தைத் தாங்கிக் கொள்ள இயலாத நிலை வந்த ஒரு நாளிரவு, கணவனை வெட்டிக் கொன்றுவிட்டு நேராக காவல்நிலையத்தில் போய் சரணடைந்து விட்டார். தாமரச்சேரி தாலுகாவிலுள்ள குட்டத்தாயிதான் அவரது சொந்த ஊர். அந்தப் பெண்மீது நான் மிகுந்த மரியாதை வைத்திருந்தேன். அவர், தன்னுடைய வாழ்க்கையைப் பற்றி பேசும்போதெல்லாம் நான் மிகுந்தக் கவனத்துடன் கேட்டுக்கொண்டிருப்பது வழக்கம். அவர் பாடுகிற நாடோடிப் பாடல்கள், செறுமக்கள் காலங்காலமாக அனுபவித்துக்கொண்டிருக்கும் அடக்குமுறைகளைப் பற்றியதாகவே இருக்கும். ஆழமாகக் காயம்பட்ட மனங்களின் வற்றாத கண்ணீர்க் கதைகள்; அந்தக் கண்ணீரிலிருந்து கிளர்ந்தெழுகிற தீவிரமான எதிர்வினைகள்; சமூகம் தங்களுக்கிழைக்கும் தீவினைகளுக்கெதிராக குரல்கொடுக்கும் ஒரேயொரு ஆயுதமாகவே இருந்தன, அவர்களது இந்த நாடோடிப் பாடல்கள். இதைப் பாடும்போது அதன் இராகத்தில் அவர், தன்னையும் மறந்து கரைந்துவிடுவதுபோல் தோன்றும். களங்கமில்லாமல் அவர் பேசுவதும் எந்த முகஸ்துதியுமில்லாமல் அவர் நடந்துகொள்ளும் முறைகளும் நகரங்களின் கபடம் நிறைந்த வாழ்க்கைமுறையிலிருந்து முற்றிலும் மாறுபட்டதாக இருந்தது. சிறைக்குள் எனக்கும் என் அம்மாவின் வயதான பெண்ணுட்டியம்மைக்குமிடையிலான நெருக்கத்தை அதிகாரிகளால் பொறுத்துக் கொள்ளவே இயலவில்லை. அங்கே நான் இருந்தவரைக்கும் என்னுடனும் அம்மாவுடனும் நெருக்கமாக இருப்பவர்களுக்குத் தொந்தரவு தருவதை சில பெண் வார்டன்களும் அவர்களை பின்னாலிருந்து இயக்கும் கண்காணிப்பாளரும் வழக்கமாகவே வைத்திருந்தார்கள். பெண்ணுட்டியம்மையின் தண்டனை காலம் மூன்று வருடங்கள். சிறையிலிருந்து சீக்கிரமாக விடுதலையாக வேண்டுமென்றால் எங்களுடன் சேராமலிருப்பதுதான் நல்லது என்று பெண் வார்டன்கள் அவரை எச்சரிக்கை செய்திருந்தார்கள். மிரட்டல் விடுத்த பின்பும்கூட எங்களுடனான அவரது அன்பில் எந்த மாற்றமும் நிகழவில்லை.

இந்தக் கொலை வழக்குக் கைதிகளிலிருந்து வேறுபட்ட,

மனநிலை சரியில்லாத பெண்களையும் அங்கே கொண்டு வருவார்கள். சமூக வாழ்க்கையில், சூழல்களின் அழுத்தத்தால் மனத்தின் சமநிலை தவறியவர்கள். இவர்களில் சிலர், திடீரென்று உருவாகும் மன அழுத்தத்தின் காரணமாக தங்களுக்கு மிகவும் நெருக்கமான உறவினர்களைக்கூட கொல்லவோ அல்லது கொல்ல முயற்சித்தக் குற்றத்திற்காகவோ இங்கே கொண்டுவரப்பட்டவர்கள்தான். இதில் சிலருக்கு, ஊணும் உறக்கமுமிருக்காது. அழுகையும் பாட்டும் கூத்தும் நடனமும்தான் இவர்களிடம் நோய்க்கூறுகளாக வெளிப்படும். இரவு பகலென்றில்லாமல் எந்நேரமும் மவுனமாக அமர்வதன்மூலம் மற்ற சிலரிடம் நோய்க்கூறுகள் வெளிப்படும். பெரும்பாலான நோயாளிகளும் வன்முறையாகவே நடந்துகொள்வார்கள். நோய்க்கூறுகள் தீவிரமடையும்போது நான்கைந்து பேர் சேர்ந்துப் பிடித்தாலும்கூட இவர்களைக் கட்டுப்படுத்த முடியாது. தனியறை பிளாக்குமிருந்ததால் இந்தக் கைதிகளை பெரும்பாலும் அதில்தான் அடைத்து வைப்பார்கள். இருந்தாலும் பல இரவுகள், அவர்களது சத்தகோலாகலங்களால் எங்களுக்குத் தூக்கமில்லாமல் போனதுமுண்டு. இவர்களை மனநோய் மருத்துவமனைக்கு அனுப்பி வைப்பதில் கோழிக்கோடு சிறை அதிகாரிகளின் கவனமின்மையை விடவும் அதிகமாக இருந்தது கண்ணூர் சிறை அதிகாரிகளின் அசிரத்தை. இந்தப் பெண்கள் ஒவ்வொருவரும் சீரழிக்கப்பட்ட கண்ணீர்க் கதையும் மிக மிக பரிதாபமாகவே இருந்தன. மனித வாழ்க்கைக்கு எந்தவொரு மகத்துவமுமில்லாத இன்றைய சமூக அமைப்பின் பலியாடுகள்தான் இந்தப் மனநோயாளிகள்.

சிறைச் சாலையில் சாதாரணக் கைதிகள் அனுபவித்துக்கொண்டிருக்கும் நரகவேதனையான இந்த அனுபவங்களுக்கு சிலநேரங்களில் இடைவேளையும் உண்டு. அரசியல் கட்சி அனுதாபிகளை ஏதாவது அரசியல் காரணத்திற்காகக் கைது செய்து சிறைக்குக் கொண்டுவரும்போது அங்குள்ள ஒடுக்குமுறைச் சூழலுக்கு சிறு அளவிலான விடுதலை கிடைக்கும்.

நான் கண்ணூர் மத்தியச் சிறையிலிருந்த அந்த ஒரு வருடத்தினிடையில் இப்படியான ஒரு சந்தர்ப்பமும் வந்தது. மார்க்சிஸ்ட் கட்சியின் நில மீட்புப் போராட்டத்தில் பங்குவகித்த கோழிக்கோடு மாவட்ட விவசாயப் பெண்மணிகளையும் அவர்களுக்குத் தலைமையேற்று நடத்துவதற்கு கட்சித் தலைமை ஏற்பாடு செய்திருந்த இடைநிலைப் பிரிவுகளிலுள்ள சிறு வயதிலான இரண்டுமூன்று பெண்களையும் திடீரென்று ஒருநாள் அங்கே கொண்டு வந்தார்கள். நிலமீட்புப் போராட்டத்தில் கலந்துகொண்ட பெண்களை நீதிமன்றம் கஸ்டடியிலெடுத்த அன்றே விட்டு விடுகிற வழக்கத்திற்கு மாறாக அன்று அவர்கள் அனைவருக்கும் ஒரு மாதச் சிறைத் தண்டனை விதிக்கப்பட்டு கண்ணூருக்குக் கொண்டு வந்திருந்தார்கள். பெண்களென்பதால் கைது செய்யமாட்டார்களென்றும் அப்படிச் செய்தாலும்கூட உடனே விட்டு விடுவார்களென்றும் தலைவர்கள் சொன்னதற்கிணங்க போராட்டத்தில்

கலந்துகொண்டவர்கள்தான் இந்தப் பெண்களில் பெரும்பான்மையினரும். பிடித்த அன்றே விட்டு விடுவார்களென்ற நம்பிக்கையில் சில பெண்கள் பால்குடி மாறாத கைக் குழந்தைகளை வீட்டில் ஒப்படைத்துவிட்டு வந்திருந்தார்கள். இவர்களுக்கு ஆறுதல் சொல்ல நானும் அம்மாவும் முயற்சி செய்து பார்த்தோம். நாங்களும் கூடவே இருந்தது அவர்களுக்கு சிறு ஆறுதலாக இருந்தது. அதிகாரிகளின் துரோக நடவடிக்கைகளுக்கெதிராக குரல் கொடுக்கவும் அவர்களது ஊழல்களை எதிர்த்து வெளிப்படையாகப் பேசவும் எங்களது அவ்வப்போதைய சில அறிவுரைகள் அவர்களுக்கு உதவியாக இருந்தது. அவர்களிடம் அன்பாகப் பேசியதுடன் நிலமீட்புப் போராட்டத்தின் அர்த்தமின்மையையும் அதன் வஞ்சகத்தையும் முடிந்த வரைக்கும் விவரித்துச் சொல்லவும் நாங்கள் மறந்து விடவில்லை.

இப்படியான பல்வேறு மனிதர்களைப் பார்க்கவும் பேசவும் எனக்கு சுதந்திரமிருந்த இந்த வாழ்க்கை, அதிக நாட்கள் தொடர அதிகாரிகள் அனுமதிக்கவில்லை. தலச்சேரியில் நடந்த இந்து—முஸ்லிம் கலவரத்திற்கு காரணமென்று குறிப்பிட்டு சிறைச் சாலைக்குக் கொண்டு வந்திருந்த முஸ்லிம் சகோதரர்களை மாவட்ட ஆட்சித் தலைவரின் நேரடிப் பரிந்துரையின்கீழ் சிறை அதிகாரிகள் தாக்கியதை நான் சென்ற அத்தியாயத்தில் குறிப்பிட்டிருந்தேன். கண்ணூர் சிறையில் அப்போது கண்காணிப்பாளராக இருந்தவர் சுப்ரமணியம் என்பவர். இந்தத் தாக்குதல் பற்றிய விசாரணையின் முடிவு, சுப்ரமணியனுக் கெதிராக திரும்பியது. சிறைத்துறை ஐ.ஜி., டி.ஐ.ஜி.போன்ற உயரதிகாரிகளுக்கு இவர் பிடிக்காத ஒரு நபராக இருந்தார். மேலதிகாரிகள் தங்களின் விருப்பம்போல் பதவியையும் பிற அனுகூலங் களையும் பயன்படுத்துவதற்கு தடையாக நின்றிருந்த இந்த கண்காணிப்பாளரை எதிலாவது சிக்க வைத்து விட வேண்டுமென்பது உயரதிகாரிகளின் விருப்பமாக இருந்தது. தலச்சேரி சம்பவத்தை முன் வைத்துக் கிடைத்த இந்தப் பொன்னான வாய்ப்பை அவர்கள் தவறவிடவில்லை. சுப்ரமணியன் தற்கால பணி நீக்கம் செய்யப் பட்டார். பதிலுக்கு கோழிக்கோடு சிறைக் கண்காணிப்பாளராக இருந்த ஜார்ஜ், கண்ணூருக்கு இடமாற்றம் செய்யப்பட்டார். நாங்கள் கோழிக்கோடு சிறையில் இருக்கும்போது நடந்த பிரச்சினைகளின் கதாநாயகனாக இருந்தவரும் இந்த ஜார்ஜ்தான். இவர் கண்ணூரில் பொறுப்பேற்றது முதல் எங்களுக்கும் இவருக்குமிடையிலான உரசல்கள் மீண்டும் ஆரம்பமாயின. எந்தக் காரணமுமில்லாமல் எங்களுக்குக் கோபமூட்டி பிரச்சினைகளை உருவாக்குவதை இவர் வழக்கமாகவே கொண்டிருந்தார். நான் தண்டனைக் கைதி என்பதால் என்னைப் பழி வாங்குவதற்கு இவருக்கு நிறைய வாய்ப்புகள் இருந்தன. இப்படியாக ஒரு நாள், எனக்கும் அவருக்குமிடையிலான ஒரு பிரச்சினையின் காரணமாக தொடர்ந்து என்னைத் தனியறைக்குள் அடைத்து வைக்கும்படி உத்தரவிட்டார். இவரது இந்த கொடூர நடவடிக்கைகள் அனைத்தும் அச்சுதமேனோன் அரசாங்கத்தின் முழு ஒத்தாசையுடன்

நடந்துகொண்டிருந்தது எனும் விஷயத்தை நான் புரிந்துகொண்டது, திருவனந்தபுரத்திற்கு என்னை இடமாற்றம் செய்தபோதுதான். நான் தனியறையில் அடைக்கப்பட்ட மூன்றாவது நாள், சிறைத் துறை டி.ஐ.ஜி. அங்கே வந்தார். நான் அப்போது குளிக்கப் போயிருந்ததால் அவரைச் சந்திக்க முடியாமல்போனது. தனிமைச் சிறையிலடை பட்டபோதும்கூட கண்காணிப்பாளரை நான் சிறு அளவிலும் பொருட்படுத்தவில்லையென்பதுவும் அங்கிருந்து வெளியே வருவதற்காக அவரிடம் மன்னிப்புக் கேட்க விரும்பவில்லை யென்பதுவும் அதிகாரிகளுக்குப் புரிந்து விட்டது. நான் அந்தத் தனியறையில் வாழ்ந்த எட்டு நாட்களும் அம்மாவின் துணையிருந்ததால் அதிகாரிகளுக்கு வேறெதைச் செய்யவும் தைரியம் வரவில்லை. மற்ற கைதிகள் அனைவரும் எனக்குப் பல விதத்திலும் உறுதுணையாக இருந்தார்கள். பகல் நேரங்களில் அவர்கள் இரகசியமாகவும் வெளிப் படையாகவும் என்னை வந்து சந்திக்கவும் பேசவும் செய்து கொண்டிருந்தார்கள். இதையெல்லாம் அறிந்த அதிகாரிகளுக்கு இருப்புக் கொள்ளாமலானது. என்னை, பெற்றோர்களிடமிருந்தும், சொந்த ஊரின் அனுதாபம் நிறைந்த சூழல்களிலிருந்தும் பறித்தெடுத்து கண்ணூரை விடவும் பல மடங்கு அதிகமாக, மனரீதியாகவும் உடல்ரீதியாகவும் ஒடுக்குமுறைக்கு வாய்ப்புள்ள திருவனந்தபுரம் மத்தியச் சிறைக்கு மாற்றினால் நான் பணிந்து விடுவேனென்றும் அவர்கள் எதிர்பார்த்தார்கள். இப்படிச் செய்வது, அங்கே கைதிகளாக இருக்கும் அப்பாவுக்கும் அம்மாவுக்கும் ஒரு தண்டனையாகவும் அமையும் என்று அவர்கள் கணக்குப் போட்டார்கள். கண்ணூரின் பெண்கள் வார்டு பாதுகாப்பாக இல்லையென்ற பெயரில் அவர்கள் என்னை இடமாற்றம் செய்தார்கள். இது தொடர்பாக மற்றொரு சுவாரஸ்யமான சம்பவமும் நிகழ்ந்தது. நான் கண்ணூர் சிறைக்கு வந்த அன்று முதல், வார்டின் வெளியில் சிறைத் தோட்டத்தில் ஒரு செட் போட்டு ஆறு வார்டன்களையும் அங்கே பாராவுக்கு நியமித்திருந்தார்களாம். என்னை திருவனந்தபுரத்திற்குக் கொண்டுபோன அன்றே, தற்காலிகமாக நியமிக்கப்படிருந்த அந்த ஆறு வார்டன்களையும் பணியிலிருந்து பிரித்து விட்டு, போட்டிருந்த தற்காலிக செட்டையும் கழற்றி விட்டாராம், கண்காணிப்பாளர். அம்மா சொல்லித்தான் எனக்கு இந்த விஷயமே தெரியும்.

இப்படியாக, அதுவரை வாழ்ந்து வந்த சுற்றுச் சூழல் களிலிருந்து பலவந்தமாகப் பிடுங்கியெடுத்து, முழுக்கவும் பரிச்சய மில்லாத, இதைவிட மோசமான, பழமையான ஒரு சூழலில் கொண்டு போய் போட்டார்கள். மிருகத்தனமான எல்லா சக்திகளுக்கும் சவால் விடுத்து தைரியத்துடன் தலைநிமிர்ந்து நிற்கும் சிறு வயதிலான ஒரு பெண்ணை மேலும் திணறடிக்கும் விதமாக மனரீதியாகச் சாகடிக்கும் பலிபீடத்திற்குக் கொண்டு போனார்கள், மிருகத்தைப்போல். 1972 நவம்பர் 22ஆம் தேதி திருவனந்தபுரத்திலுள்ள விசாலமான பூஜப்புர மத்தியச் சிறைக்குச் சென்ற என்னை, சோதனைகள் நிரம்பிய மற்றுமொரு வாழ்க்கை அங்கு எதிர்பார்த்துக்கொண்டிருந்தது.

26

திருவனந்தபுரம் மத்திய சிறைச்சாலை

திருவனந்தபுரத்தின் விசாலமான மத்திய சிறையில் நுழையும்போது ஒரு இராணுவ முகாமுக்குள் நுழைவதுபோன்ற உணர்வுதான் எனக்குள் ஏற்பட்டது. அங்குள்ள பெண்கள் வார்டு, சிறைக் கட்டடத்தின் ஒரு பகுதியிலேயே அமைந்திருந்தது. திருவாங்கூர் மன்னர்கள் கட்டிய இந்த சிறைக் கட்டடத்தின் வடிவமும் வாழ்க்கை முறைகளுமெல்லாம் கண்ணூர் மத்தியச் சிறையிலிருந்து முற்றிலும் மாறுபட்டதாக இருந்தது.

நவம்பர் 23ஆம் தேதி மதியம், கண்ணூரிலுள்ள ஒரு காவலர் குழு, காவல்துறை வாகனத்தில் கொண்டு வந்து என்னை இங்கே சேர்த்தபோது

சிறை அதிகாரிகள் மிகுந்த வெறுப்புடன்தான் வரவேற்றார்கள். அன்றைய சிறை அதிகாரியாக இருந்த ராமன்குட்டிநாயர் என்னை எச்சரித்தார்: "இங்கே மரியாதையாக இருக்கவேண்டும்; மீறினால் நாங்கள் பலப்பிரயோகம் மூலம்தான் நடவடிக்கை எடுக்க வேண்டியதிருக்கும்." என்னை இடமாறுதல் செய்ததன் நோக்கத்தை நான் சரியாகவே புரிந்திருந்ததால் இவர்களது இந்த நடவடிக்கைகளொன்றும் எனக்கு ஆச்சரிமாகவே இல்லை. அதிகாரிகளின் மிரட்டலுக்கெல்லாம் அடி பணிந்து சிறை வாழ்க்கையை வாழ்ந்துத் தீர்க்க வேண்டுமென்ற தத்துவ சாஸ்திரம், நான் புரிந்துகொண்டிருந்த புரட்சிகர சிந்தனைகளுக்குட்படாது. ஆகவே, நான் அந்த அதிகாரிக்குத் தகுந்த பதிலை உடனடியாகவே சொல்லி விட்டேன். 'எனக்கு தொந்தரவுகள் எதுவும் ஏற்படாத பட்சத்தில் நானும் எந்தப் பிரச்சினையும் செய்ய மாட்டேன்.' இந்தப் பதில் அவருக்குக் கொஞ்சமும் பிடிக்கவில்லை. இருந்தாலும் அப்போது ஒரு பெண் வார்டனை அழைத்து என்னை ஒப்படைத்து விட்டு பெண்களுக்கான அந்த வார்டுக்கு என்னை அழைத்துச் சென்றார்.

பதினெட்டு தனியறைகள்கொண்ட நீண்ட பிளாக்தான் பொதுவாக, பெண்களை அடைக்கும் பகுதி. அதில் கேட்டின் பக்கத்திலுள்ள ஒன்றாவது அறை, பெண் வார்டன்கள் தங்குமிடம். பக்கத்தில் இரும்புக் கம்பியால் சுற்றி வலையப்பட்ட, சிறு ஜன்னல் வைத்த கொட்டடி எனக்காக ஒதுக்கப்பட்டிருந்தது. எட்டடி நீளமும் ஆறடி அகலமுமுள்ள அந்த செல்லில் இருப்பவரைப் பார்க்கும் யாருக்கும் கூண்டிலடைக்கப்பட்ட ஒரு மிருகத்தின் நினைப்பு வராமலிருக்காது. கண்ணூர் மத்திய சிறையின் விசாலமான பிளாக்குகளிலிருந்து முற்றிலும் வித்தியாசமான, மூச்சுத் திணற வைக்கும் இந்த செல்தான், அன்று முதல் நான்கரை வருட காலம் என்னுடைய வாழிடமாக அமைந்தது. அறையின் ஒரு மூலையில் கல் பாவிய ஒரு சிறு தளமிருந்ததைத் தவிர இரவில் இயற்கை உபாதைகளைத் தணிப்பதற்கான வசதிகூட இல்லாத வகையில்தான் அது கட்டப்பட்டிருந்தது. 1948இல் சர் சி.பியின் காலத்தில் நடந்த, வரலாற்று முக்கியத்துவம் வாய்ந்த புன்னப்புர—வயலார் விவசாயப் போராட்டத்தின் தளநாயகர்களான போராளிகள் இந்த வார்டில்தான் அடைக்கப்பட்டிருந்தார்களென்று பிறகு யாரோ ஒரு பெண் வார்டன் சொன்னார். அதற்கான தடயங்களாக கம்யூனிஸ்ட் கட்சியின் சின்னமான அரிவாளும் சுற்றியலும் இன்றும் அந்த வார்டின் சுவர்களிலிருப்பதைத் தெளிவாகப் பார்க்கலாம். ஆனால், 1957இல் அதிகாரத்திற்கு வந்த இ.எம்.எஸ். அமைச்சரவை நடைமுறைப்படுத்திய சில சிறை சீர்திருத்த நடவடிக்கைகளின் காரணமாகவே சிறு ஜன்னல்களெல்லாம் அதில் அமைக்கப்பட்டனவாம். அப்படியென்றால் அந்தக் காலகட்டப் போராளிகள் சிறை வாழ்க்கையை அனுபவித்த அறைகளின் நிலைமையை நினைத்துப் பார்க்கவே முடியவில்லை.

நானிருந்த அறையின் எதிர்புறம் சற்று பெரிய ஒரு பிளாக்கிருந்தது. 'ஏ' வகுப்பு கைதிகளான, அங்கே அடிக்கடி வருகை தரும் அரசியல் தலைவர்களை அடைக்கும் பிளாக். அதனுள் ப்ளஷ் அவுட் குழாய் நீர் இணைத்த கக்கூஸ் வசதியிருந்தது. அதில், தங்கள் இனத்தைச் சேர்ந்த 'விருந்தினர்'களுக்காக ஃபேன் வசதிக்கான ஏற்பாடுகளையும் அரசாங்கம் செய்திருந்தது. ஆனால், நான் அங்கே போகும்போது இந்தப் பெரிய பிளாக்கை வேறு வகையில் பயன்படுத்திக்கொண்டிருந்தார்கள். அங்கே, பெண் கைதிகளை வைத்து கோதுமையும் அரிசியும் புடைப்பது வழக்கமாக மாறியிருந்தது. அற்ப கூலிக்காக நெசவுத்தொழில் செய்துகொண்டிருந்த கொலைக் குற்றவாளிகளையும்கூட தறியிலிருந்து வரச் சொல்லி வலுக்கட்டாயமாக அரிசி புடைக்க வைத்தார்கள். கொலைக் குற்றவாளிகள் நெசவுப்பணியில் ஈடுபட்டிருப்பது கூலிக்காகவும் தண்டனைக் காலம் குறைவதற்காகவும்தான். நெசவுப் பணியிலிருந்து அவர்களை வர வைத்து தாங்கள் விரும்புகிற வேலைகளைச் செய்ய வைப்பதற்கான எந்தச் சட்டமும் கிடையாது. ஆனால், சிறைச் சாலைக்குள் என்ன சட்டம் வேண்டியிருக்கிறது? ஒவ்வொரு அதிகாரிக்கும் என்ன தோன்றுகிறதோ அதுதான் அங்கே சட்டம். இதற்கெதிராக குரலெழுந்தால் கிடைப்பது, சுட்ட அடியும் உதையும்தான். கைதிகள், உதைக்குப் பயந்து வார்டன்களின் கட்டளைக்குக் கீழ்ப்படிவதுவும் இயல்பாகவே நடந்துகொண்டிருப்பதுதான்.

அந்தப் பெரிய பிளாக்கிலிருந்து பதினெட்டடி தொலைவில் ஒரு சிறு கட்டடம். அதன் இரண்டாவது அறைதான் 'ஏ' வகுப்பு கைதிகளுக்கான சமையலறை. முதலிலிருப்பது சாதாரண வாசல் கதவுகளுடனான அறை. இந்த அறையில்தான் கே.ஆர். கௌரியை முதல் தடவை கைது செய்தபோது தங்க வைத்திருந்தார்கள். பெண்கள் வார்டின் மேடான பகுதி முடிவடைவது இந்தக் கட்டடத்தில்தான். செல் பிளாக்கின் முதலிலிருக்கும் ஒன்பது அறைகளும் இந்த மேடான பகுதியில்தானிருந்தன. மீதமுள்ள ஒன்பது அறைகள், படியிறங்கிச் சென்றால் ஒரு மூன்றடி தாழ்வான பகுதியிலிருந்தன. கீழே இருக்கும் ஒன்பது அறைகளின் எதிரில் பெண்கள் வார்டின் நெசவுக் கூடம். எட்டோ பத்தோ கைத்தறிகள் அங்கே வரிசையாகக் கிடந்தன. நீண்ட காலத் தண்டனையளிக்கப்பட்ட பெண்கள் அதிலமர்ந்து அகலம் குறைவான கைத்தறித் துணிகளை நெய்துகொண்டிருப்பார்கள். அந்த நெசவுக்கூடத்தில் நெசவு கற்பிக்க வரும் ஒரு பெண் இன்ஸ்ட்ரக்டரும் இருப்பார். இப்படியாக ஆறு பெண் வார்டன்களும் ஒரு வீவிங் இன்ஸ்ட்ரக்டரும் அங்கே கைதிகளைக் கட்டுப்படுத்தி வைத்திருக்கும் அரசு ஊழியர்கள்.

எதிரெதிராக இருக்கும் இந்த இரண்டுமாடிக் கட்டடங்கள் முடிகிற முக்கோண வடிவ மூலையில் துணி துவைக்கும் கல்லும்,

செல் பிளாக்கைத் தொட்டு பிளஷ் அவுட் கக்கூஸ்களும் இருந்தன. இந்தக் கட்டடங்களையெல்லாம் நெருக்கமாகச் சுற்றி வளைத்திருக்கும் உயரமான மதில் சுவர்களின் மறு பக்கமிருக்கும் வானம், செல்லின் வராந்தாவில் நின்றால் தெரியும். கண்ணூர் மத்தியச் சிறையின் பெண்கள் வார்டில் கண்குளிரப் பார்க்க முடிந்த பூந்தோட்டங்களும் மரங்களுமெல்லாம் இங்கே கிடையாது. பாலைவனத்தை நினைவூட்டும் இந்தக் கட்டடத்தின் அருகிலுள்ள சாலையைக் கடந்தால் நூற்றுக்கணக்கான ஏக்கர்கள் விஸ்தீரணமுள்ள பரந்த அளவிலான சிறைத் தோட்டம். சிறை வராந்தாவில் நின்றால், அங்கே நிற்கும் மா, புளிபோன்ற மரங்களின் உச்சாணிக் கிளைகள் தெரியும். சிறை அலுவலகத்தின் பக்கத்தில் நிற்கும் மிகப் பெரிய ஆலமரத்திலிருந்து வரும் குளிர்ந்த காற்று, கோடை காலங்களில் வெந்து நீறிக்கொண்டிருக்கும் எங்களுக்கு சில வேளைகளில் ஆறுதலாக இருக்கும்.

திருவனந்தபுரம் மத்திய சிறையின் ஆண் கைதிகளுக்கான வார்டுகளும் இதுபோல்தான். அங்கேயும் ஒரு மரம்கூட கிடையாதாம். கோடை காலங்களில் நிழல் தரவோ காற்று வீசவோ எந்தவித வாய்ப்புகளுமில்லாத, வெறும் பாலைவனம்போன்ற இந்தக் காரக்கிரகம் கட்டப்பட்ட காலகட்டம், மனிதத் தன்மை என்பது அறவே இல்லாத ஏதோ ஒரு மன்னனின் காலகட்டமாகவே இருக்க வேண்டும். அதே மரபைத்தான் சிறை சீர்திருத்தம் பற்றியெல்லாம் பெரும்பறை முழக்கித் திரிகிற இன்றைய ஆட்சியாளர்களும் பின்பற்றி வருகிறார்கள். ‘கைதிகள்’ எனப்படுபவர்கள் எப்போதுமே அடக்கி வைக்கப்பட வேண்டிய காட்டு மிருகங்கள் எனும் கிராதகமான கருத்தியலைத்தான் மேலாதிக்க மனோபாவத்திலிருப்பவர்கள் நடைமுறைச் சட்டங்களாகப் பேணி வருகிறார்கள். இதைப் புரிந்துகொண்டிருந்த, இதற்கு ஓரளவிலாவது என்னைத் தயார்ப்படுத்தியிருந்த நான்கூட அதிர்ந்துபோனேன். கீழ்நிலையிலுள்ள வார்டன்கள் முதல் கண்காணிப்பாளர்வரையிலான அதிகாரிகளின் நடைமுறைகள், மலபாரின் இரண்டு முக்கியமான சிறைச் சாலைகளில் நான் செலவிட்ட மூன்று வருட அனுபவங்களிலிருந்து பல மடங்கு வித்தியாசமாக இருந்தது. திருவனந்தபுரம் சிறைச் சாலைக்கும் மற்ற சிறைச் சாலைகளுக்கும் அடிப்படையில் வேறுபாடுகள் எதுவுமில்லை. எல்லாமே இரத்தத்தை உறிஞ்சும் உத்தியோக மேதாவித் தனத்தின் கீழ் செயல்படுவதாகவே இருந்தன. ஆனால், நான் கண்ட மற்ற சிறைகளுடன் ஒப்பிட்டுப் பார்க்கும்போது எந்த விதமான மாறுபாட்டை இங்கே அனுபவித்தேன் என்பதையும் சொல்லி விடுகிறேன்.

முற்றிலும் புதிய, ஒரு புரட்சிகர அரசியலில் கடந்த சில வருடங்களாகப் பங்கு வகித்த என்னை, அரசாங்கத்திற்கு அதாவது, என்னுடைய முக்கியமான எதிரிக்குத் தனியாகக் கவனிப்பதற்கான சந்தர்ப்பம் வாய்க்கவில்லை. மட்டுமல்ல, கேரள மக்களின் புரட்சிகர

வரலாற்றிலிருந்து நீக்கி விட இயலாமல் இடம் பிடித்துவிட்ட தலச்சேரி—புல்பள்ளி கலகங்கள் கேரளம் முழுவதும் குறிப்பாக, மலபாரில் உழைக்கும் மக்களினிடையே தூண்டிய அபூர்வமான புத்தெழுச்சியின், உணர்வின் காரணமாக அரசாங்கம் எங்களிடம் மிகவும் கவனமாகவே நடந்துகொண்டது. இந்த இயக்கத்தைப்பற்றி பொதுமக்களினிடையே மிகவும் மதிப்பை உருவாக்கிய தலச்சேரி—புல்பள்ளி கலகங்களின் ஒரு பகுதியான என்னை, மலபாரில் வைத்து மனோரீதியாகப் பாதிக்க வைப்பது சாத்தியமல்ல என்பதை அரசாங்கம் நன்றாகவே தெரிந்துவைத்திருக்கிறது. ஆகவேதான், என்னை இங்கே கொண்டு வந்திருக்கிறது என்பதைப் புரிந்து கொள்வதற்கு அதிக நாட்களொன்றும் தேவைப்படவில்லை. திருவாங்கூரிலும் ஹை ரேஞ்ச் பகுதியிலுமெல்லாம் நடந்த அழித்தொழிப்புகள், தலச்சேரி—புல்பள்ளி கலகங்கள் உணர்த்திய அந்தப் புரட்சி ஆவேசங்களைக் குலைத்ததுடன் மட்டுமல்ல, இயக்கத்தையே 'தலைவெட்டி' இயக்கமெனும் பொருள் தொனிக்கும்படி தரம் தாழ்த்தவும் துணைபோனது. அதன் காரணமாக, இந்தப் பகுதிகளிலுள்ள பொதுவான குட்டி பூர்ஷுவா பிரிவினரிடையில்கூட இயக்கத்தின்மீது பயமும் வெறுப்பும்தான் இருந்து வந்தது. முதலாளியைக் கொல்லத் திட்டமிடும்போது தடையாக இருக்கும் வேலையாளையும் கொன்று விடுகிற, சிறுபான்மை சமூகத்தைச் சேர்ந்த ஒரு செல்வந்தனாக இருந்தாலும் எந்தவித பாகுபாடுமில்லாமல் அழித்து விடுவதெனும் ஒரு வகை மூடத்தனமான தனிநபர் கொலைகள் நடந்துகொண்டிருந்ததால், இயக்கத்துடன் தொடர்புடைய அனைத்தையும் அடக்கி ஒடுக்கி விடுவதற்குக் கிடைத்த இந்த வாய்ப்பை அரசு இழக்க விரும்பவில்லை. அழித்தொழிப்பில் ஈடுபட்ட தோழர்களை பொதுமக்கள் எதிர்பார்த்திருந்து நீதிமன்ற வளாகத்தில் வைத்தே தாக்கிய அனுபவங்களும் உருவான நிலையில் காவல்துறையின் கைகளைக் கட்டுப்படுத்துவதற்கு யாரிருக்கிறார்கள்? ஜெயராம் படிக்கலின் 'விஞ்ஞான' பூர்வமான சோதனைகளெல்லாம் முறையாக நடந்துகொண்டிருந்ததும் இதே தலைநகரில்தான். இப்படி, தொடக்க காலங்களில் கேரளத்தின் நக்சல்பாரி இயக்கம், தலச்சேரி—புல்பள்ளி, குற்றியாடி, திருநெல்லியினூடே எதிரியின் ஆயுதத்தின்முன் தனது ஈட்டி முனையைத் திருப்பிப் பிடித்ததன் தொடர்ச்சியாக பிந்தைய வருடங்களில் அழித்தொழிப்பு எனும் பெயரில் போராட்டத்தின் ஈட்டிமுனை பல்வேறு பிரிவிலுள்ள தனிநபர்களுக்கெதிராகத் திருப்பி விடப்பட்டது. அப்படியே ஒரு அழித்தொழிப்பு நிகழ்ந்தாலும் தங்களை ஒடுக்குவதற்காக வரும் ஆயுத பலத்தை கிராமப்புற விவசாயிகளை நம்பியும் அவர்களை ஒருங்கிணைத்தும்தான் எதிர்கொள்ள வேண்டுமெனும் அணுகுமுறையைக் கூட முழுவதுமாகக் கை விட்டதால் இந்தச் சம்பவங்கள் பொதுவாக, மிகவும் மோசமான பலனையே எல்லாப் பிரிவினரிடையிலும் உருவாக்கியது.

சிறைச்சாலைக்கு வெளியே இருந்த இந்தச் சூழ்நிலை சிறைக்குள்ளும் பிரதிபலிக்குமென்பது தவிர்க்க முடியாததல்லவா? இங்குள்ள அதிகாரிகளினிடையில் செயல்பட்ட பழமைவாத மனோபாவத்திற்கு இயல்பாகவே இந்தச் சூழ்நிலையுடன் தொடர்பிருந்தது. அப்படி, மலபார் சூழலிலிருந்து என்னைப் பிடுங்கியெடுத்த எதிரிகள், முழுக்கவும் எதிர்நிலைச் சூழலுள்ள திருவனந்தபுரத்தில் கொண்டு வந்து நட்டு வைத்தார்கள். அப்போது எனக்கு விதிக்கப்பட்ட நிபந்தனைகள் என்னென்ன என்பதையும் சொல்லி விடுகிறேன்.

சிறைக்கு வந்த மறுநாள், டெபுடி ஜெயிலர் என்னை அழைத்துச் சொன்னார்: "உன்னுடைய அறையையும் வராந்தாவையும் விட்டு நீ வேறு எந்த இடத்திற்கும் போகக்கூடாது. ஏதாவது தேவைக்காக போவதாக இருந்தால் பெண் வார்டனுடன்தான் போகவேண்டும். மற்ற பெண்களுடன் நீ பேசக் கூடாது. உன் அறைக்குள்தான் நீ இருக்க வேண்டும்." கோழிக்கூண்டுபோலிருக்கும் அறைக்குள் இரவும் பகலும் அடைந்து கிடக்க வேண்டுமென்ற இந்த உத்தரவை மீறினால் ஏற்படும் விளைவுகள் என்ன? நான் ஏதாவது கைதிகளிடம் பேசுவதாக வைத்துக்கொள்வோம். அதற்காகத் தண்டிக்கப்படுவது நானாக இருக்க முடியாது; எப்படியாவது அதிகாரிகளின் நல்லெண்ணத்தைப் பெற்று முடிந்த வரைக்கும் சீக்கிரமாக இந்தக் காராக்கிரகத்திலிருந்து விடுதலையாகி விட வேண்டுமென்று இரவு பகலாகக் கஷ்டங்களை அனுபவிக்கும் அந்தக் கைதிகள்தான். எனக்கு ஏதாவது தண்டனைக் கிடைப்பதை விடவும் வருத்தத்திற்குரிய விஷயம் அனாதையாக வாழும் அந்தக் கைதிகளின்மீது காட்டும் குரூரம்தான். ஆகவே, நானாகவே அவர்களிடம் சென்று பேசுவதில் சுயக் கட்டுப்பாடுகளை ஏற்படுத்திக்கொண்டேன்.

என்னுடைய இந்த மோசமான தனிமையையும் மனரீதியிலான மூச்சுத் திணறலையும் தாண்டுவதற்கு எனக்கு ஒரேயொரு வழிதானிருந்தது. மாமனிதர்களான மார்க்சிஸ்ட் முன்னோடிகளின் அபூர்வ படைப்புகளை ஆழமாகக் கற்பது. இந்த உரிமையை மீட்டெடுப்பதற்காக நான் திருவனந்தபுரம் சிறைக்கு வந்த அன்று முதல் முயற்சி செய்துகொண்டே இருந்தேன். சில புத்தகங்களை நான் கண்ணூரிலிருந்து கொண்டும் வந்திருந்தேன். அவற்றை சிறை அலுவலகத்திலிருந்து மீட்பதற்காக உயரதிகாரிகளை நான் தினமும் தொந்தரவு செய்துகொண்டுமிருந்தேன். ஆனால், புத்தகங்களைத் தணிக்கை செய்து தருவதில் அவர்கள் காட்டிய அலட்சியம், என்னை பல முறை பிரச்சினைக்குள்ளாக்கியது. எப்படியோ, கிடைத்த புத்தகங்களைப் படிப்பதில் பெரும்பாலான நேரத்தையும் நான் செலவிட்டுக்கொண்டிருந்தேன். மாமனிதர் மார்க்சின், 'ஃபிரான்சின் வர்க்கப் போராட்டங்கள்', லூயி போனபர்ட்டின், 'பதினெட்டாம்

ப்ருமெயர்', 1871 மார்ச் முதல் மே வரை தொடர்ந்த பாரிஸ் கம்யூனைப் பற்றிய, 'ஃபிரான்சின் உள்நாட்டுக் கலகம்', 'கோதா நிகழ்வின் விமர்சனம்' போன்ற வரலாற்று முக்கியத்துவம் வாய்ந்த படைப்புகளை வாசிப்பதற்கான வாய்ப்பு கிடைத்தது திருவனந்தபுரம் சிறையிலிருக்கும்போதுதான். மார்க்சின், 'மூலதன'த்தைப் படிப்பதற்கு நான் முயற்சியெடுத்துப் பார்த்தேன். அதில் சில பகுதிகள் புரியவில்லையென்பதால் அதைத் தொடர முடியவில்லை. ஏங்கெல்சின், 'குடும்பம், தனிச்சொத்து, அதிகார நிறுவனங்களின் தோற்றம்' எனும் அபூர்வமான படைப்பையும் நான் இங்கிருக்கும்போதுதான் படித்தேன். மட்டுமல்ல, லெனினின், 'ஆட்சிப்பீடமும் புரட்சியும்', இடதுசாரி சிந்தனை ஒரு இளம்பருவ கோளாறு', ஏகாதிபத்தியம்—முதலாளித்துவத்தின் முழுமைபெற்ற வடிவம்' போன்ற படைப்புகளையும் நான் வாசித்தேன். இப்படியான மார்க்சிய படைப்புகளுடன் ஃபிரான்ஸ் மெஹ்ரங்கின், 'காரல்மார்க்ஸ்—வாழ்க்கையும் படைப்புகளும்' எனும் வாழ்க்கை வரலாற்றையும் மனமொன்றி வாசித்தறிந்தேன். மாவோவின் படைப்புகள் மிகத் தாமதமாகவாவது, கிடைத்தது. இது, கண்ணூர் மத்தியச் சிறை அதிகாரிகளின் அணுகுமுறையிலிருந்து தெரிய வந்த ஒரு வேறுபாடாகவே இருந்தது. இதற்கான காரணமும் அப்பாவும் அம்மாவும் உயர்நீதிமன்றத்தில் இது தொடர்பாக அளித்த மனுவின்மீதான தீர்ப்புதான். திருவனந்தபுரம் மத்திய சிறையில் மற்றொரு பகுதியில் கைதியாக இருந்த தோழர்களுக்கு, மாவோவின் புத்தகங்களை மட்டுமல்ல, லெனினின், மார்க்சின் புத்தகங்களையும்கூட அச்சுதமேனோனின் அரசாங்கம் பல்வேறு முறைகள் அனுமதிக்க மறுத்ததை நான் அறிவேன்.

பொதுவாகவே, நக்சல்பாரி இயக்கம் தோல்வியை சந்தித்துக்கொண்டிருந்த காலகட்டம் அது. சி.பி.ஐ.(மா—லெ) எனும் இந்திய புரட்சிகர கட்சி உருவாகி, படிப்படியாக அது வர்க்க எதிரிகளை அழித்தொழிப்பது எனும் அணுகுமுறைக்குள் வீழ்ந்ததுடன் அதன் தோல்விக்கான மார்க்கமாகவும் மாறியது. இந்த எதிர்ப்புரட்சி அணுகுமுறைக்கான முக்கியமான பொறுப்பு தோழர் சாருமஜூம்தாரையே சேரும் என்ற உண்மையை மறைத்து வைக்க யார் நினைத்தாலும் முடியாது. ஆனால், 1970 அக்டோபரில் சி.பி.சி. தலைவர்களின் விமர்சனங்களைப்பற்றிய விவரம், 1972 ஆகஸ்டில் கல்கத்தாவில் 'ஃப்ரோன்டியர்' வாரப் பத்திரிக்கையில் திறந்த கடிதமாகப் பிரசுரிக்கப்பட்டது. அப்போது விசாகப்பட்டினம் மத்தியச் சிறையில் அடைக்கப்பட்டிருந்த தோழர்கள், சுரன்போஸ். கனுஸன்யால், கொலவெங்கய்யா, நாகபூஷன்பட்நாயக், புவனமோகன்பட்நாயக், சௌத்ரி தேஜஸ்வரராவ்போன்றவர்கள்தான் இந்தக் கடிதத்தைப் பிரசுரிப்பதற்காக எழுதியவர்கள். அன்று நான் கண்ணூர் சிறையிலிருந்தேன். 'ஃப்ரோன்டியர்' பத்திரிகையை நாங்கள் தவறாமல்

வரவழைத்துக் கொண்டிருந்ததால் இந்தக் கடிதத்தை நாங்களும் வாசித்தோம். இந்தக் கடிதம், ஒரு வெடிகுண்டின் பின்விளைவை இயக்கம் முழுவதுமே ஏற்படுத்தியது. குறிப்பாக, தோழர் சாருமஜூம்தாரின் புரட்சி அணுகுமுறை தோல்வியடையாது என்பதில் பூரண நம்பிக்கையுடனிருந்த புரட்சியாளர்களினிடையில் இந்த விமர்சனம் உருவாக்கிய விளைவு ஆழமானதாக இருந்தது. இந்த விமர்சனம் கட்சியை உடைப்பதற்காக சி.ஐ.ஏ. செய்யும் தந்திரம் என்று சொன்ன வீரர்களும் கூட்டத்திலிருந்தார்களென்பதை சொல்லாமலிருக்க முடியாது. இவர்கள்தான் பிறகு நெருப்புக்கோழிபோல் இப்படியான ஒரு விமர்சனம் எழவே இல்லையென்பதுபோல் நடித்து, ‘தோழர் சாருமஜூம்தாரின் வழிமுறை சரியானது’ என்ற கோஷத்தினைக் கெட்டியாகப் பிடித்துக் கொண்டவர்கள். ஆனால், பெரும்பாலான தோழர்களினிடையே தோழர் சாருமஜூம்தார் தவறுகளுக்கு அப்பாற்பட்டவர் என்ற நம்பிக்கை வலுவாகக் குறைந்து விட்டதுடன் அவர்கள் மீண்டும் கோட்பாட்டுத் தெளிவிற்கான போராட்டத்தில் ஈடுபட்டார்கள்.

இப்படியாக, கடந்த கால தோல்விகளிலிருந்து பாடம் கற்று, செயல்பாடுகளை மதிப்பிட வேண்டியது தலைவர்கள் மட்டுமல்ல, பொறுப்புணர்வுள்ள ஒவ்வொரு புரட்சியாளனின், அனுதாபியின் தேவையுமாக மாறி விட்டது. புரட்சியின் பாதையைக் கை விட்டு சொந்த விஷயங்களைக் கவனிப்பதற்காக சிலர் சென்று விட்டார்களென்றாலும் புரட்சியின் வழியில் உறுதியுடன் நிற்க வேண்டுமென்ற உறுதிபூண்டவர்கள் நெருப்புச் சூளையிலிட்டு வார்த்தெடுத்த உருக்குபோல் நாட்கள் செல்லும்தோறும் மிகப் பெரும் சக்தியாக வளர்ந்துகொண்டிருந்தார்கள். இதற்கு அவர்களுக்கு’ புரட்சி சித்தாந்தத்தின் மார்க்க தரிசனம் தேவையாக இருந்ததென்பதையும் சொல்லியே ஆக வேண்டும்.

இந்த இடத்தில்தான் எனக்கு பொதுவுடைமை படைப்புகள் படிக்க முடிந்ததிலுள்ள நேட்டம் முக்கியமான இடத்தை வகிக்கிறது.

திருவனந்தபுரத்தின் மிக மோசமான ஏகாந்த வாசம் என் மன உறுதியை மேலும் வளர்த்தெடுப்பதற்கான ஒரு நல்ல சோதனைக் களமாக எடுத்துக்கொண்டு அதைப் பயன்படுத்தவும் செய்துகொண்டிருந்தேன். இதனிடையில்தான் அம்மாவும் அப்பாவும் ‘மிசா’விலிருந்து விடுவிக்கப்படுகிறார்களென்ற செய்தி பத்திரிகைகளில் வெளியானது.

27

உயர்நீதிமன்றத் தீர்ப்பு

அப்பாவும் அம்மாவும் டிசம்பர் 22ஆம் தேதி 'மிசா'விலிருந்து விடுதலையாகி வீட்டிற்கு வந்த பிறகு எனக்குக் கடிதங்கள் அனுப்பத் தொடங்கினார்கள். அவர்கள் விடுதலையானது எனக்கு மிகுந்த மகிழ்ச்சியாக இருந்தது. ஏனென்றால் அவர்கள் வெளியே இருப்பதுவரை செயல்பாடுகளை முன்னெடுத்துச் செல்வதற்காக தங்களாலியன்ற அனைத்தையும் செய்வார்களென்பதில் எனக்கு முழு நம்பிக்கையிருந்தது. அப்படி அம்மா அப்பாவின் புரட்சி மனோபாவமும் தன்னம்பிக்கையும் நிரம்பி ததும்பும் கடிதங்கள் எனக்கு மனரீதியாக மிகவும் ஆறுதல் தந்துகொண்டிருந்தது.

இப்படியாக இரண்டு மாதங்கள் கடந்திருக்கலாம். அப்போதுதான் அப்பா என்னை சிறையில் வந்து பார்ப்பதாக தெரிவிக்கும் ஒரு கடிதம் எனக்குக் கிடைக்கிறது. கோழிக்கோட்டிலிருந்து திருவனந்தபுரத்திற்கு வரும் ரெயில் பயணம் அம்மாவின் உடல்நிலைக்கு ஒத்துவராது என்பதால் முதலில் அப்பா மட்டுமே வருவதாகவும், வரும்போது எனக்குத் தேவையான புத்தகங்களெல்லாம் கொண்டு வருவதாகவும் அதில் குறிப்பிடப்பட்டிருந்தது. 1973 மார்ச் 15ஆம் தேதியன்று வருவதாகவும் அதிலிருந்தது.

குற்றவியல் பிரிவின் தொல்லை மிகவும் அதிகமாக இருந்த ஒரு நேரம் அது. எங்களுடைய வீட்டைச் சுற்றியிருந்த சாலையில் ஐந்து இடங்களில் குற்றவியல் பிரிவின் காவலர்கள் காவல் நிற்பது வழக்கமாக இருந்தது. அம்மாவோ அப்பாவோ எங்கே போவதாக இருந்தாலும் அவர்களை வெள்ளைச் சட்டைக்காரர்கள் பின் தொடர்ந்து செல்வார்கள். 1969இல் நான் ஜாமீனிலிறங்கியபோது எனக்கும் இதே அனுபவம்தான் ஏற்பட்டது. இதுபோக, கோழிக்கோட்டில், மக்கள் கூட்டமாக நிற்கும் இடங்களிலிருந்து வெளிப்படையாகவே யாரையாவது பிடித்துக்கொண்டுபோய் மாதக்கணக்காக எந்தத் தகவலுமில்லாமல் அவர்களைக் காவலில் வைக்கும் வழக்கமும் பிறகு, ஏதாவது இடங்களில் நடந்த நக்சலைட் வழக்குகளில் அவர்களையும் சேர்த்துக்கொள்ளும் ஒரு நடவடிக்கை முறையையும் அப்போது வழக்கத்தில் வைத்திருந்தார்கள். இப்படித்தான் ஒரு பேக்கரியில் வேலை பார்த்து வந்த லட்சுமணன் எனும் ஒரு இளைஞனை அந்த பேக்கரியிலிருந்தே காவலர்கள் பிடித்துக்கொண்டு போய் மாதங்களுக்குப் பிறகு ஆந்திராவின் விஜயவாடாவில் நடந்த ஒரு வழக்கில் சிக்க வைத்து தண்டனை வாங்கிக் கொடுத்தது. அல்வா தயாரிக்கும் வேலை பார்த்து வந்த அகம்மது கோயாவை அவர் வேலை செய்யும் கடையிலிருந்து பிடித்துக்கொண்டுபோய் வாரங்களுக்குப் பிறகு நாகர்கோவிலிலிருந்து பிடித்ததாக பத்திரிகையில் செய்தி கொடுத்து நகரூர்—கும்மிழ் வழக்கில் சேர்த்தார்கள். இவரை பிறகு ஐந்து வருட காலம்வரை ரிமான்டில் வைத்திருந்தார்கள். ஒரு தையல்காரரான குட்டப்பனையும் இதுபோல் பிடித்துக்கொண்டுபோய் பல நாட்களுக்குப் பிறகு இதே வழக்கில் பிரதியாக்கி சிறையிலடைத்தார்கள். வடக்கு மலபாரிலும் இதுபோல் நிறைய பேர்களை பகிரங்கமாகவே பிடித்துக்கொண்டுபோய் பல நாட்களாகவே நீதிமன்றத்தில் ஆஜர்படுத்தாமலிருந்த சம்பவங்கள் பல. இவர்களுடைய உறவினர்கள் இந்தச் சம்பவம் தொடர்பாக நீதிமன்றத்தில் சமர்ப்பித்த புகார்களைப் பற்றிய பத்திரிகைச் செய்திகளிலிருந்துதான் இது பற்றிய தகவல்கள் கிடைத்தன. 'நக்சலைட்' சார்பு நிலையுள்ளவர்களுடனான நடைமுறை இதுவென்றால் இதுகூட இல்லாத, திருச்சூரில் ஒரு தினப்பத்திரிகையின் ஆசிரியரான நவாப் ராஜேந்திரனை அன்றைய உள்துறையமைச்சரான கருணாகரன் எந்த மனசாட்சியுமில்லாமல் காவல்துறையின் கஸ்டடியிலெடுக்க வைத்து

பலநாட்களாக மறைத்து வைத்ததும் காவலர்களால் அவர் தாக்கப்பட்டதும் அப்போதைய காவல்துறையின் கொடுமையை வெளிப்படுத்துவதாக இருந்தது. கருணாகரன் யாரிடமிருந்தோ இலட்சக்கணக்கான ரூபாய் லஞ்சம் வாங்கியதற்கான ஆதாரத்துடன் ஒரு கடிதத்தின் நகலை தன்னுடைய பத்திரிகையில் பிரசுரித்தன்மூலம் கருணாகரனை எதிர்க்க நினைத்ததாக அந்தப் பத்திரிகையாசிரியர் இவ்வளவு மிருகத்தனமான தாக்குதலுக்குள்ளாக வேண்டியதாயிற்று. கருணாகரனின் கட்டுப்பாட்டிலுள்ள காவல்துறையின் ஆட்சி கொடி கட்டி வாழ்ந்த அந்தச் சூழ்நிலையில்தான் அப்பா என்னைப் பார்க்க வருவதாகச் சொன்னதும் அதைத் தொடர்ந்து தலைமறைவானதும்.

திருவனந்தபுரத்திற்கு வருவேன் என்றாலும் நாம் சந்திக்கும் நிகழ்ச்சியை உறுதிசொல்ல முடியாதென்றும் கிரைம் பிராஞ்ச்காரர்கள் தன்னைக் கொத்திக்கொண்டுபோகும் சந்தர்ப்பத்தை எதிர்பார்த்திருப்பதாக சந்தேகப்படுவதாகவும் அப்பா கடைசியாக எழுதிய கடிதத்தில் குறிப்பிட்டிருந்தார். இது எனக்கு ஒரு முன்னறிவிப்பு என்பதைவிட அரசாங்கத்தை ஏமாற்றுவதற்கான ஒரு வித்தையும்தான். வருவதாகக் குறிப்பிட்டிருந்த 15ஆம் தேதி அப்பா வரவில்லை. எனக்குப் பதற்றமாகிவிட்டது. காவல்துறையும் அரசும் இயக்கத்திற்கெதிராகப் பயன்படுத்திய அதே ஆயுதத்தால் ஒரு புகை மறைவை உருவாக்கி அவர்களுக்கு ஒரு பதிலடி கொடுக்க வேண்டுமென்று அப்பாவும் அம்மாவும் முன்கூட்டியே எடுத்திருந்த முடிவு பற்றி எனக்கு எதுவுமே தெரியாது. அப்பா காவல்துறையின் பிடியிலகப்பட்டு விட்டாரென்றுதான் நான் உண்மையாகவே நம்பினேன். இரண்டு மூன்று நாட்களுக்குப் பிறகு அம்மா கொடுத்த பத்திரிகைச் செய்தியும், தொடர்ந்து அம்மா எனக்கு அனுப்பிய கடிதமுமெல்லாம் உண்மையாகவே என்னை முட்டாளாக்கும் என்றும் நான் நினைக்கவே இல்லை. ஆனால், எதிரியின் பார்வையின்கீழிருக்கும் என்னிடம் அம்மா எப்படி உண்மையைச் சொல்ல முடியும்? 14ஆம் தேதி திருவனந்தபுரத்திற்கு வருவதற்காக அப்பா வண்டியேறும்போது தன்னை இரண்டு வெள்ளைச் சட்டைக்காரர்கள் பின் தொடர்வதாக ஒரு அஞ்சலட்டையிலெழுதி அம்மாவுக்கு அனுப்பி விட்டார். எல்லா விஷயங்களும் அப்பாவும் அம்மாவும் ஏற்கனவே திட்டமிட்டபடி சரியாகவே நடந்தேறியது. ஆனால், இந்த உண்மையை நான் மட்டும் மிகவும் தாமதமாகவே அறிகிறேன்.

அப்பா தலைமறைவானதைப் பற்றி எதுவுமறியாத நான் அம்மாவுக்கெழுதிய கடிதங்களில் என்னுடைய மன உணர்வுகளை சொல்லியிருந்தேன். இது அம்மாவை தர்மசங்கடத்திலாழ்த்தியது. அம்மா அனுப்பிய பல கடிதங்கள் எனக்குக் கிடைக்கவே இல்லை. அம்மா ஏன் கடிதமெதுவும் எழுதுவதில்லை என்று நான் கடிதம் போடும்போதுதான் கடிதங்கள் வழியில் எங்கோ தங்கி விடுகிற விவரம் தெரிய வரும். வேறு வழியே இல்லாமல் அம்மா எனக்கு

பதிவுத் தபால்கள் அனுப்ப ஆரம்பித்தார். என்னுடைய கையெழுத்து இல்லாமல் தபாலைப் பெற்றுக்கொள்ள முடியாதல்லவா? கடிதம் வந்திருக்கும் விவரத்தை நான் அறிந்தால் அது கிடைப்பதுவரை அதிகாரிகளிடம் கேட்டுக்கொண்டிருக்க வேண்டும் என்பதற்காகவுதான் அம்மா இப்படிச் செய்தார். அப்பா தலைமறைவாக இருக்கும் செய்தியை என்னிடம் எப்படி சொல்வதென்று அம்மா யோசனையிலாழ்ந்தார். சித்தப்பா குன்னிக்கல் புருஷோத்தமனிடமும் அம்மா இந்த விஷயத்தைச் சொன்னார். கடைசியில், சித்தப்பா திருவனந்தபுரத்திற்கு வந்து என்னைப் பார்ப்பதாக இருவரும் முடிவு செய்தார்கள். சித்தப்பா ஒரு இருதய நோயாளி. கொஞ்ச தூரம் நடந்தாலே தளர்ந்து மூச்சிரைத்து விடுவார். இருந்தும் எனக்கு ஆறுதல் சொல்வதற்காக திருவனந்தபுரத்திற்கு வந்த சித்தப்பாவை அதிகாரிகள் எந்தவித தாட்சண்யமுமில்லாமல்தான் நடத்தினார்கள். நான் திருவனந்தபுரத்திற்கு வந்த பிறகு நடக்கும் முதல் நேர்காணல் என்றோ நானூறு மைல்களுக்கு அப்பாலிருந்து வந்திருக்கும் ஒரு மனிதன் என்றோ எதையுமே கண்டுகொள்ளாமல் வெறும் ஐந்து நிமிடம் மட்டுமே பேசுவதற்கு அனுமதியளித்தார்கள். இந்த ஐந்து நிமிடத்திற்குள் சொல்லவேண்டுமென்று நினைத்திருந்ததையெல்லாம் நான் மறந்து விட்டேன். அப்படியாக இந்த நேர்காணலும் எந்தப் பயனுமில்லாமல் முடிந்துபோனது. தொலைவிலிருந்து வருபவர்களைக்கூட இப்படித்தான் நடத்துகிறார்கள் என்பதை அறிந்ததும் அம்மாவுக்கு என்னைப் பார்க்க வரவும் தோன்றவில்லை.

ஆண்கள் பிரிவில் அடைக்கப்பட்டிருந்த நக்சலைட்களின் அனுபவங்கள் என்னை விடவும் பல மடங்கு கொடூரமாக இருக்கிறதென்பதை பெண் வார்டன்களிடமிருந்தே என்னால் அறிந்துகொள்ள முடிந்தது. சிறைக்குள் அவர்கள் எதிர்கொள்ள வேண்டியதிருந்த அடிஉதை சம்பவங்களை நானும் ஓரளவுவரை அறிந்திருந்தேன். கைதிகளை அடிக்கக்கூடாது என்று சிறைச் சாலை விதிகளில் தெளிவாக எழுதப்பட்டுள்ளது. ஆனால், அந்தச் சிறைக்குள் தினம்தோறும் நடக்கும் சித்திரவதைகள் விவரிக்கவே முடியாதவை. குறிப்பாக, நக்சலைட் என்று முத்திரைக் குத்தப்பட்ட பிரிவினருக்கு திருவனந்தபுரத்தில் இது சர்வசாதாரணமான விஷயம். இரவுபகலாக இருட்டறைக்குள் அடைத்துப்போடுவது முதல் உடல்ரீதியான தாக்குதல்கள்வரையிலான அடக்குமுறைகளை அவர்கள்மீது எந்தவித தயக்கமுமில்லாமல் ஏவிக்கொண்டிருந்தார்கள்.

இதனிடையில் நான் சித்தாந்தக் கல்வியை முறையாக நடத்திக்கொண்டிருந்தேன். அப்போதுதான், 1973 செப்டம்பர் மாதம் என்னை எரணாகுளம் உயர்நீதி மன்றம் வரச் சொல்லியிருப்பதாக அதிகாரிகள் தெரிவித்தார்கள். தந்தி மூலம் இந்தத் தகவலை என் அம்மாவுக்கு அனுப்பி வைக்கும்படி நான் பலதடவை

கேட்டுக்கொண்டேன். என் பெயரில் அலுவலகத்திலிருக்கும் பணத்திலிருந்தாவது இதைச் செய்து தரும்படி கேட்டேன். உயர்நீதி மன்றத்தில் வைத்தாவது அம்மாவை சந்தித்து விடலாமே என்று ஆசைப்பட்டேன். ஆனால், அவர்கள் அசையவே இல்லை. எக்காரணம் கொண்டும் நாங்கள் சிறைச் சாலையைத் தவிர மற்ற இடங்களில் வைத்து சந்தித்துவிடக் கூடாது என்பதில் அரசு நிர்பந்தமாக இருந்தது என்று சொல்வதைத் தவிர இதற்கு வேறென்ன பொருள்?

உயர்நீதி மன்றத்திற்குக் கொண்டுபோகும் அன்று சாயங்காலம் நான்கரை மணிக்கு சிறையில் எனக்கு இரவு உணவையும் தந்து என்னை சிறை அதிகாரிகள் காவல்துறையிடம் ஒப்படைத்தார்கள். ஒரு பெரிய காவல் வாகனத்தில் இரண்டு பெண் காவலர்கள், ஒரு உதவி ஆய்வாளர், ஒரு குற்றவியல் உதவி ஆய்வாளர், துப்பாக்கியேந்திய இரண்டு ஆயுதப் படைக் காவலர்கள், வாகன ஓட்டுனரான தலைமைக் காவலர் ஆகியோர்கள் அகம்படி சேவிக்க நான் எரணாகுளத்திற்குப் பயணம் செய்தேன். தலச்சேரி—புல்பள்ளி வழக்குத் தொடர்பாக அரசாங்கத்தின் மேல் முறையீடும் பிரதிகளின் மேல் முறையீடும் தொடர்பான விசாரணைக்காக பெயரளவிலாக என்னை நீதிமன்றத்தில் ஆஜராக்கும்படி உத்தரவாகியிருந்தது. கண்ணூரிலுள்ள மற்ற தோழர்கள் ஏற்கனவே அழைக்கப்பட்டிருந்தார்களாம். திருவனந்தபுரத்திலிருந்து புறப்பட்டு, மறுநாள் நீதிமன்றத்தில் ஆஜராக வேண்டும். ஆனால், சாயங்காலம் நான்கரை மணியுடன் அன்றைய என்னுடைய ரேஷன் முழுவதையும் தந்து விட்டதால் மறுநாளைக்கான உணவுக்காக வெறும் இரண்டு ரூபாயை மட்டும்தான் அதிகாரிகள் காவலர்களிடம் கொடுத்திருந்தார்கள். மறுநாளிரவு பத்து மணிக்கு நான் திரும்பி அங்கே வந்துசேர்வதுவரைக்கும் அந்த இரண்டு ரூபாயில் எல்லாவற்றையும் சமாளித்துக்கொள்ள வேண்டும். பங்களாதேஷ் போரைத் தொடர்ந்து ஆரம்பித்ததும் உலகம் முழுவதும் அதிகரித்துக்கொண்டிருப்பதுமான பெட்ரோலிய உற்பத்திப் பொருட்களின் விலை உயர்வின் காரணமாகவும் இந்தியா முழுவதும் அந்த வருடம் உணவுப் பொருட்கள் மிக அதிகமாக விலை உயர்ந்திருந்தன. ஒரு சாதா சாப்பாடு இரண்டு ரூபாய்க்கு விற்ற காலம் அது. சபை கூடும்போதெல்லாம் விலையேற்றத்தின் பெயரில் தங்களது அலவன்சையும் பிற படிகளையும் அதிகப்படுத்துவதற்கான தீர்மானத்தை ஏகமனதாக ஏற்று, மறுநிமிடத்தில் அமல்படுத்திக் கொள்ளும் 'மக்கள் பிரதிநிதிகள்' ஆதரவற்ற இந்த 'சி' வகுப்பு கைதிகளின் இரண்டு ரூபாய் பயணச் செலவைப் பற்றி இன்றுவரை எந்த குரலுமெழுப்பவில்லையென்பது ஆச்சரியமான விஷயம்தான். அலுவலகத்திலிருக்கும் என்னுடைய பணத்திலிருந்தாவது செலவுக்குக் கொஞ்சம் அதிகமாகப் பணம் தரும்படி நான் கேட்டேன். இந்த கோரிக்கையும் நிராகரிக்கப்பட்டது. அப்புறம் என்ன செய்ய முடியும்? அன்றிரவு நாங்கள் எரணாகுளத்திற்கு வந்து சேர்ந்தோம். என்னை அன்றிரவு தங்க வைத்தது தேவர காவல்நிலைய லாக்கப் அறைக்குள்.

அந்த காவல் நிலையக் கட்டடத்தின் உயரமான ஒரு மதில் சுவரில் 'மாதிரி காவல் நிலையம், தேவர" என்று எழுதப்பட்டிருந்தது. சரியான அர்த்தத்தில் அது மிக மோசமான ஒரு காவல் நிலையத்தின் மாதிரியாகவே இருந்தது. அன்று நான் படுத்திருந்த லாக்கப் அறைக்குள், சுவர்களிலும் தரைப்பகுதியிலும் வருடக் கணக்காகவே கெட்டி தட்டிக் கிடக்கும் தூசும் மண்ணும் படிந்து கிடந்தன. அதில் உடம்பு பட்டதும் அரிக்கத்தொடங்கியது. அறை முழுவதும் சிலந்தி வலைகள் படர்ந்திருந்தன. மூலையிலிருந்த சிமெண்ட் தளத்திலிருந்து அந்த லாக்கப்பில் கடைசியாகத் தங்க நேர்ந்த ஏதோ ஒரு துரதிர்ஷ்டசாலியின் மூத்திரநெடி மூக்கைத் துளைத்தேறிக்கொண்டிருந்தது. கொசுத் தொந்தரவென்றால் எல்லாவற்றையும்விட அதிகமாக இருந்தது. மிக மோசமான அந்த லாக்கப்பில் தங்குவதற்கு நான் எதிர்ப்பு தெரிவித்ததாலும் இருக்கலாம், படுத்துக்கொள்வதற்காக ஒரு பெஞ்சு ஏற்பாடு செய்து தந்தார்கள். கையிலிருந்த ஒரு தினசரியை அதில் விரித்து படுத்துக்கொண்டேன். ஆனால், தூக்கம் வரவில்லை. இரவில் அங்கே கொண்டுவரப்பட்ட நான்கைந்து இளைஞர்களை காவலர்கள் தோன்றும்போதெல்லாம் அடித்தும் உதைத்தும் விளையாடுவதை வேதனையுடன் என்னால் பார்க்க மட்டும்தான் முடிந்தது. புல்பள்ளி கலகத்தில் பங்கு வகித்துப் பிடிபட்ட தோழர்களை காவல்நிலையத்தில் சித்திரவதை செய்த காட்சி என் நினைவுக்கு வந்தது. ஐயோ, மிருகத் தனமான இந்த அடி உதை சம்பிரதாயம் முடிவுக்கு வந்து விடாதா? நான் வேதனையுடனும் வருத்தத்துடனும் நினைத்துக்கொண்டேன். இவர்களெல்லாம் மனிதர்கள்தானா? தங்களைப்போன்ற மனித உயிர்களை இப்படி சித்திரவதை செய்வதால் அவர்களுக்கு என்ன கிடைத்துவிடப்போகிறது? இந்தக் கொடும் பாதகத்தைச் செய்கிற இவர்களுக்கு மனசாட்சி இல்லையா? எல்லாமாகச் சேர்ந்து தேவர காவல்நிலையம் எனக்குள் பயங்கரமான வெறுப்பை உருவாக்கியது. அந்த அருவருப்பான காவல்நிலையத்தின் அன்றையை ஒரு நாளிரவு என் வாழ்க்கையில் எப்போதுமே மாயாத அனுபவமாக இன்றுமிருக்கிறது. அங்கே தங்கியிருந்த சில மணி நேரத்திற்குள் எனது காலில் பெருவிரல் நகத்தினுள் படிந்த மண்ணும் அழுக்கும் பழுத்து, இரண்டு மாதம்வரை என்னை தொந்தரவுபடுத்தியது. அந்த நகம் இற்று விழுந்து புதிய நகம் முளைத்த பிறகுதான் புண் ஆறியது.

மறுநாள் காலையில் உயர்நீதிமன்றத்தில் என்னை ஆஜர் படுத்தியபோது நீதிபதிகள் என்னிடம் ஏதாவது சொல்ல விரும்பிகிறீர்களா என்று கேட்டபோது கண்ணூர் மத்திய சிறைக்கு என்னை மாற்றவேண்டுமென்றும் கூடவே முப்பது மணி நேரத்திற்கான உணவுக்குத் தரும் அந்த இரண்டு ரூபாயைப் பற்றியும் குறிப்பிட்டு இதில் ஏதாவது மாற்றம் செய்யும்படியும் கேட்டுக்கொண்டேன். இரண்டு புகார்களையும் காகிதத்தில் எழுதிக் கொடுக்கும்படி சொன்னதைத் தவிர வேறு எந்தப் பதிலையும் பரிந்துரையையும் அவர்கள் செய்யவில்லை. எங்களுடைய மேல்முறையீட்டைப் பேசுவதற்காக

வந்திருந்த கோழிக்கோடு வழக்கறிஞர் குஞ்ஞிராமமேனோன், என்னிடம் பேசுவதற்கு நீதிமன்ற அனுமதி பெற்றார். நாங்கள் உயர்நீதிமன்ற பதிவாளரின் அறையில் வைத்து பேசினோம். வழக்கு குறித்த விஷயத்தை இரகசியமாகப் பேச வேண்டுமென்று வழக்கறிஞர் கேட்டுக்கொண்டபோது பதிவாளரும் அனுமதித்தார். வழக்கின் போக்கு சற்று பாதகமாக இருப்பதாகவும் அமர்வு நீதிமன்றத் தீர்ப்பு, இங்கே அதிகரிப்பதற்கான சாத்தியங்களிருப்பதாகவும் அவர் சொன்னார். தண்டனையை அதிகரிக்க வேண்டுமென்ற விஷயத்தில் அரசு மிகுந்த பிடிவாதத்துடனிருப்பதாகவும் அவர் குறிப்பிட்டுச் சொன்னார். வழக்கறிஞரிடம் விடைபெற்று நான் மீண்டும் திருவனந்தபுரத்திற்குப் பயணமானேன்.

அந்தத் தீர்ப்பு, 1973 நவம்பர் மாதத் தொடக்கத்தில் வெளியானது. புல்பள்ளி வழக்கில் நானுட்பட பதிமூன்று பேர்களுக்கு ஆயுள் தண்டனை விதிக்கப்பட்டது. சிலரது ஐந்து வருட தண்டனை உறுதி செய்யப்பட்டது. ஆயுள் தண்டனை விதிக்கப்பட்டவர்களில் புல்பள்ளி கலகத்துடன் எந்தவிதத் தொடர்புமில்லாத தோமஸ் மாஸ்டரும் குஞ்ஞிப்பணிக்கரும் கேசவனும் உட்படுவார்கள். அமர்வு நீதிமன்றத்தில் ஒரு சதியாலோசனையின் பின் விளைவு என்று சந்தேகிக்குமளவில் வழக்கிலிருந்து விடுதலை செய்யப்பட்ட ஃபிலிப் எம்.பிரசாத்திற்கும் ஆயுள் தண்டனை கிடைத்தது. அமர்வு நீதிமன்றத்தில் முழுமையாக விடுவிக்கப்பட்ட தலச்சேரி வழக்கிலுள்ள சிலருக்கு இரண்டு மூன்று வருடங்கள் வீதம் தண்டனை கிடைத்தது. இதில் அப்பாவுக்கும் மூன்று வருட தண்டனை கிடைத்தது. உயர்நீதி மன்றத்தில் அரசின் பிடிவாதம்தான் வெற்றிபெற்றது.

கேரளத்தில் இதுவரையிலும் நடந்த நக்சலைட் வழக்குகளில் இப்படி அமர்வு நீதிமன்றத்தின் தீர்ப்பை ஒரேயடியாக புரட்டிப் போடுவதுபோல், தண்டனையை முடிந்தவரைக்கும் அதிகமாக்கிய மற்றொரு வழக்குக் கிடையாதென்பது மறுக்க முடியாத உண்மை யாகும். அமர்வு நீதிமன்றத்தின் தீர்ப்பு வெளியான மறுநாளே உள்துறை யமைச்சர் கருணாகரன், பத்திரிகையாளர் சந்திப்பில் தலச்சேரி— புல்பள்ளி வழக்கில் அமர்வு நீதிமன்றத்தின் தீர்ப்பை எதிர்த்து அரசு மேல்முறையீடு செய்யப்போவதாக ஆக்ரோசத்துடன் குறிப்பிட்ட பத்திரிகைச் செய்தியைப் பற்றி நான் ஏற்கனவே சொன்னேன். அமர்வு நீதிமன்றத்தின் தீர்ப்பு குறைந்துபோய் விட்டதாம். தொடர்ந்து கேரளம் முழுவதும் நடந்த நக்சலைட் சம்பந்தமான எந்த வழக்குகளிலும் இதுபோல் உள்துறை அமைச்சர் இத்தனை வீராப்புடனும் பிடிவாத மாகவும் அரசுத் தரப்பிலான மேல்முறையீடு பற்றி அறிக்கை வெளி யிட்டதே கிடையாது.

அரசாங்க மேல்முறையீட்டின்மீது உயர்நீதிமன்றத்தில் எதிர் மனுத் தாக்கல் செய்யக் கூடாதென்றுதான் நான் முதலில் முடிவு செய்திருந்தேன். அதற்கான முக்கியக் காரணம், அதிகார இயந்திரம்,

தனது முழு சக்தியையும் பயன்படுத்தி, தண்டனையை அதிகமாக்குவதற்கான எல்லா வாய்ப்புகளுமிருக்கின்றன என்பதை நாங்கள் நன்றாகவே புரிந்து வைத்திருந்ததுதான். கோழிக்கோடு அமர்வு நீதிமன்றத்தின் அந்த சாதகமான சூழலை உயர்நீதிமன்றத்தில் உருவாக்குவது எங்களால் இயலாது. முதல் விஷயம், எங்களுக்கு உதவியாக எந்த இலாபத்தையும் எதிர்பார்க்காமல் வாதாட முன்வந்த வழக்கறிஞர் நண்பர்களை எரணாகுளத்திற்கு இந்த வழக்குக்காக மட்டுமே அனுப்ப வேண்டியதிருந்தது. மட்டுமல்ல, தண்டனையை அதிகப்படுத்துவதற்கான அச்சுதமேனோன் அரசின் நோக்கம் அந்தப் பத்திரிகையாளர் சந்திப்பிருந்தெல்லாம் தெளிவாகவே தெரிந்துபோய் விட்டது. இனி உயர்நீதிமன்றத்தில் வழக்கைத் தொடர்ந்து நடத்துவதால் எந்தப் பலனுமில்லையென்பதையும் நாங்கள் உணர்ந்துகொண்டோம். மரணதண்டனை கிடைத்தால் அதை எதிர்கொள்ளவும் நாங்கள் தயாராகவே இருந்தோம். ஆனால், வழக்கின் மற்ற பிரதிகள் எதிர் மனுத் தாக்கல் செய்யவிருப்பதால் என்னிடம் மனுவில் கையெழுத் திடும்படி வழக்கறிஞர் குஞ்ஞிராமமேனோன் நிர்ப்பந்தம் செய்தார். மற்றவர்களுக்கு நாம் தடையாக இருக்க வேண்டாமென்று கையெழுத் திட்டேன். இதற்கும் மேலாக இந்த வழக்கில் எதிர் மனுவின்மீது எதைச் செய்வதற்கும் நாங்கள் தயாராக இல்லையென்று வழக்கறிஞரிடம் சொல்லி விட்டோம்.

வழக்கின் தீர்ப்பு, உயர்நீதிமன்றத்தில் முடிவு செய்யப்பட்ட தல்ல. மற்ற ஏதோ ஒரு உயர்மட்டத்திலிருந்து அது ஏற்கனவே முடிவு செய்யப்பட்டு விட்டது. அரசாங்கம், சரடிமூக்கத் தோதுவான ஒரு டிவிஷன் பெஞ்சின்கீழ் வழக்கு நடந்துகொண்டிருந்ததுவும் இந்த முடிவுக்கான அடிப்படைக் காரணமாக இருந்தது. தீர்ப்பு சொல்லப் படுவதற்கு சில மாதங்களுக்கு முன்பே, தண்டனையை அதிகரிக்க வேண்டியதிருக்குமென்றும் இந்த முடிவில் நான் எதுவும் செய்ய இயலாதவனாக இருக்கிறேன் என்றும் நீதிபதிகளிலொருவர் எங்களுக்கும் வழக்கறிஞருக்கும் பொதுவான ஒரு நண்பரிடம் சொல்லி யிருந்ததாகப் பிறகு நாங்கள் அறிந்துகொண்டோம்.

அதிகார இயந்திரத்தை எல்லா வகையிலும் கட்டுக்குள் வைத்திருப்பவர்கள், தங்களுக்கெதிராக தலைதூக்குகிற சக்திகளை அது மிகப் பலவீனமாகவே இருந்தாலும் எந்த அளவுக்குப் பயப்படுகிறார்களென்பதை இந்தத் தீர்ப்பு தெளிவாகச் சொல்லி விட்டது. அதேநேரம் ‘மிகப் பயங்கர’மென்று விசேஷமாக வர்ணிக்கப் பட்ட சில நக்சலைட் வழக்குகளைக்கூட எந்த விதத் தண்டனையுமி ல்லாமல் விடுவிக்கப்பட்டதையும் தீர்ப்புகளை எதிர்த்து அரசாங்கம் விரல்கூட அசைக்காமலிருப்பதையும் பார்க்கும்போது அரசின் இரகசிய மான ஏதோ ஒரு யோசனையின்படியே இதெல்லாம் நடந்திருக்கிறதோ என்ற சந்தேகம் வருகிறது.

ஒரு விஷயம் தெளிவாகத் தெரிய வருகிறது. புரட்சியாளர்

களுக்கிடையில்கூட அரசாங்கம் தெளிவான ஒரு வரம்பு வைத்திருக்கிறது. வேண்டியவர்கள் யார், வேண்டாதவர்கள் யாரென்று அவர்கள் புரிந்துவைத்திருக்கிறார்கள். புரட்சியின் முழக்கத்தை எல்லாரை விடவும் சத்தமாக முழங்குபவர்கள்தான் புரட்சியைப் பொறுத்தவரைக்கும் பெரும்பாலும் ஆபத்தானவர்களென்று வரலாறு தெளிவு படுத்தியிருக்கிறது. யேசு கிறிஸ்துவை, அனைத்துச் சீடர்களை விடவும் அதிகமாக துதி பாடிய யூதாஸ்தான் கடைசியில் அவரை எதிரிகளுக்குக் காட்டிக்கொடுத்தான். மாவோவின் போராட்டத் தோழனாக நடித்து அவருடைய வாரிசெனும் நிலையில் ஒன்பதாம் பார்ட்டி காங்கிரசின் ஆட்சி மன்றக் குழுவில் இடம் பிடித்த லின்பியாவோதான் பிறகு அவரைக் கொல்வதற்கும்கூட இரகசிய திட்டமிட்டான். இப்படியாக எத்தனை உதாரணங்கள் வேண்டுமானாலும் சொல்ல முடியும்.

தீர்ப்பு, ஆயுள் தண்டனையாக அதிகரித்திருப்பதை அறிந்ததும் ஒரு விஷயத்தை நான் மிகத் தெளிவாகவே புரிந்துகொண்டேன். இனி நான் சிறையிலிருந்து வெளிவருவதென்பது நிறைவேறாத கனவு மட்டும்தான். மிகப் பெரிய அற்புதங்கள் ஏதாவது நிகழ்ந்தாலொழிய திருவனந்தபுரம் மத்திய சிறையில் பெண்கள் வார்டினுள் எனக்காகவே கட்டப்பட்ட கோழிக்கூண்டிலிருந்து விடுதலையடைய முடியாதென்பது தெளிவாகத் தெரிந்துபோய் விட்டது. கண்ணூர் மத்தியச் சிறைக்குக்கூட அரசாங்கம் என்னை அனுப்பி வைக்காதென்பதும் புரிந்துவிட்டது. ஆகவே, இந்தத் தண்டனையால் எனது புரட்சி உணர்வை ஒடுக்கி விட முடியாதென்பதை அரசுக்கு உணர்த்த வேண்டுமென்று நான் முடிவு செய்தேன். மார்க்சிய— லெனினிய—மாவோயிச சிந்தனைகளிலிருந்து பாடம் படிக்கும் ஒருவரை மனரீதியாகத் தளர்த்துவதென்பது இயலாத காரியமென்பதைத் தெளிவுபடுத்தும் கடமையும் எனக்கிருப்பதாகப் புரிந்துகொண்டு ஆயுள்தண்டனை கிடைத்த நாள்முதல் என்னுடைய சித்தாந்தக் கல்வியை மேலும் பிடிவாதத்துடன், தொடர்ந்து மேற்கொண்டேன்.

28

பெண்கள் வார்டின் சூழ்நிலை

1973 நவம்பரில் உயர் நீதிமன்றம் ஆயுள் தண்டனை விதித்தபோது என்னுடைய மனநிலையை அறிந்து கொள்வதற் காகவும் தொடர்ந்து நான் செயல் படுவதற்கான உத்வேகத்தைத் தூண்டுவதற்காகவும் அம்மா திருவனந்தபுரத்திற்கு வந்தார். வரும்போது எனக்குத் தேவை யான புத்தகங்களும் பிற சாதனங் களும் கொண்டு வந்தார்.

அம்மா நேர்காணலுக்கு வரவிருப்பதை அறிந்ததும் எனக்கு மிகவும் மகிழ்ச்சியாக இருந்தது. நாங்கள் கண்ணூர் சிறையில் வைத்துப் பிரிந்து ஒரு வருடம் கடந்து விட்டது. தண்டனை அதிகரித்ததில் எனக்கு எந்தவித மனவருத்தமுமில்லையென்றும்

எது வந்தாலும் புரட்சி பாதையில் உறுதியுடன் நிற்கவே நான் முடிவு செய்திருப்பதாகவும் அம்மாவிடம் சொல்லி விட வேண்டுமென்று நான் முடிவு செய்திருந்தேன். அம்மாவைக் காண்பதற்காக என்னை அலுவலக அறைக்கு அழைத்துச் செல்லும்போது அம்மா அங்கே அமர்ந்திருக்கிறார். அம்மாவின் முகத்தில் தன்னம்பிக்கையும் என்னைப் பார்க்க முடிந்ததில் மகிழ்ச்சியும் நிரம்பியிருந்தது. அப்பாவைப் பற்றிய எல்லா விவரங்களையும் அம்மா அறிந்துகொண்டுதானிருக்கிறார் என்பதை அந்த முகமே சொன்னது. இருந்தாலும் சிறை அதிகாரியின் முன்னிலையில் என்னிடம் அந்தப் பிரச்சினையின் உண்மை நிலவரத்தை மறைத்து ஒரு நாடகம் நடத்தினார். உயர்நீதி மன்றத்தின் தீர்ப்பைப் பற்றி எந்தவொரு சஞ்சலமுமடைய வேண்டாமென்றும் எத்தனை வருட சிறை வாழ்க்கையாக இருந்தாலும் அதற்குத் தயாராகவே இருக்க வேண்டுமென்றும் சித்தாந்தக் கல்வியில் மேலும் கவனம் செலுத்த வேண்டுமென்றும் அம்மா அறிவுறுத்தினார். சிறையில் படிப்பதற்கான வாய்ப்புகள் மிகுதியாக இருக்குமென்பதால் காரல்மார்க்சின் 'மூலதனம்' போன்ற அபூர்வமான படைப்புகளை மனதிலிருத்தி நன்றாகப் படிக்க வேண்டுமென்றும் அம்மா என்னிடம் கண்டிப்புடன் சொன்னார். என்னை மனரீதியாகத் தளர்த்துவதற்காகவே அச்சுதமேனோன் அரசாங்கம் இப்படியெல்லாம் செய்கிறதென்பதையும் நினைவுபடுத்திவிட்டு தன்னம்பிக்கையை மேலும் வலுப்படுத்துவதற்காக மார்க்சிய — லெனினிய — மாவோயிச சிந்தனைகளில் ஆழ்ந்திறங்க வேண்டுமென்றும் அம்மா சொன்னார். வறுமையிலும் துயரத்திலும் தினம்தோறும் தெரிந்தே தள்ளப்படுகிற நமது மக்களை எப்போதும் மனதில் வைத்திருக்க வேண்டுமென்றும் அம்மா கடைசியாக நினைவூட்டினார். இங்கே உன்னுடைய நிலைமைகள் எப்படியிருக்கிறதென்று அம்மா கேட்டபோது, நான் ஏகாந்தவாசத்திலிருப்பதாகவும் பகல்நேரத்தில் அறையைத் திறந்து வைப்பார்களென்றாலும் அறையையும் வராந்தாவையும் கடந்து வெளியே போக அனுமதி கிடையாதென்பதையெல்லாம் சொன்னேன். கண்ணூர் சிறையின் சூழலிலிருந்து முற்றிலுமாக மாறுபட்ட இந்தச் சூழலைப் பற்றி சுருக்கமாகச் சொல்லி முடித்தேன். அந்த இடத்தில் வைத்து விரிவாகப் பேசவும் இயலாது. அன்றைய நேர்காணலில் அரை மணி நேரத்திற்குமதிகமாக நாங்கள் பேசிக்கொள்வதற்கு அதிகாரிகள் அனுமதித்தார்கள். அப்படியாக அந்த நேர்காணலை சரியாகப் பயன்படுத்த முடிந்தது. அம்மா கொண்டு வந்த புத்தகங்களையும் பிற பொருட்களையும் மறுப்பெதுவும் தெரிவிக்காமல் சிறை அதிகாரிகள் வாங்கி வைத்துக்கொள்ளவும் செய்தார்கள்.

சிறையின் மூச்சுத் திணற வைக்கும் தனிமையில் திடீரென்று வெளிப்படும் ஒரு ஒளிக்கீற்றுபோல் இதுபோன்ற சந்திப்புகள் நிகழ்ந்தால் பிறகு கொஞ்ச நாட்களுக்கு முன்நகர்ந்து செல்வதற்கான ஊட்டம் கிடைக்கும். என்னுடைய இந்தச் சிறை வாழ்க்கையை மிகவும் சிரமமானதாக மாற்றும் எல்லா வாய்ப்புகளையும் அரசாங்கம்

பயன்படுத்தியிருந்தது. என்னிடம் அரசியல் விரோதத்துடன் நடந்துகொள்வது மட்டுமல்ல, மற்ற கைதிகளிடம் அதிகாரிகள் நடந்துகொள்ளும் முறையும் மிகுந்த மன வேதனையை தரும்விதமாகவே இருந்தது. அதிகாரத் திமிருடனான அந்த அணுகுமுறையையும் சுருக்கமாக விவரித்து விடுகிறேன்:

பெண் கைதிகளை, நெல் குத்துவது, கோதுமைப் புடைப்பதுபோன்ற கஷ்டமான வேலைகளைச் செய்ய வைப்பார்கள். விசாரணைக் கைதிகளுக்கு அவர்களுடைய விருப்பத்திற்கு மாறாக எந்த வேலையையும் கொடுக்கக் கூடாதென்று சிறைச் சட்டம் சொல்கிறது. அதுபோல் தண்டனைக் கைதிகளாகவே இருந்தாலும் அவர்கள் செய்யும் வேலைக்கு சிறிதளவு கூலியையாவது கொடுத்து விடவேண்டுமென்றும் அந்தச் சட்டம் சொல்கிறது. ஆனால், நான் அங்கே இருந்தவரைக்கும் அதிகாரிகள் எந்தவித பாகுபாடுகளுமில்லாமல் பலப்பிரயோகத்தைப் பயன்படுத்தி இந்த வேலைகளையெல்லாம் கைதிகளைச் செய்ய வைத்தார்கள். இதில் யாருக்குமே கூலி கொடுப்பதுமில்லை. ஏதாவொரு பெண், உடல்நிலை சரியில்லாமலோ வேறு காரணத்தினாலோ வேலை செய்யாமலிருந்தால் அடி உதை மூலம் வலுக்கட்டாயமாக வேலை வாங்குவதையும் நான் பலமுறை பார்த்திருக்கிறேன். புதிதாக வரும் கைதிகளை வார்டுக்குள் கொண்டுவரும்போதே கொடூரமாகத் தாக்கிய சம்பவங்கள், என்னை மிகவும் பாதித்தது. குறிப்பாக, இந்தக் கைதிகள் விபச்சார வழக்கில் தண்டிக்கப்பட்ட துரதிர்ஷ்டவதிகளாக இருந்தால் அவர்களை நடத்துகிற முறை நீசமாக இருக்கும். சில வேளைகளில் தங்களுக்குப் பிடிக்காத கொலைக் குற்றவாளிகள் உள்ளே வந்ததும் கொடூரமாக தாக்குவதில் சில பெண் வார்டன்கள் உள்ளார்ந்த மகிழ்ச்சியடைவதுபோல் எனக்குத் தோன்றியது. உதாரணமாக, ஊர்க்காரர்கள் முன் தலை குனிவை ஏற்படுத்திவிடுமென்று பயந்து தான் பெற்ற குழந்தையை தண்ணீரில் மூழ்கடித்துக் கொன்ற நேமத்தைச் சேர்ந்த சரசம்மா எனும் நடுத்தர வயதுப் பெண் உள்ளே வந்ததும் ‘இடிப்பீஸ்’ என்று நான் பட்டப்பெயர் சூட்டிய ஒரு பெண் வார்டன் நானிருந்த அறையின் பின்னால் வைத்து அவளது முதுகில் தொடர்ந்து குத்தினாள். ஐம்பது தடவைக்கும் அதிகமாகவே குத்தியிருப்பாள். ஒவ்வொரு குத்தும் அந்த அந்த வார்டுக்குள்ளிருக்கும் எல்லாக் கைதிகளுக்கும் கேட்கும்படியாக முழங்கியது. ஒரு பெண், மற்றொரு பெண்ணிடம் காட்டும் இந்த மிருகத்தனத்தை நான் வெறெந்த சிறைச்சாலையிலுமே பார்த்ததில்லை. தாங்கிக்கொள்ள முடியாத வருத்தமும் வேதனையும் மேலிட நான் என்னுடைய கோழிக்கூண்டில் உட்கார்ந்தபடியே கொந்தளித்துக்கொண்டிருந்தேன். அங்கிருந்த மற்ற கைதிகளும் கொடூரமான இந்த சித்திரவதையின் சத்தம் கேட்டு ஸ்தம்பித்து நின்றிருந்தார்கள். பரஸ்பரம், கண்களாலும் கை சைகையாலும் உணர்வுகளைப் பகிர்ந்துகொள்வதைத் தவிர எங்களால் வேறென்ன செய்ய முடியும்? பாவம், அந்தப் பெண்

சித்திரவதைகளெல்லாம் முடிந்து அதிர்ச்சியடைந்த நிலையில் வெறித்தக் கண்களுடன் மற்ற கைதிகளுடன் அமைதியாக நடந்துபோவதைக் கண்டபோது நான் அழுது விட்டேன். சித்திரவதை செய்வதில் பெண் வார்டன்களிடையே போட்டி நடந்தது. குறிப்பாக, இளவயது வார்டன்கள் கைதிகளை எதையாவது காரணம் சொல்லியும், சிலவேளைகளில் காரணமே இல்லாமலும் அடிக்கவும் உதைக்கவும் செய்வதை தங்களுடைய கௌரவத்திற்கான அடையாளம் என்று நினைக்கிறார்களோ என்பதுபோலிருக்கும் அவர்களது பாவனைகள். வயதான பெண் வார்டன்கள், சற்றுப் பரிதாபம் காட்டினாலும்கூட இவர்கள் பொருட்படுத்துவதே கிடையாது. உயர் அதிகாரிகள் இவர்களிடம் கைதிகளை தினம்தோறும் அடித்து சரிப்படுத்தி வைத்துக்கொள்ளவேண்டுமென்று கண்டிப்புடன் சொல்லி வைத்திருக்கிறார்கள். இந்தக் கட்டாயப் பரிந்துரைதான் கைதிகளை உதைப்பதற்கான மேலும் உற்சாகத்தை அவர்களுக்கு அளிக்கிறது. இந்தச் சித்திரவதைகள் பெரும்பாலும் நானிருக்கும் அறையின் பின்பக்கத்தில்தான் நடக்கும்.

என்னிடம் நெருங்க முயற்சிக்கும் கைதிகளுக்கு ஏற்படும் அனுபவங்களைப் பற்றி நான் ஏற்கனவே ஒரு இடத்தில் குறிப்பிட்டிருந்தேன். சிறு குழந்தைகளைக்கூட என்னிடம் வர அவர்கள் அனுமதிப்பதில்லை. ஏதாவது குழந்தைகளின்மீது என் மனதில் வாஞ்சை தோன்றுவதாக அவர்களுக்கு சிறு சந்தேகம் வந்தால்கூட போதும். உடனே அவர்களின் அம்மாக்களிடம் சொல்லிப் பயமுறுத்தி வைத்து விடுவார்கள். இது சம்பந்தமான ஒரு சம்பவத்தைக் குறிப்பிடுகிறேன்: கொலைக் குற்றவாளியான செல்லம்மைக்கு சுஜாதா எனும் இரண்டு வயதான குழந்தையிருந்தது. தன்னுடைய களங்கமில்லாத முகத்தில் எப்போதும் புன் சிரிப்புடனிருக்கும் அந்தக் குழந்தை, காராக்கிரகத்தின் வேதனையை மனத்திற்குள் அடக்கி வைத்து வாழ்க்கையை நகர்த்திக்கொண்டிருக்கும் மற்ற கைதிகளுக்கு மிகுந்த மன மகிழ்ச்சியைத் தந்துகொண்டிருந்தது. எனக்கும் மற்ற கைதிகளுக்குமிடையே அதிகாரிகள் போட்டு வைத்திருக்கும் எல்லைக்கோடு குழந்தை சுஜாதாவுக்கு தெரியுமா? வராந்தாவின் ஒரு மூலையிலிருந்து மறு மூலைவரை ஓடி விளையாடும் அந்தக் குழந்தையிடம் அவ்வப்போது நானும் கொஞ்சுவதுண்டு. என்னுடைய இந்தச் செயல், அதிகாரிகளின் கண்களில் தட்டுப்பட்டு விட்டது. ஒரு நாள் அந்தக் குழந்தை என் அறைக்குள் வந்தது. குழந்தைக்கும் அம்மாவுக்கும் சிக்கல் வந்து விடக்கூடாதே என்ற எண்ணத்தில் நான் குழந்தையை எடுத்துக்கொண்டு வெளியில் வந்தேன். திடீரென்று எங்கிருந்தோ ஓடிவந்த வயதான ஒரு பெண் வார்டன், என் கைகளிலிருந்த குழந்தையின் சிரிப்புப் பூத்து நின்ற முகத்தில் ஓங்கி அறைந்து விட்டாள். இதயத்தில் யாரோ கட்டாரியைச் சொருகியைப்போல் நான் துடித்துப்போனேன். கீழே இறக்கி விட்டதும் அந்தக் குழந்தை கண்களில் நீர் ததும்ப சத்தமில்லாமல் ஓடிய

காட்சியைக் கண்டபோது என்னால் தாங்கிக்கொள்ளவே முடியவில்லை. என்னுடைய எல்லாக் கட்டுப்பாடுகளையும் இழந்துபோன நான் கண்மண் தெரியாத கோபத்துடன் அந்தப் பெண் வார்டனிடம் சண்டைபோட ஆரம்பித்து விட்டேன். கைதிகளாக இருக்கும் எங்களுக்கு சிறு ஆறுதலாக இருக்கும் குழந்தையின் அழுது கலங்கிய கண்கள் நினைவுக்கு வரும்போதெல்லாம், என்னிடம் வந்த ஒரே காரணத்திற்காக எதுவுமறியாத அந்தக் குழந்தைக்குக் கிடைத்த அடியின் வேதனை என்னுடைய மனத்தில் இன்றுகூட மாறாமலிருக்கிறது.

கைதிகளுக்குக் கிடைக்கும் உணவைப் பற்றி சொல்வதானால் அது இதையெல்லாம் விட கொடுமை. சிறைத்துறையின் அடி முதல் நுனிவரை தலை விரித்தாடுகிற ஊழலின் கதையை உரத்துச் சொல்லும் மிக முக்கியமான விஷயம் இது. அரசாங்கத்தின் சிறைச் சட்டப்புத்தகத்தில் மட்டுமே எழுதப்பட்ட ரேஷன் பங்கீட்டை எந்த விதமான வெட்டோ குறைப்போ இல்லாமல் வழங்குவதாக இருந்தால் 'சி' வகுப்புக்கான உணவுகூட அவ்வளவு மோசமாக இருக்காது. ஆனால், உணவு வகைகளை சிறைக்குக் கொண்டு வந்து சேர்க்கும் பொறுப்பையேற்றிருக்கும் ஒப்பந்தக்காரன், சிறைக் கண்காணிப்பாளர், சிறை அதிகாரிமுதல் கீழ்நிலையிலுள்ள வார்டன்கள்வரையிலும் எடுக்கவேண்டியதை எடுத்த மிச்ச மீதிகள்தான் 'சி' வகுப்பினருக்குக் கிடைக்கும். பங்கீட்டின்படி எங்களுக்கு இறைச்சியும் மீனுமெல்லாம் கிடைக்கவேண்டும். ஆனால், புளுத்து நாறும் கருவாடும் இறைச்சியின் வீச்சமும்தான் வருமே தவிர வேறு எதையாவது பார்க்க வேண்டுமென்றால் தவமிருக்க வேண்டும். மீன் தாராளமாகக் கிடைக்கும் கேரளக்கரையின் சிறைச்சாலைகளில், பண்டைய காலத்தில் பிரிட்டிஷ்காரன் சட்டப் புத்தகத்தில் எழுதி வைத்த கருவாடை மட்டுமே இன்றும் பயன்படுத்த வேண்டுமாம். அதுகூட புளுத்து நாற்றம் பிடித்ததாகவே இருக்கும். ஆகாரத்தின் விஷயம் இப்படியென்றால், புரட்டிக்கொள்ள தரும் தேங்காயெண்ணெயும் உடுத்திக்கொள்ள தருகிற வேட்டி மற்றும் பிளவுசின் கதைகள் வேறு. ஒரு லைஃபாய் சோப்புக்கு இரண்டு லிட்டர் தேங்காயெண்ணெய் எனும் விகிதத்தில் கைதிகளிடமிருந்து வார்டன்கள் ஈடாக்குவார்கள். துவைப்பதற்கு வெறும் இரண்டு சிறு கட்டி சோப்புகள் கொடுக்கும் அரசாங்கம், குளிப்பதற்கென்று எதுவுமே கொடுப்பதில்லை. கைதிகளுக்கு வினியோகிப்பதற்காகக் கொண்டு வரும் எந்த ஒரு பொருளாக இருப்பினும் அதில் பெரும் பகுதியையும் அந்தப் பெண் வார்டன்கள் எடுத்துப்போக மிச்சமிருப்பதையே வினியோகிப்பார்கள். திங்கள்கிழமை தோறும் கண்காணிப்பாளர் தொடங்கிய உயரதிகாரிகள், கைதிகளின் குறைகளைக் கேட்பதற்காக பரேடு எனும் பெயரில் அழகாக ஒரு நாடகம் போடுவார்கள். அப்போது, ரேஷன் குறைபாடு பற்றியோ இதுபோன்ற ஏதாவது ஊழலைப் பற்றியோ புகார் சொல்வதற்கு ஒரு கைதி தயாராக இருப்பதாகத் தெரிய வந்தால்

கேட்டுக்கு வெளியே வந்ததுமே பெண் வார்டன்களை அழைத்து அவளை அடித்துச் சரிப்படுத்துவதற்கு உத்தரவிடுவார்கள். இந்த விஷயத்தை அறியும் மற்றொரு பெண் பிறகு இப்படியான புகார் எதையும் சொல்வாளா?

பெண்கைதிகளுக்கு உடல் நலக்குறைவு ஏதாவது ஏற்பட்டால்கூட பெரும்பாலான சிறை மருத்துவர்களும் மருத்துவமனை நிர்வாகமும் மிகச் சாதாரணமாகவே எடுத்துக்கொள்ளும். வெளி மருத்துவமனையில் வைத்து சிகிச்சை செய்ய வேண்டிய ஏதாவது நோய்களென்றால் பெண் வார்டன்கள் முடிந்தவரைக்கும் இந்தப் பணியிலிருந்து விலகிக்கொள்ளவே முயற்சி செய்வார்கள். ஆகவே, எந்த நோய்களாக இருந்தாலும் சரி, அதிகாரிகளிடம் தெரியப்படுத்தாமல் சமாளிப்பதற்கே அவர்கள் முயற்சிப்பார்கள். குறிப்பாக, கர்ப்பிணிப் பெண்களைக் கவனிப்பதில் அவர்கள் காட்டுகிற உதாசீனம், இவர்கள் தங்களுடைய வாழ்க்கையில் மனைவியாகவோ தாயாகவோ இருப்பார்களா என்ற சந்தேகம் வந்து விடுமளவில் இருக்கும். ஒருநாளிரவு நேரத்தில் ஒரு கர்ப்பிணிக்கு பிரசவ வலியேற்பட்ட விவரத்தை பெண்வார்டன்களிடம் சக கைதிகள் தெரிவித்தார்கள். வார்டன்களோ எதையெதையோ சொல்லி பொழுது விடிவதற்காகக் காத்திருந்தார்கள். ஆனால், அதற்குள் குழந்தை உயிருடன் பாதியளவு வெளியே வரவும், வார்டன்கள் திட்டுகிற சத்தம் கேட்டு அந்தத் தாய், குழந்தையை அடக்கிப் பிடித்துக்கொண்டாள். சிறிது நேரத்தில் குழந்தை இறந்துபோய் விட்டது. ஆனால், உயரதிகாரிகளும் சிறை மருத்துவரும் வந்து சம்பவங்களை விசாரித்த பிறகும் வார்டன்களைக் குற்றத்திலிருந்து காப்பாற்றும் முயற்சியையே மேற்கொண்டார்கள். பெண்வார்டன்கள் காட்டிய குரூரங்களைப் பற்றி கர்ப்பிணியுடன் அதே அறைக்குள்ளிருந்த மற்ற கைதிகள், அதிகாரிகளிடம் தெரிவித்தபோது அவர்கள் கண்டுகொள்ளவே இல்லை. ஆதரவற்றவர்களும் அவமரியாதைக்குரியவர்களுமான தெரு விபச்சாரிகளின் குழந்தைகளுக்கு என்ன மதிப்பிருக்க முடியும்? அந்தக் குழந்தை, சிறையதிகாரிகளால் கொல்லப்பட்டது. இந்த வழக்கைப் பதிவு செய்யவோ தண்டனையளிக்கவோ ஒரு நீதிமன்றமும் எந்தச் சட்டமும் இன்றுவரை இல்லையென்பதுதான் உண்மை நிலை. இந்தச் சம்பவத்திற்கு முன்பும் பின்பும் இதுபோன்ற பல்வேறு அனுபவங்களை நான் நேரடியாகவே பார்த்திருக்கிறேன். அதையெல்லாம் விவரமாகச் சொல்வதானால் தனியொரு புத்தகமே எழுத வேண்டும். தனிப்பட்ட சில விவரங்களைச் சுட்டிக்காட்டுவதன்மூலம் சிறை வாழ்க்கையைப் பற்றிய பொதுவான ஒரு புரிதலை உருவாக்குவது மட்டும்தான் இங்கே எனது நோக்கம்.

இங்கிலாந்தைச் சேர்ந்த மேரி டெய்லர் எனும் பெண் எழுதிய 'இந்திய சிறைச்சாலையில் நான் செலவிட்ட வருடங்கள்' எனும் புத்தகம் இந்த சந்தர்ப்பத்தில் குறிப்பிட்டுச் சொல்லப்படவேண்டிய

ஒன்று. பீகாரில் ஹஸாரிபாக் சிறையிலும் ஜாம்ஷெட்பூர் சிறையிலும் தீவிரமான மனரீதியிலான சோதனைகள் நிறைந்த ஐந்து வருடங்களைத் தள்ளி நீக்கிய அந்த சகோதரி, இந்திய சிறைச்சாலைகளைப் பற்றிய ஒரு சித்திரத்தை உண்மையாகவும் உள்ளார்ந்த வலிகளோடும் வரைந்து காட்டியிருக்கிறார். அதுபோன்ற ஒரு வாழ்க்கையை அனுபவித்தவள் என்பதால் அதை என்னால் சரியாகவே உணர்ந்துகொள்ள முடிந்தது. இதனால்தான் நான் அந்தப் புத்தகத்தை மிகவும் மதிக்கிறேன். இடமும் காலமாறுபாடுகளும் மாநிலங்களின் அரசியல் சூழ்நிலைகளிலிருக்கும் வேறுபாடுகளும் அந்தந்தச் சிறைச்சாலைகளின் சூழல்களில் வெளிப்பூச்சில் சில வித்தியாசங்களை உணர்த்துவதாக இருந்தாலும், அடிப்படையில் அதன் சாராம்சங்கள் அனைத்தும் பொதுவானவைதான். 1957இல் இ.எம்.எஸ்., மந்திரிசபை அதிகாரத்திற்கு வந்தபோது சில, சிறை சீர்திருத்த நடவடிக்கைகளை மேற்கொண்டதாகவும் கேரளத்தில் சிறைக்கைதிகள் அனைவரும் நலமுடனுள்ளார்கள் என்றெல்லாம் தவறான அரசியல் நோக்கத்துடன் தொடர்ந்து பிரச்சாரம் செய்கிறார்கள். இது, ஓட்டு வாங்குவதற்காகச் சொல்வது மட்டுமே என்பதை நாம் அனைவரும் நினைவில் வைத்திருக்க வேண்டும். சிறைச்சாலைகளில் சோதனைச் சுற்றுலா நடத்துவதாலோ மேம்போக்கான சிறைச் சீர்திருத்த நடவடிக்கைகளை மேற்கொள்வதாலோ கைதிகளை கால்நடைகள்போல் ஒடுக்கிவைப்பது எனும் அடிப்படைக்குணத்தை மாற்றி விட முடியாது. இன்றைய சுரண்டல், ஒடுக்குமுறைக் கட்டமைப்பை வேருடன் பிடுங்கியெறிவதால் மட்டுமே மற்றெல்லாப் பிரச்சினைகளையும்போல் இதற்கும் ஒரு உண்மையான விடிவுகாலம் ஏற்படுமென்பதை சமூக நன்மையில் உள்ளார்ந்த ஆர்வமுள்ளவர்கள் தாமதமில்லாமல் உணர்ந்துகொள்வார்களென்று நம்புகிறேன்.

என்னை மற்ற கைதிகளிடமிருந்து தனிமைப்படுத்துவதுடன் ஒரு ஆயுள்தண்டனைக் கைதிக்கு சட்டப்படி தரவேண்டிய வேலையைக்கூட அரசாங்கம் எனக்கு அனுமதிக்கவில்லை. ஏதாவதொரு தொழிலில் ஈடுபடுவதென்பது இருபத்து நான்கு மணி நேரமும் ஒரு கோழிக்கூண்டிலடைந்து கிடைப்பதை விடவும் எத்தனையோ மடங்கு மேலானது, ஆனால், இப்படியான ஒரு மன ஆறுதலைக்கூட எனக்குத் தருவதற்கு அரசாங்கம் தயாராக இல்லை. இவையனைத்தும் என் மனதின் சமநிலையைத் தவற வைப்பதற்காக, அதாவது என்னை ஒரு மனநோயாளியாக மாற்றுவதற்காக ஏற்கனவே முடிவு செய்யப்பட்ட இரகசிய திட்டத்தின் ஒரு பகுதியாகவே இருந்தது என்பதைக் காலங்கள் கடந்துபோன இந்தச் சூழ்நிலையில் நின்று பார்க்கும்போது என்னால் புரிந்துகொள்ள முடிகிறது. முற்றிலும் பாதகமான இந்நிலையை என்னால் கடக்க முடிந்த ஒரேயொரு மார்க்கம் சித்தாந்தக் கல்விதான்.

அம்மா என்னைப் பார்க்க வரும்போது கொண்டுவரும்

புத்தகங்களைகூட ஐந்தாறு மாதங்கள் கழிந்த பிறகு என் தொந்தரவு தாங்க முடியாமல் தணிக்கைசெய்து, அனுமதியுடன் தருவார்கள். சில புத்தகங்களைத் தர அனுமதியில்லையென்று சொல்லி, தராமலும் அதை அம்மாவிடம் திருப்பிக் கொடுக்காமலும் இருந்திருக்கிறார்கள். இருந்தும் சித்தாந்தக் கல்வியில் நான் உறுதியாகவே இருந்தேன். அந்த சந்தர்ப்பத்தில்தான் சீனாவைப் பற்றி பல்வேறு வெளிநாட்டு எழுத்தாளர்கள் எழுதிய சில புத்தகங்களை என்னால் வாசிக்க முடிந்தது. செய்திப் பத்திரிகைகளை நான் பணம் கொடுத்து வரவழைத்துக்கொண்டிருந்தாலும் இடையிடையே பத்திரிகையின் சில செய்திகளை அதிகாரிகள் தணிக்கையின் பெயரால் பிளேடால் வெட்டியெடுத்து விடுவார்கள். சிறைச்சாலையின் நான்கு மதில்களுக்குள் ஒரு கோழிக்கூண்டினுள் வாழும் நான் நாட்டில் நடக்கும் சில விஷயங்களை பத்திரிகைமூலம் அறிந்துகொள்வதுகூட அவர்களுக்கு வினையாகிவிடுமென்பதுதானே இதன் உள்ளர்த்தம்?

இவ்வளவு தடைகள் இருந்தும்கூட சிறைச்சாலையில் என் சக கைதிகள் என்னிடம் மிகவும் அன்பாகவே இருந்தார்கள். நான் பெண் வார்டன்களுடனோ பிற அதிகாரிகளுடனோ மோதும்போது அவர்கள் தயக்கமில்லாமல் எனக்கு ஆதரவு காட்டி உற்சாக மூட்டுவார்கள். அவர்களுடைய பரிதாபமான நிலைமையை நான் புரிந்துகொண்டால் எப்போதாவது இது வெளியே தெரியவருமென்றும் தாங்கள் அனுபவிக்கும் அடிஉதைகளுக்கும் அவமானங்களுக்கும் ஒரு மாற்று வழி கிடைக்குமென்றும் அவர்கள் தங்களின் அடி மனத்தில் நம்பிக்கை வைத்திருந்தார்கள். ஒடுக்கப்பட்டுவரும் தங்களது சுயமரியாதையை அவர்கள் ஆழ்மனத்தில் இப்படி கெடாமல் பாதுகாத்துக்கொண்டிருந்தார்கள். சுருக்கமாகச் சொல்வதானால், சொல்லில் அடங்காத ஒரு நம்பிக்கையுடன் அவர்கள் என்னைக் கவனித்தார்கள். ஒழிந்தும் மறைந்தும் அந்த சகோதரிகள் என்னிடம் காட்டிய அந்த அன்பின் வெளிப்பாடுகள் இருண்ட காராக்கிரகத் தினுள் மெல்லிய அளவிலான ஒரு ஒளிக்கீற்றுபோலிருந்தது.

இப்படியான மிக மோசமான சூழ்நிலையில் பாய்ந்து வரும் நீரோட்டத்திற்கெதிராக நகரும் சிறு தோணிபோல் என்னுடைய வாழ்க்கை யாருக்குமே அடிபணியாமலும் அடிப்படையான நம்பிக்கையில் மேலும் உறுதிபூண்டும் முன்னகர்ந்துகொண்டிருந்தது.

அம்மா அடுத்த தடவை என்னைப் பார்ப்பதற்காக வந்தபோது அந்த அறையில் சிறையதிகாரியுடன் மற்றொருவருமிருந்தார். அவர் குற்றவியல் பிரிவைச் சேர்ந்த அதிகாரியென்பதை நாங்கள் புரிந்து கொண்டோம். இது சீண்டிப் பார்க்கும் வேலையென்று நாங்கள் எதிர்ப்பு தெரிவித்தும் எந்தப் பலனுமில்லை. அடுத்தமுறை அம்மா பம்பாயிலுள்ள என்னுடைய மாமாவையும் அழைத்துக்கொண்டு என்னைப் பார்க்க வந்தார். அப்போதும் அந்த அதிகாரி உடனிருந்தார். மட்டுமல்ல, நாங்கள் பேசுவதை அவர் கட்டுப்படுத்தவும் முயன்றார்.

அம்மா நேர்காணல் முடிந்து வெளியே இறங்கியதும் இந்த நடவடிக்கையைப் பற்றி ஒரு பத்திரிகையாளர் சந்திப்பு நடத்தினார். கோழிக்கோட்டிற்கு சென்றதும் முதலமைச்சர் அச்சுதமேனோனுக்கு தன்னுடைய எதிர்ப்பைத் தெரிவித்து ஒரு கடிதமும் அனுப்பினார். பிறகு நடந்த மூன்று நான்கு சந்திப்புகளின்போது அந்த அதிகாரி முன்னிலை வகிக்கும் தொந்தரவுகளெதும் ஏற்படவில்லை.

இதனிடையில் என்னிடம் மனரீதியான சஞ்சலங்களெதுவும் உருவாகியிருக்கிறதா என்பதைப் பரிசோதனை செய்வதற்காக அதிகாரிகள், மற்றொரு தந்திரத்தை மேற்கொண்டார்கள். உயர்நீதி மன்றம் 1973 நவம்பரில் புல்பள்ளி வழக்கில் எங்கள் பதிமூன்று பேர்களுடைய தண்டனையை ஆயுள்தண்டனையாக உயர்த்தியபோது இந்தக் கூட்டத்துடன் சேர்ந்து ஃபிலிப் எம். பிரசாத்தும் சிறைக்குள் வரவேண்டியதாயிற்று. வந்ததுமே அவர் தனக்கு 'பி' வகுப்பு தரவேண்டுமென்று விண்ணப்பித்தார். உடனேயே அவருக்கு உயர் வகுப்பும் கிடைத்தது. இந்த விவரத்தை என்னிடம் சிறை அதிகாரிதான் சொன்னார். ஒருநாள் என்னிடமும் அவர் இதுபோல் ஒரு விண்ணப்பம் கொடுத்தால் உயர் வகுப்பு கிடைக்குமென்று தெரிவித்தார். அவரது ஆசை வார்த்தையின் உட்பொருளை நான் உணர்ந்து கொண்டேன். மற்ற கைதிகளை விடவும் எனக்கு பலமடங்கு நல்ல உணவும் பிற வசதிகளும் செய்து தந்து அந்த சுகவாழ்க்கைக்கு மெல்ல மெல்ல என்னை அடிமைப்படச் செய்யவும் இதற்காக அரசுக்கு என்றென்றும் நான் கடமைப்பட்டவளாக இருக்கவும்தான் 'பி' வகுப்பு எனும் இனிப்பு தடவிய வெடிகுண்டை என்னிடம் காட்டுகிறார். வழக்கு விசாரணையின்போது தலச்சேரி—புல்பள்ளியின் அத்தனைப் பிரதிகளுக்கும் 'பி' வகுப்பு அனுமதிக்கப்பட்டிருந்தது. அன்று அதை நான் ஏற்றுக்கொண்டதால்தான் இன்று அவர்கள் இப்படியான ஒரு முயற்சியை மேற்கொண்டார்கள். எனக்கு அரசாங்க சார்பில் தர நினைத்த ஒரு இலஞ்சம் இது. இந்த இனிப்பில் மயங்கி நான் மேல்வகுப்பிற்கு மாறினால் பிறகு என்னுடைய புரட்சி மனோபாவம் படிப்படியாக சோர்ந்து போய்விடுமென்றும், பிறகு நாய்போல் நான் அரசுக்கு வாலாட்டுவேன் என்றும் அவர்கள் கணக்குப்போட்டு விட்டார்கள். ஆனால், இந்த விஷம் புரண்ட குயுக்தியைப் புரிந்துகொண்ட நான் அதிகாரியின் உபதேசத்தை உதாசீனப்படுத்தினேன்.

இப்படியாக, அதிகாரிகளுடன் பல்வேறு சந்தர்ப்பங்களில் மல்லுக்கட்டியும், மூச்சுத்திணறும் தனிமைக்கெதிராக மார்க்சிய உலகப்பார்வையின் துணையால் உறுதியுடன் நின்று போராடியும் 1974ஆம் வருடத்தையும் கழித்தேன். அந்த வருடம் அக்டோபர் மாதத்தில் சிறையில் எனக்கு மற்றொரு தோழியும் கிடைத்தார். 'காபிபோசா'வில் கைது செய்யப்பட்ட, வர்க்கலையில், ஒரு வசதியுள்ள குடும்பத்தைச் சேர்ந்த ஐம்பது வயதான தங்கம்மை. என்னுடைய அறையிலிருந்து மூன்றாவது அறை அவருக்கு ஒதுக்கப்பட்டிருந்தது. என்னுடைய ஏகாந்த வாழ்க்கையை மேலும் அதிக சிரமமுள்ளதாக்குவதில் அந்தப் பெண் வகித்தப் பங்கினைப் பற்றி நான் சந்தர்ப்பம் வாய்க்கும்போது சொல்கிறேன்.

29

நெருக்கடிநிலை அறிவிப்பு

1975 ஜூன் 7ஆம் தேதி இரவு அப்பாவை வீட்டில் வைத்து கைது செய்ததாக மறுநாளைய பத்திரிகைகளிலிருந்து நான் அறிந்துகொண்டேன். திடீரென்று வந்த செய்தியாக இருந்தாலும் வீட்டில் வைத்துதான் கைது செய்யப்பட்டார் என்பதால் வேறு அசம்பாவிதங்களுக்கொன்றும் அதில் இடமிருக்காது. உண்மையில் அப்பாவின் பேரிலிருந்தது, உயர்நீதிமன்றத் தீர்ப்பு மட்டும்தான். அப்பாவுக்கு மூன்று வருட தண்டனை விதிக்கப்பட்டிருந்தாலும் ஒன்றோ இரண்டோ நாட்கள் மட்டும் சிறையில் வைப்பதற்குத்தான் சட்டத்தில் இடமிருந்தது.

ஏனென்றால், அனைத்து வழக்குகளிலும், விசாரணை கால சிறை வாசம் உட்பட தண்டனை காலம் கணக்கிடப்பட வேண்டுமென்ற உச்சநீதிமன்றத்தின் ஆணை அண்மையில்தான் வெளிவந்திருந்தது. கடுங்காவல் ஆயுள்தண்டனை விதிக்கப்பட்டவர்கள் இதில் உட்படமாட்டார்கள். ஏனென்றால், ஆயுள்தண்டனை என்பதன் சாரம், ஆயுள்காலம் முழுவதுமே தண்டனையை அனுபவிப்பதுதானாம். அப்பா, விசாரணைக் கைதியாக மூன்று வருடங்கள் சிறையிலிருந்திருக்கிறார். மற்ற சாதாரண சலுகைகளைக் கணக்குப்போட்டுப் பார்த்தாலும் ஒன்றிரண்டு நாட்களுக்கதிகமாக அப்பாவை சிறையில் வைப்பதற்கு இடமில்லை.

ஆனால், எந்தவித சட்ட அடிப்படையுமில்லாமல் அப்பாவை அரசு, தனிப்பரிந்துரையின்கீழ் சிறையிலேயே அடைத்து வைத்திருந்தது. சிறைக்கண்காணிப்பாளரிடம் அப்பா, காலாவதி முடிந்த பிறகும் என்னை ஏன் விடுதலை செய்யவில்லையென்று கேட்டபோது, மேலிடத்திலிருந்து உத்தரவு வரவில்லை என்ற பதில் கிடைத்திருக்கிறது. தலச்சேரி—புல்பள்ளி வழக்கில் தண்டிக்கப்பட்ட ஒரு கைதியாகத்தான் அப்பா சிறைக்குப் போனாரென்றாலும் அதே வழக்கில் தண்டிக்கப்பட்ட மற்ற தோழர்களின் பிளாக்கில்கூட அப்பாவைச் சேர்க்கவில்லை. மாறாக, தனியாக, தூக்குத்தண்டனை அறைக்குள்தான் அப்பா இருக்கவேண்டியதாயிற்று. இதனிடையில் வயிற்றுப்போக்கு ஏற்பட்டு உடல் முழுவதும் தளர்ந்துபோன அப்பாவை ஜூலை முதல் தேதி அதாவது, இருபத்துமூன்று நாட்களுக்குப் பிறகு விடுவித்தார்கள். இதற்குள் ஜூன் 26ஆம்தேதி இந்திராகாந்தியால் இந்தியா முழுவதும் நெருக்கடிநிலை அறிவிக்கப்பட்டிருந்தது. அப்பா வீட்டிற்கு வந்த இரண்டாவது நாளான ஜூலை 3ஆம் தேதி இரவு அப்பாவும் அம்மாவும் 'மிசா'வின்கீழ் திரும்பவும் கைது செய்யப்பட்டார்கள். முதல்நாள், காவல்துறையின் பாதுகாப்பிலிருந்தபோது ஏதோ கொஞ்சம் உணவு கொடுத்திருக்கிறார்கள். இரண்டாவது நாள் கைகளையும் கண்களையும் கட்டி எந்த இடமென்று தெரியாத, ஏதோ ஒரு லாக்கப் அறைக்குள் தண்ணீர்கூட கொடுக்காமல் அவர்களைப் போட்டிருக்கிறார்கள். மூன்றாவது நாள்தான் இருவரையும் கண்ணூர் மத்திய சிறைக்குக்கொண்டு போனார்கள். இத்துடன் எங்கள் அரசியல் செயல்பாட்டின் ஒரு கட்டம் முடிவுக்கு வந்தது.

1975இல் அமல்படுத்தப்பட்ட நெருக்கடிநிலையில், எங்கள் மூன்றுபேருடன் ஆயிரக்கணக்கான தோழர்களும் அதிகார வர்க்க ஆட்களான மொரார்ஜிதேசாய், ஜெயப்பிரகாஷ் போன்ற முக்கியமான தலைவர்களும் அவர்களது அணிகளைச் சேர்ந்தவர்களும் கம்பி போட்ட அறைகளுக்குள் அடைபட்டார்கள். சி.பி.ஐ.(எம்.எல்) எனும் அரசியல் கட்சி தடை செய்யப்பட்டது. நெருக்கடிநிலை அறிவிக்கப்பட்ட பின் இந்தியா முழுவதும் நடந்த இதுபோன்ற பெருவாரியான கைது நடவடிக்கைகளின், சித்திரவதைகளின் கதைகள்

இன்று பெரும்பாலான அனைவருமே அறிந்தவைதான். ஆனால், இந்திராகாந்தி, இத்தகைய ஒரு நிலையைக் கொண்டு வருவதற்கான காரணங்கள் எவையென்பதைப் பற்றி நான் அறிந்தவரையிலான சில விஷயங்களை இங்கே சொல்லிவிட நினைக்கிறேன். பிரச்சினை மிகுந்த சிடுக்குகளுடன்கூடியதுதான் என்றாலும் சொல்ல முயற்சிக்கிறேன்.

பொதுவாகவே, நெருக்கடிநிலை அறிவிக்கப்பட்டதைத் தொடர்ந்து பத்திரிகைகளைத் தணிக்கைக்கு உட்படுத்தியதாலுமிருக்கலாம், நாட்டில் ஆங்கிலப் பத்திரிகைகளும் பிற பத்திரிகைகளும் இதற்கான காரணமென்று குறிப்பிட்ட ஒரு விஷயத்தைப் பிரச்சாரம் செய்தன. அது, இந்திராகாந்தியின் தேர்தல் வெற்றியை இரத்து செய்து அலகாபாத் உயர்நீதிமன்றம் அளித்தத் தீர்ப்புதான். இந்திராகாந்தியெனும் ஒரு தனி நபரும் அவரைச் சுற்றி நின்றிருந்த நெருக்கமான அரசியல் கும்பலின் சர்வாதிகார சிந்தனைகளும்தான் நெருக்கடிநிலைக்கு வழிவகுக்கக் காரணமாக அமைந்தது என்பதுதான் அதை வாபஸ் பெற்ற பிறகு பேசப்பட்ட ஒரு கருத்து. ஆனால், புரட்சியின் உண்மையான எதிரிகளையும் அதன் உண்மையான ஆதரவாளர்களையும் மார்க்சிய சித்தாந்தங்களின் வெளிச்சத்தில் பாகுபடுத்தி அறிந்து சரியான பாதையைக் காட்டியிருக்க வேண்டிய புரட்சியாளர்களின் நிலைமை இதை விடவும் மோசமாக இருந்தது. ‘வங்கிகளை நாட்டுடைமையாக்கு’, ‘தனியார் நிறுவனங்களை அரசுடைமையாக்கு’, போன்ற சோஷியலிஸ்ட் முகமூடியணிந்த கோஷங்களில் ஓரளவுவரை ஏமாந்துபோன இந்திராகாந்தி, அமெரிக்க ஆதிக்கத்திலிருந்து விடுபட்டு விட்டதாகவும் *1975 — ’77* காலகட்டங்களில் குறிப்பாக, இந்தியாவில் ஃபாசிஸ்ட்கள் என்று முத்திரையிடப்பட்ட ஜெயப்பிரகாஷ் — மொரார்ஜிதேசாய் கூட்டுக்கெதிராக, சோவியத் யூனியனின் விருப்பங்களுக்கேற்ப நெருக்கடிநிலை அறிவிக்கப்பட்டதாகவும் சி.பி.ஐ.(எம்.எல்.) என்று தங்களைச் சொல்லிக்கொள்ளும் பிரிவினர்கூட பேசுகிறார்கள்.

இந்திராகாந்தியை ஒரு தனிநபராகப் பார்ப்பதை விடவும் இந்தியாவின் சக்தி வாய்ந்த ஒரு அரசியல் பிரதிநிதியாகப் பார்ப்பது இந்த இடத்தில் தேவையான ஒன்று. இந்தியாவில் தனிநபர்களின் விருப்பங்களையும் சேவிப்பது எனும் வரலாற்றுப் போக்கில் இந்திரா காங்கிரசுக்கும் பங்கிருக்கிறது. இருப்பவன், இல்லாதவன் எனும் வேறுபட்ட இரண்டு வர்க்கங்களாகப் பிரிந்து கிடக்கும் நம்முடைய இந்த சமூகத்தில் வாழும் எந்த ஒரு தனிமனிதனும் தன்னுடைய வர்க்க விருப்பங்களிலிருந்து அன்னியப்பட்டவனில்லை. அந்தத் தனிநபர் செய்கிற ஒவ்வொரு பொது செயல்பாடும் மொத்தத்தில் அவனது விருப்பங்களுக்கு ஏற்பவே அமையும். இந்த உண்மையைக் கவனத்தில்கொள்ளாமல் தனிப்பட்ட சில சம்பவங்களை அதன் காரிய காரணங்களிலிருந்து விலக்கி வைத்துப்பார்ப்பது அந்நபரின் வர்க்க நோக்கங்களை மறைத்து விட மட்டுமே உதவும். இதன் தொடர்ச்சியாக,

அந்நபர் இல்லாமலிருந்தாலும்கூட பின்னாலிருக்கும் வர்க்க சக்தி மற்றொரு பிரதிநிதியினூடே தன்னுடைய சுரண்டலையும் ஒடுக்குமுறையையும் தொடர்ந்து நிகழ்த்தும். விஷயங்களை இப்படி அணுகுவதன்மூலம், அதாவது முக்கிய அம்சங்களை அதன் சூழ்நிலைகளுக்குள் பொருத்தியும், பரஸ்பரம் தொடர்புபடுத்தியும் பார்ப்பது; தேவையற்றதைப் பொருட்படுத்தாமல் விடுவது; மேம்போக்கான சில கோஷங்களின் அடிப்படையில் யதார்த்தங்களை மதிப்பிடாமலிருப்பது போன்றவற்றால் மட்டுமே நெருக்கடிநிலை என்று பெயர் சூட்டாமல் ஆனால் அதன் எல்லா சாராம்சங்களுடனும் சுய விருப்பங்களை அப்படியே அமல்படுத்தும் இன்றைய நடைமுறையைப் புரிந்துகொள்ள முடியும்.

'ஏகாதிபத்தியத்தின், தொழிலாளி வர்க்கப் புரட்சியின் காலமிது' என்று மாமனிதர் லெனின் 1917இல் உண்மைகளை வரிசைப்படுத்தியும், சந்தேகத்திற்கிடமில்லாமலும் தெளிவுறச் சொல்லியிருந்தார். ஆதிக்கம் செலுத்தும் நாடுகளும் அவற்றைச் சார்ந்திருந்த அணி நாடுகளுமென உலகம் இருபதாம் நூற்றாண்டின் தொடக்கத்திலேயே பிரிவுபடுத்தப்பட்டு விட்டதாக அவர் தன்னுடைய 'ஏகாதிபத்தியம், முதலாளித்துவத்தின் முழுமைபெற்ற வடிவம்' எனும் அபூர்வமான தனது படைப்பில் விளக்கியிருக்கிறார். இந்தப் பூமிப்பந்தில் ஆதிக்க சக்திகளின் ஆளுகைக்குட்படாத ஒரு அங்குல இடம்கூட மிச்சமில்லை. ஆனாலும், அடங்காத தாகமென்பது ஆதிக்க வெறியின் பொதுவான குணம். இப்படித்தான் இந்தச் சக்திகள் தாங்கள் அடக்கியாளும் பகுதிகளை மீண்டும் புனரமைத்துக்கொள்வதற்காக உலகப் போர்களைத் தொடங்குகின்றன. ஒவ்வொரு போருக்குப் பிறகும் அவர்கள் உலகை மறு பங்கீடு செய்துகொள்கிறார்கள். ஒவ்வொரு போரிலும் அன்றுவரை புகழ்பெற்றிருந்த சாம்ராஜ்ய சக்திகளில் சில தளர்வடையவும் வேறு சில முளைவிடவும் செய்கின்றன. இப்படியாக இரண்டாவது உலகப்போர் முடிவுற்றபோது அன்றுவரை சர்வ வல்லமை படைத்ததாக இருந்த பிரிட்டிஷ் சாம்ராஜ்யம் தளர்ந்தது. போரில் ஈடுபட்ட இரண்டு அணிகளுடனும் பல்வேறு விதமான வர்த்தகங்களில் ஈடுபட்டுவந்த அமெரிக்கா போரின் இறுதிவரைக்கும் நேரடியாக ஈடுபடவே இல்லை. ஆகவே, அதில் தொடக்கம் முதல் நேரடியாகப் பங்கு வகித்திருந்த இங்கிலாந்து, ஃபிரான்ஸ்போன்ற ஏகாதிபத்திய நாடுகள் இறுதியில் வெற்றிபெற்றாலும்கூட மொத்தத்தில் தளர்ந்துபோய் விட்டன. மிகப் பூதாகரமாக வளர்ந்து நின்ற அமெரிக்காவின் உதவியுடன் மட்டுமே எதிர்காலத்தில் அவை நிலைபெற இயலுமென்ற ஒரு நிலை வந்தது. போரில் தோல்வியடைந்த ஜெர்மனி, ஜப்பான், இத்தாலிபோன்ற நாடுகள் முழுமையாகவே அமெரிக்காவின் கட்டுப்பாட்டுக்குள் வந்தன. இப்படியாக உலக ஏகாதிபத்திய சக்திகளின் தலைமைப்பீடமாக மாறியது அமெரிக்கா.

இரண்டாவது உலகப்போரின் பிறகு, பிரிட்டன், இந்திய துணைக் கண்டத்தை இரத்த வெள்ளத்தில் மூழ்கடித்து, இரண்டாகப் பிளந்து, ஆட்சியதிகாரத்தை தங்களின் ஏவலாட்களாகிய காங்கிரஸ் தலைமையிடம் ஒப்படைத்தது. இரு நூற்றாண்டுகளாக தங்களின் காலனிய ஆட்சியை, நவீனமயமாக்கப்பட்ட இராணுவ பலத்தை வைத்து இரத்தப் பிரவாகத்தினூடே பிரிட்டன் நடத்தி வந்ததல்லவா? தங்களது சாம்ராஜ்ய நலன்களுக்கான ஆட்சியை இந்தியாவில் இனி நேரடியாக நகர்த்திசெல்வது சாத்தியமில்லையென்பதையும் அது புரிந்துகொண்டது. இந்திய சுதந்திரப் போராட்ட இயக்கத்தை முடக்கிப் போடுவதற்காக அரங்கில் வந்த காந்தியால்கூட இயக்கத்தின் கிளர்ந்தெழுந்த அலைகளைத் தடுத்து நிறுத்த முடியவில்லை. வன்முறையில் மட்டுமே தங்களை நிலைநிறுத்திக்கொண்டிருந்த பிரிட்டனின் காலனிய ஆட்சியை எதிர்ப்பதை விடவும் பலமடங்கு ஆபத்தானதாக காந்தி கருதியது இந்திய மக்கள் பொறுமையிழந்துபோய் பிரிட்டனுக்கெதிராக நடத்திய புரட்சிகரமான ஆயுதப் பிரயோகத்தைதான். வரலாற்றின் ஒவ்வொரு சிக்கலான காலகட்டத்திலும் எழுந்தக் கிளர்ச்சிகள் குறிப்பாக, இங்கிலாந்து இராணுவத்திற்கும் அதன் பாதசேவகர்களான ஜமீன் குறுநில மன்னர்களுக்குமெதிராக விவசாயிகளின் ஆயுதப் போராட்டக் கிளர்ச்சிகள், பிரிட்டானிய ஆட்சியின் அடிப்படையை பயமுறுத்துவதாகவே அமைந்தன. இவற்றைத் திசை திருப்பி விட தானாகவே தொடுத்து விட்ட ஒத்துழையாமை இயக்கத்தையும்கூட எந்த நிபந்தனையுமின்றி காந்தி வாபஸ் பெற்று விட்டார். இப்படியாக பிரிட்டனை அதன் மிகவும் இக்கட்டான கட்டத்தில், இந்தியா முழுவதிலும் பற்றிப்படர்ந்துகொண்டிருந்த எதிர்ப்புணர்விலிருந்து பல்வேறு தடவைகள் அவர் காப்பாற்றியிருக்கிறார். சாயம் பூசிய கண்ணாடி அணியாமல், இந்தியாவின் வரலாற்றைப் படிக்க முயற்சிக்கும் எந்தவொரு நபருமே இதைப் புரிந்துகொள்ள முடியும். திறமையான காந்தியால்கூட பிரிட்டனின் நல்ல சேவகன் எனும் தன்னுடைய வரலாற்றுபூர்வமான பங்கினைத் தக்கவைத்துக்கொள்ள முடியாத நிலையில்தான் பிரிட்டன் தன்னுடைய அதிகாரத்தை கை மாற்றம் செய்வதாக அறிவிக்க நேர்ந்தது. 1946இல் நிகழ்ந்த சிப்பாய்க்கலகமும் தொடர்ந்து, இராணுவம் முழுவதும் வியாபித்த கசப்புணர்வும், 1946—'51இல் நிகழ்ந்த தெலுங்கானா விவசாயிகள் போராட்டமும், வங்காளத்தின் விவசாயிகள் எழுச்சியும், கேரளத்தின் புன்னப்புர—வயலாறும் கையூருமெல்லாம்தான் முக்கியமாக பிரிட்டனை இந்த முடிவுக்கு வரத் தூண்டியது. வருடங்களாகப் பயிற்சியளிக்கப்பட்ட தன்னுடைய இராணுவமே கலகத்திலிறங்கும்போது விஷயங்களை முன்போல் கையாள இயலாதெனும் உண்மையை பிரிட்டன் புரிந்து கொள்ள நேர்ந்ததில் ஆச்சரியப்படுவதற்கு என்ன இருக்கிறது? அதிலும், இரண்டாவது உலகப் போருக்குப் பிறகு பலவீனமடைந்து விட்ட பிரிட்டன்?

தங்களிடம் வந்து குவிந்தப் பணமும் பொருளாதார வளமும் உலக மேலாண்மைக்காக அமெரிக்காவை ஏங்க வைத்தது. அதுவரை பிரிட்டனின் தனிப்பட்ட ஆளுகைக்குட்பட்டிருந்த இந்தியாவுக்குள் நுழைந்து விடவேண்டுமென்ற அதன் ஆசையால் பிரிட்டனுக்கு தங்களது நேரடியான ஆட்சிமுறையை பொருளாதார சுரண்டல் ஆட்சியாக மாற்றவேண்டியதாயிற்று.

இந்த அதிகார கை மாற்றம், பயனற்ற ஒன்று என்பதுவும் பிரிட்டனின் பொருளாதார சுயவிருப்பங்களுக்கு அடிப்படையில் எந்தவித சேதாரமுமில்லாதது என்றும் ஏற்கனவே சொன்னேன். காமன்வெல்த் வழியாகவும் வேறுவழிகளிலும் இந்தியாவில் தங்களது பொருளாதார சுரண்டலை பிரிட்டன் மேலும் தீவிரமாகத் தொடர்ந்துகொண்டிருந்தது. நேருவின் வானளாவிய பெருமையினூடே எஜமான்களின் கைச் சரடில் ஆடிக்கொண்டிருந்த பொம்மைகளாகவே இருந்தனர், 1947 ஆகஸ்டுக்குப் பிறகு இந்தியாவை ஆண்டுகொண்டிருந்த ஆட்சித் தலைவர்கள் அத்தனைபேரும். எல்லாவற்றையும் இப்படி வெளிப்படையாகச் சொல்வது, இந்தத் தலைவர்கள்மீது அபரிமிதமாக நம்பிக்கைக்கொண்டிருக்கும் மிகப் பெரிய எண்ணிக்கையிலான ஒரு பிரிவினரின் உணர்வுகளை காயப்படுத்துவதாகவும் இருக்கலாம். ஆனால், ஏகாதிபத்தியத்தின் யதார்த்த வடிவத்தையும் சுரண்டல் கட்டமைப்பையும் குரூரமான ஒடுக்குமுறைகளையெல்லாம் நாம் ஓரளவிலாவது புரிந்துகொண்டோமென்றால் உண்மைகள், உணர்வுகளைக் காயப்படுத்துவதற்குப் பதிலாக இதற்கெதிராக குரல்கொடுக்கவே தேச நலன்மீது அக்கறைக் கொண்டிருக்கும் எந்த ஒரு நபரையும் தூண்டுமென்று நான் நம்புகிறேன். இந்தியாவில் இப்போது ஏகாதிபத்திய சக்திகளுக்கெதிரான போராட்டம் முடிவுக்கு வந்து விட்டதென்றும் இது, நிலவுடைமைக்கெதிரான காலகட்டம் சொல்லும் அரசியல் கட்சிகளும், நிலப்பிரபுத்துவமும் இந்திய வெகுசனங்களுக்குமிடையிலான முரண்பாடுதான் இன்று மிக முக்கிய முரண்பாடென்று சொல்லும் அரசியல் பிரிவினரும், தாங்கள்தான் உண்மையான கம்யூனிஸ்ட்கள் என்று கொட்டி முழக்குவதற்கான எந்த லேபிளை ஒட்டிக்கொண்டிருந்தபோதும், இவர்கள் அனைவருமே லெனினின், ‘சாம்ராஜ்யத்துவம், முதலாளித்துவத்தின் முழுமைபெற்ற வடிவம்’ எனும் படைப்பிலுள்ள அடிப்படை உண்மைகளின்மீது கண்களை மூடிக்கொள்ளும் வேலையைத்தான் செய்துகொண்டிருகிறார்கள். அல்லது இன்றைய நம்முடைய சமூக வாழ்க்கையின் ஒவ்வொரு துறைகளிலும் சாம்ராஜ்யத்துவத்தின் இருண்ட கரங்கள் வகிக்கும் பங்கினை மறைத்து வைப்பதற்கான ஏதாவதொரு நிறுவப்பட்ட விருப்பங்கள் அவர்களுக்கு இருக்கும். தெரிந்தோ தெரியாமலோ அவர்கள், இந்தியாவின் உழைக்கும் வர்க்கத்தினரின் நேரடி எதிரிகளான ஏகாதிபத்தியத்தின்

கைக்கூலிகளாக இருக்கிறார்கள்.

இரண்டாவது உலகப்போருக்குப் பின் உலக நாடுகளின் தலைமைப் பீடத்திற்கு வந்துவிட்ட அமெரிக்கா, வல்லரசுகளின் வியாபார நோக்கங்களுக்கு முழுமையாகவே அடிமைப்பட்டுக்கிடக்கும் நம் பொருளாதாரக் கட்டமைப்பினுள், படிப்படியாக தன்னுடைய ஆதிக்கத்தை வலுப்படுத்தத் தொடங்கியது. பழைய பிரிட்டனை விடவும் பன்மடங்கு வீரியத்துடன், உலகின் வெற்றிகொள்ள முடியாத மாபெரும் சக்தியாக, கொடிகட்டி ஆளத் தொடங்கிய அமெரிக்கா, தன்னுடைய பன்னாட்டுக் குத்தகை வணிகம் மூலமாகவும் உலக வங்கி, சர்வ தேச நாணய வங்கி (ஐ.எம்.எஃப்) போன்ற நிறுவனங்கள் மூலமாகவும் இந்திய பொருளாதாரத்தை ஆட்டிப்படைக்கத் தொடங்கியது. சாம்ராஜ்ய ஆதிக்க சக்தி, தன்னுடைய படை பலத்தை வைத்து நேரடியாக ஆட்சி புரிகிற மரபை கை விட்டு தங்களது உள்நாட்டு ஏஜெண்டுகளை ஆட்சியில் அமர்த்தி முன்பை விடவும் வலுவாகவே சுரண்டலைத் தொடர்ந்துகொண்டிருக்கும் இந்த வடிவம், ஐம்பதுகளின் இறுதியில் ஏற்றுக்கொள்ளப்பட்டது. அதுதான் இன்று நவீன காலனியாதிக்க சுரண்டல் எனும் பெயரில் அறியப்படுகிறது. நவீன காலனிய மரபு, பழைய காலனிய மரபிலிருந்து இந்த ஒரேயொரு விஷயத்தில் மட்டுமே வேறுபடுகிறது. ஒரு பன்னாட்டுக் கம்பனிக்கு முற்றிலுமாக அடிமைப்பட்டுக் கிடப்பதற்குப் பதிலாக பல பன்னாட்டுக் கம்பனிகள் ஒன்றிணைந்து தங்களது விசுவாசமான காரியதரிசிகளை ஆட்சியில் அமர வைத்துச் சுரண்டுகிற, அதாவது கொள்ளையடித்தப் பணத்தைப் பங்கு போட்டுக் கொள்கிற காலனிய ஆட்சி முறை. ஆனால், இரண்டாவது உலகப் போருக்குப் பின் சாம்ராஜ்ய சக்திகளின் தலைமைப் பொறுப்பு, அமெரிக்காவிற்கு என்பதால் அதன் கட்டுப்பாட்டுக்குள் நின்றும், அதற்கு உதவியாகவும்தான் மற்ற மேலை நாடுகள் இந்தியாவைச் சுரண்டிக்கொண்டிருக்கின்றன. ஆனால், அறுபதுகளில், இந்த மேற்கத்திய நாடுகளுக்குப் போட்டியாக உலக ஏகாதிபத்தியத்தின் தள நாயகனாக மாறும் எண்ணத்துடன் மற்றொரு புதிய சக்தி அரங்கிற்கு வந்தது. ஸ்டாலினின் மரணத்திற்குப் பிறகு, மார்க்சிய — லெனினிய அடிப்படைக் கொள்கைகளையும் உலகப் புரட்சியின் நோக்கங்களையும் கை விட்ட குருச்சேவின் தலைமையிலானதும், நவீன புரட்டல்வாதத்தின் தலைமையிடமாக மாறியதுமான சோவியத் யூனியன். இது, தனது செல்வாக்கை இந்தியாவில் வலுப்படுத்துவதற்கானத் தீவிரமான முயற்சிகளை மேற்கொண்டது அப்போதுதான். அமெரிக்காவுக்கும் ரஷ்யாவுக்குமிடையிலான பெரும் போட்டிகளும் அவ்வப்போதைய நல்லிணக்கங்களும் பின்னிப் பிணைந்த, குழப்பமான இந்தச் சூழல்தான் அன்று முதல் இன்றுவரை நம் நாட்டில் நிகழ்ந்து வருகின்றன. இந்த இரண்டு சக்திகளுக்குமிடையிலான பிடிவாதங்களுக்கும் போட்டிகளுக்குமான

நிலப்பகுதி நம்முடைய தேசம்தான். காலங்கள் செல்லும்தோறும் இது தீவிரமடைவதுடன், இந்த அதிகார வர்க்கங்களுக்கிடையிலான போட்டி வலுப்பெறுவதற்கேற்ப இந்திய மக்களின் துயரங்களும் வேதனைகளும் மேலும் பல மடங்கு அதிகரிக்கின்றன. புதுப் புது இரகசிய ஆலோசனைகளும் அரசியல் கூட்டணிகளும் உருவாகின்றன. சோவியத் யூனியனுக்கும் இந்தியாவில் நம்பிக்கைக்குகந்த பல காரியதரிசிகள் இருக்கிறார்கள். இந்திராகாந்தியைப்போல் கபட நண்பர்களல்ல இவர்கள். பூரணமான நம்பிக்கைக்குரியவர்கள். செங்கொடியேந்தி மார்க்சியம்—லெனினியம் எனும் பெயரில் உத்தரவுகளைப் பிறப்பிக்கும் அரசியல் கட்சிகள். எதுவாயினும் வளர்ந்துகொண்டிருக்கும் சோவியத் மூலதனத்தின் ஆதிக்கத்தால், அமெரிக்க மூலதனத்தின் வலுமிக்க செல்வாக்கை இன்றுவரையிலும் கடந்துபோக இயலவில்லை என்பது மற்றொரு உண்மை. இந்நிலைமை, எதிர்காலச் சூழ்நிலையிலும் தாக்கத்தை ஏற்படுத்தும் என்பதையும் நாம் உணர்ந்துகொள்ளவேண்டியதிருக்கிறது. இரு பெரும் சக்திகளினிடையே நடைபெறும் இந்தப் போட்டியின் காரணமாக உலக அரங்கில் உருவாகும் எந்தவொரு மாற்றமும் இந்தியாவிலும் பிரதிபலித்தே தீரும். ஆகவே, போராட்டத்தின் ஈட்டிமுனையை இன்று நாம் முக்கியமாக, அமெரிக்காவுக்கெதிராகத் திருப்பும் அதே வேளையில் வளர்ந்துகொண்டிருக்கும் சோவியத் ஆதிக்கத்தினையும் தீவிரமாகக் கணக்கில்கொள்ள வேண்டியதிருக்கிறது. இரண்டையும் ஒன்றாகப் பார்க்கவோ, ஒன்றை மட்டுமே கணக்கிலெடுத்து இன்றொன்றைக் கண்டுகொள்ளாமலிருப்பதோ அல்லது ஒன்றுடன் இணக்கமாகி விடவோ செய்கிற சில 'புரட்சியாளர்'களது இன்றைய அணுகுமுறை, ஏகாதிபத்திய அமைப்பின் ஆயுளை நீட்டித்துச் செல்வதற்கு மட்டுமே பயன்படும்.

இந்தச் சூழ்நிலையின் அடிப்படையில்தான் நான் நெருக்கடிநிலையைப் புரிந்துகொள்ள முயற்சி செய்கிறேன்.

1971இல் வங்காளதேச போருக்குப் பிறகு இந்தியா முழுவதும் உணவுப் பொருட்களின் விலையேற்றம் தாறுமாறாகப் போய்க்கொண்டிருந்தது. இத்துடன், 1972இல் ஏற்பட்ட வறட்சி, இந்த விலை உயர்வைக் கட்டுப்படுத்த முடியாததாகவும் மாற்றியது. இதற்கெல்லாம் மகுடம் வைத்ததுபோல் உலக அளவில் பெட்ரோலிய உற்பத்திப் பொருட்களின் விலையும் அதிகரித்தது. இந்தியாவில் சாதாரண மக்கள் வாழ்வதென்பது ஒரு கெட்ட கனவாகவே இருந்தது. பட்டினியாலும் தொத்து வியாதிகளாலும் ஏற்படும் மரணங்கள் வெகு இயல்பாகவே நிகழ்ந்துகொண்டிருந்தன. ஒப்பீட்டளவில் அமைதியாக இருப்பதாகக் கருதப்பட்ட குஜராத்தின் மக்கள் பிரிவினர் அனைவரும் விலை உயர்வுக்கும், பிற அநீதிகளுக்கும், அக்கிரமங்களுக்குமெதிராகக் கிளர்ந்தெழுந்தார்கள். அங்கே புரட்சி இயக்கங்கள் இல்லாத காரணத்தால் அதன் தலைமையை அவசர அவசரமாக

மொரார்ஜிதேசாயும் ஜெயப்பிரகாஷ் நாராயணும் ஏற்றெடுத்தார்கள். துரதிர்ஷ்டவசமாக, 'சிமன்பாய்பட்டேலின் அமைச்சரவையையும் சட்டமன்றத்தையும் கலைத்து விடு' எனும் கோஷத்துடன் அந்த இடத்தில் இயக்கம் நின்று விட்டது. ஆனால், இதே நிலைமை பிறகு பீகாரில் கொந்தளித்தெழுந்தது. இங்கேயும் அடிப்படையான விஷயங்களை மறைத்து, ஜெயப்பிரகாஷ் நாராயண் தனது 'முழுமையான புரட்சி' யெனும் போலியான கோஷத்தை உரத்தக் குரலில் முழங்கினார். வெகுஜன உணர்வுகள், சமூகக் கட்டமைப்பின் அடிவேர்களைப் பிடுங்கியெறியும் உணர்ச்சிபூர்வமான கட்டங்கள் ஏற்படுகிற ஒவ்வொரு முறையுமே எதிரிகளில் ஒரு பிரிவினர் அதன் தலைமையை ஏற்றெடுப்பதற்காக 'புரட்சிகர' கோஷங்களை முன்வைப்பதுண்டு. அதுவே இங்கும் நடந்தது. பிறகு, ரெயில்வே வேலை நிறுத்தம். இந்த வேலை நிறுத்தத்தை எந்தவித தாட்சண்யமுமின்றி இந்திராவின் அரசு ஒடுக்கியது. ரெயில்வே தொழிலாளர்களின் முதுகெலும்பில்லாத தலைமையினால் இந்த ஒடுக்குமுறை அப்போது வெற்றியடையவும் செய்தது. ஒடுக்குமுறை தோல்வியடைந்திருந்தால் நெருக்கடிநிலை அறிவிப்புக்கு அன்று நாமே காரணமாகியிருப்போம். அமெரிக்காவின் தலைமையிலான மேற்குலக ஏகாதிபத்திய அரச நிறுவனங்களின் பொருளாதார விருப்பங்களுக்காகவே ஸ்தாபிக்கப்பட்ட உலக வங்கி, அதன் சார்பு நிறுவனமான ஐ.எம்.எஃப் ஆகிய அவர்களுடைய 'நிதியுதவி' நிறுவனங்களுக்காக ஏற்கனவே தயார்செய்திருந்த ஒரு ஸ்டெபிலைசேஷன் (பொருளாதாரக் குளறுபடிகளால் நிலைதடுமாறுவதிலிருந்து ஒழுங்குபடுத்துவது) ஏற்பாட்டின் முதல் படியாகவே இருந்தது இந்த ரெயில்வே வேலை நிறுத்தப் பிரச்சினையின்மீதான அணுகுமுறை. கள்ளக் கடத்தல்காரர்களுக்கும் கறுப்புப் பணக்காரர்களுக்குமெதிரான ஒரு முன்னெச்சரிக்கை நடவடிக்கைத் தொடங்கியதும் இங்கிருந்துதான். இந்த நடவடிக்கைகள் பொதுவாகவே முஸ்லிம் சிறுபான்மையினருக்கெதிரான ஆயுதங்களாகவே பயன்படுத்தப்பட்டன என்பதுவும் அனைவரும் அறிந்த உண்மைகள்தான்.

இதனிடையே உலகச் சூழல்களில் மிகப் பெரிய மாற்றங்கள் நிகழ்ந்துகொண்டிருந்தன. உலகின் பல நாடுகளிலும் 'சுதந்திர உலக'மெனும் முத்திரையுடன் சி.ஐ.ஏ. போன்ற தங்களது ஏஜெண்டுகளை பயன்படுத்தி அமெரிக்கா பல்வேறு விதத் தலையீடுகளில் ஆணவத்துடன் ஈடுபட்டது. வியட்னாம் யுத்தத்தின்போது இந்தத் தலையீடுகளுக்கெதிராக உலகம் முழுவதிலுமுள்ள மக்களும் சில நாடுகளின் ஆட்சியாளர்களும்கூட குரலெழுப்பவும் கொந்தளிக்கவும் தொடங்கினார்கள். அமெரிக்காவினுள் இந்தக் கொந்தளிப்பு, அரசுக்கெதிரான ஒரு இயக்கமாக மாறியது. வியட்னாமில் அமெரிக்காவின் போர்த் தந்திரங்களுக்கு மிகப் பெரிய பதிலடி கிடைத்தது. வியட்னாமிலிருந்து

எப்படியாவது விடுபட்டு விட வேண்டும் என்பதற்காக போரை, லாவோசிலும் கம்போடியாவிலும் விரிவுபடுத்திய அமெரிக்காவிற்கு அங்கும் நிலைபெற முடியாமல் போனது. இந்தோ — சீனா நாடுகளில் மாவோவின் தலைமையிலான சீனாவின் செல்வாக்கு அதிகரித்துக்கொண்டிருந்தது. இந்தோ — சீனாவில் அதன் தோல்வி நிச்சயம் செய்யப்பட்டது. சோவியத் செல்வாக்கை சீனாவின் செல்வாக்கை விடவும் பல மடங்கு வரவேற்பதாக இருந்தது அன்றைய அமெரிக்காவின் நிலைபாடு. உலகப் புரட்சிக்கான சீனாவின் அழைப்பு நடைமுறைக்கு வருமென்றால் சாம்ராஜ்ய அமைப்பிற்கு உலகம் முழுவதிலும் ஏற்படப்போகும் தகர்வை மோப்பம்பிடித்த அமெரிக்கா கடைசியில் வியட்னாமிலிருந்து பின்வாங்கியது. வியட்னாம் போருக்குப் பிறகு உலகளாவிய தங்களது இராஜ தந்திரப் பணிகளுக்குப் புதியதொரு முகமூடி தேவைப்படுவதை உணர்ந்துகொண்ட அமெரிக்கா, பிறகு மனித உரிமையெனும் கோஷத்தின் பின்னால் தங்களுடைய ஏகாதிபத்திய விருப்பங்களை பேணத் தொடங்கியது. வியட்னாம் மக்களின் கசாப்புக்காரனாகிய நிக்ஸனுக்குப் பதிலாக மனித உரிமையெனும் முகமூடியணிந்த கார்ட்டரை ஜனாதிபதி பதவியில் தூக்கி வைப்பதற்கான ஏற்பாடுகள் துரிதமாக நடைபெற்றுக்கொண்டிருந்த காலகட்டம் அது.

மெரிக்கா அகப்பட்டுக்கொண்ட ஆழமான பொருளாதாரக் குளறுபடிகளிலிருந்து விடுபடவும் இந்தோ—சீனாவில் இழந்து விட்ட செல்வாக்கை பிற ஆசிய நாடுகளில் மீட்டு, இழப்பை ஈடுசெய்துகொள்ளவும் இனியொரு வியட்னாம் போரில் தற்போதாவது சிக்கிக்கொள்ளாமலிருக்கவுமான புதிய அடவுகளின் ஒரு பகுதிதான் இந்தியாவில் ஸ்டெபிலைசேஷன் ஏற்பாடு. இது, அப்போது இந்தியா முழுவதும் நிலவி வந்த கொந்தளிப்பான சூழலை ஒடுக்கவும் ஏகாதிபத்திய நாடுகளின் சுரண்டலை மேலும் தீவிரமாகத் தொடரவும்தான் உருவாக்கப்பட்டது. இதிலிருந்து ஒரு விஷயம் தெளிவாகிறது. 1971இல் இந்திரா அறிவித்த நெருக்கடிநிலை, பங்களாதேஷ் போருக்கு உதவியாகவும், 1975இல் இது, இந்தியாவில் தனது பாராளுமன்ற எதிரிகளுட்பட அனைத்து மக்களுக்குமெதிராகக் கட்டவிழ்த்து விட்ட போர் அறிவிப்பாகவே இருந்தது. உலக வங்கியின், ஐ.எம்.எஃபின் இரகசிய அறைகளில் வைத்து உருவாக்கப்படுகிற இத்தகைய ஏற்பாடுகளுக்குக் கீழ்ப்படிய மறுக்கும் எந்த ஆட்சித் தலைமையையும் ஒரு சிரமமுமில்லாமல் கவிழ்த்துவிட அமெரிக்காவால் முடிந்தது. சிலியில் அலன்டேயும் கம்போடியாவில் சிஹானூக் மன்னருமெல்லாம் இதற்கான உதாரணங்கள். இப்படியாக அமெரிக்கா, எத்தனையோ பின்தங்கிய நாடுகளில் தங்களின் ஏஜெண்டுகளின்மூலம் விருப்பங்களை அமல்படுத்தியிருக்கிறார்கள். இன்றும் அதைத்தான் தொடர்ந்துகொண்டுமிருக்கிறார்கள். இந்திராவும் அவரது காங்கிரஸ் கட்சியும் சோவியத் அணியிலும், மொரார்ஜி தங்கள் அணியிலும் எனும் ஒரு தோற்றத்தை உருவாக்க

அமெரிக்கா மிகுந்த முயற்சியெடுத்தது. இந்திய பத்திரிகை உலகில் அமெரிக்காவிற்கும் ரஷ்யாவிற்கும் இருக்கும் செல்வாக்கின் காரணமாக இந்தக் கருத்து இங்கே பிரச்சாரமடையவும் செய்தது. இப்படித்தான் சில புரட்சியாளர்கள்கூட இதில் சிக்கிக்கொள்ள நேர்ந்தது. ஆனால், இது அப்பட்டமான பொய்யென்பது பகல் வெளிச்சம்போல் தெளிவாகியும் வருகிறதல்லவா? இந்திரா, மொரார்ஜி ஆகிய இருவருமே அமெரிக்க சாம்ராஜ்யத்தின் பணிவான அடிவருடிகள்தான். நூலைப் பிடித்திருக்கும் அமெரிக்கா, தன்னுடைய தேவைகளுக்கேற்ப, ஒரு பொம்மையை வைத்து சோவியத் ஆதரவு ஆட்டம் காட்டுகிறது; மற்றொரு பொம்மையை வைத்து பரிசுத்த ஜனநாயகத்தின் ஆதரவு ஆட்டம் காட்டுகிறது. சோவியத் யூனியனுடன் இந்திரா நடத்தும் சிருங்காரங்கள் அனைத்தும் அமெரிக்காவின் தேவைகளுக்காகவும்தான். சோவியத் யூனியனுக்கும் இந்த விஷயத்தில் எதிர்ப்பெதுவுமில்லை. ஏனென்றால், அமெரிக்காவைப்போலவே சோவியத் யூனியனுக்கும் இந்நாட்டில் பிடிக்காத விஷயம், இந்திய மக்களின் புரட்சிப் போராட்டங்கள்தான். இதைத் தடுப்பதற்காக எந்த சாத்தானுடன் இணைந்துகொள்ளவும் இரண்டு பிரிவினருமே தயாராக இருந்தார்கள்.

1975 ஜூன் *26*ஆம் தேதி அறிவித்த நெருக்கடிநிலையைப் பற்றி எனக்குச் சொல்லவேண்டியது இதுதான். நம்முடைய நாட்டின் பெரும்பான்மையான மக்களையும் விலங்குபோட்டு வைக்கும் நோக்கத்துடனான இந்தப் போர் அறிவிப்பையும், அதைத் தொடர்ந்து நடந்த சித்திரவதைகளையும் நான் திகைப்புடன்தான் கவனித்துக்கொண்டிருந்தேன். இதற்கான காரணங்கள் என்னவென்று அப்போது எனக்கு தெளிவாகத் தெரியவில்லை. பத்திரிகைகளைத் தணிக்கைக்குட்படுத்தியதுடன் சிறைச்சாலைக்குள் அது மேலும் வலுப்படுத்தப்பட்டிருந்தது. பத்திரிகைகள், இரண்டு மூன்றிடங்களில் வெட்டி நீக்கியதுபோக மிச்ச மீதிதான் கிடைக்கும். சிறையில் அதுவரையிருந்த அபூர்வமான சில உரிமைகள்கூட இனி இல்லாமலாகி விடுமென்பதையும் நான் யூகித்திருந்தேன். அப்பாவும் அம்மாவும் சிறையிலடைபட்டதுடன் எனக்கு வெளியுலகத்துடனிருந்த ஒரே கண்ணியும் அறுந்துபோய் விட்டது. திருவனந்தபுரம் மத்திய சிறையின் எனது வாழ்க்கை, மற்றொரு சோதனையான கட்டத்திற்கு நகர்ந்துகொண்டிருந்தது. இந்தக் கட்டத்தை என்னால் கடந்து விட இயலுமா?

30

நெருக்கடிநிலையின் வன்கொடுமைகள்

நெருக்கடிநிலை அறிவிக்கப்பட்டு அம்மாவும் அப்பாவும் கைதாகி விட்டதால் இயக்கத்துடனான ஒரேயொரு கண்ணியையும் நான் இழந்து போய்விட்டேன் என்று குறிப்பிட்டிருந்தேன். இப்படி, முழுமையான, இருண்ட சூழல் ஒன்று என்னை வளைத்துக் கொண்டதாக தோன்றத் தொடங்கியது. திருவனந்தபுரம் மத்திய சிறையில் பெண்கள் வார்டில் சக கைதிகளுடன் எந்த விதமான தொடர்பும் வைத்துக்கொள்ள அனுமதியில்லாமல் வாழ்ந்து கொண்டிருந்த எனக்கு அம்மாவின் கடிதம் மூலமாகவும் மூன்று மாதத்திற்கொரு தடவையாவது அம்மாவை நேரில் காண முடிந்ததாலும் வெளியுலகத்தின் வெளிச்சமும் சுத்தமான காற்றும் சிறிதளவாவது கிடைத்துக் கொண்டிருந்தது. வெளியே இயக்கத்தின் நிலைமையையும்

அதன் செயல்பாட்டையும் பற்றி முழுமையான தன்னம்பிக்கைப் பேணும் வாய்ப்பு இதன் மூலம் எனக்குக் கிடைத்து வந்தது. நெருக்கடிநிலைமை என்னென்ன தொந்தரவுகளையெல்லாம் ஏற்படுத்தப்போகிறது என்பதைப்பற்றி நான் தீவிரமாக யோசிக்க ஆரம்பித்தேன். இது, கடைசியில் தன்னுடைய காலில் போடுவதற்காக பாராங்கல்லை சிரமப்பட்டு உயர்த்துவதுபோலாகிவிடும். நெருக்கடி நிலைமையும் அதன் சுய நோக்கங்களும் அதிகார வர்க்கத்தின்மீதே வந்து திரும்பத் தாக்குமென்பதிலும் எனக்கு வலுவான நம்பிக்கை யிருந்தது. அடக்குமுறை எந்த அளவுக்குத் தீவிரமடைகிறதோ அதே அளவுக்கு எதிர்ப்பும் வலுவடையும் எனும் வரலாற்று உண்மையை நான் மிகச் சரியாகவே புரிந்துகொண்டிருந்தேன். இந்த பாதகமான சூழலில் மாவோவின், மார்க்சின், ஏங்கெல்சின், லெனினின், ஸ்டாலினின் படைப்புகளை அதிகமாக வாசித்துப் புரிந்துகொள்ள வேண்டிய தேவைகளிருப்பதை மனதினுள் உறுதிசெய்துகொண்டேன்.

இதுவரைக் கிடைத்து வந்த தினசரிப் பத்திரிகைகள் மூலம் இந்த இரண்டு வருட காலமும் நாட்டிற்குள் நிலவிக்கொண்டிருந்த வன்முறைகளைப் பற்றியெல்லாம் ஓரளவுவரை என்னால் புரிந்துகொள்ள இயன்றது. இப்போது பத்திரிகைளுக்கு தணிக்கைமுறை ஏற்படுத்தியிருந்ததால் இந்த வன்முறையின் தாக்கம் எந்த அளவிலானது என்பதைத் தெளிவாகப் புரிந்துகொள்ள முடியவில்லை. இருந்தாலும் கள்ளக் கடத்தலின், ஹவாலா பணத்தின், கறுப்புச் சந்தையின் பெயரில் இந்திரா அரசு தன்னுடைய அரசியல் எதிரிகளை எந்தவிதத் தயக்கமுமில்லாமல் பழிவாங்கிக்கொண்டிருப்பதைப் பத்திரிகைகள் மூலம் அறிந்துகொள்ள முடிந்தது. மார்க்சிஸ்ட் கட்சி, ஜனசங்கம்போன்ற ஓட்டுச்சீட்டு அரசியல் கட்சிகளின் இடைநிலைத் தலைவர்களையும் கீழ் மட்டப் பிரிவினரையும் இப்படி கைது செய்து வருடக் கணக்காக சிறையிலடைத்திருந்தார்கள். ஆனால், தீவிரமான இந்தச் சூழலிலும்கூட இ.எம்.எஸ்., ஏ.கே.ஜி.போன்ற மார்க்சிஸ்ட் கட்சிகளின் உயர்மட்டத் தலைவர்களைக் கைது செய்து சிறையிலடைப்பதற்கு இந்திராவின் அரசு தயாராக இல்லையென்ற உண்மை இந்தத் தலைமைகளின்மீது ஆழமான நம்பிக்கை வைத்திருப்பவர்களது கண்களைத் திறக்க வைக்கிற ஒரு விஷயம். அக்காலகட்டத்தில் நடந்த அரசியல் கைதுகளில், இந்திரா — கருணாகரன் கூட்டு முயற்சியில் மிகவும் கொடூரமான சித்திரவதைகளுக்குள்ளாக்கப்பட்ட மற்றொரு பிரிவினர் இருந்தனர். 'நக்சலைட்' என்று முத்திரைக் குத்தப்பட்ட இயக்கத்துடன் ஏதாவதொரு நூலிழைத் தொடர்பு மட்டுமே வைத்திருந்த நபர்களையும்கூட மோசமான சித்திரவதைகளுக் குள்ளாக்கி சிறைச்சாலைகளில் அடைத்தார்கள். மிசா கைதிகளில் பெரும்பான்மையினரும் இந்தப் பிரிவினராகவே இருந்தனர். மற்ற அரசியல் எதிரிகளை அவர்கள் நடத்திய முறைகளிலிருந்து முற்றிலும் மாறுபட்ட, வர்க்க விரோத நடவடிக்கைகளுக்கு இந்தத் தோழர்கள்

ஆயிரக்கணக்கில் இரையானார்கள். இப்படிப்பட்டவர்களைத்தான் அவர்கள் கொன்றொழிக்கவும் செய்தார்கள் என்பது நாமெல்லாம் அறிந்த விஷயங்கள்தான். மிசாவின் பெயரால் திருவனந்தபுரம் மத்திய சிறையில் நிறைய இளைஞர்களைக் கைது செய்து கொண்டு வந்திருப்பதாக நான் அறிந்தேன். இந்தச் செய்திகள் நெருக்கடி நிலையைப்பற்றிய வேதனைகளை என்னுள் அதிகப்படுத்திக் கொண்டிருந்தது. தனிமைச் சிறையின் சூழ்நிலை என்னுடைய மனத்தில் தாங்கிக்கொள்ள முடியாத ஒரு பாரமாகவும் தோன்றத் தொடங்கியது.

மற்றவர்களைப்போல் நானும் ஒரு சமூக உயிரிதானே? இறுக்கமான கட்டுப்பாடுகளால் மூச்சுத் திணறும் இந்தச் சூழலை எப்படிக் கடந்து செல்வதென்று யோசித்தேன். மட்டுமல்ல, இருபத்துநான்கு மணிநேரமும் எந்தவித உடலுழைப்புமில்லாமல் வாழ்ந்துகொண்டிருந்ததால் என்னுடைய உடம்பும் தளர்ந்து கொண்டிருந்தது. எனக்கு ஏதாவதொரு வேலை தரச் சொல்லி நான் சிறைக்கண்காணிப்பாளரிடம் கேட்டேன். பொதுவாகவே, எல்லா கைதிகளுக்கும், அவர்கள் சாதாரண தண்டனைக் கைதிகள், கடுங்காவல் தண்டனைக் கைதிகள் என்ற பாகுபாடில்லாமல் விசாரணைக் கைதியா, தண்டனைக் கைதியா என்றுகூட பார்க்காமல் வேலையில் அமர்த்தும் சிறையதிகாரிகள், நான்கு வருடங்களாகியும் எனக்கு எந்த வேலையும் தரவில்லை. ஒரு வேலையும் அதன்மூலம் கிடைக்கும் கூலியும் மற்ற அனுகூலங்களும் ஒரு ஆயுள்தண்டனைக் கைதியெனும் நிலையில் என்னுடைய உரிமைகள். ஆனால், ஏதாவதொரு வேலை கொடுப்பதாக இருந்தால் இத்தகைய அனுகூலங்களைத் தரவேண்டியதிருக்கும் என்பதால் பொதுவாகவே நக்சலைட் என்று சொல்லப்படும் பிரிவினரில் யாருக்குமே சிறையில் வேலை கொடுப்பது கிடையாது. இது அரசின் ஒரு அணுகுமுறை. ஆனால், நான் திரும்பவும் இந்தக் கோரிக்கையை முன் வைத்தபோது கண்காணிப்பாளர், எனக்கு நெசவு வேலை கொடுக்கும்படி பெண்கள் வார்டின் வீவிங் இன்ஸ்பெக்டரிடம் சொன்னார். நான் வேலை செய்யும்போது ஒரு பெண்வார்டன் என்னைக் கண்காணிக்க வேண்டுமென்றும் நான் வேலையை முடிப்பதுவரைக்கும் அவர் என்னுடனேயே இருக்கவேண்டுமென்றும் அவர் உத்தரவிட்டார். நெசவுக்கூடத்தில் வேறு கைதிகளுமிருப்பதால் நான் அவர்களுடன் பேசக்கூடாது என்பதற்காகவும் அவர்களினிடையே என்னுடைய தாக்கம் வந்துவிடக்கூடாதென்பதற்காகவும்தான் இப்படியொரு கண்டிப்புடனான அறிவுறுத்தலை அவர் முன்வைத்திருந்தார்.

உடலுழைப்பில் ஈடுபடுவதற்குக் கிடைத்த இந்த பொன்னான வாய்ப்பில் நான் சற்று மகிழ்ச்சியடையவும் செய்தேன். ஒரு புதிய தொழிலைப் படிக்கவும் செய்யலாமல்லவா? பகல் முழுவதும் சிறு அறைக்குள் வாழ்ந்துகொண்டிருப்பதை விடவும் பல மடங்கு நல்லதொரு விஷயமாகவே இதை நான் கருதினேன். அப்படியாக, நான் நெசவு வேலைக்குப் போகத்தொடங்கினேன்.

இந்த வேலையைக் கற்றுக்கொள்வதில் எனக்கு சிறு அளவிலான சிரமங்கள் நேரிட்டாலும் இரண்டு மாதங்களுக்குள் நெசவைப்பற்றிய அடிப்படையான விஷயங்களை அறிந்துகொண்டேன். அகலம் குறைவான ‘டம்கிரி’ எனும் ஒரு வகையான விலை குறைந்த துணியை நான் நெய்துகொண்டிருந்தேன். சிறையிலிருக்கும் ஆண், பெண் கைதிகளுக்கெல்லாம் நான்கு மாதத்திற்கொரு தடவை வினியோகம் செய்யப்பட வேண்டுமென்று குறிபிட்டிருக்கும் டவல் துணிவகையை அங்கே நன்றாகப் பயிற்சி பெற்றிருந்த ஆயுள் தண்டனைக் கைதிகள் நெய்வார்கள். மொத்தம் எட்டு தறிகளும் நூல் சுற்றுவதற்கான ஒரு இராட்டையும்தான் அந்த நெசவுக்கூடத் திலிருந்தன. இந்தத் தறிகளெல்லாம் எப்போதோ ஒதுக்கப்பட்டிருக்க வேண்டிய நிலையிலிருந்தன. இருந்தாலும் கைதிகள் துணி நெய்ய இதுவே போதுமாம். இதைப் பற்றி புகார் செய்வதிலும் எந்தப் பயனுமிருக்காது. இருப்பதில் நல்ல தறி கிடைப்பதற்கு கைதிகளிடையே போட்டி நடக்கும். ஏனென்றால், தறி நல்லதாக இருந்தால் அதிகமாக நெய்ய முடியும். அதிகமாக நெய்தால் கூலி அதிகமாகக் கிடைக்கும். ஓலைக்கூரை வேயப்பட்ட ஒரு பகுதியில்தான் நெசவுக்கூடமிருந்தது. அதன் சுவர்கள் பகுதியளவு உயரமிருக்கும். ஆகவே, மழைக்காலங்களில் தறிகளும் அதிலுள்ள பாவும் நூலுமெல்லாம் நாலா புறமிருந்தும் வீசியடிக்கும் மழைச்சாரலில் நனைந்துக் குதிர்ந்துபோய் விடும். ஆகவே மழைக்காலத்தில் நெசவு வேலை செய்வதென்பது சிரமமான விஷயம். நெய்யும்போது இழைகள் அறுபட்டுக்கொண்டே இருக்கும். அவற்றை முடிச்சுப்போட்டு முடிச்சுபோட்டு உடலும் மனதும் ஒருசேரத் தளர்ந்துபோய் விடும்.

நெசவுக்கூலியைப்போல் சுரண்டலின் மிக மோசமான ஒரு உதாரணத்தை வேறு எதிலும் சொல்ல முடியாது. அகலம் குறைவான டம்கிரி துணியை நாளொன்றுக்கு பதினெட்டு கெஜம் நெய்ய வேண்டுமென்பது ஒரு கணக்கு. அகலம் சற்று அதிகமான டவல், பதினாறு கெஜம் நெய்யவேண்டும். இதைவிடவும் அகலமான மற்றொரு வகை துணியும் அங்கே நெய்வதற்காகக் கொண்டுவரப்பட்டது. அதன் பெயர், கேம்பிரிக் என்று சொன்னார்கள். டம்கிரியும் டவலும் நெய்வது ஈரிழைகளுள்ள நல்லியால் என்றால் கேம்பிரிக்கை ஒற்றையிழையிலான நல்லியால் நெய்ய வேண்டும். ஆகவே இதன் நீளத்திற்கு இரண்டு மடங்கு உழைக்க வேண்டும். இதை தினமும் பத்து கெஜம் நெய்ய வேண்டும். துணியின் நீளத்திற்கேற்ப கூலியிலும் சிறு வித்தியாசமிருக்கும். நூறு கெஜம் வருகிற ஒரு பாவு டம்கிரி துணிக்கான கூலி, மூன்று ரூபாய் சொச்சம் எனும் விகிதத்திலிருக்கும். மேற்படி கணக்கின்படி நெய்தால்தான் ஒருநாளைய கூலியைப் பெற இயலும். இதுதான் சட்டம். ஆனால், இந்தக் கணக்குக் குறைந்து விட்டால் அன்றைய நாள்கூலியைக் கொடுக்க வேண்டாமென்றும் சிறைச் சாலையின் சட்டப் புத்தகத்தில் எழுதியிருக்கிறார்களாம். இலக்கை

எட்டவில்லையென்று சொல்லி, கூலியைக் கொடுக்காமலிருப்பதற்கான இந்த ஏற்பாடு, சிறைச்சாலையைத் தவிர வேறு எங்காவது நடக்குமா? சிறைக் கைதிகளுக்கு எந்த விதமான அநீதியையையுமே எதிர்த்துக் கேள்வி கேட்கும் உரிமை கிடையாதல்லவா? ஆடு மாடுகளைப்போல் மட்டுமே பொருட்படுத்தப்படுகிற இந்த அடிமைகளிடமிருந்து எழும் ஒரு சிறு எதிர்ப்புக் குரலையும்கூட கருணையே இல்லாமல் எதிர்கொள்வதென்பது சிறைச்சாலையின் நித்திய சம்பவம்.

இந்த துச்சமான கூலிப்பணமும் கைதிகளின் கையில் கிடைக்காது. சிறை அலுவலகத்தில் வைக்கப்பட்டிருக்கும் இந்தக் கூலிப் பணம், மூன்றாகப் பங்கு வைக்கப்படும். அதிலொரு பகுதி, கைதிகளுக்கு காண்டீனிலிருந்து பொருட்கள் வாங்குவதற்காக செலவிடப்படுகிறது. மற்றொரு பகுதி விடுதலையாகும்போது அவர்களது கையில் கிடைக்கிறது. இந்த மூன்றாவது பகுதிதான் மிக முக்கியமானது. தங்களுடைய தண்டனை நாட்களிலிருந்து சலுகை வழங்குவதற்காக இந்தப் பணத்தை கைதிகள் பயன்படுத்தலாமென்பது சட்டம். இப்படியாக இந்த அநீதியான கூலிப்பணத்திலிருந்துகூட மூன்றிலொரு பகுதியை அரசே திரும்பப் பெற்றுக்கொள்கிறது. 'மார்க் வாங்குவதற்கு' என்ற பெயரில் இது சொல்லப்படுகிறது. இந்தக் கூலி சம்பிரதாயத்தை முதலில் நடைமுறைப்படுத்தியதுகூட 1957இல் இ.எம்.எஸ்., அமைச்சரவைப் பொறுப்பேற்ற பிறகுதான். அதுவரையிலும் எவ்வளவுதான் வேலை செய்தாலும் கூலி கிடையாதாம். இருந்தாலும் வெறும் அடிமைக்கூலியான இந்தத் தொகை, கைதிகளினிடையே ஆசைகளைத் தூண்டுவதற்கும் கூலியின் பெயரால் அவர்களை முன்பை விடவும் அதிகமாகச் சுரண்டுவதற்கும் மட்டுமே பயன்படுகிறது என்பதுதான் உண்மை. முன்பு, கூலியெதுவும் கிடைக்காதென்பதால் கைதிகள் சிரமப்பட்டு வேலை செய்ய மாட்டார்கள். அப்படியென்றால், அதிகமாக வேலை செய்பவர்களும் குறைவாகச் செய்பவர்களும் சமமானவர்களாகவே கருதப்படுவார்கள். கைதிகளை வேலை செய்ய வைப்பதற்கு அன்று வன்முறையை ஏவ வேண்டியதிருந்தது. கூலியை அதிகமாகப் பெறவும் அதிகமாக நெய்யவுமெல்லாம் கைதிகளினிடையே போட்டிகளும் கிடையாது. அதிகாரிகளின் மிருக பலத்திற்கெதிரான மனோபாவம் கைதிகள் அனைவருக்கும் ஒரேவிதமாகவே இருந்தது. ஆனால், நிலைமைகள் இன்று நேரெதிராக மாறியிருக்கிறது. அதிகாரிகளுக்கெதிராக கைதிகள் ஒன்று சேர்ந்தால் உருவாகும் பிரச்சினைகள் குறித்து அரசாங்கமும் சிறைச்சாலை அதிகாரிகளும் நன்றாகவே அறிந்து வைத்திருக்கிறார்கள். கைதிகளினிடையே எப்போதும் முரண்பாடுகளை உருவாக்கி வைத்திருக்கவும் அதிகாரிகளின் இருப்பை உறுதிப்படுத்தவும் மட்டுமே இந்தக் கூலி முறை உதவி செய்கிறது. முடிந்தவரையிலும் அதிகமாகக் கூலி பெறுவதற்காக கைதிகள் இதை வீம்புடனும் தங்களுடைய உடல் ஆரோக்கியத்தைக் கண்டுகொள்ளாமலும் வேலை செய்கிறார்கள். அதிகமாக நெய்யவும் நல்ல தறி கிடைக்கவுமெல்லாம் அவர்கள்

தங்களுக்குள் போட்டி போடுகிறார்கள். கூலியெதுவும் கொடுக்கப்படாத முன் காலகட்டத்தை விடவும் அதிகமாக கைதிகளின் மனத்திற்கும் உடல் ஆரோக்கியத்திற்கும் துரோகமிழைப் பதாகவே இந்த 'சிறை சீர்திருத்தம்' மாற்றமடைந்திருக்கிறது. மதிப்பெண் வாங்கும் சம்பிரதாயத்தைப்பற்றி இன்னொன்றையும் சொல்ல வேண்டியதிருக்கிறது. கைதிகள் இப்படி தங்களுடைய உழைப்பின் மூன்றிலொரு பகுதியைக் கொடுத்து எத்தனை நாட்களை தண்டனை சலுகையாக வாங்கினாலும் அதிகாரிகளுக்கு அவர்களின்மீது ஏதாவதொரு மன வேற்றுமை ஏற்பட்டு அவர்களைத் தனிமைச் சிறையிலடைப்பது போன்ற தண்டனைகள் எதையாவது கொடுப்பதாக இருந்தால், வாங்கிய இந்த மதிப்பெண்களையெல்லாம் அவரால் உடனடியாகக் குறைத்து விட முடியும். கைதிகளின் நடைமுறைகள் அனைத்தும் அதிகாரிகளின் மனத்திற்குத் திருப்தி தருவதாக அமைந்தால் மட்டுமே நற்சான்றிதழைப் பெற்று தப்பித்துக்கொள்ள இயலுமென்பதுதான் வெகு சாதாரணமான உண்மை. அல்லது, இப்படியாக வாங்கிய மதிப்பெண்ணும் கடைசியில் பயனற்றுப்போய் விடும். தன்னுடைய கூலிகூட கிடைக்காமல் போய் விடும். இப்படியாக என்னென்ன முறைகளிலெல்லாம் ஒரு கைதியின் வாழ்க்கை சிறை அதிகாரிகளால் கட்டுப்படுத்தி வைக்கப்படுகிறது என்பதைச் சொல்லித் தீராது. நெசவை மட்டும் ஒரு உதாரணமாக எடுத்துக்காட்டி சில உண்மைகளைத்தான் இங்கே நான் சொல்லியிருக்கிறேன்.

நெசவு வேலையை ஏற்றுக்கொள்வதற்கு முன்பும் நான் இது போன்ற சில விஷயங்களைப் புரிந்துகொண்டிருந்தேன். தண்டனைக் காலத்திலிருந்து நாட்களை காசு கொடுத்து வாங்குவதில்லையென்று நான் ஏற்கனவே முடிவு செய்திருந்தேன். எனக்குக் கூலி கிடைக்குமா என்பதிலேயே சந்தேகமிருந்தது. கட்டுப்பட்டு வேலை செய்யக்கூடாதென்றும் முடிவு செய்திருந்தேன். சிறிது உடலுழைப்பில் ஈடுபடுவதன்மூலம் சக மனிதர்களுடன் சிறிது நேரத்தைச் செலவு செய்வதற்கான ஒரு வாய்ப்பாகவும்தான் நான் இதைக் கருதினேன். தண்டனைக் காலத்திலிருந்து எத்தனை நாட்களை சலுகையாக வாங்கினாலும் சரிதான், அரசாங்க அனுமதியில்லாமல் என்னை விடுதலை செய்யமாட்டார்கள் என்பதை அரசியல் சித்து விளையாடல் களைப்பற்றி ஓரளவுக்கு அனுபவித்து அறிந்திருந்த என்னால் புரிந்துகொள்ள முடிந்திருந்தது. நெருக்கடிநிலை அமலிலிருக்கும் காலம்வரை நான் விடுதலையாகப்போவதில்லை என்பதிலும் எனக்கு உறுதியிருந்தது. மட்டுமல்ல, புரட்சி அரசியலில் காலூன்றி நின்றிருக்கும் காலம்வரை, என்றாவதொரு நாள் சிறையிலிருந்து விடுதலையாகி விடுவோம் என்ற சிறு ஆசையைக்கூட வளர்த்துக் கொண்டிருப்பது மூடத்தனம். ஆசைகளை வளர்த்தால்தானே ஏமாற்றங்கள் உருவாகும்? உயர்நீதி மன்றம் என்னுடைய தண்டனையை ஆயுள்தண்டனையாக உயர்த்திய அன்று முதல் சிறையிலிருந்து விடுதலையாகி விடுவோம் என்ற என்னுடைய உறுதியையும் அளவு

கடந்த ஆசைகளையும் நான் கைவிட்டு விட்டேன். ஆனால், நான் நம்பிக்கைக்கொண்டிருந்த உன்னத இலட்சியத்தை கை விட்டு எனக்கு எந்த சுதந்திரமும் தேவையில்லையென்பதிலும் நான் உறுதியுடனிருந்தேன்.

புரட்சி அரசியலில் நம்பிக்கை வைத்திருந்த ஒரே காரணத்திற்காக நெருக்கடிநிலையின்போது எத்தனையெத்தனை இளைஞர்களின் எலும்புகள் அடித்து நொறுக்கப்பட்டன. அன்றுவரை உறுதியுடன் நின்றிருந்த சிலர் திடீரென தங்கள் கொள்கைகளைக் கை விட்ட உடனே அவர்களை அணுகும் அதிகாரிகளின் மனோபாவத்திலும் திடீர் மாற்றம் ஏற்பட்டு விடுகிறது. இதைக் கவனிக்கும் போதுதான் இந்த அரசியல்மீதான எதிரிகளின் பயமும் வெறுப்பும் தெளிவாகப் பிரகடனமாகிறது.

சமூகத்தின், செல்லரித்துப்போனதும் முடைநாற்றம் வீசுவது மான தாக்கமும், எந்தவித மன அமைதியும் மகிழ்ச்சியுமில்லாமல் வெறும் சுகபோகங்களில் மட்டுமே கவனம் செலுத்தி, பதினேழு வயதுவரையிலும் வாழ்ந்துகொண்டிருந்த எனக்கு மறுஜென்மமளித்த மாமனிதர் மாவோ சேதுங்கின் சிந்தனையைக் கைவிட்டு இனி மற்றொரு வாழ்க்கை சாத்தியமா? என்னதான் துன்பங்களை அனுபவிக்க வேண்டியது வந்தாலும் எனது இருளடர்ந்த மனத்தினுள் கண்களைக் கூசச் செய்கிற, உண்மையில் ஒளிப்பிரவாகத்தை ஏற்றி வைத்த அந்த மாமனிதனிடமும் அவரது சிந்தனைகள்மீதும் எனக்கு உருவாகியிருந்த தாக்கத்தையும் அனுசரணையையும் அவ்வளவு எளிதாக மாய்த்து விட இயலாது.

ஆனால், நெருக்கடிநிலையின்போது நடந்த எதிரியின் கொடூரமான அக்கிரமச் செய்திகளும் சிறைச்சாலைச் சூழலில் ஏற்படுத்தப்பட்ட கட்டுப்பாடுகளின் அழுத்தங்களுமெல்லாம் அதிகரித்தபோது என் கால்கள் தடுமாறத் தொடங்கின. மார்க்சின், மாவோவின் புத்தகங்களை நான் விடாமல் வாசித்து விடுவேன். நெசவு வேலையில் ஈடுபட்டுக்கொண்டிருக்கும்போதும் இதைத் தொடர்ந்து கொண்டுதானிருந்தேன். ஆனால், நெசவு வேலையைச் செய்யத் தொடங்கியதிலிருந்து எனது உடல்நிலை தளர்வடையத் தொடங்கியது. அம்மா அப்பாவின் கடிதங்கள் மூன்று நான்கு மாதங்களுக்கு ஒருதடவை மட்டுமே வந்துகொண்டிருந்தன. அவர்கள் கண்ணூர் மத்திய சிறையிலிருந்து எனக்கு வாரம் தோறும் கடிதங்கள் அனுப்பிக் கொண்டிருந்தாலும் அவை மிக அபூர்வமாகவே எனக்குக் கிடைத்துக் கொண்டிருந்தன. இதுகூட என்னுடைய புகார், சிறை ஐ.ஜிக்கு சென்ற பிறகுதான். இப்படியாக, ஐந்தோ ஆறோ புகார்கள்வரைக்கும் எனக்கு நெருக்கடிநிலையின்போது அனுப்ப வேண்டியதாயிற்று. கண்ணூர் சிறைக்கு நான் அனுப்பி வைத்த கடிதங்களின் நிலை இதை விடவும் மோசமாக இருந்தது. என்னுடைய ஒரு கடிதம், எட்டு மாதங்களுக்குப் பிறகு அப்பாவுக்கும் அம்மாவுக்கும் கிடைத்தது பற்றி வெளியே வந்த

பிறகு சொன்னார்கள். எங்கள் மூன்று பேரையும் மனரீதியாகத் தளரச் செய்யும் முயற்சிகளில் மிக அதிகமான சோதனை இதுவாகவே இருந்தது. அப்பாவும் அம்மாவும் சிறையிலடைபட்ட பிறகு என்னுடைய மன ஆறுதலுக்காக, நேர்முகங்காண கோழிக்கோட்டி லிருந்து என்னுடைய சித்தப்பா, 1975 டிசம்பர் மாதம் வந்தார். ரேடியா பழுது பார்க்கும் வேலையில் வாழ்க்கையை நடத்திக்கொண்டிருந்த இருதய நோயாளியான சித்தப்பா, இதற்காக நான்கு நாட்களைச் செலவிட வேண்டியதாயிற்று. இரண்டு நாட்கள் விடுமுறையிருப்பதால் என்னைப் பார்க்க முடியாதென்று சொல்லி அதிகாரிகள் முதலில் அவரைத் திருப்பி அனுப்பி விட்டார்கள். மீண்டும் வந்து பார்க்கும்போதுதான் இதை அவர் சொன்னார். அதிகாரிகள் என்னதான் அநீதி இழைத்தாலும் அவர்களைக் கேள்வி கேட்பதற்கு எந்த வழியும் கிடையாதல்லவா? நானூறு மைல்களுக்கு அப்பாலிருந்து வருகிற ஒரு மனிதரை இந்த அளவுக்கு மோசமாக நடத்தினால் பிறகு என்னைப் பார்க்க வருவதற்கு யாராவது விரும்புவார்களா? இப்படியாக யாருமே என்னை வந்துப் பார்க்கவும் விடக்கூடாது என்பதற்கான ஏற்பாட்டையும்கூட அரசாங்கம் செய்து வைத்திருந்தது. சித்தப்பா சில புத்தகங்கள் கொண்டு வந்திருந்தார். அவற்றையெல்லாம் தணிக்கை செய்து வாங்குவதற்கு அதிகாரிகளை நான் மாதக்கணக்கில் தொந்தரவு செய்ய வேண்டியதிருந்தது. எதிரியின் ஒடுக்குமுறைகள் இப்படி எல்லாத் திசைகளிலிருந்தும் தவறாமல் நடந்துகொண்டிருந்தன. தெரியாத நெசவு வேலையைச் செய்யத் தொடங்கியதால் ஏற்பட்ட உடல் சோர்வை விடவும், அழுத்தமான இந்த மனச்சோர்வுதான் உடல் ஆரோக்கியத்தை மிக அதிகமாகப் பாதித்தது. படிப்படியாக நான் எலும்பும் தோலுமாக மாறினேன். முன்பு என்னைப் பார்த்தவர்கள் இப்போது அடையாளம் காண முடியாதபடி ஆகிப் போனேன். ஒவ்வொரு நாளும் எப்படியாவது, எதையாவது நெய்ததாகச் சொல்லி விட்டு சாயங்காலம் போய்ப்படுத்தால் எழுந்திருப்பதே சிரமமாக இருந்தது. நெய்கிற வேலையை ஆரம்பித்த உடனேயே வேர்வையில் மூழ்கிப்போய் விடுவேன். ஆனால், உடல்நிலை இவ்வளவு மோசமாக இருந்தும்கூட அதிகாரிகள் இதற்கான சிகிச்சையெதையும் அளிக்க முன்வரவில்லை. ஒருதடவை பெண் மருத்துவர் ஒருவரை சிறைக்கு வரவழைத்து என்னைப் பரிசோதனை செய்த பிறகு ஏதோ கொஞ்சம் வைட்டமின் மாத்திரைகளைத் தந்தார்கள். ஆஸ்பத்திரி யிலிருந்து எனக்கு முட்டையும் பாலும் தரும்படி கண்காணிப்பாளர் உத்தரவிட்டார். இப்படியே விட்டால் இவள் சீக்கிரமாகச் செத்துபோய் விடுவாள் என்று அவர்கள் நினைத்திருக்க வேண்டும்.

இப்படியாக நாளுக்குநாள் உடல்ரீதியாகவும் மனரீதியாகவும் தகர்ந்துகொண்டிருந்த எனது வாழ்க்கை, மூழ்கப்போகும் தோணிபோல் தள்ளாடிக்கொண்டிருந்தது. என்னைச் சுற்றிலும், பாதகமான சூழலில், என்னைவிட மிக அதிகமாக மனரீதியிலான துயரங்களை அனுபவித்துக்கொண்டிருந்த சகோதரிகளின் வேதனைகளைப்

பார்க்கும்போது இந்த அக்கிரமங்களுக்கும் அநீதிகளுக்குமெதிராக நம்மால் எதையுமே செய்ய முடியவில்லையே என்ற வருத்தமும் மேலோங்கிக்கொண்டிருந்தது. சேர்ந்திருந்தாலும்கூட பலப்பிரயோகத்தின் மூலம் என்னை விட்டு விலக்கி நிறுத்தியிருக்கும் அந்தக் கதியற்றவர்களைப் பற்றியும் சொல்லிவிடலாமென்று கருதுகிறேன்.

சமூகத்தின் கடைநிலைகளிலுள்ள பல்வேறு பிரிவினரிடையிலிருந்து பெண்கள் வார்டுக்கு வந்து சேர்ந்திருந்த இந்த ஏழைகள், தங்களது வாழ்க்கையின் நிரந்தர போராட்டத்தின் ஒரு பகுதியாகவும், என்னைப் பொறுத்தவரைக்கும் ஆழமான பாடங்களாகவும் இன்றும் என் நினைவுகளில் தெளிவாக நிற்கிறார்கள். இதில் எந்த சகோதரியின் வாழ்க்கை மிகவும் துயரமானது என்று குறிப்பிட்டுச் சொல்வது இயலாத விஷயம். ஒவ்வொருவருமே அவரவர் வாழ்க்கைச் சூழலின் வதைகள்மூலம் இந்தக் காராக்கிரகத்தில் தள்ளப்பட்டு வதைபடுபவர்கள்.

கொலை, திருட்டு, விபச்சாரம், கள்ளச்சாராயம் இப்படியாக பல்வேறு வழக்குகளில் சிக்கிய எத்தனையோ பெண்கள் இங்கிருக்கிறார்கள். முதலில் கொலை வழக்கில் தண்டனை பெற்ற ஒருத்தியைப் பற்றி சொல்கிறேன்:

1957இல் கேரளம் ஒரு புதிய மாநிலமாக உருவான பிறகு தூக்குத்தண்டனை விதிக்கப்பட்ட முதல் பெண் லூசியக்கா. பெண்களை தூக்கில் போடவேண்டாமெனும் கேரள அரசாங்கத்தின் அணுகுமுறையின்கீழ் இவளது மரண தண்டனை கடுங்காவல் ஆயுள் தண்டனையாகக் குறைக்கப்பட்டது. நான் அறிந்த வரைக்கும் லூசியக்காவின் வாழ்க்கை தீவிரமான போராட்டக்களமாக இருந்தது.

ஓரளவு சுமாரான, ஆச்சாரமான கிறிஸ்தவக் குடும்பத்தில் பிறந்து வளர்ந்த லூசியக்கா இளம் வயதில் சற்று மனநிலை பிறழ்வுபட்டவளாகவே இருந்திருக்கிறாள். எப்போதாவது இந்த வியாதி அதிகமாகும்போது சிகிச்சை செய்வார்கள். நோயும் மாறிவிடும். இயல்பான ஒரு வாழ்க்கையை மேற்கொள்ளுவதற்குத் தடையாகவோ பெரிய அளவிலோ இந்த வியாதியின் பாதிப்பு இல்லை. ஆனாலும் அவருக்கு நல்ல வரன்கள் எதுவும் வரவில்லையாம். ஆகவே, தன்னுடைய இளம்வயதில் பெற்றோர்கள் நிச்சயித்த, தான் படித்த பள்ளிக்கூடத் தலைமையாசிரியரின் இரண்டாவது மனைவியாக ஆகிறார் லூசியக்கா. இறந்துவிட்ட முதல் மனைவியில் அவருக்கு நான்கு பிள்ளைகளிருந்தார்கள். ஆரம்பத்திலிருந்தே இந்தத் தாம்பத்திய உறவில் லூசியக்காவிற்கு அதிருப்தியிருந்திருக்க வேண்டும். பிறகு இவளுக்கும் நான்கு குழந்தைகள் பிறந்தன. இதனிடையில் லூசியக்காவுக்கும் கணவருக்குமிடையே அடிக்கடி சொத்துப்பிரச்சினை குறித்துத் தகராறுகள் வருவதும், லூசியக்கா பிறந்த வீட்டுக்குப் போவதும் வழக்கம். இரவானால் மூக்கு முட்டக் குடித்து விட்டு

வந்து மனைவியை உதைப்பது தலைமையாசிரியரின் வழக்கமென்றும் கேள்வி. லூசியக்காவின் வீட்டிலுள்ளவர்களுக்கும் சில சந்தர்ப்பங்களில் சொத்துப்பிரச்சினையில் அவருடன் தகராறுகள் நடந்திருக்கின்றன.

லூசியக்கா வழக்கின் அடிப்படை சம்பவம் நிகழ்வதற்கு ஒரு மாதத்திற்கு முன், அவளது இளைய சகோதரனை, கணவனும் அவருடைய இளைய சகோதரனும் சேர்ந்து காப்பிச் செடியின் கிளையை ஒடித்து அது துண்டுகளாக ஒடியும்வரை அடித்தார்களாம். இப்படி, பிரச்சினைகள் தீவிரமாகிக்கொண்டிருந்த ஒரு சூழலில்தான் அவளது பழைய வியாதி திரும்பவும் வந்திருக்க வேண்டும். ஒருநாள் அதிகாலையில் தன்னுடைய கணவரையும் முதல் மனைவிக்குப் பிறந்த இரண்டு மக்களையும் தன்னுடைய இரண்டு குழந்தைகளையும் லூசியக்கா வெட்டிக் கொன்றுவிட்டதாக வழக்கு. கொலை நிகழ்ந்த பிறகு தன்னுடைய எட்டு மாதக் குழந்தையின் சடலத்தை ஒரு கைப் பையில் வைத்துக்கொண்டு அவர் பாதிரியாரிடம் பாவமன்னிப்பு வாங்குவதற்காக சர்ச்சுக்குச் சென்றிருக்கிறார். இந்தக் காட்சியைக்கண்டு பயந்து நடுங்கிய பாதிரியார் தகவலை உடனே காவல்துறைக்குச் சொல்லி விட்டார். பிடிபட்ட லூசியக்காவை காவல்துறையினர் மிக மோசமாகத் தாக்கியிருக்கிறார்கள். அவரது இளைய சகோதரனையும் பிடித்துக்கொண்டு வந்து கொடூரமான முறையில் அடித்திருக்கிறார்கள். நடந்த கொலைகள் மிகக் குரூரமானதாகவும் நம்ப முடியாததாகவும் இருந்தன. தான் நொந்து பெற்ற குழந்தைகளை இந்த அளவுக்குக் கருணையே இல்லாமல் கொலை செய்த பிறகுதான் முற்றிலும் மனநிலை சரியில்லாதவளாக லூசியக்கா மாறியிருக்க வேண்டும். சிறையில் அவள் பைத்தியக்காரியைப்போல் தனியாக உட்கார்ந்து புலம்புவதும் சிரிப்பதும் சில நேரங்களில் தனக்குப் பிடிக்காதவர் களுடன் சண்டைபோடுவதுமாக வாழ்ந்துகொண்டிருந்தாள். வேலை செய்வதையும் பொருட்படுத்தமாட்டாள். பெண் வார்டன்கள் அவளை மிக மோசமாக அடிப்பார்கள். அவள் மனநிலை சரியில்லாதவள் என்பதால் அவளுடைய புகார்களை கண்காணிப்பாளரோ மற்ற அதிகாரிகளோ கவனத்தில் எடுத்துக்கொள்ள மாட்டார்கள் என்பதால்தான் பாவம் அந்தப் பெண்ணை இவர்கள் இப்படித் துன்புறுத்தி வந்தார்கள். ஒருநாள் காலையில் மற்ற கைதிகளின் அறைகளெல்லாம் திறப்பதற்குமுன், சில ஆயுள்தண்டனைக் கைதிகளையும், உடல் வலுமிக்க வேறு சில கைதிகளையும் அழைத்துக்கொண்டு வந்த இரண்டு பெண் வார்டன்கள், லூசியக்காவின் அறையைத் திறந்து அவளை மிகக் கொடூரமாகத் தாக்கத் தொடங்கினார்கள். லூசியக்கா மிகப் பரிதாபமாக, தீனக்குரலில், பயங்கரமாக அலறுவதும் பிறகு அலற இயலாமல் கீழே விழுவதும் எங்கள் காதுகளில் கேட்டது. இந்தப் பரிதாபக் குரலின் பிரதிபலிப்பு, பல நாட்களாக என்னை வேதனைப்படுத்திக்கொண்டே இருந்தது. அடி வாங்கியதில் ஏற்பட்ட வீக்கம், நீண்ட நாட்களாக லூசியக்காவின் கால்களில் இருந்தது. ஒரு வாயில்லாப் பிராணியை விடவும் மோசமான

நிலையில் கஷ்டங்களை அனுபவித்துக்கொண்டிருந்த லூசியக்கா, நொண்டி நொண்டி நடந்து போவதைப் பார்க்கும்போது நிகழ்வுகளின் வெறும் பார்வையாளராக மட்டுமே இருக்க முடிந்த கைதிகளில் சிலர் பரஸ்பரம் பரிதாபப்பட்டுக் கண்ணீரைத் துடைத்துக்கொள்வோம். ஆனால், இந்த சித்திரவதையைப் பற்றி வெளியில் யாருக்குமே தெரியாது. அவளுடைய கால்களில் புரட்டிக்கொள்வதற்கு மருந்து கொடுக்கவும்கூட அந்தப் பெண் வார்டன்கள் தயாராக இல்லை. இதன் பிறகும் அவள் தனியாக அமர்ந்து புலம்பியும் சிரித்தும் சண்டை போட்டும் அங்கே வாழ்ந்துகொண்டிருந்தாள். ஒவ்வொரு ஞாயிற்றுக் கிழமையும் பக்கத்து சர்ச்சிலுள்ள ஒரு பாதிரியார் வந்து கிறிஸ்தவ கைதிகளுக்கு பிரார்த்தனை செய்வதற்கான வாய்ப்பை உருவாக்கிக் கொடுப்பார். அவரிடம் லூசியக்கா தன்னுடைய வருத்தங்களைச் சொல்வாள். 'உபதேசம்' செய்வதைத் தவிர வேறு எந்த வகையிலும் தன்னால் உதவ இயலாதென்பதை அவர் சொல்லுவார். என் மனத்தை மிகவும் வேதனைப்படுத்தியதும் கோபத்தால் என்னை உடல் நடுங்கவும் வைத்த ஒரு சம்பவம் இது.

இதுபோன்ற கதைகள் நிறைய இருந்தன. இரவு நேரங்களில் நன்றாகக் குடித்து விட்டு வந்து அக்கம்பக்கங்களில் தொந்தரவு செய்து கொண்டிருந்த ஒரு ரௌடியை, பொறுக்க முடியாத நிலையில் தன்னுடைய வீட்டு முற்றத்தில் போட்டு வெட்டிக் கொன்றதால் ஆயுள் தண்டனை விதிக்கப்பட்ட கணவன் மனைவியின் கதையும் இதிலொன்று. ஏழ்மையான வாழ்க்கை முறையாக இருந்தாலும் குடியிருக்க ஒரு இடமும் ஓலை வேய்ந்த ஒரு வீடும் இந்தத் தம்பதியருக்குச் சொந்தமாக இருந்தன. எட்டு, பன்னிரெண்டு வயதுகளில் இரண்டு பெண் குழந்தைகளும் பத்து வயதில் ஒரு ஆண் குழந்தை களுமிருந்தார்கள். பக்கத்தில் வசித்து வந்த ரௌடியின் தொல்லை தாங்க முடியாத நிலையில் செய்துவிட்ட கொலையின் காரணமாக வாழ்க்கையின் ஆதாரமாக இருந்ததையெல்லாம் இழந்து விட்டார்கள். குடியிருந்த இடத்தையும் விற்று விட்டு, வாடகை வீட்டில் தங்கியிருந்து, அக்கம்பக்கங்களில் கூலி வேலை செய்து, வழக்கை நடத்தவும் ஜாமீனில் வெளிவரவுமெல்லாம் பணம் செலவு செய்தார்கள். தற்காப்புக்காக நடக்கும் கொலைகளில் தண்டிக்கப்படக்கூடாதென்றும் சட்டமிருக் கிறதாம். ஆனால், தற்காப்புக்காக நடந்தும், அதை நீதிமன்றத்தில் நிரூபிக்க இயலாமல்போனால் என்ன செய்வது? தெளிவான கொலை வழக்குகளிலும்கூட திறமையான வழக்கறிஞர்கள் வாதித்து அதை ஒன்றுமில்லாமலாக்கிய எத்தனை சம்பவங்களை நாம் கேள்விப்பட்டிருக் கிறோம். பணம் மட்டுமிருந்தால் எந்தக் கொலையை வேண்டு மானாலும் செய்து விடலாமென்ற மன நிலையில் அல்லவா இன்றைய சமூகமிருக்கிறது? ஆனால், கடைசியில் ஆயுள் தண்டனை கிடைத்த பாவப்பட்ட இந்தத் தம்பதியரின் துயரத்தை மற்றவர்கள் அளவிட்டு விட முடியுமா? பெற்ற பிள்ளைகள் அக்கம்பக்கங்களில் கூலி வேலை செய்யவேண்டியதாயிற்று. பாதுகாக்க யாருமே இல்லாமல் அவர்கள்

அனாதைகள்போல் வாழ்கிறார்கள். நிலைமையை எந்த வகையிலும் மாற்றியமைக்கவோ எதையும் செய்யவோ இயலாமல் வாழும் இந்தத் தாய் தந்தையரின் மன வேதனையைப் புரிந்துகொள்வதற்கு தண்டனையை அளித்த நீதிமன்றமும் தயாராக இல்லை. பெற்றோரைத் தண்டிக்கும்போது நிரபராதிகளாகிய அவர்களது குழந்தைகளும் காரணமே இல்லாமல் தண்டிக்கப்படுகிற நிலைமைக்கு நீதிமன்றம் கொண்டு வந்து விடுகிறது. பாதிக்கப்படுகிற குழந்தைகளைப் பற்றி யாருக்கும் எந்த விதமான அக்கரையுமில்லை.

இதுபோல் மற்றொரு தம்பதியினரும் அங்கே வந்திருந்தார்கள். ஓரளவு பொருளாதார வசதியுள்ள இந்தத் தம்பதிகளுக்கு சிறு வயதில் மூன்று பெண்மக்களிருந்தார்கள். கணவனுக்கும் வேறு ஒருவருக்கும் நடந்த வாக்குவாதம், திடீரென்று ஏற்பட்ட கோபத்தால் கொலையில் முடிந்து விட்டது. கணவன்தான் கொலையைச் செய்தவன். கொலையை இரண்டுபேருமாக சேர்ந்து செய்ததாக ஒப்புக் கொண்டால் கணவனுக்குத் தூக்குத் தண்டனை கிடைப்பதிலிருந்துக் காப்பாற்ற முடியுமென்று யாரோ அந்தப் பெண்ணுக்கு அறிவுரை சொல்லியிருக்கிறார்கள். அதன்படி கொலையை இரண்டுபேரும் சேர்ந்து செய்ததாக அவள் ஒப்புக்கொண்டாள். வழக்கிலிருந்து எப்படியும் தப்பித்து விடுவோமென்ற நம்பிக்கையும் அவர்களுக்கிருந்தது. ஏராளமானப் பணம் செலவு செய்து வழக்கறிஞரை வைத்து வழக்கை வாதித்தார்களென்றாலும் கடைசியில் தீர்ப்பு வந்தபோது அனைத்துமே பலனற்றுப்போயிருந்தன. கருணையே இல்லாமல் இரண்டு பேருக்கும் ஆயுள் தண்டனை விதித்து திருவனந்தபுரம் மத்திய சிறைக்கு அனுப்பியிருந்தார்கள். அனாதைகளாக்கப்பட்ட அந்த பெண்மக்களின் நிலைமையைப்பற்றி சிந்திப்பதற்கு நீதிமன்றத்திற்கோ அரசாங்கத்திற்கோ நேரமில்லை. பெற்றோர்கள் உயிருடனிருக்கும்போதே அனாதை களாக்கப்பட்ட பெண்மக்களும் அவர்களை நினைத்து சிறைச்சாலை யினுள் எதுவும் செய்ய இயலாத நிலையில் வாழ்ந்துகொண்டிருக்கும் அந்தக் கணவனும் மனைவியும் நாட்களை ஒவ்வொரு யுகங்களாக கழித்துக்கொண்டிருந்தார்கள்.

கொலைக் குற்றவாளிகளிகளில் மற்றொரு பிரிவினர் இருக் கிறார்கள். தங்களுடைய குழந்தைகளை ஆற்றிலோ கிணற்றிலோ எறிந்து விட்டு தற்கொலை செய்ய முயற்சித்தக் காரணத்தால் குற்றவாளியாக மாறிய பெண்கள். தாங்க முடியாத வறுமையையும் குடும்ப வாழ்க்கையின் நித்திய அவமானங்களையும் கணவனின் அடி உதைகளையும் சகித்துக்கொள்ள இயலாத நிலையில் இந்தப் பெண்கள் இப்படியான சாகசத்திற்குத் துணிந்துவிடுகிறார்கள். 'நான் செத்துப் போன பிறகு என் குழந்தைகள் அனாதைகளாகி விடுவார்கள்; தாயில்லாத துயரத்தை என் குழந்தைகள் அனுபவிக்க வேண்டாம்; அவர்களையும் என்கூடவே கொண்டுபோய்விடுவேன்.' இதுதான் அப்போதைய அவர்களுடைய மனநிலை. ஆனால், பெரும்பாலான

சம்பவங்களும் தாயை யாராவது காப்பாற்றி விடுவதும் குழந்தைகள் இறந்துபோய்விடுவதிலும்தான் போய் முடிகிறது. இந்தக் குற்றவுணர்ச்சி, மனரீதியாக ஒருபோதுமே மீள முடியாதபடி ஆழ்ந்த பாதிப்பினுள் இவர்களைக் கொண்டுபோய் அமிழ்த்தி விடுகிறது. துயரத்தை மனத்தினுள் அடக்கி வாழ்ந்துகொண்டிருக்கும் இவர்களைப் பொறுத்தவரைக்கும் வாழ்க்கையில் பெரிய அளவிலான ஆசைகளோ எதிர்பார்ப்புகளோ எதுவுமிருக்காது. இந்த சமூக அமைப்பின் பலி யாடுகளான இவர்கள் எஞ்சியிருக்கும் காலத்தை இப்படியாக வாழ்ந்து தீர்க்கிறார்கள்.

பதினைந்தும் பதினெட்டும் வயதுகளுக்கிடையிலான வயதுப் பெண்களும் தண்டனைக் கைதிகளாக அங்கே வாழ்ந்து கொண்டிருந்தார்கள். இவர்கள் சிறு வயதினர் என்பதால் சீர்திருத்தப்பள்ளிக்கு அனுப்பப்பட வேண்டியவர்கள். ஆனால், கேரளத்தில் பெண்களுக்கு இப்படியான ஒரு அமைப்பில்லை யென்பதால் வயதான கைதிகளுடன் சேர்ந்து இவர்களும் சிறைவாசம் அனுபவிக்க வேண்டியதிருந்தது. சிறையிலும் சரி, சீர்திருத்தப் பள்ளியிலும் சரி, இங்கே அனுப்பப்படுபவர்கள் திருந்தி விடுவதாகவே அரசாங்கம் சொல்கிறது. ஆனால், நான் பார்த்தவரை எல்லா சிறைச் சாலைகளிலும் நிலைமை இதற்கு நேரெதிராகவே இருக்கிறது. முதலில், ஒரு சிறு திருட்டு வழக்கில் சிக்கி, தண்டிக்கப்படுபவன் இங்கே வந்ததும் இங்கிருக்கும் திறமையான குருநாதன்களிடமிருந்து திருட்டுத் தொழிலை நன்றாகக் கற்றறிகிறான். தண்டனை காலம் முடிவடைந்து அவன் வெளியே போகும்போது இதில் நிபுணத்துவம் பெற்றவனாக மாறியிருப்பான். அறியாமையினாலோ வஞ்சகத்தாலோ விபச்சார வழக்கில் சிக்கி இங்கே வந்து சேரும் சிறு வயதுப் பெண்களின் நிலைமையும் இதுதான். முதல் தடவை சிறைக்குள் வந்து விட்டாலே குற்றச்செயலின் விசாலமான உலகம் இவர்களுக்குத் திறந்துக் கொடுக்கப்படுகிறது. தனக்கு நேர்ந்த விபத்திலிருந்துத் தப்பிப்பதற்குப் பதிலாக, ஒன்றுமறியாத இவர்கள் சிறையிலிருக்கும்போதே இருண்ட உலகத்தின் மீளமுடியாத சுழலுக்குள் தள்ளப்பட்டு, ஒருபோதுமே தலைநிமிர முடியாதபடி அழிந்து போகிறார்கள். இப்படியான ஏராளமான பெண்களின் கதைகளை நான் அறிவேன். இந்தக் குழந்தை மனங்களை நல் வழியில் திசை திருப்பி விடுவதற்கான கலாச்சார அணுகுமுறைகளெதுவும் இன்றைய சமூக அமைப்பினுள் கிடையாது என்பதையும் இங்கே மீண்டுமொரு தடவை நான் குறிப்பிட விரும்புகிறேன். பண்பாட்டரங்கில் நாளுக்குநாள் அபிவிருத்தியடைந்து கொண்டிருக்கும் இன்றைய முடைநாற்றம் வீசுகிற கருத்தியலிலிருந்து வேறு எந்தப் பாடத்தையுமே என்னால் கிரகித்துக்கொள்ள இயலவில்லை. ஒரு அரசியல் புரட்சியினூடே இன்றைய சமூக அமைப்பின் அடிக்கட்டுமானமாகிய பொருளாதார அமைப்பைப் புரட்டிப்போடுவதால் மட்டுமே பண்பாடுகள் தொடர்பான நம்முடைய மோசமான மனோபாவம் இல்லாமலாகும். இளம் தலைமுறையின்

ஆரோக்கியமான மன வளர்ச்சிக்கு இதுதான் மிக முக்கியமான அம்சமென்பதை நான் ஆழமாகப் பார்த்துப் புரிந்துகொள்வதற்கு என்னுடைய இந்த எட்டு வருட கால சிறை அனுபவமே உதவியாக இருந்தது.

விபச்சார வழக்கிலும் கள்ளச்சாராய வழக்கிலும் சிறைத்தண்டனை அனுபவிப்பவர்களின் பிரச்சினைகளைப் பற்றி நான் ஏற்கனவே ஒரு அத்தியாயத்தில் குறிப்பிட்டிருந்தேன். ஆகவே, திரும்பவும் இதை விளக்கிச் சொல்ல விரும்பவில்லை.

நெருக்கடிநிலை ஆரம்பிப்பதற்குமுன், 1974 அக்டோபரில் வர்க்கலையைச் சேர்ந்த தங்கம்மையெனும் வசதி படைத்த ஒரு பெண்ணை மிசாவில் கைது செய்து கொண்டு வந்ததாகச் சொன்னேன் அல்லவா? அவரது கணவன் சிங்கப்பூரில் வேலை பார்த்து வந்தார். அங்கே அவர் தையல்காரராக இருப்பதாகவே தங்கம்மை சொல்லியிருந்தார். அவர் மூலமாக தங்கம்மை ஹவாலா பணம் பற்றுவாடா செய்துகொண்டிருந்ததாக வழக்கு. கணவனைப் பிடிக்க முடியாததால் மனைவியைப் பிடித்து சிறையிலடைத்தார்கள். இவர்களுக்கு ஒரு மகனும் ஒரு மகளுமுண்டு. ஐம்பது வயதுக்குமதிகமான தோற்றத்துடனிருந்த இவர் நீரிழிவு நோயாளி. என்னுடைய அறையிலிருந்து மூன்றாவது அறையில் வசித்து வந்த இவர், முதலில் ஓரிரு மாதங்களை மிகவும் சிரமத்துடன் கழித்தார். 'சி' வகுப்பு உணவும் வெறும் தரையில் பாயை மட்டும் விரித்து படுக்கவும் மட்டுமே அனுமதிக்கப்பட்டிருந்த இவருக்கு மனம் மற்றும் உடல்ரீதியான அவஸ்தைகளின் காரணமாக இடையிடையே மயக்கம் வரும். அப்போதெல்லாம் எனக்கு இவர்மீது மிகப் பெரிய அனுதாபமிருந்து வந்தது. ஆரம்பத்தில் இவரை பெண் வார்டன்களும் அதிகாரிகளும் வெறுப்புடன்தான் நடத்தி வந்தார்கள். பிறகு இவருக்கு எல்லா வசதிகளும் ஒவ்வொன்றாகக் கிடைக்கத் தொடங்கின. ரேஷனிலும் மாற்றம் வந்தது. வீட்டிலிருந்து நல்ல உணவு வகைகளும் உடைகளும் படுப்பதற்கு மெத்தையும் கொண்டுவருமளவில் இது விரிவடைந்தது. இடையிடையே பரோலில் செல்வதற்கும் அனுமதி கிடைத்தது. அதிகாரிகளுக்கு முதலில் இவர்மீதிருந்த வெறுப்பு படிப்படியாக இல்லாமலானது. பெண் வார்டன்களும் இவருடன் நெருங்க ஆரம்பித்தார்கள். மற்ற கைதிகளுடன் பேசக் கூடாது எனும் விலக்குகள் என்னை விடவும் இவருக்கு முதலில் அதிகமாகவே இருந்தன. ஆனால், வருடக்கணக்காக சிறைக்குள்ளிருந்த பிறகும்கூட என்மீதான தடைகளில் எவ்வித சலுகைகளையும் காட்டாமலிருந்த வார்டன்கள், தங்கம்மையுடன் யாரும் எவ்வளவு நேரம் பேசிக்கொண்டிருந்தாலும் கண்டுகொள்வதில்லை. பிறகு, இவரே கைதிகளிடம் ஒவ்வொரு குற்றங் குறைகளைக் கண்டு பிடித்து பெண் வார்டன்களிடம் சொல்லும் வேலையில் ஈடுபட்டார். குறிப்பாக, ஏதாவதொரு கைதி என்னுடன் பேசுவதையோ சிரிப்பதையோ பார்த்து

விட்டால் போதும். உடனே இவர் வார்டனிடம் சொல்லி விடுவார். எரிகிற தீயில் எண்ணெய் ஊற்றுவதுபோன்ற, இந்தப் பெண்ணின் துரோகம் தாங்கமுடியாத நிலைக்கு வந்தபோது எதிர்த்து நான் சண்டை போட்டேன். ஆனால், என்ன செய்ய முடியும்? தங்கம்மையிடமிருந்து ஏதாவது வாங்கிக்கொண்டிருந்த வார்டன்களும் அதுபோலவே அவர்களின்மூலம் தன்னுடைய வீட்டின் நிலவரங்களையும் அறிந்துகொண்டிருந்த தங்கம்மையும் எனக்கும் மற்ற கைதிகளுக்குமெதிரான மோசமான வேலைகளைத் தொடர்ந்து செய்துகொண்டேதானிருந்தார்கள். காசின் கனபரிமாணத்திற்கேற்ப காராக்கிரகத்தினுள் வித்தியாசம் உருவாகாமலிருக்க முடியுமா?

ஒப்பீட்டளவில், பெண் வார்டன்களைப் பொறுத்தவரைக்கும் சிறைச்சாலை ஊழியர்களில் தாழ்ந்த பிரிவினர்தான். பொதுவாகவே, அரசு ஊழியர்களுக்கிடையில் நிலவும் அதிருப்தி இவர்களிடமுமிருக்கும். கைதிகளின் ரேஷன் அளவை இயன்றவரைக்கும் குறைத்து மீதியை அவர்கள் பங்கிட்டுக்கொள்வார்கள். இதன் காரணமாக அவர்களினிடையே அடிக்கடி சச்சரவுகள் உருவாகும். உயரதிகாரிகள், அவ்வப்போது தங்களுக்குள் ஏற்படுகிற இந்த முரண்பாடுகளைக்கூட கைதிகளை அடித்து ஒடுக்குவதன்மூலம்தான் தீர்த்துக்கொள்ளுவார்கள். நான் அங்கே வந்த இரண்டு மூன்று வருடங்களினுள் வயதான சில பெண் வார்டன்கள் ஒவ்வொருவராக ஓய்வு பெற்றார்கள். வயதானவர்கள் இளம் வயதுள்ளவர்களை விடவும் கைதிகளிடம் சற்று பரிவுடன்தான் நடந்துகொள்வார்கள். இந்தப் பரிவையும் அவர்கள் பணியின் வரையறைக்குள்ளிருந்து மட்டும்தான் காட்டவும் செய்வார்கள்.

நெருக்கடிநிலையின்போது, இப்படியான அநீதிகளும் குரூரமான நடவடிக்கைகளும் என்னுடைய மனதில் மேலும் அதிகமான காயங்களை உருவாக்கிக்கொண்டிருந்தன. நெசவு வேலையில் எனக்கு படிப்படியாக கவனம் செலுத்த முடியாமல் போனது. தோன்றினால் மட்டும் வேலை செய்து நேரத்தைக் கடத்திக்கொண்டிருந்தேன். வேலை முடிந்து அறைக்குத் திரும்பினால் படுத்துத் தூங்குவதைத் தவிர வேறெதிலும் கவனம் செலுத்த முடியாமல் போனது. வாசிப்பும் மெல்ல மெல்லக் குறைந்துகொண்டிருந்தது. செய்திப் பத்திரிகைகளை வாசிப்பதே இல்லை. அப்படியிருக்கும் போதுதான் 1976 செப்டம்பர் ஒன்பதாம் தேதி, வானொலிச் செய்தியில் மாமனிதன் மாவோ சேதுங்கின் மரணச் செய்தியைக் கேட்க நேர்ந்தது. மூழ்கப்போகும் தோணியை யாரோ கடலுக்குள் மேலும் அமிழ்த்துபோன்ற உணர்வுதான் அப்போது ஏற்பட்டது.

31

மாவோவின் மரணமும் மார்ச் தேர்தலும்

மாவோ சேதுங் மரண மடைந்துவிட்டார். இவ்வளவு சிரமமான எங்கள் பாதையில் நாங்கள் வழிதவறி விடாமலிருக்க புன்னகை ததும்ப நின்றிருந்த அந்தச் செங்கதிரவன் அஸ்தமித்தது. மாவோவை இழந்த இந்த உலகம் பழைய நிலைக்கே திரும்பி விடுமா? வாழ்க்கையில் ஈடு செய்ய முடியாத இழப்பாக அந்த மரணச் செய்தி என்னைத் தளர்வடைய செய்தது. அதிகாரிகளின் தடைகளுக்கு சவால் விடுப்பதைப்போல் நான் செப்டம்பர் 11ஆம் தேதி கறுப்பு பாட்ஜ் அணிந்தேன். அதிகாரிகள் அதைக் கழற்றி வைக்கும்படி சொன்னபோது மறுத்து விட்டு இதற்காக நான் மரணத்தை ஏற்றுக்கொள்ளவும் தயாராக இருப்பதாக அறிவித்து விட்டேன்.

தாய் மலையை விடவும் உயர்வான மாவோ உயிரிழந்த துயரச் செய்தியில் சீன மக்களுடனும் உலகம் முழுவதிலுமுள்ள புரட்சியாளர்களுடனும் பிற மக்களுடனும் பங்கு சேரவேண்டியது என்னுடைய பிறப்புரிமையாகும். இந்த உரிமையை என்னிடமிருந்து பறித்துக்கொள்ள யாரையும் நான் அனுமதிக்க முடியாது. அவர்கள் என்னைத் தாக்கலாம்; கொன்று விடவும் செய்யலாம்; ஆனாலும் இன்று ஒருநாளாவது நான் இந்த பாட்ஜை அணிந்தே தீருவேன். மனத்திற்குள் உறுதிபூண்டேன். அன்று சாயங்காலம் லாக்கப் அறையை மூடும்போதுதான் நான் பாட்ஜைக் கழற்றினேன்.

மாவோவின் மரணச் செய்தி என்னை மிகவும் தளரச் செய்திருந்தது. இந்நிலையில் அக்டோபர் ஆறாம் தேதி அவரது மனைவியான தோழர் சியாங் சிங்கையும் கலாச்சாரப் புரட்சியின் தளநாயகர்களாக அறியப்பட்ட சாங் சுன்சியோ, யாவோ வென் யுவான், வாங் ஹுங் வென் எனும் மூன்று புரட்சியாளர்களையும் கைது செய்திருப்பதாக வந்த செய்தி என்னைத் திகைக்க வைத்ததுடன் மேலும் நிராசைக்குள் தள்ளியது. 1949இல் புரட்சியின் வெற்றிக்குப் பிறகோ, அதற்கு முன்போ கட்சியிலுள்ள ஏதாவதொரு தலைவரை மாவோ இப்படிக் கைது செய்திருப்பதாகக் கேள்விப்பட்டதே கிடையாது. ‘தலைமைப் பீடத்தை நோக்கி குண்டு மழை பொழியுங்கள்’ எனும் போராட்ட முழக்கத்தை எழுப்பிய கலாச்சாரப் புரட்சியின்போதும் தலைவர்கள் கைது செய்யப்பட்டதான ஒரு சம்பவத்தை எடுத்துக்காட்டாகக்கூட குறிப்பிட இயலாது. மாவோ கண் மூடியதும் அங்கு நடந்த இந்தக் கைது நடவடிக்கைகள் என்னை மேலும் குழப்பத்திலாழ்த்தின. நான் மனரீதியாக முற்றிலும் தகர்ந்துபோனேன். வாழ வேண்டும் என்ற விருப்பமே என்னுடைய மனதில் அப்போது இல்லையென்பதிலிருந்து என் மனநிலையைப் புரிந்துகொள்ள முடியும். அப்படியாக அக்டோபர் 25ஆம் தேதி நான் சாப்பிடாமலிருந்தேன். அன்று திங்கள் கிழமை. காலையில் பரேடிற்கு வந்த கண்காணிப்பாளரிடம் இன்று எனக்கு உணவெதுவும் வேண்டாமென்று சொல்லி விட்டேன். அவர் காரணம் கேட்டார். காரணத்தை நான் சொல்ல விரும்பவில்லை என்றேன். கண்காணிப்பாளருக்கும் மற்ற அதிகாரிகளுக்கும் கோபம் வந்ததென்றாலும் அவர்கள் எதுவும் பேசாமல் போய் விட்டார்கள். என்னைத் தனியறையில் பூட்டி வைக்கும்படி அவர் உத்தரவிட்டார். என்ன தேவையேற்பட்டாலும் சரி, ஏதாவதொரு தலைமை வார்டன் வந்த பிறகு மட்டுமே என்னுடைய லாக்கப் அறையைத் திறக்கவேண்டுமென்றும் அவர் கண்டிப்புடன் சொல்லியிருந்தார். இவர்களது எந்த உத்தரவுமே என்னைப் பாதிக்கவில்லை. நான் எதற்காக உண்ணாவிரதமிருக்கிறேன் என்பதில் எனக்கே தெளிவில்லையென்பதுதான் உண்மை. மறுநாள் காலையில் தலைமை வார்டன் வந்து கைதிகளின் எண்ணிக்கையைச் சரிபார்ப்பதற்குள் நான் ஐந்தாறு முறை வாந்தியெடுத்து விட்டேன். எந்தத் தேவையுமில்லாமல் இப்படி சாப்பிடாமலிருந்து என்ன பலன்?

அவர்கள், பலவந்தமாகப் பிடித்து உணவைக் குத்தித் திணிப்போம் என்று சொல்லி விட்டார்கள். சில வருடங்களுக்கு முன் கோழிக்கோடு சிறையிலும் கண்ணூர் சிறையிலும் நாங்கள் உண்ணாவிரதம் இருந்ததுண்டு. அன்று எங்களின் நியாயமான உரிமைகளை வென்றெடுப்பதற்கான முழு தன்னம்பிக்கையுடனும் புரட்சியாவேசத்துடனும் நடத்திய போராட்டங்களில் அதை உடைத்தெறிவதற்காக அரசாங்கம் மேற்கொண்ட அத்தனைத் தந்திரங்களையும் புரட்டிப்போட்டுவிட்டு நாங்கள் வெற்றிபெற்றோம். மாமனிதர் மாவோவின் சிந்தனைகள் அப்போது எங்களுக்கு வழிகாட்டியாக இருந்தன. ஆனால், இன்றைய எனது உண்ணாவிரதம்? எந்த விதமான நோக்கமுமில்லாமல்தான் அதைத் தொடங்கினேன். இதை நடத்தி எந்தவித பலனையும் நான் அடையவுமில்லை. என்னைக் கண்ணூர் சிறைக்கு மாற்றக்கோரியே 25ஆம் தேதி நான் இந்தப் போராட்டத்தை நடத்தியதாக ஒரு கதையும் கட்டினேன். பிறகு, மறுநாள் சாப்பிடத் தொடங்கினேன்.

சாப்பிடத் தொடங்கிய ஐந்தாவது நாள்தான் கண்காணிப்பாளர் என்னைத் தனியறையிலிருந்து வெளியே விட்டார். பிறகு என்னிடம் அவர் நெசவுக்குப் போகச் சொல்லவுமில்லை; நான் கேட்கவுமில்லை. நெசவு வேலை செய்வதைப்பற்றி என்னால் நினைத்துப்பார்க்கவே இயலவில்லை. வேலை செய்வதை நிறுத்திய பிறகும் என்னுடைய உடல்நிலையில் ஆரோக்கியமான எந்த மாற்றமும் நிகழவில்லை. என்னுடைய வாழ்க்கை திரும்பவும் அந்த அறைக்குள் முடங்கியது. நாட்கள் போகப்போக மனரீதியாக நான் மிகவும் சோர்ந்து போய்க்கொண்டிருந்தேன். இந்தச் சோர்வின்போதுகூட என்னுடைய வழிமுறையைத் திருத்திக்கொள்ளவேண்டுமென்றோ அரசாங்கத்திடம் கையெழுத்திட்டுக்கொடுத்து விட்டு சிறையிலிருந்து விடுதலையாகி விடவேண்டுமென்றோ எந்த சிந்தனையும் மனதில் தலை தூக்கவே இல்லை. புரட்சியின் வழிமுறைகளைப் பற்றிய எந்தவொரு சந்தேகமும் அந்நாட்களில் என்னிடம் ஏற்படவுமில்லை. புரட்சியின் நோக்கம் தொடர்ந்துகொண்டிருக்கிறதென்பதும் தற்போது இயக்கம் தளர்வடைந்திருக்கிறது என்பதுவும்தான் என்னை ஏமாற்றத்தின் ஆழ்வெளிகளுக்குள் அமிழ்த்திக்கொண்டிருந்தது.

1977 ஜனவரி மாதத்தில் இந்திராகாந்தி மார்ச்சில் தேர்தல் நடத்தவிருப்பதாக அறிவித்ததும் ஜெயப்பிரகாஷ், மொரார்ஜி போன்றவர்களை சிறையிலிருந்து விடுதலை செய்ததும் ஏற்கனவே செய்ததுபோன்ற ஒரு தந்திரம் என்பதற்கு மேலாக நான் எதையும் நினைக்கவில்லை. மோசடிகளையும் ஏமாற்று வேலைகளும் பெருமளவில் அரசாங்கமே முன் நின்று செய்த தேர்தல் அனுபவங்களிருக்கும்போது இந்தத் தேர்தலின்மீது நம்பிக்கை வைப்பதற்கு என்ன இருக்கிறது? ஆனால், தேர்தல் முடிவு எங்கள் அனைவரையுமே ஸ்தம்பிக்க வைத்து விட்டது. கேரள சட்டமன்றத்தில், அறுதிப் பெரும்பான்மை கிடைக்குமென்று உறுதியாக நம்பியிருந்த

மார்க்சிஸ்ட் கட்சிக் கூட்டணி பரிதாபமாகத் தோற்றுப்போனது. ஆனால், அகில இந்திய அளவில், வட இந்தியப் பகுதிகளில் ஜனதா கட்சி முன்னேறிக்கொண்டிருந்தது. கேரளத்தில் தரை தட்டிய மார்க்சிஸ்ட் கட்சிக்கு அகில இந்திய அளவில் எதிர்பார்த்ததற்கும் பல மடங்கு அதிகமான இடங்கள் கிடைத்தன. விந்திய மலைக்குக் கீழே இந்திரா காங்கிரசுக்கு முழு வெற்றி கிடைத்தபோது விந்திய மலைக்கு மேலே அது முழுமையாகத் துடைத்து நீக்கம் செய்யப்பட்டது. 1947 ஆகஸ்ட் 15ஆம் தேதி பிரிட்டிஷ்காரர்களிடமிருந்து அதிகாரக் கை மாற்றம் நடந்த அன்று முதல் காங்கிரசுக்கு பெரும்பான்மையிடங்கள் கிடைத்து வந்த பகுதிகளில் காங்கிரஸ் ஆச்சரியப்படும்வகையில் தோற்றுப்போனது. தேர்தல் முடிவுகள் வெளிவந்தபோது இந்திய மக்கள் என்ன நடந்ததென்று தெரியாமல் திகைத்துப்போய் நின்றிருந்தனர். நம்பவே முடியாத ஏதேதோ நிகழ்ந்திருக்கிறது. இந்த நாடகத்தின் பொருளென்ன? யாருக்குமே இது பிடிபடவில்லை.

நெருக்கடிநிலையை அறிவிப்பதில் உலக வங்கியின், சர்வதேச நிதி அமைப்பின் பங்கைப்பற்றி நான் ஏற்கனவே குறிப்பிட்டிருந்தேன். அவர்களது 'ஸ்டெபிலைசேஷன்' நடவடிக்கையை அமலாக்கம் செய்துகொண்டிருக்கும் இந்திராகாந்தியை தேர்தலின்மூலம் கவிழ்த்ததில் அவர்களுடைய பங்கும் இருக்கிறதா? இந்திராகாந்தியின் கட்டுப்பாடு வியாபித்துக்கொண்டிருக்கும் நிலையில், இந்திய மக்கள் நெருக்கடி நிலையின் மோசமான தாக்குதல்களால் திணறிக்கொண்டிருக்கவும் செய்கிற சந்தர்ப்பத்தில் இந்தத் தேர்தல் எந்தவிதமான பொய் முகங்களுமில்லாத, உண்மையான ஜனநாயக முறையில் நடத்தப்பட்டு விட்டதா?

உண்மையில், பாராளுமன்ற தேர்தல் முறைக்கும் ஜனநாயகத்திற்கும் ஏதாவது தொடர்பிருக்கிறதா? ஐரோப்பிய நாடுகளில், உத்தேசமாக, ஒரு நூற்றாண்டிற்கும் முன்பே அனுமதிக்கப்பட்ட தகுந்த வயது நிரம்பியவர்களுக்கான ஓட்டுரிமை, அப்போதும் சொத்து எதுவுமில்லாத தொழிலாளர்களுக்கு கிடைக்கவில்லை. இரத்தமும் வியர்வையையும் சிந்த உழைத்து, நாட்டின் அத்தனைப் பொருளாதாரத்தையும் உருவாக்கிக்கொடுக்கும் தொழிலாளர்களுக்கு ஓட்டுரிமை கிடையாதென்பதை எந்த வகையான ஜனநாயகத்தில் சேர்த்துக்கொள்வது? ஜனநாயக மரபுகளை சீரமைத்துக்கொண்டிருப்பதாகவும் ஜனநாயக மரபின் எஃகு கோட்டையென்றும் சொல்லித் திரியும் அமெரிக்காவில் இப்போது வாக்களித்தவர்களது எண்ணிக்கை வெறும் முப்பது சதவிகிதம் மட்டும்தான். கென்னடி, அமெரிக்க ஜனாதிபதி தேர்தலில் நின்றபோது மோசடிகள் நடந்ததாகவும் ஓட்டுப்பெட்டிகளில் கள்ள ஓட்டுகளைக் குத்தித் திணித்ததாகவும் சமீபத்தில் அங்குள்ள பத்திரிகைச் செய்திகள் தெரிவித்தன. தென்வியட்னாம் விடுதலைக்கு முன்னர் அமெரிக்காவின் துப்பாக்கியின் கீழிருந்து நடந்த தேர்தல்கள் எத்தனை?

அதில் வெற்றிபெற்றவர்கள் அனைவருமே அமெரிக்காவின் கைப்பாவைகள் மட்டும்தானே? தேர்தல் நாடகங்களிலும் மோசடிகளிலும் தேர்ச்சிபெற்ற அமெரிக்க சி.ஐ.ஏயின் கைகள் இப்படியான எத்தனையெத்தனை தேர்தல் நாடகங்களை நடத்தி முடித்திருக்கிறதென்பதை பட்டியிலிடவே முடியாது. 1971இல் மேற்கு வங்கத்தில் நடந்த தேர்தலில் வன்முறையிலும் மோசடியிலும் ஈடுபட்டுதான் காங்கிரஸ் வெற்றிபெற்றது என்பதை பிறகு வந்த ஜனதா அரசாங்கம் அமைத்த கமிஷன் குறிப்பிட்டது. மார்க்சிஸ்ட் தலைவர்கள் தேர்தல் முடிந்ததுமே இந்த மோசடியைப் பற்றி முதலைக் கண்ணீர் வடித்துக்கொண்டே நடந்தார்கள். நெருக்கடிநிலை அமலிலிருந்த, 1977 மார்ச்சில் நடந்த சட்டமன்றத்திற்கான தேர்தலில் மிகப் பெரிய மோசடிகள் நடந்ததாக முதலில் சொன்ன அதே தலைவர்கள், பாராளுமன்றத்திற்கு நடந்த அதே போன்ற மற்றொரு தேர்தலில் தாங்கள் எதிர்பார்த்ததை விடவும் அதிகமாக இடங்கள் கிடைத்ததும் புலம்பலை நிறுத்திக்கொண்டு மகிழ்ச்சியில் திளைத்தார்கள். சட்டமன்றத்திலோ பாராளுமன்றத்திலோ இடங்களை அதிகப்படுத்துவதையும் தங்களது நிலைகளை உறுதிப்படுத்துவதையும் தவிர கொள்கையென்று எதுவுமில்லாதவர்களுக்கு இணையாகவே மார்க்சியமும் புரட்சியும் பேசும் தலைவர்கள் செயல்படுகிறார்கள். 1977 மார்ச் தேர்தலின்போது நடந்த மோசடிகளை வெளியே சொல்லவேண்டிய இந்தத் தலைவர்கள், தங்களுக்குக் கிடைத்த அப்பத்துண்டில் திருப்தியடைந்து பேசாமலேயே இருந்து விட்டார்கள். அப்படியாக இது, உண்மையான, ஜனநாயகபூர்வமான தேர்தல் என்று பொய்ப் பிரச்சாரம் செய்யும் மேற்கத்திய நாடுகளுடனும், ஜனதா கட்சி தலைவர்களுடனும் சேர்ந்து இந்திய மக்களை மயக்கத்திலாழ்த்தி 'ஓட்டுச் சீட்டின் வழியாகவும் புரட்சி நடக்கும்' என்று திசை திருப்பும் இரகசிய முயற்சியின் தீரம் மிகுந்த போராளிகளாக இந்தத் தலைவர்கள் மாறும் காட்சியைத்தான் நாம் அன்று முதல் இன்றுவரையிலும் பார்த்து வருகிறோம்.

உண்மையில், இந்தத் தேர்தலின் பின்னணியில் நடந்த நாடகங்கள் எவை? 1976 டிசம்பரில் உலக வங்கியின் நிதியுதவி, இந்தியாவுக்கு எவ்வளவு அளிக்கப்பட வேண்டுமென்பதைப்பற்றி தீர்மானிப்பதற்காக 'எய்ட் இந்தியா கன்சோர்டியம்' எனும் அமைப்பு டோக்கியோவில் கூட்டப்பட்டது. அதில் நடந்த ஒரு விவாதத்தை இங்கே சுட்டிக்காட்டவேண்டியதிருக்கிறது. பெயரளவில்கூட தேர்தல்களை நடத்தாத, சர்வாதிகார ஆட்சியென்று வெளிப் படையாகவே காட்டிக்கொள்ளும் நாடுகளுக்கு நிதியுதவி செய்வதற்கு அந்த அமைப்பிலுள்ள சில உறுப்பு நாடுகள் எதிர்ப்பு தெரிவித்ததாக பத்திரிகைகளில் செய்தி வெளிவந்திருந்தது. அந்த அமைப்பின் கூட்டம் முடிவடைந்ததும் உலக வங்கியின் தலைவரான மக்னமாரா இந்தியாவிற்கு வந்தார். சஞ்சய்காந்தி, இந்த மக்னமாராவின் வற்புறுத்தலுக்கிணங்கி இந்தியாவில் மிக மோசமான முறையில்

குடும்பக் கட்டுப்பாடு திட்டத்தை அமல்படுத்திக்கொண்டிருந்த காலகட்டம் அது.

நெருக்கடிநிலையின் ஆரம்பக்கட்டத்தில் பெரிய அளவிலான எதிர்ப்புகளெதுமில்லாமல் இந்திராவின் ஆட்சிக்கு இணங்கிப்போன மக்கள், மெல்லத் தலைதூக்கத் தொடங்கினார்கள். உதாரணமாக, தங்களுடைய வீடுகளைத் தகர்த்தெறிவதற்காக சஞ்சய்காந்தியால் அனுப்பப்பட்ட புல்டோசர்களை அவர்கள் ஒன்றிணைந்து எதிர்கொண்ட 'டர்க்மான் கேட்' நிகழ்வைக் குறிப்பிடலாம். நெருக்கடிநிலையின்போது தங்களது உணர்வுகளை வெளிப்படுத்தும் அனுமதியைப் பெற்றிருந்த சாம்ராஜ்ய மூலதன இந்திய ஏஜெண்டுகளின் வர்த்தகச் சுரண்டலுக்குத் தடைகள் நேரிடுமெனும் பயம், முதலாளித்துவ நாடுகளை அலட்டியிருக்குமென்றால் அதில் ஆச்சரியப்படுவதற்கு எதுவுமில்லை. மிருகத்தனமான 'போலீஸ்ராஜ்' யை இந்தியா முழுவதும் நிலைநாட்டியபோது வியட்னாமிலும் மற்ற நாடுகளிலும் கிடைத்த அனுபவம் அவர்களுக்குத் தங்களது தந்திரங்களை மாற்றிக்கொள்ள வேண்டுமென்ற பாடத்தையும் கற்றுத் தந்திருக்கவேண்டும்.

சர்வாதிகாரத்தின் யதார்த்த முகத்தைக் கிழித்தெறிந்துவிட்டு, பாராளுமன்ற ஜனநாயக முகமூடியை அணிந்தால்தான் இனி ஏகாதிபத்திய சுரண்டலை எதிர்ப்புகளெதுவுமில்லாமல் பெரிய அளவில் முன்னெடுத்துச் செல்ல இயலுமென்ற முடிவுக்கு வந்து சேர்ந்த எயிட் இந்தியா கன்சோர்டியம் உறுப்பினர்கள், மக்னமாராவின்மூலம் இந்திராவை நிர்ப்பந்தம் செய்ய தொடங்கினார்கள். மக்னமாராவின் வருகை நிகழ்ந்த இரண்டு வாரத்தினுள் இங்கே தேர்தல் அறிவிக்கப்பட்டது. தேர்தலில் இந்திராவையும் அவரது ஆட்களையும் தவிர வேறு யாருமே வெற்றிபெற இயலாது எனும் விஷயத்தில் யாருக்குமே சந்தேகமிருக்கவில்லை. இந்திராவும் இந்தத் தன்னம்பிக்கையுடன்தான் தேர்தலை அறிவித்தார். ஆட்சியதிகாரத்தின் அனைத்து இயந்திரங்களையும் கைக்குள் வைத்திருந்த இந்திராவிற்கு தேர்தல் தில்லுமுல்லுகளை நடத்துவதில் என்ன தடையிருக்க முடியும்? ஆகவே, இந்தியாவில் அதுவரையிலும் தடைசெய்யப்படாத அரசியல் கட்சிகளின் தலைவர்கள் அனைவரையும் தேர்தல் அறிவிப்பைத் தொடர்ந்து சிறையிலிருந்து விடுதலை செய்தார். 'முழுப்புரட்சி', 'ஜனநாயக ஆட்சி' என்றெல்லாம் கோஷங்களுடன் இவர்கள் தீவிரப் பிரச்சாரங்களை மேற்கொண்டார்கள். நெருக்கடிநிலை சட்டத்தை ரத்து செய்வோம் என்றும், தேசிய பாதுகாப்புச் சட்டத்தைக் கிழித்தெறிவோம் என்றும், இந்திய சிறைகளில் நிறைக்கப்பட்டிருக்கும் அரசியல் கைதிகள் (முக்கியமாக, 'நக்சலைட்' என்று சொல்லப் படுபவர்கள்) அனைவரையும் நிபந்தனையின்றி விடுதலை செய்வோம் என்றும், முழுமையான ஜனநாயக உரிமைகளை மீட்டெடுப்போம் என்றுமெல்லாம் சிறையிலிருந்து அப்போதுதான் விடுதலையான இந்தத்

தலைவர்கள், வாக்காள பெருமக்களுக்கு வாக்குறுதியளித்தார்கள். சர்வாதிகார வேடமணிவித்து தங்களது தேவைக்கேற்ப ஆட்டி வைத்த இந்திராவுக்கு இனி என்னதான் ஜனநாயக வேடமணிவித்தாலும் பலனில்லையென்பதைப் புரிந்து கொண்டு, தியாகத்தை முதலீடாகக் கொண்டிருந்த தலைவர்களை வைத்து, மக்களை ஏமாற்றும் இந்த இராஜ தந்திர வேலைகளைச் செய்தார்களென்பதை இன்று யாருமே எளிதில் புரிந்துகொள்ள இயலும். அப்படியாக ஜனதா கட்சி நம்மை யெல்லாம் ஆச்சரியப்படுத்தும்விதமாக தேர்தலில் பெரும் பான்மையிடங்களைக் கைப்பற்றிக்கொண்டது. இந்தச் செய்தியைக் கேட்டு நிலைகுலைந்துபோன இந்திராகாந்தி, கடைசி முயற்சியாக இராணுவத் தளபதிகளை அழைத்து ஆட்சியை அவர்களது கைகளில் ஒப்படைக்க முயற்சி செய்தார். ஆனால், ஏற்கனவே ஏதோ ஒரு தலைமைப் பீடத்திலிருந்து வந்த உத்தரவின்கீழ் முடிவு செய்திருந்ததைப் போல் இராணுவம் இதை ஒப்புக்கொள்ள மறுத்தது. இந்திய வரலாற்றில் டெல்லி ஆட்சியாளர்களின் ஆணையை இராணுவ அதிகாரிகள் மறுத்துவிட்ட ஒரு முன்னுதாரணம் அதுவரை நிகழ்ந்தது கிடையாது. இதற்கெல்லாம் என்ன அர்த்தம்? மிகச் சுருக்கமாக, அங்குமிங்குமாகக் கிடைத்த உண்மைகளை இணைத்துப் பார்த்தால் தங்களுடைய ஆட்களாகிய இந்திராவையும் அவரது சேவைகளையும் அவர்கள் போதுமென்று நினைத்து விட்டார்கள். மற்றொரு வகையான, நம்பிக்கையான கூட்டத்தை அதிகாரத்திற்குக் கொண்டுவருவதும் 'ஜனதா எதிர்பார்ப்பு' எனும் ஒன்றை சிருஷ்டிப்பதுவும் எஜமான்களில் தேவையாக இருந்ததென்பதையும் நம்மால் புரிந்துகொள்ள முடியும். இந்திய ஜனநாயகத்தைப்பற்றிய மாற்றுக் கருத்தில்லாதவர்கள்கூட இன்று அல்லது நாளை, இந்த உண்மைகளை உணர்ந்துகொள்ள முடியும். சாம்ராஜ்யத்துவம், தன்னுடைய ஏவலாட்கள் தங்கள் வேலைகளை செய்து முடித்து விட்டார்களென்று கருதினால் அவர்களை கை விட்டு விடுகிற அனுபவம், உலகின் சார்பு நாடுகளில் நடைமுறையிலிருக்கும் ஒரு விஷயம்தான். அமெரிக்கா, தென்வியட் னாமின் இப்படித்தான் தனது நம்பிக்கைக்குரிய சேவகனான கோதின் தியம்மை தேர்தலில் தோற்கடித்தது. சி.ஐ.ஏயின் கரங்கள் அந்தத் தேர்தலின் பின்னணியில் செயல்பட்ட உண்மை, பிறகு உலகம் முழுவதுமே தெரிந்துவிட்டது. இந்தியாவில் 1977 மார்ச்சில் நடந்த தேர்தல் மர்மங்கள் வெகுசனங்களுக்குத் தெரிய வர இன்னும் வருடங்கள் ஆகலாம். இருந்தாலும், பாராளுமன்ற ஜனநாயகத்தைப்பற்றி ஒரு எதிர்பார்ப்பை உருவாக்கியெடுக்க அதனால் இயன்றது என்பதுதான் உண்மை. இந்த எதிர்பார்ப்பு, புரட்சி சிந்தனையாளர் களினிடையிலும் தாக்கத்தைச் செலுத்தியிருந்தது என்பதுதான் இதில் ஆச்சரியமான விஷயம்.

1975 ஜூன் மாதத்தில் அறிவித்த நெருக்கடி நிலையை அதிகாரத்திலிருந்து வெளியேறுவதற்கு முன்பே இந்திரா வாபஸ் பெற்று விட்டார். சி.பி.ஐ. (மா — லெ), மற்றும் சில அமைப்புகளின்மீதான

தடைகளையும் நீக்கினார். நெருக்கடிநிலையில் மிசாவிலும் காபிபோசாவிலும் சிறையிலடைக்கப்பட்ட ஆயிரக்கணக்கான கைதிகள் இரண்டு மூன்று நாட்களுக்குள் விடுதலை செய்யப்பட்டார்கள். இந்தக் கூட்டத்தில், நக்சலைட்களும் உட்படுவார்கள். இருந்தும், மார்ச் 24ஆம் தேதி, மொரார்ஜிதேசாயின் தலைமையிலான அரசு பதவியேற்ற பிறகும் பல மாதங்களாக சிறைக்கைதிகளாக இருக்கும் 'மிசா' தோழர்கள் இந்தியா முழுவதுமே மிச்சமிருந்தார்கள். கேரளத்திலும் அப்போது நூற்றுக்கணக்கான தோழர்கள் விடுதலை செய்யப்பட்டார்கள். அப்போதுதான் அப்பாவும் அம்மாவும் வெளியே வந்தார்கள். அதுவரை அடக்கி வைக்கப்பட்டிருந்த மக்களின் உணர்வுகள் கொந்தளிப்புடன் வெளிப்படத் தொடங்கின. காயண்ண காவல்நிலையம் தாக்கப்பட்ட சம்பவம் தொடர்பாக நிகழ்ந்த காவல்துறை அராஜகத்தின் திடுக்கிட வைக்கும் உண்மைகள் வெளிவரத் தொடங்கின. கக்கயம் முகாமைப்பற்றியும் ஆர்.இ.சி. கல்லூரி மாணவன் ராஜனின் கொலை தொடர்பான இரகசியங்களும் கேரளத்தின் மனச்சாட்சியை வேதனைப்படுத்துவதுபோல் வெளிவரத் தொடங்கின. மிகவும் குழப்பமான சூழ்நிலை. நெருக்கடிநிலையின்போது இதையெல்லாம் வெளிப்படுத்த முடியாத நிலையல்லவா? ஜனநாயகம் மறுசீரமைக்கப்பட்டு விட்டது எனும் நம்பிக்கையிலிருந்த மக்கள் அனைவரும் தற்போது சிக்கலுக்குள்ளாகி விட்டதுபோலிருந்தார்கள். இதனிடையே மற்றொரு சுவாரஸ்யமான சம்பவமும் நிகழ்ந்தது. இந்திரா காந்தி, சோவியத் யூனியனுக்குத்தான் சேவகம் செய்துகொண்டிருந்தார் என்று நம்பிக்கொண்டிருந்தவர்களது கண்களைத் திறக்க வைத்த சம்பவம் இது. இந்திராவின் அரசு ஆட்சியிலிருந்து இறங்கி மொரார்ஜி, ஆட்சிப் பீடத்தில் ஏறிய அன்று முதல் சோவியத் அரசாங்கம், இந்திராவைக் கைவிட்டு விட்டு மொரார்ஜியை போற்றத் தொடங்கியது. நேற்றுவரைக்கும் இந்திராவையும் நெருக்கடிநிலை அணுகுமுறைகளையும் வானளாவப் புகழ்ந்துகொண்டிருந்த ரஷ்யா, திடீரென்று நூற்றெண்பது டிகிரி புரண்டு விழுந்தக் காட்சி மிகவும் வேடிக்கையாக இருந்தது. தன்னுடைய நம்பிக்கைக்குகந்த காரியதரிசியை இவ்வளவு வெளிப்படையாக, வெட்கமில்லாமல், ஏதாவது நாடு கைவிடுமா? அமெரிக்காவின் சொற்படி நம்முடன் சிருங்காரம் செய்து, அது, போதுமென்றதும் நிறுத்திக்கொள்ளவும் செய்கிற ஒரு பொம்மைதான் இந்திரா என்பதை அவர்கள் நன்றாகப் புரிந்துகொண்டதால்தானே எந்தவொரு கோட்பாட்டு அடிப்படையு மின்றி இந்திராவின் சேவை முடிந்ததும் கை கழுவினார்கள்? தனது தேர்தல் தோல்வியின் பின்னணியில் ஒரு வெளிநாட்டு சதி வேலை செய்திருக்கிறது என்பதாக பிறகு இந்திரா சொன்னார். ஆனால், அந்த சதி எதுவென்பதை அவரால் வெளிப்படையாகச் சொல்ல முடியவில்லை. ஏனென்றால், நேற்றுவரையிலும் அந்த சதியின் சேவகியாகவே அவர் வேலை பார்த்துக்கொண்டிருந்தார். வாய்ப்புக் கிடைத்தால் இனியும் சேவகம் பார்ப்பார்.

நெருக்கடிநிலையை வாபஸ் பெறுவதற்கு முன் நாங்களிருந்த பெண்கள் வார்டில் ஒரு மாற்றம் ஏற்பட்டது. தங்கம்மையை ஒருநாள் தமிழ்நாட்டின் வேலூர் பெண்கள் சிறைக்குக் கொண்டுபோனார்கள். காபிபோசா வழக்கைத் தொடர்ந்து நடத்துவது என்கிற முடிவை அரசாங்கம் ஏற்கனவே மேற்கொண்டிருந்தது. அதன்படி தங்கம்மையின்மீதான வழக்கு தாக்கல் செய்யப்பட்டது. காபிபோசா வழக்குகள் சென்னையில்தான் தாக்கல் செய்யப்படும். இந்த வழக்குகளின் விசாரணைக்காக அவர் வேலூருக்கு மாற்றப்பட்டார். அவரைப் பொறுத்தவரைக்கும் இந்த மாறுதல் மிகவும் வேதனைக்குரியது. அதுவரை சொந்த ஊரிலிருந்ததால் இடையிடையே குடும்பத்தினரை சந்திக்கவும், பரோலில் போகவும், சில பெண் வார்டன்களின் உதவியால் வீட்டார்களுடனும் உறவினர்களுடனும் அவ்வப்போது தொடர்புகொள்ளவுமெல்லாம் அவரால் இயன்றது. அனைத்தும் ஒரே நாளில் இல்லாமலாகி விட்டது. என்னையும் மற்ற கைதிகளையும் தொந்தரவு செய்த ஒருத்தியாக இருந்தாலும் அரசாங்கத்தின் இந்த மனிதாபிமானமில்லாத நடவடிக்கை எங்களுக்கும் வருத்தம் தந்தது. வயதான ஒரு பெண்ணை இப்படிப் பந்தாடும் நீதியை எங்களால் விளங்கிக்கொள்ளவே முடியவில்லை. ஆனால், நெருக்கடிநிலை வாபஸ் பெறப்பட்டபோது முதலில் விடுவிக்கப்பட்டவர்களில் அவருமிருந்தார். இப்படியாக நீண்ட இரண்டரை வருட கால சிறைவாசத்திற்குப் பிறகு அவருக்கு விடுதலை கிடைத்தது.

நெருக்கடிநிலையை வாபஸ் பெற்றதிலும் இந்திராவின் கொடுங்கோலாட்சி முடிவுக்கு வந்ததிலும் நானும் மற்ற கைதிகளும் மிகுந்த மகிழ்ச்சியடைந்தோம். மார்ச் 24ஆம் தேதி அப்பாவும் அம்மாவும் விடுதலை செய்யப்பட்டதாக 26ஆம் தேதி கோழிக்கோட்டிலிருந்து அவர்கள் தந்தியனுப்பியிருந்தார்கள். மேலும் இரண்டு நாட்கள் கழிந்தபிறகுதான் தந்தி என் கையில் கிடைத்தது. எனது பெற்றோர்கள் விடுதலையான மகிழ்ச்சியை மற்ற கைதிகள் அனைவரும் என்னிடம் பகிர்ந்துகொண்டார்கள். அப்பாவும் அம்மாவும் திருவனந்தபுரத்திற்கு என்னைப் பார்க்க வருவதாகவும் அந்தத் தந்தியில் குறிப்பிடப்பட்டிருந்தது.

தேர்தல் முடிவுகளால் நாட்டில் தற்காலிகமாகவாவது உருவான புத்துணர்வு, தகர்வின் ஆழ்வெளிகளுக்குள் புதைந்துகொண்டிருந்த என் மனத்தினுள் திடீரென ஒரு உற்சாகத்தைத் தந்தது. என்னை முழுமையாகப் பாதித்திருந்த நிராசை, படிப்படியாக மாறத் தொடங்கியது. ஒருபோதுமே எழ முடியாமல் தரையில்படிவதற்கு முன் திரும்பவும் நான் உயிர்ப் பெற்றெழுந்தேன்.

32

மனமாற்ற முயற்சிகள்

ஜனதாவின் அனைத்துக் கூட்டணிக் கட்சிகளும் தேர்தலுக்கு முன் மக்களுக்குக் கொடுத்த வாக்குறுதிகளில் மிக முக்கியமானது, எல்லா அரசியல் கைதிகளும் நிபந்தனையின்றி விடுதலை செய்யப்படுவார்களென்பது. இந்தியாவின் பல்வேறு சிறைச்சாலைகளில் ஆயிரக் கணக்கில் பல்லாயிரக் கணக்கில் கைதிகளாக்கப்பட்ட புரட்சியாளர்கள்தான் அரசியல் கைதிகளில் பெரும்பான்மை யானவர்கள். பல்வேறு வழக்குகளில் சிக்கி வருடக் கணக்காக, விசாரணை என்ற நாடகம்கூட நடத்தப்படாமலும், தூக்குத்தண்டனையும், ஆயுள்தண்டனையும், நீண்ட

காலத்தண்டனையும் விதிக்கப்பட்டும், தண்டனையெதுவுமே விதிக்கப்படாமல் நெருக்கடிநிலையின்போது முன்னெச்சரிக்கை நடவடிக்கையாகக் கைது செய்யப்பட்டவர்களுமென ஏராளமானோர் இந்தக் கூட்டத்திலிருந்தார்கள். இவர்கள் அனைவரும் சிறைகளிலிருந்த நிலைமை படுமோசமானது. இருபத்துநான்கு மணி நேரமும் அடைபட்டும் கைகால்கள் சங்கிலியால் சுற்றிப் பிணைக்கப்பட்டும் ஏராளமான தோழர்கள், எந்தவித மனிதத்தன்மையுடனான அக்கறைகளுக்கும் இடமில்லாமல் வருடக்கணக்காக சிறையில் கிடந்து நலிந்துகொண்டிருந்தார்கள். அரசின் இந்த அணுகுமுறை, இரானின் ஷா மன்னன் கைதிகளை நடத்திய முறையிலிருந்தோ, தென்வியட்னாமில் நரிக்கூடுகளென்று புகழ்பெற்ற, இரகசிய சிறைகளிலடைபட்ட கைதிகளை அமெரிக்கா நடத்திய முறைகளிலிருந்தோ எந்த வித்தியாசமுமில்லை. மேற்கு வங்கத்திலும் பீகாரிலும் மற்ற வடமாநில சிறைகளிலும்தான் இந்த பைசாசிகமான நடைமுறைகளைப் பற்றி கேள்விப்பட முடிந்தது. நக்சலைட் என்று முத்திரைக் குத்தப்பட்ட இந்தத் தோழர்கள் அனைவரும், இந்தியா முழுவதிலுமுள்ள சிறைச்சாலைகளில் ஏதாவதொரு வடிவத்தில் தொடர் சித்திரவதைகளின் கொடூரப்பிடிக்குள்தான் ஒவ்வொரு நிமிடமும் வாழ்ந்துகொண்டிருந்தார்கள். இன்றுகூட சிறைச்சாலைகளில் அவர்கள் பெரும்பாலும் இப்படித்தான் இருந்துகொண்டிருக்கிறார்கள். இது நெருக்கடிநிலையைத் தொடர்ந்து நடந்துகொண்டிருக்கும் ஒரு பிரச்சினையல்ல. 1967இல் நக்சல்பாரி விவசாயிகளின் எழுச்சிக்குப் பிறகு உருவான இந்த வீரமிக்க இயக்கத்தின் பெயரால் கைது செய்யப்பட்டவர்களை அன்று முதல் இன்றுவரை இப்படித்தான் நடத்திக்கொண்டிருக்கிறார்கள்.

1947இல் இந்தியாவில் ஆட்சி மாற்றம் நிகழுவதற்கு முன்பிருந்த பிரிட்டிஷ் அரசாங்கம்கூட கம்யூனிஸ்ட்களை இவ்வளவு மிருகத்தனமாகக் கையாளவில்லை என்பதை நாம் நினைவில்கொள்ளவேண்டும். மத்தியிலும் மாநிலங்களிலுமுள்ள அரசுகள், அவை எந்தக் கட்சியாகவே இருந்தாலும் புரட்சியாளர்களின்மீது மிகக் கொடூரமான இந்த அடக்குமுறைகளைப் ஏன் ஏவினார்கள்? இதற்கான பதில் ஒன்றே ஒன்றுதான்.

உலகில், இந்தியா சீனா ஆகிய இரண்டு நாடுகளில் புரட்சி வெற்றி பெற்றால் உலக வல்லரசுகளின் பொருளாதாரக் கட்டமைப்பு வேரற்றுப்போகும் என்று லெனின் ஒருமுறை குறிப்பிட்டார். உலக மக்கள் தொகையில் பெருமளவிலானவர்கள் வசிக்கும் இந்தத் தேசங்களில் உருவாகும் புரட்சி, ஏகாதிபத்திய நாடுகளின் சுரண்டலுக்கான அடிப்படை வலுவை இழக்கச் செய்துவிடுமென்றும் காலனிய — அரைக்காலனிய தேசங்களை பொருளாதார ரீதியில் பிழிந்தெடுக்க இயலாமல் போகும் அந்நிமிடமே தங்களின் இருப்புக் குலைந்துபோகுமென்பதையும் அறிந்த ஏகாதிபத்தியம், புரட்சிகர

சக்திகளை அவை முளைவிடும்போதே கிள்ளியெறிவதற்குத் தங்களுடைய அனைத்து சக்திகளையும் பயன்படுத்துகிறது. புரட்சிகர சக்திகள் மிகச் சிறு அளவில், பலவீனமாக உருவானாலும்கூட ஏகாதிபத்தியத்தையும் அதன் பாத சேவகர்களாகிய ஆட்சியாளர்களையும் பீதியடைய வைக்கிறது. ரஷ்யாவிலும் சீனாவிலும் புரட்சிகளின் வெற்றியைத் தடுப்பது அவர்களால் இயலாமலானது. புரட்சி வெற்றியடைந்தாலும் தேசிய, சர்வதேசிய அளவிலான எதிர்ப்புரட்சியாளர்களது தாக்குதல்களின் முனை பன்மடங்கு கூர்மையடையுமென்பது அந்த இரண்டு நாடுகளின்மீதான தற்காலிக பதிலடிகளிலிருந்து தெளிவாகிறது. இந்தப் புரட்சிகளின் அனுபவங்களிலிருந்தும் ஏகாதிபத்தியம் 'தேவையான' பாடங்களைக் கற்றறிகிறது. ஒரு அர்த்தத்தில் புரட்சியாளர்களை விடவும் அதிகமாக அவர்களுக்கு இது சாத்தியமாகியிருக்கிறது. அவர்கள் உலகத்தைச் செலுத்தும் திசைவெளியைத் தீர்மானிக்கும் இடத்திலிருப்பதால் எந்தப் பகுதிகளிலிருந்தும் தகவல்களை அறிந்துகொள்ளவும், தலைதூக்கும் புரட்சிகர சக்திகளை முன் அனுபவங்களின்மூலம் மதிப்பீடு செய்யவும் அவர்களால் இயலும். இப்படியான மதிப்பீடுகளினூடேதான் புரட்சியாளர்களை நேரிடுவதற்கான நடவடிக்கைகளையும் மேற்கொள்ளுகிறார்கள். அவர்களது அடக்குமுறை உத்தி, நேரடியாகவும் அணிகளினுள் புரட்சியாளர்களது வேடமணிந்தும் நுழைந்து அதன் தலைமையிடத்தில் தங்களை அமர வைத்து இயக்கத்தை தடம்புரளவோ அல்லது சிதறடிக்கவோ செய்கிறது. இந்தப் போலிப் புரட்சியாளர்கள்தான் தீவிரமான குரலில் புரட்சிக் கோஷங்களை உருப்போடுவார்கள். புரட்சிகர சக்திகளை உள்ளிருந்தே குடையும் இவர்களது செயல்களைக் கண்டறிந்து தோல்வியடைச் செய்வதன் மூலம்தான் உண்மையான ஒரு புரட்சி இயக்கத்தால் முன்நகர இயலும். உலகம் முழுவதிலுமுள்ள தொழிலாளர் வர்க்கப் புரட்சிகளின் இதுபோன்ற அனுபவங்களிலிருந்து பாடங்கள் படித்தும் தந்திரங்களும் வித்தைகளும் தெரிந்த சாம்ராஜ்ய சக்திகளின் புதிய வகை அடவுகளைத் தகுந்த நேரத்தில் எதிர்கொண்டும் தோல்வியடையச் செய்ய வேண்டியது எந்த ஒரு புரட்சி இயக்கத்தின் முன்னேற்றத்திற்கும் தவிர்க்கவியலாத விஷயங்களாகும்.

நான் மேலே விவரித்த இரு முகங்கொண்ட அணுகுமுறைதான் இந்தியாவில் அன்று நடைமுறைப்படுத்தியதும் இன்று நடைமுறைப்படுத்திக்கொண்டிருப்பதுவும். ஒருபுறம் எதிரியின் நேரடியான, மிக மோசமான ஒடுக்குமுறை நடவடிக்கைகள்; மறுபுறம் அளவு கடந்த புரட்சி ஆவேசம் ததும்பும் கோஷங்களின் திரை மறைவில் புரட்சியை வழி தவற வைப்பதற்காக இயக்கத்தினுள்ளிருக்கும் எதிரிகளின் ஏஜண்டுகள் காட்டும் அடவுமுறைகள்.

ஜனதா அரசாங்கம் அதிகாரத்திற்கு வந்த பிறகு முதலில்

காற்றில் பறக்க விட்டது, புரட்சியாளர்கள் நிபந்தனையின்றி விடுதலை செய்யப்படுவார்களெனும் வாக்குறுதியைத்தான். நிபந்தனைகளின்கீழ் விடுதலை செய்யப்படுவதைப்பற்றிய புலம்பல்கள் மெல்லக் கேட்கத் தொடங்கியது. அரசாங்கத்தின் இந்த சதிக்கு புரட்சியாளர்களில் ஒரு பிரிவினர் ஆதரவாக இருந்தார்கள். உள்துறையமைச்சர் சரண்சிங்குடன் சிறைச்சாலைகளிலிருக்கும் புரட்சியாளர்களை விடுதலை செய்வது தொடர்பான பேச்சுவார்த்தைகளில் மார்க்சிஸ்ட் — லெனினிஸ்ட் கட்சியின்பேரில் சத்யநாராயண் சிங்கும் அவரது ஆட்களும் ஈடுபட்டார்கள். வருடக்கணக்காக சிறைகளில் கிடந்து வதைபட்டுக்கொண்டிருக்கும் தோழர்களைக் கேவலப்படுத்துவதுபோல் ‘ஆயுதப்போராட்டத்தில் நம்பிக்கையில்லை; இனி ஒருபோதுமே வன்முறையில் ஈடுபடமாட்டோம்’ என்று கையெழுத்திட்டு விட்டு வெளியே வரச் சொல்லி சத்யநாராயண் சிங் கேட்டுக்கொண்டார். ஆனால், பெரும்பான்மையான தோழர்களும் இந்த வேண்டுகோளை மிகுந்த வெறுப்புடன் உதாசீனம் செய்துவிட்டார்கள். தாங்கள் அனுபவித்த வேதனைகளை ஒரு கேவலமான சிறை விடுதலைக்கு விலை பேசுவதற்கு இந்திய சிறைகளில் அடைபட்டிருக்கும் இந்தத் தோழர்கள் தயாராக இல்லை. அப்படியாக புரட்சிகர அணிகளை சிதிலமடைய வைக்கவும் அரசியல் கைதிகளை விடுதலை செய்ததாகப் பேசவும் மொரார்ஜி அரசு தயார்செய்த இரகசிய திட்டம் தகர்ந்துபோனது.

புரட்சியாளர்களினிடையில் மனமாற்றம் ஏற்பட்டிருக்கிறது எனும் தீவிரப் பிரச்சாரத்தின் ஒரு பகுதியாக திருவனந்தபுரம் மத்திய சிறையிலும் இரண்டு சர்வோதய தொண்டர்கள் வந்திருந்தனர். இங்குள்ள இருளடர்ந்த தனிமையறைகளில் கிடந்த தோழர்களினிடையில் புரட்சி மார்க்கத்தை கை விடத் தயாராக இருப்பவர்கள் யார் யார் என்பதைத் தெரிந்துகொள்வதற்காக அரசாங்கத்தால் நியமிக்கப்பட்டிருந்தவர்கள் இவர்கள். ஆனால், புரட்சியாளர்களில் பெரும்பாலானோர் இப்படி அரசாங்கத்திற்கு அடிபணிந்து விடுதலையாக விரும்பவில்லை. தலச்சேரி—புல்பள்ளி வழக்கில் ஆயுள்தண்டனைக் கைதியாக இருந்த ஃபிலிப் எம். பிரசாத் மட்டுமே என்ன விலை கொடுத்தாவது ‘விடுதலை’யாகி விடத் தயாராக இருந்தார். இவர் ஏற்கனவே நிறம் மாறி விட்டதும் ஆயுள் தண்டனையை அனுபவிக்க வேண்டிய நிலையிலும் அரசாங்கத்தின் ‘பி’ வகுப்பு இன்பம் அனுபவிப்பதன்மூலம் தன்னைப்போல் சிறைச்சாலைகளில் அடைபட்டுக்கிடக்கும் நூற்றுக்கணக்கான தோழர்களின் எதிரியாக மாறியதும் ஏற்கனவே தெரிந்தவைதான்.

ஆண் கைதிகளினிடையே கணக்கெடுப்பு முடிந்து, 1977 ஜூன் மாதம் ஒருநாள் இந்த சர்வோதயா ஆட்கள் — எம்.பி. மன்மதனும் ராமச்சந்திரன் போற்றியும் — என்னைப் பார்க்க வந்தார்கள். பெண்கள் பிளாக்கில் பெரிய ஹாலில் மூன்று செயர்களைப் போட்டு இரண்டு

செயர்களில் அவர்களும் ஒன்றில் நானும் எதிரெதிராக அமர்ந்திருந்தோம். எதற்காக இவர்கள் வந்திருக்கிறார்களென்பதை ஓரளவு என்னால் யூகிக்க முடிந்தது. தெலுங்கானா விவசாயிகளின் ஆயுதப்போராட்ட எழுச்சியைத் தொடர்ந்து இன்று இந்த நாள்வரைக்கும் இந்தியாவில் எங்கெல்லாம் விவசாயிகள் கிளர்ச்சி ஏற்படுகிறதோ அங்கெல்லாம் இந்த ஆட்களும் தங்களது சர்வோதய மந்திரத்தைச் சொல்வதற்காக மின்னல் வேகத்தில் வந்து சேரும் நிகழ்வுகள் என் நினைவுக்கு வந்தன.

நக்சலைட்டுகளினிடையே மனம் மாற்றம் ஏற்பட்டிருப்பதாகக் கேள்விப்பட்டு என் மனத்திலும் ஏதாவது மாற்றம் நிகழ்ந்திருக்கிறதா என்பதைத் தெரிந்துகொள்வதற்காகத் தாங்கள் வந்திருப்பதாக எந்தத் தயக்கமுமில்லாமல் சொன்னார்கள். தங்களிடம் பேசும் விஷயங்கள் மிக இரகசியமாக பாதுகாக்கப்படுமென்று அவர்கள் சொன்னபோது என்னுடைய கருத்துக்களை நீங்கள் அரசாங்கத்திடம் தெரிவிக்கமாட்டீர்களா என்று கேட்டேன். இல்லை யாருமே இந்தப் பேச்சு வார்த்தைகளின் விவரத்தை அறிந்துகொள்ள முடியாது என்று சொன்னார்கள். ஆனால், அவர்களில் இந்த உறுதியை நான் பொருட்படுத்தவே இல்லை. இது வெறும் 'சர்வோதய பொய்' என்பது யாருக்குத்தான் தெரியாது? தொடர்ந்து அவர்கள் என்னிடம் கேள்விகளைக் கேட்கத் தொடங்கினார்கள். வேறு யாருக்காவது மனம் மாற்றம் ஏற்பட்டிருக்குமென்றால் அதைப் பற்றி எனக்குப் பிரச்சினையில்லையென்றும் நான் இப்போதும் மார்க்சிய—லெனினிய—மாவோயிச சிந்தனையை ஆழ்ந்த உறுதியுடன் நம்பியிருப்பதாகவும் சொன்னபோது அவர்களது முகம் இலேசாக இருண்டது. சீனாவைப்போல் ஒரு புரட்சி நடந்தால் மட்டுமே, அதாவது ஆயுதப்போராட்டத்தின் வழியாக அதிகாரம் மக்களின் கைகளுக்கு வந்தால் மட்டுமே இந்தியாவிலுள்ள கோடிக்கணக்கான உழைக்கும் மக்களின் வாழ்க்கைப் பிரச்சினைகளுக்கு பரிகாரம் கிடைக்கும் என்பதை எட்டு வருட என்னுடைய சிறை அனுபவங்களுக்குப்பிறகும் நான் உறுதியுடன் நம்புகிறேன். பிரச்சினைகளின் தீர்வுக்காக முப்பது வருடங்கள் அமைதியான முறையில் முயற்சிகள் எடுத்த பிறகும் தீர்வெதுவும் கிடைக்கவில்லையென்பது மட்டுமல்ல, மேலும் அது தீவிரமடைந்துகொண்டிருக்கிறது என்பதை நான் தெளிவுபடுத்தியபோது அந்த காந்தியவாதிகளால் பதில் சொல்ல இயலவில்லை. தேர்தல்களிலும் சத்தியாக்கிரகங்களிலும் சிறு அளவில் கூட எனக்கு நம்பிக்கையில்லையென்பதையும் தெளிவாகச் சொன்னேன். மக்களில் ஒரு பிரிவினருடன் இது நின்றுவிடாமல் அனைவரும் தங்களது கைகளில் ஆயுதமேந்தினால் மட்டுமே பிரச்சினகளுக்குப் பரிகாரம் கிடைக்கும் என்பதையும் நான் உறுதியுடன் தெரிவித்தபோது தங்களுடைய முயற்சி தோல்வியடைந்து விட்டதை அவர்கள் உணர்ந்துகொண்டார்கள். என்னுடைய மனத்தில் கருத்தியல் தடுமாற்றங்களை உருவாக்கும் நோக்கத்துடன் பல்வேறு கருத்துக்களை அவர்கள் குறிப்பிட்டுப்

பேசினார்கள். அதற்கெல்லாம் நான் தகுந்த பதில்களையும் சொன்னேன். பேச்சுவார்த்தையை அவர்கள் முடித்துக்கொண்டு செயர்களை மடித்து எடுத்துவிட்டுப் பின்வாங்கினார்கள்.

அப்படியாக, என்னுடைய நம்பிக்கையின் உறுதிப்பாட்டை அரசாங்கத்தின் இரகசிய பிரிவுக்காக உளவு சொல்ல வந்த அந்த அடிப்படைவாதிகள் என்னைவிட்டுப் போய்விட்டார்கள். அவர்களை நான் எதிர்கொண்ட விதம் எனக்கு முழுமையான திருப்தியைத் தந்தது. பத்து வருடங்களுக்கு முன் நான் ஏற்றுக்கொண்ட பாதை பல்வேறு கசப்பான அனுபவங்களையும் எனக்குத் தந்திருந்தது. பல கரடுமுரடான பாதைகளையும் நான் கடந்து வந்தேன். சித்திரவதைகளின் கூர்முனை, காலைக் கிழிக்கும்போது நான் தடுமாறியதுமுண்டு. அதற்காக, மார்க்சிய—லெனினிய—மாவோயிச சிந்தனைகளுக்கு முரணான இன்னொரு வாழ்க்கையை ஏற்றுக்கொள்வதா? அதைவிட தற்கொலை செய்துகொள்ளலாம். அரசின் நிர்ப்பந்தகளுக்கு அடிபணியும் அந்நிமிடமே, பல்வேறு நிலைகளில் அதே அரசாங்கத்தின் தாக்குதல்கள்மூலம் நான் அனுபவித்த வேதனைகளுக்கு எந்த அர்த்தமுமில்லாமல் போய்விடுமென்பதுவும் எனக்குத் தெரியும். அப்படி கீழ்ப்படிவதாக இருக்கும் எனக்கு இந்த மார்க்கத்தை ஏற்றுக்கொள்வதற்கான தேவையென்ன என்ற கேள்வியும் உருவாகும். சிறை வாழ்க்கையை நிறையவே அனுபவித்து விட்டேன். தேவைப்பட்டால் இன்னும் அனுபவித்து விட வேண்டியதுதான். நக்சல்பாரியின் செய்திகளுடன் கேரள கீழ்வானத்தில் இடி மின்னலாக முதலில் எழுந்த புரட்சி இயக்கத்தின் முழக்கமான தலச்சேரி — புல்பள்ளிக்குக் களங்கம் விளைவிப்பதுபோன்ற ஒரு விடுதலை எனக்குத் தேவையில்லை. நான் மீண்டும் மீண்டும் யோசனை செய்து தீர்க்கமான முடிவுக்கு வந்தேன். என்னுடைய இந்த முடிவை அப்பாவுக்கும் அம்மாவுக்கும் எழுதி அறிவித்தபோது அவர்களும் இந்த முடிவுக்கு முழு ஆதரவு தந்தார்கள். அவர்களது ஆவேசத்தைத் தூண்டும் கடிதங்கள் எனக்கு மேலும் உற்சாகத்தைத் தூண்டியது.

இப்படியாக நாட்கள் கடந்தபோது சிறையில் என்னைப் பார்க்க வந்த மற்றொரு முக்கியமான பார்வையாளர், கண்காணிப்பாளரின் அறைக்கு என்னை வரவழைத்தார். வலது கம்யூனிஸ்ட் கட்சியின் கேரள மாநிலச் செயலாளரான என்.இ. பாலராமன்தான் இந்த வருகையாளர். இவர் வந்திருப்பதன் நோக்கமும் கிட்டத்தட்ட எனக்கு விளங்கிவிட்டது. அண்மையில், ஃபிலிப் எம். பிரசாத்தை நீண்ட கால பரோலில் விடுதலை செய்திருப்பதையும் பரோல் காலாவதியாகும்போது மீண்டும் நீட்டிக்கப்படுமென்று உத்தரவாதம் அளிக்கப்பட்டிருப்பதையும் என்னுடைய பெற்றோர்களிடமிருந்து தெரிந்துகொண்டேன். ஃபிலிப் அடிக்கடி தன்னை வந்துப் பார்ப்பதுண்டு என்றும், அவருக்கு வெளியே இருந்து அரசியல்

நடவடிக்கைகளில் ஈடுபடும் ஆர்வமிருப்பதாகவும், அவர்தான் என்னை வந்துப் பார்க்கச் சொல்லி நிர்ப்பந்தப்படுத்தியதாகவும் பாலராம் சொன்னார். சர்வோதயா ஆட்களைத் திரும்ப அனுப்பிய பிறகும் என்னுடைய மனக்கிடக்கையை அறிந்துகொள்வதற்காகவும் சிறை விடுதலையெனும் இனிப்புத் தடவிய வெடிகுண்டைக்காட்டி என்னைக் கீழ்ப்படிய வைக்கவும் வந்த பாலராமிற்கு திடமான மொழியிலேயே நான் பதில் சொன்னேன். தலச்சேரி—புல்பள்ளி வழக்கு கோழிக்கோடு அமர்வு நீதிமன்றத்தின் வரம்பிற்குள் வருவதால் அந்த வழக்கில் தண்டிக்கப்பட்டவர்களை நியாயமாக கண்ணூர் மத்திய சிறையில்தான் வைக்க வேண்டும். இருந்தபோதும் குடும்ப உறவினர்களை சந்திக்கவும் பிற அனுகூலங்களுக்காகவும் கண்ணூர் சிறைக்கு வந்ததுமே ஃபிலிப்பை திருவனந்தபுரம் சிறைக்கு மாற்றிய அரசாங்கம், என்னை மட்டும் எதற்காக குடும்பத்தை விட்டு நானூறு மைல்கள் தொலைவிலுள்ள திருவனந்தபுரத்திற்குக் கொண்டுவந்திருக்கிறது? என்னை மீண்டும் கண்ணூருக்கு அனுப்ப, பாதுகாப்பைக் காரணம் காட்டி வேண்டுமென்றே மறுத்தது. அப்படியாக ஒரே வழக்கின் இரண்டு பிரதிகளை அரசாங்கம் நடத்திய விதம் முதலிலிருந்தே வேறுபாடாக இருந்தது. கோட்பாட்டில் உறுதியாக இருப்பதால் மட்டுமே இத்தனை நாளும் இந்த துவேஷம் நிறைந்த நடவடிக்கைக்குள்ளானேன். இந்நிலையில் எப்படி உங்களுடைய இந்த பேச்சுகளை நான் மதிக்க முடியும் என்று கேட்டபோது அவரால் தகுந்த பதில் சொல்ல இயலவில்லை. எத்தனை வருடம் வேண்டுமானாலும் நான் சிறையிலிருக்கத் தயாராக இருக்கிறேன். இதில் நீங்கள் யாரும் வருத்தப்பட தேவையில்லை என்று சொன்னதும் அவரும் தன்னுடைய முயற்சியைக் கை விட்டுத் திரும்பினார். போகும்போது சோவியத் வெளியீடுகளை எனக்கு அனுப்பி வைப்பதாகவும் வாக்குக் கொடுத்திருந்தார். ஆனால், அனுப்புவதற்கான எந்த முயற்சியையுமே பிறகு அவர் எடுக்கவில்லை. இதில் ஆச்சரியப்படவும் எதுவுமில்லை.

அரசாங்கத்திற்கு, ஃபிலிப்பை விடுதலை செய்ய வேண்டுமெனும் விருப்பமிருப்பதை இந்த அவசர முயற்சிகளிலிருந்து நான் புரிந்துகொண்டேன். முதலமைச்சராக அப்போது ஏ.கே. ஆன்றனி இருந்தார். கழக்கூட்டம் மக்களவைக்கான இடைத்தேர்தல் அறிவிக்கப்பட்டிருந்த நேரம் அது. இந்தியாவில் பல்வேறு மாநிலங்களை ஆண்டுகொண்டிருந்த ஜனதா அரசுகள், அரசியல் கைதிகளில் கொஞ்சம்பேர்களை அவ்வப்போது விடுதலை செய்துகொண்டிருந்தது. குறைந்த எண்ணிக்கையிலாகவாவது விடுதலை செய்ய வேண்டிய பொறுப்பு ஜனதா அரசின் கண்ணியத்தை நிலைநாட்டுவதற்குத் தேவைப்பட்டது. தேர்தல் பிரச்சாரத்தை எதிர்கொள்வதற்காக ஆன்றனிக்கும் சில அரசியல் சாகசங்களைச் செய்து தீர வேண்டிய தேவையிருந்தது. இதன்படி, ஃபிலிப்பையும் புரட்சிகர பாதையைக் கை விட்ட ஒரு சில நபர்களை விடுதலை

செய்வதாக இருந்தால் வேறொரு பிரச்சினை உருவாகும். தலச்சேரி—புல்பள்ளி வழக்கில் பிரதிகளில் சிலர் ஒன்பது வருடமாகச் சிறையிலிருக்கிறார்கள். நானும் எட்டு வருட காலமாக சிறையிலிருக்கிறேன். ஃபிலிப் அதிகம்போனால் நான்கரை வருடம்தான் சிறையிலிருந்திருப்பார். என்னையும் அந்த வழக்கிலுள்ள மற்ற கைதிகளையும் விடுதலை செய்யாமல் ஃபிலிப்பை மட்டும் விடுதலை செய்தால் விடுதலையான ஃபிலிப்பும் விடுவித்த அரசாங்கமும் சேர்ந்து நாறிப்போய் விடுவார்கள். இது அவர்களுக்கும் தெரியும். நானாகிய முட்டுக்கட்டை, அரசாங்கத்தை தர்மசங்கடத்திலாழ்த்தியது. அடுத்த நடவடிக்கைக்காக அவர்கள் மீண்டும் நாட்களைக் கடத்தியதன் மிக முக்கியக் காரணம் இதுதான்.

அப்படியிருக்கும்போது, ஜுலை மாதம் 15ஆம் தேதியிட்ட மாத்ருபூமி தினப்பத்திரிகையில் பரோலிலிருந்த ஃபிலிப், ஆன்றனிக்கு அனுப்பி வைத்த ஒரு கடிதம் முக்கிய செய்தியாக வெளியாகியிருந்தது. திருவனந்தபுரம் மத்திய சிறையிலிருந்து ஃபிலிப் அனுப்பி வைத்த ஒரு கடிதம் என்பதாக அதில் குறிப்பிடப்பட்டிருந்தது. மார்க்சிய சிந்தனைக்கும் காந்திய சிந்தனைக்குமிடையிலான ஒப்புமைகளைப் பற்றி தன்னுடைய நெறி பிறழ்ந்த கருத்துக்களை ஃபிலிப் அந்தக் கடிதத்தில் தெளிவுபடுத்தியிருந்தார். புரட்சி இயக்கங்கள் முழுவதையுமே களங்கப்படுத்துகிற முறையில் அவர் ஜெயப்பிரகாஷ் நாராயணின் சீடனாக தன்னை வெளிப்படையாகவே அதில் அறிவித்துக்கொண்டார். தன்னுடைய சிறை விடுதலைக்கான சூழலை அவர் மிகத் திறமையாக உருவாக்கியிருக்கிறார். ஆனால், தன்னுடைய இந்த அருவருப்பான கீழ்ப்படிதலில் புரட்சியாளர்களாகிய மற்ற கைதிகளையும் வேண்டுமென்றே இழுத்துவிடுவதற்கு அவர் முயற்சி செய்திருந்தார். பெரும்பாலான சிறைத் தோழர்களும் புரட்சிகர பாதையைக் கை விடுவதற்கு தயாராக இருப்பதான ஒரு புளுகை அந்த வஞ்சகன் தனது கடிதத்தில் சொல்லியிருந்தார். இந்தக் கபட முயற்சிகள் எதையும் அறியாத மற்ற தோழர்களையும் அவர் வெட்கமில்லாமல் அசிங்கப்படுத்தினார். அதிகாரிகளைப் பயன்படுத்தி, தன்னுடன் ஒரே பிளாக்கிலிருந்த மற்ற தோழர்களுக்குத் துரோகமிழைக்கக் கிடைத்த எந்த வாய்ப்பையுமே பாழாக்க விரும்பாத ஒடுக்குமுறையின் துணைக்கருவியாகவே ஃபிலிப் வாழ்ந்திருக்கிறார் என்பதை அந்தப் பத்திரிகையை வாசிக்கும் சாதாரணமான ஒரு வாசகனால் எப்படிப் புரிந்துகொள்ள முடியும்? இந்தக் கடிதம் ஆன்றனிக்கு ஒரு பிடிமானமாக மாறி விட்டது. அரசை தர்மசங்கட நிலைமையிலிருந்து அது ஓரளவில் மீட்கவும் செய்தது. இப்படித்தான் நானுட்பட இருபது பேர்களை அரசாங்கம் விடுதலை செய்வதாக முடிவு செய்தது. இந்த விடுதலைக்குப் பின்னணியாக இருந்த மற்ற சில சம்பவங்களை நான் அடுத்த அத்தியாயத்தில் சொல்கிறேன்.

33

சிறையிலிருந்து விடுதலை

1977 மார்ச் 24ஆம் தேதி, மற்ற ஏராளமான மிசா கைதிகளுடன் அப்பாவும் அம்மாவும் விடுதலை செய்யப் பட்டதாக நான் ஏற்கனவே குறிப்பிட்டிருந்தேன். கண்ணூர் மத்திய சிறையிலிருந்து வெளி வந்ததுமே என்னைப் பார்ப்பதற் காக அவர்கள் திருவனந்தபுரத் திற்கு வந்தார்கள். முதல் தடவை நேர்முகங்கண்டு விட்டு திரும்பிப்போன அவர்கள், கேரள முதலமைச்சரான ஏ.கே. ஆன்றனிக்கு ஒரு புகார் மனு அனுப்பியிருந்தார்கள். மத்தியில் ஜனதா அரசாங்கம் உருவான பிறகு, கைதிகள்மீதான அணுகு முறையில் அடிப்படையான சில மாற்றங்கள் செய்யவேண்டு மென்றெல்லாம் தினந்தோறும் தலைவர்கள் பேசுகிற ஒரு சூழல்

பொதுவாகவே ஏற்பட்டிருந்தது. 'நாங்கள் இருவரும் நோயாளிகளென்பதாலும் எங்களுக்கென்று நிரந்தர வருமானங்களெதுவும் இல்லையென்பதாலும் அஜிதாவை அடிக்கடி சிறையில் வந்து பார்ப்பதற்கு வசதியாக அவளை கண்ணூர் மத்திய சிறைக்கு மாற்றம் செய்ய வேண்டும். அல்லது ஒவ்வொரு மாதமும் எங்கள் இருவருக்கும் கோழிக்கோட்டிலிருந்து திருவனந்தபுரத்திற்கு வந்து செல்வதற்கான பேருந்து இலவச அனுமதிச்சீட்டு வழங்க வேண்டும்' என்பதுதான் மனுவின் உள்ளடக்கம். ஆன்றனி ஒரு முன்னுதாரணமான முதலமைச்சர் என்றும் கருணாகரனைப்போல் கண்களில் இரத்தவோட்டமில்லாதவரல்ல என்றுமெல்லாம் அப்போது பிரச்சாரம் செய்யப்பட்டு வந்தது. என்னை கண்ணூருக்கு மாற்றவேண்டுமென்பது மிகவும் தேவையான, நியாயமான ஒரு கோரிக்கையாகும். இந்த மனுவின்மீதான நடவடிக்கையை அறிவதற்கு நாங்கள் மிகவும் ஆர்வத்துடன் காத்திருந்தோம். புகார் மனு முதலமைச்சருக்குக் கிடைத்திருப்பதாகவும் இதைப் பற்றி யோசனை செய்துகொண்டிருப்பதாகவும் குறிப்பிட்டு ஒரு பதிலும் வந்தது. ஆனால், மாதங்களாகியும் எந்த அசைவும் தென்படவில்லை.

என்னுடைய இடமாறுதலைப்பற்றிய எதிர்பார்ப்புகளை நானும் அப்பாவும் அம்மாவும் கை விட்டோம். அப்படியிருக்கும் போது, ஜூலை 19ஆம் தேதி எங்களுடைய குடும்ப நண்பரும் திருவனந்தபுரத்தைத் தலைமையிடமாகக்கொண்டு செயல்பட்டு வரும் பிரபல பத்திரிகையாளருமான ஒரு பெரிய மனிதர், அப்பாவையும் அம்மாவையும் காண்பதற்காக கோழிக்கோட்டில் வீட்டிற்கு வந்தார். முதலமைச்சருக்கு அனுப்பி வைத்த புகார் மனுவைப் பற்றி பேசுவதற்காகவே வந்திருக்கிறார் என்பது அவர் பேசியதிலிருந்துத் தெளிவாகத் தெரிந்தது. கண்ணூர் மத்திய சிறைக்கு என்னை இடமாற்றம் செய்வதில் எந்த சிரமமுல்லையென்றும் ஆனால், இலவச பேருந்து அனுமதியென்பது பிரச்சினைகளை உருவாக்குமென்றும் அவர் விவரமாகச் சொன்னார். இடமாறுதலை விரைவில் எதிர்பார்க்கலாமென்றும் அவர் சொன்னார். ஆனால், இதை விடவும் நல்லது பரோலில் வெளியே வருவதற்கு மனுச் செய்வதுதான். அதற்கு அனுமதி கிடைப்பதில் எந்தப் பிரச்சினையுமிருக்காதென்றும் அந்த நண்பர் உறுதியுடன் சொன்னார். அப்பாவும் அம்மாவும் இந்தப் பரிந்துரையை ஏற்கவில்லை. பரோலில் வெளியே வருவது பல்வேறு மோசமான முன்னுதாரணங்களுக்குக் காரணமாக அமைந்து விடுமென்பதை அவர்கள் உணர்ந்திருந்தார்கள். முதல் விஷயம், அதற்கு இரண்டுபேர் முன் ஜாமீன் தரவேண்டும். பரோல் முடிந்த பிறகு சிறைக்குத் திரும்ப வேண்டும். இதையெல்லாம் விட முக்கியமான ஒரு பிரச்சினை: ஒரு தடவை சிறையிலிருந்து வெளியே வந்து விட்டால் திரும்பிச் செல்வதில் இயல்பாகவே ஒரு தயக்கம் உருவாகிவிடும். எனவே, அரசாங்கத்தின் 'கையெழுத்து' விடுதலைக்கு இணங்காமல், கோட்பாட்டில் வலுவுடன் நிற்கும் என்னைப் பணிய வைக்கவும் எப்படியாவது வெளியிலிருந்து விட்டால் போதுமென்ற ஒரு மனோபாவத்தை என்னுள் உருவாக்கவும் பரோலில் இறங்கும் பட்சத்தில்

அதிக வாய்ப்பிருக்கிறது. இப்படியான ஒரு விடுதலைக்கு ஒருபோதுமே உடன்படக்கூடாதென்று ஏற்கனவே சிந்தித்து முடிவு செய்திருந்த எங்களுக்கு பரோல் எனும் சதிக்குழியின் அர்த்தம் நன்றாகவே தெரியும். என் பெற்றோர்களின் மனத்தை இளகச் செய்வதற்காக அந்த நண்பர் நடத்திய கடைசி முயற்சியும் பலனில்லாமலாயிற்று. இந்தக் கதை களையெல்லாம் நான் இரண்டு நாட்களுக்குப் பிறகுதான் அறிந்துகொண்டேன்.

ஜூலை 20ஆம் தேதி சாயங்கால நேரம், அம்மாவை யாரோ தொலைபேசியில் அழைத்தார்கள். சித்தப்பாவின் ரேடியோ ரிப்பேர் கடையில்தான் தொலைபேசி இருந்தது. மார்க்சிஸ்ட் கட்சியின் பத்திரிகையான தேசாபிமானி அலுவலகத்திலிருந்து பேசுவதாக அவர்கள் தகவல் சொல்லியிருந்தார்கள். அஜிதாவின் விடுதலையைப் பற்றி திருவனந்தபுரத்திலிருந்துக் கிடைத்தத் தகவலைச் சொல்ல வேண்டியதிருப்பதால், தொலைபேசி எண்ணையும் குறிப்பிட்டு உடனே இதில் தொடர்புகொள்ளும்படி சொல்லியனுப்பியிருந்தார்கள். அது, தேசாபிமானி அலுவலக எண்ணில்லை என்று தெரிந்தபோது இதில் என்னவோ பிரச்சினையிருப்பதைப் புரிந்துகொண்டு அப்பாவும் அம்மாவும் பேசாமலிருந்து விட்டார்கள். வேறு ஏதாவது தகவல்கள் வருகிறதா பார்க்கலாம் என்று நினைத்து அப்போதைக்கு எதுவும் செய்யவில்லை. அரை மணி நேரத்திற்குள் அதே இடத்திலிருந்து திரும்பவும் அழைப்பு வந்தது. இதை, சோதனை செய்து பார்த்து விடுவதென்று முடிவுசெய்து, போன் செய்வதற்காக அவர்கள் ரோட்டுக்கு வந்தார்கள். தகவலில் குறிப்பிட்டிருந்த எண்ணைத் தொடர்பு கொண்டபோது அது கோழிக்கோடு, வலது கம்யூனிஸ்ட் கட்சியின் அலுவலகம் என்பது தெரிய வந்தது. இந்த அலுவலகத்திலிருந்து வந்ததாகத் தெரிந்தால் பேச மறுத்து விடுவார்கள் என்பதால் தேசாபிமானி என்று பொய் சொல்லியிருக்கிறார்கள். என்னை மறுநாள் (21ஆம் தேதி) காலையில் பத்து மணிக்கு விடுதலை செய்வார்களென்றும், சிறை வாசலிலிருந்து என்னை, என்.இ. பாலராமன் ஏற்றெடுப்பார் என்றும் அப்பா அம்மாவிடம் தகவலைத் தெரிவித்து விடும்படி திருவனந்தபுரத்திலுள்ள அவர்களது கட்சி அலுவலகம் அறிவித்ததாக அப்பாவிடம் சொன்னார்கள். அப்பாவுக்குக் கோபம் வந்தது. என்னை ஏற்றெடுப்பதற்கு பாலராமன் யார்? அரசியல்ரீதியாகவோ வேறு வகையிலோ எங்களுடன் எந்தத் தொடர்புமில்லாத, குறைந்த பட்சம் பெயரளவில் குடும்ப நண்பராகக்கூட இல்லாத ஒருவர், என்ன காரணத்தை முன்னிட்டு என்னை சிறை வாசலிலிருந்து ஏற்றெடுக்க வேண்டும்? அந்தத் தொலைபேசியிலேயே அப்பா கோழிக்கோடு வலது கம்யூனிஸ்ட் கட்சி செயலாளருக்கு பதில் சொல்லி விட்டார்: "என் மகளை ஏற்றெடுப்பதற்கு அவளுடைய அம்மாவும் அப்பாவும் இருக்கிறார்கள் என்பதை உடனே என்.இ. பாலராமனிடம் சொல்லி விடு."

நடந்த இந்த நாடகங்களெதுவும் எனக்குத் தெரியாது. தனக்கு முட்டுக் கொடுக்கும் எந்தவொரு மனோபாவமும் என்னிடமில்லை

யென்பதை நன்றாகப் புரிந்து வைத்திருந்த அரசாங்கம், என்னை விடுதலை செய்யும் என்ற எண்ணமே எனக்கில்லை. 20ஆம் தேதி பிற்பகல் மாநிலச் செய்தியில் இருபது நக்சலைட் கைதிகளை விடுதலை செய்வதாக அமைச்சரவை எடுத்த முடிவு ஒலிபரப்பப்பட்டது. ஆனால், அன்றைய தினம் ஏனோ சிறைச்சாலை வானொலி வாயே திறக்காமலிருந்தது. முன்கூட்டியே தெரிவிக்கவேண்டாமென்று அதிகாரிகள் கருதியிருக்கக் கூடும். மறுநாள் காலையில் உணவு கொண்டு வந்த தலைமை வார்டன்தான் என்னிடம் செய்தியை சொன்னார். ஃபிலிப் முதல்நாளே அதாவது, அமைச்சரைவையின் தீர்மானத்தை அறிந்ததும் பரோலை தானாகவே இரத்துசெய்து விட்டு சிறைக்குள் வந்து விட்டதாகவும் சொன்னார். பரோலிருந்தபடியே விடுதலையானால் மூன்று மாதங்களாக ஆடி வரும் கள்ள விளையாட்டை மக்கள் அறிந்து விடுவார்களல்லவா? மட்டுமல்ல, சிறை விடுதலையின் கீர்த்தி பரோலில் கிடைக்காதல்லவா? நான் நினைத்துக்கொண்டேன்: வக்கிரமாக வேலை செய்தாலும் ஃபிலிப்புக்கு அறிவிருக்கிறது.

வடமாநிலங்களில் அமைந்த பல ஜனதா அரசுகளும் எல்லா அரசியல் கைதிகளையும் நிபந்தனைகளின்றி விடுதலை செய்வதாக அளித்த வாக்குறுதிகளிலிருந்து பின்வாங்கினாலும் தாங்கள் எதையாவது செய்ததாகக் காட்டிக்கொள்வதற்காகவும் கொஞ்சம்பேர்களையாவது மிகுந்த ஆரவாரங்களுடன் விடுவித்துக்கொண்டிருந்தார்கள். ஆனால், உதாரணசீலரான கேரள முதலமைச்சர் நகரவே இல்லை. அரசியல் கைதிகள் அனைவரும் நிபந்தனைகளின்றி விடுதலை செய்யப்பட வேண்டுமென்று பாராளுமன்றத்தில் தொடர்ந்து ஒரு சிலுவைப்போரே நடத்திக்கொண்டிருந்த வலது கம்யூனிஸ்ட் கட்சி, கேரள ஆளுங்கட்சியில் அங்கமாக இருந்தும்கூட இந்த விடுவிப்பு நடக்கவே இல்லை. மாதங்கள் கடந்தபின் முக்கியும் முனகியும் விடுதலை செய்யப்பட்டவர்களோ எந்தவித சித்தாந்தப் பார்வைகளுமில்லாத தெரிவு செய்யப்பட்ட வெறும் இருபது பேர்கள் மட்டும். விசாரணையிலும் தண்டிக்கப்பட்டும் கிடக்கும் ஐம்பத்தைந்து பேர்கள் நக்சலைட் எனும் லேபிள் ஒட்டப்பட்டு இன்றும் கேரளத்தின் சிறைச்சாலைகளில் கிடக்கிறார்கள். கழக்கூட்டம் இடைத்தேர்தலின் விசேஷச் சூழலில் முழுக்கவும் அரசியல் இலாபத்திற்காக மட்டுமே இந்த விடுதலை நாடகம் நடத்தப்பட்டது என்பது அப்போதே வெளிப்படையாகத் தெரிந்து போனது. இனி மிச்சமிருப்பவர்களை விடுதலை செய்கிற பேச்சுக்கே இடமில்லையென்று அரசாங்கம் எத்தனையோ முறை உறுதிபடச் சொல்லியுமிருக்கிறது.

21ஆம் தேதி காலை பதினொரு மணிக்கு அப்பாவும் அம்மாவும் திருவனந்தபுரம் மத்திய சிறையின் வாசலுக்கு வந்தார்கள். அதுவரையிலும் என்னை விடுதலை செய்யவில்லையென்பதை சிறை வாசலுக்கு வந்து அறிந்தபிறகுதான் அவர்களுக்கு நிம்மதி. அப்பாவிடம், இன்று சாயங்காலம் என்னை விடுதலை செய்வதாக சிறைக்கண்காணிப்பாளர் சொன்னார். தலைமைச் செயலகத்திலிருந்து உத்தரவு கிடைக்கவேண்டிய வேலை மட்டும்தான் பாக்கியிருப்

பதாகவும் அவர் சொன்னார். சிறைக்கு வந்ததும் அப்பா என்னைப் பார்ப்பதற்காக மனுப் போட்டார். கடந்த இரண்டு நாட்களாக வீட்டில் நடந்த சம்பவங்களை அப்போதுதான் நான் கேள்விப்பட்டேன். பார்வை நேரம் முடிந்த பிறகு அவர்கள் உள்ளூரிலிருந்த ஒரு பழைய குடும்ப நண்பரும் பத்திரிகையாளருமான ஒருவரின் வீட்டிற்குச் சென்றார்கள். நான் விடுதலையாகும்வரை திருவனந்தபுரத்தில் தங்கி விடுவதென்றும் அவர்கள் முடிவு செய்திருந்தார்கள்.

என்னை வெளியே அனுப்புவதற்கான ஏற்பாடுகள் தீவிரமாக நடந்துகொண்டிருந்தன. தோழிகள் அனைவருக்கும் நான் விடுதலையாகப்போவதில் மிகுந்த மகிழ்ச்சி. தங்களை நினைவில் வைத்திருக்க வேண்டுமென்றும் தாங்கள் அனுபவித்துக் கொண்டிருக்கும் வேதனைகளை வெளி உலகத்திற்குத் தெரிவிக்க வேண்டுமென்றும் அவர்கள் எதிர்பார்ப்புடன் என்னிடம் கேட்டுக் கொண்டார்கள். என்னுடைய உறுதி குலையாத மனோபாவம் அவர்களிடம் உற்சாகத்தைத் தூண்டியிருப்பதாக நான் உணர்ந்தேன். இதனால் அவர்களுக்கு என்மீதான நெருக்கம் மேலும் அதிகரித்திருந்தது. ஒவ்வொரு நிமிடமும் வேதனைகளைக் கடித்துப் பிடித்தபடி, நீறிப் புகைந்துகொண்டிருக்கும் அந்த ஆதரவற்ற தோழியரை என்னால் மறந்து விட முடியுமா? அக்கிரமும் அநீதியும் நிறைந்த இந்த சமூகத்தின் அடக்குமுறைகளைத் தாங்கிக்கொள்ள முடியாத நிலையில், செய்துவிட்ட தவறுகளுக்காக கொடூரமான வேதனைகளை சகிக்கும் இந்த நிலைமைகளுக்குள்ளான அவர்களது வாழ்க்கையைப் பற்றி சிந்திக்கவும்கூட யாருமில்லை. நானும் சிறை வாசம் அனுபவித்தவள்தான். ஆனால், அது ஒரு உயர்ந்த இலட்சியத்திற்காக என்பதால் என்னிடம் ஒரு தன்னம்பிக்கை இருந்தது. அவர்களுக்கு இப்படியான எந்த ஆறுதலுக்கும் வழியில்லை. எட்டு வருட காலம் கோழிக்கோட்டிலும் கண்ணூரிலும் திருவனந்தபுரத்திலுமாக செலவிட்ட சிறைச்சாலை வாழ்க்கையில் பல காட்சிகளும் என்னுடைய மனத்தில் ஒரு திரைப்படம் ஓடி மறைந்தன.

சாயங்காலம் நான்கரை மணிக்கு பெண்கள் வார்டின் கதவைத் திறக்கும் சத்தம் கேட்டது. சிறைத்துறை ஐ.ஜி. என்று பெண் வார்டன்கள் சொன்னார்கள். இரண்டு ஆண் கைதிகள் அந்த ஹாலில் ஒரு மேசையையும் இரண்டு செயர்களையும் கொண்டு வந்து போட்டார்கள். கண்காணிப்பாளருடன் உள்ளே நுழைந்தார் ஐ.ஜி. என்னுடைய பொருட்களையெல்லாம் கட்டி வைத்திருப்பதைக் கண்டதும் அவர் கேட்டார்: “இதையெல்லாம் எதற்காகக் கட்டி வைத்திருக்கிறீர்கள்?” “என்னை விடுதலை செய்யப்போவதாக அறிந்து தயாராக இருக்கிறேன்.” என்று சொன்னேன். “அவ்வளவு சீக்கிரமாக போய் விட முடியுமா? ஆர்டர் கையில் கிடைக்க வேண்டாமா?” என்று அவர் திருப்பிக் கேட்டார். அவரது பேச்சில் எதுவோ ஒரு உள்ளர்த்தமிருப்பதாக எனக்குத் தோன்றியது. என்னை அவர் ஹாலுக்குள் அழைத்தார். மேசையின் இரு புறமும் போடப்பட்டிருந்த

செயர்களில் இருவரும் அமர்ந்தோம். எங்களை விடுதலை செய்வதற்கு கேபினட் கூடி தீர்மானம் நிறைவேற்ற மட்டுமே செய்திருப்பதாகவும் அதன் உத்தரவு சிறைக்கு வந்து சேர்வதற்கு இன்னும் சில நாட்களாகலாம் என்றும் அவர் முன்னுரையாகத் தெரிவித்தார். விடுதலை செய்வதில் நிபந்தனைகள் எதுவும் இருக்குமா என்று நான் கேட்டபோது, அப்படியெல்லாம் எதுவுமில்லையென்றுதான் கேள்விப்பட்டேன். ஒருவேளை சிறையில் சாதாரண கைதிகளை விடுதலை செய்யும்போது கையெழுத்து வாங்கும் பேப்பரில் ஒப்பிடவேண்டியதிருக்கும். இதுகூட அரசாங்கத் தேவையல்ல, எங்களுடைய அலுவலக நடைமுறை என்று அவர் மிக இயல்பான முறையில் குறிப்பிட்டுச் சொன்னார். அட்வைசரி போர்டின் பரிந்துரைப்படி அரசாங்கத்தால் விடுதலை செய்யப்படுகிற சாதாரண கைதிகளிடமிருந்து நன்னடத்தைக்கான ஒரு பேப்பரில் கையெழுத்து வாங்குவதுண்டு. அதுபோல் நானும் என்னுடைய நன்னடத்தைக்காக ஒரு காகிதத்தில் கையெழுத்திட வேண்டுமென்பதுதான் அவர் சொல்ல வந்ததன் சாரம். “இது அரசியல்ரீதியான நிபந்தனைகள் எதுவுமில்லை. எங்களுடைய ஒரு அலுவலக சம்பிரதாயம் மட்டும்தான்.” என்றும் கூடவே அவர் சொல்லிக்கொண்டார். ஏதாவதொரு வடிவத்தில் நான் அரசாங்கத்திற்குக் கையொப்பமிட்டுக் கொடுப்பதா? எனக்குக் கொஞ்சம் பதற்றமாகி விட்டது. என்னிடமிருந்து ஏதாவதொரு கையெழுத்து அவருக்கு வாங்க வேண்டுமென்ற நிர்ப்பந்தமிருப்பது போல் எனக்குத் தோன்றியது. நானோ, உள்ளே ஒரு கால்; வெளியே ஒரு கால் என்ற நிலையில் நின்றுகொண்டிருக்கிறேன். விடுதலை எனும் எண்ணம் இயல்புபோல் என்னை பாதித்திருந்தது. இந்தக் கடைசி நிமிடத்திலாவது என் மனம் சற்று இளகி விடாமலா போகும்? ஒரேயொரு கையெழுத்துதானே? இதுகூட அரசியல் காரணங் களுக்காகக் கிடையாதாமே! இனி இந்த சின்ன விஷயம் வேறு விடுதலைக்குத் தடையாக இருக்க வேண்டுமா என்று ஒரு நிமிடம் நான் சிந்தித்தால் அது அரசாங்கத்திற்கு வெற்றிதானே? நான் உள்ளுக்குள் கொஞ்சம் உதறி விட்டுக்கொண்டேன். “இத்தனை நாளும் மேற்கொண்டிருந்த முடிவுக்கு பாதகமாக எதையும் செய்து விடக்கூடாது என்று மனதில் முடிவு செய்தவளாக ஐ.ஜியிடம் சொன்னேன்: “எந்த பேப்பரிலுமே என்னால் கையெழுத்து போட்டுத்தர இயலாது. இதற்காக இன்னும் சிறையில் கிடக்க வேண்டு மென்றாலும்கூட பரவாயில்லை. ஆகவே, என்னிடம் கையெழுத்து வாங்கலாம் எனும் உங்களுடைய நோக்கம் நிறைவேறாது.” இந்தப் பதில் ஐஜிக்குப் பிடிக்கவில்லையென்றாலும் அவர் தன்னுடைய முக பாவத்தில் எதையும் காட்டிக்கொள்ளாமல் நட்பார்ந்த முறையில் பேச்சு வார்த்தையைத் தொடர்ந்தார். கபட நாடகங்களில் தேர்ச்சி பெற்ற இந்த அதிகாரிகள் எவ்வளவு திறமையாக தங்களது மனவுணர்வுகளை மறைத்துகொள்கிறார்கள் தெரியுமா?

பிறகு அவர் கொஞ்ச நேரம் அரசியலைப்பற்றி பேசினார். என்னை இந்த அரசியலிலிருந்து பின்வாங்க வைத்து விடுவதுதான்

அவரது நோக்கம். கடைசியில் எனக்கு ஒரு அறிவுரையும் சொன்னார்: குழப்பங்களை உருவாக்காமல் வாழ்ந்து விட்டுப் போகலாமே என்று. என்னை விடுதலை செய்வதில் அரசுக்கு ஏற்பட்டிருக்கும் பயம்தான் இந்தக் கடைசி முயற்சிக்கான காரணமென்பது தெளிவாகவே தெரிந்துபோய் விட்டது. இருந்தாலும் நான் மிகுந்த மனவுறுதியுடன் அவரை எதிர்கொண்டு என்னுடைய நிலைபாட்டிலிருந்து ஒரு அங்குலம்கூட விலகாமல் நின்றிருந்தேன்.

இந்தச் சந்தப்பத்தில் தன்னளவில் புரட்சிக்காரன் என்று கருதிக்கொள்ளும் சிலர், என்னைப்பற்றி செய்த பிரச்சாரத்தைத் தனியாக எடுத்துச் சொல்லவேண்டியதிருக்கிறது. இந்தத் 'தீவிர' புரட்சிக்காரர்களின் பத்திரிகையின் 1978 அக்டோபர் 15ஆம் தேதியிட்ட இதழில் 'கேரளத்தின் புரட்சியாளர்களை விடுதலை செய்ய குரல்கொடுங்கள்' எனும் தலைப்பிலான ஒரு கட்டுரையில் இப்படிக் குறிப்பிட்டிருந்தார்கள்: 'அப்படியாக, ஃபிலிப் எம். பிரசாத் இனியொருபோதும் புரட்சிகர சிந்தனையின்கீழ் செயல்படுவதில்லையென்று அரசுக்கு வாக்குறுதியளிக்க தன்னைத் தூண்டிய பத்தொன்பது பேர்களுடன் 1977 ஜூலை மாதம் சிறையிலிருந்து வெளிவந்தார்.' இந்த வரிகளை வாசிக்கும் யாருக்குமே தோன்றுவது, நானுட்பட அன்று விடுதலை செய்யப்பட்ட பத்தொன்பது பேர்களும் ஃபிலிப் கொடுத்த உறுதிமொழியின்கீழும் ஃபிலிப்பின் அதே நிலைபாட்டிலும் விடுதலையாகி இருக்கிறோம் என்பதுதானே? விடுதலையான பிறகு நான் கொடுத்த பத்திரிகை அறிக்கையில் எந்த வித நிர்ப்பந்தங்களையும் ஒப்புக்கொள்ளாமல், முழுக்கவும் நிபந்தனைகளற்ற முறையில்தான் நான் விடுதலை செய்யப்பட்டிருக்கிறேன் என்பதைத் தெளிவாகவே தெரிவித்திருந்தேன். என்னுடைய உறுதியான நிலைபாட்டில் யாருக்கும் எவ்விதமான சந்தேகங்களுமிருக்கவில்லை. ஆனால், இயக்கத்தினுள்ளிருப்பதாக சொல்லிக்கொள்ளும் சிலருக்கு வேண்டுமென்றே மக்களின் மனத்தில் சந்தேகங்களை விதைக்கும் நோக்கமிருந்தது என்பதை மேலே குறிப்பிட்ட வரிகளே தெளிவுபடுத்துகின்றன. தங்களுக்குப் பிடிக்காதவர்களை அதாவது, சந்தர்ப்பங்களுக்கேற்ப நிறம் மாற்றிக்கொள்ளும் தங்களது அரசியல் நிலைபாட்டை, சித்தாந்தத்தில் உறுதியுடன் நின்று எதிர்ப்பவர்களை அடிப்படையே இல்லாமல் புழுதி வாரித் தூற்றுவதை அன்றும் இன்றும் தொழிலாகக்கொண்டிருக்கும் இந்தக் கூட்டத்தைப்பற்றி அதிகமாகச் சொல்வதற்கு என்ன இருக்கிறது? அவர்களுடைய மிகப் பெரிய வர்க்க எதிரி, குன்னிக்கல் நாராயணன்தான். ஏனென்றால், குன்னிக்கல் நாராயணனின் ஆட்களை கையாளுவதென்பது சற்று சிரமமான காரியம். உதாரணமாக, முன்பொருமுறை அல்பேனியன் கட்சி, ஏழாவது தேசிய காங்கிரசையும் அதன் செய்திகளையும் குறிப்பிட்டு, சி.பி.ஐ. (மாலெ) கேரள மாநிலக் குழுவின் பெயருக்கு 'அருமை'யான ஒரு செய்தியை அனுப்பினார்கள். அந்தச் செய்தியை இவர்கள் மலையாளத்தில் பிரசுரம் செய்யாமல் மக்களிடமிருந்து மறைத்து விட்டார்கள். அல்பேனியா, மாவோவின் சிந்தனைகளை கை விடுகிற

முறைகளுக்கேற்ப இங்குள்ள அவர்களது பிரசுரங்களும் அந்த சிந்தனையைக் கை விட்டுக்கொண்டிருந்தன. ஆனால், அல்பேனியா வெளிப்படையாகவே அந்த சிந்தனையை எதிர்க்கத் தொடங்கியபோது கேரளத்திலோ இந்தியாவிலோ மாவோவையும் அவரது சிந்தனை களையும் வெளிப்படையாகவே எதிர்த்து இயக்கத்தை முன்னெடுத்துச் செல்வதென்பது இயலாத விஷயமென்பதைப் புரிந்திருந்தார்கள். ஆகவே, அல்பேனியாவைக் கை விட்டு விட்டார்கள். ஆனால், ஒவ்வொரு காலகட்டத்திலும் நடந்த தங்களுடைய இந்தக் குட்டிக்கரணங்களுக்கு சிறு விளக்கம் தருகிற அக்கறைகூட அவர்களது பிரசுரங்களில் இருக்கவில்லை. இதுபோல்தான் ஒருமுறை 'அழித்தொழித்தல்' போராட்ட வடிவத்தை வானளாவப் புகழ்ந்துத் திரிந்த அவர்கள் இப்போது வடிவத்தை மாற்றியிருப்பதுவும் இப்படியான போராட்டங்களை இன்று அவர்கள் பொருள்முதல் வாதம் என்றும் சொல்வதும். அதிதீவிரமான கோஷங்களின் திரை மறைவிலிருக்கும் அவர்கள் எதைச் செய்யவேண்டுமோ அதை மட்டும் செய்யவே மாட்டார்கள். 'இந்திய கீழ்வானில் வசந்தத்தின் இடிமுழக்கம்' எனும் அந்த மிக முக்கியமான குறிப்பில் தெளிவாகச் சுட்டிக் காட்டப்பட்டிருக்கும் புரட்சியாளர்களது இன்றைய கடமையைச் செய்வதற்கு மட்டும் அவர்கள் தயாராகவே இல்லை. அந்தக் கடமையை நிர்வகிப்பது இன்றைய காலகட்டத்தின் வரலாற்றுத் தேவையென்று சொல்பவர்கள்தான் அவர்களுடைய முக்கிய எதிரிகள். இந்தக் கடமையை உள்ளிருந்து குடைகிற வேலையை தங்களால் இயன்றவரைக்கும் அவர்கள் மேற்கொள்ளவும் செய்கிறார்கள்.

சரி, என் கதைக்கு வருகிறேன்: 22ஆம் தேதி பகல் முழுவதும் விடுவிக்கும் பேச்சே இல்லை. சாயங்காலம் ஐந்து மணிக்கு சிறை அதிகாரி பெண்கள் வார்டுக்கு வந்து, "இன்றே புறப்படத் தயாராகி விடலாம்; உத்தரவு உடனே எங்கள் கைக்குக் கிடைக்கும்" என்ற தகவலைத் தெரிவித்தார். அன்றிரவு ஏழரை மணிக்கு நான் பெண்கள் வார்டின் கதவைத் திறந்து அலுவலகத்திற்குச் சென்றேன். அப்பாவும் அம்மாவும் கீழே எதிர்பார்த்து நின்றுகொண்டிருந்தார்கள். அலுவலரின் எதிரில் சென்றதும் அவர் உள்துறைச் செயலாளரைத் தொலை பேசியில் தொடர்புகொண்டார்: "சார், விடுதலை செய்யப் போகிறோம்; பிரச்சினை எதுவுமிருக்காது அல்லவா?" என்று கேட்ட அவருக்கு என்ன பதில் கிடைத்ததோ! "உங்களை விடுதலை செய்திருக்கிறோம்" என்று சொல்லி விஷயத்தை முடித்துக்கொண்டார். அலுவலகத் திலிருந்து கிடைக்கவேண்டிய கொஞ்சம் பணத்தையும் பெற்றுக் கொண்டு நான் அப்பாவும் அம்மாவும் நிற்குமிடத்திற்கு வரும்போது ஃபிலிப் உட்பட மற்றவர்கள் அலுவலகத்திற்கு வந்து கொண்டிருந் தார்கள். பெற்றோர்களின் பக்கத்தில் வந்து அலுவலகத் திலிருந்த என்னுடைய புத்தகங்களையும் பிற சாமான்களையும் வாங்கிவிட்டு திருவனந்தபுரத்திலுள்ள நண்பரின் வீட்டிற்குச் சென்றோம். நேரம் கடந்துவிட்டதால் அன்று கோழிக்கோட்டிற்கு புறப்பட இயலவில்லை. மறுநாள் அதிகாலையில் யாரிடமும் சொல்லாமல் கோழிக்

கோட்டிற்குப் புறப்பட்டோம்.

திருவனந்தபுரம் பேருந்து நிலையத்திற்கு நாங்கள் வந்த தகவலை எப்படியோ, ஆட்கள் அறிந்து கொண்டார்கள் போலிருக்கிறது. பேருந்து புறப்படுவதற்கு பத்து நிமிடத்திற்கு முன் பேருந்தைச் சுற்றிலும் மக்கள் கூடத் தொடங்கி விட்டார்கள். அங்கிருந்து பேருந்து வேகமாகப் புறப்பட்டு விட்டது. கிட்டத்தட்ட எட்டரை ஒன்பது மணிக்கெல்லாம் அடூர் வந்தோம். ஆனால், பேருந்து அங்கேயே பிரேக் டௌனாகி நின்று விடவும் செய்தது. திரும்ப இரண்டு மணி நேரம் தாமதமாகத்தான் அங்கிருந்து புறப்பட்டது.

அடூரில் நிற்கும்போது பேருந்திலிருந்த பயணிகள் சொல்லியோ என்னமோ அந்நகரிலுள்ள ஏராளமான மக்கள் வந்து பேருந்தைச் சுற்றிக் கூடி விட்டார்கள். நாங்கள் மூன்று பேரும் வண்டியை விட்டு இறங்கவே இல்லை. ஒவ்வொருவரும் ஆர்வத்துடன் பல கேள்விகள் கேட்கத் தொடங்கினார்கள். சிறையிலிருந்து விடுதலையாகி வருகிறீர்களா, சிறை வாழ்க்கை எப்படியிருந்தது, எத்தனைபேர் விடுதலை செய்யப்பட்டீர்கள், விடுதலையாக வேண்டிய நக்சலைட்டுகள் இன்னும் இருக்கிறார்களா என்றெல்லாம் பல்வேறு விதமான கேள்விகள். எல்லாவற்றையும் விட அவர்களுக்கு அறிய வேண்டியது கையெழுத்து போட்டுக்கொடுத்து விட்டு விடுதலை ஆனேனா என்பதுதான். எந்த ஒப்புதலிலும் கையெழுத்திட்டுக்கொடுத்து விடுதலையாகவில்லையென்றும் எதிலுமே கையெழுத்திட மறுத்து விட்டேன் என்றும் கேட்பவர்களிடமெல்லாம் சொன்னேன். இந்தப் பதில் அவர்களுக்கு மகிழ்ச்சியைத் தந்ததை என்னால் உணர்ந்துகொள்ள முடிந்தது. அனைவரும் தங்களுடைய பாராட்டுதலைத் தெரிவித்துக்கொண்டார்கள். அன்று காலையில் அடூர் நகருக்கு வந்திருந்த நூற்றுக்கணக்கான ஆட்கள், நாங்கள் வந்திருக்கும் தகவல் அறிந்து சுற்று வட்டாரத்திலிருந்து வந்துகூடிய பெண்களெல்லாம் சேர்ந்து ஏதோ திருவிழா நடப்பதைப்போன்ற சூழலை உருவாக்கினார்கள். சாலையோரத்தில் நின்ற நாங்களிருந்த பேருந்தை சுற்றி இரு புறமும் மற்ற வாகனங்கள் போக முடியாதபடி மக்கள் கூட்டம். இதனிடையில் பக்கத்திலுள்ள வலது கம்யூனிஸ்ட் கட்சி அலுவலகத்திலிருந்து ஒரு பெண் ஓடிவந்து எங்களை கட்சி அலுவலகத்தில் வந்து ஓய்வெடுக்கும்படி கேட்டுக்கொண்டார். அவரது அழைப்பை நாங்கள் அன்பாக மறுத்து விட்டோம். அதற்குள், காவல்துறை உதவி ஆய்வாளர் ஒருவரும் இரண்டு மூன்று காவலர்களும் எங்கிருந்தோ வந்து மக்களைக் கட்டுப்படுத்த முயற்சித்தார்கள். ஆனால், ஆர்வத்துடனும் ஆவேசத்துடனும் எங்களைப் பார்க்கவும் பேசவும் கூடிக்கொண்டிருந்த மக்களைக் கட்டுப்படுத்த அவர்களாலும் இயலாமலிருந்தது. பேருந்தை மெதுவாக சாலையின் ஓரத்திலிருந்த ஒரு மர நிழலில் ஒதுக்கி நிறுத்தினார்கள். சிறைச்சாலையில் வருடக்கணக்காக ஏகாந்தவாசம் அனுபவித்த ஒரு சூழலிலிருந்து திடீரென்று மக்களினிடையில் வந்து சேர்ந்த இந்த நிலைமையில் அவர்கள் காட்டிய பரிவு எனக்கு சொல்ல முடியாத மகிழ்ச்சியையும் ஆவேசத்தையும் உருவாக்கியது. ஏதாவது காகிதத்தில் கையெழுத்திட்டு விட்டு வந்திருப்பேன்

என்றால் இதை இவ்வளவு ஆனந்தமாக என்னால் அனுபவிக்க முடிந்திருக்காது. மட்டுமல்ல, திரண்டு வந்து ஆர்வத்துடன் கேட்கும் மக்களிடம் நான் என்ன பதிலைச் சொல்ல முடியும்? அந்த இரண்டு மணி நேரத்திற்குள் எங்களுக்குக் குடிப்பதற்கு என்ன வேண்டும் என்று கேட்டவர்களின் எண்ணிக்கை சொல்லி முடியாது. யாரெல்லாமோ தேனீர் வாங்கித் தந்தார்கள். அன்று அடூர் நகரத்திலிருந்த அந்த இரண்டு மணி நேர அனுபவம், எங்களால் ஒருபோதுமே மறக்க முடியாததாக அமைந்தது. புரட்சி அரசியல்மீதும் அதற்காக பாடுபடுபவர்கள்மீதும் அடித்தட்டு மக்கள்கொண்டிருக்கும் அளவற்ற நேசத்தைப் பல வருடங்களுக்குப் பிறகு நான் அனுபவிக்க நேர்ந்தது அப்போதுதான்.

அந்தப் பயணம் மீண்டும் தொடர்ந்தது. பேருந்து நிற்கிற ஒவ்வொரு இடத்திலுமே எங்களுக்கு உற்சாகமான வரவேற்புகள் கிடைத்தன. வண்டி, திருச்சூர் பேருந்து நிலையத்தில் நின்றபோது ஏராளமான போக்குவரத்துத் தொழிலாளர்கள் சேர்ந்து வந்தார்கள். எல்லா இடங்களிலும் மக்கள் கேட்கும் முதல் கேள்வி, எழுதிக்கொடுத்து விடுதலையானீர்களா என்பதுதான். இல்லையென்று சொன்ன பிறகுதான் அவர்களது முகம் தெளிவடைந்தது. திருச்சூரின் போக்குவரத்துத் தொழிலாளர்கள் எங்களுக்கு மிட்டாய்களைக் கொண்டு வந்து தந்தார்கள். “இது எங்களுடைய ஒரு சிறு அன்பளிப்பு. வாங்கிக்கொள்ளுங்கள்” என்று சொல்லியே தந்தார்கள். எங்களுடன் பேருந்திலிருந்த மற்ற பயணிகளும்கூட மக்களின் இந்த மனப்பூர்வமான வரவேற்பில் அகமகிழ்ந்து போயிருப்பதை எங்களால் உணர்ந்துகொள்ள முடிந்தது. அவர்களும் மிகுந்த அன்புடன்தான் எங்களிடம் நடந்துகொண்டார்கள். இரவில் கோழிக்கோட்டிற்கு வந்து சேருவதுவரையிலும் இந்தச் சூழல் அப்படியே நீடிக்கவும் செய்தது. பேருந்தின் ஓட்டுனரும் நடத்துனரும்கூட இந்தச் சூழ்நிலையின் தாக்கத்தில் மிகவும் உற்சாகத்துடன்தான் நடந்துகொண்டார்கள்.

பன்னிரண்டு மணி நேரத்திற்குமதிகமாக நீண்ட அந்தப் பேருந்துப் பயணம், என் மனத்தை சரியாக உலுக்கிவிட்டது. சிறையிலிருந்து வெளியே வந்த பிறகு ஆயுதப் போராட்டத்தின் பாதையில் அடி தவறாமல் நின்று போராடுவதற்கான மனத்திடத்தையும் இது தந்தது. புரட்சிக்காக ஏங்குகிற ஏழை எளிய மக்கள். மாவோ சேதுங் சிந்தனையின் வழித்தடத்தை செயலூக்கம் மூலம் முன்னெடுத்துக்கொண்டு போகவேண்டுமென்ற கடமையை ஒரு நிமிடம்கூட மறந்து விடக்கூடாதெனும் பாடத்தை இந்தப் பேருந்துப் பயணத்திலிருந்து மேலும் ஒரு தடவை நான் கற்றுக்கொண்டேன்.

34

திரும்பிப் பார்க்கும்போது

*அ*ப்படியாக இந்தியாவில் மட்டுமல்ல, உலகம் முழுவதிலும் கொந்தளிப்பை ஏற்படுத்திய அந்தப் பத்தாண்டு காலத்தில் பலகோடி மானுட மனங்களைத் தன்னலமற்ற, தியாகத்தின் உன்னத நிலைகளை நோக்கி, எடுத்தெறிந்த அந்த மாபெரும் இயக்கத்தின் ஒரு பகுதியான எனது வாழ்க்கையின் ஒரு கட்டம், அந்த சிறை விடுதலையுடன் முடிவுக்கு வந்தது. இது மற்றொரு கட்டத்தின் தொடக்கமாகவும் அமைந்தது.

இருப்பினும், இந்த நினைவுக்குறிப்புகள் எழுதிய காரணத்தைப் பற்றிய ஒரு கேள்வியும் எழுகிறது.

என்னுடைய அரசியல் நம்பிக்கையை இந்தத் திறந்த அறிக்கையினூடே மேலும் உறுதிப்படுத்திக்கொள்ளவும், நான் உட்பட்ட இயக்கத்தில், அறியப்படாமலும் சிலர் வேண்டுமென்றே மறைத்து வைக்கவும் முயற்சி செய்கிற சில உண்மைகளை மக்கள்முன் வைப்பதுவும்தான் இந்த நினைவுக்குறிப்புகளின் நோக்கம். இவையனைத்தும் என் மனதில் பதிந்துக் கிடந்த நிகழ்வுகளின் வெளிப்பாடு. ஆகவே, இதில் சில குறைபாடுகள் இயல்பாகவே இடம்பெற்றிருக்கக்கூடும். சில விஷயங்கள் சொல்லப்படாமலும் விடுபட்டிருக்கலாம். மேலும் சில, கசப்பான உண்மையாகவுமிருக்கலாம். யாரையாவது தனிப்பட்ட முறையில் வேதனைப்படுத்துவதற்காகவோ அவர்களுடைய உணர்வுகளைக் காயப்படுத்துவதற்காகவோ இதை நான் எழுதவில்லை. சில சம்பவங்களை விவரிக்கும்போது அதில் பங்கு வகித்தவர்களைப்பற்றியும் குறிப்பிட்டிருக்கிறேன். இது அவர்களது உணர்வுகளைக் காயப்படுத்துவதுபோல் அமைந்திருந்தால் அதற்காக நான் மன்னிப்புக் கேட்டுக்கொள்கிறேன். கூடவே, ஆர்வத்துடன் இந்த நினைவுக் குறிப்புகளை வாசித்து என்னைப் பல்வேறு வகைகளில் உற்சாகப் படுத்திய வாசகர்களுக்கும் என்னுடைய ஆழ்ந்த நன்றியறிதலைத் தெரிவித்துக்கொள்கிறேன்.

இந்த நினைவுக்குறிப்புகள் முடியும் தருணத்தில் சில கேள்விகளுக்கு நான் பதில் சொல்ல விரும்புகிறேன். பத்து வருடங்களாக உங்களது இந்த வாழ்க்கையிலிருந்து நீங்கள் எதை அடைந்திருக்கிறீர்கள்? இன்று சீனாவிலும்கூட கம்யூனிசம் இல்லாமலாகிவிட்டதே? இந்தக் கேள்வியை பலர் என்னிடம் கேட்டிருக்கிறார்கள்.

1871இல் பாரிஸ் கம்யூனில் தொடங்கிய தொழிலாளர் வர்க்கப் புரட்சியின் முன்னேற்றம், 1977இல் சீனாவில் முதலாளித்துவ மறு கட்டுமானம் தொடங்கியபோதே நின்றுவிட்டது என்பதாக புரட்சியின் எதிர் நிலையில் நிற்கும் பலர் ஒரு வாதத்தை முன் வைக்கிறார்கள். இது, சீனாவில் மாமனிதர் மாவோ சேதுங்கின் மரணத்திற்குப் பிறகு ஏற்பட்ட மாற்றத்தையொட்டி 'கம்யூனிசமென்பது யதார்த்தமற்ற ஒரு கோட்பாடு' என்று வெளிநாட்டு, உள்நாட்டு சக்திகள் கூட்டாகச் சேர்ந்து செய்யும் பிரச்சாரத்தின் ஒரு பகுதிதான். இதில் எந்த அளவுக்கு உண்மை இருக்கிறதென்பதை நாம் பார்ப்போம்.

1871இல் பாரிஸ் கம்யூன், மிக மோசமான ஒடுக்கு முறைக்குள்ளானபோதும் இந்த சக்திகள் 'கம்யூனிசம் இனி தலை தூக்காது' என்ற ஜெயபேரிகையைத்தான் உலகம் முழுவதும் முழக்கினார்கள். ஆனால், 1914இல் ஆரம்பித்த முதல் உலகப்போர் முடிவுக்கு வந்த 1917இல், ரஷ்ய தொழிலாளர் வர்க்கப் புரட்சி வெற்றி யடைந்தபோது பதற்றத்திற்குள்ளானார்கள். பாரிசில் பதுங்கியிருந்த தொழிலாளர் வர்க்கம் ரஷ்யாவில் பாய்ந்தது. பிறகு ரஷ்ய புரட்சியை வெளிப்படையான பலாத்காரத்தினூடே ஒடுக்கி விட முனைந்த மேற்குலக நாடுகள் ஒன்றிணைந்து நடத்திய முயற்சிகள் அனைத்தும்

முழுத் தோல்வியைத் தழுவின. அதன் பிறகுதான் ஏகாதிபத்தியத்தியத்தின் கீழறுப்பு வேலைகள் ஆரம்பமானது. சோஷியலிச செயல்பாடுகளின் காலகட்டத்தில் அவர்களது வெற்றிக்கான எல்லா சாத்தியங்களும் அடைபடும். எதிரிகள் அப்போது பொதுவுடைமைக் கட்சியின் தலைமையை வீரியமிழக்கச் செய்யும் முயற்சிகளில் ஈடுபடுவார்களென்று, யூகோஸ்லாவியாவில் டிட்டோவின் அனுபவம் முதல்கொண்டு சரியான மதிப்பீடு செய்து சேர்மன் மாவோ சொல்லியிருக்கிறார். தோல்வியடைந்த பூர்ஷுவாக்கள் தங்களது தோல்வியை ஒரு கணம்கூட ஒப்புக்கொள்ளமாட்டார்களென்றும் தோல்வியடைந்த அந்த வர்க்கத்தின் தற்காப்பு மேலும் பன்மடங்கு தீவிரமடையுமென்றும் மாமனிதர் லெனின் குறிப்பிடுகிறார். மேலும், தேசம் முழுவதும் பரந்து விரிந்துக் கிடக்கும் சிறுதொழில் தனியார் உற்பத்தித் தொடர்புகளிலும், ஒரேயடியாக தகர்த்தெறிந்துவிட முடியாத பழைய சம்பிரதாயங்களிலும், சடங்காச்சாரங்களிலும்கூட அந்த வர்க்கத்தின் வீரியம் ஒளிந்துக் கிடக்கிறதென்றும் அவர் குறிப்பிடுகிறார். அப்படியாக தொழிலாளர் வர்க்க ஆட்சியை உள்ளிருந்தே உருக்குலைக்கும் முதலாளித்துவ முயற்சி, 1956இல் குருச்சேவின் வருகையினூடே ரஷ்யாவில் வெற்றியடைந்தது. ரஷ்யாவில் பொதுவுடைமை இயக்கத்தின் உயர்மட்ட தலைமைப்பீடத்திலிருந்துதான் முதலாளித்துவத்தின் மறு கட்டுமானம் தொடங்கியது. 1949இல் சீனாவில் புரட்சி வெற்றியடைந்ததும் அந்நாட்டில் சோஷியலிசத்தைக் கட்டியமைக்க எத்தனித்துக் கொண்டிருந்த பொதுவுடைமைக் கட்சியும் மாவோவும் ரஷ்யாவின் குலைவிற்கான காரணங்கள் என்னவென்பதைத் தீவிரமாக ஆராய தொடங்கினார்கள். இந்த முதலாளித்துவ மறு கட்டமைப்பு சீனாவில் நிகழாமலிருப்பதற்கு என்ன செய்யவேண்டுமென்றும் மாவோ தீவிரமாக சிந்தித்தார். 1871இல் பாரிஸ் கம்யூன் முதலான அனுபவங்களை மார்க்சிய— லெனினிய பார்வையில் மதிப்பீடு செய்த அவர், கடைசியில் முதலாளித்துவ மறு கட்டுமானத்தைத் தடுப்பதற்கான ஒரே மார்க்கமாக கண்டு பிடித்தது, எழுபதுகோடி மக்கள் தொகைகொண்ட சீனாவின் ஆத்மாவைக்கூட கிளர்ச்சியடைய வைத்த மகத்தான தொழிலாளர் வர்க்கத்தின் கலாச்சாரப் புரட்சியாக அமைந்தது.

பொதுவுடைமை இயக்கத் தலைமையின் போக்கு மாறுவதற்கும் தொழிலாளர் வர்க்க சர்வாதிகாரத்திற்குப் பதிலாக முதலாளித்துவ சர்வாதிகாரத்தை அவர்கள் நடைமுறைப் படுத்துவதற்கும் எதிராக கோடானுகோடி மக்களை எச்சரிக்கையூட்டுங்கள். அவர்களது புரட்சிகர உணர்வை, தலைமையின் தவறான அணுகுமுறைக்கெதிரான போராட்டம் மூலமாகவும், கம்யூனிஸ்ட் சித்தாந்தக் கல்வியின் மூலமாகவும், தூண்டி விடுங்கள். சுருக்கமாக, கட்சியின் உன்னதத் தலைமையின் ஒவ்வொரு அணுகுமுறையையும் விமர்சனபூர்வமாக மதிப்பீடு செய்யவேண்டியதும் அவர்கள்மீது

புரட்சிபூர்வமான மேல்நோட்டம் வகிக்கவேண்டியதும் வெகுஜனங்களின் பொறுப்பும் உரிமையாகவுமிருக்கவேண்டும். தலைமையில்லாமல் எந்தவொரு வர்க்கமோ இயக்கமோ முன்நகர்ந்து செல்ல இயலாதுதான். ஆனால், தலைமையை எதிர்வர்க்க சிந்தனையாளர்களும் சுயநலவாதிகளும் ஏற்று முக்கியமான இடங்களைப் பிடித்துக்கொண்டால் அது பதிலடிகளுக்கும் தோல்விகளுக்கும் வழிவகுக்குமென்றும் வரலாறு நமக்குக் கற்றுத்தருகிறது. தலைமையைப் பொறுத்தவரை, இந்த முரண் தன்மையின் ஒரு பரிகாரமாகவே வரலாற்றில் முதன்முதலாக சீனாவில் மகத்தான தொழிலாளர் வர்க்கப்புரட்சியை தோழர் மாவோ சேதுங் கட்டவிழ்த்துவிட்டார். 'முதலாளித்துவ தலைமைப்பீடத்தின்மீது குண்டு மழை பொழியுங்கள்' எனும் அந்தக் கோஷம்தான் கலாச்சாரப் புரட்சியின் சாரப்பொருள். ஆனால், ஒரு கலாச்சாரப் புரட்சி மட்டுமே முதலாளித்துவ மறு கட்டுமானத்தின் ஆபத்தை முழுமை யாகத் துடைத்து நீக்குமென்ற எண்ணமும் மாவோவுக்கு இருக்கவில்லை. சோஷியலிஸ்ட் பரிவர்த்தனைக் காலகட்டம் முழுவதும், வர்க்கங்களும் அதன் முரண்பாடுகளும் வர்க்கப்போராட்ட மும் நிலைநிற்குமென்பதால், தொழிலாளர் வர்க்க சர்வாதிகாரத்தின்கீழ் அனைத்துத் துறைகளிலும் புரட்சியும் தொடர்ந்து நிகழ்ந்துகொண்டே இருக்குமென்று ஒவ்வொரு சிக்கலான காலகட்டத்திலும் மாவோ உறுதியாகச் சொல்லியிருக்கிறார். உலகம் பொதுவுடைமைக் கட்டமைப்பிற்கு வந்து சேருவதற்குள் மகத்தான தொழிலாளர் வர்க்க கலாச்சாரப் புரட்சியைப்போல் இருபதோ முப்பதோ புரட்சிகள் நடைபெற வேண்டியது தவிர்க்க முடியாத ஒரு தேவையென்பதையும் அவர் பல்வேறு முறைகள் சுட்டிக்காட்டியிருக்கிறார். ஆகவே, தொழிலாளர் வர்க்க நோக்கங்களுக்காகப் பாடுபடுகிற சீனாவின் ஒவ்வொரு குடிமகனும், தாய் நாட்டை நவீனமயமாக்குவதை விடவும் உலகப் புரட்சியை முன்னெடுத்துச் செல்லவேண்டிய செயலாக்கங் களுக்கு மட்டுமே எப்போதும் முன்னுரிமை தரவேண்டுமென்று அவர் அறிவுறுத்தியிருந்தார்.

கலாச்சாரப் புரட்சிக்கு மிகத் தீவிரமான ஆதரவிருந்ததால் பொதுவாகவே உலகம் முழுவதிலுமுள்ள புரட்சியாளர்களினிடையில் ஒருவிதத் தவறான அனுமானம் இருந்து வந்தது. கலாச்சாரப் புரட்சி நடந்த தேசமென்பதால் சீனாவில் இனி முதலாளித்துவத்தின் மறு கட்டுமான ஆபத்து இருக்காதென்றும் அவர்கள் நம்பினார்கள். கலாச்சாரப் புரட்சியின் வெற்றி பூரணத்துவமடைந்து விட்டதாக நம்பியவர்களில் ஒருத்திதான் நானும். மாவோவின் மரணத்திற்குப் பிறகு சீனாவில் திடீரென்று ஏற்பட்ட 'இராணுவக் கவிழ்ப்'பை நானும் மோசமான ஒரு தாக்குதலாகவே உணர்ந்தேன். கலாச்சாரப் புரட்சியின் தீச் சூளையில் வார்த்தெடுத்த சீன பொதுவுடைமைக் கட்சிக்குள் இது எப்படி நிகழ்ந்தது? இதை முதலில் நம்பவே முடியவில்லை. புரிந்துகொண்டபோது இது வேதனைத் தருவதாகவுமிருந்தது.

என்போன்ற பலகோடி இளம் பொதுவுடைமையாளர்களுக்கு உண்மையின் ஒளியைப் பகிர்ந்துத் தந்த மாவோவின் தேசத்தில் மீண்டும் முதலாளித்துவம் கட்டமைக்கப்படுவதா? மிகுந்த வேதனை யுடனும் வெறுப்புடனும்தான் டெங் சியாவோ பிங்கின் உயிர்த்தெழுதலை நான் கவனித்தேன். கலாச்சாரப் புரட்சி இத்துடன் முடிவுக்கு வருகிறதென்றும் இனி பொதுவுடைமை தலைதூக்கப் போவதில்லையென்றும் அவர்கள் கொட்டி முழக்கித் திரிகிறார்கள். அணையவிருக்கும் இந்த அக்னி நாளத்தின் ஒளியைக்கண்டு ஊக்கம்கொள்ளும் அனைத்துப் பிற்போக்கு சக்திகளின் தற்போதைய வெற்றி நிச்சயமாக நிரந்தரமில்லை. இதைத் தெளிவுபடுத்தும் எத்தனையெத்தனை சம்பவங்கள் இன்று உலகம் முழுவதிலும் நிகழ்ந்து கொண்டிருக்கின்றன?

இந்தச் சந்தர்ப்பத்தில் நாம் சற்று பின்னோக்கிப்போய்ப் பார்க்கலாம். 1848இல்தான் மார்க்சும் ஏங்கெல்சும் 'கம்யூனிஸ்ட் மானிஃபெஸ்டோ' வில் இந்த உலகத்திடம் அறிவித்தார்கள்: "பொதுவுடைமையாளர்கள் தங்களது கருத்துக்களையும் இலட்சியங் களையும் மறைத்து வைப்பதை வெறுத்தொதுக்குவார்கள். தற்போதைய எல்லா சமூக அமைப்புகளின் அடிக்கட்டுமானங்களையும் ஒன்று விடாமல் பலப்பிரயோகத்தின்மூலம் புரட்டிப்போடுவதால் மட்டுமே தங்களுடைய இலட்சியங்களை அவர்களால் அடைய முடியும்" என்று அவர்கள் வெளிப்படையாக அறிவித்தார்கள். "பொதுவுடைமைப் புரட்சியின்முன் அதிகார வர்க்கங்கள் நடுநடுங்கட்டும். தொழிலாளர்கள் இழப்பதற்குத் தங்களைப் பிணைத்து வைத்திருக்கும் கை விலங்குகளைத் தவிர வேறெதுவுமில்லை. ஆனால், அடைவதற்கோ ஒரு முழு உலகமுமிருக்கிறது. அனைத்துலகத் தொழிலாளர்களே ஒன்றுபடுவீர்!"

அப்போது முதல், 1979வரையிலான இந்த நூற்று முப்பது வருட காலங்களில் எத்தனையெத்தனை தொழிலாளர் வர்க்கப் புரட்சிகள் இந்த உலகத்தை எழுச்சிகொள்ள செய்திருக்கின்றன. மானுடகுல வரலாற்றைப் பொறுத்தவரைக்கும் இந்த நூற்று முப்பது வருடங்கள் மிகச் சுருங்கிய ஒரு காலகட்டம் என்பதையும் நாம் நினைவில் கொள்ளவேண்டியதிருக்கிறது. பண்டைகால பொது வுடைமை அமைப்பிலிருந்து, அடிமை முறைக்கும் இதிலிருந்து, நில வுடைமை அமைப்பிற்கும் நிலவுடைமை, அமைப்பிலிருந்து முதலாளித் துவ அமைப்பிற்குமான கட்டமைவின் பரிணாமங்கள் நிகழ்ந்த ஒவ்வொரு சந்தர்ப்பமும் நூற்றாண்டுகளாகத் தொடர்ந்த வர்க்கப் போராட்டத்தின் விளைவுகள்தான். ஒரேயடியாக ஆளும்வர்க்கத்தைப் புரட்டிப்போட இயன்றதாக வரலாற்றில் எங்குமே காண முடியாது. ஒரு அதிகார வர்க்கத்தைப் புரட்டிப்போடுவதற்கான முயற்சிகளில் தோல்விகளையும் பதிலடிகளையும் புரட்சியின் வெற்றிக்குப் பிந்தைய மறு கட்டுமானங்களையும் பலமுறை நேரிடவேண்டியதிருந்தன என்பதுவும் வரலாற்று உண்மைகள்தான். நூற்றாண்டுகளாக

தொடர்ந்துகொண்டிருக்கும் இந்தப் புரட்சிகர போராட்டங்கள், அப்போதைய ஆட்சிப்பீடங்கள் எவ்வளவுதான் தடுத்து நிறுத்துவதற்கு முயற்சி செய்த பிறகும் கடைசியில் வெற்றியடைந்தது என்பது மறுக்கவே முடியாத வரலாற்று உண்மைகளுமாகும். ஆனால், தொழிலாளர் வர்க்கப் புரட்சிகளைப் பொறுத்தவரைக்கும் மற்ற புரட்சிகளைவிடவும் அடிப்படையான சில வேறுபாடுகள் இருக்கின்றன. முற்காலத்தில் நிகழ்ந்த அனைத்துப் புரட்சிகளின் நோக்கமும் ஒரு சுரண்டல் அமைப்பைப் புரட்டி விட்டு மற்றொரு சுரண்டல் அமைப்பு அதிகாரத்தைக் கைப்பற்றுவதாகவே இருந்தது. மனிதனை மனிதன் சுரண்டுவதும் ஒடுக்குமுறைக்குள்ளாக்குவதுமான இந்த சமூக அமைப்பையே தகர்த்தெறியும் நோக்கத்துடன் சுரண்டுதலுக்குள்ளாகும் அனைத்து வர்க்க நோக்கங்களையும் பிரதிநிதித்துவப் படுத்தும் முயற்சியை இன்றைய தொழிலாளர் வர்க்கப் புரட்சிகள் நிகழ்த்திக்கொண்டிருக்கின்றன. ஆயிரக்கணக்கான வருடங்களாக சமூகத்தை ஆண்டு வருவதும், பல்வேறு விதமான தாக்கங்களைச் செலுத்தி ஆழமாக வேரூன்றியிருப்பதுமான எல்லா சுரண்டல் வர்க்கங்களும் இந்தப் புரட்சியை சேர்ந்து நின்று எதிர்ப்பதற்கான காரணமும் வேறெதுவுமில்லை. நிலைமைகள் இப்படியிருப்பதால்தான் தொழிலாளர் வர்க்கம் அதன் புரட்சிப் பாதையில் முன்னோக்கிச் செல்வதற்கான தடைகள் மிக அதிகமாக இருக்கின்றன. 1871இல் பாரிஸ் கம்யூனில் பங்கு வகித்தத் தொழிலாளர் வர்க்க புரட்சியுணர்வின் தேவை, 1917இல் ரஷ்ய புரட்சியை வெற்றிபெறச் செய்த தொழிலாளர் வர்க்கத்திற்குப் போதுமானதாக இல்லை. ஏனெனில் தங்களுக்கு நேர்ந்த தோல்வியிலிருந்து முதலாளித்துவம், (நம்முடைய காலகட்டத்தில் ஏகாதிபத்தியம்) புரட்சியாளர்களை விடவும் வேகமாகவும் ஆழமாகவும் பாடங்களைப் படித்து புரட்சியை தோல்வியடைய செய்வதற்கான முயற்சிகளில் தீவிரமாக ஈடுபடுகின்றன. 1917இல் தொழிலாளர் வர்க்கத்தின் புரட்சியுணர்வு 1949இல் சைனப் புரட்சியை வெற்றிபெறச் செய்வதற்குப் போதுமானதாக இருக்கவில்லை. எனவே, ரஷ்ய புரட்சியின் பாடங்களையும் அது உட்கொள்ளவேண்டியதிருந்தது. ஆனால், 1949இல் தொழிலாளர் வர்க்கத்தின் புரட்சியுணர்வு, பொதுவுடைமை இயக்கத்தில், திருத்தல்வாத குருச்சேவ் வருகைக்குப் பிறகு நிகழ்ந்த கலாச்சாரப் புரட்சியில் சற்றும் போதுமானதாக இருக்கவில்லை. இந்த உணர்வை, மென்மேலும் அதிகமாக்கி ரஷ்ய சோஷியலிசத்தின் மறுக்கமுடியாத அனுபவங்களை மதிப்பீடு செய்திருக்க வேண்டும். சோஷியலிஸ்ட் பரிவர்த்தனைக் காலகட்டம் முழுவதும் தொழிலாளர் வர்க்க சர்வாதிகாரத்தின்கீழ் புரட்சியைத் தொடர்ந்து முன்னெடுத்துச் செல்ல வேண்டியதன் தேவையைப் புரிந்துகொண்டிருக்கவும் வேண்டும். ஆனால், இன்று மாவோவின் மரணத்திற்குப் பிறகு கலாச்சாரப் புரட்சிக்கு நேரிட்ட தற்காலிகப் பதிலடியின் அனுபவங்களிலிருந்து உலகத் தொழிலாளர் வர்க்கம் பாடங்களை உட்கொள்ளவேண்டியது தவிர்க்க முடியாத ஒரு

விஷயமாக மாறியிருக்கிறது. இப்படி, தேவையான பாடங்களைப் படித்த ஒரு தொழிலாளர் வர்க்கத்தால் மட்டுமே வரவிருக்கும் எந்தவொரு புரட்சியையும் வெற்றியடைய செய்ய இயலுமென்பதை நாம் ஒவ்வொருவரும் ஆழமாகப் புரிந்துகொள்ள வேண்டியதிருக்கிறது. அதே சமயம் புரட்சியின் இறுதி வெற்றியென்பது வெறும் சர்ச்சைக்குள் நின்றுவிடுவதில்லையென்ற உண்மையையும் நாம் மறந்து விட முடியாது.

நமது நாட்டின் இன்றைய நிலையை எடுத்துக்கொண்டால் இதைவிட மேலான, புரட்சிக்குப் பக்குவமான ஒரு காலகட்டம் இதற்குமுன் ஒருபோதுமே அமைந்திருக்கவில்லை. ஒரே பாதையில் சஞ்சரித்துக்கொண்டிருந்த எல்லா அரசியல் கட்சிகளும் அதிகமாகச் சொல்வானேன், பொருளாதார அரங்கிலும்கூட மிகவும் நாறிப்போய்க்கிடக்கின்றன. அவற்றின் அழுகிய முடை வீச்சம் இன்று தாங்கிக் கொள்ள முடியாத அளவிலும் மாறிவிட்டது. பாராளுமன்ற அமைப்பு எனும் முகமூடி இன்று அதன் உண்மையான சாரத்தை தானாகவே வெளிப்படுத்தும் காட்சியைத்தான் நாமின்று கண்டு வருகிறோம். இந்தச் சூழ்நிலையில் மாமனிதர் காரல்மார்க்சின் பொருத்தமான சில வரிகளையும் குறிப்பிட்டுவிட்டு நான் முடித்துக்கொள்கிறேன்.

முதலாளித்துவ புரட்சிகளிலிருந்து முற்றிலும் வேறுபட்டதும், பத்தொன்பதாம் நூற்றாண்டில் நிகழ்ந்ததுபோன்றதுமான தொழிலாளர் வர்க்கப் புரட்சிகள், தொடர்ந்து தன்னை விமர்சனத்திற்குட்படுத்துகின்றன. சுயவிமர்சனம், முன்னேற்றத்திற்கு தொடர்ந்துத் தடைகளை ஏற்படுத்துகிறது என்றபோதிலும்கூட, நடைமுறையில் என்னென்ன இலாபங்களை இதுவரையிலும் அடைந்திருக்கிறது என்பதைக் கணக்கில் கொள்வதற்காகவும்தான் அது கடந்த காலத்தைத் திரும்பிப் பார்க்கிறது. எதற்காக அவர்கள் இதைச் செய்கிறார்கள்? தங்களுடைய கடமையை மேலும் செறிவுபடுத்துவதற்காக மட்டுமே! வேறெதற்காகவுமில்லை. தங்களது முதல் முயற்சிகளின் போதாமைகளையும், சோர்வுகளையும், மோசமான அணுகுமுறைகளையும், எவ்வித கருணையுமின்றி அவர்கள் தீவிரமாக பரிகசித்துக்கொள்கிறார்கள். தங்களுடைய எதிராளிகளை வீழ்த்தி விட்டதாகவும் அவர்கள் நினைத்துக்கொள்கிறார்கள். அதேசமயம் வீழ்ந்துகிடந்த இடத்திலிருந்து அவர்கள் புது வீரியத்தைத் திரட்டி, முன்னெப்போதையும் விட பூதாகரமான சக்தியாக எழுந்து தங்களை மீண்டும் எதிர்கொள்வதையும் அவர்களால் பார்க்க முடிகிறது. இப்படியாக, இலட்சியங்களின் அபார கம்பீரத்துடனும் எழுச்சியுடனும் நாம் முன்நிற்கும்போது ஒவ்வொருமுறையும் விழுந்தும் எழுந்தும் கடைசியில் இனியொரு பின்வாங்கலுக்கான சாத்தியமிழந்த நிலை ஏற்படுகிறது. இந்தச் சூழலிலிருந்து எழும் உரத்தக்குரலில் நமக்கு அவர்கள் அழைப்பு விடவும் செய்கிறார்கள்: “இதோ, நாம் காலங்காலமாக எதிர்பார்த்திருந்த அந்த ரோஜா மலர்; வாருங்கள், தன்னை மறந்த நிலையில் நாம் ஆடிப் பாடுவோம், வாருங்கள்.” (லூயி போனபர்ட்டின் பதினெட்டாம் ப்ரூமெயர் எனும் படைப்பிலிருந்து. 1852 பிப்ரவரி)

பிற்சேர்க்கை 1

நாங்கள் கலகம்
செய்திருக்கிறோம்

1968 நவம்பர் 22, 24
ஆம் தேதிகளில் தலச்சேரியிலும்
புல்பள்ளியிலும் நடந்த கலகங்
களின் தொடர்பாக வெளியிட்ட
அறிக்கை கீழே தரப்பட்டுள்ளது:

இந்நாட்டின் கணேஷ்,
பாரத் போன்ற பீடிக்
கம்பெனிகளின் தொழிலாளர்
களும், நெசவுத் தொழிலாளர்
களும், தோட்டத் தொழிலாளர்
களும், விவசாயத் தொழிலாளர்
களும், மாணவர்களும், ஆசிரியர்
களுமாகிய நாங்கள் சாத்மிக
முறையிலான எல்லா எதிர்
பார்ப்புகளையும் இழந்துபோய்
இன்று நம்மிடையே நிலவி வருகிற
மிருகத்தனமான சுரண்டல் சமூக
அமைப்புக்கெதிராக
வெளிப்படையான ஒரு ஆயுதப்

போராட்டத்தில் ஈடுபட்டிருக்கிறோம். இன்றைய ஜமீன், பெருமுதலாளித்துவ அரசுகளுக்கெதிராக நாங்கள் இந்த வர்க்கப்போராட்டத்தை முன்வைத்திருக்கிறோம்.

நாங்கள் அறிவோம், இந்திராகாந்தியின், நம்பூதிரிபாடின் பின்னால் இலட்சக் கணக்கான படைவீரர்களும், உலக சாம்ராஜ்ய சக்தியும், சோவியத் திருத்தல்வாத சக்தியும் நவீன ஆயுதங்களுடன் அணி வகுத்து நிற்கிறார்களென்பதை. இதையெல்லாம் நன்றாகத் அறிந்துதான் இவர்களுக்கெதிரான ஆயுதப்போராட்டத்தின் இரத்தப் பதாகையை நாங்கள் ஏந்தியிருக்கிறோம்.

மகானாகிய நம்முடைய தலைவர் தோழர் மாவோ சே துங் 1946இல் குறிப்பிட்டார்: “எல்லாப் பிற்போக்கு சக்திகளுமே வெறும் காகிதப்புலிகள்தான். பார்வைக்குப் பயங்கரமாகத் தோற்றமளிப்பார்கள். ஆனால், உண்மையில் அவர்கள் அந்த அளவுக்கொன்றும் வலுவானவர்களில்லை. ஒரு தொலைநோக்குப் பார்வையில் நாம் விஷயங்களை அணுகினோமென்றால் இந்தப் பிற்போக்குவதிகளல்ல, உண்மையில் மக்கள்தான் வலுவானவர்கள்.”

இப்படியான ஒரு பார்வை மட்டுமே இந்த முயற்சிக்குத் தேவையான தன்னம்பிக்கையை எங்களுக்குத் தந்திருக்கிறது. கோடிக்கணக்கான நமது பொதுமக்களைத்தான் நாங்கள் இந்த வெற்றிக்காக நம்பியிருக்கிறோம். குறிப்பாக, பரந்து விரிந்துக் கிடக்கும் நம்முடைய கிராமப்புறங்களில் வாழும் விவசாயப் பெருங்குடியினரை இந்தப் போராட்டத்தின் வெற்றிக்காக நாங்கள் நம்பியுள்ளோம். வாழ்க்கையை துயர்மிகுந்ததாக மாற்றி வைத்திருக்கும் இந்த அரைக் காலனிய — அரை நிலவுடைமைக் கட்டமைப்பை, இந்தப் பிற்போக்கு ஆட்சியமைப்பைத் தகர்த்தெறியவே இந்நாட்டின் மக்கள்தொகையில் தொண்ணூறு விழுக்காடு கொண்ட நம் உடன்பிறப்புகளாகிய விவசாயப் பெருங்குடியினர்களும் விரும்புகிறார்களென்பதை நாங்கள் நன்றாகவே தெரிந்திருக்கிறோம். வாழ்வுரிமையை நிலை நாட்டுவதற்கான மற்றெல்லா மார்க்கங்களுமே அடைந்துபோய் விட்டன. இன்று நாங்கள் இதோ ஒரு ஆயுதப்போராட்டத்திற்குத் துணிந்துவிட்டோம்.

எண்ணற்ற, தொழிலாளர் — விவசாயப்போராட்டங்களின் பாரம்பரியம் நமது மக்களுக்கு இருக்கின்றது. கணக்கில்லா விவசாயத்தோழர்கள் உயிர்த்தியாகம் செய்த மண் இது. இந்தத் தோழர்களின் சூடான இரத்தத்தால் கரும் சிவப்பான இந்த வீர இரத்தப் பதாகையை இதோ நாங்கள் மீண்டுமொருமுறை உயர்த்தியிருக்கிறோம். நாங்கள் இதைச் செய்வது, இம்முறை மற்றொரு 1948 நிகழுவதற்கல்ல, மற்றொரு தெலுங்கானா நிகழுவதற்கல்ல, இன்னொரு புன்னப்புர — வயலார் நிகழுவதற்கல்ல. பிறகு? இந்த வீரம் செறிந்த போராட்டங்களின் தோல்விகளிலிருந்து பாடம் கற்று,

இடர்பாடுகள் நிறைந்ததாயினும் தொடர்ச்சியாக முன்னெடுத்துச்செல்லவேண்டிய ஒரு மக்கள் போரை நிகழ்த்தவும், தொழிலாளி வர்க்கத் தலைமையில் விவசாயிகள் புரட்சியின் வழியாக இன்றைய சாம்ராஜ்யத்துவ — ஜமீன்தாரிய, கோப்ரடோர் முதலாளித்துவ கட்டமைப்பைத் தகர்த்தெறியவும், பதிலாக தொழிலாளர் — விவசாயிகள் ஒற்றுமையை அடிப்படையாகக்கொண்ட ஒரு புதிய ஜனநாயகக் கட்டமைப்பைப் படிப்படியாக உருவாக்கவும்தான் நாங்கள் இதில் இறங்கியிருக்கிறோம். மகத்தான சைன மக்கள் இதற்கான பாதையை ஏற்கனவே நமக்கு காட்டியிருக்கிறார்கள். சாம்ராஜ்யத்துவத்திற்கும் பிற்போக்கு சக்திகளுக்குமெதிராக மகத்தான வியட்னாம் மக்களின் முன்மாதிரியான ஆயுதப்போராட்டமும் ஆசியாவிலும் ஆப்ரிக்காவிலும் லத்தின் அமெரிக்காவிலும் கோடானுகோடி மக்களின் ஆயுதப்போராட்டங்களும் இதைத்தான் சுட்டிக்காட்டியிருக்கின்றன. நமது நாட்டில், தீரர்களாகிய நாகர்களும் மிஸோக்களும் இதையே பின்பற்றினார்கள். நக்சல்பாரியின் விவசாயப் புரட்சியாளர்களும் இந்த வழியையே நமக்குக் காட்டியிருக்கிறார்கள். பிற்போக்கு ஆளும் வர்க்கம்கூட இதைத் தவிர்த்த வேறு வழிகளெதையும் நம் முன் வைக்கவில்லை.

சில கோழைகளின் கண்களுக்கு நாங்கள் பலமற்றவர்கள்போல் தெரியலாம். மற்ற சிலர், நாங்கள் சாகசம் புரிவதில் ஆர்வமுள்ளவர்களென்றெல்லாம் பிரச்சாரம் செய்வார்கள். இதெல்லாமே தவறுகள் என்பதை அவர்கள் மிகச் சீக்கிரமாகவே புரிந்துகொள்வார்கள். எங்களுடைய சரியான பலம் இருப்பது, கிராமப்புறங்களில் வாழுகிற எங்களது உடன்பிறப்புக்களாகிய விவசாயப் பெருங்குடி மக்களிடம்தான். இந்த பெரும் சக்தியை நம்பியே நாங்கள் வீட்டையும் குடும்பத்தையும் துறந்து, வெளிப்படையான இந்த ஆயுதப்போராட்டத்தின் கொடியையுமேந்தி, பரந்து விரிந்து கிடக்கும் நம்முடைய கிராமப்புறங்களுக்குப் பயணத்தை மேற்கொண்டிருக்கிறோம். அங்கே எங்களது விவசாயத்தோழர்களுடன் இணைந்து எதிரிகளை வெல்கிற ஜீவமரணப் போராட்டத்திற்கான சக்தியைத் திரட்டிக்கொண்டு மீண்டும் நாங்கள் இந்த இடங்களுக்கே திரும்பி வருவோம். இதில் யாருக்கும் எந்தவிதமான சந்தேகங்களும் தேவையே இல்லை. இன்று நாங்கள் தற்போதைக்கு விடைபெறும் வர்க்க சகோதரர்களும் உடன்பிறப்புகளும் குடும்ப அங்கத்தினர்களுமெல்லாம் இதை நிச்சயமாக எதிர்பார்க்கலாம். ஏனென்றால், இந்தத் துவக்கத்தின் எங்களுடைய மார்க்க வழிகாட்டியாக மாபெரும் வெற்றியாளனாகிய மாவோ சே துங்கின் சிந்தனைகளிருக்கின்றன. மகானாகிய மாவோ சே துங் எங்களுடனிருக்கிறார். எல்லாப் பிற்போக்கு சக்திகளும் கோ—ஆர்டினேஷன் வேடம்பூண்டவர்களும் பிற திருத்தல்வாத மேதாவிகளும் டாங்கே வர்க்கத்தின் துரோகிகள் கூட்டமும்

இதையொரு இறுதித் தாக்கீதாக எடுத்துக்கொள்ளட்டும். இவர்களுடைய மரண மணிமுழக்கம் கேட்கத் துவங்கி விட்டது. புரட்சியின் கொடுங்காற்று இந்நாட்டில் வீசத் துவங்கி விட்டது.

தொழிலாளர் தோழர்களே, விவசாயத் தோழர்களே, மாணவர்களே, புரட்சிவாதிகளான அறிவுஜீவிகளே, சிறு வியாபாரிகளே, உழைக்கும் வர்க்க சகோதரிகளே கடந்த பல வருடங்களாக ஓட்டுப்போடுவதற்கு மட்டுமே உபயோகிக்கும் உங்களுடைய கைகளில் குறுந்தடியை எடுத்துக்கொள்ளுங்கள்; கோடாரியை எடுங்கள்; அரிவாளையும் சுற்றியலையும் எடுங்கள். கிடைப்பது எதுவோ, அதை எடுத்துக்கொள்ளுங்கள். பிற்போக்கு ஆட்சியாளர்களின்மீதான இடைவிடாத போராட்டத்தில் இறங்குங்கள். எதிரிகளிடமிருக்கும் துப்பாக்கிகளையும் பிற ஆயுதங்களையும் பதுங்கியிருந்துப் பறித்தெடுங்கள். நாங்கள் இன்று ஒரு ஆயுதப்படையாக உருவாகி விட்டோம். இந்தப் படை உங்களுடையது. ஆயிரமாயிரமாக, பதினாயிரங்களாக இந்த 'மக்கள் படை'யில் உறுப்பினராக வாருங்கள். புரட்சியின் அக்னிஜுவாலைகள் நாடெங்கும் பரவட்டும். இந்த அக்னியிலகப்பட்ட எதிரிகள் எரிந்து சாம்பலாவார்கள் என்பது நிச்சயம்.

வெற்றி நம்முடையது மட்டுமே!

இந்திய கம்யூனிஸ்ட் கட்சியின் புரட்சியாளர்கள்.

பிற்சேர்க்கை 2

தலச்சேரி - புல்பள்ளி
முதல் வருடம்

1968 நவம்பர் 22ஆம் தேதி. பொழுது விடிவதற்கு இன்னும் மூன்று நான்கு மணி நேரமிருக்கிறது. ஈட்டிகளும் கோடாரிகளுமேந்திய முன்னூறுக்குமதிகமான தொழிலாளர்களும் விவசாயிகளும் மாணவர்களும் அறிவு ஜீவிகளுமடங்கிய ஒரு கூட்டம் மக்கள், நடுச்சாமத்தின் நிசப்த வேளையில் தலச்சேரியின் மத்திய பகுதியிலுள்ள காவல் நிலையத்தைத் தாக்குவதற்கான ஒரு முயற்சியை மேற்கொண்டார்கள். அவர்களது திட்டம் நிறைவேறவில்லை. கைகளிலிருந்த ஆயுதங்களை யெல்லாம் தூக்கியெறிந்துவிட்டு மின்னல் வேகத்தில் அவர்கள்

ஓடிவிட்டார்கள். காவல்துறையின் கைகளிலிருந்துத் தப்பிப்பதற்காக கேரளத்தினுள்ளும் வெளியிலுமாக அவர்கள் பிரிந்து ஓடினார்கள். அப்படி, பலருடைய கேலிக்குள்ளான ஒரு நிகழ்வு முடிவுக்கு வந்தது. ஆனால், அப்போது யாருமே நினைத்திருக்கவில்லை. சரியாக, 48 மணி நேரத்திற்குள் வயநாட்டின் கிழக்கு எல்லைப்பகுதிகளிலுள்ள வனாந்திரங்களில் நிகழவிருக்கும் மற்றொரு சம்பவத்தின் முன்னோடிதான் இதுவென்பதை.

நவம்பர் 24. நள்ளிரவு கடந்து கிட்டத்தட்ட தலச்சேரி சம்பவம் நடந்த அதே வேளையில். நாட்டுத் துப்பாக்கிகளும் வெடிகுண்டுகளும் பிற ஆயுதங்களுமேந்திய ஒரு கூட்டம் விவசாய புரட்சியாளர்கள், வயநாடன் மலையடுக்குகளின்மீதிருக்கும் புல்பள்ளி காவல்துறையின் வயர்லெஸ் நிலையத்தைத் தாக்கிச் சூறையாடினார்கள். இதில் வயர்லெஸ் பணிப் பொறுப்பிலிருந்த காவலர் ஒருவர் மரணமடைந்ததுடன் ஒரு உதவி ஆய்வாளரும் சில காவலர்களும் காயமடைந்தார்கள். ஆவேசத்துடனிருந்த இந்தக் கலகக்காரர்கள், தொடர்ந்து, அந்தப் பகுதியிலுள்ள நிலச்சுவான்தார்களைத் தாக்கவும் உள்ளூரின் விவசாய மக்களைத் தூண்டிவிடும் முயற்சிகளிலும் ஈடுபட்டார்கள். தங்களது திட்டங்களை நடத்தி முடித்து விட்டு தொலைவிலுள்ள திருநெல்லி காடுகளுக்குள் மின்னல் வேகத்தில் ஓடி மறைந்த இவர்கள், அங்கே தலச்சேரியில் கலகம் செய்த தங்கள் தோழர்களை எதிர்பார்த்து நின்றிருந்தார்கள். அவர்களுடன் ஒன்றிணைந்து ஆயுதப் போராட்டத்தின் தீச்சுவாலைகளை வயநாடு முழுவதும் பரவச் செய்யவும், இப்படியாக அன்னிய ஏகாதிபத்திய சக்திகளின் அடிவருடிகளான காங்கிரசின், பிற புரட்டல்வாத கட்சிகளின் பிற்போக்கு ஆட்சியை முடிவுக்குக் கொண்டுவருவதற்கான ஒரு திட்டத்தின் தொடக்கப்புள்ளியில் கால் பதித்தார்கள். பாரம்பரிய போராளிகளான குரிச்சியர்கள் மற்றும் மலைவாழ் மக்களின் நாடுதான் வயநாடு மலைகள் என்பதையும் இங்கே நினைவுபடுத்திக்கொள்ள வேண்டியதிருக்கிறது. இன்று, இந்த மலையின மக்கள் கால்நடைகளுக்கொப்பான ஒரு வாழ்க்கையை வாழ்ந்துகொண்டிருக்கிறார்கள். இன்றும் வயநாடு பகுதிகளின் மூன்றில் இரண்டு பகுதியிடங்களும் பிரிட்டிஷ் தேயிலைத் தோட்ட உடைமையாளர்களின் இரத்தம்புரண்ட கைகளில்தான் இருந்து வருகின்றன.

தலச்சேரி, தங்களை ஏமாற்றிவிட்டதென்பதை, திருநெல்லி வனங்களில் பதுங்கியிருந்த இந்த புல்பள்ளி தோழர்கள் சந்தேகித்ததுமில்லை. இந்தக் கொடூரமான வனப்பகுதிகளில் நாளுக்கு நாள் இழந்துபோய்க்கொண்டிருந்த எதிர்பார்ப்புகளுடன் அவர்கள் நாட்களைக் கழித்தார்கள். தோழர்களின் எண்ணிக்கையும் தினம்தோறும் குறைந்துகொண்டே இருந்தது. இதனிடையில் தங்களிடமிருந்த வெடிமருந்துகளைப் பாதுகாத்து வைத்திருந்த ஒரு

மரக்கிளை திடீரென்று ஒடிந்து விழுந்த இந்த விபத்தில் தங்களுடைய பிரியத்திற்குரிய போராளியும் விவசாய புரட்சியாளருமான தோழர் கிஸான்தொம்மனையும் அவர்கள் இழந்து விட்டார்கள். அதற்குள் இ.எம்.எஸ். அரசின் ஹெலிகாப்டர்களும் காவல்நாய்களும் அங்கே வந்து சேர்ந்திருந்தன. ஆயுதம் தாங்கிகளான சோற்றுப் பட்டாளமும் வயநாடன் காடுகளையும் அதன் மேடு பள்ளங்கள் முழுவதையும் வலை வீசி அரித்துக்கொண்டிருந்தது. எதிர்பார்த்திருந்த தோழர்களை சந்தித்து விடுவோம் என்கிற நம்பிக்கையை இழந்து விட்ட இளம் விவசாய புரட்சியாளர்களில் மிச்சமிருந்த குழுவினர் கடைசி முயற்சியாக கேரளத்தின் வெளியிலுள்ள மற்றொரு குறிப்பிட்ட இடத்தில் ஒன்று சேருவதாக முடிவு செய்து பிரிந்து சென்றார்கள். ஆனால், இந்தத் திட்டம் நிறைவேறுவதற்குள் பெரும்பாலான அனைவரும் காவல்துறையில் பிடிபட்டுவிட்டார்கள்.

கேரளத்தில் புகழ்பெற்ற விவசாயிகள் எழுச்சியின் வரிசையில் என்றென்றும் நினைவுகூரும்விதமான ஒரு வரலாற்று நிகழ்வு தற்போதைய முடிவுக்கு வந்தது. அதைத் தொடர்ந்து நடந்த சம்பவங்களை அனைவரும் அறிவார்கள். இந்திரா அரசின் வெறுமொரு உபகரணம் மட்டுமாக இருந்த கேரளத்தின் பிற்போக்கு நம்பூதிரி அரசு, கிராமப்புறங்களில் வாழுகிற எண்ணற்ற ஏழை விவசாயிகளின், விவசாயத் தொழிலாளர்களின், புரட்சியாளர் களின்மீதெல்லாம் நிகழ்த்தப்பட்ட வன்கொடுமைகள் ஏராளம். அரச பயங்கரவாதத்தின் பயமுறுத்தல்கள், லாக்கப் சித்திரவதைகள், சிறைக்கொடுமைகளெல்லாம் சொல்லி மாளாது. அஜிதாவையும், நோயாளியான மந்தாகினியையும்கூட சித்திரவதைகளிலிருந்து அவர்கள் விட்டு வைக்கவில்லை.

இந்த ஆயுதப்போராட்டப் பாதையில் இளவயது தொழிலாளர்களும் விவசாயிகளும் அறிவுஜீவிகளும் துணிந்திறங்குவதற்கான காரணம் என்ன? நூற்றாண்டு காலமாக ஏகாதிபத்திய—நிலபிரபுத்துவ ஒடுக்குமுறையின்கீழ் இவர்கள் அனுபவித்து வந்த பிரச்சினைகள் மென்மேலும் பெருகிக் கொண்டிருந்தன. மட்டுமல்ல, இன்று ஆளும் வர்க்க பிற்போக்கு அரசாங்கத்தால் இவை பன்மடங்கு தீவிரமடைந்துகொண்டு மிருந்தன. விவசாயிகளின் ஏழ்மை, பீடி, கைத்தறி, ஓடு, மரம்போன்ற உள்நாட்டு வர்த்தக நிறுவனங்களில் வேலை செய்யும் தொழிலாளர்களின் பாதுகாப்பற்ற நிலைமை, கொடும் பட்டினிபோன்ற பிரச்சினைகளை அமைதியான முறையில், பாராளுமன்ற மரபு வழியாக தீர்க்க வியலாமல்போனது. அரசியல் அதிகாரம் நேரடியாகத் தங்களது கைகளில் வரும் காலம்வரைக்கும் அதிகரித்துக்கொண்டே போகிற தங்களது பிரச்சினைகளிலிருந்து எந்தவிதமான விடுதலையையும் அடைய முடியாதென்பதை அவர்கள் மெதுவாக, ஆனால், மிகச்சரியாக புரிந்துகொள்ளும் நிர்ப்பந்ததிற்குள்ளானார்கள்.

யாருக்கெல்லாம் ஓட்டுப்போட்டு நாம் உயரத்தில் ஏற்றி வைத்தோமோ அவர்களில் ஒருவர்கூட பாக்கியில்லாமல் அதிகாரச்செயர்களில் போய் அமருவதுதான் தாமதம், பழைய, காங்கிரஸ் ஆட்சியாளர்களைப்போல், அவர்களது வெள்ளைக்கார எஜமான்களாகிய ஏகாதிபத்திய சக்திகளைப்போல் தங்களைத் துன்புறுத்தும் வேலைகளைத்தான் செய்கிறார்களென்பதை அனுபவத்திலிருந்தே அவர்கள் உணர்ந்துகொண்டார்கள். அதிகாரத்தை தங்களது கைகளில் பறித்தெடுப்பதைத் தவிர வேறு எந்த வழிகளும் அவர்களிடமில்லை. ஆனால், இது ஆயுத சக்தியால் மட்டுமே சாத்தியப்படவும் செய்யும் என்பதையும் அவர்கள் புரிந்துவைத்திருந்தார்கள்.

இப்படியான ஒரு சிந்தனை முழு மூடத்தனம் என்று கருதிய ஒரு காலமுமிருந்தது. ஆனால், அந்தக் காலம் மாறி விட்டது. குறிப்பிட்டுச் சொல்ல முடியாத அளவுக்கு மாறி விட்டது. கிழக்கில், மக்கள் சீனத்தில் ஒரு புதிய கதிரவன் எழுந்திருக்கிறான். அது, தனது ஒளிக்கதிர்களை உலகம் முழுவதும் படர்த்திக்கொண்டிருக்கிறது. ஆசியா, ஆப்ரிக்கா, லத்தின்அமெரிக்கா போன்ற பகுதிகளில் காலங்காலமாக நிலைபெற்றிருந்த இருளை அது வெகு வேகமாகக் கிழித்துக்கொண்டிருக்கிறது. ஏகாதிபத்தியம் பலம்பொருந்தியதெனும் பழைய பொய்யை மீண்டும் சொல்ல விடாமல், தீரமிக்க வியட்னாம் விவசாயிகளின் வீரம் செறிந்த சாகசப் போராட்டம் தகர்த்தெறிந்து விட்டது. இந்த சாம்ராஜ்ய சக்திகள் வெறும் காகிதப் புலிகள் மட்டும்தான் என்பது தெளிவாகவே தெரிந்துபோய் விட்டது. ஆசியாவிலும் ஆப்ரிக்காவிலும் லத்தின்அமெரிக்காவிலும் படர்ந்து பிரவாகித்துக்கொண்டிருக்கும் மக்கள் சக்தியின், ஆயுதப்போராட்டங்களின் தீச்சுவாலைகள் வெறும் பழங்கதைகளல்ல. மாறாக, அது, இயல்பான விஷயமாகவே இப்போது தெளிவுபடுத்தப்பட்டுள்ளது. எல்லாவற்றிற்கும் மேலாக, மானுடகுல வரலாற்றின் ஒளிமிக்கதும் புதியதுமான சீனாவின் மகத்தான தொழிலாளர் வர்க்கக் கலாச்சாரப் புரட்சியின் எதிரொலிகள், மனித சமூகத்தில் ஒரு புது யுகத்தின் வருகையைக் குறிக்கிறது. அதாவது, மாவோ சேதுங் சிந்தனையில் முகிழ்த்த அந்த மகத்தான யுகம், இந்தச் சூழ்நிலையில்தான் நக்சல்பாரியில் ஒளிர்ந்து வசந்தத்தின் இடி முழக்கமாக முழக்கமிட்டுப் புறப்பட்டது. இதுவே தங்களது விடுதலைக்காக இந்திய மக்கள் ஏற்றுக்கொள்ளவேண்டிய ஒரேயொரு பாதையாகத் திறந்து கிடந்தது.

ஒரு காலத்தில் முழு முட்டாள்தனமென்று கருதியிருந்த இந்த விஷயத்தில் நம்முடைய மக்களில் ஒரு பகுதியினர் அக்கறைகொண்டிருக்கிறார்கள். பொய் சொல்வதே காங்கிரஸ் கட்சியின் வழக்கமென்பதைப் புரிந்துகொண்டிருந்ததால் அந்தப் பழைய பொய்யை உதாசீனம் செய்துவிட்டனர். பிற பிற்போக்குக் கட்சிகளும் சோஷியலிஸ்ட் வேடமிட்ட கட்சிகளும் காங்கிரசைவிட

எந்தவகையில் மேம்பட்டவர்களில்லை என்பதையும் அவர்கள் புரிந்துகொண்டார்கள். கேரளத்தைப் பொறுத்தவரைக்கும் 1965இல் மக்கள், வர்க்க வஞ்சகரான டாங்கேவை மரணப்படுக்கைக்கு அனுப்பி வைத்து விட்டார்கள். பிறகு எஞ்சியிருந்தவர்கள், இ.எம்.எஸ்., ஏ.கே. கோபாலன் வகையறா புரட்டல்வாதிகள் மட்டும்தான். நக்சல்பாரி, இவர்களது காலத்தையும் குறிப்பெடுத்துக்கொண்டது. ஆனால், பல பத்தாண்டு காலங்களாக, இந்தப் புரட்டல்வாதிகளின் இரகசிய தந்திரங்களின் களமாகவே இருந்தது கேரளத்தின் மலபார் பகுதி. புரட்டல்வாதத்தின் ஆபத்தான நோயணுக்களின் தீவிரமான பாதிப்பிலிருந்து விடுபடுவதென்பது நம்முடைய விவசாய, தொழிலாளர் வர்க்கத்தைப் பொறுத்தவரைக்கும் அவ்வளவு எளிதாகவே இல்லை. இருப்பினும், 1968இல் வடமலபாரிலும் வயநாடு மலைப்பிரதேசங்களிலும் சிறிதளவிலாவது அதை உடைக்க முடிந்தது. அதுதான் தலச்சேரியும் புல்பள்ளியும். சொந்தக் கால்களில் நிற்கவும் நடக்கவும் தோன்றிய ஒரு குழந்தையைப்போல், மக்களும் மற்ற வழிகளெதுவும் இல்லாத நிலையில் ஆயுதப்போராட்டத்தின் பாதையில் சொந்தக் காலில் நிற்கவும் செயல்படவும் முடிவு செய்தார்கள். குழந்தையைப்போல் இவர்களும் முதலில் தயங்கி நிற்பதும் கால் தடுமாறி விழுவதும் இயல்பான விஷயங்கள்தான். ஆனால், தவிர்க்க முடியாத நிலையில், கடைசியில் அவர்கள் அந்தப் பாதையில் உறுதியுடன் காலடிகளை வைத்து நடந்தே தீருவார்கள் என்பது மட்டும் உறுதி. பிற்போக்கு சக்திகளும் புரட்டல்வாதிகளும்தான் இதை ஏற்றுக்கொள்ள மறுப்பார்கள்..

தலச்சேரியும் புல்பள்ளியும் தன்னுடைய இலட்சியத்தையடைவதில் தற்போது தோல்வி அடைந்திருக்கின்றன. ஆனால், அபூர்வமான எதையாவது அது அடைந்திருக்கிறதா என்றால் அது இதுதான்: நமது நாடு முழுவதும் ஒவ்வொரு மூலைகளிலும், ஒவ்வொரு கூரையின்கீழும் புதியதொரு ஆவேசத்தையும் செய்தியையும் அது விதைத்திருக்கிறது. அடிப்படையில், முழுமையாகப் பயன்தரும்விதமாக அது தனது இரத்தத்தையும் தசையையும் அர்ப்பணித்திருக்கிறது. நக்சல்பாரியின் செய்தியை அது ஆழமாக படரச் செய்திருக்கிறது. நம்முடைய வழிகாட்டியும் பெரும் மரியாதைக்குரியவரும் மாமனிதருமாகிய மாவோ சேதுங் போட்டுத் தந்த அந்த வழித்தடம், இந்நாட்டின் உழைக்கும் மக்களின் இதயங்களில் ஆழமாக பதிந்திருக்கிறது. ‘மாவோ வாழ்க’ எனும் கோஷம், நம்முடைய அரசியலின் போராட்டத்தின் முழக்கமாகவே இன்று மாறியிருக்கிறது. பிற்போக்குவாதிகளும் சாட்சாத் புரட்டல்வாதிகளும் நிச்சயமாக இதனுள் உட்படமாட்டார்கள். இந்திய கம்யூனிஸ்ட் கட்சி (மா—லெ) எனும் இந்திய புரட்சிக்கான அந்த ஒரேயொரு கட்சியின் வரலாற்றில் தலச்சேரியும் புல்பள்ளியும் அழிக்கவியலாத வகையில் தனக்கானப் பங்களிப்பையும் செலுத்தியிருக்கிறது.

இருப்பினும், இந்தக் கலகங்களினுள் கருத்தியல் குழப்பத்தைத் தூண்டியவர்களும், களங்கத்தை விதைத்தவர்களும், இதில் பங்குவகித்த போராளிகளின்மீது சேற்றையள்ளிப் பூசியவர்களும், புரட்சியாளர்களின் அணியிலிருந்து இவர்களை விலக்கிக்காட்ட முயற்சித்தவர்களுமான சிலர், நமது இயக்கத்தினுள்ளும் அதன் தலைமையிடத்திலும்கூட இருந்தார்களென்பதை வருத்தத்துடன் சொல்லிக் கொள்ளவேண்டியதிருக்கிறது. இன்றுகூட சிலர் தேவையற்ற இந்த முயற்சியில் ஈடுபட்டு வருகிறார்கள். கடந்த காலங்களில் இந்த வேலையைச் செய்துகொண்டிருந்த புரட்டல்வாதிகளுக்கும் சந்தர்ப்பவாதிகளுக்கும் ஏற்பட்ட அனுபங்கள் இந்தக் கபடவேடதாரிகளுக்கும் மிக விரைவில் ஏற்படுமென்பதில் எவ்வித சந்தேகமுமில்லை. இந்நாட்டின் புரட்சிகர இயக்கங்களின் வரலாறு முழுவதிலும் இது நிகழ்ந்திருக்கிறது. வரலாற்றில் நிரந்தர இடம் பிடித்ததும், கேரளத்தின் உண்மையான புரட்சியாளர்களாகிய விவசாய பெருங்குடியினரின் பெரும்பாலான பிரிவினரிடையே இப்போது வியாபித்துக்கொண்டிருப்பதுமான தலச்சேரி—புல்பள்ளி கலகங்கள் தூண்டிய அந்த வீரியத்தை, தொழிலாளர் வர்க்கப் புரட்சியாளர்களின் இதயங்களில் எழுந்த இந்த எழுச்சியைப் பூவுலகில் எந்தவொரு சக்தியாலும் அழித்துவிட இயலாது.

நக்சல்பாரி விவசாயி ஆயுதப்போராட்டம் வெல்லட்டும்!
ஸ்ரீகாகுளம் விவசாயி ஆயுதப்போராட்டம் வெல்லட்டும்!
தலச்சேரி—புல்பள்ளி ஆயுதப்போராட்டம் வெல்லட்டும்!
இந்திய கம்யூனிஸ்ட் கட்சி (மா—லெ) வாழ்க!
மாவோ வாழ்க! வாழ்க!

18 — 11 — 1969   — ஒரு மார்க்சிஸ்ட் — லெனினிஸ்ட்